ముళ్ళపూడి వెంకటరమణ

సాహితీ సర్వస్వం

మొదటి సంపుటం

కథారమణీయం - 1

సంపాదకుడు : ఎమ్బీయస్ ప్రసాద్

విశాలాంధ్ర పబ్లిషింగ్ హౌస్

Mullapudi Venkata Ramana Saahithee Sarvaswam - 1

KATHARAMANEEYAM - 1 - *Edit0r : M.B.S. Prasad.*

ప్రచురణ నెం.	: 2350 / 2295- 6*R*	గత ముద్రణలు :
ప్రతులు	: 1000	2001, 2001, 2003, 2004, 2007, 2009
7వ ముద్రణ	: ఆగస్టు, 2014	

© శ్రీమతి ముళ్ళపూడి శ్రీదేవి, చెన్నై.

ముఖపత్రం, లోపలి బొమ్మలు : డా॥ బాపు

వెల : ₹ 300/-

విదేశాలలో వెల : $ 20

ప్రతులకు :

విశాలాంధ్ర పబ్లిషింగ్ హౌస్

గిరిప్రసాద్ భవన్, బండ్లగూడ (నాగోల్)
జి.ఎస్.ఐ. (పోస్ట్) హైదరాబాద్ – 068.
ఫోన్స్: 24224458/ 24224459.
E-mail : visalaandhraph@yahoo.com
www.visalaandhraph.net

విశాలాంధ్ర బుక్ హౌస్

అబిడ్స్, సుల్తాన్ బజార్ & బండ్లగూడ – హైదరాబాద్, విజయవాడ, విశాఖపట్నం, హనుమకొండ, అనంతపురం, గుంటూరు, తిరుపతి, కాకినాడ, కరీంనగర్, ఒంగోలు, శ్రీకాకుళం, నల్లగొండ, ఖమ్మం, కడప.

ముద్రణ: విశాలాంధ్ర విజ్ఞాన సమితి ముద్రణాలయం – హైదరాబాద్

నన్ను కని పెంచి
పెద్ద చేసిన —

నన్ను గని అడిగేమ్మ
మహపతి సురమ్మ
కావేరి సత్యమ్మ
పల్ల పోతా సగిలక్ష్మి
వీరఘుంటింం సీతామ్మ

చిన్న వర్మ ల(రోకియా)ఘవరంత
మండకొక్ సుబ్బులక్ష్మి
శివేంక కామన్న మ్మ
సత్తాము సుబ్బాయంమ్మ

తా గాన్మొన్న నడు
ఉమ్మల శ్మ
స్మరి సుబ్బా
నమస్మరింసుబ్బా
నన్నుగని పెంచినర్మ

నా కథానాయకుడు

'నా' కథానాయకుడు

చిరంజీవి [illegible]

[illegible] సత్తిరాజు లక్ష్మీనారాయణ

అను

డాక్టర్ బాపుకి

స్నేహ గౌరవ అభిమానాలతో

చిరు

కానుక

రమణ

నవసహస్రాబ్ది

[illegible] 2001

మధ్యతరగతి కథాకళి

ఆధునిక తెలుగు కథాసాహిత్యంలో ముళ్లపూడి వెంకటరమణ గారిదొక ప్రత్యేక స్థానం. కథానిర్వహణలో వినూత్నమైన పంథాను ప్రవేశపెట్టారు. వ్యంగ్యం-పేరడీలన్న కాళ్ళతో అవి నడుస్తాయి. పదాల విరుపు, కొత్త కొత్త పదాల ప్రయోగాలన్న చేతులతో పాఠకులను అక్కున చేర్చుకొంటాయి వారి కథలు. రమణగారి చూపుకో ప్రత్యేకత ఉంది. ఆ కళ్ళతో వారి కథలు లోకాన్ని చూస్తాయి. టీన్ఏజ్ వాళ్ళ ఆలోచనలు గానీ, రాజకీయాల రణరంగంకానీ, అప్పులివ్వడం, తీసుకోడం అన్న అంశాలుకానీ వస్తువులుగా తీసుకొన్నప్పుడు వాటన్నిటికీ ఒక చక్కని దార్శనికతను తయారు చేసుకొంటారు. వాటి కనువైన పదజాలాన్ని సృష్టించుకొంటారు. వాటి ఆధారంగా అనుకూలమైన వాతావరణాన్ని తయారుచేసుకొంటారు.

సాధారణంగా రమణగారి కథల్లోని వస్తువులు సార్వకాలికాలుగా ఉంటాయి. అందుకే ఆ కథలు ఎప్పటికప్పుడు నిత్యనూతనం అనిపిస్తాయి. రచయితలు సామాజిక మార్పును ఆశిస్తారు. అందుకు తమ రచనల ద్వారా తమ పాఠకవర్గాన్ని మేల్కొల్పాలని కృషి చేస్తారు. అలాగే రమణగారి పాఠకులు మధ్య తరగతి వర్గం. రమణగారు ఆశించిన మార్పు - ఏయే సామాజిక తాత్వికతలలో, ఎక్కడ రావాలో పాఠకులకు - ఇదిగో ఇక్కడ... ఇక్కడ అంటూ పదేపదే చూపిస్తారు తమ కథల్లో. కింది తరగతుల వాళ్ళకు తెగింపుతో పనులు సాధించుకోగలమన్న ధైర్యం ఉంటుంది. ఉన్నత వర్గాలకు డబ్బే అన్నీ సాధించి పెడ్తుందన్న ధీమా ఉంటుంది. ఈ రెండూ లేక కలలు భోంచేస్తూ, ఎవరన్నా తప్తే తప్ప లేవలేనిది మధ్య తరగతి. ఆ మధ్య తరగతిలో సామాజిక చైతన్య స్ఫూర్తి కలిగిస్తే సామాజిక రుగ్మతలు కొంతవరకన్నా తగ్గవచ్చని రమణగారి రచనాధ్యేయం. వీరివి పెద్ద కథలు. రమణగారు దశాబ్దం నుండీ కథారచనవైపు దృష్టిమందగించారు. నాలుగు దశాబ్దాల వీరి రచనలను కొత్త తరంవారికి పరిచయం చెయ్యదలచిన ఓ పత్రిక వాటిలో కొన్నిటిని సీరియల్‌గా ప్రకటించింది. పాఠకుల స్పందన అనూహ్యంగా ఉంది. దీనివల్ల రమణగారి కథాసాహిత్యం అజరామర లక్షణం కల్గిందనిపిస్తుంది.

విశాలాంధ్ర ప్రచురణాలయం అత్యంతాధునిక రచయితల సాహిత్యాన్ని సంపుటాలుగా ప్రచురిస్తున్న విషయం పాఠకులకు తెలిసిందే. ఆ ఉద్దేశంతో రమణగారి సాహిత్యాన్ని ఏడు సంపుటాలుగా ప్రచురిద్దామని పథకం రూపొం దించాం. మిత్రులు ఎమ్బీయస్ ప్రసాద్‌గారు సంపాదక బాధ్యత స్వచ్ఛందంగా

నిర్వహించటానికి అంగీకరించారు. ఆ వరుసలో ఈ కథారమణీయం-1. ఇది ప్రథమ సంపుటం. ఇందులో 8 అధ్యాయాలూ, 41 కథలూ ఉన్నాయి. దీన్ని సంకలనం చేయడంలో పాటించిన సూత్రాలను వివరిస్తూ, కథలను విశ్లేషిస్తూ, వ్యాఖ్యానాన్ని జతపరుస్తూ ఒక విపులమైన ఎకడమిక్ పరిశోధనా పత్రాన్ని "కథకుడూ-కథన కౌశలమూ" అని ప్రసాద్‌గారు రాశారు. అందుకు సంపాదకులకు కృతజ్ఞులం.

తమ రచనలను సంపుటాలుగా వెలువరించటానికి ఆమోదిస్తూ ఈ అవకాశం మాకు కల్గించిన శ్రీ ముళ్లపూడి వెంకటరమణగారికి ధన్యవాదాలు. ముళ్లపూడి వెంకటరమణ గారి పేరు తలవగానే వెంటనే స్ఫురించేవారు ప్రఖ్యాత చిత్రకారులు బాపు. ఒకరు పదాలతో భావాలు పలికిస్తే, మరొకరు వాటిని చిత్రాలతో చిలకరిస్తారు. ఇద్దరూ "సాహిత్య కవలలు". ఇందులోని బొమ్మలన్నీ బాపూగారివే. వాటిని వినియోగించుకోడానికి అంగీకరించినందుకు బాపూ గారికీ మా ధన్యవాదాలు. మిగిలిన సంపుటాలను కూడా క్రమంగా ప్రచురిస్తాం.

తెలుగు పాఠకలోకం మా యీ పథకాన్ని ఆదరిస్తూ, మరిన్ని సరికొత్త పథకాల అమలులో మాకు చేయూతనివ్వగలరని మా నమ్మకం.

ఉత్తమ సాహిత్యాన్ని అందిస్తూ తెలుగు పాఠకలోకానికి సేవ చెయ్యటం మా ప్రచురణాలయం ఆశయం.

ఏటుకూరి ప్రసాద్
సంపాదకుడు
విశాలాంధ్ర ప్రచురణాలయం

హైదరాబాదు-1.
తేది: 1-1-2001.

కథకుడూ...
కథన కౌశలమూ

రమణ గారి కథలకు వ్యాఖ్యానం అవసరమా అని అనుకునే వాళ్ళు ఈ భాగం చదవకపోయినా ఫర్వాలేదు. ఆయనను 'ఒట్టి అస్సెరచయిత'గానే లెక్కవేసేవాళ్ళని వాళ్ళ మానాన వాళ్ళని వదిలేసి తక్కిన వాళ్ళ కోసం రాసినదిది. అసలు హాస్యరచయితను సీరియస్‌గా తీసుకోవాలా వద్దా అనుకునే వాళ్ళు ప్రసిద్ధ విమర్శకుడు కె. వి. రమణారెడ్డి మే '62 విశాలాంధ్రలో "గిరీశం లెక్చర్లు"ను సమీక్షిస్తూ రాసిన వాక్యాలను పునశ్చరణ చేసుకోవడం మంచిది. "...నిజానికి అతన్ని ముళ్ళవాడి వ్యంగ్యటరమణ అని పిలవవచ్చు. అల్లాటప్పా హాస్యం అనిపిస్తూ, జీవితాన్ని ఘాటుగా పోట్లతో విమర్శించగలడు. హాస్యం ముళ్ళపూడి వాని వేడి తాకిడికి ఈడేరింది. దానికొాక సాంఘిక ప్రయోజనం ఏర్పడింది.

"...దీనికి చమత్కారమొక్కటే చాలదు. సూక్ష్మగ్రహణ శక్తి కూడా కావాలి. హాస్యం ఒక్కటే చాలదు. అపహాస్యం కూడా కావాలి. నిందలు సరిపోవు. నిష్ఠురోక్తులు పనిచేయవు. విమర్శలు చర్మాల మందాన్ని దాటి లోపలికి పోలేవు. కాబట్టే వ్యంగ్యం ఒక్కటే విజయవంతం కాగలిగింది. వాడో వీడో ఈవిడో ఆవిడో అని కాకుండా సామూహికంగా ఒక వ్యవస్థను విమర్శించడం జరిగింది. అయినా ఓర్చలేని వాళ్ళెందరో! ఇలాంటి పుస్తకం రాసేందుకు ధైర్యం కావాలి. ఉద్యోగాల నిలకడ మీద, బతుకుతెరువు మీద చూపున్నవాడు ఇంత సాహసం చెయ్యలేడు. అందుకు కూడా ముళ్ళపూడి వెంకటరమణను మెచ్చుకోవాలి." నిజమే, రమణ సాహసి కాబట్టే చుట్టూ భవిష్యత్తు గురించి చింత లేకుండా అందర్నీ విమర్శించాడు. దానికి అతను ఎంచుకున్న ఆయుధం – సెటైర్, పేరడీ!

రమణ హాస్య రచయిత అనడం అబద్ధం అంటాడు అతని జీవితాన్ని, రచనలను సమీక్షిస్తూ 1973లో "కానుక" రాసిన ఎమ్వీయల్ ('ముళ్ళపూడి భాయీజాన్సన్‌కి, ఎమ్వీయల్ సెబాస్వెల్' – ఆరుద్ర) – "లోకం తన రచనల్లో ప్రతిఫలించేట్లు, తన రచనలు లోకంలో ఆదరణ పొందేట్లు సున్నితంగా సుతారంగా కారంగా కరుణాత్మకంగా గంభీరంగా రచనలు చేసిన రవణ కేవలం హాస్యరచయిత అన్నది అబద్ధం."

అందువల్లనే ముళ్ళపూడి సాహితీ సర్వస్వం సంపుటాలుగా తెచ్చేటప్పుడు ఆయన కథలు రూపుదిద్దుకున్న కాలాన్ని గురించి, వాటిల్లో ఉపయోగించిన బాషాచాతుర్యం గురించి ముందుతరాల వారికి అందించడానికే ఈ వ్యాసం ప్రయత్నిస్తోంది. తెలుగుకి క్రమంగా దూరమవుతున్న మనకు, మన బిడ్డలకు ఆయన 'తెలుగుతనం' అర్థం కాని పరిస్థితి కూడా రావచ్చనే భయంతో గ్రంథస్తం చేయడం జరుగుతోంది. కథలతోబాటు

కథల సృష్టికర్తను గురించి కూడా తెలుసుకోవడం సాహిత్య పరిశీలనకు అవసరమనేది అందరూ అంగీకరించిన విషయం. అందుకే సందర్భాన్ని ఉపయోగించుకుంటూ ఆయన జీవిత విశేషాలను కూడా ముచ్చటించడం జరుగుతోంది. రమణ అనగానే బాపు గురించి ప్రస్తావన కూడా రాకుండా ఉండదు – ఈ పుస్తకంలోని బొమ్మలన్నీ వివిధకాలాల్లో బాపు వేసినవి కాబట్టి... వారి స్నేహబాంధవ్యం అలాటిది కాబట్టి... ద్వంద్వ సమాసానికి అందమైన ఉదాహరణ బాపూ – రమణ కాబట్టి.

రసరమణీయంలో చోటు చేసుకున్న కథ "సీతాకల్యాణం" – అనేక మారుపేర్లతో రచనలు సాగించిన రమణ ఈ కథ రాయడానికి ఉపయోగించిన కలం పేరు – సి. వి. విజయలక్ష్మి! సి. వి. వి. లక్ష్మి, సి. వి. విజయలక్ష్మి అనే ఆడపేర్లతో 'జడలూ, వాటి తీరూ', 'నగలూ–నాణ్యాలూ', 'ఉల్లి చేసిన మేలు...' వంటి 'ఆడ వ్యాసాలు' రాసిన రమణ స్త్రీపేరుతో రాసిన కథ ఇది ఒక్కటే.

కథతోబాటు కనబడే రెండు బొమ్మలు కథను ఒరిజినల్‌గా ప్రచురించినప్పుడు బాపు వేసినది. రమణకు, రామాయణానికి అవినాభావ సంబంధం ఉంది. బాపు, రమణలు కలిసి సంపూర్ణ రామాయణం, సీతాకల్యాణం, రామాయణం థీమ్‌ని సోషలైజ్ చేసి ముత్యాల ముగ్గు, కలియుగ రావణాసురుడు తీసారనే కాదు, రమణ కొంతకాలం (1952 ప్రాంతంలో) శ్రీనివాసశిరోమణి గారి వద్ద వ్రాయసకాడుగా పనిచేశాడు. (రమణ చేతిరాత అప్పట్లో బాగుండేదేమో!) ఆ సందర్భంలోనే 22 రామాయణాలు మథించడం జరిగింది. సంపూర్ణ రామాయణం హిట్ అయ్యేక 'సీతాకల్యాణా'న్ని చక్కటి బాలేగా తీశారు బాపు, రమణలు. రమణ దానికి స్క్రీన్‌ప్లే రాశారు. రాశారనడం కంటే, రాయలేదనడం మేలు. అతి తక్కువ సంభాషణలు. టైముకి రమణ రాసి ఇవ్వకపోతే, దాన్నే ఒక virtue గా మలుచుకుని బాపు

సంగీతదృశ్యకావ్యంగా తీర్చిదిద్దారని ఒక జోక్. ఆ సినిమాను లండన్ ఫిల్మ్ ఇన్‌స్టిట్యూట్‌లో సినీకళా విద్యార్థులకు పాఠ్యాంశంగా బోధిస్తున్నారు కాబట్టి దాని విలువ గురించి వేరే చెప్పనవసరం లేదు.

తెలుగుభాషపై రమణకు గల పట్టుకు 'సీతాకల్యాణం' ఒక మచ్చుతునక. ఎమ్వీయల్ అన్నట్టు దృశ్యసాక్షాత్కారానికి తన రచనల్లో కవితాశైలిని ఉపయోగించుకున్నాడు రమణ. పదాలతో, వాక్యాలతో బొమ్మలు తయారుచేసి వాటిని పాఠకుని కళ్ల ఎదుట ఆడిస్తాడు. కవితాశైలితో రాయటంతో పాటు రమణ వచనరచనలో ఒక తూగు, గమకం గమనించవచ్చు. వాక్యాలు 'బాలెన్స్‌డ్'గా నడుస్తాయి.

వాల్మీకి ఇన్‌ఫ్లుయెన్స్ బాగా ఉన్న రమణ ఉపమానాలు అనేకంగా ఉపయోగిస్తాడు. ఈ చిన్న కథలో కూడా తలమానికాలైన ఉపమానాలు ఉదాహరించవచ్చు. పాండితీ ప్రకర్ష చూపడమే కాదు, సహజసిద్ధ చమత్కారం కూడా ప్రదర్శించేడు రమణ కొన్ని విరుపుల్లో – 'ప్ర–కృత యుగధర్మం', 'అవలీలామానుష విగ్రహుడు', 'రామకథలు చెప్పిన కొద్దీ ఊరేవి. ఊరిన కొద్దీ ఊరించేవి'. కథలో సామాన్య ప్రజల రియాక్షన్స్‌తో బాటు వంది మాగధుల అవస్థలూ (అతిశయోక్తులు దొరక్క, ప్రాస మాటలు కుదరక) రచయిత దృష్టిని దాటిపోలేదు. ఈ మకుటంతో వచ్చిన కథా సంకలానికి రమణకు రాష్ట్రసాహిత్య ఎకాడెమీ బహుమతి వచ్చింది 1975 లో. రమణ రచనల్లో చాలాభాగం ఆంధ్రపత్రిక వీక్లీలోనే వచ్చాయి. ఎక్కువభాగం 1954 – 61 మధ్యనే రాయడం జరిగింది.

సరసరమణీయంలో మొదటి కథ "ఇద్దరమ్మాయిలు, ముగ్గురబ్బాయిలు" 1955 ఆగస్టులో పెద్ద కథగా వచ్చింది. ఆ తర్వాత పుస్తకరూపంలో వచ్చి చాలా పునర్ముద్రణలు పొందింది. గోదావరి ప్రాంతంలోని పల్లెటూరులో నడిచే కథ. రమణకు గోదావరి అంటే ప్రాణం. బాపు, ఆయన తీసిన సినిమాల అవుట్‌డోర్ షూటింగులకు గోదావరి ప్రాంతాన్నే ఎన్నుకుంటూంటారు. రమణది తూర్పుగోదావరి జిల్లా, బాపుది పశ్చిమగోదావరి జిల్లా కావడం ఒక కారణం కావచ్చు. రమణ పుట్టినది గోదావరి ఒడ్డున ఉన్న ధవళేశ్వరంలో. అసలు వాళ్లు బరంపురానికి చెందినవారు. ఆయన తండ్రి ఉద్యోగరీత్యా ధవళేశ్వరంలో స్థిరపడ్డారు. రమణ బాల్యం అక్కడే గడిచింది. తండ్రి మరణంతో బ్రతికి చెడి, తన 9 వ ఏటనే మద్రాసుకి తరలి వచ్చేసినా, రమణకు గోదావరి భాష మీద, అక్కడి ప్రజల ఆచార వ్యవహారాలమీద పట్టు పోలేదు.

గ్రామీణ వాతావరణంలోని ఈ కథ ఇద్దరమ్మాయిలు, ముగ్గురబ్బాయిల మధ్య నడుస్తుంది. హీరోయిన్ సుబ్బలక్ష్మికి పెద్ద పాత్ర లేదనే చెప్పాలి. సైడు హీరోయిన్ సీతాలక్ష్మి 'విశాలభావాలు, ధైర్యం' కలది. సుందరం కేసి అదోలా చూడగలదు, వీర్రాజుతో పచ్చడితోబాటు హృదయాలు ఇచ్చిపుచ్చుకోగలదు, రామారావు కూడా తనను ప్రేమించాడని అపోహ పడగలదు. అబ్బాయిల మాటకొస్తే కథానాయకుడు రామారావు తను అందగాడన్న విషయం ఎన్నటికీ మర్చిపోడు. ('సుందరం ఇంచుమించు నా అంత అందంగా ఉంటాడు, ఎటొచ్చీ లోటొకటే – పూర్తిగా నా అంత అందంగా ఉండకపోవడం', 'దిలీప్‌కుమార్ అంతటి అందగాడు నన్ను

నిర్లక్ష్యం చేశాడు అని సీత అనుకుని ఉంటుంది', 'సుందరంబాబూ, మీరు నా అంత అందంగానూ ఉంటారు..ఆఁ! నేనీ మాట గట్టిగా చెప్పగలను') అప్పుడప్పుడు మాత్రం క్విక్ డెసిషన్స్ తీసుకుంటూంటాడు. వాళ్ల అమ్మను బెల్లించి డబ్బు సంపాదించగలఁడు కూడా. అతనికంటె వీర్రాజు ఎక్కువ చాకచక్యం, చురుకుదనం కలవాడు. ఇద్దరూ కలిసి సుందరాన్ని తిట్టేటప్పుడు మాటల కోసం వెతుక్కున్నా వీర్రాజు ఎక్కువ భాషా ప్రావీణ్యత కలవాడు. ('గా'భాష, 'గర' భాష రెండూ వచ్చు. రామారావుకి 'గా'భాష మాట్లాడ్డం బాగారాదు.) ఇన్ఫర్మేషన్ టెక్నాలజీ బాగా వంటబట్టించుకున్నవాడు. ఇక సుందరం కూడా దేవాంతకుడే కానీ వీక్ పాయింట్స్ (పకోడీ, సినీభాయ్)ల వల్ల అతని ఆట కట్టయింది.

రమణకు అతి ఇష్టమైన మూడు సబ్జెక్టులు – ప్రేమ, రాజకీయం, సినిమా – మూడూ ఈ పెద్దకథలో ముప్పేటగా కలిసి మరీ దర్శనమిస్తాయి.

కథారంభమే సినిమాహాల్లో! కథానాయకుడు చలనచిత్ర పరిశ్రమకు మహారాజ పోషకుడు. అతనికి అతి ఇష్టమైన సబ్జక్ట్ – 'సినిమాహాల్లో నల్లులు', సుందరాన్ని తిట్టేసమయంలో కూడా సినిమాకొచ్చిన ఖిలుర్ని కుట్టి నల్లులు విల్లురాయకుండా మరణిస్తున్న సంగతి విస్మరించడు. 'వాల్తేరులో ఉన్నప్పుడు సుందరాన్ని లాంగ్షాట్లో చూసేవాణ్ణి..' అంటాడు సినీపరిభాషలో. సీత, వీర్రాజు ప్రేమసంభాషణలో కూడా 'దీదార్' సినిమా గురించి ముచ్చటే. గుడిసీనులో వీర్రాజు జరిగినదంతా చెప్పి సినీకరపత్రాల భాషలో ప్రశ్నలేసి 'మిగతాకథ వెండితెరపై చూడుడు' అంటాడు. కథలో అతి ముఖ్యమైన విలన్ సినీభాయ్. సుందరానికి, నాయుడు గారబ్బాయికి అందరకీ టోకరా ఇచ్చే రకమే. చిత్రమేమిటంటే అంతటి టోకరాసురుడు వీర్రాజు తను బొంబాయిలో అసిస్టెంటు కెమేరామన్ అని చెప్పేసరికి 'ఠారున నమ్మేసి తన పురాణం' చెప్పేస్తాడు. సినీమాయ అలాటిది. అర్ధవిలన్ సుందరం కూడా సినిమాపిచ్చిలో పడి అందర్నీ దగాచేయబోయాడు. అతని ఆటకట్టించడానికి ఉపయోగపడినది కూడా సినిమాహాల్లో అమ్మే పకోడీల వ్యవహారమే!

చిన్నపాత్రలైన రాముడు, భీముడు సినీ అభిమానులు. పైగా భీముడు ఘంటసాల 'స్టోన్'(టోను) అంటే పడిఛస్తాడు. వీరితోబాటు సినిమా పత్రికలకు ప్రశ్నలు పంపేవాళ్లూ కనబడతారు ఈ కథలో. రచనలో కూడా రమణ సినీటెక్నిక్కే ఉపయోగించాడు. దుళ్లతూము దగ్గరకు సైకిళ్లమీద వెళుతూ మాట్లాడుకుంటున్న మిత్రులనుండి ఫ్రేమ్ అతి స్పీడుగా కట్ అయి వాళ్లని పలకరించడంలోకి వెళిపోతుంది. ('మహారాజు – యువరాజు'లో హోటల్లో అరువడిగిన యువరాజు హఠాత్తుగా పాన్షాపు వద్ద కూడా అరువడిగి సాధించడంలోకి వెళ్లిపోతాడు,) అలాగే గుడిసీనులో వీర్రాజు 'అటు సూర్యుడిటు తిరిగినా ఆయన పిల్లనివ్వడు,' అంటూనే 'ఒరేయ్, అటు సూర్యుడిటు తిరిగాడురోయ్ చీకటి పడొస్తోంది వెళ్లాలి' అంటూ చేరుస్తాడు. ('ఈశ్వరేచ్ఛ' లో కూడా 'కొంపతీసి గజపతి కాదుగదా' అంటూనే 'కొంపలు తీసే గజపతి కూడా...' అంటూ కలుపుతాడు)

ఇది బేసిక్గా ప్రేమకథ కదాని ప్రేమికులందరూ దేవదాసు, పార్వతి లెవెల్లో లేరు. హీరో రామారావుది, అతని అంతరంగికుడు వీర్రాజు మాటల్లో 'ఊరికో

లవ్వు, వీధికో లవ్వు, రోజుకో లవ్వు', సెలవలకొచ్చి సుబ్బుల్ని చూసేదాకా. చూశాక కూడా రాత్రిసినిమాలో హీరోయిన్ ఇటూ, సుబ్బలక్ష్మి అటూ ఉండగా పండువెన్నెలలో విహరిస్తున్నట్టు కలగంటూంటాడు. ఎస్.హెచ్. (సైడుహీరో) వీర్రాజు కూడా తక్కువ తినలేదు. అతనికి సీత పదమూడో నెంబరు ప్రియురాలు. ఇక సుందరం మాటకొస్తే మేనేజరు గారమ్మాయి శాంతను ప్రేమించి కూడా సినిమాగోలలో ఈ ఊరొచ్చి సుబ్బులు సంబంధం కుదుర్చుకుని, మధ్య సీత అదోలా చూస్తే ఓ లవ్ లెటర్ రాసి పడేస్తాడు.

ఈ ముగ్గురబ్బాయిల తీరు ఇలా ఉన్నా ఒకరికోసం మరొకరు త్యాగానికి సిద్ధపడిపోతూంటారు. బెంగాలీ నవలల, సినిమాల ప్రభావంతో. (సీతపై కూడా ఈ ప్రభావం ఉంది. తెలికలవీరయ్య గానుగు దగ్గర వీర్రాజు మాట్లాడబోతూండగానే అతను స్నేహితుడికోసం త్యాగం చేయబోతున్నాడని అనుకుని డైలాగులు చెప్పేస్తుంది.) తేలిక సందర్భానికి భారీమాటలు వాడి నవ్వుపుట్టించడం (ఉదా॥ asassinating the aunt) ఉడ్‌హవుస్ స్టైలు అనిపిస్తుంది గుడిసీనులో. కానీ రమణ చేస్తున్నది పారడీ. శరత్ బాబు నవలల పదజాలం (మానవాధమునిలా ప్రవర్తించడం, ప్రక్షాళితం, నిష్కృతి, శుభాక్షతలు, హృదయంలోంచి వచ్చే మాటలు, సుందరంబాబూ) ఉపయోగిస్తూనే విశ్వేశ్వర్రావు కవి అన్న విషయం గురించి దేవులపల్లి మెప్పు ('అతడు నిజంగా కవే... నేనీమాట గట్టిగా చెప్పగలను') పేరడీ చేశాడు. (జరుక్ శాస్త్రి కూడా దీన్ని పారడీ చేశాడు, 'తలమాసినవాడు' అంటూ) అంతేకాదు పాంచకడీదేవ్ రాసిన బెంగాలీ డిటెక్టివ్ నవలలను వేంకటపార్వతీశకవులు అనువదించిన తీరుని పారడీ చేస్తూ 'చదువరీ, ఒకపరి ఇటురమ్ము. ఈ తెరువరు లిరువురి తెరగుల పరికింతము' (ఒకసారి పైకి చదివి చూడండి, నాలుక ఎన్ని మడతలు పడుతుందో చూద్దురు గాని) 'అపరాధపరిశోధకుడు అజయ్‌బాబు' అంటాడు. (జనతా ఎక్స్‌ప్రెస్‌లో హీరో గురించి రాస్తూ 'వీర్రాజుకి శరత్ బాబు కథల్లో హీరో లక్షణాలు కొన్ని వున్నాయి. ముందూ వెనకా ఎవరూ లేరు' అంటూ శరత్ పాత్రలను అట పట్టించాడు)

వీళ్లనే కాదు మయసభానంతరం దుర్యోధనుడి మార్కు డైలాగులను కూడా పారడీ చేశాడు – వీర్రాజు స్వగతంలో ('నే నేల ఈ వేళ సినిమాకు రావలె? వస్తిబో...') పైగా ప్రబంధాలలో కనబడే పురవర్ణనను హేళన చేస్తూ ఈగలు డ్యూటీకి బయలుదేరేవేళ గురించి రాస్తాడు. తప్పుడు సమాసాల (పుష్పచెట్లు, వృద్ధతల్లి) సినిమాపాటలను కూడా వెక్కిరిస్తాడు.

అలాగే రాజకీయం గురించి చెప్పాలంటే దానికీ, డబ్బుకీ లంకె ఉంది. ఆర్థిక వసరాల వల్ల సూరయ్య, స్వార్థపరులైన కంట్రాక్టరు, హోటల్ ఈసరయ్య, సుబ్బిశెట్టి ళ్లేకాదు, రామారావు మిత్రబృందం కాన్వాస్ చేసిన బంగారయ్య కూడా ఓటు దగ్గరకి చ్చేసరికి హీనంగా ప్రవర్తించాడు. రామారావుకే ఏవగింపుతో ఒళ్లు జలదరించేట్లా కర్కశంగా అరిచేడు. రాజకీయాల ప్రభావం అటువంటిది. గ్రామస్థాయిలోనే అయినా, చిన్నపాటి పనికే అయినా ఎలక్షన్ హామీలు ఎంత వింతగా ఉంటాయో కూడా చూపాడు రమణ. ఈ వికృతరూపాన్ని ప్రదర్శిస్తూనే రమణ సామాన్యరైతుల ఇబ్బందులను కూడా స్పృశించాడు. సుబ్బిశెట్టిని దొంగరాముడిచేత తన్నిస్తే పంటలు

కోసినప్పుడు సుబ్బిశెట్టి కసికొద్దీ ఈ ఊళ్లో మానేసి ఇంకో ఊళ్లో కొంటాడని, రైతులు నష్టపోతారని వీర్రాజు చేత అనిపించాడు. అంతేకాదు, ఆ శెట్టి ఓ బీదరైతు ఓటును ఒక్క చూపుతో ఆపేశాడని కూడా రాసాడు. రాజకీయాల్లో బహుచిత్రమైనది vocal power. జయజయ ధ్వానాలతో మూకస్వామ్యం నడిపే విధానాన్ని క్లైమాక్స్ ఘట్టంలో చూపాడు. పిల్లా, మేకా ఎవరికి జైకొడుతున్నారో తెలియక అరవడంతో సూరయ్య గెలిచేస్తాడు, కరణం కొందరు స్పీకర్లలా, గవర్నర్లలా ప్రజాస్వామ్యాన్ని కాలరాయడంతో. శంకరయ్య స్వామివారిని తెచ్చి కథ అడ్డం తిప్పి రాజకీయాలకు, పెద్దల స్వార్థాలకు ప్రేమ బలికాకుండా కాపాడతాడు.

కొన్ని పదాలకు అర్థాలు: జమిలి – జంట, కామాటం – పెద్ద ఎత్తున చేసే వ్యవహారం, ఢంకాపలాసు – మూడుముక్కలాట, జాయ్‌గా – మెల్లగా, కుసింత – కాస్త, పాల్‌రాబ్సన్ – మంద్రగంభీరస్వరంతో ఇంగ్లీషుపాటలు పాడే నీగ్రోగాయకుడు, రవ్వా రట్టూ చేయడం – showdown, గోరోజనం – పోజు, సొళ్లు కబుర్లు – పనికిమాలిన కబుర్లు, వాడియా వారి నాడియా – హోమివాడియా తీసిన పిక్చర్స్‌లో స్టంటు హీరోయిన్‌గా నటించిన నాడియా, రాలుగాయ – ఘటికురాలు, సిడ్నీకార్టన్ – చార్లెస్ డికెన్స్ రాసిన 'టేల్ ఆఫ్ టూ సిటీస్' లో ప్రియురాలు ప్రేమించిన వాడికోసం ఉరికంబం ఎక్కిన త్యాగమూర్తి, అవటా – విషయం చెప్పాక emphasis కోసం చేర్చే వ్యర్థపదం.

జాతీయాలను, పలుకుబడులను రమణ ఏ విధంగా మార్చి వాడాడో గమనించండి – 'పిల్లా, మేకా' (ఊరి వర్ణన) 'గతజీవితం అంతా కడిగేసి ముగ్గులుపెట్టాను', 'సూరయ్యగారి ఇంగితం ఇతనికి పదో ఎక్కం అంత బాగా కంఠతా వచ్చు', 'ముప్పావలా కోడిపిల్లకి మూడున్నర చేసే పందిపిల్లను దిష్టి తీసినట్టుంది', 'మీ మగదక్షత లేడా? – లేకేం, అమోఘంగా బోలెడున్నాడు', 'తేలిగ్గా నాలిక్కారుచుకోవడం', 'సూరయ్య ప్లాను అడ్డం తిరగడంతో కంట్రాక్టరు అతని మొగాన కత్తివాటు వేయలేదు (నెత్తురు చుక్క రాలుతుందో లేదో చూడడానికి)', 'విల్లైనా రాయకుండా నల్లులు అమాంతం చావడం', 'వెధవ్వేషాలు వేయడం' (ఎన్నిరకాల ప్రశ్నలు దాంట్లోంచి పుట్టించాడో గమనించండి), 'తరువాత? – తరూ లేదు, వాతా లేదు' 'చవటచవటలం అనుకున్నాడు కామోను' 'నేను మాట ఇచ్చేసి వచ్చా – దానికేం, ఇచ్చిన మాట మళ్లీ అడిగి పట్టుకు చక్కా వచ్చెయ్.'

వీటితోబాటు హాస్యంలోని ఇతర రూపాలను కూడా వాడాడు రమణ. స్పూనరిజానికి ఉదాహరణలు చూడండి – 'చెవులకు గోడలు మొలుస్తాయి' (గుడిసీను), 'బ్రదర్ ఇవి కాళ్లుకావు, చేతులనుకో' అని సుందరం భుజాలు పట్టుకుంటాడు వీర్రాజు. మేలప్రాపిజానికి ఉదాహరణ కావాలంటే – రసకందాయం బదులు రసగంధాయం అంటాడు వీర్రాజు గుడి ఎన్నిక గురించి చెబుతూ.

కథలో హైలైట్లు నల్లుల థీసిస్, గుడిసీను, పల్లెటూరి సుప్రభాతవేళ దృశ్యవర్ణన అని అందరూ ఒప్పుకుంటారు. వీటికి తోడు గోదావరిజిల్లా జనాభా కూడా పలురూపాలలో కనబడతారు. 'మీ డబ్బాతో డబ్బాడు కాఫీపొడి' అరువడిగే పొరుగింటి బామ్మగార్లూ, విచ్చురూపాయల్లే ఖంగుమని మోగిపోతూ వూరంతా చడామడా

తిరిగేసే వాళ్ళు, వికటాకీని కథలు గుప్పించేసేవాళ్లు, హిందీ సినిమాను అనువదించి పెట్టే దుబాసీలు (1970 ప్రాంతాల నుండి ఈ పద్ధతి పోయింది), కాలవగట్టు హోటలునుంచి ఎండుతామరాకుల వేడివేడి ఇడ్లీ పొట్లాలని ఆఘ్రాణించి ఆనందించే కుర్రాళ్లు, సాటిలేని మేటి ఢంకాపలాసు ఆటగాడిగా పేరుబడి అప్పులపాలయేవాళ్లు, పంచాయితీయే కాదు ఐక్య రాజ్యసమితి కూడ స్థాపించదగ్గ లెవెల్లో పార్టీలు, కక్షలు మెయింటెన్ చేసే గ్రామవాసులు, రామభజన పోటీ తట్టుకోవాలంటే 'సానిమేళం ఎట్టించాలి. బలేరంజుగా ఉంటది' అనే సుబ్బిశెట్టిలు, నోటి ఆగ్నేయమూల నుండి చిన్ననవ్వు నవ్వే సైడుహీరోలు – ఇలా బోల్డుమంది.

దీనిలో బంగారయ్య, సుందరం అప్పు చేతులు మారినట్టే, జనతాఎక్స్‌ప్రెస్‌లో వీర్రాజు ఇచ్చిన చేబదులు కూడా చేతులు మారుతుంది. అలాగే దీంట్లో 'గుడి – బడి' వివాదం 'బుద్ధిమంతుడు' సినిమాలో చోటు చేసుకుంటుంది.

రసరమణీయంలో రెండో కథ "సీత". ఇద్దరు వ్యక్తులకు పరస్పరం ఇష్టం ఉండి కూడా బింకానికి పోయి కథ దుఃఖాంతం చేయబోవడం, పేరు సరిగ్గా తెలియక ప్రేమికుల మధ్య కమ్యూనికేషన్ గాప్ తెచ్చిపెట్టే ప్రమాదం రావడం ఈ ప్రేమకథకు సహజత్వాన్ని సమకూర్చాయి. ఈ కథ 1953 నాటిదైనా క్లైమాక్స్ ఆధునికరచనల ముగింపును తలపుకు తెస్తుంది. రోడ్డు మీది ఎండమావులను గొప్ప సింబాలిక్‌గా వాడుకున్నాడు రచయిత. ఎండమావులు అనుకున్నవి తటాకం అని తెలియగానే సత్యంలో ఆశ జనించి, కథను సుఖాంతం వైపుకు తిప్పింది. రమణ స్త్రీపాత్రలన్నిటిలాగానే సీత కూడా స్ట్రాంగ్ కారెక్టరు. ఎండలో రోడ్డు వర్ణన, 'యుగాలనాటి అనాగరిక మానవుడికి ...సినిక్ అంటాడు' పేరాలో చేసిన వ్యాఖ్యానం చెప్పుకోదగ్గవి. బిగుసుకుపోయే అమ్మాయిని Ice Goddess అనడం కద్దు. అలాటి మగవాళ్లకు 'హిమవంతుడు' అనే పదం coin చేసాడు. ఓ వివరణ – డాన్‌జువాన్ – కాసనోవా వంటి ప్రసిద్ధ ప్రేమికుడు

భగ్నవీణలూ, బాష్పకణాలు – విరహవేదనతో హంగామా చేసే కుర్రకారు గురించి రమణ వేళాకోళం రచన. 1954 లో రాసినా, ఈ నాటి ప్రేమికుల ఊహలు కూడా ఇంతకంటే భిన్నంగా ఉండవు (లవ్‌లెటర్‌లో నల్లచుక్కా, ఎర్రగీత గురించి మీమాంస చూడండి, లేదా రోడ్డుమీద బీటు వేసే వారి వర్ణన చూడండి) కాబట్టి కథ చిరంజీవియే. ప్రతీ ప్రేమికుడు ప్రేమ తనతోనే జనించి, గిట్టిందని నమ్ముతాడు కాబట్టి వారి పోకడలు మనకు నవ్వు తెప్పిస్తాయి. వాటిని అతిశయోక్తి అలంకారంతో మన ముందుంచి మరింత హాస్యాన్ని పుట్టించాడు రమణ. గ్రాంథిక భాషలో నరసింహావతారోద్భవాన్ని నరసింహన్‌కు అన్వయించడంతో నవ్వు వస్తుంది. చివరిలో ఆడవాళ్ల తరఫునుండి ఇలాటి ప్రేమికులపై వారి అభిప్రాయాలు చెప్పించి కళ్లు తెరిపిస్తాడు.

కొన్ని వివరణలు – అనూమినూ తేల్చు – అటో, ఇటో తేల్చడం, క్లార్క్ గేబుల్ – గాన్ విత్ ద విండ్ ఫేమ్ హాలీవుడ్ నటుడు, రాబర్ట్‌టేలర్ – హాలీవుడ్ నటుడు, రీటా హేవర్తు, జాజా గేబర్ – అందాల హాలీవుడ్ నటీమణులు, దిలీప్‌కుమార్ – రమణ తరచుగా ప్రస్తావించే హిందీ నటుడు, విషాదపాత్రల అభినయానికి విఖ్యాతుడు,

మధుబాల – అందాల హిందీనటి, కిలారున నవ్వడం – కిలకిలా నవ్వడం, విన్నుగినా – నిన్నేమైనా, వీరవాసర వానరవరులు – వీరవాసరం ఊరిపేరు. ప్రద్యుమ్నులు – 'ప్రభావతీ ప్రద్యుమ్నం' పింగళిసూరన రాసిన ప్రసిద్ధ కావ్యం. అమ్మాయి పేరు ప్రభావతి కాబట్టి ఆమె ప్రియులందరూ తమ పేర్లు ప్రద్యుమ్నులుగా మార్చుకున్నారు, మలబారు పోలీసులు – క్రౌర్యానికి పేరుబడ్డారు వీరు. మాలదు – వీలుపడదు, కాల్నా – అణాలో నాలుగోవంతు. స్కొపన్‌హోవర్ – జర్మన్ వేదాంతి.

ఇదీ, వేట (1950), సీత (1953), అదోరకం ముచ్చట (1955), ఆ చేతిచేత (1956) లతో బాటు 1979 దాకా పుస్తకరూపంలో రాలేదు.

ఋణరమణీయంలో కథ "వేట" – గొప్ప అప్పిలసాఫికల్ కథ. పులి – ఆవు కథ కూడా 'రీటోల్డ్ ఫర్ అప్పారావ్స్'. అప్పారాయల కథలో గొప్ప పేరడీ ఉంది. పొగిడిన కవులకు రాజులు ఊళ్లు దానం చేయడం సాధారణం. ఈ కథలో రాజు మాత్రం అప్పడిగే హక్కు ధారాదత్తం చేస్తాడు. కవి నుండి అప్పు పుచ్చుకుంటాడు. కథలో బోల్డంత అప్పు టెర్మినాలజీ – లోన్ అవర్స్, ఋణాళువు, అప్పారస, అప్పో, బాకీయో తేలని మొత్తం. అప్పు తప్పి రూపాయి లొట్టబోవడం, అప్పాలజీ. చివరికి ఎవరు వేటగాడో, ఎవరు ఎరో తెలియనంత కన్‌ఫ్యూజన్. క్లైమాక్స్ ఘట్టాన్ని కళ్లు మూసుకుని ఊహించి చూస్తేనే ఆ తమాషా ఆస్వాదించగలుగుతాం. అకాడెమీ వాళ్లు కూచిపూడిని గుర్తించకపోవడం కూడా ప్రస్తావించేదు రచయిత సందర్భం దొరకబుచ్చుకుని. వివరణలు: ఇలకోళ్లు – కీచురాళ్లు, పుంజీ – నాలుగు.

జనరమణీయం – మధ్యతరగతి వాళ్ల కథలు. రమణ ఫేవరేట్ క్లాసు మధ్యతరగతే. 'ప్రేమ, ఆపేక్ష, ఆవేదన, తాదాత్మ్యం ఉండడం వల్లనే హాస్యంలో మాటమాటకి కండపుష్టి కలుగుతుంది' అని భమిడిపాటి కామేశ్వరరావు గారి గురించి రమణ రాసినది అక్షరాలా అమలు చేసిన కథలివి. అందులో మొదటిది "జనతాఎక్స్‌ప్రెస్" – ఇది రాసి పత్రిక వీక్లీ కిస్తే భారతిలో (1955లో) ప్రచురించబడడం రమణకు గర్వకారణం. మధ్యతరగతి జీవితాలకు అద్దంపట్టినా హాస్యంలా కనబడే కథ. వారిలో అన్ని గుణాలను – స్వార్థపరత్వం, పైకెగబాగాలనే పేరాశ, గొప్పకబుర్లు, అసూయ, అనవసరమైన జాలి – ఇలాటి అవగుణాలతో సహా అన్నీ నిర్మొగమాటంగా ఎత్తిచూపించడం ఎంత నేర్పుగా జరిగిందంటే – వారంటే అసహ్యం కలగదు, జాలివేస్తుంది. అందుకే కథలో ప్రతీపాత్రా, ప్రతీ ఘట్టమూ ఆస్వాదనీయమే. సుందరమ్మ తన కారు డ్రైవరు దనడం, 'అక్కడికీ వెచ్చాలన్నీ మీ చేతే కొనిపిస్తున్నానుగా' అని సుబ్బారావు మామగారితో అనడం (సు.మా.గారు చొక్కా విప్పబోవడం మంచి కెమెరా టెక్నిక్), నాగపూరు కప్పుతో నాగపూరు కాఫీపొడుం అడిగితేనే అప్పిచ్చే పిన్నిగారూ, నరసమ్మకు ఒకే పట్టుచీర ఉన్న వైనం, చిరునవ్వుల ద్వారా ఒకరికొకరు చెప్పుకునే ఇల్లాళ్లూ, ధూర్తుడైన మావగారిమీదా జాలిపడే సుబ్బారావూ, 'ఈశ్వరేచ్ఛ'లో గుర్రంలా కారు కూడా స్వంత ఆలోచనలుండి ('మహారాజు – యువరాజు' లో బియ్యంకొట్టు అరిష్టం ఆపడానికి మహారాజు ఎదరపడి అతని చుట్టూ నిలబడుతుంది, 'ఆకలీ – ఆనందరావు' లో బజారు ఆవలిస్తుంది) మూడోమార్గం పట్టడం, రహస్యం కాపాడలేక ఉక్కిరిబిక్కిరయినా అప్పివ్వని రాక్షసులకు

రహస్యం చెప్పబూనని నరసమ్మా, అగస్త్యభ్రాతలైన సు.మా.గారు, పిన్నిగారి భర్తగారు – ఇలాటివన్నీ ఎన్నిసార్లు తలచుకున్నా నవ్వువస్తాయి.

హీరో పేరు వీర్రాజు కావడం అదోలా ఉంటుంది ('ఇద్దరమ్మాయిలు..'లో సైడు హీరో కూడా వీర్రాజే!) ఇలాటి కథల్లో ఎక్కడ మొదలెట్టాలో, ఎక్కడ ఆపాలో తెలియదు. ఎందుకంటే వీరి జీవితాల్లో డ్రాస్టిక్ ఛేంజ్ కనబడదు. డ్రామా ఏదైనా పెడితే తెచ్చిపెట్టినట్టు (contrived) అనిపిస్తుంది. జానకి పెళ్లిని సమస్యగా పెట్టుకుని, దాని వల్ల clash of interests (పిన్నిగారికి మేడగది దక్కడం vs. సుందరమ్మ కారు కళ్లెదుట ఉండడం) కల్పించి ఆ ఇబ్బందిని అధిగమించాడు రచయిత. క్లైమాక్స్‌లో కారు స్టార్ట్ అవుతుందా లేదా అన్న ఏక్షన్ కమ్ సస్పెన్స్ సీన్ సృష్టించాడు. నోరూరగ చవులుబుట్ట అన్న సుమతి శతకపద్యాన్ని బలే వెటకారంగా ఉపయోగించాడు. అక్కడ శతకారుడు చెప్పినది మంచిమాటలయితే, ఇక్కడ పక్కింటి కయ్యాలు.

కొన్ని మాటలకు అర్థాలు – మురారే: తృతీయపంథా – ఊరిజనం రెండుగా చీలిపోయినప్పుడు ఒక మనిషి మాత్రం ప్రత్యేకంగా మరోమార్గం పట్టడం, లాకేత్వం ఇవ్వడం – లేదనడం, తూనాబొడ్డు అనుకోవడం – అంతకుముందు చెప్పినదానినుండి withdraw కావడం, అరిందా – expert.

"John Steinbeck farm community మనుష్యుల గురించి కథలు (The Pastures of Heaven) ఇలాగే రాసేడు, మీరు దాన్ని చూసి ఇన్‌స్పైర్ అయ్యారా?" రమణను అడిగేరు కొందరు. అక్కడిదెక్కడిదో ఎందుకు? రమణ మద్రాసులో జనతాకాలనీలో (2/27 రాయపేట) నివసించిన ఇల్లు ఇలాంటిదే! అక్కడ ఉన్నవాళ్లు, అప్పటి రమణతో సహా ఆ స్థాయి వాళ్లే. భర్తను, వైభవాన్ని పోగొట్టుకుని, ముగ్గురు పిల్లలతో మద్రాసు చేరి, హిందీ టీచరుగా చేస్తూ, చిన్న చిన్న పనులు చేస్తూ సంసారాన్ని నెట్టుకొచ్చిన (తన తల్లి ఎంతటి దృఢచిత్తురాలో, తనపై ఆమె ప్రభావం ఎంత ఉందో రమణ 'కక్కి గారబ్బాయి' లో వివరంగా రాసారు) రమణ తల్లి తన పిల్లలకు అంతకంటే మంచి నివాసం ఎలా ఏర్పరచగలరు? ఆ ఇంటిలో చూసిన మనుష్యులే 'అందాలరాముడు' తీసినప్పుడు రమణ మనస్సులో మళ్లీ మెదిలారు.

"మహారాజా యువరాజా" – 1950లనాటి ఈ కథ రమణ గొప్పకథల్లో ఒకటి. అతడు నిరుద్యోగిగా, బ్రహ్మచారి చిరుద్యోగిగా ఉండే రోజుల్లో రాసినది. కథకు ముగింపు, మలుపు అంటూ పెద్దగా ఏదీ లేకపోయినా a slice of life captured in certain frames on paper అనిపిస్తుంది. ఇంగ్లీషులోకి కూడా అనువదితమైంది. ఈ కథ పుణ్యమాని నిరుద్యోగులను యువరాజులనడం, చిరుద్యోగులను మహారాజులనడం రివాజయింది. ఇద్దరిలోనూ ఒక రికామీతనం కనబడుతుంది. ఇద్దరూ చేతికొచ్చిన డబ్బును తగలేస్తారు. సర్వర్ ఏమైనా అనుకుంటాడేమోనని అనుకున్నదానికంటే ఎక్కువ తింటాడు మహారాజు. యువరాజు వెయిటర్‌కి పావలా టిప్ ఇస్తాడు. తర్వాత వేరుశెనగ ఉండలు తినడానికి నామోషీపడి చివరికి గతిలేక తింటూ – అదీ వేరుశెనగ ఉండల పరిశ్రమను ఉద్ధరించేవాడిపోజులో స్టయిలిష్‌గా తింటాడు. 'ఛాయలు'లో లాగానే ఇంజనీరు కూతురితో ఇంటర్వ్యూ, వయారిభామతో సమాగమం ఊహల్లో తేలిపోయి సున్నితమైన నరాలు ఫ్యూజు వైరులా భస్మం చేసుకుంటాడు. ఇంగ్లీషుకథలు అనువదిద్దామనుకుంటాడు (రమణ అప్పటికి అనువాదాలు కూడా

చేస్తున్నాడు). అదృష్టవశాన్న అర్ధరూపాయి దొరికినా దాంతో పజిల్ కడతాడు, ఉన్న అణాతో మూడు పజిల్స్ పంపకుండా అప్పు కోసం తిరుగుతాడు. చివరికి పోస్టల్ ఆర్డర్స్ నష్టానికి అమ్ముకుంటాడు.

ఇద్దరూ కన్‌స్ట్రక్టివ్‌గా ఏదీ చేయరు కానీ నిజాయితీపరులే. యువరాజు పజిల్ ఊహల్లో కూడా నిజాయితీగా వ్యవహరించి సగం ప్రైజు సంపాదించుకున్నట్టు కల కంటాడు. చిత్రమేమిటంటే, ఇద్దరూ ఒకరిని చూసి మరొకరు అసూయపడతారు (ఇద్దరి మధ్య కథ సాగడం మంచి ఎడిటింగ్ టెక్నిక్ అనిపిస్తుంది). కథలో గుండె కదిలించే దృశ్యం – హైక్లాసు ముష్టాడు, పెద్ద హోటల్ క్లీనర్ మధ్య బేరసారాలు. ("ఇరుకుసందుల్లోకి కూడా తీక్షణంగా చూసి సునిశితంగా ఆలోచించి సున్నితంగా చెప్పాడు రమణ" అంటాడు ఎమ్వీయల్.)

నూనె రాసుకోకుండా అప్పడాల పిండితో ఆటలాడబోయిన మహరాజు అసలు పిండే కాదు చేతులే లేవనుకుని తృప్తిపడడం కూడా హృదయవిదారకంగా అనిపిస్తుంది. రమణ అలవోకగా చెప్పిన ఒక గొప్ప జీవితసత్యం ఉంది ఈ కథలో. డెన్మార్కు యువరాజు పరిస్థితి కొచ్చినప్పుడు మనం గుర్తుంచుకోవాల్సినది – అటుకీ ఇటుకీ మధ్య ఒకటి ఎప్పుడూ ఉంటుంది. లేపోతే ఇటూ అటూ అనే ప్రస్తావనే లేదు. అలాగే వేడి కన్నీటి ప్రవాహం భగవంతుడు చెంపలు నిమిరినట్లయిందవడం అద్భుతమైన వర్ణన. మహరాజు బియ్యం కొనబోయినప్పుడు సందర్భాన్నిబట్టి దుకాణం, షావుకారు ఎలా వేషాలు మార్చేసుకుంటాయో చూడండి. 'ఇద్దరమ్మాయిలు – ముగ్గురబ్బాయిలు'లోలా పిల్లకాకికీ పాత్ర ఉంది ఈ కథలో. జంతువులను, పక్షులను కూడా రమణ కథాగమనానికి ఎలా ఉపయోగించుకుంటాడో చూడండి. 'ఆకలీ – ఆనందరావు'లో టీకొట్టు నాయర్ ఇక్కడా కనబడతాడు గొయ్యిలాగ (నుయ్యి యువరాజు ఇంటివాడు.)

ఎమ్వీయల్ ఈ కథ గురించి చక్కటి విశ్లేషణ ఇచ్చాడు – "ఈ కథ మొదట్లో తాకట్టు ప్రస్తావన చక్కటి సింబాలిజం. తాకట్టు పడింది మహరాజు అక్షయపాత్ర. అనగా అడుక్కు తినడానికి కూడా మరేమీ మిగల్లేదన్నమాట. తాకట్టుపడింది యువరాజు ఫౌంటెన్ పెన్. అంటే ఉద్యోగాలకోసం అప్లికేషనులు రాసే అవకాశం కూడా పోయిందన్నమాట. నిజానికి తాకట్టు పడింది చెంబూ, పెన్నూ కానేకావు. వాళ్లిద్దరూ తాకట్టుపడిపోయారు. తాకట్టుతో ప్రారంభమయిన ఈ కన్నీటిగాథను కన్నీటిజాలుతో చెప్పే కోరికా, ఓపికాలేక ఎండిన కనుకొలకులలో నిస్సారత చిరునవ్వుగా ప్రగల్భించి ఆ వరసలోనే సాగించాడు రమణ భాష, భావం కూడా."

"యువరాజు, మహరాజు వీరిద్దరికి ప్రధానమైన తేడా ఉంది. వర్తమానం అలకొట్టి తరిమికొట్టగా మొహం పగిలి వేదాంతంలోకి జారిపోతాడు మహరాజు, వర్తమానం వికృతంగా భయపెట్టగా కలలరాజ్యానికి పట్టాభిషిక్తుడవుతాడు యువరాజు. పలాయనాన్ని ప్రదర్శించే ఈ కలల్ని, వేదాంతాన్ని మధ్యతరగతి చేతగానితనంగా సరిపెట్టుకునే తత్వంగా చిత్రించాడు రమణ."

"వీరిద్దరిలో పోలిక కూడా ఉంది. జీవితం అంటే మొండికెత్తడం, అదృష్టం మీద నమ్మకం ఉండడం, ఫాల్స్ ప్రిస్టేజితో బతకడం, తమనుతాము మోసగించుకోవడం, ఎవరికి వారు మరొకరు హాయిగా ఉన్నారని భ్రమపడటం.."

వివరణలు – వీశె (1400 గ్రా) లో సగం పదలం. అందులో సగం ఏబులం.

"అర్ధాన్వేషణం" – 1956 లో రాసిన ఈ కథ పుస్తకరూపంలో వచ్చింది 1995 లోనే (బొమ్మా – బొరుసూ). కథ పేరులోనే pun ఉంది. అర్ధనూరు కోసం సగం చచ్చి సాగించే అన్వేషణే కథావస్తువు కాబట్టి. అన్వేషణలో అరగంటలు తిరుగుతాయి. అదే థీమ్‌తో కథ మొదలవుతుంది, జీతం 150 రూ॥ ఉంటే బాగుండేది అనే బదులు 'రూపాయికు 3 అర్ధరూపాయిలిస్తే సరిపోతుంది..' అంటూ. 'కాదుసుమా' (రాజకీయ బేతాళ...)లో కనబడే నరసన్నగారే ఇక్కడా ప్రత్యక్షమవుతాడు అర్ధాకలితో. 'ఆకలీ – ఆనందరావు'లో వేపుకుతినే ఆత్మారాముడు కడుపులో కాముడుగా ఇక్కడా వెంటాడతాడు. అప్పారావు గెస్ట్ ఎపిరియన్స్ ఇచ్చి దారి చూపుతాడు కూడా. జీవిత వాస్తవాలు ప్రవచించిన అప్పన్న ఉపన్యాసంతో కథ ముగిస్తే రంజు ఉండదు. అందుకే చివర్లో ఓ కొస మెరుపు పెట్టాడు రమణ.

బాలరమణీయంలోని కథ "భోగిమంట" – భోగిమంటల ముచ్చటలు పిల్లలభాషలో (ఫ్రెండ్స్‌ని ఇనీషియల్స్‌తో పిలవడంతో సహా) చెప్పే ఈ కథ పత్రికలో 1955లో పడినా పుస్తకరూపంలో ఎక్కడా రాలేదు. 40 ఏళ్ల తర్వాత "రచన" మాసపత్రిక పునర్ముద్రించింది. దీనిలో రమణ స్వంతఊరైన ధవళేశ్వరం జనార్దనస్వామి కోవెల ప్రస్తావన కనబడుతుంది. అక్కడ భీష్మఏకాదశి (జనవరిలో వస్తుంది) కి స్వామి రథయాత్ర జరుగుతుంది. ఆ గుడిలో ఉన్న సారంగం కాశీదాకా వెళుతుందని జనాలు చెప్పుకోవడమూ ఉంది. భోగిరోజుల్లో అల్లరిచేయడం, బోర్డులు మార్చడం రివాజుగా ఉండేది. 'మహరాజు – యువరాజు' లో adlanguage ని వెక్కిరించినట్టే దీనిలో సైన్ బోర్డు (సెలూన్) భాషను వెక్కిరించడం జరిగింది. వివరణలు: తలంటిపారేయడం – తిట్టడం, పేకావారి అమ్మాయినిచ్చి పెళ్లిచేయడం – పేకబెత్తంతో కొట్టడం.

లోకాభిరమణీయం కథల్లో మనుష్యుల మనస్తత్వాలను విశ్లేషించిన కథలు కనబడతాయి. వాటిలో మొదటగా చెప్పదగినది "ఛాయలు" – ఇదీ, 'ఆకలీ – ఆనందరావు' 1953 (ఫిబ్రవరి, జూలై)లో ఆంధ్రప్రభ వీక్లీలో వచ్చాయి, రమణ ఆంధ్రపత్రిక డైలీలో చేరుతుండగా! (రెండు సంస్థల మధ్య స్పర్ధ ఉందని, తన ఉద్యోగానికి ముప్పువస్తుందేమోనని రమణ కాస్త భయపడ్డారట!) రెండూ గొప్పకథలే. "ఛాయలు" ఇలలో సాధించలేని దాన్ని కలల్లోకి వెళ్లి సాధించినట్టుగా ఊహించడం, మళ్లీ దానికి సవరణలు చేయడం – తర్వాత్తర్వాత చాలామంది వాడుకున్నారు, (ముంఘేరీలాల్ కే సప్నే వంటి టీవీసీరియల్స్‌లో) అనుకరించారు. కథలో తమ్ముడు పారిపోవడం సింబాలిజం అంటాడు ఎమ్వీయల్. "తనకంటె తక్కువస్థాయి వర్గాలు (పోర్టరు) తమలోకి లాగేసుకోకుండా ఉండడం నుంచి తనకంటె పైస్థాయి వాళ్లు తనని దూరంగా విసిరేసిన స్థలం నుంచి, తన నుంచి, స్వేచ్ఛగా పారిపోయినది సుబ్రహ్మణ్యమే! ఈ అసమర్థత, పిరికితనం, మనసులో భయంగా రూపొంది ప్రతీ నీడనీ పోలీసుదని, వాడు తనను పట్టుకోవడానికి వస్తున్నాడని అనుమానిస్తుంటాడు సుబ్రహ్మణ్యం".

సమస్యలను ఎస్కేపిజంతో సాధించబూనే వాళ్ల గురించిన ఈ చక్కటి మనోవైజ్ఞానిక విశ్లేషక కథకు చమత్కారపు పూత పూసాడు రమణ. అంతటి

బాధల్లో కూడా సుబ్రహ్మణ్యానికి ఇంగ్లీషు భాష పట్ల ఉన్న అబ్సెషన్ చూసి నవ్వాలో, ఏడవాలో తెలియదు. ("ఈశ్వరేచ్ఛ"లో గుర్నాధం కూడా 'మిరాజ్' గురించి మహా ఇదవుతాడు.) అసలు తమ్ముడు పట్టుకుపోయిన పాతిక రూపాయిలు ముఖ్యమా, తమ్ముడు ముఖ్యమా అని ఆలోచిస్తే సుబ్రహ్మణ్యం దృష్టి పాత్తిక రూపాయిల మీదే అంటాడు ఎమ్వీయల్.."అవి తగలేసే లోపుల వాడిని పట్టుకోవాలని తాపత్రయం. కానీ అవి లేకపోవడం వల్ల జరిగే లోటు పూర్తి చేసే అవకాశం లేదు. అందుకే వాటిని ఎలా సంపాయించాలన్న ఆలోచనలు వదిలేసి CID ని శిక్షించే మార్గాల్ని ఎక్కువ కలగన్నాడు. లేదా యువరాజులా పజిల్స్ గురించి కలగని ఉండేవాడు."

'అకలీ – ఆనందరావు' కథలో అత్మారాముడు చివరిదాకా ఉంటాడు కానీ దీనిలో ముందులో కనబడిన కవి హఠాత్తుగా మధ్యలో మాయమయిపోతా డెందుకో! "కానీ కవి పాత్రకు చాలా ఇంపార్టెన్స్ ఉంది. ప్రతిమనిషిలో ఉండే split personalityని కవి ద్వారా సుస్పష్టంగా వివరించాడు కవిని ఆధారం చేసుకుని. కవిని మించిన ఫస్టుక్లాస్ ఎస్కేపిస్టు ఎవరు?" (ఎమ్వీయల్). కథ చివరిలో 'మహరాజా – యువరాజా' కథలో యువరాజులో బాధ్యతారాహిత్యం కనబడుతుంది. 'అకలీ – ఆనందరావు' రమణ ఆత్మకథయే అన్నారు అయన చిరకాలమిత్రులు, బంధువు అయిన నండూరి రామమోహనరావు గారు ఒకసారి. 'ఛాయలు' కూడా అలాటి కథే కావచ్చు. రమణకు కూడా తన తమ్ముడి ద్వారా కొన్ని చికాకుల నెదుర్కోవలసి వచ్చింది. పైగా రాసేనాటికి రమణ వయస్సు ఇరవైరెండే! అంటే తన వయస్సుకుర్రాడి ఊహలు, ఊహాగానాలు మూడోవ్యక్తి విశ్లేషించినట్టు విశ్లేషించి రాగద్వేషాలు లేకుండా రాసాడు. (ఇప్పటివరకూ రమణ ఏ కథా first personలో రాయలేదని ఈ సందర్భంలో గుర్తు చేసుకోవాలి.) ఈ కథ నాచే 'Shadows' గా అనువదితమై తానా వారి 1995 సావనీర్‌లో ప్రచురించబడ్డప్పుడు 'నలభై ఏళ్ల క్రితమే ఇంతటి అత్యాధునికమైన కథ రాసారా తెలుగులో?' అని ఆశ్చర్యపడ్డవారెందరో. అంత పాత కథ కాబట్టే మద్రాసులో ట్రాములు కనబడతాయి. ఎల్‌ఫిన్‌స్టన్ థియేటర్ కనబడుతుంది. రెండాల్ఫ్ స్కాట్ సినిమాల, రిపబ్లిక్ సీరియల్స్ ప్రస్తావన కనబడుతుంది.

"ఆ చేతి చేత" – భీమశంకరం గారు అంత భార్యావిధేయుడు కావడం, ఇంట్లోంచి బయటకు కదలలేకపోవడం చిత్రంగా తోస్తుంది. కానీ ఇలాటి ఘట్టాలు సత్యదూరమయితే కాదు. అయన పడే కంగారుకు సరైన పదచిత్రం – 'నాకిత్తానన్న రూపాయేది బాబూ?' 'రేపు రేపు రేపు. లేదు లేదు చిల్లర లేదు. రేపు రెండు. రేపు రెండిస్తా. పద పద పద'. ('వేట' లో 'దండాలు బాబయా..' ఋణగుణధ్వని ఓ హడావుడి సంభాషణకు అక్షరరూపం అయినట్టే) మొహాన్ని పోలుస్తూ అణా యిడ్డెనంత అంటాడు ('ఈశ్వరేచ్ఛ' లో బురదడాగు కూడా అదే సైజు), పోలిక ఇప్పటి వారి ఊహ కందదేమో! పెద్దజంట, చిన్నజంటలను పోలుస్తూ రతీ మన్మథులు చెన్నపట్నానికి, పార్వతీ పరమేశ్వరులు స్వగృహానికి బయలుదేరారంటాడు. కథలో తమాషా ఏమిటంటే ఆడవాళ్లకి ఆడవాళ్ల మీద ధీమా, మగవాళ్లకు మగవాళ్ల మీద. వరాముళ్లపూడి ఈ 1956 నాటి కథను టీవీ ఎపిసోడ్‌గా నిర్మించారు 1996 లో.

"స్వయంవరం" – పొడుపుకథలాటి కథేగాని ఒక స్త్రీ అత్తగారయినప్పుడు కొడుకుమీద తన కంట్రోలు పోకుండా పడే జాగ్రత్త గురించి చెబుతుంది. 1955లో రా ఈ కథ ఇప్పటికీ పనికివస్తుంది. "రాజకీయ బేతాళ..."లో 15 వ కథలో నవాళ్లు మంచాడని, కానివాళ్లు మెతకవాడని" అని వర్ణించినట్లు ఈ కథలో దేవి కూడా 'మంచివాళ్లకు నెమ్మదస్తురాలుగాను, చెడ్డవాళ్లకు వాజమ్మగాను నబడుతుంది.'

"సన్మానభంగం" – ఆశ్చర్యపడడంలో 'పడడం' మీద అనేకసార్లు పన్ చేసిన రమణ ఈ కథలో కళ్లు నెత్తికెక్కడం, కొమ్ములు రావడం నిజంగా జరిగితే ఎలా ఉంటుందో ఊహించి రాసాడు. అహంభావితనాన్ని ఈ కథలో అతి దా'ఋణంగా' వెక్కిరించిన రమణ నిజజీవితంలో ఆడంబరం, ఆర్భాటం గిట్టని వ్యక్తి. సన్మానాలకు, పొగడ్తలకు దూరంగా ఉండే మనిషి. బాపూ కూడా అంతే. నవతా కృష్ణంరాజు చెప్పినట్టు, "బాపు డబ్బుకు లొంగడు, డబ్బాకు లొంగడు." ముఖస్తుతి మాటలను 'ముత్యాలముగ్గు' లో మేళం పెట్టి మరీ హేళన చేసిన జంట ఇలా ఉండడం ఆశ్చర్యకరం కాదేమో!

"వేట" కథలో క్లైమాక్స్‌లో అనేకపాత్రలతో ఒక్క ఫ్రేమ్‌లో గందరగోళం చూపితే సన్మానభంగం లో చివరి భాగం చకచక కదిలే కార్టూన్లా రెండే పాత్రలతో, అనేక ఫ్రేములతో బలే అయోమయాన్ని సృష్టిస్తుంది. ఊహించిగలిగినంత వారికి ఊహించినంత మహదేవా! సందు దొరికితే చాలు రమణ రచనల్లో దూసుకువచ్చే అప్పారావు ఈ కథలో విశ్వరూపం ప్రదర్శించాడనడంకంటే బహురూపిగా భాసించాడనడం సబబు.

వివరణలు – కాంగో రాజకీయాలు – కాంగో అప్పట్లో రెండుగా చీలింది. చాలా ఏళ్లపాటు అంతర్యుద్ధం సాగింది. మందః కవియశః పార్థ – మందబుద్ధినైనా మహాకావ్యానికి ఉపక్రమించానంటూ రఘువంశారంభంలో కాళిదాసు వినయం ప్రకటించిన శ్లోకం.

"ఈశ్వరేచ్ఛ" – ఒక నిరుద్యోగి విజయం కథ. రమణ నిరుద్యోగులను జాలిపడవలసిన వాళ్లగా చిత్రీకరించినట్టు తోచదు. "మహరాజా – యువరాజా"లో నిరుద్యోగిలాగే గురునాధరావు కూడా హాపీగా బతుకు లాగించేస్తాడు. వాచీ తాకట్టు పెట్టి దర్జాగా పేకాడతాడు. అప్పుచేసి కాఫీ తాగుతాడు. పజిల్ కడతాడు. ఎత్తుకు పైయెత్తు కథగా మాత్రమే కాకుండా రమణ దీనిలో అనేక సొగసులు కూర్చాడు. 'సుదృఢమైన ఆత్మవిశ్వాసం' లాటి ఏడ్ భాషా పదజాలాన్ని పేరడీ చేసాడు. టోకరాసురుడు, టోకరాస్యుడు (అక్షరాస్యుడులా), టోకరేజి, పేకాటవికి వేట కెళ్లడం వంటి పదాల్ని, ఎక్స్‌ప్రెషన్స్‌ని సృష్టించాడు, దివంగతులు పదంలో దివంగంతులు అంటూ కన్‌ఫ్యూజన్ చూపాడు, ఇంగ్లీషు ఉచ్చారణ పై డిస్కషన్ చూపాడు. గుర్రానికి, గాడిదకు కూడా ఆలోచించే పాత్రలు ఇచ్చాడు. అవకరాల మీద రమణ ఎప్పుడూ హాస్యాన్ని పండించలేదు. కానీ ఈ కథ గజపతి దృష్టిలోపంతో (కళ్లజోడు లేకపోతే కనబడకపోవడం) మలుపు తిరుగుతుంది. కానీ అతని నీచప్రవర్తన వల్ల మనకు జాలి కలగదు సరిగదా అతని అవస్థలు చదువుతూంటే మహా ఆనందంగా

అనిపిస్తుంది. రాసిన నాలుగు దశాబ్దాలకు ఈ కథను 'పెళ్లికొడుకు' (1995) సినిమాలో ఉపయోగించుకున్నారు.

కొన్ని మాటలకు అర్థాలు – రోళీ – రూపాయిలో 384వ వంతు, కురునాథ కుమారుడు – దుర్యోధనుడు.

సరదారమణీయంలో కనబడే "అదోరకం ముచ్చట" – ఓ చిన్న జోక్‌లాటి కథ. రమణ నవలలు ఎప్పుడూ రాయలేదు. విక్రమార్కుని..., రాజకీయ...ఋణానందలహరి – ఇవన్నీ కథా మాలికలే. ఇద్దరమ్మాయిలు... పెద్ద కథ. వీటితో బాటు రమణ చిన్న, చిన్న కథలు కూడా రాసారు. ('కథ కాని కథ' లాటివి). సినీరచయిత అయిన తర్వాత రమణలో క్లుప్తత మరీ పెరిగింది.

"భూషణం వైరాగ్యం" – సాదాసీదాగా కనబడే కథే (1955 లో ప్రచురితం) అయినా దంపతుల మధ్య కమ్యూనికేషన్ గాప్ ఎంతటి దూరానికి (కాశీలో వదిలేసేటంత) తీసుకెళుతుందో చెబుతుంది. దీన్ని TV ఫిల్మ్‌గా రమణ కుమారుడు, బాపు అసిస్టెంటు అయిన వరా ముళ్లపూడి 1996 లో తీయడం జరిగింది. కథను మణిసిద్ధుడు – గోపన్నల ద్వారా చెప్పించారు. రమణ కథలు చెప్పడానికి ఎంచుకున్న పద్ధతులు కొన్ని ఉన్నాయి. పంచతంత్రం మోడల్లో కథలో కథ లాటివి (ఋణానందలహరి), మధిర సుబ్బన్న దీక్షితులు రాసిన కాశీమజిలీ కథల్లోని పాత్రయైన మణిసిద్ధుడు మణి చూసి విషయం గ్రహించి వెంటవచ్చిన గోపన్నకు కథ చెప్పడం (ఇదీ, రా.బే.లో 'సేవాంతకుడు') సుబ్రహ్మణ్యం అనే లోకజ్ఞుడు కథ చెప్పడం (కృతజ్ఞత, ప్రయోజకుడు, ప్రాప్తి) సాలభంజికల టైపులో అందరూ ఏదో కథ చెప్పి వెనక్కి వెళ్లిపొమ్మనడం (విక్రమార్కుని...) బేతాళ కథల మోడల్ (రాజకీయ...)

కౌటిల్యరమణీయంలో కనబడే "రాజకీయ బేతాళ పంచవింశతిక" –

రమణకు అభిమాన విషయాలలో రాజకీయం ఒకటి. అభ్యుదయరచయితల సంఘంలో సభ్యుడైనా ఎలాటి రంగుటద్దాలు పెట్టుకోకుండా, ఏ పార్టీని వెనకేసుకు రాకుండా, నిష్పక్షపాతుడైన ప్రేక్షకుడిలా స్పందించే పౌరుడిగా రాజకీయ కెలిడియోస్కోపు పాఠకుల ముందుంచి, దాన్ని చూసి బెదిరిపోకుండా ముందుకు రమ్మని సందేశం ఇస్తాడు చివరిలో. (విక్రమార్కుడి సింహాసనం కథల్లో సినిమారంగం గురించి చెప్పినట్టు) కృష్ణుడి వద్దకు సాయం కోరవచ్చిన అర్జునుడిలా రామిరెడ్డి వద్దకు వచ్చిన సుబ్బరాజుకి విశ్వరూప దర్శనం చేయిస్తాడు. అయితే కథనానికి ఎన్నుకున్నది బేతాళకథల తీరు. కథ చెప్పడం, ప్రశ్న వేయడం, సరైన జవాబు చెప్పమనడం. అయితే రమణది ఎంత కొంటెతనం అంటే చివరికి బేతాళ కథలను కూడా పేరడీ చేయకుండా వదిలిపెట్టలేదు. 'జవాబు చెప్పడంలో అతి తెలివి అక్కర్లేదు, కామన్‌సెన్సు ఉంటే చాలు' అనిపిస్తాడు 23 వ కథలో. అంతేకాదు, పుస్తకంగా వేసినప్పుడు కథల్లో సెక్సప్పీలు లేక ఎదరంతా ఎడారి కాబట్టి కన్నుగొట్టే బాపూ భామ బొమ్మొకటి వేసి చూసుకోమన్నాడు. 10 వ కథ ముందులో ఉత్తిపుణ్యానికి ఓ అమ్మాయిని వెంట తీసుకొస్తాడు సుబ్బరాజు, కథల్లో ఆడపడుచుల్లేరు కాబట్టి.

రాజకీయాల గురించి రమణ అనేక విధాలుగా చెప్పుకొచ్చాడు తన కథల్లో. రిఫరెన్స్ చూసుకోవడానికి వీలుగా కథల నెంబర్లు బ్రాకెట్లలో ఇస్తున్నాను. పాలిటిక్స్

పుట్టుక చెప్పాడు (7), పొలిటీషియన్స్ పుట్టుక వింతగా చెప్పాడు (25), వాళ్లని ఊసరవెల్లి అనడం మన అవగాహనా రాహిత్యం అంటాడు (17), రాజకీయ కళ గురించి చెప్పాడు (13), రాకెట్‌తో ఉపమించాడు (15), స్త్రీపరంగా చెప్పాడు (10). రమణ పాత్రలు రాజకీయాన్ని వ్యాపారంతో ముడివేసినవే. 'రాజకీయాల్లో డబ్బు తిప్పచ్చుగా' అంటారు (6), నోట్లు జల్లి ఓట్లు పండిస్తారు (15), తమ గురించి తమకు బాగా తెలుసుకాబట్టి ఎవడైనా నవ్వితే తమని చూసే నవ్వాడేమోనని భుజాలు తడుముకుంటారు (16), వారి ఉద్దేశ్యాల ప్రకారం - దేశ సేవ మీద ఉబలాటం ఉంటే ఆటిరాడు (12), చేస్తానని చెప్పిన పనులు చేసేసినవాడు అసమర్థుడు (1), దేశం కంటే వార్డు, అంటే వోట్ బ్యాంక్ ముఖ్యం (9), ప్రజలు వేరు, ఓటర్లు వేరు (25).

వాళ్ల విధానాలు కూడా విలక్షణంగా ఉంటాయి. పగసాధించాలంటే పంచన చేరతారు (2), అవతలివాళ్లెంత అసమర్థులో చూపడానికి డబ్బు అజమాయిషీ నిస్తారు (7), అనుచరుణ్నే ముంచుతారు (13,14), ప్రత్యర్థి వద్ద చేరి తప్పుడుదారి పట్టిస్తారు (18), తమ ప్రతిపక్షాన్ని తామే తయారుచేసుకుంటారు (15).

అందరూ ఒక్కలాగానే ఉండరుగా! కొందరు ఆదర్శవాదులూ ఉంటారు. రోడ్డు వేయించబోతారు (8), సైకిలు పన్ను తీయించేయబోతారు (9), కానీ వాళ్లు 'ఆటిరారు'.

రాజకీయపార్టీల అంతర్గత పరిస్థితులు పరామర్శిస్తూ పార్టీ టిక్కెట్టు తెచ్చుకోవాలంటే జనసేవ కంటే జననాయకసేవే ముఖ్యం అంటాడు. కావలిస్తే వినాయకుడు గణాధిపత్యం తెచ్చుకున్నతీరు చూడమంటాడు (10). రెండు మానిఫెస్టోలు ఉండాలిట - ఒకటి ప్రజలను ఆకట్టుకునేది, మరోటి గ్రూపులను, నాయకులను ఆకట్టుకునేది (10). దేశంలో పన్లు పాలిసీలనుబట్టి కాదు, మనుషుల పాలసీలనుబట్టి జరుగుతాయి (3), అందుచేత నాయకసేవే ముఖ్యం (15). పార్టీ టిక్కెట్టు ఏ కన్సిడరేషన్స్ మీద ఇస్తూ ఉంటారో ఓ విసురు కూడా విసిరేడు (12).

ఎన్నికలతంతు గుర్ఫించి రమణ చెప్పని అంశం లేదు. ఎలక్షన్ సీజను వర్ణన (16), బీదపెళ్లిళ్లు, బైస్కోపు స్టార్సుని తేవడం (20), పెన్షన్లకు కూడా ఇంక్రిమెంట్లు ఇస్తాననేలాటి హామీలు గుప్పించడం (11), అవతలివాడి ప్రచారాన్ని మిస్‌లీడ్ చేయడం (11), నోట్ల పంపిణీలో గూడుపుఠాణీ (22), ఒకే రోడ్డుని ఇద్దరు ప్రారంభించడం (24) - ఇవన్నీ కూడా పలకరిస్తాయి మనని.

ఎన్నికలయ్యేక ఏర్పడే ప్రభుత్వాలను కూడా విడిచిపెట్టలేదు రమణ. సంకీర్ణ మంత్రివర్గాలను పొట్టిగుడి వర్ణన (7) లో చెప్పడమే కాక 'గవర్నమెంటు నాలుక్కాలాలు నిలిపి, నడపలేని మంచివాడికన్నా ఎత్తుకు పై యెత్తు వేస్తూ పవరులో నిలబడే చెడ్డవాడే మెరుగు' (7) అనిపిస్తాడు. కమిటీల ఏర్పాటు (5), వాటి హంగామా (19), వాటి తప్పుడు నిర్ణయాలు (15) మన కళ్లముందు నిలుపుతాడు.

వారేర్పరచిన రూల్స్ గురించి, వాటిని చూపించి జనాల్ని హడలేసే బ్యూరాక్రసీ గురించి (8), వాటిని వంచగలిగిన ఒడుపు గురించి (18) కొన్ని డిపార్టుమెంటులంటే పాలకులకే బెదురన్న విషయం (19) గురించి కథలు చెప్పాడు రమణ.

పాలకుల గురించే కాక పాలితుల గురించి కూడా చెప్పాడు రమణ. చాప్లిన్‌ను తలపుకు తెచ్చే కరుణ, హాస్య రసాల మేళవింపుతో వారి దీనావస్థను వివరిస్తాడు పొయ్యిలో పిల్లి ద్వారా (16). జీతాలు చాలని వారి జీవితం (5), అభ్యర్థులలో ఎవర్నీ ఎన్నుకోలేని దురవస్థ (4), మంచి జరుగుతుందన్నా వద్దనే పిరికితనం (8), స్టాంపుకు గుండుసూది గుచ్చవలసిన కరువు పరిస్థితి (22), అందరూ నీళ్లు పోసి పక్కవాడు పాలు పోస్తాడని ఆశించడం (25), తక్షణ సౌకర్యాలకై ఆశించడం (9), ఐదేళ్లకోసారి వచ్చి మొహం చూపించినా మురిసిపోవడం (11) వంటి అన్ని అంశాలు స్పృశించడం జరిగింది.

మరి వీరిని ఆకట్టుకోవాలంటే కొన్ని ఇజాలు కావాలి. వాటిగురించి రమణ సలహా – 'ముద్దర్లిష్టం లేకపోతే తేలిగ్గా వేసుకోవాలి తప్ప అసలొద్దనరాదు' (17), ఓ కుహనా సోషలిస్టు గురించి 'కలవారి ఫేషను, లేనివారి పాలిట ఆశ' (9).

దేవుణ్ని కూడా విడిచిపెట్టలేదు రమణ. తన నిస్సహాయత తెలిసి ఎక్స్‌పోజ్ చేయబోయిన భక్తుడి మీద అలుగుతాడు దేవుడు (14). "దేవుడు ధనసాధనలో, విజయసాధనలో తురుఫాసు లాటివాడు" (14). చేసిన తప్పులు కమ్ముకోవడానికి మేడ్–టు–ఆర్డర్ పూనకాలు వచ్చేస్తూంటాయి (7), ప్రజలు నమ్మేస్తూంటారు. 'ఇద్దరమ్మాయిలు–ముగ్గురబ్బాయిలు'లో సైడుహీరో అంటాడు దేవుడి నిస్సహాయత గురించి – 'భగవంతుడు ఏం చేస్తాడురా, కాస్త పాపం, పుణ్యం, దేవుడూ దెయ్యం ఆలోచించి భయపడే వాళ్ళని దేవుడయినా మందలించి బాగుచేస్తాడు. మొహం ఎదటే ఘోరాలు చేసి బరితెగిస్తూంటే నివ్వెరబోయి చూస్తున్నాడు. మొండివాణ్ని రాజేం చేస్తాడు?'

లోకంపోకడపై చాలా విసుర్లు విసిరాడు రమణ. అయినవాళ్ళు మంచాడనీ, కానివాళ్ళు మెతకవాడనీ అంటారు (15), ఇష్టం ఉన్న పేపర్లు 'ఏకగ్రీవంగా' ఎన్నికయినట్లు రాస్తే, ఇష్టం లేనివాళ్ళు 'పోటీలేకుండా' అని రాసాయి. (15), ప్రజలు కుడినీ, ఎడమనీ-కుడిగానే ఎంచనారంభించారు (1) చదువుకున్నవాడు గుమాస్తాయే అవుతాడు (6), 'పూరీజగన్నాథం'లో బొమ్మలు చెక్కించింది రాజాగారు కాబట్టి ఆ బొమ్మ దక్కింది. అదే నేనూ మా కంట్రాక్టరూ అయితే బొమ్మలు సగం చెక్కించి డబ్బు తినేశామనేవారే...(7) గుమ్మడిదొంగలనగానే భుజాలు తడుముకోవడం ఎందుకు (1), మినిస్ట్రీ పేరు జెబితే పెతివోడికి హేళన, వెటకారం తన్నుకొస్తనయి. రూపాయికి చిల్లర మార్చడం చేతగానోడు కూడా మినీస్ట్రుగారి తలకాయలు మార్చే ప్రగ్నె మీద విసుర్లే...(17)

తెలుగు జాతీయాలకు, పలుకుబడులకు తన విరుపులతో కొత్త అందాలు తెచ్చిన వైనం మీరు రిఫర్ చేసి చూస్తేనే తెలుస్తుంది. బతికిబట్టకట్టడం (16) సిటింగ్‌ప్రెట్టీ (10) గిట్టనివాళ్ళు (9) అవినీతి పనులు (12) ఆశ్చర్యపడిపోవడం, ఎసరు మరగడం (22) పైకి వెళ్ళడం (25) ఎగిరిగంతేయడం (10), సిగదరగడం (13) తడపడం (8) సమ్మెలు కట్టించడం, ఇప్పించడం (17) చేతికి ఎముకలేకపోవడం (13) కాపు సారా, కామాపు సారా (ఉపసంహారం) వీటి నెలా ఉపయోగించాడో చూడండి.

అనవాయితీగా కొన్ని కొత్తపదాలు కూడా సృష్టించాడు రమణ - లాజీత్తు, కరణీకులం, పాలి(ట్రిక్సు, రాజాజీనామా, అధికారులు, ధిక్కారులు, బేవారసత్వం, రారాజధాని, ఊహాగానసభలు, మ్యునిసిపాలిటిక్స్, పొజిషన్ - 'అ'పోజిషన్,

భావుకుడైన రమణ రాజకీయపుస్తకంలో కూడా తన కవిత్వధోరణి విడిచిపెట్టలేదు. లంచాలన్నీ మంచాలపడడం (9), పరువుర్లీసి పందిర్లేయడం (23), కప్పేలా ఒప్పేలా తప్పులు చేయడం (13), తృణరాశి అంత డబ్బు తృణంలా ఇవ్వడం (19)- బిల్లు తయారుచేసి చట్టం కట్టడం (వ(ట్రం కట్టినట్టు) ఇవన్నీ కనబడతాయి ఈ పుస్తకంలో.

వీటిలో కొన్ని కథలు చెప్పడానికి రమణ ఉపయోగించిన టెక్నిక్స్ కొన్ని - లక్ష్మణుడి నవ్వు గాథలో లాగే రామనరసు నవ్వు అనేక అపోహలకు దారితీస్తుంది. 'కాదుసుమా కథ కాదు సుమా' (కీలుగుఱ్ఱంలో ఘంటసాల పాటపల్లవి అది) కథలో. శాసన(క్రీడాభిరామం పేరు వినుకొండ వల్లభరాయుని క్రీడాభిరామం నుండి takeoff. 'కిటుకు' మాఘం కథ ("The Verger" - చదువు రాకపోవడంచేత చర్చిలో ఉద్యోగం పోగొట్టుకొని వ్యాపారస్తుడవుతాడు.)పై ఆధారపడినదని ఆయనే చెప్పుకున్నాడు. అందరికీ తెలిసిన ఏడుచేపల కథలలోంచి passing the buck సిద్ధాంతం ఆధారంగా 'అనగనగా ఒక చేప', జానపద కథల ఫక్కీలో 'పాలి(ట్రిక్సు కథ' కాశీమజిలీ కథల కథల్లో వచ్చే మణిసిద్ధుడు, గోపన్నలు పాత్రలుగా 'సేవాంతకుడి కథ', శుకసప్తతి కథల్లో వచ్చే చిలక బాణీలో 'చిలకచెప్పిన రహస్యం కథ' రాయడం జరిగింది. అయితే ఈ చిలక ఒక కథకు బదులు పొరబాటున ఇంకో కథ చెప్పేస్తుంది. (ఋణానందలహరిలో చీమలా). కావాలని చెప్పిందేమో కూడా.. అదీ పార్టీ ఫిరాయిస్తుందిగా! (రాజకీయాల మహిమ, ఇన్ని కథలు చెప్పిన రామిరెడ్డి కూడా చివర్లో సర్(ప్రైజ్ చేసినట్టు - 'కృష్ణుడిని మించిన పొలిటీషియన్‌రా' అనిపించేట్టు!) అలాగే ఇద్దరమ్మాయిలు, ముగ్గురబ్బాయిల కథలోలా ఆలయానికి విరాళం ఇవ్వడం 'సేవాంతకుడి కథ'లో కనబడుతుంది. ఉద్దేశ్యాలు వేరనుకోండి. 'బుడుగు', 'విమానంకథ'లలో కనబడే పకోడీల నారాయణ ఈ కథల్లోనూ (కాదు సుమా..) అతిథి పాత్రలో హలో అంటాడు. 'ఇరుసున బెట్టిన కందెన'లో లంచానికి పర్యాయపదంగా వాడిన 'బరువు' 'కథానాయకుడు' సినిమాద్వారా మరింత ప్రచారానికొచ్చింది.

సన్నివేశం కళ్ళక్కట్టినట్టు చెప్పడంలో రమణ కెమెరా టెక్నిక్ ఉపయోగిస్తాడ నడానికి ఇంకో ఉదాహరణ: 'మూణ్ణెళ్ళు గడువు' అని కేకేశాడు తండ్రి కొడుకులు గుమ్మం దాటుతూండగా (12), 'శివమెత్తినట్టు ఆడిపోతాడు...' అంటూనే మర్నాడు ఊళ్ళో శివాలెత్తడం ప్రస్తావిస్తాడు. (7) ఇంకో తమాషా టెక్నిక్ ఏమిటంటే 'మీరు పెట్టించిన పొడ్డింగు బట్టి చూస్తే...' అని పాత్ర చేత అనిపిస్తాడు. ఇది విక్రమార్కుని... కథలో 'రచయిత పాసార్ది చెప్పినట్టు...'లో కూడా కనబడుతుంది.

ఎమ్వీయల్ అంటాడు - "ఉచ్చారణలో శబ్దం ఎలా ఉంటుందో 'అక్షరాలా' అలాగే రాశాడు రమణ. అంతేకానీ పదస్వరూపం మారిపోతోందేనన్న జంకు కనబరచలేదు. పాత్రోచితంగా సామెతలు, జాతీయాలుకూడా అవసరాన్నిబట్టే వాడినట్టు కనబడతాయి గాని రచయిత పాండితీ ప్రకర్ష ప్రదర్శించడానికి పనిగట్టుకు వచ్చినట్టుండవు." కొన్ని మచ్చుతునకలు - 'మా అమ్మకి చీర లేదు. వ్యామ్యానోరు నొక్కుతావేం' అన్నాడు

నరసుగారి మూడో వాడు. (16) 'హ్వాటీ ఏమిటి? స్పిడ్జర్లాండెళ్ళచ్చు.' (11) ఇది 'బాగుల్లాయి బుగ్గలు' అని అరుగుమీద పళ్ళు తోముకుంటూ ముగ్గుల్ని మెచ్చుకునే రామారావు (ఇద్దరమ్మాయిలు, ముగ్గురబ్బాయిలు) 'నా మనస్సు బాహాలేదోయ్' అనే శోభనాద్రి (భగ్నవీణలు...)

ఈ కథల్లో వచ్చే కొన్నిమాటలకు అర్థాలు వెతికేవారికోసం: ఆబోరు–పరువు, ప్లాసిబో మాత్రలు – పేషంటు తృప్తికోసం ఇచ్చే ఉత్తుత్తి మాత్రలు, గుణించడం – ఖర్చుపెట్టడం, తుమ్మాయి, జగ్గాయి – Tom, Dick and Harry లాటి వాళ్ళు, రాజాజీ – గవర్నర్ జనరల్‌గా పదవీవిరమణ చేశాక రాష్ట్రముఖ్యమంత్రి కావడానికి కూడా వెనుకాడని చక్రవర్తుల రాజగోపాలాచారి, రాజకీయచతురతతో మద్రాసు తమకు దక్కకుండా చేశాడని తెలుగువారి ఆరోపణలకు గురయినవ్యక్తి, కాంగ్రెసులోంచి బయటపడి స్వతంత్రపార్టీ స్థాపించినా పైకి రాలేదు. రమణ అభిమానాన్ని నోచుకున్నట్టు కనబడదు. (ఓచోట సూక్తులు అనే హెడింగు క్రింద రమణ రాసాడు – 'రాజాజీ ప్రధాని కావాలి' – రాజాజీ అని.), జయప్రకాశ్ నారాయణ్ – సోషలిస్టు, నెహ్రూకి మిత్రుడు కానీ రాజకీయ ప్రత్యర్థి, ఢేబర్ – కాంగ్రెసు నాయకుడు యు. ఎన్. ఢేబర్, పి.ఎస్.పి. – అనేకసార్లు చీలడంతో రాజకీయ ప్రాబల్యం కోల్పోయిన ప్రజాసోషలిస్టు పార్టీ, అయూబ్ – పాకిస్తాన్ సైనిక నియంత, కృశ్చేవ్ – రష్యానాయకుడు, డిగోల్ – ఫ్రాన్స్ అధ్యక్షుడు, డా॥ లోహియా – సోషలిస్టు నాయకుడు, కామాపు – hush up చేయడం, ఖడేరావు – stubborn, సతిగాడు – చదివాడు,

ఈ కథలు 1961లో ఆంధ్రప్రభ వీక్లీకి సీరియల్‌గా రాయబడిన ముప్పైఏళ్ళ తర్వాత ఆంధ్రభూమి డైలీలో మళ్ళీ సీరియల్‌గా వచ్చాయి. వీటిలో 'దాచింపాడు రోడ్డు కథ' 'The Saga of a Road'గా నాచే అనువదించబడి A.P. Times అనే ఇంగ్లీషు డైలీలో 1997లో ప్రచురితమయ్యింది. 'ఓటరు నవ్విన కారణం' ఆంధ్రప్రభ వీక్లీలో 1999లో పునర్దర్శనం ఇచ్చింది. ఆ విధంగా తన ఈ కథలు అజరామరంగా, నిత్యనూతనంగా ఉండేట్లు నాలుగుదశాబ్దాలుగా రాజకీయవాతావరణాన్ని ఏమాత్రం మెరుగుపరచకుండా ఉంచిన రాజకీయవాదులకు రమణ కృతజ్ఞతలు చెప్పుకోవాలి.

అతి త్వరలో వెలువడబోయే కథారమణీయం–II లో మరిన్ని కథలతో, మరిన్ని విశేషాలతో మళ్ళీ కలుద్దాం.

ఈ సంపుటిపై తమ అభిప్రాయాలు తెలుపదలచేవారు రచయిత (అడ్రసు – No. 4, Greenways Road Extn., Raja Annamalaipuram, Chennai-600 028)కు లేదా సంపాదకుడు (అడ్రసు – 502, Siri Enclave, 8-3-960, Srinagar Colony, Hyderabad 500 073)కు వ్రాయగోర్తాను.

– ఎమ్బీయస్ ప్రసాద్

★ ★ ★

ఇదీ వరస....

రస రమణీయం

ఫెళ్ళున విల్లు విరిగింది.
మైథిలి గుండె ఝుల్లుమంది.
సిరి హరిని వరించింది.

☆ ☆ ☆

పర్జన్య గర్జన వంటి ఆ ఫెళఫెళార్భటికి సమస్త చేతనా ప్రపంచము సంభ్రమ చకితమై సమ్మోహితమై పోయింది. భూధరాలు బద్దలయే వేళ వలె భువన భవనం దద్దరిల్లిపోయింది.

ఆ హర ధనుర్భంగ ధ్వని ధర్మిలకు అభయదమై, అధర్మిలకు భయదమై మనోహరంగానూ, ప్రాణహరంగానూ కూడా వినిపించింది. దశ దిశాంతాలనూ సోకి ప్రతిధ్వనించింది.

దూరాన, హిమవత్పర్వతసీమలో తపోనిష్ఠలో వున్న భార్గవరాముడికి అది హెచ్చరిక అయి వినిపించింది. ధర్మప్రతిష్ఠాపనలో, అధర్మ క్షాత్ర సంహారకుడు భృగుకులతిలకుడి భూమికను క్షాత్ర ధర్మ సంతారకుడు రఘుకులతిలకుడు స్వీకరించే మహత్తర సన్నివేశానికి నేపథ్య గీతమై భాసించింది. భార్గవుడు ఆ ధ్వని విని ముహూర్తకాలం పాటు భ్రుకుటి ముడిచాడు సాలోచనగా.

మిథిలాధిపుడి సభలోనే దగ్గరగా వున్న బ్రహ్మర్షి విశ్వామిత్రుడికి అది విజయభేరిగా వినిపించింది. 'ప్ర-కృతయుగధర్మ ప్రవర్తనానికి నాంది ప్రస్తావన చేశావా ప్రభూ!' అనుకున్నాడాయన.

"దశకంఠ సంహారకాండలో పతాక సన్నివేశం ఆరంభమైంది" అనుకొని ఆనందించారు దేవతలు.

"మా అన్న!" అనుకున్నాడు లక్ష్మణుడు సగర్వంగా.

"నా ప్రతిజ్ఞ చెల్లింది. భగవంతుడే నాకు అల్లుడౌతున్నాడు" అనుకున్నాడు రాజర్షి జనకుడు తృప్తిగా, సగర్వంగా.

☆ ☆ ☆

నీలమేఘ శ్యాముడు రాముడు, తాను విరిచిన విల్లును సగౌరవంగా వేదిక మీద ఉంచి, గురువుకు నమస్కరించి నిలచాడు.

'కల్యాణమస్తు, (లోక) కల్యాణమస్తు' అన్నాడు గురువర్యుడు విశ్వామిత్రర్షి.

అన్న బలాన్ని తానెరిగినా, కన్నులారా మనోహర హర ధనుర్భంగ దృశ్యాన్ని చూచి ముగ్ధుడు కాకుండా ఉండలేకపోయాడు లక్ష్మణుడు. విల్లును చేపట్టబోవడంలో సొగసు, నిలబెట్టి దక్షిణ పాదంగుష్ఠానికి దన్ను పెట్టి వంచి, త్రుటిలో అల్లెతాడు ఎక్కించడంలో ఒడుపు, సౌలభ్యం, బాణం ఆరోపించడంలో మెలకువ, నారిని ఆకర్ణాంతం లాగబోవడంలో చూపిన అంగవిన్యాసం సమ్మోహనకరంగా తోచాయి. అవలీలామానుష విగ్రహుడుగా గోచరించాడు .... 'ఈయన మా అన్నగారు' అనుకున్నాడు లక్ష్మణుడు.

శివ ధనుర్భంగ గర్జనను మించిన జయఘోషతో లక్ష్మణుడు ప్రకృతం లోకి వచ్చాడు. రఘుకులానికి, రాముడికీ, మిథిలాపతికి, మైథిలికీ జయాలను, శుభాలను ఆకాంక్షిస్తూ వారిని కీర్తిస్తూ అప్పుడే తెప్పరిల్లిన సభికులు చేస్తున్న జయధ్వానాలతో హర్షధ్వానాలతో దిక్కులు పిక్కటిల్లుతున్నాయి. శివుడి విల్లు విరచిన ఈ నల్లటివాడి ఘనతను వందిమాగధులు ఉత్సాహంగా అనర్గళంగా గానం చేస్తున్నారు. లక్ష్మణుడు సగర్వంగా సభనంతా కలయజూశాడు.

ఎదుట జనకరాజు ఉత్సాహంతో ఉప్పొంగిపోతూ 'రామా! ఇటు రా నాయనా' అన్నాడు, తాను ఒక మెట్టు దిగుతూ.

విశ్వామిత్ర సమేతుడై రఘురాముడు ఒక అడుగు ముందుకు వేసేవరకూ మరోసారి హర్షధ్వానాలు చెలరేగాయి. జరగబోతున్నదేమిటో అందరికీ తెలుసు. జరగబోతున్నది అందరికీ ఆనందకరమైనదని కూడా అందరికీ తెలుసు. మనసులో పదే పదే అనుకొంటున్న ఆ మంచి మాట, అనవలసిన మనిషి నోట రాగా చెవులారా వినాలని అంతా చంద్రుడి కోసం చాతకపక్షులలా ఎదురుచూస్తున్నారు.

జనకమహర్షి అంజలి ఘటించాడు. "పూజ్య విశ్వామిత్ర మహర్షీ! మీ శిష్యుడు, నా అనుంగు మిత్రుని పుత్రుడు అయిన ఈ దశరథరాముని పరాక్రమాన్ని కన్నులారా చూచి ఆనందించాను. అసంభవము, అసాధ్యము అనుకున్న ఈ రుద్రధనుర్భంగం మేము ఊహించనంత అద్భుతంగా జరిగింది. నాకు బహిఃప్రాణమైన సీతను వీరశుల్క ప్రతిఫలంగా ఇవ్వ సంకల్పించాను. ఇపుడు ఈ విధంగా దాశరథిని భర్తగా పొందుతున్న మా జానకి, విదేహవంశానికే కీర్తిప్రతిష్ఠలు సమకూర్చుతున్నది. ఓ మహర్షీ! ఈ పురుషోత్తముడు రామచంద్రుడికి నేను నా కుమార్తె, సుగుణాలపేటి సీతావధూటిని కన్యాదానం చేయ సంకల్పించాను" అంటూ జానకిని దగ్గరకు తీసుకొని జలకలశం అందుకోబోయాడు జనకమహారాజు.

హర్షధ్వానాలతో మంగళవాదాలతో సభ మారుమ్రోగింది.

రామచంద్రుడు ఒక్కమారు విశ్వామిత్ర మహర్షి వంక చూచి వినయంగా తల వంచుకున్నాడు.

"మా తండ్రిగారి అనుమతి లేనిదే పాణిగ్రహణం సంభావ్యం కాదు గదా" అన్నాయి రాముడి చూపులు.

"ఔనౌను. ఈ ఆనందోద్వేగ సమయంలో కూడా ఎంతటి స్థిమితమయ్యా నీకు" అంది ముహూర్తకాలం పాటు సౌమిత్రి వదనంలో తొంగిచూచిన గౌరవ భావరేఖ.

'అది న్యాయమే. అవశ్యకరణీయమే' అని ఆమోదించింది గురువుగారి మనసు.

పరేంగితజ్ఞులయిన ప్రభువు, జనకరాజర్షికి రామహృదయం అవగతమైంది. జనకసుత సీత కూడా ఈ ధర్మాన్ని గ్రహించిందని, ఆమె చెంపలకెంపుల వెలుగులోనే అధరాగ్రాన లీలగా గోచరించి మాయమైన మందహాస రేఖను చూచి రాముడు అవలీలగా గ్రహించాడు.

సభలో హర్షధ్వానాలు స్థిమితపడేవరకు ఈ కర్తవ్య నిదాన, నిర్ణయాలు జరిగిపోయాయి.

☆ ☆ ☆

"కావున ఓ బ్రహ్మజ్ఞాన సంపన్నుడా! ఈ శుభ వర్తమానాన్ని దశరథ మహారాజుకు అందజేసి వారిని ఆహ్వానించడానికై నా మంత్రులను అయోధ్యకు పంప సంకల్పించాను. ఇందుకు తాము అనుమతించవలెను" అన్నాడు జనకమహారాజు.

☆ ☆ ☆

జనక నృపతి పురోహితుడు శతానందుడు దారి చూపగా విశ్వామిత్రుడు, రామచంద్రుడు, ఆ వెనుక సౌమిత్రి విడిదికి బయలుదేరారు.

ఈసారి దారి వేరు.

తాము మిథిలానగరం వచ్చిన వేళ జనకమహారాజు యాగశాలలో వున్నాడు. ఆహూతులతో నగరం కోలాహలంగా వుంది. రథాలతో వీధులన్నీ నిండివున్నాయి.

"మహర్షీ! మనకు ప్రశాంతమైన స్థలంలో నివాసాన్ని చూడండి" అని రాముడు కోరాడు.

విశ్వామిత్రుడు చూపిన బసలో విడిది చేసిన వేళ, శివధనుస్సును చూడవచ్చిన మరిద్దరు రాకుమారులు...

"ఆ నల్లనివాడే విల్లు విరచిన రాముడట" అంటున్నారు ఎవరో....

"వాళ్ళు మొత్తం నలుగురన్నదమ్ములు.... రాముడి వెంట ఉన్న తేజోవంతుడే..."

"వంధిమాగధుల స్తుతిపాఠాలు ఇవాళ శ్రుతి మధురంగా, అతి సహజంగా వినిపించాయి సుమీ!"

"దాదాపు అతిశయోక్తులు దొరకక అవస్థ పడ్డారట. ఎంత చెప్పినా వాళ్ళకే తృప్తి లేదనుకున్నారు ఇందాక."

"విశ్వామిత్ర మహర్షి వీళ్ళను వెంట బెట్టుకు వచ్చారు. ధనుర్వేదం అంతా ఉపదేశించాడట."

"అయ్యా వందిగారూ.... ఇందాక మీరు గానం చేసినపుడు రాముడి పేరుతో ప్రాస వేసిన మిగతా మూడు మాటలు ఏమిటండీ–"

"అలా వెళ్ళవయ్యా. వెళ్ళి ఆయన ఎదుట నిలబడు. మాటలు వాటంతట అవే వస్తాయి. ధారాళమైన కవితాశక్తి అబ్బుతుంది."

'శతానందుల వారి తల్లి అహల్యాదేవికి శాప విముక్తి ప్రసాదించిన రామ పాదాలు అవే. నమస్కరించు నాయనా! నమస్కరించు.'

ఈ మాట విన్నపుడు రామ పాదాల మహిమ వల్ల సంభవించిన ఒక రమణీయ సన్నివేశం లక్ష్మణుడి మనస్సులో మెరసింది.

అహల్యా గౌతమ మహర్షుల వద్ద సెలవు తీసుకొని, మిథిలకు ప్రయాణం కొనసాగిస్తూ ఉండగా గంగానది తీరాన తామంతా విశ్రమించారు. మరునాడు ఉదయం నదిని దాటడానికి పడవ ఎక్కబోయే వేళ ఈ రామపాదమే పేచీ తెచ్చి పెట్టింది. పడవవాడు ఒక్క నమస్కారం పెట్టి వెళ్ళిపోబోయాడు.

"ఏమయ్యా గంగ దాటించవా?" అన్నారు విశ్వామిత్రులవారు.

"స్వామీ, మీ వెంట ఉన్న ఆ నల్లనాయన పాదధూళి సోకితే రాళ్ళు ఆడవాళ్ళుగా మారుతున్నట్టు విన్నాను బాబూ! నాకున్నదల్లా ఒక్కటే పడవ. ఇపుడాయన కాలు మోపగానే ఇది ఇంకో ఆడదిగా మారిపోతే నా గతేం కాను?.... నన్ను దయ చూడండి" అన్నాడా పడవవాడు గడగడ వణుకుతూ.

అందరికీ నవ్వు వచ్చింది "భయపడకయ్యా! అలాంటిదేమీ జరగదులే" అన్నారు విశ్వామిత్రులవారు నెమ్మదిగా నవ్వుతూ.

"అదుగో తనలో తాను నవ్వుకుంటున్నాడే.... అందగాడు. ఆయనే లక్ష్మణుడు. సుమిత్రాదేవి కుమారుడు."

"అపర విష్ణువులా ఉన్న ఆ చిన్నవాడికి ఊర్మిళాదేవి నిచ్చి పెళ్ళి చేస్తేనో...."

జనవాణి అని ఆనందిస్తున్న సౌమిత్రి ఉలికిపడి, చుట్టూ చూచి తల వంచుకొని అడుగు చురుకుగా వేసి అన్నకు దగ్గరగా వెళ్ళాడు.

అన్ని కక్ష్యలూ దాటి, సింహద్వారం సమీపించేసరికి రథం ఆయత్తం అయి ఉంది. అక్కడ రామదర్శనం కోసం వేచి ఉన్న వేలాది జనులు జయధ్వానాలు చేశారు.

రాముడు అందరికీ నమస్కరించి రథం ఎక్కాడు.

దశరథమహారాజుకు జనకుడి శుభవర్తమానం అందజేయబోయిన దూతలు మూడు పగళ్ళు, హుటాహుటిగా ప్రయాణం చేసి అయోధ్య చేరుకొన్నారు. చేరిన వెంటనే రాజదర్శనం సంపాదించారు.

తేజస్వి అయిన చక్రవర్తిని చూచి అంజలి ఘటించి తమను పరిచయం చేసుకొన్నారు. ఆ స్నేహమయుడి ప్రియవాక్కు విని ధైర్యం తెచ్చుకొని మాట్లాడారు. రామలక్ష్మణుల క్షేమం తెలిపారు. శివచాప ఖండనోదంతాన్ని విన్నవించారు. జనకమహర్షి హృదయాన్ని, కల్యాణ సంకల్పాన్ని నివేదించారు.

దశరథ మహారాజు సంతోషంతో ఉప్పొంగిపోయాడు. తమ ఉపాధ్యాయులు వసిష్ఠ వామదేవుల ఆమోదంతో, మర్నాడే మిథిలకు ప్రయాణం కావాలని నిశ్చయించాడు.

ధనకనక వస్తువాహనాలతో ప్రయాణానికి సర్వం సిద్ధమైంది. వసిష్ఠుడు, వామదేవుడు, జాబాలి, కాశ్యపుడు, దీర్ఘాయుష్మంతుడు మార్కండేయుడు, కాత్యాయనుడు మొదలగువారు ముందు నడువగా దశరథ మహారాజు భరత శత్రుఘ్నులతో, భార్యలతో

ఇతర బంధు మిత్రులతో నాలుగు పగళ్ళు ప్రయాణం చేసి మిథిలాపురి చేరుకున్నాడు.

ఈ సప్తాహాలూ రామలక్ష్మణులు పుణ్యకథా శ్రవణంతో శ్రుతకథా పునశ్చరణంతో కాలక్షేపం చేశారు. విశ్వామిత్రుడి వెంట నిత్యమూ యాగశాలకు వెళ్ళి అక్కడికి వచ్చిన ఋషులను దర్శించి సద్గోష్ఠి నెరపారు. విడిదిలో ఉన్నపుడు, సిద్ధాశ్రమం నుండి తాము మిథిలకు సాగించిన ప్రయాణంలో రాత్రివేళ విశ్వామిత్ర మహర్షి చెప్పిన గాథలను.... కుశ వంశీయుల కథ, గంగావతరణం, కుమార సంభవం, సాగరచరితం, సముద్ర మథనం మొదలైనవాటిని చర్చించి లోకవృత్తాన్ని ఆకళింపు చేసుకున్నారు.

దానవులను సంహరించి సాధుజనులను సంరక్షించడానికి శ్రీ మహావిష్ణువు ఎత్తిన అవతారాల కథలు చెప్పుకొన్నారు.

అక్కడ జనకరాజు అంతఃపురంలో కూడా ఈ యేడురోజులూ పుణ్యకథలే వీనిపించాయి. అక్కడ పుణ్యకథానాయకుడు ఒకడే. పురుషోత్తముడు రాముడు. చెలులూ, చెల్లెళ్లూ కూడా జానకికి ముప్పొద్దులా రామకథలే చెప్పారు. చెప్పిన కొద్దీ ఊరేవి; ఊరిన కొద్దీ ఊరించేవి.

☆ ☆ ☆

దశరథ మహారాజు వస్తున్నాడన్న వార్త రాగానే జనకుడు ఉపాధ్యాయ, మంత్రి పరివార సమేతుడై కాబోయే వియ్యంకుడు అయోధ్యా నగర చక్రవర్తికి ఎదురేగి స్వాగతం చెప్పాడు. వారందరినీ యజ్ఞశాలకు తీసుకు వచ్చి మర్యాదలు చేశాడు.

"ఓ రాజా! తాము మా భూమికి రావడము నా భాగ్యము. వశిష్ఠాది మహర్షులంతా కూడా ఈ శుభకార్య సందర్భంగానైనా ఇటు రావడము నా సుకృత ఫలమనే తలుస్తున్నాను. ఓ రాజా! రామచంద్రుడి పరాక్రమ విభవం తామూ మేము కూడా గర్వించవలసినది. రఘువంశము వారితో ఈ విధంగా మేము వియ్యమాడుతున్నందువల్ల మా వంశ ప్రతిష్ఠ ఇనుమడిస్తున్నది. రేపు యాగం సమాప్తం కాగానే, వసిష్ఠ విశ్వామిత్రాది మహర్షుల ఆశీర్వచనంతో తమ ఆమోదంతో సీతారాముల కల్యాణం జరిపించవలెనని సంకల్పించాను" అన్నాడు జనకుడు.

దశరథుడు మహదానందహాసం చేశాడు.

"రాజర్షీ! ఇపుడు దాతలు తాము. అందువల్ల దానము మీ సంకల్పం ప్రకారం ఉంటుంది. తాము ఏమి యిస్తామన్నా ఎప్పుడు ఇస్తామన్నా అందుకోవడమే మా వంతు" అన్నాడాయన.

ఈ ప్రియ వచనానికి జనకరాజర్షి, అక్కడి పెద్దలు అంతా ఎంతో సంతోషించారు.

ఆ రాత్రి దశరథుడు సూర్య చంద్రుల వంటి పుత్రులిద్దరినీ తన వద్ద కూర్చోబెట్టుకొని, వారి వనజీవన యాత్రా విశేషాలను గుచ్చి గుచ్చి అడిగి తెలుసుకొన్నాడు. సద్గుణ నిధి రాముడు వినమ్రతతో స్వీయ ప్రతాపాన్ని ప్రస్తావించని సందర్భాలలో తండ్రి తన చిన్న కుమారుడి వంక చూచేవాడు. లక్ష్మణుడు నవ్వి, ఆయా విశేషాలను, అన్నగారి ప్రజ్ఞాప్రాభవాలను మహోత్సాహంతో వర్ణించి చెప్పేవాడు.

ఈ విధంగా ఆ రాత్రి ఉత్సాహవంతంగా గడిచిపోయింది.

☆ ☆ ☆

మరునాడు యజ్ఞకాండ నిర్ణీత ప్రకారం పూర్తి కాగానే, జనకుడు సాంకాశ్య నగరములో వున్న తన తమ్ముడు కుశధ్వజుడిని పిలిపించాడు. అయన రాగానే ఉపాధ్యాయ సమేతుడై కొలువు తీరాడు. వివాహ ముహూర్తం నిర్ణయించ నిశ్చయించి అందుకై దశరథ మహారాజునూ, వసిష్ఠ విశ్వామిత్రులనూ ఆహ్వానించవలసిందిగా తన మంత్రి సుదామనుణ్ణి పంపించాడు.

పురోహితులు, హితులు, పుత్రులూ వెంటరాగా దశరథుడు జనక సదనానికి వెళ్ళాడు. స్వాగతాది మర్యాదల అనంతరము ఇక్ష్వాకుల కులగురువు, దైవము అయిన వసిష్ఠ మహర్షి, ఇక్ష్వాకు వంశ సంభవాన్ని, ఆ వంశానికీ, వారేలిన నేలకూ కూడా కీర్తి ప్రతిష్ఠలు చేకూర్చిన రాజుల రారాజుల చరిత్రను వివరించాడు.

"జనక చక్రవర్తీ! ఇక్ష్వాకు వంశీయులంతా మహా పరాక్రమవంతులు, పరమ ధార్మికులు. నీవు వీరితో వియ్యమందడం అందరికీ హర్షం కలిగిస్తుంది. ద్యుతిమంతులు, ధృతిమంతులు అయిన మా రామలక్ష్మణులకు మీ రామ సీత, ఊర్మిళలు అన్ని విధాలా ఈడూ జోడూ అయినవారు" అని వసిష్ఠ మహర్షి చెప్పాడు.

అప్పుడు జనక రాజర్షి వసిష్ఠుడికి వందనం చేసి, తన వంశ చరిత్రను విపులంగా విన్నవించాడు.

"మహర్షీ! సీత దేవకన్య. శివధనుస్సును ఎక్కుపెట్టిన మహా వీరునికే ఆమెను ఇచ్చి వివాహం చేయాలన్న నా సంకల్పం నెరవేరింది. ఇపుడు తాము, నా రెండవ కుమార్తె ఊర్మిళను లక్ష్మణుడికి ఇవ్వవలెనని హితవు చెప్పారు. మీ మాటను శిరసా వహించి, మనసా ఆ ప్రకారమే ఊర్మిళా లక్ష్మణులకు కూడా వివాహం చేస్తాను" అన్నాడు జనకుడు. ఆ విధంగా చెప్పి ముహూర్త నిర్ణయానికి ఉపాధ్యాయులను సంప్రదించాడు.

చిన్న కుమారుడి వంక వాత్సల్యముతో చూస్తున్న దశరథ మహారాజును చూచి, 'ఓ రాజా! తాము రామలక్ష్మణుల వివాహాలకు నాందీకార్యాలను జరిపించాలి. ఈ రోజు మఖా నక్షత్రము. ఎల్లుండి ఉత్తర ఫల్గుణీ నక్షత్రం. వివాహానికి శుభస్కరమైన వేళ' అన్నాడు జనకుడు.

వసిష్ఠుడూ, విశ్వామిత్రుడూ ఈ వ్యవధిలో పరస్పరం సంప్రదించుకొని ఒక తీర్మానానికి రావడం లక్ష్మణుడు గమనించాడు. వారికి తోచిన ఊహను అతడు ఊహించుకొని ఆనందించాడు. క్రీగంట రాముడి వంక చూచి, 'నవ్వు ఎందుకు' అన్న అన్నగారి చూపు చూచి తలవంచుకొన్నాడు.

'నేను విశ్వామిత్రులూ ఆలోచించిన విషయం ఒకటి ఉంది' అంటున్నారు, వసిష్ఠులవారు.

పరేంగితజ్ఞుడు జనకుడు తక్షణం తన తమ్ముడు కుశధ్వజుడి వంక సాభిప్రాయంగా చూచాడు.

"జనకరాజా, నీ సోదరుడు కుశధ్వజుడు వీరుడు. ధార్మికుడు. ఆయన కూడా, మీతోపాటుగా రఘువంశీయులతో వియ్యమాడడం అన్ని విధాలా సమంజసమైనది. కుశధ్వజుడి కుమార్తెలు మాండవీ శ్రుతకీర్తులు ఇద్దరూ అసమాన లావణ్యాలు. రామానుజులైన భరత శత్రుఘ్నులు ఇద్దరూ పరాక్రమశాలులు. తేజోవంతులు. వీరికి అన్ని విధాలా యోగ్యులైన వరులు. వీరిని వారికి వరిస్తున్నాము. దిక్పాలకుల వంటి

దాశరథులు నలుగురికీ మీ అన్నదమ్ములిద్దరూ మీమీ కుమార్తెలను ఇచ్చి వివాహం చేసి మీ రెండు వంశాల వారు బాంధవ్యం కలుపుకోవడం శుభప్రదం" అన్నాడు వసిష్ఠుడు.

జనక మహారాజు, కుశధ్వజుడూ ఈ విషయం ఆలోచించి, వెంటనే ఆమోదించారు.

మహర్షులకు అంజలి ఘటించారు. "మీ ఆజ్ఞ మాకు కల్యాణప్రదమైనది. సంతోషంగా మేము శిరసావహిస్తున్నాము. ఎల్లుండి ఉత్తర ఫల్గుణీ నక్షత్రం. ఒక్క ముహూర్తంలోనే నలుగురి వివాహాలు జరగాలని మేము కోరుతున్నాము" అన్నారు.

వసిష్ఠ విశ్వామిత్రులూ, శతానందాది విప్రవరులూ ఈ వాక్యాన్ని ఆమోదించారు. లోకోత్తరమైన ఈ కల్యాణ సంకల్పాన్ని శ్లాఘించారు.

☆ ☆ ☆

జనక మహారాజు, కల్యాణవార్తను తెలుపుతూ శుభపత్రికలు నలుమూలలకూ పంపాడు. దేశం నలుదిశలా ఈ వార్త ప్రకటన చేయించాడు. పౌర్ణమినాటి సముద్రంలా దేశంలో ఉత్సాహం పొంగి పరవళ్లు తొక్కింది. వెన్నెలలా సంతోషం వెల్లివిరిసింది. రామచంద్రుడి కీర్తిలా దశదిశలా వ్యాపించింది.

అతిశయోక్తులను అతి సామాన్య పదాల స్థాయికి దించే స్థాయిలో వాడవాడలా వీధివీధులా అలంకరణలు జరిగాయి. మిథిలా నగరమే ఒక విశాలమైన వివాహ వేదికలా శోభాయమానంగా భాసించింది.

దశరథ మహారాజు పుత్రుల వివాహానికి నాందీకాండనంతా శాస్త్రోక్తంగా జరిపించాడు. ఆరోగ్యవంతాలైన నాలుగు లక్షల గోవులను తెప్పించి వాటి కొమ్ములకు బంగారు తొడుగులు వేయించాడు. పాలు పిండుకోవడానికి కంచుపాత్రలు సమకూర్చి, వత్సాలతో సహా ఆ ధేనువులనూ, విశేషంగా ధనాన్ని దానం చేశాడు. ఉత్తర ఫల్గుణీ నక్షత్ర దివసోదయాన, విజయముహూర్తంలో పుత్ర కళత్ర బంధు మిత్రులతో బయలుదేరి, వసిష్ఠాది మహర్షులను ముందుంచుకొని మంగళవాద్యాలతో భేరీ తూర్య నాదాలతో జయదుందుభి ధ్వానాలతో వైభవంగా జనకమహారాజు యజ్ఞవాటికకు చేరాడు. మంగళస్నానాలాచరించి, శ్రేష్ఠమణిభూషణాలతో అలంకరించుకొని కల్యాణ కంకణ ధారణచేసిన రామలక్ష్మణ భరత శత్రుఘ్నులు నలుగురూ తండ్రి కిరువంకలాచేరి బ్రహ్మదేవుడిని సేవిస్తున్న దిక్పాలకులవలె, విభవాన్ని ఇనుమడింప చేస్తున్న సుగుణాలవలె నిలచారు.

వసిష్ఠుడు యాగశాలలోకి వెళ్ళి, పెళ్ళి కుమారులు తరలి వచ్చారనీ, దశరథ మహారాజు కన్యాదాత రాకకై ఎదురు చూస్తున్నాడని జనకునికి హెచ్చరిక చేశాడు.

జనక చక్రవర్తి సరస దరహాసంతో, 'ఓ పూజ్యుడా! ఇదేమి రాయబారము?' అన్నాడు. "దశరథ మహారాజుకు ఈ సీమలో అడ్డేమిటి? ఆయన ఒకరి ఆజ్ఞకోసం ఆగడమేమిటి? ఈ రాజ్యం ఆయనది కాదా? ఇంకా ఆలస్యమెందుకు? నా కన్యలు నలుగురూ, ఇదుగో అలంకృతలై, దీపకళికలవలె వేదిక వద్ద కూర్చొని ఉన్నారు. వారిని వెంటనే తీసుకురండి" అన్నాడాయన.

అపుడు వశిష్ఠుడు దశరథ మహారాజును, పెళ్ళికొడుకులను, ఋషులనూ, వివాహ వేదిక వద్దకు తీసుకువచ్చాడు.

పచ్చని కొబ్బరి ఆకులతో వేసిన చక్కని విశాలమైన పందిరి క్రింద శాస్త్రోక్తమైన వివాహవేదిక నిర్మించి ఉంది. గంధ పుష్పాదులతో, నవాంకురాలతో అలంకరించిన బంగారు పోలికలూ, నానా వర్ణ రంజితాలు అయిన కుంభాలూ, ధూపదీపాలు అమర్చే స్తంభాలూ, శంఖాలవంటి చిత్రవిచిత్ర రూపాలలో ఉన్న కలశాలూ, ఇంకా అర్ఘ్యజలం, అక్షతలూ, ఫలాలు ఉంచిన రకరకాల పళ్ళేరాలూ ఆ వేదిక చుట్టూ అందంగా అమర్చారు. ఇవి కాక, అక్కడ కూర్చున్న మహర్షులవల్ల ఆ వేదిక తేజోవంతంగానూ, చుట్టూ చేరిన ఆనందోత్సాహాలతో కల్యాణ శోభాయమానంగానూ రాజిల్లింది.

జనకమహారాజు ప్రార్థన పురస్కరించుకొని వసిష్ఠుడు విశ్వామిత్ర శతానందోపాధ్యాయులను ముందుంచుకుని వివాహకాండ ఆరంభించాడు. వేదిక మధ్య అగ్నిహోత్రాన్ని ఏర్పరచాడు. శాస్త్ర విహితంగా దర్భలు పరచాడు. సమంత్రకంగా హోమం చేశాడు. అపుడు జనకుడు లేచి సీతవంక చూశాడు. మధుపర్కాలు ధరించి మనోజ్ఞ భూషణాలతో అలంకరించుకొన్న జానకి, వేదంలా మహద్వంతమైన, వెన్నెలవలె తెల్లనైన, ప్రియవచనంవలె మధురమైన మందహాసం చల్లగా ప్రవర్తిస్తూ సాక్షాన్మహాలక్ష్మిలా గోచరించింది.

సుహాసిని సీతను జనకుడు అగ్నిహోత్రం వద్దకు తీసుకుని వచ్చాడు. ఆ పైన రామచంద్రుడిని ఆహ్వానించాడు.

అక్కడ నీలమేఘ శ్యాముడు రాముడు అగ్నిహోత్ర కాంతులలో అద్భుతుడై గోచరించాడు. పురుషోత్తముడై ప్రకాశించాడు. సాక్షాత్పరాత్పరుడే నిలచాడనిపించాడు. ఆయనను కన్నతండ్రి దశరథుడు, కన్నెనిస్తున్న జనకుడు, విద్య ప్రసాదించిన విశ్వామిత్రుడు, కులపతి వసిష్ఠుడూ అతని అనుంగు సోదరుడు లక్ష్మణుడు కూడా ఆ నల్లని పెళ్ళికొడుకులో అద్వితీయమైన తేజాన్ని దర్శించి ముహూర్తకాలం పాటు విభ్రాంతులై కర్తవ్యజ్ఞానం కోల్పోయారు. ఏకకాలంలో అత్యంత దర్శనీయుడుగానూ, సత్యంవలె దుర్నిరీక్ష్యుడుగానూ ప్రకాశించిన లోకైక మంగళ విగ్రహుడిని చూచి, చూడలేకా గ్రహించలేకా అనుభవైక వేద్యమైన ఆనంద స్థితిని అందుకున్నారు. క్షణం తరువాత, ఈ లోకోత్తరుడి లోకకల్యాణ కార్యక్రమంలో తామీ భూమికలు నిర్వహిస్తున్నారన్న తలపు రాగానే వారందరికీ శరీరాలు పులకలెత్తాయి.

☆ ☆ ☆

కమలపత్రేక్షణుడు రాముడు మధుమధుర మందహాసం చేశాడు. ముహూర్తం మించిపోతూందని గ్రహించి జనకమహారాజు జలకలశం పైకెత్తాడు.

"ఇయం సీతా–" అన్నాడాయన సముద్ర గంభీరస్వరంతో.

కమలలోచనాలు పద్మదళాయితాక్షివంక చూశాయి.

జనకుని సరసత్వం లక్ష్మణునికి ఆహ్లాదం కలిగించింది. "ఇదేనయ్యా సీత... నీవు సిద్ధాశ్రమం నుండి మిథిల వచ్చేదాకా, శివ ధనుర్భంగం చేసిన ముహూర్తం నుండి ఈ శుభ ఘడియదాకా, ఎప్పుడు చూస్తానని ఆరాటపడుతున్న సీత యిదేనయ్యా" అంటున్నది జనకుడి వాక్యం.

"–మమ సుతా" అన్నాడు కన్యాదాత.

"కన్య ఘనతకు ఆ ఒక్కముక్క చాలుగదా – జనకసుతకావడం" అనుకున్నారు సభ్యులంతా.

"లక్ష్మీదేవిని శ్రీ మహావిష్ణువుకు ఇవ్వగలుగుతున్న భాగ్యశాలి" అన్నుకున్నారు.

జ్ఞాని జనకుడు మాత్రం తన భూమిక గురించి దురభిప్రాయపడలేదు. "మా లక్ష్మి సాక్షాత్తూ మహాలక్ష్మి. ఈమెను నీకు ఒకరివ్వడం ఏమిటి, నీవే గ్రహించాలి" అని ధ్వనించిందాయన ఉచ్చరించిన 'పాణిగృహ్ణీష్వ పాణినా' అన్న వాక్యార్థం; అందరి హృదయాలలోనూ...

ఆపైన మామగారుగా ఒప్పగించి, దీవించాడు. "నాయనా రామా! నా కూతురు నీకిక సహధర్మచారిణి. నీవెంట నీ నీడలా ఉంటుంది. ఈమె చేతిని పట్టుకో. నీకు శుభం అవుతుంది" అంటూ సమంత్రకంగా శ్రీరాముడి చేతిలో నీళ్ళు వదిలాడు జనకుడు.

మంగళవాద్యాలు మిన్నంటాయి; మింట దేవదుందుభులు మ్రోగాయి. పందిరి శుభాక్షతలను కురిసింది. ఆకాశం దివ్యాక్షతలను కురిసింది. దివీ, భువీ కూడా ఒకటై దంపతులను దీవించాయి.

లోకమంతా హర్షపులకాంకితం అయింది.

జనకుడు వెంటనే లక్ష్మణుడిని పిలిచాడు. "నాయనా లక్ష్మణా! నీకు శుభమవుతుంది. వెంటనే వచ్చి, ఇదిగో మా ఊర్మిళ చేతిని చేబట్టు.... ఓ రఘునందనా! భరతుడా! నీవు మాండవి కరాన్ని పరిగ్రహించు. మహాబాహూ! శత్రుఘ్నా! నీవు శ్రుతకీర్తి హస్తాన్ని పట్టుకో. ఓ రఘుకుల దీపకులారా! మీరంతా ఇపుడు అగ్ని సాక్షిగా గ్రహిస్తున్న మీ భార్యలతో సౌమ్యులై ధర్మపథం తప్పక చరించవలసింది" అన్నాడు.

శ్రీ రామలక్ష్మణ భరత శత్రుఘ్నులు నలుగురూ సీత ఊర్మిళ మాండవీ శ్రుతకీర్తుల చేతులు పట్టుకుని అగ్నికి, వివాహవేదికకు, చక్రవర్తులిద్దరికీ, మహర్షులందరికీ ప్రదక్షిణం చేశారు. వారికి నమస్కరించారు. పిమ్మట వేదికపై కూర్చున్నారు. తిరిగి శాస్త్రోక్తంగా కన్యాదాన, పరిగ్రహణాదికాలు జరిగాయి. ఆ వధూవరులు చేతులు పట్టుకొని ముమ్మారు అగ్నికి ప్రదక్షిణం చేసి వందన మాచరించారు. పూలవాన కురిపించారు. గంధర్వులు స్పృహణీయమైన మాధుర్యాన్నంతా గానంలోకి అనువదించి భువికి దించారు. అప్సరసలు ఆనందాతిశయంతో నర్తించారు.

విజయ దుందుభులు, తూర్యనాదాలు మరొకమారు దశదిశలా మారుమ్రోగాయి.

రఘురాముడు తన దక్షిణ హస్తంతో సీతావధూటి పాణి పల్లవాన్ని మృదువుగా అదిమాడు.

ఆ పరమకల్యాణి మందహాసం, సిగ్గు దొంతరలలో అందంగా కలిసిపోయింది. సీతారాముల మధ్య ఆ క్షణార్థంలో జరిగిన ఈ రహస్య మధురసరాగవృత్తం, నేటికీ వధూవర కరకమలాలలో పునఃపునరావృతం అవుతూనే వుంది. లోకమంతటా పాణిగ్రహణ మధురక్షణాల వేళ వధూవరులంతా సీతారాముల ఈ అనురాగాన్ని ప్రస్తరిస్తూ వారిని స్మరిస్తూ తరిస్తూ ఉన్నారు.

* * *

సరస రమణీయం

హిందీ సినిమాను ఆంధ్ర ప్రేక్షకులకు అనువదించి పెడుతున్న దుబాసీ - 'ప్రేమ అనగానేమి' అని గంభీరంగా ఒక ప్రశ్నవేశాడు. అతనే జవాబు కూడా చెప్పాడు. 'ప్రేమ అనగా రొండు హృదయములు ఒకే పన్‌థాన నడచుట!'

రూపాయి టిక్కట్టు మీద కూచున్న వీర్రాజు పక్కనున్న రామారావును మోచేత్తో పొడిచాడు. "చూశావురా రాముడూ! ప్రేమ అనగా రెండు హృదయములు ఒకే పంథాన నడవటం. నీకు మీ మామయ్యంటే అసహ్యం. సీతకీ మీ మామయ్యంటే రోత. అందుకనే నువ్వు సీతను చేసుకోవాలి" అన్నాడు.

"సీతకేమన్నా నువ్వు లాయరువా యేవిట్రా - ప్రాణాలు తోడేస్తున్నావ్ - వెధవ సొదా నువ్వూను. నువ్వు వెయ్యి చెప్పు. లక్ష చెప్పు, నేను సుబ్బుల్ని తప్ప ఇంకోర్తిని చూడను" అన్నాడు రామారావు.

వెనకాల ప్రేక్షకులకి తెరమీద గాథ పట్ల ఆసక్తి హెచ్చుగా వుంది. రాముడు అనే కుర్రవాడు సీత అనే చిన్నదాని బదులు సుబ్బులు అనే పిల్లని పెళ్ళాడటం సబబా బేసబబా అనే మీమాంసను ప్రేక్షకలోకం యేమంత పట్టించుకోదలచలేదు. అందుకని వెనకవారూ, ముందువారూ, ఎడవారు, పెడవారూ కూడా 'ష్' అన్నారు మర్యాదగా.

తెరమీద కొత్త దృశ్యం వచ్చేసింది పూర్తిగా. అంతకు ముందే ఓ పిల్ల దగ్గర చీవాట్లు తిన్న హీరో యీ దృశ్యంలో యింకోపిల్ల వెంట పడ్డాడు. ఈవిడే అసలు హీరోయిన్.

"ఏదైతేనేంలే అనుకున్నాడు ప్పాపం" అన్నాడు దుబాసీ గంభీరంగా.

"చూశావురా రాముడూ - ఏదైతేనేం అనుకున్నాడట పాపం - ఏం చేస్తాడు చెప్పు. సుబ్బులైతేనేం - సీతయితేనేం - అందుకని సీతనే చేసుకో - మీ మావాఁ, ఊళ్ళో జనం సంతోషిస్తారు" అన్నాడు వీర్రాజు మళ్ళీ.

"మతేమైనా పోయిందా నీకు! సినిమా హాల్లో కూచుని యిదేం గోలరా? తరిమేస్తారు."

"నీకు తెలీదురా. సీత హృదయం నీకోసం సూర్యుడి కోసం పద్మం వలే మధనపడిపోతోంది.... ఒరేయ్ రావుడూ, నల్లులు తెగ కుట్టేస్తున్నాయిరా!"

"కాంప్లిమెంటరీ గాడి వనుకున్నాయి గాబోలు. అగ్గిపుల్ల వెలిగించి టిక్కట్టు చూపించు, పోతాయి" అన్నాడు రామారావు సాఫీగా, తాపీగా.

రామారావు చలనచిత్ర పరిశ్రమకి మహారాజ పోషకుడు; సినిమా పత్రికలకు రాజపోషకుడు; ఆంధ్ర విశ్వవిద్యాలయానికి పోషకుడు. చిరకాల సాన్నిహిత్యం వల్ల చలనచిత్ర పరిశ్రమను అర్థం చేసుకున్నవాడు; సానుభూతిపరుడు; పరేంగితజ్ఞుడు. అందువల్లనే రూపాయి టిక్కట్టు చూపిస్తే నల్లులు కుట్టవని అతనికి బాగా తెలుసు. 'సినిమాలు – నల్లులు' అనే విషయంపైనా, 'సినిమాలో నల్లులు' అనే విషయం పైనా అతడు సమగ్ర పరిశోధనలు జరిపి ఒక సిద్ధాంతం తయారుచేశాడు. సంగ్రహంగా దాని సారాంశం ఇది.

– 'పూర్వం సినిమా హాలులో నేల టిక్కట్లు ఉండేవి. జనం చాపగుడ్డలు, గోనెబరకాలు తెచ్చుకుని కూర్చునేవారు. జంతికలూ, పకోడీలూ, పులిహోర, మరచెంబుతో మంచినీళ్ళూ తెచ్చుకునేవారు. ఆ పైన తాము కూర్చున్నచోటు చుట్టూ శాయశక్తులా ఉమ్మి వేసి ఒక కోటలా కట్టేవారు. దానివల్ల రద్దీ అట్టే వుండేది కాదు. విశాలంగా కూర్చుని, బోలెడు గాలి పీలుస్తూ, జంతికలు తింటూ, ఊసులాడుకుంటూ జనం సినిమా చూసేవారు. అందువల్ల పై తరగతులు అట్టే నిండేవి కావు. హాలు యజమానులు, సినిమా పరిశ్రమ వారూ ఇది చూసి యేమి బాగులేదనుకున్నారు. ఇలా అయితే పరిశ్రమ అభివృద్ధికీ, దేశాభివృద్ధికీ డబ్బు చాలదన్నారు.

అందులో ఆ రోజుల్లో సర్కారువారు రెండు దేశాలను పోషించి బాగుచేసే బాధ్యత వహించారు. అందుకని ఒక సమగ్ర పథకం – 'అదాయాభివృద్ధి పథకం' వేయబడింది. (పూర్వులకు కూడా పథకాలూ, ప్రణాళికలూ వేయడం తెలుసుననడానికి యిదొక నిదర్శనం. ||రా||) సరే, ఆ పథకం ప్రకారం నేల ఉన్నచోట్ల ఉత్త బల్లలూ, ఇంతకాలం ఉత్త బల్లలున్నచోట్ల జేరబడే బల్లలూ వేశారు. అక్కడికి మూడణాల తరగతీ, అరణాలదీ తొమ్మిదణాలదీ అయిందా! ఇంక ముప్పావలా వారికి కర్ర కుర్చీలూ, రూపాయి వారికి పేము కుర్చీలూ వేశారు.

ఈ పథకం జయప్రదం కావడానికి నల్లుల ప్రయోగం ప్రాతిపదిక. ఆ మాటకొస్తే పథకం పేరే "నల్లుల పథకం". నల్లబజారు మనిషికే పాఠాలు నేర్పి, సిగ్గుతో, భక్తిప్రపత్తులతో తలవాల్చేటట్లు చేయగలిగినంత రక్తదాహం కల జమాజట్టీల్లాంటి, శాండో ఫైల్వానుల వంటి నల్లులను మూడణాల టిక్కట్టు బల్లలలో పుష్కలంగా వదిలిపెట్టారు. వీటి పని ప్రేక్షకుల్ని తోడేసి రక్తం పుచ్చుకుంటూ 'పై తరగతులకు పొండి పొండ'ని వేధించడమే. అరణాల తరగతిలో లాంఛనానికి నల్లులు వేశారు. ఇవి కాళీగా వుండి మూడణాల ప్రేక్షకుల్ని అహ్వానించడానికి ఉద్దేశించబడ్డాయి. (కొందరు ఆట మొదలెట్టాక దభీమని పిట్టగోడ దాటి అరణాల అసనాలు అలంకరించడం కద్దు.) పోతే తొమ్మిదణాలూ, ముప్పావలా – ఈ తరగతుల పట్ల హాలు యజమానుల కన్నా చిత్ర నిర్మాతలకూ, డిస్ట్రిబ్యూటర్లకూ, డైరక్టర్లకూ శ్రద్ధ యెక్కువ.

ఈ రెండింటి నిండా మధ్యతరగతి మహారాజులూ, యువరాజులూ క్రిక్కిరిసి కూచుంటారు. వీళ్ళు తిన్నగా ఉండరు. సినిమా చూసి నోరు మూసుకుని పోరు. కుడీ, ఎడమా, తెలుపూ, నలుపూ, మంచీ, చెడ్డా స్వయంగా ఆలోచిస్తారు. కథాగమనం కుంటుపడినచోట్లూ, డైరెక్టరు మహాశయుడు 'పప్పులో అడుగేసిన' సందర్భాలూ, మ్యూజిక్ దెబ్బతిన్న సమయాలు, సన్నివేశాలు 'పేలవంగా' తయారైన ముహూర్తాలూ, అసభ్య నృత్యాలూ, వీళ్ళు కనిపెట్టేసి పత్రికలకు అభిప్రాయాలు రాసేస్తారు. దానివల్ల ఆరునెలలకు ఆడే చిత్రం ఒక్కొక్కసారి ముచ్చటైన మూడో రోజునే డేరా ఎత్తేస్తుంది. పై కారణాల వల్ల, ఈ రెండు తరగతులకీ సమయస్ఫూర్తి, చురుకుదనం, ధైర్యసాహసాలూ, సినిమా పరిశ్రమ యెడల ప్రత్యేకాభిమానం కలిగి, యౌవనంలో వున్న నల్లుల్ని వదిలిపెడతారు. ఇవి ఎపుడు పడితే అపుడు కక్కుర్తి పడి రక్తం పీల్చవు. సినిమాలో అవకతవకలూ, చవట వేషాలూ, పొడుగు డ్యాన్సులూ ఉండి విసుగు పుట్టించే ప్రమాద భూయిష్ఠ సన్నివేశాలు వచ్చినపుడు, వెంటనే సమయస్ఫూర్తి గల ఈ నల్లులు ప్రతి మహారాజునీ, యువరాజునీ నాలుగు ప్రక్కల నుండీ తగులుకుని చురుకు చురుకుమని కుట్టేస్తాయి. వెంటనే వాళ్ళు వెనక్కి తిరిగి వాటిని వెతుకుతారు. ఈలోగా సినిమా సాగిపోతుంది. (దీనివల్ల యింకో ప్రయోజనం కూడా ఉంది. కొన్ని వివాదాస్పద విషయాలు బయలుదేరుతాయి - నల్లుల మూలంగా చూడబడని సన్నివేశాలలో, ఫలానా తార రైల్లోనో, జైల్లోనో కూచుని పాడుతున్నప్పుడు చారల జాకెట్టు తొడుక్కుందని కొందరు అభిప్రాయపడతారు. 'కాదు, సాదా నల్ల రవికా, అది ఏడుపు సీను' అని కొందరు వాదిస్తారు. పేచీలు వస్తాయి - పందెం వేస్తారు. దానికోసం మళ్లీ మళ్లీ వస్తారు. ॥రా॥)

సరే, యిక మిగిలిందల్లా రూపాయి టిక్కట్టు. దీనివల్ల సినిమాకు అట్టే ఆదాయం ఉండదు. కొత్త రోజుల్లో కొందరు డబ్బిచ్చి వస్తారు. ఆ తరువాత బావమరుదులూ, మేనమావలూ, ఛైర్మన్‌గారి కుటుంబం, యిన్‌స్పెక్టరు గారి తమ్ముడూ యిత్యాది శాల్తీలు కాంప్లిమెంటరీగా, అంటే వూరికే వచ్చేస్తాయి. ఈ తరగతిలో అట్టే నల్లులు ఉండవు. 'అదిగో చూశావా - ధనికుల తరగతిలో నల్లులు లేవు. ఎంత పక్షపాతం' అని యెవడేనా వేలెత్తి వెక్కిరించగలడనే ఉద్దేశంతో, ఉన్నాయంటే వున్నాయన్నట్టు లాంఛనానికి మూడేసి కుర్చీలకు రెండేసి ముసలి నల్లుల్ని వదుల్తారు. అయితే ఒక్క మినహాయింపు. ఇందులో కాంప్లిమెంటరీ జనం కూచునే కుర్చీలు కొన్ని గుర్తుగా వుంటాయి. వాటిలో మాత్రం నల్లులు పుష్కలంగా వుంటాయి. "ఆ హాలుకి మాత్రం ఇంక చచ్చినా వద్దు బాబూ" అనిపించేస్తాయి కాంప్లిమెంటరీ వాళ్ళచేత.'

రామారావు ఎంతో కష్టపడి పరిశోధన చేసి ఈ థీసిస్ రాశాడు. దీనికోసం చదువు మొదలైన చిల్లర విషయాలు కాస్త పక్కకి నెట్టివేసినందువల్ల ఇంటర్మీడియట్ లాగే బియ్యే కూడా అనేక దఫాలు తప్పాడు.

'అయితేనేంలే' అనుకున్నాడు రామారావు. ఇంత శ్రమ ఇపుడు పనికొచ్చింది. రామారావు సలహా పురస్కరించుకొని వీర్రాజు అగ్గిపుల్ల వెలిగించి ఆ వెలుగులో తన రూపాయి టిక్కట్టు చూపించాడు. తక్షణమే నల్లులు నాలిక్కరుచుకొని 'పొరపాటయింది క్షమించాలి' అని చెప్పి చక్కాపోయాయి పెద్దమనుషులకి మల్లె.

వీర్రాజు ఆశ్చర్యంతో గుండెలు బాదుకున్నాడు. "ఇంత తెలివుంది. నువ్వు సీతని చేసుకుంటే యింకెంత గొప్పవాడవవుతావో" అన్నాడు.

"ఏడిశావు గానీ మామయ్య సంగతీ, సుందరంగాడి సంగతీ కొంచెం ఆలోచించు త్వరగా" అన్నాడు రామారావు. రాజు ఆలోచించసాగాడు.

హఠాత్తుగా రామారావు లేచి నుంచున్నాడు. "ఒరేయ్! ఈ సినిమా యిక చూడలేనురా. చూసినకొద్దీ సుబ్బులు జ్ఞాపకం వస్తోంది. పోదాం పద" అన్నాడు. రాజు ఘొల్లున యేడుస్తూ లేచాడు. "అవుటు పాసులు అమ్మేద్దాం సగం రేటుకి" అన్నాడు బయటికి నడుస్తూ.

ఇది యిలా ఉండగా ముందర మూడణాల తరగతిలో రామన్న, భీమన్న అనే యిద్దరు తోడుదొంగలు నల్లుల్ని వేటాడుతున్నారు.

"సిట్టి అచ్చంగా యిలాగే వుంటది గదేస్" అన్నాడు రామన్న.

"ఔనేస్, నేనూ అదే సూతన్నా, యాడరా దీన్ని సూశాం అని. అవునుగాని సిట్టి కియాల సీర తెత్తానన్నావ్ గందా ఏం చేశా?" అన్నాడు భీమన్న.

"ఏందోలే, ఇయ్యాల ఒవుడి మొకం చూశానో గాని – ఒక్క జేబు, మచ్చుకు ఒక్క జేబు దొరకలే."

"పోన్లే. కొత్త సైకిలు కొట్టుకొచ్చాం గందా, అది అమ్మేత్తే బాగానే కిడతదిలే" అని ఓదార్చాడు భీమన్న.

"మెల్లిగా ఊసులాడేస్."

ఇద్దరూ నోరు మూసుకుని సినిమా చూడసాగారు. హీరోయిన్ ఏడుస్తూనే ఏదో తింటోంది. "అవును గానీ అది తినేది ఏంటంటావ్ భీమన్నా. రొట్టా బిస్కోతా?" అన్నాడు రావుడు.

"తెల్దేస్. పాటిగిరాపోడు బాగా పిలిం తీలే."

ఇంకో అయిదు నిమిషాలు సాగింది. తెర మీద ఓ పోలీసు తెగ ఆడిపోతున్నాడు. రావుడికి యెందుకో దిగులు పట్టుకుంది. కొంచెం భయం కలిగింది. "నెగు నెగేస్ – రేపు 'అంటర్ వాలీ కా బోటీ' కెల్దారి గాని ఇయ్యాలకు నెగు" అన్నాడు గబుక్కున.

భీముడు యిష్టం లేకపోయినా బలవంతాన లేచాడు తిట్టుకుంటూ. ఇద్దరూ బయటకొచ్చేశారు. సాయంత్రం బజారులోంచి కొట్టుకొచ్చిన సైకిలు రంగు గోకేసి యీ సినిమా కొచ్చారు ధీమాగా. ఇపుడా సైకిలు తీసుకుని బయలుదేరారు – స్వగ్రామానికి. అప్పుడే బయటకొచ్చిన రామారావు, వీర్రాజు కూడా ఒక సైకిలెక్కి ట్రంకురోడ్డు మీద బయలుదేరారు. బస్తీకి ఆరుమైళ్ళ దూరాన ఉంది వాళ్ల గ్రామం.

రామన్నకి వీళ్లని చూడగానే ముచ్చటేసింది. "బీవుడోయ్, చిలుకు చొక్కాలు, లిస్టువాచీలూరోయ్" అన్నాడు కన్ను మీటుతూ. భీమన్నకి సినిమా మధ్యలో లేచివచ్చినందుకు బాగా కోపంగా వుంది. 'సరేలే ఎక్కు. పొలిమేర దాటగానే అటకాయిద్దాం' అన్నాడు ఉదాసీనంగా.

రామారావు, వీర్రాజు ఝూంమని ట్రంకురోడ్డు మీద వెళ్లిపోతున్నారు. జనం యెవ్వరూ లేరు. ఫర్లాంగు దూరం వెనకగా దొంగరాముడూ, దొంగభీముడూ వెంటపడ్డారు. 'దొంగరాముడు ఎండ్ కో' పేరెన్నికగల జేబుదొంగల కమ్ దారిదొంగల కంపెనీ. భీమన్నది అందులో 'ఎండ్ కో' భాగం.

భీమన్న సైకిలు తొక్కుతున్నాడు, బుస్సుబుస్సుమని కోపం కక్కుతూ. రామన్న ముందు బారుమీద కూచున్నాడు.

"బండి బల్ పోతందే" అన్నాడు రామన్న. భాగస్వామి భీమన్న మాట్లాడలేదు.

"జాయ్‌గా పోదారేస్. తొందరేటి" అన్నాడు రామన్న మళ్లీ.

భీమన్న పలకలేదు. ఇలా భాగస్వామికి కోపం వస్తే బిజినెస్ దెబ్బ తింటుందని రామన్నకి తెలుసు. కోపం ఎలా పోగొట్టాలో కూడా తెలుసు.

"అవునుగానీ భీవుడు", నాకు తెల్దనుకో. ఇపుడు మనం చూసిన పిలింలో పాట గంటసాలోడి స్టోను గాదటేస్" అన్నాడు తెచ్చుకున్న ఉషారుతో. భీమన్నకి పాటలంటే ఇష్టం.

పాట ఊసెత్తితే కోపం పోతుంది.

ఇపుడు పోయింది.

నవ్వాడు మృదువుగా, "పోపోవేస్, గంటసాలోడి స్టోనేరు, ఈఁడి స్టోనేరు. ఆడి స్టోనాడిదే, ఈఁడి స్టోనీడిదే. ఇదో రకం అనుకో. ఇది ఇందీ స్టోన్‌లే" అన్నాడు.

"ఏందోలే మనకి బాస కూడా తెల్దుగా" అన్నాడు రామన్న.

"దానికేంటేస్. బాసబాసే, స్టోను స్టోనే అనుకో."

"అంతేలే అంతే – రేయ్ చైకిలాపరా, తూముకాడి కొచ్చేశాం. నువ్వు దిగి ఎనకాల లగెత్తుకురా. నే ముందెల్లి ఆళ్లనాపుతా" అన్నాడు రామన్న.

భీమన్న సైకిలు దిగి రామన్న కిచ్చాడు. రామన్న బయల్దేరాడు.

వీర్రాజూ, రామారావు పది గజాల దూరంలో పోతూ "కుడి ఎడమైతే" పాడుతున్నారు జమిలిగా.

"ఓరబ్బాయిగోర్లు, కుసంత ఆగండి" అని కేకెట్టాడు రామన్న వస్తున్నట్టు.

"దొంగలురోయ్!" అన్నాడు రాజు. "సైకిలాపకు. జోరుగా పోనీయ్."

రామారావు వెనక్కి చూశాడు. "ఆపకపోతే వాడందుకోలేడనా! మనం ఇద్దరం. వాడొక్కడు! ఫరవాలేదులే" అంటూ సైకిలు దిగాడు రామారావు. రాజు బితుకు బితుకుమంటూ నించున్నాడు.

ఎకరం బాతిక ఛాతీ, అర ఫర్లాంగు ఎత్తు విగ్రహం, గజం మేర బుగ్గ మీసాలూ, సగటు రైతు మీసా అంత కనుబొమలూ, డబాయించే చూపులూ – మొదలైన సరంజా మాతో ఉన్న రామన్న సైకిలు దిగి ఎదట నుంచునేప్పటికే రాజు కళ్ళు మూసుకున్నాడు.

"నే నేల ఈ వేళ సినిమాకు రావలె? వస్తిబో మధ్యలో మా చవటకి లేచిపోవాలని బుద్ధి ఏల

పుట్టవలె? పుట్టెటిబో నేనేల లేచి రావలె? వచ్చితిబో యిపుడు సైకిలేల దిగవలె? వేయేల మా దైవ మీ లీల నను బాముల పాలు సేయనేల?" అనుకున్నాడు గబగబా.

రామారావు ధైర్యవంతుడు. హీరో లక్షణాలన్నీ వున్నాయి. "ఏమయ్యా? ఏం? ఎందుకు పిలిచావు? ఏం? అఁ?" అన్నాడు ధైర్యంగా.

ఇంతలో భీమన్న పరుగెత్తుకువచ్చి రామన్న పక్కన “నించున్నాడు. రామన్న విరగబడి విలాసంగా నవ్వాడు. "ఏం ఏం అంతా వున్నాడు పంతులు చూడేస్ - ఏటయ్యా - ఏటేటి? నీతో నాకు వేరే పనేటి? ఊసులాడ్డానికి పిల్చాననుకున్నావా? డబ్బులు కావాలి. డబ్బులూ - రిస్టువాచీలూ ఇచ్చిపోండి" అన్నాడు.

"చైకిలూ, చిలుకు చొక్కా కూడా ఒగ్గేసిపో. మా సిట్టికి చిలుకు చొక్కాలిట్టం" అన్నాడు భీమన్న చాకు తీస్తూ.

రామారావు శాంతికాముకుడు. "ఇదేం పనోయ్ మీకు? ఇలా దోపిడీ - అదే అదే - ఇలా పరుల సొమ్ము కోరడం - బలవంతాన తీసుకోవడం తప్పకాదూ? మిమ్మల్నే యింకోళ్లిలా నిలేస్తే అప్పుడు మీరు..." అని యింకా నచ్చచెప్పబోయాడు.

"ఏటేస్. ఏదో సదుకుతా వుండావు. అయన్నీ కుదరవు. బేగీ ఆ సొక్కా అయీ ఒగ్గేసి లగెత్తు. లేకపోతే యిదుగో చూశావా" అంటూ చాకు చూపించాడు భీమన్న.

రామారావు గుటకలు మింగాడు. "చూశాననుకో" అన్నాడు చాకుని చూస్తూ. అయితేనేం, చూసినా యింకొంచెం ధైర్యం మిగిలిపోయింది. ఏదో చెప్పబోయాడు.

వీర్రాజుకి మాత్రం భీమన్నవాటం, చాకూ చూస్తే యేమంత నచ్చలేదు. రామారావు సణుగుడులు అసలు నచ్చలేదు. పూర్తిగా తగ్గిపోవడం మంచిది. అందుకని 'రావుడూ' అని ఒక్కసారి ఉరిమినట్టు గద్దించాడు రామారావుని.

హఠాత్తుగా దొంగలిద్దరూ త్రుళ్ళిపడ్డారు. దొంగ రావుఁడు మరీని. రామారావుది చురుకైన బుద్ధి అని యింతకుముందే కథకుడు చదువరులకు మనవి చేసుకున్నాడు. రపీమని కిటుకు కనిపెట్టేశాడు.

"ఏం? ఏం? ఏం? అలా తుళ్ళిపడతావేం? నీ పేరెలా తెలిసిందనా? హాహ్హాహ్హా!" నవ్వు బాగా రాలేదు. తమాయించుకుని డబాయింపు సాగించాడు. "హోరి చవటా! నీ పేరే కాదు. నీ బాబు పేరూ, నీ తాతపేరూ, నీ జతగాడి పేరు మాకు కంఠతా వచ్చు. మా బాబాయి పోలీసు ఠాణా ఇన్‌స్పెక్టరు తెలుసా? నీ పుట్టుపూర్వోత్తరాలన్నీ అక్కడ పుస్తకాల్లో వున్నాయి. హుఁ! కదరా రాజూ!" అన్నాడు.

వీర్రాజు కూడా సంగతి గ్రహించి పుంజుకున్నాడు. "అవునవును. కాదు మరీ? అవును. హుఁ! ఏవిఁటా వీడిలా కొత్త వాళ్ళనుకుని మనవి డబాయిస్తాడూ అని యిందాకటి నుంచీ చూస్తున్నా. కానీ యెంతవరకూ వేషాలేస్తాడో చూద్దాం అని వూరుకుంటున్నా. మన తడాకా తెలీదు కాబోలు" అన్నాడు.

దొంగరాముడూ దొంగభీముడూ గుడ్లు మిటకరించి గబగబా ఆలోచిస్తున్నారు, 'అసలు వీడెవడు? పైగా వీడి బాబాయెవడు? మన పేరెలా తెలిసింది' అని.

వీళ్లు దారికొచ్చారు కాబట్టి కథ అడ్డం తిరగకుండానే వీళ్ళని మంచిచేసుకోవడం యెలాగా అని రామారావు ఆలోచించాడు. ఒక్క నిముషం నిశ్శబ్దం ప్రవర్తిల్లింది.

"ఆ సైకిలెందుకు తెచ్చారురా? పాపం ఆయన యెంత ఇబ్బంది పడుతున్నాడో తెలుసా?" అన్నాడు రామారావు హఠాత్తుగా. దొంగలు మొహామొహాలు చూసుకున్నారు. రైటో అనుకుని విజృంభించాడు రామారావు. "పోనీలే. తెస్తే తెచ్చావులే, వాడుకో... సరేగాని రేపు ప్రొద్దున్న ఓసారి కనపడు, రెండు సిలుకు చొక్కాలిస్తా. మీ చిట్టి కిష్టం అని నాకు తెలుసులే... నా దగ్గిర సిగ్గెందుకురా. అవునుగానీ ఓ ఉపకారం చేసి పెట్టాలిరా రావుఁడూ... అన్నట్టు నీ పేరేమిటన్నావు? ఆ!... భీమన్నా, మరే భీమన్న కదూ... ఓ పని చేసి పెట్టాలోయ్. పది డబ్బులు గిట్టేదేలేండి. జైలుకి పంపే పనికాదు. ఏం, వారంరోజులు నాతో తిరగండి. చెరి పాతిక రూపాయిలిస్తా" అన్నాడు.

దొంగరాముడు అండ్ కో వారు కొంచెం అనుమానంగా చూశారు. ఇదంతా పోలీసులకి పట్టిచ్చే ఎత్తేమోనని.

"ఒట్టురా అబ్బీ. మీ వూరి ముత్యాలమ్మతోడూ, నీతోడు. మా బాబాయికి చెప్పను. నా సొంత పనికే యిది... ఏమంటావు, సరేనా? రైట్. రేపుప్రొద్దున్న తొమ్మిదింటికి దుళ్ళతూము దగ్గిరికి రండి. చొక్కాలు, బయానాకి డబ్బూ తెచ్చి యిస్తాం సరేనా?" అన్నాడు రామారావు. "సరే" అన్నాడు రామన్న తెగించి.

రామారావు యింకొంచెం పునాది గట్టిచేశాడు. "నాకు నమ్మకం యెలా? మీరు పారిపోతే?... ఓ పని చెయ్యండి. ఆ సైకిలు నాకిచ్చి మీరు మళ్ళీ బస్తీకి వెళ్ళి సత్రంలో పడుకోండి. ప్రొద్దున్న బస్సుకి బయలుదేరి వచ్చేయ్యండి సైకిలుకేం ఫరవాలే" అన్నాడు.

దొంగలిద్దరూ తటపటాయించారు. "సరే బాబయ్యా" అన్నారు సైకిలు అప్పగించి.

"రైటో రేపు దుళ్ళ సంతకి రండి!"

దొంగలు దండాలు పెట్టి మరీ వెళ్ళారు.

రామారావు, రాజా చెరో సైకిలూ ఎక్కి బయలుదేరారు. ఒక ఫర్లాంగు దూరం వెళ్ళాక 'హమ్మయ్య' అన్నాడు రామారావు.

"ముప్పావలా కోడిపిల్లకి మూడున్నర చేసే పందిపిల్లని దిష్టి తీసినట్లుంది. వెధవది సిలుకుచొక్కా, జేబులో ఉన్న రెండు రూపాయలూ పారేస్తే పోయేదానికి ఈ కామాటం ఏవిట్రా రావుఁడూ" అని గొణిగాడు రాజు, సైకిలూ, రిస్టువాచీ కూడా దొంగలకి సరదా కలిగిస్తాయని అతనికి తట్టలేదు.

రామారావు దూరదృష్టిగల రాజకీయవేత్తలా నవ్వాడు గంభీరంగా, మసక వెన్నెల్లో. అది రాజుకి కనబడలేదు. 'పోజంతా దండగ' అనుకున్నాడు రామారావు.

"ఇవాళ చిత్తం వచ్చినట్లు బుకాయించామని రేపు వాళ్ళు పసిగడితే యెంత ప్రమాదంరా! దొంగలతో ఆట పాములతో చెలగాటం అన్నారు" అన్నాడు రాజు మళ్ళీ.

"ఏడిశావు బోడి సామెతలూ, నువ్వూను. రేప్పొద్దున్న వాళ్ళు ఠారున హడిలి చచ్చేట్లుగా నిజం చెప్పెయ్యనూ! చెరో ఐదూ చేతికిచ్చి, పైగా వాడి సైకిలు తిరిగి యిచ్చేసి, రెండు సిలుకు చొక్కాలు కూడా ఇస్తే, వాళ్ళు మన చేతిలో కుక్కలై పోర్రుట్రా" అన్నాడు రామారావు.

"ఈ సైకిలు బావుంది" అన్నాడు వీర్రాజు.

"వెధవ్వేషాలెయ్యకు... దొంగలతో ఆట పాములతో చెలగాటం వంటిదన్నారు. తెలుసా!" అంటూ యెత్తి పొడిచాడు రామారావు.

"బోడిన్నర సామెత, ఎంగిలి సామెత. ఇంతకీ వాళ్ళతో నీకు పనేమిట్రా, ఉద్యోగాలిస్తానన్నావు?"

"అదే అడక్కు... నాకూ తెలీదు. కాని సుందరం గాడి సంగతీ, మావయ్య యెన్నికల సంగతీ తాడూ పేడూ తేల్చడానికి వాళ్ళు పనికొస్తారులే" అన్నాడు రామారావు మళ్ళీ గంభీరంగానే.

☆ ☆ ☆

చదువరీ! ఒకపరి యిటు రమ్ము. ఈ తెరువరు లిరువురి తెరగుల పరికింతము.

... ఈ కథకు రామారావు నాయకుడు. ఇప్పటికిప్పుడు కాకపోయినా, తెల్లవారాకయినా అతడిని చూస్తే అతని వయస్సిరువది రెండేండ్లుండ వచ్చునని తోపక మానదు. అయితే అది తప్పు, అతని వయస్సిరువది యారేండ్లు! విశాల ఫాల భాగం, పొడుగైన నాసిక, సన్నటి పెదవులు, చురుకైన కళ్ళూ చూస్తే ఉన్నత వంశ సంజాతుడనీ, అందగాడనీ చటుక్కున స్ఫురిస్తుంది. ఒకవేళ స్ఫురించకపోయినా, ఎవర్నడిగినా చెప్పేస్తారు. చీకట్లో కనబడవుగాని, అతని చేతికి మంచి వుంగరం, రిస్టువాచీ ఉన్నాయి అనీ, వాళ్ళింట్లో యినప్పెట్లో డబ్బూ, అతని పెట్టెలో ఉన్న సిలుకు చొక్కాలూ, సూట్లూ చూస్తే ధనవంతుడని ఒప్పుకుంటారు. పోయలు, వాటం, వాలకం చూస్తే విలాసపురుషుడనిపిస్తుంది.

ఈ రామారావు విలాసాలలో విద్యాభ్యాసం ఒకటి. ఆంధ్రవిశ్వవిద్యాలయానికి పోషకుడు. అనేక సంవత్సరాలు ఇంటర్మీడియట్ పరీక్షలకు వెళ్ళి అనుభవం గడించాడు. ఇటీవల కొన్ని సంవత్సరాలుగా బి.ఏ. పరీక్ష గుట్టు మట్టులన్నీ పరిశోధిస్తున్నాడు. చలనచిత్ర పరిశ్రమకు మహారాజ పోషకుడన్న విషయం సువిదితమే. పోతే, సినిమా పత్రికలకు రామారావు రాజపోషకుడు: అతను తన కాపీని ముందుగానే రిజర్వు చేసుకుంటాడు. సినిమా పత్రికలకు ప్రశ్నలు పంపడం దైనందిన కార్యక్రమం.

"ఎడిటర్జీ! ఫలానా తారా తారడూ యేమౌతారు?"

'ఫలానా చిత్రంలో ఫలానేశ్వరరావూ, ఫలానీమతీ యెడబాటుకు గురి అయినపుడు శ్రీమతి ఫలానీమతి యేడుస్తూ ఓ పాట పాడుతుంది. ఆ సన్నివేశంలో ఆమె చారల జాకెట్టు ధరించిందని నేనూ, కాదు నల్లజాకెట్టని మా మిత్రుడూ వాదించుకుంటున్నాం. మీరెవరితో యేకీభవిస్తారు సంపాదక మహాశయా?' ... 'నాకు ఫలానా తారణేశ్వరితో హీరోగా నటించాలని వుంది. మీ అభిప్రాయం?' ... ఇత్యాది ప్రశ్నలు ఆయా పత్రికలలో నుండి కత్తిరించిన కూపన్లలో మాత్రమే ఇతడు వ్రాసి పంపుతాడు. అవి ప్రచురింపబడే పర్యంతం ఆయా పత్రికలు కొంటూ వుంటాడు. ఒక్కొక్కసారి కాలేజీ అమ్మాయిల పేరుతో తనే ప్రశ్నలు పంపడం కద్దు.

రామారావు పరేంగితజ్ఞుడు. ముఖ్యం అమ్మాయిల ఇంగితం ఇట్టే గ్రహించగలడు. వాళ్ళ మావయ్య సూరయ్యగారి ఇంగితం యితనికి పదో ఎక్కం అంత బాగా కంఠతా వచ్చు. తరువాత నల్లి హృదయం కూలంకషంగా అవగాహన చేసుకున్నాడు.

దీనిపై బ్రహ్మాండమైన పరిశోధనలు చేశాడు. వాటి ఫలితాలను చిన్న గ్రంథంగా రచించాడు. వాటిని చక్కని ముచ్చటైన ముద్దుగొలిపే బైండు పుస్తకం రూపంలో ప్రచురించాలని అతని ఆశయం... అందుకు డబ్బుకావాలి.

డబ్బైతే ఇంట్లో వుంటుందికాని అమ్మ యివ్వదు. అమ్మకి మావయ్యమాట సుగ్రీవాజ్ఞ. మావయ్య లావుగా వుంటాడు. పెద్దవాడు. పైగా పెద్ద మనిషి. అన్నింటికీ 'ఎందుకూ?' అని అడుగుతాడు, 'నాకు తెలుసులే వెధవాయా' అంటాడు. అందుకే నాన్న పోతూ పోతూ మావయ్య మాట వినవలసిందని అమ్మకి చెప్పి ఒట్టేయించుకు పోయాడు. తనని అకతాయని తిట్టి మరీ పోయాడు. అందుకని యినప్పెట్టి తాళాలు అమ్మచేతిలోనే వున్నా ఆ తాళాలకు తాళాలు మావయ్య చేతిలో వుంటాయి. ఇంకోటి... మావయ్య అచ్చం అసలు సిసలు మావయ్యకాదు. ఓ వేలువిడిచిన మావయ్య అన్నమాట. ఒంటరి పక్షిలా పెళ్లీగిగ్రా లేకుండా వూళ్ళుంట తిరుగుతూ ఉంటే నాన్నే దగ్గరకు తీసి ఆశ్రయం యిచ్చాడు. ఈ విషయాలన్నీ రామారావు వీర్రాజుకీ ఆప్తమిత్రులకీ చెప్పుకుని ఇదవుతూ వుంటాడు.

"మావయ్య మనకి పెద్ద దిక్కురా నాయనా. వాడి మాట తోసి రాజనకు, దక్షత గలవాడు" అంటుంది రామారావు తల్లి ఎప్పుడూ.

రామారావుకి మావయ్య దక్షత ఏమిటో బోధపడలేదు. అదంటాడు, ఇదంటాడు, ఐదంటాడు, పదంటాడు. అమ్మని బెల్లించి డబ్బు ఒడేసుకుని పోతాడు బస్తీకి, పేకాడతాడు డబ్బు పెట్టి. పైగా నల్లమందొకటి. అమ్మకి చెప్పితే నమ్మదు. "పోనీలే పెద్ద ముండావాడు, బతికినన్నాళ్ళూ బతకడు. వాడేడుపు వాడు చూసుకుంటాడులే గాని నువు నీతులు చదవకు. తప్పు" అని కోప్పడుతుంది అమ్మ. ఈ లోగా నా ఏడుపు నన్నేడవనీయడే అని విసుక్కుంటాడు రామారావు. ఇంకొక్క ముక్క. రామారావుకి పెళ్ళి కాలేదు. సుబ్బలక్ష్మి అనే పిల్లని చేసుకోవాలని ఉబలాటం. ఇంక వీర్రాజు అంటే రాజు. ఈ రాజు రామారావుకి నేస్తం. ఇతనూ విద్యా సంస్థలనీ, కళనీ పోషిస్తాడు. కొంచెం ఆస్తి, ఓమాదిరి అందం, బోలెడు తెలివితేటలూ, అమ్మా, ఓ ముసలిబామ్మా ఉన్నారు.

దొంగరాముడు బారి నుండి తప్పించుకున్న హీరో రామారావూ, సైడు హీరో వీర్రాజూ ఇళ్లకెళ్ళి పడుకున్నారు. పొద్దున్నే ఎచ్ రామారావే, ఎ ఎచ్ వీర్రాజును పరిచయం చేస్తాడు.

☆ ☆ ☆

తెల్లవారిందనే దురభిప్రాయంతో కోడికూసింది. కాకులు మేలుకున్నాయి. ఈగలు డ్యూటీకి బయలుదేరాయి. దోమలు విశ్రాంతికి ఉపక్రమించాయి. దాలిగుంటల్లో పిల్లులు బద్ధకంగా లేచి వళ్ళు విరుచుకుని బయటకు నడిచాయి. ఆవులు అంబా అన్నాయి. పువ్వులు వికసించాయి. నవ్వడం అలవాటైన పిల్లలు చక్కగా నవ్వారు. ఉత్తిపుణ్యానికి యేడవడం వృత్తిగా గల పిల్లలు చక్కగా ఏడుపు మొదలెట్టారు. కాస్తో గొప్పో పాడిగల ఇళ్ళల్లో అమ్మమ్మలూ, బామ్మలూ భూపాల రాగచ్ఛాయలో "అమ్మా గుమ్మడేడే" అని పాడుతూ మజ్జిగ చిలుకుతున్నారు. ముద్దబంతి పూలలా బొద్దుగా పచ్చగా వున్న అమ్మాయిలు పంచకల్యాణి గుర్రాలకు మల్లే శోభిస్తూ

కళ్ళు నులుముకుని కాటుక మరింత అందంగా పులుముకుంటూ, అమ్మలచేతా, బామ్మలచేతా సున్నితంగా చివాట్లు తింటూ కలకలలాడేలా తిరుగుతున్నారు. కొందరు గుమ్మాలలో పేడనీళ్ళు చల్లి, సంక్రాంతి ముగ్గులు తీర్చిదిద్దుతూ, ముగ్గులంత అందంగా సజీవంగా నవ్వుతున్నారు. పదేళ్ళ పిల్లలు గొబ్బి తట్టుతున్నారు. రౌడీ తమ్ముళ్ళూ, రాలుగాయి కుర్రాళ్ళూ లేచి గోడిబిళ్లలూ, బొంగరాలూ, పిడకల దండలూ కులాసాగా ఉన్నాయో లేదో చూసుకుని, చద్దన్నాలకి సిద్ధం అవుతున్నారు. బస్తీ వెళ్ళొచ్చిన యువకులు గడ్డాలు పెరక్కపోయినా సరేనని రేజరుసెట్టు, అద్దం సిద్ధం చేసుకుంటున్నారు, చివాట్లు తింటూనే. సాతాని జియ్యరు ఒక ట్రిప్పు పూర్తి చేసుకున్నాడు. కాలవరేవు అంతా నీటి కడవలు నెత్తిన పెట్టుకుని నడిచే అప్పలమ్మలతో, బిందెలు చంకనపెట్టుకుపోయే బామ్మలతో చూడముచ్చటగా ఉంది. బస్తీకి కూరకావిళ్లు చాలా పెందరాళే వెళ్ళాయి

అలస్యంగా లేచినవాళ్ళు హడావిడిగా పోతున్నారు. ఈసరయ్య హోటలు నుంచి, ఎండు తామరాకుల వేడివేడి ఇడ్లీ పొట్లాలని అఘ్రాణించి అనందిస్తూ కొందరు కుర్రాళ్ళు తిరుగుతున్నారు. ఈ హడావిడంతా చూసి నిజంగానే తెల్లవారిందనుకుని సూర్యుడు ఉదయించాడు. మొత్తం మీద లోకం అంతా మేలుకుని బిలబిల తిరగసాగింది.

రామారావుకి మాత్రం ఇంకా తెల్లవారినట్లు నమ్మకం కుదరలేదు. వాళ్ళ మావయ్య బోలెడుసార్లు రామారావుని తిట్టి, గావుకేకలు పెట్టి కండువా వేసుకుని ఊరేగబోయాడు. రాత్రి సినిమాలో హీరోయిన్ యిటూ, సుబ్బలక్ష్మి అటూ ఉండగా పండు వెన్నెలలో విహరిస్తున్నట్లు కలగంటున్న రామారావుకి లేవడానికి బుద్ధి పుట్టలేదు. 'వెర్రిలోకం మోసపోతూంది' అనుకున్నాడు, మగత నిద్రలో. సూరమ్మగారు వచ్చి తట్టి లేపారు. గోడగడియారం తొమ్మిది వేసింది. ఠపీమని లేచి కూర్చున్నాడు రామారావు. సీమ గడియారాలు అబద్ధం చెప్పవు.

వేపపుల్లా, చెంబూ నీళ్ళూ పట్టుకుని వీధరుగు మీద మఠం వేసుకుని దంతధావనానికి ఉపక్రమించాడు రామారావు. సంక్రాంతి ముగ్గులతో వీధిలోని ప్రతి ఇంటి వాకిలీ వెలిగిపోతోంది. "బాగుల్లాయి ఋగ్గులు" అనుకున్నాడు రామారావు బద్ధకంగా.

వీర్రాజు వచ్చి రివ్వున వాలాడు అరుగు ప్రక్కన. "సిగ్గు లేకపోతే సరి తొమ్మిదింటికి లేచి... పైగా వీధరుగుమీద దుకాణం పెట్టాడు... తెములు, తెములు. దొంగరావుఁడు వెదుకుతూ వుంటాడు దుళ్ళ దగ్గిర. అనుమానం తగిలితే తరిమి తరిమి తంతాడు" అన్నాడు. "రాజు వెడలె రవితేజము లలరగ" అనతగినంత ఊపులో జోరుగా వచ్చాడు వీర్రాజు. సిలుకు చొక్కా వేసుకున్నాడు.

సిలుకు పైజమా కూడా తొడిగాడు. నున్నగా క్రాపు దువ్వాడు. రాత్రి దొంగరాముణ్ణి దబాయించి తెచ్చిన రాలీ సైకిల్ మీద కూర్చుని విలాసంగా ఓ కాలు రామారావు కూర్చున్న అరుగుమీద ఆనించి హొయలు ఒలకపోశాడు. రామారావు బద్ధకంగా తలెత్తాడు. ఎగాదిగా చూశాడు వీర్రాజుని. "మెడలో ఒంటిపేట బంగారపు గొలుసు ఒక్కటే తక్కువ... దసరాబుల్లాడిమల్లె, తోటిపెళ్ళికొడుకల్లె ఉన్నావు" అన్నాడు.

"చాల్లేవోయ్, సణుగుడుమాని తెములు."

"అయిపోయింది తొందరపడకురా... స్నానం గీనం చెయ్యనులే... వచ్చాక చూసుకుందాం" అన్నాడు రామారావు.

"ఏం గిరాకీ! స్నానం వాయిదా వేస్తున్నావు. మీ మగదక్షత ఊళ్లో లేడా?"

"లేకేం నిక్షేపంగా ఉన్నాడు. అమోఘంగా బోలెడున్నాడు. ఆ మాటకొస్తే మా పెద్ద దిక్కు ఉన్నంతగా యింకెవడూ లేడు. ఇప్పటిదాకా కథాకళీ ఆడి ఇప్పుడే ఊరేగాడు, కండువా వేసుకు దండోరా వెయ్యడానికి."

"దండోరా ఏంట్రోయ్ పంతులూ!" అన్నాడు వీర్రాజు ఉషారుగా.

"ఏమిటి కాదురోయ్ అను... నేను పాజమ్మ్మననీ, చవటననీ, స్నానం చెయ్యననీ దండోరా వేయించి, అందరిచేత సుబ్బలక్ష్మి నాన్నకి చెప్పించాలని."

"ఊ!... చెప్పించి...?"

"సుబ్బుల్ని బంగారయ్య దూరపుచుట్టం సుందరంగాడికి ఇప్పించాలని. ఆ పైన కరణంగారి కూతురు సీతని నా నెత్తికి కట్టాలని."

"భేషుగ్గా ఉంది. మనక్కావలసిందదే, పోయి మీ మావయ్య కాళ్లమీదపడు. 'హో పెద్దదిక్కా! మా యింటి మగదక్షతా! నిన్ను అపార్థం చేసుకున్నానుసీ్మ' అను" అన్నాడు వీర్రాజు.

రామారావు దంతధావనం పూర్తిచేసి లేచి నుంచున్నాడు అరుగుమీద.

"సరేలే, అరుగుమీద కూర్చుని యేడుస్తూ వుండు.... బట్టలు మార్చుకుని అమ్మదగ్గిర డబ్బులు సంపాదించుకు అరగంటలో వస్తా... చాలా మాట్లాడాలి. రాత్రి మా పెద్ద దిక్కు నా పెళ్ళి గురించి అమ్మకి బోలెడు హితోపదేశం చేశాడులే" అంటూ లోపలికి వెళ్ళాడు రామారావు...

☆ ☆ ☆

... ధనియాల కాఫీ గడగడా తాగేసి "అమ్మా పదిరూపాయలే" అన్నాడు రామారావు "అమ్మా కానీయే" అన్నంత ముచ్చటగా గారాబంగా.

"ఎందుకు చిట్టినాన్నా పదిరూపాయలు? నౌకర్లకీ చాకర్లకీ జీతాలివ్వాలా? చుట్టలు కాల్చడానికా?" అంది సూరమ్మగారు.

"కాదులే అమ్మా, రాజమండ్రి వెళ్ళాలి... ఉద్యోగం దొరికే టట్టుందిలే" అన్నాడు రామారావు.

"చాల్లే, నువ్వేం ఉద్యోగాలు అఘోరించనక్కరలేదు... అయినా డబ్బా, గిబ్బా నన్నడక్కు, మావయ్య రానీ చూద్దాం. అన్నట్టు మర్చిపోయా, అలా కూచో. ఏవిటలా ఆడిపోతున్నావు? చూడూ, మావయ్య కరణం గారితో మాట్లాడాడుట. ఈ వేసంగుల్లో వాళ్ళ సీతమ్మనిచ్చి.."

"నేను బి ఏ అయేదాకా పెళ్ళిమాట ఎత్తకమ్మా."

"బి యే అయితే అవుదువుగానిలే యిప్పుడు మాట చెప్పడానికేవిట్రా?"

రామారావు చురుకైన బుఱ్ఱ చకచక పనిచేసింది. "సరే నేనడిగిన పదిహేను రూపాయలూ యిప్పుడిస్తే కరణంగారి సంబంధం సంగతి ఆలోచించి రేపు చెబుతా."

"ఇపుడే కదురా పదిరూపాయలన్నావు!"

"సమయానుకూలముగా రేట్లు హెచ్చించబడును. షరా: రూల్సు మామూలే" అన్నాడు రామారావు.

"తగలెయ్యి నాయనా తగలెయ్యి నీ యిష్టం వచ్చినట్లు తగలెయ్యి బాబ్బు. ఆ మారాజు చచ్చిచెడి యిచ్చిందంతా యిలా నిర్వాకం చెయ్యి... పట్టికెళ్ళు... మీ మావయ్య వచ్చాక –"

"అయితే నాకసలు డబ్బే అక్కర్లేదమ్మా.. ప్రతిదీ మావయ్యతో చెప్పాలేవిటి?... నాకక్కర్లేదు. పాతికేళ్లొచ్చినా ఇంకా పర్మిషనే" అంటూ గునిశాడు.

"నువ్వు పాతికేళ్ళొచ్చిన కుర్రాడిలాగే నడుచుకుంటున్నావా అంట. నీకామాత్రం జ్ఞానం ఉంటే మావయ్య పెద్దరికం ఎందుకు చేస్తాడు నీ మీద... కాకపోయినా వాడేం పరాయివాడుట్రా... మనకి మాత్రం వాడికన్న కావలసిన వాళ్ళెవరున్నారు" అంది సూరమ్మగారు.

"అంతక్కర్లేని వాళ్ళింకోళ్ళు లేరు... నీకేం తెలుసమ్మా. ఇంట్లో నాలుగు గోడలమధ్యా కూచుంటావు. మీ వేలు విడిచిన అన్నయ్య, మన యింటి పెద్ద దిక్కు అయిన సూరయ్యగారి పేరు రాజమండ్రి నుంచి తెనాలిదాకా మోగిపోతోంది... సాటిలేని మేటి ఢంకాఫలాసు ఆటగాడని."

"ఛ్ఛ్... పెద్దంతరం చిన్నంతరం లేకుండా నోటికొచ్చినట్టల్లా ఏవిట్రా ఆ పేలుడు? మిడిసిపడిపోతున్నావు... వాడంటే, వాడి పొడంటే యెందుకలా గఁయ్‌మంటావు – ఏం చేదు పెట్టాడా?"

"పెడతాడు చూడు... నాకు టైమవుతోంది... అయితే నేను సీతని పెళ్ళాడడంలేదు, అంతేగా?"

సూరమ్మగారు ఫక్కున నవ్వింది. "పొట్టనిండా పుట్టెడు బుద్ధులున్నాయి పొట్టివాడివి కాకపోయినా... ఇంద. పట్టికెళ్ళు... పెందళాడే కొంప చేరు మళ్లీ" అంటూ పదిహేను రూపాయలు చేతిలో పెట్టిందావిడ.

"ఇదేమిటమ్మా! ఇరవై ఇస్తానని పదిహేను చేతిలో పెట్టావు? నేను అడిగింది పాతికా నువ్వు యిస్తానన్నది యిరవై. తీరా చేతికిచ్చింది పదిహేనూనా? బావుంది. పంచపాండవు లెందరంటే మంచపుకోళ్ళలా ముగ్గురంటూ రెండు వేళ్ళు చూపించాడట వెనకటి కెవడో" అంటూ తూనీగలాగ ఎగిరిపోయాడు రామారావు.

"హారా! ఎంత నేర్చుకపోయావురా మాటలు!" అంటూ ముక్కుమీద వేలువేసుకు విస్తుపోయింది సూరమ్మగారు. "మరే. అచ్చం ముమ్మూర్తులా వాళ్ళ తండ్రి తీరే... పోలిక లెక్కడికిపోతాయి వదినా. అన్నగారంత చతురుడే వీడూను. ఔగాని వదినా మీ డబ్బాతో డబ్బాడు కాఫీపొడి ఉంటే యిద్దురూ... చుట్టాలు దిగారు" అంది పెరటి గుమ్మంలో నించున్న పొరుగింటి బామ్మగారు.

☆ ☆ ☆

రామారావూ, వీర్రాజూ చెరోసైకిలూ యెక్కి ఉషారుగా బయలుదేరారు దుళ్ళ సంతదగ్గిర దొంగరాముణ్ణి కలుసుకోడానికి.

రామారావు పట్టపగ్గాలు లేకుండా ఉన్నాడు. "రాజా! ఈసరయ్య దుకాణానికి పదరా! ముందర పెసరట్లు లగాయించి మా సుబ్బుల్ని చూసి మరీ వెళ్దాం దుళ్ల సంతకి, అయిన ఆలస్యం ఎలాగా అయింది" అన్నాడు.

ఈసరయ్య హోటలులో వేడివేడి ఇడ్డెన్లూ, చెరో పెసరట్టూ ఆరగించి కర్తవ్యం ఆలోచించారు. ఈసరయ్య ఇచ్చే ఇండియా కాఫీ ఏడుస్తూ తాగారు. కిళ్ళీ బిగించి సిగరెట్టు ముట్టించి శివాలయం వీధంట బయల్దేరారు.

సుబ్బులక్ష్మి ఇల్లు ఆ వీధిలో వుంది.

"అడుగోరా సుందరంగాడు, దొంగవెధవ" అన్నాడు రామారావు. అరుగుమీద సుబ్బులు తండ్రితో సుందరం మాట్లాడేస్తున్నాడు – తలా చేతులూ ఊహూఁ తిప్పేకుంటూ. ఆయన యెంతో ఆదరంతో సుందరం మాటలు విని తల వూపుతున్నారు.

"హా! వీడా నీ పాలిటి విలన్?" అన్నాడు రాజు సాలోచనగా. రామారావు మాట్లాడలేదు. ఎదురుగా కాలవనించి మంచినీళ్ళ బిందె చంకనేసుకుని, ఎడంచేత్తో యెనిమిదేళ్ళ పిల్ల చెయ్యిపట్టుకుని కబుర్లు చెబుతూ వయ్యారంగా వస్తోంది సుబ్బులు. పమిట పరికిణి కుచ్చెళ్ళు పనిమంతురాలైన ఇల్లాలి చీరకుమల్లె ఒక పక్కకి యెత్తికట్టింది. పసుపు పచ్చగా ఉన్న ఆమె కోలముఖంలో సన్నటి కళ్ళ నలుపు కొంచెం చెదిరిన [illegible]కవల్ల కొట్టొచ్చినట్టు కనబడింది. పక్కన నడుస్తున్న చిన్నపిల్ల మూలంగా ఆమె విగ్రహం నిం[illegible]స్ఫుటంగా కనబడింది. ఒంటిరాయి ముక్కు పుడకవల్ల పొడుగైన నాసిక మెరిసిపోతోంది. ఎర్రటి, మెత్తటి పాదాలు, వాటిని చుట్టుకుని ఉన్న సన్న వెండిపట్టాలు, వాటికి మూడంగుళాల పై[illegible]డవి గుర్రం మెడ మీద జూలులాగ యెగిరెగిరి పడుతున్న తెల్లపరికిణీ తాలూకు నల్లంచు చూస్తే రామారావుకి దేవతలూ వాళ్ళూ జ్ఞాపకం వచ్చారు. శ్రావణలక్ష్మి ఆకారం కొద్దిగా స్ఫురించింది. పక్క నున్న పిల్లతో ఏదో మాట్లాడుతూ మందహాసం చేస్తున్న సుబ్బులక్ష్మి పది అడుగుల దూరంలోకి రాగానే దేవుడు బొమ్మల్లో తలకాయచుట్టూ ఉండే పచ్చటి చక్రం వుంటుందేమోనని వెతకబుద్ధేసింది రామారావుకి. అమ్మాయిల్ని చూసీ చూడగానే నవ్వేసి ఈలవేసే రామారావుకి ఈ సుబ్బులు ఎదటపడగానే అలాంటి వెకిలి ఆలోచనలు అమడదూరానికి పోతాయి. కళ్ళు, ఎడంవేపు గుండెకాయ మినహా మిగతా శరీరం యావత్తూ మరణిస్తుంది. మెదడు గడ్డకట్టుకుపోతుంది.

అందుకనే సుబ్బులు నాన్నా, సుందర్రావూ అరుగుమీద ఉన్నా లెక్కచెయ్యకుండా, ఆ యింటి యెదటి నడిరోడ్డు మీద నిలబడిపోయాడు రామారావు. సుబ్బులు

తలెత్తి చూసింది. నవ్వింది, క్షణంలో సగంసేపు రామారావు నిండా దీపాలు వెలిగిపోయాయి. సుబ్బులు నీళ్ళ బిందెతో సహా ఇంట్లోకి వెళ్ళిపోయింది.

"నిన్నేనోయ్ రామం! ఎక్కడికి బయల్దేరావ్?" అని మూడోసారి అడిగాడు సుబ్బులు తండ్రి జగన్నాధంగారు. "అయ్-అయ్..." అన్నాడు రామారావు.

"అయేమిటోయ్. అయా ఓయాఁనూ... మీ మావయ్య యేమి చేస్తున్నాడు?"

రామారావు అప్పటికి బాగా తేరుకున్నాడు. "మావయ్యండి... ఉన్నాడు... ఉన్నాడండి... షికారెళ్ళాడు... అదే ఆ కరణం గారింటికి... వస్తానండి. దుబ్బదాకా వెళ్ళాలి" అంటూ సైకిలెక్కాడు రామారావు.

జగన్నాధంగారు మళ్ళీ సుందరంతో మాటలకు దిగారు.

ఊరుదాటాక రామారావన్నాడు "అబ్బీ! వాడేరా సుందరం, వాడికే ఈ సంబంధం చెయ్యాలని మావయ్య ప్రయత్నం." "వాడికేం నిక్షేపంలా ఉన్నాడు. దీపంవంటి కుర్రాడు." "నేను కాదన్నానురా! ఫస్టుగా ఉన్నాడు. చదువుంది; డబ్బు అట్టే లేదు. బుద్ధిమంతుడు, పైగా పాటలు రాస్తాడు. ఇంచుమించు నా అంత అందంగా వుంటాడు. ఎటొచ్చీ లోటొకటే – పూర్తిగా నా అంత అందంగా వుండకపోవడం."

"అందుకనే నువ్వు సీతను పెళ్ళాడు."

"ఒరేయ్! నువ్వు సైకిలు దిగరా!"

"ఏం కొడతావా?"

"దిగు చెప్తా – అదక్కడ పడేసి ఇలా కూర్చో –"

దోవ పక్కన మామిడి చెట్టు నీడని కూచుని యిద్దరూ సిగరెట్లు ముట్టించారు.

"రాజా! ఇంక వేళాకోళం ఆడకురా – నాకు ఏడుపొస్తోంది" అన్నాడు రామారావు.

"ఏడవడం మాత్రం వద్దు. సంగతి చెప్పి మరి ఏడు."

"సుబ్బుల్ని నేను సీరియస్‌గా ప్రేమించానురా. నిజంగా పెళ్ళి చేసుకుంటా."

"నీ తలకాయి, నీకు లవ్వేమిట్రా నా బొంద. ఊరికో లవ్వూ, వీధికో లవ్వూ, రోజుకో లవ్వూను."

"రాజా, హాస్యంకాదురా. నీమీద ఒట్టు. ఈ సిగరెట్టు మీద ఒట్టు. ఈసారి సెలవలకొచ్చాక సుబ్బుల్ని చూశాక గట్టిగా తెలిసొచ్చింది... ఇంత చిత్రమైన తియ్యటి బాధ ఎప్పుడూ లేదురా – ఇదే ప్రేమనుకుంటా!"

"రావుఁడూ! నాకు తెలుసురా – సుబ్బులి క్కూడా నువ్వంటే యిష్టమే. కానీ – వీలూ చాలూ కూడా కొంచెం ఆలోచించు. నీ స్థితికీ, నీ హోదాకు తగినదాన్ని మీ మావ కుదిర్చాడు. పెద్దవాళ్ళు మాటలిచ్చుకున్నారు. సుందరాన్ని కూడా సుబ్బులికి స్థిరపరిచారట. నేను వాణ్ణి ముందు ఎపుడూ చూడలేదనుకో..."

"నేను మాత్రం చూసేడిశానురా? వాల్తేరులో అప్పుడప్పుడు లాంగ్‌షాట్‌లో చూసేవాణ్ణి. బొత్తిగా యింత క్లోజప్‌లో చూడ్డం ఈ వూళ్ళోనే. మావయ్యతో పోటీ చేస్తున్నాడే – బంగారయ్యగారు – ఆయనకి యెక్కడో ఆమడ దూరపు చుట్టంట. తల్లిలేదు. మొన్ననే తండ్రి పోయాట్ట. అందుకని చదువు మానేశాడు. ఆస్తి కూడా

యేమంత లేదు. ఆ మాటకొస్తే ఏం లేదు. బంగారయ్యగారు యెన్నికలకోసం అని వాణ్ణి లాక్కొచ్చాడు. పనిలో పని పెళ్ళికి ఏర్పాటు చేస్తున్నాడు. ఆయనకి కొడుకూ గ్రటా లేరుగా."

"బాగుంది" అన్నాడు వీర్రాజు నిట్టూర్చి.

"ఏం బాగుంది? నీ తలకాయ, నా తలకాయానూ."

"కథ ఇంతవరకెళ్ళాక యింక యెవరేం చెయ్యగలర్రా - బాగుందనక."

"నోరు మూసుకోగలరు. నన్ను పేళన చెయ్యడం మానగలరు; స్నేహితులయితే సాయం చెయ్యగలరు."

"సరేలేరా, నా నోరు మూసుకుంటా. నువ్వు మాత్రం ఏ చేస్తావు చెప్పు."

"ఎలాగైనా కరణంగారి కూతుర్ని తప్పించుకుని సుబ్బుల్ని చేసుకోవడమే నాకిష్టం - సుబ్బులికిష్టం. మా అమ్మను ఒప్పించగలను. చిక్కంతా ఇంటి మొగదక్షతగాడే."

"అదే ఎలాగంట! అయినా మీ మావకి ఇంత పట్టుదలెందుకురా!"

"అదే తెలీదురా. అరా తీద్దాంలే. ఇంకోటిరోయ్. కరణంగారి కూతుర్ని నాకు కట్టబెట్టడం కోసం యెంత తిప్పలు పడుతున్నాడో, సుబ్బుల్ని సుందరాని కిప్పించడానిక్కూడా అంత తిప్పలూ పడుతున్నాడురా. దాని కోసం జగన్నాధం గార్ని మాలీసు చేస్తున్నాడు. 'సుందరం - ఇంతవాడు అంతవాడంటు'న్నాడు. కరణంగారి చేత బంగారయ్యకి చెప్పిస్తున్నాడు ఏమిటో మరి -"

"ఈ రామాయణంలో దొంగరాముడు పిడకలవేటేమిట్రా. వీళ్ళకి ఉద్యోగం యిస్తానంటావ్ - ఈ గోలేమిట్రా -" అన్నాడు వీర్రాజు లేస్తూ.

ఇద్దరూ సైకిళ్ళెక్కారు.

"నేను కలగన్నానేమిటి దొంగల సంగతి. నిన్న రాత్రి తప్పించుకోడానికి యేదో ఎత్తువేశాను. దరిమిలాను ఓ ఊహ తట్టింది. వీళ్ళని మన పనిలో యెక్కడో వాడుకోవచ్చని..."

"అందాకా పోషిస్తావా?"

"పోషణేముంది? ఇప్పుడు వాళ్ళ సైకిలు వాళ్ళకిచ్చేస్తాం. ఆపైన చెరో ఐదూ బయానా ఇస్తాం. ఎల్లుండి కనబడమందాం. ఎన్నికలు ఆదివారం నాడేగా? - అరుగో రామన్నా, భీమన్నా. ఔను - ఏమోయ్, కులాసానా? ఆలస్యం అయింది. ఏమనుకోకండి" అన్నాడు క్షమాపణ చేపుతున్నట్లు.

☆ ☆ ☆

చదువరీ - ఈ కథకు రంగస్థలం ఒక చిన్న గ్రామం. జనాభా పిల్లా మేకా కలిసి యేడువందలు పై చిలుకు. మేకల్ని తీసేస్తే దాదాపు ఏడొందలు. ఇందులో పిల్లలు రెండొందల పాతిక. పెద్దలు నాలుగువందల అరవై అయిదు మంది. మిగతా పది మందిలో కథాకాలం నాటికి పెళ్ళీడు అడ పిల్లలు ఇద్దరు. పెళ్ళీడు హీరో అతని చెలికాడూ కాక మిగతా ఆరుగురూ పెద్ద మనుషులు. వీళ్ళుకాక కొత్తగా కాపరం వచ్చిన కుర్రవాడు సుందరంతో కలిసి మొత్తం జనాభా ఏడువందల ఒకటి. అయినా శ్రీ ప్రభుత్వంవారు ఈ గ్రామస్తులు ఎన్ని మహజర్లు పెట్టుకున్నా పంచాయితీ

ఏర్పాటు చేయించలేదు. శ్రీ ప్రభుత్వంవారు త్వరలోనే ఏర్పాటు చేయిస్తామన్నారు. పంచాయితీయేకాదు, శాసనసభ... ఆమాటకొస్తే పార్లమెంటు, ఇంకా చెప్పాలంటే ఐక్యరాజ్యసమితి కూడా ఇక్కడే స్థాపించవచ్చు. ఆ గ్రామంలో పార్టీలూ, కక్షలూ పుష్కలంగా వున్నాయి. అపుడపుడూ ఒకటీ అరా తలలు బద్దలు కొట్టుకోవడం కద్దు. నాగరికత లేదనకుండా ఈసరయ్య వూరి చివర కాఫీ హోటలు పెట్టాడు. ఊరి మధ్యలోనే పెట్టునుగాని మునసబు గారిల్లు దగ్గిర వున్నందువల్ల కూడదు పొమ్మన్నాడు. కరణంగారే పట్టుబట్టి వూరిచివరైనా పెట్టవయ్యా అని ప్రోత్సహించి ఈసరయ్య ప్రశంసలకు పాత్రుడయ్యాడు.

ఒక ఏకోపాధ్యాయ పాఠశాల, అంటే – పంతులు బడి వుంది. పూజారిగారికో పార్టీ వుంది. మాటా మాటా వచ్చి జనం రెండు పార్టీ లయితే బలాబలాలు తేల్చేది పూజారిగారే.

ఇటీవల వూరు రాజకీయాలతో కుత కుత లాడడానికి ఒక అపూర్వ సంఘటన జరిగింది. రామనాథంగారని, ఒక వయోవృద్ధుడు వుండేవాడు. ఆయన రామభక్తుడు. రెండెకరాల పొలం వినా చుట్టపక్కాలెవరూ లేరు. కృష్ణా రామా అని కాలక్షేపం చేస్తూ అపుడపుడు తీర్థయాత్రలకి వెళ్ళొస్తూ వుండేవాడు. ఒకసారి తిరుపతి వెళ్ళొచ్చాడు. మర్నాడు కరణం మునసబులతో మాటా మంతీ ఆడాడు. వారం రోజులనాటికి వున్న రెండెకరాలూ వూరికొంపా అయినకాడికి తెగనమ్మేశాడు. మాగాణి కాబట్టి నాలుగువేలపై చిలుకు పలికింది ఆ వాటా. ఓనాడు రచ్చబండ దగ్గర పెద్దలు నలుగురినీ సమావేశపరచి తాను సన్యాసం పుచ్చుకుంటున్నట్టు చెప్పాడు. అంతా ముక్కుమీద వేలేసుకొని 'ఔరా?'. అన్నారు.

'మీరిపుడు పడుతున్న సంసారతాపత్రయం ఏముందండీ? ఇది సన్యాసం కాదా? పెద్దలు. మా మధ్యనే కాలం వెళ్ళబుచ్చెయ్యండి, అవఁటా' అని బ్రతిమాలారు. రామనాథంగారు మందహాసం చేసి తల అడ్డంగా తాటిస్తూ 'ససేమిరా' అన్నాడు.

"ఊళ్లో నాపేర ఒక రామాలయం కట్టించండి. అందుకయ్యే ఖర్చు ఇదిగో" అంటూ నాలుగువేలు పెద్దల సమక్షాన మునసబు కరణాలకి ఒప్పగించి ఆ పై చిలుకు చేత్తో పుచ్చుకుని రామేశ్వరం వెళ్ళిపోయాడు. పోతూ పోతూ ఒక్కపని చేశాడు. రామాలయం కట్టించడానికి కార్యకర్తలుగా మునసబు కరణాలతోపాటు, మరొక పెద్దమనిషిని కూడా నియోగించాలనీ, ఈ మూడో ఆయన చేతిమీదుగా ఆ సత్కార్యం చెయ్యాలనీ చెప్పి మరీ వెళ్ళాడు.

అదే పేచీలకి నాంది అయింది. ఆ మూడో పెద్ద మనిషి ఎవరో తేలలేదు. కక్షలదాకా వెళ్ళి యెంతకీ తేలలేదు. దాదాపు ఆర్నెల్లయిపోయింది. చివరికి – 'ఏది శాశ్వతం – ఎన్నికలు జరుపుదా'మన్నారు. సైఁ అంటే సైఁ అన్నారు. తలలూ తలలూ పట్టుకుని తలకిందులైన మీదట, ఊళ్ళో బంగారయ్య అనే పెద్ద మనిషికి సూరయ్య అనే యింకో పెద్ద మనిషికీ మీసాలు దువ్వి ముందరకి నెట్టారు. వీరో వారో నెగ్గాలి. బంగారయ్యకి నోరు మంచితనంవల్ల వూరు మంచిదైంది. ఆయనకి మునసబుగారి అభిమానం వుంది. ప్రతిష్ఠకోసం పాకులాడే మనిషి. ఇక సూరయ్యగారు. ఈయనే రామారావు మావయ్య. ఆస్తికల కుఁద్రపాడె వేలు విడిచిన మేనమామ అవడం సూరయ్య అర్హత. అదే కరణంగారు అతనికి మద్దతు యివ్వడానికి కారణం

కూడా. ఇందులో బోలెడు రాజకీయాలున్నాయి. ఎన్నో సమస్యలు ఇమిడి వున్నాయి.

ఎన్నికలు మూడు రోజులున్నాయనగా ప్రచారం విజృంభించింది.

సూరయ్యగారు బస్తీ నుండి నికార్సయిన రాటుదేలిన రాజకీయవాదుల్ని పిలిపించడానికి సన్నాహాలు చేస్తున్నాడట. డబ్బు కావాలి. ఒరోజు ప్రొద్దునే వంటింట్లో చేరి సూరమ్మగారిని బ్రతిమాలాడు.

"చెల్లీ – నీకు పుణ్యం వుంటుంది. ఒక పాతిక రూపాయలు నీవి కావనుకుని యిద్దూ, నీ ధర్మవా అని ఇందులో గెలిస్తే కాస్త పేరు మోగుతుంది. నలుగురూ తెలిసొస్తారు. బస్తీలో వుద్యోగం సంపాదించుకొంటా, లేపోతే ఏ శాసన సభకో, బస్తీ మునిసిపాలిటీకో మళ్లీ పోటీ చేసి గెలుస్తా. నీకు తెలీదు చెల్లీ – ఎంతకాలం యిలా వుండిపోను చెప్పు – డబ్బూ దస్కం లేకుండా – జన్మలో నీకో రవికగుడ్డ యిచ్చి ఎరగను. నీ యింటిమీదపడి తింటున్నాను – ఆడకూతురువనైనా లేకుండా – నాకు ఇదే చింత అనుకో రాత్రింబవళ్ళు. నిద్రపట్టదు" అన్నాడు.

సూరమ్మగారు జాలిగా నవ్వింది. "పోదులే అన్నయ్యా నువ్వు మరీని – అలాంటి దానికి నిద్ర పాడుచేసుకుంటారా! నువు తినే పిడికెడు మెతుకులకి మాకు బరువవుతావురా? ఆ మారాజు మరీ అధ్వాన్నం చేసి పోలేదుగా – పైగా కుర్రాడున్నాడు, పొలం సంగతులు వాడికి తెలీవుగదా. నువ్వు ఆ పని చూసి పెడుతున్నావా లేదా చెప్పు. ఉద్యోగం సద్యోగం వద్దులే. ఇంటిపట్టున పడి వుండు" అందావిడ.

"అదేం ముక్క చెల్లీ! రావుఁడి కీడొచ్చిందా – వాడూ కుడీ ఎడమా తెలుసుకుంటున్నాడా – రేపు పెళ్లిగిట్రా చేసుకు పిల్లా మేకా కంటాడా – వాడిల్లు వాడు చూసుకుంటే నాకు పనేం వుంటుందమ్మా – పైగా నీకైతే అభిమానం వుంటుంది కాని కోడలమ్మకి యిష్టం వుండద్దుటమ్మా – అబ్బే అలా తీసి పారెయ్యకు. నువ్వంటే తల్లివి కాబట్టి తప్పదనుకో – నేనెవణ్ని?"

"అదేమిటన్నయ్యా – అంత రాలుగాయని తెచ్చుకుంటామా ఇంటికి. కరణంగారి పిల్ల మంచిదే. పనీపాటా వచ్చు. చదువుకుంటేనేం ఒద్దికా వందనం వుంది."

"మరేనమ్మా! కరణం గారింట్లో కూడా ఈ సంగతే చెప్పుకుని ఇదైపోతారు. మన పిల్లని సూరమ్మగారు కడుపులో పెట్టుకోవడంకన్నా కావలసిందేవుందీ, ఆవిడ ఊఁ అనాలి గానీ, పిల్ల పిల్లాడూ చిలకా గోరింకలల్లే ఉంటారూ అవటా అని ఎప్పుడూ ఇదై పోతారమ్మా... ఇంకోటి చెల్లీ, మనలో మనమాటేస్మీ, అయనకి సీతమ్మ ఒక్కగాని ఒక్క కూతురాయె, రేపు అయనకాస్తా హరీమంటే ఆ ఆస్తి కూడా రాముడే యేలుకోవచ్చు. ఏమంటావ్.... అహఁ మాట వరసకి చెబుతున్నా."

"పోదూ అన్నయ్యా అవేం మాటలు, మనకెందుకులే, అయన ఓ కొడుకుని పెంచుకోకూడదా ఏం – రేపు నీళ్లొదిలే వాడు కావద్దూ వాళ్ళకీ."

"అది కాదమ్మా – సందర్భం వచ్చినపుడు అనుకోవద్దూ మరి, ఇదిలా వుందా – ఈ రామిగాడు చూస్తే అత్తేరి అని అంటున్నాడు. నేను మెల్లిగా కదిపించి చూశాలే. తెలీదమ్మా – వీర్రాజు, మనవాడి చెలికాడు – మరేం – వాడు మెల్లిగా

కదలేశాట్ట. అవటా 'నాన్సెన్స్ – నేను సీతను చేసుకోను. సుబ్బుల్ని తప్ప చస్తే యింకోర్తిని చూడను' అన్నాట్ట!"

"అయ్యో! అదే బుద్ధమ్మా వీడికి? గుర్రమంత పిల్ల అది, లేతవెధవాయి వీడూను, వరహీనం కూడాను" అంది సూరమ్మగారు సందేహంగా.

"నాన్సెన్స్ – అదేం కాదు" అంటూ సుడిగాలిలా వచ్చి వంటింటి గుమ్మంలో వాలాడు రామారావు. "వరహీనం ఏవిటమ్మా – వరహీనం గిరహీనం. నాకు పాతికేళ్ళు – సుబ్బులికి పద్దెనిమిది. నే నారడుగుల పొడుగు. లావులేకపోయినా. పైగా నాకు కళ్ళజోడుంది. అఁ... ఇంకా వరహీనం ఏవిటి? నేను సీతని చచ్చినా చేసుకోను.... చేసుకోను... చేసుకోను" అన్నాడు.

సూరమ్మగారు కొయ్యబారిపోయింది. ఉవ్వెత్తున కోపం వచ్చింది. "ఏవిట్రా – వెధవా – అలా మిడిసిపడిపోతున్నావ్ – సిగ్గూ శరం లేకుండా ఏమిటా మాటలు – ఏవిట్రా ఆ గావు కేకలు – మంచీ మర్యాదా పెద్దంతరం చిన్నంతరం లేదూ? ఎందుకులే వాడి వయస్సు వాడికొచ్చిందని వూరుకుంటున్న కొద్దీ పెచ్చురేగిపోతున్నావే – హన్నా? – నాన్నతోబాటు అమ్మ కూడా చచ్చిందనుకున్నావా ఏం? – పొగరు – పొగరా అని" అంటూ ఆయాసపడ సాగిందావిడ.

"నువ్వూరుకో చెల్లీ – నువ్వలా హైరాణ పడద్దు. నేచెబుతాగా – ఒరేయ్ రాముడూ – చూడమ్మా – నీ గోలేమిటో నాకు తెలిసింది. కాని మనకి ప్రేమేవిట్రా! పుస్తకాల్లో రాసుకేడిచేది గాని – అల్లరి పెట్టక అమ్మమాట విను. మీ నాన్నే బ్రతికుంటే ఇలా చేసేవాడివిరా?"

"మా నాన్నే బ్రతికుంటే నా మాట కూడా కొంచెం కనుక్కొని ఏ పనైనా చేసేవాడు. మా నాన్న కొట్టినా, నేనంటే ప్రేమ."

"అయితే అమ్మ నీకు చేదెట్టింది కదూ – అను నాయనా అను. నేనే పోయి ఆయనే ఉండిపోతే ఎంత బావుండును, ఈ ఇడుములన్నీ తప్పేవి" అంటూ కంట నీరెట్టుకుంది సూరమ్మగారు.

రామం తలవంచుకున్నాడు.

జ్ఞానం వచ్చాక ఇంత రభస ఎన్నడూ జరగలేదు. అమ్మ నేడిపించలేదు. ఇంతకీ కారణం...

మావయ్య వీపు తట్టాడు. "అంతలోనే అలా మొహం వాలేస్తే ఎలాగూ? ఆడకూతురు, కష్టాలు సహించలేక కోప్పడింది. దాన్ని సంతోషపెట్టరా నాయనా, తల్లి ఋణం, ఏవనుకున్నావో – ఏం? సరేనా – సీతని చేసుకుంటావుగా – నేను మాట ఇచ్చేసి వచ్చా కూడా" అన్నాడు.

"దానికేం – ఇచ్చిన మాట మళ్లీ అడిగి పట్టుకు చక్కా ఒచ్చేయ్" అంటూ లేచిపోయాడు రామం.

రామానికి ఒళ్లు మండిపోతోంది సూరయ్య నంగనాచి వేషాలకి. సూరయ్యగారి కథ అతనికి అపుడే తెలిసింది. మొహం మీద అనెయ్యడానికి గుండెలు చాల్లేదు. అమ్మకి చెప్పినా నమ్మదాయె. పైగా మొగదక్షత – పెద్ద దిక్కు అంటుంది. మావయ్య మాటలు చూస్తే తేనె మూటలు. చేష్టలు చూస్తే దౌర్భాగ్యపు చేష్టలు. సరాసరి శివాలయానికి వెళ్ళి కూచున్నాడు రామారావు విచారంగా.

☆ ☆ ☆

"సోదరా రామా! ఊళ్ళోకి పెద్ద మనుషులు దిగార్రోయ్! కథ ముదిరి క్లయిమాక్సుకొస్తోంది. కాస్కో నా రంగా" అన్నాడు శివాలయం గోడమీది వీర్రాజు.

"ఛస్ ఏవిట్రా కోతి చేష్టలు? నిక్షేపంవంటి సింహ ద్వారం వుండగా గోడలు దూకడం ఏవిట్రా?"

"దొంగరాముడి సావాస ఫలంలే, ఏదో ప్రాక్టీసు" అంటూ గోడ దూకాడు వీర్రాజు.

"కథ క్లయిమాక్సు అన్నావేమిట్రా? అసలు కథ మొదలే కాలేదుగా!"

"కాకేం! బోలెడయింది. అదీకాక పురిట్లో సంధి కొట్టినట్టు కొందరు విలన్‌ల ఎత్తులు మొదట్లోనే క్లయిమాక్సు కెళ్ళిపోతాయిలే. అసలే మన ఊరిలో బోలెడుమంది పెద్దమనుషులు. వాళ్ళు చాలక బస్తీ పెద్దమనుషులు దిగారు. క్లయిమాక్సు కాక మరేవిట్రా."

"పెద్ద మనుషులు రావడవేమిట్రా? సంగతి చెప్పు."

"రావుడూ! మీ మావయ్య అగ్గిరాముడు. లాకాయి లూకాయి రకం కాదు. పెద్ద బుర్రే! రాజకీయ బుర్ర!"

"రాజకీయ బుర్రేవిటీ! నీ బొంద. తప్పుడు సమాసాలూ నువ్వూనూ. అదేం తెలుగురా వెవలాయా?"

"పోరా పో... ఇదేం తప్పు సమాసంలే కానీ, యమ సమాసాలు వినొచ్చా ఇందాక – హృదయపాట, వృద్ధతల్లి, పుష్పచెట్లు లాంటివి. పైగా సినిమా పాటలు రాస్తాట్ట. హుః!

"ఏవిట్రా నీ గోల?"

"ఏవుంది, ఆ తప్పు సమాసంగాడికి సుబ్బుల్నివ్వడానికి మీ మొగదిక్కు, పెద్దదక్షతా తాంబూలాలిప్పించేస్తున్నాడు ఇవాళ..."

రామారావు కొయ్యబారిపోయాడు. "ఎవడ్రా వాడు?"

"ఇంకెవడు? సుందర్రావే! కవిగాడు. గొహోవిందా అనుకో. పెద్ద మనుష్యులు ఊరినిండా తిరిగేస్తున్నారు, కాళ్ళకడ్డంపడుతూ."

"రాజా, సరిగ్గా చెప్పరా! కొంపలంటుకుపోతుంటే గోవింద నామాలు పాడతానంటే ఎలాగరా."

"అయితే టూకీగా చెబుతా విను కథ. ఇందులో చాలా భాగం స్వకల్పితం. మిగతాది మా ప్రత్యేక విలేఖరి దొంగరాముడు అందు కో సంపాదించింది. మీ

మావయ్య ఉద్దండుడు. అయితేనేం, అప్పులు పీకెలమీదకి తెచ్చుకున్నాడు."

"పేకాట సంగతేనా?"

"నల్లమందు కూడా."

"మొత్తం యెంత?"

"అసలు ఫాయిదాలు కలిసి రెండొందల పాతిక పై చిలుకుంది."

"సుబ్బులు సంబంధం కుదిర్చినందుకు సుందరంగాడు ఎంతిస్తున్నాడు? పైగా వాడు బంగారయ్య మనిషికదట్రా, బంగారయ్యకీ మా వాడికీ ఎన్నికల పోటీ ఏడుస్తోందిగా. మధ్య ఈ ప్రేమేవిటి?"

"అడ్డదిడ్డ ప్రశ్నలెయ్యకు, చెబుతా విను. మావయ్య బస్తీలో నల్లమందు బ్లాకు దుకాణం వాడికి 35 రూ॥లున్నూ, మూడు ముక్కలాటలో పాల్గొన్న కాంట్రాక్టరు మావకి రెండు వందలూ, సుబ్బిశెట్టి అనే శ్రేష్ఠికుల శ్రేష్ఠుడికి పాతికా బాకీపడి నోటు రాసిచ్చాడని విశ్వసనీయంగా అభిజ్ఞవర్గాల ద్వారా తెలియవచ్చింది."

"హోరినీ!"

"మధ్య హోరి 'నా' ఎందుకు? 'హోరి మొగదక్షతా' అనుకో – ఏం – కిందటివారం పేకాటలో తొండలు ఊసరవెల్లులై జుట్టూ జుట్టూ పట్టుకునేదాకా వెళ్లిందట. మీ మావది నికార్సయిన బోడిగుండు కాబట్టి పీకమీద కెళ్లాయి చేతులు. వాళ్లిద్దరూ రవ్వారట్టూ చేస్తామన్నారు ఈ ఊరొచ్చి. మీ మావయ్యకి, ఈ ఆపదలో అడ్డుకొనే దిక్కు కనపడలేదు. మీ అమ్మనెలా అడుగుతాడు చెప్పు! 'దగుల్బాజీల దారి మేడీజీ' అన్నట్టు ఆ కంట్రాక్టరుకీ శెట్టికీ బుర్రలు జమిలిగా పనిచేశాయి. 'పంతులు మా పంతులే. చూస్తూ చూస్తూ పంతులు పరువు తియ్యడం యెందుకు' అని కంట్రాక్టరు అన్నాడట. 'మరే కడుపు చించుకుంటే కాళ్ళమీద పడతది. పంతులు గుట్టుబయటపడితే పెద్దమడుసులం మనం మాత్రం నలుగురి నోళ్లలో పడిపోవా?' అని శెట్టి అన్నాట్ట. చివరికి మీ మావా, కంట్రాక్టరూ, శెట్టీ కలిసి పెద్ద ఎత్తువేశారు. యమ యెత్తులే! అలాటిలాటి ఎత్తుగాదు."

"రాజా! ఎందుకురా విసిగిస్తావు? కథలూ, కవిత్వం రాసుకు బతుక్కూడదూ, నాకు టూకీగా చెప్పేసి..."

"వినవోయ్ చవటా! రసకందాయంలోకి వస్తున్నాం. రామనాథంగారు సన్యాసం పుచ్చుకుంటూ రామాలయం కట్టించమన్నాడుగా, అది వాళ్ళ బుర్రలకి యేకకాలంలో తట్టింది. కరణం మునసబుల చేతికి డబ్బు అప్పగించినా, మందిరం కట్టించే వ్యవహారంలో మంచీచెడ్డా చూసి తేల్చడానికి వూళ్లో నలుగురిచేతా తగుననిపించుకున్న పెద్దమనిషిని నియోగించాలని గదటోయ్ ఆయన ఆవాళ చెప్పాడు. ఆర్నెల్లయినా ఇంకా ఆ పెద్దమనిషి యెవడో తేల్చలేదు. ప్రతివాడూ కండువా సవరించుకుని మీసాలు మెలేసేవాడేనాయె. రేపు ఆదివారం ఎన్నికలాయె. ఎన్నికలు పెట్టాలన్న అయిడియా ఆదిలో మీ మావ బుర్రలోంచే బయలుదేరిందట కిందటి వారం. ఈ ఎన్నికలకి మీ మావ నిలబడుతున్నాడుగదా. ఈయనకి పోటీగా బంగారయ్యగారొచ్చారు. ఆయన మునసబు పార్టీ మనిషి. రేపు మీ మావయ్య ఎన్నికైతే రామమందిరం కట్టడానికి కంట్రాక్టు బస్తీ కంట్రాక్టరుకి ఇస్తాట్ట. వెయ్యా రెండువేలా! నాలుగు

వేలాయె. ఇదీ మీ మావకీ, కంట్రాక్టరుకీ ఒప్పందం. ఈ కంట్రాక్టు తనకిస్తే మీ మావ బాకీవున్న రెండొందలూ చెల్లుకొట్టడం కాకుండా పైనో యాభై రూపాయలు పారేస్తానని కంట్రాక్టరు మాటిచ్చాడు. అందుకని మీ మావ గెలవాలి."

"గెలవకపోతే?"

"ఆ పైన భాగోతం వెండి తెరమీద చూడాల్సిందే. మావ ఇంకోలా అప్పుతీర్చగలడా? కంట్రాక్టరూ, శెట్టి ఏం చేస్తారు? సుందరం సుబ్బలక్ష్మిని చేసుకోగలడా? కథానాయకుడు రామారావు ఏమవుతాడు? వాడి చెలికాడు వీర్రాజుగానీ కొంపతీసి సీతని పెళ్ళాడేస్తాడా? మిగతా కథ వెండితెరపై చూడుడు. అంతే లెక్క–"

"ఇదెప్పట్నించిరోయ్?"

"ఏదీ!"

"అదేరా – నువ్వు కొంపతీసి సీతని పెళ్ళాడడం?"

"అబ్బీ – వాజ్మూలంగా తీసుకుని రేపు నలుగురిలోను పరువు తీయగలవు జాగ్రత్త. ఊరికే అయిడియా అంతే–"

"వీర్రాజా – మానవ హృదయం యెంత అగాధంరా – ఎంత చిత్రంరా – లోకంలో నీ అంతటి చవట చవటత్వంగల చవటలుంటారని కలలో కూడా తలచలేదురా–"

"ఏడిశావు – సీతంటే దేవత."

"మరే, మరే, మొత్తానికి నన్ను రక్షించావులే. అవును గాని తెలీకా, అజ్ఞానం కొద్దీ, కుతూహలంవల్లా అడుగుతాగానీ – చూస్తూ చూస్తూ సీత మీద యెలా ఇష్టం పుట్టిందిరా నీకూ!"

"నీకర్థం కాదురా... నేనూ మొన్నటిదాకా వెర్రిదనుకున్నా..."

"అలాగేలేగానీ అసలు సంగతి చెప్పరా." వీర్రాజు సిగ్గుపడ్డాడు. "నిన్న మా బామ్మకి నోరు బావుండక చింతకాయ పచ్చడి తెమ్మంటే వాళ్ళింటికి వెళ్ళి అడిగా. సీత లోపలికెళ్ళి చిన్న రాచ్చిప్పలో వేసి తెచ్చింది. సావిట్లో ఎవ్వరూ లేరు. సరే, చేతికిస్తూ... నా కళ్ళల్లోకి చూసింది. ఎంత బావుందనీ! బలేగా చూసిందిలే. అలా కళ్ళు పరస్పరం చూసుకుంటున్నాయి. ఈ చేతులు ఆ చేతుల్లోని రాచ్చిప్ప నందుకుంటున్నాయి. కళ్ళు బిజీగా వున్నందువల్ల కంగారులో చేతులు తగిలాయి... ఒరేయ్ సిగరెట్టియ్యరా."

"ఇది దేవుడి గుడి. చందాలేసి చావగొడతారు. ఇక్కడ రామాయణాలే తప్ప అసలు ప్రేమాయణాలే మాట్లాడకూడదు. పైగా సిగరెట్టోటా... సర్లేలే ఏమైంది?"

"ఏమవడాని కేముంది? చూపూ చూపూ కలిసింది. చేయీ చేయీ కలిసింది. మాటా మాటా కలిసింది. దరిమిలా మనసులు కలిశాయి."

"కనులు కనులు కలిసే – చిరు మనసులు వెన్నెలలు కురిసే – సరే పచ్చడి రాచ్చిప్ప ఏం చేశారు?"

"ఇంతలోకి వాళ్ళ నాన్నొచ్చేశాడు. అయినా యిదేమన్నా సినిమాట్రా! మాట్లాడిన మరుక్షణంలో 'హా నాథా' అని మీద వాలిపోడానికి... జీవితం!"

"కాదుమరీ! అవునుగాని సీత నీకెన్నో నంబరురా?" అన్నాడు రామారావు.

వీర్రాజు మళ్ళీ సిగ్గుపడ్డాడు. "లెక్క పెడితే ఇది పదమూడోదనుకో. అయినా మిగతా వాళ్ళంతా ఓ ఎత్తూ సీత ఒక్కర్తీ ఒక ఎత్తు – మన వూళ్లోనే మా వీధిలోనే యింత మాణిక్యం వుండగా దాన్ని చూసుకోకుండా యిన్నాళ్ళు మసిబొగ్గులకోసం తారట్లాడాను. కానీ వాళ్లంతా సీత కాలి గోరికి సాటిరారని నిన్న తెలుసుకున్నా."

"కాలిగోళ్లకూడా రంగేస్తుందా ఏం?"

"ఆ! యెంత బావుంటాయని! నేనెక్కువసేపు కాలిగోళ్ళే చూశా! మొదట్లోనే కళ్ళలోకి చూస్తే బావుండదని."

"భేషో భేష్! కాని మీరేం మాట్లాడుకున్నార్రా?"

"ముందరేమో పచ్చడి తేగానే – 'పాచ్చింతకాయేనాండీ' అన్నా. వెంటనే చిరునవ్వుతో తలవంచుకొని – "అవును రాజ్ పాతపచ్చడే – నువ్వు "దీదార్" చూశావూ" అంది. "చూశా చూశా" నన్నా. అకాడ్నించీ మా అభిమాన తారల్ని గురించీ మాటామంతీ అనుకున్నాం. లిటరేచర్ కూడా చదివిందిరా – ఫిఫ్తుఫారం అయితేనేం – "ప్రేమవాహిని" "హృదయజ్వాల" – "భగ్న హృదయాలు" – "గతుకుల బ్రతుకులు" అవన్నీ చక్కగా చదివి ఎనలైజ్ చేసింది... ఒరేయ్ సుందరంగాడు లేడూ వాడు మొన్న ఘాటుగా చూసి నిన్న ప్రొద్దున్న పాటల పుస్తకం యిచ్చి దాంట్లో ప్రేమలేఖ పెట్టాడటరా! తప్పకదూ. సంసారులనుకున్నాడా సానులనుకున్నాడా! దాన్నిండా కవిత్వం ఉందట! 'ఓ ప్రియా నువ్వు యిది అనే అది వంటిదానివి. నీ అదనే ఇది ప్రకృతి సౌందర్యంలోని ఇదనే అదిలా వెలిగిపోతోంది అవంటా' అని రాశాట్ట. పైగా పాటలు. సొంత కవిత్వం! బోడి కవిత్వం! అవన్నీ పుస్తకంలో ఎక్కించాడు. దానిపేరు హృదయ పాటలు."

"ఒరేయ్ రాజా – ఆగరా – అయిడియా!"

"ఏమొచ్చి పడింది?"

"నీ తలకాయ. ఎవడ్రా వాడు, పూర్వం అయిడియా లిచ్చేసేవాడు – నిమిషాలమీద!"

"నేనే!"

"నువ్వే కాబోలు... ఛా నీ బొంద. నీ కయిడియా లెక్కడివిరా, నేనే కాబోలు. సరేలే ఆ సుందరం వెధవ రాసిన ఉత్తరం యెలాగేనా తెచ్చేవా, నేను సుబ్బలక్ష్మిని పెళ్ళాడేశానే."

"అది కుదర్దురా. అలాటి వడక్కు, నీకెవడో రాసిన లవ్‌లెటర్ యిలా

యియ్యమని, సీత నడగనా? ఛా! నాకు విడాకులిచ్చేస్తుంది. 'రాజ్ నీదింత సంకుచిత మనస్తత్వం అనుకోలేదు' అనేస్తుంది."

"వీర్రాజేనా యీ మాటలనేది? ఇంత దుర్మార్గుడవనుకోలేదురా... మన స్నేహం, చిన్ననాటి పాఠశాల చెట్లనడుమ ఆటలలో..."

"నాన్సెన్స్! ఈ వేషాలన్నీ కుదరవు."

"రాజా, మొన్న మొన్నటిదాకా నీకు ప్రేమలేఖలు రాసి పెట్టిందెవరురా! వాటికి ఫెయిర్ రాసి పోస్టుకి డబ్బులిచ్చిందెవర్రా! నువ్వు నిరాశతో యేడుస్తూ భగ్నహృదయంతో బాష్పకణాలతో వచ్చినపుడు నీ గోడు విని నిన్నూరుకోపెట్టి నీ బదులు ఏడ్చిందెవర్రా? ఇవన్నీ మర్చిపోయావా!"

"ఇవన్నీ ఏవిఁటి. గత జీవితం అంతా మర్చిపోయాను. అంతా కడిగేసి ముగ్గులు పెట్టాను. నిన్ననే పునర్జన్మ ఎత్తా" అన్నాడు వీర్రాజు.

రామారావు ఆలోచనలో పడిపోయాడు. కాస్త ఆగి బ్రహ్మాస్త్రం వేశాడు. "రాజా! విను. మా మావయ్య సీతని నాకు యిప్పించడానికి యేర్పాట్లు చేశాడు తెలుసుగా. కరణంగారు మాట యిచ్చాడు. అమాంతంగా నే యింటికెళ్ళి మా అమ్మ దగ్గర మారాంపెట్టి రేపే తాంబూలాలు ఇప్పించేసుకుని ఎల్లుండే సీతని పెళ్ళాడిపారేస్తా... ఆనక నువ్వు వేదనపాలై 'నా మనసంతా వేసారెనే – యే' అంటూ ఉసూరున ఏడవాలి జాగర్త, మర్యాదగా సీత నడిగి సుందరం రాసిన ఉత్తరం పట్రా" అన్నాడు.

రాజు నిర్లక్ష్యంగా నవ్వాడు. "మీ మావఁకాదు – ఆయన మామ, వాళ్ళ వేలువిడిచిన మావా కలిసి, దిలీప్ కుమార్‌ని తీసుకొచ్చి నిలబెట్టినా సీత కన్నెత్తి చూడదు తెలుసా! – డీప్ లవ్, హృదయం అంకితం ఇచ్చింది నాకు. వాళ్ళ నాన్నతో చెప్పి ఒప్పిస్తానంది... పైగా నిన్ను గురించి ఏమందో తెలుసా?"

రామారావుకి కుతూహలం కలిగింది. అయినా ఒకరకంగా 'ఏమంటుంది? దిలీప్‌కుమార్ అంతటి అందగాడు నన్ను నిర్లక్ష్యం చేశాడు, అని అంటుంది. అంతేగా!' అన్న ధోరణిలో చూశాడు.

రాజు నవ్వాడు. "ఏడిశావు? వెధవ చూపూ నువ్వూను. తగ్గిపో... సీత నిన్ను వఠి మఫ్ అంది. చవట అంది. దద్దమ్మ అంది....ఆ.... ఇలాంటిదే ఇంకో మాట ఉందేవిట్రా..."

"వాజమ్మ" అన్నాడు రామారావు గంభీరంగా.

"ఆ, మరే వాజమ్మ అంది, ఎందుకూ పనికిరాడు; చురుకుతనం లేదు. కళ్ళలో జీవం లేదు. ఏడుపుగొట్టు మొహం, జిడ్డు మొహం అంది."

"షటప్" అన్నాడు రామారావు కర్కశంగా.

"ఆ.... ఇంగ్లీషు రాదని కూడా అంది. కళ్ళజోడు లేకపోతే కళ్ళు కనపడవంది."

"అందేం...అలాగేం... ఎంత పొగరు; ఎంత పొగరు. ఒళ్ళు బలిసి, పట్నవాసం..."

"తగ్గరా... తగ్గు, తనని ఇంకొక్క మాటంటే నేను ఊరుకోను. అంటే అందిలే... ఏదీ కళ్ళజోడు తీసేసి ఇవెన్ని వేళ్ళో లెక్కపెట్టమని చెప్పు. లేకపోతే లేచి తిన్నగా వెళ్ళి ఆ మూడో స్తంభం మీద కుడివేపు బొమ్మ ఎడంకాలు ముట్టుకుని వెళ్ళిన దారినే వచ్చి కూర్చో, చూద్దాం" అన్నాడు వీర్రాజు నవ్వుతూ.

రామారావుకి ఏడుపూ చిరాకూ కలిగాయి. మాట్లాడలేదు. రాజు నవ్వుకుంటూ జేబులోంచి సీత రాసిన వుత్తరం తీసి చదువుకోవడం మొదలుపెట్టాడు.

"రాజా!"

"ఏం?"

రామారావు గొంతు వణికింది. చిన్న ఏడుపు చార కూడా రాజుకి వినపడింది.

"హోరినీ - ఆడదానిలా ఏడుపేవిట్రా... మొగాడివి, నువ్వు పబ్లిగ్గా ఏడవచ్చా?...ఛీ వూరుకో"

"రాజా... సుబ్బులురా" అన్నాడు రామారావు దీనంగా.

"ఏం, సుబ్బులి కేమొచ్చింది?"

"సుబ్బులు జ్ఞాపకం వస్తోందిరా... ఒరేయ్ రాజా. నాకు భయంగా వుందిరా. నువ్వెలాగైనా వుత్తరం పట్రావాలిరా" అన్నాడు రామారావు.

"బావుండదు బ్రదర్... సరే ఎందుకు చెప్పు."

"ఏం లేదు, సుబ్బులంటే నాకు చాలా యిష్టమని మా మావయ్యకి తెలుసు. నాకు సీతని కట్టబెట్టడానికి యిది ఓ పెద్ద ఆటంకం అనీ తెలుసు. అందుకు సుబ్బుల్ని యింకొకరికిచ్చి పెళ్ళి చేయిస్తే నేను కాసేపు యేడ్చి సీతని చేసుకుంటానని మనాడి ఊహ. అందుకే సుందరంగాడు అంతవాడు ఇంతవాడని జగన్నాథం గారికి సిఫార్సు చేస్తున్నాడు. ఇప్పుడు నువ్వు కనక సుందరం సీతకి రాసిన ఉత్తరం తెచ్చిపెడితే దాన్ని నేను తిన్నగా జగన్నాథంగారి చేతికిస్తే, అయన దాన్ని చదివితే, తక్షణం సుందరానికి సుబ్బుల్ని చచ్చినా ఇవ్వనని కుండబద్దలు కొట్టినట్లు చెప్పేస్తాడు. అక్కడితో మావయ్య పన్నాగంలో ప్రథమ భాగం ధ్వంసం చేసిన వాడనవుతాను" అన్నాడు రామారావు.

వీర్రాజుకి ఉషారు పుట్టింది. "రెండవ భాగం నేను నాశనం చేస్తాలే. రాజుకి నన్నిచ్చి పెళ్ళి చెయ్యకపోతే నూతిలో దూకుతానని సీతా, సీతని నాకు చేయకపోతే సన్యాసం పుచ్చుకుంటానని నేనూ ఎడాపెడా బెదిరిస్తాం."

"రైఠో. బేషుగ్గా ఉంది... ఇది జరిగితే కరణంగారికి మావయ్య అవసరం వుండదు. అందుకని అయన రేపు ఎన్నికలకి మా మావయ్యకి ఓట్లు ఇప్పించరు. మావాడు అగ్గిరాముడైపోయి పంతానికి నాకు ఇంకో పిల్లనిచ్చి పెళ్ళి చేస్తాడు. ఆ కోపంలో సుబ్బలక్ష్మి సంబంధం కుదిర్చేస్తాడు. మనం అంతా హాయిగా ఉంటాం."

"శభాష్! కీడెంచి మేలెంచమన్నారు. మనం ముందర మేలెంచాం" అన్నాడు వీర్రాజు.

"కీడేముందిరా? ఏం లేదే."

"సుందరం గాడున్నాడు చాలదూ."

"ఏడిశాడు - వాణ్ణింక ఖాతరు చెయ్యక్కర్లేదుగా."

"విచ్చు రూపాయల్లే ఖంగుమని మోగిపోతూ వూరంతా చడామడా తిరిగేసి తలకాయలు మార్చేస్తూంటే వాణ్ణి ఖాతరు చెయ్యకపోతే ఎలాగరా!" అన్నాడు వీర్రాజు.

"సరే, ఉన్నాడురా సుందరం! ఇంతకీ వీడెందుకొచ్చినట్లు ఈ ఊరు?"

"సినిమా తియ్యడానికి."

"అదేవిటది? కొత్త కథ. ఇదెక్కడ సంపాదించావు?"

"చెబుతున్నాగా, ఊళ్ళోకి పెద్ద మనుష్యులు వచ్చారని. వాళ్ళతోపాటే యిందాకా ఒక సినీభాయ్‌గాడొచ్చాడు చెన్నపట్నం నుంచే."

"వాడెవడు?"

"వాడు సినిమా పరిశ్రమకి లైజాను ఆఫీసరు. అనుసంధాన కర్త. ముందు వాడికీ వీడికీ పోట్లాట తెచ్చి, ఆ పైన తను ఓవేపు చేరి రెండోవాణ్ణి తిప్పలుపెట్టి మొదటివాడి దగ్గర డబ్బు వడేస్తాడు. శాశ్వత ఋణం పద్ధతిలో – ఆపైన మళ్ళీ వాళ్ళిద్దర్నీ నేస్తాలు చేసిపారేసి రెండోవాడి దగ్గర గుంజుతాడు. ఇప్పుడు పేపరు పెడతాట్ట."

"ఈ ట్రేడు సీక్రెట్లు నీకెలా చెప్పాడు?"

"అః! ఊళ్ళోకి వస్తూనే నన్ను సుందరం యిల్లెక్కడని అడిగాడు. వాడి వాటం, ఆ న్యూస్‌పేపరు బుష్‌కోటూ, మూతిమీద ఈగవాలినట్లు మూడు వెంట్రుకల మీసం, గిరజాల వ్యవహారం చూసి సినిమావాడని గుర్తుపట్టేను. వసపిట్టలా చెడవాగుతాడులే. ఒకవిధంగా వెర్రి బాగులాడు. నేను బొంబాయిలో అసిస్టెంట్ కెమేరామన్ అని చెప్పేసరికి ఠారున నమ్మేసి తన పురాణం విప్పాడు. నాకు తోచిన ట్రేడు సీక్రెట్సు సినిమా పత్రికల్లో చదివినవి నాలుగూ చెప్పేసరికి గుట్టూమట్టూ లేకుండా అన్నీ చెప్పాడు. తనకి బొంబాయిలో ఛాన్సు యిప్పించమన్నాడు. నేను వచ్చే నెల హాలీవుడ్ వెడతాననీ వెళ్ళొచ్చాక తప్పక చూస్తాననీ చెప్పా. గుమ్మైపోయాడనుకోరా మన్ని నమ్మేసి!"

"తప్పు కాదురా – నీకివేం బుద్ధులు. ఆ తరువాత?"

"తరూ లేదూ వాతా లేదూ, వీడిరాక సుందరం వీపు వాతయి కూర్చుంది."

"ఏం? ఏం? సుందరం మంచివాడు కాదా?"

"కాకేం? బోలెడు మంచి. బంగారయ్య దగ్గర వెయ్యి రూపాయలు వడేస్తే, సినిమాతీసి, మళ్ళీ వచ్చి బంగారయ్య ఇంటిని బంగారంతో నింపి పారేద్దామని ఉద్దేశంట. హృదయం, ఆశయం, మంచివే పాపం."

"నీ వెధవ సెటైరు చిరిగిపోయిన టైరులా వుంది, సంగతి చెప్పు."

"చెప్పడానికేముంది! ఇదే సుందరం ఆశయం. బంగారయ్యకి ఎన్నికల్లో సాయిపడి ఎలాగైనా ఓ వెయ్యిరూపాయలు పుచ్చుకు మెడ్రాసు మెయిలెక్కాలని వచ్చాడు. వీడికోసం అక్కడ సినీభాయ్ కాసుక్కూచున్నాట్ట – వీడు రాగానే సినిమా తియ్యడానికి."

"వెయ్యి రూపాయలతో సినిమా ఏమిట్రా? - నువ్వు మరీని."

"వెయ్యేం కర్మం. ఇపుడు ఇంకో మూడువేలు కలిసొస్తున్నాయిగా."

"ఎక్కడినించి?"

"మీ మావయ్య నీమీద ప్రేమకొద్దీ, సుబ్బలక్ష్మిని వాడికిచ్చి పెట్టబోతున్నాడు కదూ, సుబ్బలక్ష్మి తండ్రి వున్న మూడెకరాలలోనూ ఎకరన్నర తెగనమ్మి ఆ మూడు వేలూ కట్నం పోస్తాట్ట. వాడి మొహం చూసి కాదనుకో - బంగారయ్య చుట్టం కదా - మంచివాడేననే ఉద్దేశంతో. బంగారయ్యకి ఈ సుందరం చెన్నపట్నంలో ఆడే భాగోతం తెలీదు. వాడేది చెబితే అదే. బంగారయ్య అనుకోడం - వీడు మందుల కంపెనీలో మేనేజరని."

"బావుంది! మూడువేలిస్తే మాత్రం వీడేంచేస్తాడు మద్రాసులో!"

"సినీభాయ్ నాకు చక్కగా బోధపరిచాడులే. వెయ్యి రూపాయలు చాలట. అంతకన్న ఎక్కువున్నా అవతల పారేస్తాట్ట. ఏం లేదు, ఈ వెయ్యిపెట్టి ఓ సినిమా పేపరు పెడతాడట. అక్కణ్నించి బ్రిటిష్ టెక్నిక్ ప్రకారం నిర్వాకం చేసి, ఓ ప్రొడ్యూసర్నీ, ఓ తారకేశ్వరినీ, ఓ తారకాసురుడ్నీ మంచి చేసుకుంటాట్ట. ఈలోగా సుందరంగాడేమో దాంతో "వెండితెరకో విషాదగాథ - వెలుగు దివ్వె" అని హెడ్డింగులు పెట్టి ఏకటాకీని కథలు గుప్పించేసి, సినేరియోలు రాసేస్తూంటాడట. పాటలూ అవీ ఇప్పటికే మూడువేలు రాసిపడేశాట్ట - నవ్వేవి, ఏడిచేవి, గుర్రబ్బండిలో కూచుని పాడేవి. ఎవడో వచ్చి సినిమా తీస్తానంటాడు. అమాంతం దానికి మాటలూ, పాటలూ సుందరం రాస్తాడు. సినీభాయ్‌గాడు వీలైతే పేరు మార్చుకొని హీరోగాని లేక సైడు హీరోగాని వేస్తాడట."

"పెద్ద ప్లానే"

"ఇదేం పెద్ద! ఇంకా వుంది. ఇలా కొద్ది మొత్తంలో పెట్టిన సినిమా పత్రికని మెల్లగా ఇంగ్లీషులోకి మార్చేసి అక్కడినుంచి "అవర్ ఆంధ్ర", "అవర్ సౌతిండియా", "అవరిండియా" "అవరేషియా" "అవర్‌యురేషియా" అంటూ మెట్టు మెట్టూ ఎక్కించేసి "అవర్‌వరల్డు" చివరికి "అవర్ యూనివర్స్" అనే పేరుతో పెద్ద పేపరుగా చేసేస్తాడు. అప్పటికి చంద్ర, అంగారక, శుక్ర - నాకు పేర్లు రావు - మొదలైన అన్ని గోళాలలో అమెరికా వాళ్ళు ఇళ్ళూ గట్రా కట్టి విమాన సర్వీసు వేస్తారట. వీడు అప్పటినించీ ప్లానెట్‌కో ఎడిషన్ చొప్పున వేస్తాట్ట. బావులే అయిడియా?"

"ఫస్టుగా వుంది, నువ్విప్పుడే షేర్లు కొనుక్కో."

"ఇందాకే కొన్నాగా పావలా అర్ధణా షేరు! ఈసరయ్య హోటల్లో కాఫీ తాగాంలే. అమాంతం వాడి పర్సుపోయిందన్నాడు. పర్సు పోయినా బాధలేదుగానీ - సిగరెట్ పెట్టె - మధ్యవజ్రం పొదిగిన వెండికేసు యిరవై సిగరెట్లతో పోయిందన్నాడు. బాధపడిపోయాడు. సరే, నేనే పావలా చెల్లించి డక్కను పెట్టె కొనిచ్చా. "మా వెంచర్‌లో యిదే మీ షేరనుకోండి బ్రదర్" అనేశాడు. ఫెళఫెళ నవ్వి నా బుజం బద్దలు కొట్టేశాడు."

రామారావు విరగబడి నవ్వాడు.

"ఇంకో తమాషారోయ్... మన ఈసరయ్య హోటలు గోడమీద చామాలమ్మ పిడకలు కొడుతూంటే చూసి పెదవి విరిచి 'పూర్ ఇండియా' అని జాలిపడ్డాడురా!"

"ఏం పాపం?"

"అసలు వాడికి ఇండియా అంటే చిన్నప్పటినుంచీ నచ్చదట."

"ఏం?"

"ఇక్కడ నైట్ క్లబ్బులు లేవుట. టెలివిజన్‌లు లేవుట. బాల్ డాన్సులు దేశవాళీ రకంట."

"ఈ సినీభాయ్‌గాడు అమెరికాగానీ వెళ్ళొచ్చాడేమిట్రా?"

"వీడు వెళ్ళలేదు. కానీ వీడి మావయ్య డియరెస్టు ఫ్రెండు వెళ్ళొచ్చాట్ట. వాళ్ల మావయ్య స్వగ్రామం ఈజిప్టుట. అంటే చాలా రోజుల్నుంచీ ఈజిప్టులో ఉంటున్నాట్ట. అక్కడ ఆయనకి ఓ ఫ్రెండు. ఆ ఫ్రెండు అమెరికాలో అన్నీ చూసొచ్చాడు. ఆ గోరోజనం యావత్తూ వీడికి అంటుకుంది. అందుకని – 'ఇండియా సివిలైజ్డ్ కాదు. ఇండియాలో ఏం లేదు' అన్నాడు. వాడిబొంద వుందట – వాడే అన్నాడు. 'ఇక్కడేముందండి నా బొంద' అని."

"ఇంతకీ వాడిలా అమాంతం ఊడిపడ్డ దెందుకూ?"

"సుందరం వాడికి ఒట్టేసి వచ్చాట్ట, మూడు రోజుల్లో వెయ్యి రూపాయలు పట్టుకు చక్కావస్తానని. అక్కడ అప్పులవాళ్లు పీక్కు తిన్నారు. మూడు కాదుగదా నాలుగు రోజులయినా వీడు రాలేదుట, ఇలాయితే ప్రోగ్రాంలు దెబ్బతినవా? ఇదేం ఇంకోటా ఇంకోటా! సినిమా పరిశ్రమ! అవంటా అనుకుని దగ్గిరుండి తీసికెడదామని యీయనగారు సామానేదో తాకట్టు పెట్టి కటాకటీగా డబ్బులుచ్చుకొని ఇక్కడ దిగాడు. ఇంక యిద్దరూ కలిసి నిర్వాకం చేస్తారు. జగన్నాథంగారి కిదంతా తెలిస్తే!..."

"...కొంప లంటుకున్నాయే! అటు సూర్యుడిటు తిరిగినా ఆయన పిల్లనివ్వడు. ఒరేయ్, అన్నట్టు అటు సూర్యుడిటు తిరిగాడురోయ్. చీకటి పడొస్తోంది, వెళ్ళాలి."

"ఏవిట్రా ఆ రాచకార్యం?"

"ఊళ్ళోకి పెద్ద మనుషులొచ్చారని చెప్పలేదూ, వాళ్లని సత్కరించవద్దూ మరి" అన్నాడు వీర్రాజు.

"అవును పెద్ద మనుషులన్నావు – ఏమీ చెప్పనేలేదూ. మధ్యన నీ వెధవ సొళ్ళు కబుర్లు చెప్పావు."

రాజుకొ్కోపం వచ్చింది. "నీ పెళ్ళి నా పెళ్ళీ గురించి మాట్లాడితే వెధవ గోలంటావా?"

"సారీ, సారీ – సరేకానీ చెప్పు. ఎవరొచ్చారు?"

"ఎవరేమిటీ? సుబ్బిశెట్టీ, కాంట్రాక్టరుమావా, గవర్రాజూ దిగారు. వీళ్లకే మీ మావ, మరియు ఇంకా మొగదక్షత – డబ్బు బాకీ. మూడు ముక్కలాట మజా."

"ఎందుకొచ్చారు?"

"ఎల్లుండే కదరా రామాలయం కట్టించే పెద్ద మనిషి ఎన్నికలు! మీ మావయ్యకి ఓటెయ్యమని వీళ్లు ప్రాపగాండా చేస్తారు."

"నాలుగువేల రూపాయల రామమందిరం కట్టడానికి ఇంత గొడవ(టా!" అన్నాడు రామారావు ఆశ్చర్యంగా.

"ఏం చేదా ఏమిటి? ఒకటా, రెండా మూడా! నాలుగు వేలు! మీ మావ గెలిస్తే గుడికట్టించే కాంట్రాక్టు తను బాకీ వున్న బస్తీ కాంట్రాక్టరికిస్తాడు - వాడు బాకీ చెల్లగొట్టేస్తాడు."

"ఇక మిగిలేదేమిటి?"

"నీ తలకాయ. నీకు ఇంజనీరింగు సంగతి తెలీదు. అందుకే సీత నిన్ను వట్టి దద్దమ్మ, మఫ్ మరియు వాజమ్మ అంది. కంట్రాక్టరుబాబు రామమందిరాన్ని వెయ్యి రూపాయల్లో కట్టిపారేస్తాడు, వాడిదగ్గరున్న డొక్కు సరుకూ మనవూరి మట్టి పెళ్ళలూ కలిపేసి. రెండువేల పైచిలుకు మిగులు. చేదా ఏం?"

"అయ్యబాబోయ్! - అది సరే - మావాడు గెలిస్తే కాంట్రాక్టరు బాగుపడ్డం, ప్రజలు మోసపోవడం అటుంచు. నా సంగతేవిట్రా? ఆ కరణంగారు మావయ్యకు ఓట్లు వేయిస్తే గెలిచిన మర్నాడే పెళ్లి చేయించమంటాడు కాబోలు - తన కూతురికీ నాకూ? హే భగవాన్! అలా చూస్తావేమిటయ్యా! నీ కళ్లెదురుగా ఇంత అన్యాయం జరుగుతుంటే!"

"ఏం చేస్తాడురా! కాస్త పాపం, పుణ్యం, దేవుడూ, దెయ్యం ఆలోచించి భయపడేవాళ్లని దేవుడయినా మందలించి బాగుచేస్తాడు. మొహం ఎదటే ఘోరాలు చేసి బరితెగిస్తూంటే నివ్వెరబోయి చూస్తున్నాడు. మొండివాణ్ని రాజేం చేస్తాడు?"

"బావుంది. జనం, మతం, పుణ్యం, పాపం వదిలేసి మా మావయ్య సంగతి చూద్దాం... ఒరేయ్ రాజా, ఒక్కటి తోస్తోందిరా. దొంగరాముడికి జీతం ఇచ్చినందుకు ఇక్కడ వాడు పనికి రావచ్చు. ఈ పెద్ద మనుషుల్ని మెత్తగా తన్ని తగిలెయ్యమందాం."

"ఛా! - చవటలా ఆలోచించావురా. వాళ్లని పబ్లీకుని అవమానిస్తే డేంజరు. చూడు ఇది కార్తీకమాసం. పై నెలలో పంటలు కోస్తారు. తిండిగింజలు అమ్ముకోవాలి. సుబ్బిశెట్టి ఈ మాటు చాలా ధాన్యం కొంటాడు మన ఊళ్ళో. ఎక్కడో టెండర్లు తెచ్చుకున్నాడు శెట్టి. మనం కనక తన్నించినట్లు తెలిస్తే కసికొద్దీ ఇక్కడ మానేసి ఇంకోచోట కొంటాడు. ఉత్తపుణ్యానికి మనం పాడుపనులు చెయ్యొద్దు. నే చెప్పేది విను. పెద్ద మనుషులు ముగ్గురూ ఇందాక పొరుగూరెళ్లారు. వాళ్ళు ఇంకాసేపటికి తిరిగొస్తారు. కాలవొడ్డున దొంగరాముణ్నీ, భీముడినీ పెట్టి అక్కడక్కడే అటకాయించి, డబాయించి బస్తీకి తరవమని చెప్పిపంపాలే. నీకన్న తెలివైనవాణ్నే."

"సంతోషించాం కానీ చీకటి పడుతోంది. పోదాం, లే, కరణం గారింటికెళ్లాలి."

"ఏం గిరాకీ?"

"మా బామ్మకి ఉసిరికాయ పచ్చడి కావాలి."

"ఏరోయ్-రోజూ ఓ పచ్చడి కావాలంటూ వెడితే కరణంగారు అనుమానపడి తంతాడురోయ్."

"తంతేనేంరా! సీత మన పిల్లాయె. పైగా అమరప్రేమ. ఇలాంటివి ఖాతరు చెయ్యదు."

"మెల్లిగా మాట్టాడరా. చెవులకి గోడలు మొలుస్తాయి."

"గోడలుకాదు మేడలు మొలిచినా ఐ డోంట్ కేర్! నాకు ఖాతరు లేదు బ్రదర్...." రాజు గబుక్కున ఆగిపోయాడు. రామారావు నివ్వెరపోయి క్షణంపాటు చూసి మెల్లిగా తిరిగాడు. సుందర్రావు నించున్నాడు వెనకాల – మాటా మంతీ ఆడుకుంటున్న లైలామజ్నూలమధ్య దిగిన లైలా తండ్రికి మల్లే.

వీర్రాజు ఎందుకయినా మంచిదని ముందుకి జరిగి గిర్రున తిరిగి సుందరం వంక చూశాడు.

సుందరం ఆజానుబాహుడు. పాల్ రాబ్సన్ గొంతుక.

"గోడలకి చెవులే కాదు, మనుషులుకూడా మొలుస్తారు తెలుసా?" అన్నాడు గంభీరంగా నడ్డిమీద చేతులు వేసుకుని అపరాధ పరిశోధకుడు అజయ్‌బాబు ఫోజులో.

రామారావూ, వీర్రాజూ మాట్లాడలేదు. లేచి నించున్నారు, ఇంటికెళ్ళబోతూన్నట్టు.

"ఆగండి."

ఆగారు. సుందరం వీర్రాజు దగ్గర కొచ్చాడు. గూట్లో దువ్వెన తీసుకున్న పద్ధతిగా వీర్రాజు జేబులోవున్న ప్రేమలేఖ తీసుకున్నాడు హుందాగా.

"ఏయ్!" అన్నాడు వీర్రాజు.

రామారావు కొంచెం ధైర్యం తెచ్చుకుని "ఇదేం సినిమాలో వేషం వేసినట్టు కాదు. ఆ ఉత్తరం ఇచ్చెయ్యి. లేకపోతే మా వీధికిరా, తన్నిస్తా" అన్నాడు.

సుందరం గంభీరంగా నవ్వాడు. సినిమా వేషంలాగ కనుబొమలు పైకెత్తాడు. పెదిమలు వంకర తిప్పాడు. "ఏడిశారు. మీ సంగతంతా వినేశా. దొంగరాముడిచేత సుబ్బిశెట్టి వాళ్ళని తన్నించింది మీరేనని అందరికీ చెప్పేసి శెట్టికొక్కాడా చెప్తా. శెట్టి ఇక్కడి ధాన్యం కొనడు. రైతులంతా మిమ్మల్ని చితక్కొట్టేస్తారు" అన్నాడు సావకాశంగా.

వీర్రాజు తలగోక్కొని తిప్పలు పడుతున్నాడు, ఏదో జ్ఞాపకం చేసుకోడానికి.

రామారావు తలవంచుకున్నాడు.

సుందర్రావు ధైర్యం ద్విగుణీకృతమైంది. "పైగా సీత రాసిన ఉత్తరం నలుగురికీ చూపిస్తా. కరణంగారూ, ఆయన మనుషులూ నిన్ను తంతారు, – వేరే – రైతులు కాకుండా."

రామారావు కొంచెం ఆలోచించాడు. "సుందరంగారూ! మీరు వెధవ్వేషాలేస్తే, మీ ఫ్రెండు సినీభాయ్‌గారు చెప్పిందంతా అందరికీ చెప్పేస్తా. మీకు కుదిరిన సంబంధం చెడకొడతా" అన్నాడు మర్యాదగా.

"ఏడిశారులెండి రామారావుగారూ! మీ ఆశ అదే అని నాకు తెలుసుగాని, తాంబూలాలు ఇచ్చుకున్నాం. ఇక మీరు చేసేది ఏం లేదు. సినీభాయ్‌ని నేను ఊరి చివరే కలుసుకుని పంపేశా. మీ మాటలు ఎవరూ నమ్మరు" అన్నాడు సుందరం సాదాగా.

రామారావుకి బిక్క మొహం పడింది.

"రైలు ఛార్జీ లెక్కడిది" అన్నాడు వీర్రాజు కుతూహలంకొద్దీ.

"వీర్రాజుగారూ! మీరు పరమ రౌడీలు. ఊళ్లోకి పెద్ద మనిషి వస్తే వాడిని

బెల్లించి రహస్యాలు చెప్పించడం పెద్ద మనుషుల పనికాదు. నాకు కల్చర్ వుంది కాబట్టి ఊరుకున్నాగానీ లేకపోతే ఈపాటికి మిమ్మల్ని చావకొట్టేవాణ్ణి."

రామారావుకి ఒళ్ళు మండిపోయింది. "అండీ ఎందుకండీ, అండీ బండీని, ఓ పక్క తిట్టిపోస్తూ మళ్ళీ అండీ ఎందుకూ, కొట్టండి. ఏ మాత్రం కొడతారో – ఊ బెదిరిస్తున్నారు" అన్నాడు ఉరుముతూ.

"రామారావు గారూ – మీరు నాతో ఓడిపోయారు. మీ మీద కోపం లేదు నాకు, మీరేమన్నా ఊరుకుంటా. అట్టే ఎక్కువ మాటాడితే నిజంగా తంతా! నాకు వంట్లో చాలా బలం, చెన్నపట్టణంలో పలుకుబడీ వున్నాయి. అందుకని పూర్తిగా తగ్గిపోండి. నేను మాట్లాడేది వీర్రాజుగారితోనే. ఆయన నా కథ దండోరా వేస్తామంటున్నాడు. ఏమయ్యా చేస్తావా – నీ ఉత్తరం బయట పెట్టేస్తా జాగ్రత్త. నోరు మెదిపావంటే... అవతల నించి మీరు మాట్లాడినదంతా విన్నా జాగ్రత్త."

"ఏవయ్యోయ్ సుందర్రావ్! మిడిసిపడిపోతున్నావ్. తెల్లారేసరికి నిన్నేం చేస్తానో చూడు" అన్నాడు రామారావు కర్కశంగా.

వీర్రాజు ఇంకా బుర్ర గోక్కుంటున్నాడు సుందరంవంక చూస్తూ.

సుందరం ఓ చూపు విసిరాడు. "ఎందుకోయ్. నావంక అలా మిటకరించి చూస్తావ్. తెగులు తగిలిన కోడిలా?" అన్నాడు.

"ఆ! యురేకా! కోడి! కోడి!" అని ఒక్క గెంతువేశాడు వీర్రాజు. దీపం వెలిగించిన గదిలాగ ధైర్యసాహసాలతో, ఉత్సాహంతో వీర్రాజు భౌతిక శరీరం ఆపాదమస్తకం నిండిపోయింది. దాంతో రక్తానికి చోటులేక తన్నుకుంది. అందుకని వీర్రాజు తాగిన కోతిలా ఆడిపోయాడు. సుందరం నివ్వెరబోయి నోరు తెరిచాడు, వీర్రాజు అమాంతం ఆంజనేయుడవడం చూసి. ధైర్యం చిక్కబట్టుకుని కొంచెం డబాయించాడు–

"ఈ వెధవ్వేషాలు నా దగ్గర కుదరవు. నేను సినీభాయ్ లాగ మోసపోయేవాడిని గాను. ఈ ఉత్తరం అందరికీ చూపించేసి, దొంగ రాముడిచేత పెద్ద మనుషుల్ని తన్నించారని దండోరా వేసి కానిస్టేబుల్‌ని తీసుకురావడం చేసి తీరతా, తప్పదు" అంటూ.

వీర్రాజు కొంచెం కుదుటపడి శత్రుసంహారాని కుపక్రమించాడు. "రాముడూ! వీడెంత ఖలుడురా! పల్లెటూరి వారిని మోసంచేసి సినిమా వెలిగిస్తాట్ట పట్నంలో....హుఁ!" అన్నాడు.

"సినిమా కాదు, టెలివిజన్ తీయమను. మనకెందుగ్గానీ సుబ్బలక్ష్మి నాన్నకి టోకరా ఇచ్చాడురా! తప్పకాదూ" అని కూడా అన్నాడు. ఇంకా ఇలా అన్నాడు. "ఆఁ! తప్పకాదూ. పైగా ఇటు సీతకి ఉత్తరాలు రాస్తాడూ! హన్నా! గోపాలకృష్ణుడనుకున్నాడు కాబోసు."

రామారావుకి వీర్రాజు ధోరణిచూస్తే కొంచెం ధైర్యం చిక్కింది. "మరే! వీళ్ళంతా గోపికలనుకున్నాడు కావును" అన్నాడు.

"మరే! మనమంతా లేమనుకున్నాడు కాబోలు!"

"ఔనౌను. ఉన్నా చవటచవటలం అనుకున్నాడు కామోసు!"

సుందర్రావు కిదేమీ అంతుబట్టలేదు. అనుమానంతో మెడ టకాటకా ఎడాపెడా తిప్పేసి ఇద్దర్నీ చూస్తూ ఇద్దరి మాటలూ వింటున్నాడు టెన్నిస్ ప్రేక్షకుడిలా.

"వెధవ" అన్నాడు వీర్రాజు.

"చవట" అన్నాడు రామారావు పుంజుకుని – సుందరం వంక చూస్తూ.

"రాడీ"

"రాస్కెల్"

"గూస్"

"గాండర్"

"హార్స్"

"మేర్"

"మాన్"

"ఉమన్"

"గరల్"

"బోయ్"

"ఒరేయ్! రాజా. ఆగు మనం గ్రామరు చదివేస్తున్నాం."

"ఏమిటిదంతా. మిమ్మల్ని గుడిగోపురం మీదకి విసిరేస్తా" అన్నాడు సుందరం.

"దుర్మార్గుడు" అన్నాడు వీర్రాజు.

"దుర్జనుడు" అన్నాడు రామారావు.

"దుష్టుడు"

"దుర్మతి"

తరవాత ఇద్దరికీ తెలుగు మాటలు జ్ఞాపకం రాలేదు.

"ఆc!... ఖలుడు!" అన్నాడు వీర్రాజు.

"మరే–ఖలుడు" అన్నాడు రామారావు.

"ఒరేయ్ రాముడూ – నీకు ఖలుడు పద్యం వచ్చురా?"

"ఏ ఖలుడురా?"

"అదే – ఖలునకు నిలువెల్ల విషము..."

"అదా – మొదలు జ్ఞాపకం లేదు "సుమతీ" అని చివర్నొస్తుంది."

సుందరానికి జ్ఞాపకం వుంది. కానీ చెప్పలేదు.

వీర్రాజుకి కొంచెం జ్ఞాపకం వచ్చింది. "తలనుండు విషము ఫణికిని వెలయంగా డడ్డ డడడ డడడా నానా... చివరని ఖలునకు నిలువెల్ల విషము గదరా సుమతీ – గదరా రావుడూ?" అన్నాడు.

"మరే... నిలువెల్ల విషము."

"ఖలుడెంత పవర్‌ఫుల్లో తెలుసా. ఆ మధ్య ఓ ఖలుణ్ణి ఓ తేలు, ఖలుడన్న సంగతి తెలీక కుట్టిందిట – అంతే – ఖలునకు నిలువెల్ల విషముగదూ. ఠారున చచ్చింది. అలాగే ఓ పాము, ఇంకా అలాగే నల్లులు, దోమలు..."

"వీర్రాజూ! జ్ఞాపకం ఉంచుకోరోయ్! సినిమా హాలులో నల్లులు సమృద్ధిగా ఉండడంలేదు ఈమధ్య. మ్యాటినీకి వదిలిన నల్లులు అరుగంట్లాటకల్లా ఛస్తున్నాయట. ఎందుకో తెలీక ఇన్నాళ్ళూ గిలగిల్లాడా. ఈ పాడుపన్లు చేసేవాళ్ళూ, కొంపలు తీసేవాళ్లూ, బ్లాక్ మార్కెట్ చేసేవాళ్ళూ, మతిస్థిమితం కోసం అని అస్తమానూ సినిమాల కెడుతున్నారు. ఆ నల్లులు తెలీక వాళ్ళని కుట్టి అమాంతం ఛస్తున్నాయి – విల్లేనా రాయకుండా!"

"అలాగే – రిసెర్చి బుక్కులో రాసుకుందువుగానిలే. ఒరేయ్ రాముడూ, దోమలగురించి కూడా ఓ పుస్తకం రాయరా. బంగారయ్య గారింటి దగ్గర ఇపుడు కాగడా వేసి వెతికినా దోమల్లేవుట. నీలాటిరేవులోనూ రచ్చబండ దగ్గరా ఇదే చెప్పుకు విస్తుపోతున్నారు ఆబాలగోపాలం. దోమలు ఎందుకు లేవో తెలుసా? వీడు – ఈ ఖలుడు అయిన సుందరంగాడు అక్కడ పడుకుంటున్నాడుగా, అమాయకపు దోమలు ముందూ వెనకా చూసుకోకుండా గొర్రెలమంద గోతిలో దూకినట్లు వీడిమీద పడి కుట్టేశాయి. దారున మరణించాయి –"

"హయ్యబాబోయ్!" అన్నాడు రామారావు.

తరువాత ఇద్దరికీ ఏం మాట్లాడాలో తోచలేదు. సుందరం ఉగ్రనరసింహంలా వున్నాడు. మాటలన్నీ పూర్తవగానే తన్నేవాడిలా కనబడ్డాడు. పళ్ళు పటపట కొరుకుతున్నాడు. మాటలవగానే అమాంతం వీర్రాజు కాలరు పట్టుకున్నాడు.

"ఎందుకు నన్నిలా అన్నావ్? నిన్నిపుడు చావబాది డొక్కచీల్చి డోలుకట్టేసినా పాపం వుందా?"

రామారావుకి జ్ఞానోదయం అయింది. 'నిజమే! ఎందుకు వీణ్ణిలా చెడతిట్టినట్టు? ఏ ఆసరా చూసుకుని? వీర్రాజు పేలుతుంటే తనూ పుంజుకున్నాడు. ఇపుడు గ్రంథం ముదిరింది.' వీర్రాజుకి మాత్రం ఒక ఆసరా వుంది. అది చూసుకునే ఇంత స్వేచ్ఛగా తిట్టాడు. తీరా సుందరం కాలరట్టుకునేటప్పటికి అది కాస్త మర్చిపోయాడు.

వీర్రాజు బిక్కమొహం పెట్టి బాధగా చూచాడు సుందరం వంక.

రామారావు కొంచెం ఆలోచించాడు.

"ఏవండోయ్ సుందర్రావుగారూ, మనం గుడి వెనక్కెళ్ళి పోట్లాడుకుందాం రండి. జనం వచ్చే వేళయింది" అన్నాడు అణకువగా.

సుందరం వినిపించుకోలేదు. వీర్రాజు కాలరుపట్టు బిగించాడు.

"చెప్పు! ఎందుకలా చూస్తావు తెగులు తగిలిన కోడిలాగ" అన్నాడు.

వీర్రాజుకి మళ్ళీ ఆంజనేయుడంత బలం వచ్చింది. "కోడి! కోడి" అన్నాడు. ఒకసారి గింజుకుని సుందరం పట్టు విదిలించుకున్నాడు. రెండడుగులు వెనక్కి వేశాడు. కాలరు మడతసర్దుకున్నాడు. ఆ తరువాత చేతులు కట్టుకుని గంభీరంగా నోటి ఆగ్నేయమూలనుంచి చిన్న నవ్వు నవ్వుతూ నించున్నాడు.

సుందరం ఓ అడుగు ముందర వేశాడు.

వీర్రాజు చలించలేదు. "ఆగరా! పకోడి! ఆగాగు" అన్నాడు.

అంతే – సుందరం బాలనాగమ్మ కథలో బాలవర్ధి రాజు తండ్రిలా రాతిబొమ్మ అయిపోయాడు.

వీర్రాజు సగర్వంగా నవ్వాడు.

రామారావు విస్తుపోయాడు. ముక్కుమీద వేలు వేసుకుని – "హుఁ!" అన్నాడు, వీర్రాజు తన కాలరుని బొటనవేలూ చూపుడు వేలూ మధ్య ఇస్త్రీ చేస్తూ, జూలు సవరించుకుంటూ "పకోడి కథంతా నాకు తెలుసులేవోయ్! పకోడీల ముసల్దీ దాని తమ్ముడూ మా యింటికొచ్చారు – హుఁ!" అన్నాడు.

"పకోడి ఏమిటి? పకోడి గికోడినీ?" అన్నాడు సుందరం.

అప్పటికే అతను గాలితీసిన బుడగలాగా, పాడుపడిన కొంపలాగా, పిల్లలులేని ఇల్లులా, గుడిలేని ఊరులా కళావిహీనవదనుడయిపోయాడు. జబ్బుపడి పథ్యం పుచ్చుకోబోతున్న వాడిలా మొహం వేలవేశాడు.

వీర్రాజు గాంభీర్యం వహించాడు. "నాకు నీ పకోడి వ్యవహారమంతా తెలుసు, కంఠతావచ్చు. ముసలమ్మని తెచ్చా. వెధవ్వేషాలేస్తావో – మాన్తావో చెప్పు."

పశ్చాత్తప్తుడయిన ఖూనీకోరులా తలవంచుకుని 'వెయ్యను' అన్నాడు సుందరం.

"ఏమిటి వెయ్యవు?"

"వెధవ్వేషాలు."

"వెధవ్వేషాలు ఏం వెయ్యవ్?"

"వెధవ్వేషాలు వెయ్యను."

"ఎప్పుడు?"

"ఇంకెప్పుడూను."

"మరేం చేస్తావు?"

"మీరు చెప్పండి."

"అయితే ఆ వుత్తరం ఇలా ఇచ్చెయ్యి."

సుందరం బహు మర్యాదగా ఇచ్చేశాడు.

"కూర్చో" అన్నాడు వీర్రాజు.

సుందరం కూర్చున్నాడు.

వీర్రాజు కూడా కూర్చున్నాడు.

"సుందరం – నువ్వు మంచివాడివని నాకు తెలుసు. నువ్వు చెడిపోతే నాకు పోయిందేం లేదు. కానీ హఠాత్తుగా ఊడిపడి ఇక్కడ నీ పని కానిచ్చుకోడానికి రాజకీయాలు తయారుచేసి మాకు ఆటంకం వచ్చావు. అందుకని ఇంత గొడవ జరిగింది."

"నిజమే. తప్పే."

"తప్పా ఒప్పా మనంకాదు చెప్పేది."

"అవును, మనం కాదు చెప్పేది."

"నిజం దేవుడు చూస్తాడు. నే చెప్పేదొకటుంది. మనం శత్రుత్వం వదులుకుందాం. నువ్వు సుబ్బులక్ష్మి మీద ఆశ వదులుకో. మనం స్నేహితులవుదాం. నీకు శక్తుంటే మీ బంగారయ్య దగ్గర వెయ్యికాదు పదివేలు తీసుకో. ఒకటి కాదు పది సినిమాలు తియ్యి. అది నీ యిష్టం. నీవి గాలిమేడలో గట్టిమేడలో నీకే తెలియాలి. నీ యిష్టం. ఎటొచ్చీ కల్లబొల్లి కబుర్లాడి వెధవ్వేషాలు వెయ్యకు."

"కాదులెండి" అన్నాడు సుందరం తలవంచుకుని.

"ఏమిటి కాదు?"

"అదే – నేను సినిమాలు తియ్యదలచుకోలేదు"

"ఏం – నాటకాలాడిస్తావా?"

"చచ్చిన పాముని ఇంకా పొడవకురా రాజా" అన్నాడు రామారావు కలుగజేసుకుని. అంతలోకే నాలిక్కరుచుకొన్నాడు, తెలిగ్గా, తప్పు గ్రహించుకుని. మసక చీకట్లో సుందరానికది కనపడలేదు.

వీర్రాజుకి మాత్రం వినయంగా జవాబిచ్చాడు సుందరం.

"అదికాదండి – సినీభాయ్ నాకు టోకరా ఇచ్చాడండి" అన్నాడు.

"బ్రదర్! ఇంక నువ్వు నన్ను అండీ గిండీ అనక్కర్లే. ఏమోయ్ అను చాలు. మనం ఫ్రెండ్సయిపోయాం."

సుందరం సంతోషపడిపోయాడు. "ఇందాక మీరు ఖలుడన్నారే అది సరిగ్గా వాడికి సరిపోతుంది – ఆ సినీభాయ్‌కి."

"ఏం చేశాడేమిటి?"

"మీరు నా సంగతి సూచనగా చెప్పారట, డబ్బు చులాగ్గా రాదని. దాంతోటి వాడు నా కనుమరుగున ఈ ఊళ్ళో దీపంవంటి కుర్రాడికి టోపీవేసి మద్రాసు ప్రయాణం కట్టించాడండి. పైగా యీ సంగతేం చెప్పకుండా నా దగ్గర రైలు ఛార్జీలు వడేసి పుచ్చుకున్నాడండి. ఊరు పొలిమేరలో చూదునుకదా ఆ అబ్బాయి – నాయుడు గారబ్బాయి – ట్రంకు పెట్టెతో సహా అక్కడున్నాడు. నిల్దీసి అడిగితే నిజం బయటపడింది. అక్కడి పెద్దవాళ్ళతో బేరాలాడి ఆపైన మళ్ళీ ఇంటికొచ్చి నాయుడిగారి చేత సినిమాకి పెట్టుబడి పెట్టిస్తాట్టండి – ఆ కుర్రాడు చాలా ధీమాగా చెప్పాడు. సరే, కథ విని – 'ఏరా సినీభాయ్, అయితే నేను వస్తా. ఇక్కడ డబ్బు సాధ్యపడేటట్టు లేదు. నాయుడి గారబ్బాయి ఎలాగా పేపరు పెడతాడుకదా, ఎలాగా ఫిలిం తీస్తాడు కదా, నేను ఆ పేపరులోనూ, ఆ సినిమాకీ కథ అదీ రాస్తానన్నా. ఆ పళాన వాడు నన్ను పురుగుని చూసినట్టు చూసి, పురుగు నవ్వినట్టు నవ్వి 'చెన్నపట్నంలో మాకు కవులే తక్కువయారా. పైగా నేను లేనా! నీకన్నా బాగా రాస్తా' అంటూ 'నీ మొహం – నువ్వేం రాస్తావ్' అన్నాడండి. వాడే ఆ నోటితోనే కిందటివారం నన్నూ నా కవిత్వాన్నీ తెగ పొగిడాడండీ..."

"బావుంది" అన్నాడు వీర్రాజు నిట్టూర్చి.

"నేను మళ్లా మద్రాసెళ్లి నా ఉద్యోగంలో నేను చేరదలచుకొన్నానండీ."

"అక్కడ ఉద్యోగం వుందా మీకు?" అన్నాడు రామారావు.

"ఆః! మందుల కంపెనీలో సేల్సుమేన్‌ని. వందా యాభై యిస్తారు."

"బ్రదర్ – ఇవి కాళ్ళుకావు – చేతులనుకో" అని సుందరం భుజాలు పట్టుకున్నాడు వీర్రాజు. "నిన్ను గురించి నేనిందాక బొత్తిగా ఛండాలంగా మాట్లాడా. అంతా వినే వుంటావు. దయచేసి అవన్నీ చెరిపెయ్యి, నీ కసలు ఉద్యోగం కూడా లేదనుకున్నా" అన్నాడు.

"దానికేంలెండి. మూణ్ణెల్లు సెలవు పెట్టి సినిమాల్లో తిరుగుతున్నా. ఇంతకన్నా హీనంగా మాట్లాడతా రక్కాడివాళ్ళు. మాటలు దులిపేసుకుని మర్చిపోవడం అలవాటయిపోయిందండి" అన్నాడు సుందరం తలవంచుకుని.

రామారావుకీ, వీర్రాజుకీ మాట్లాడ బుద్ధెయ్యలేదు బాధవల్ల. "మద్రాసు ఎప్పుడెళతారు?"

"నాకంతా అయోమయంగా వుంది. చేతిలో గవ్వలేదు. ఈ సినీభాయ్‌ని చూశాక బాబయ్య (బంగారయ్య)కి నామీద అనుమానం తగిలింది. రైలుఛార్జీలు కూడా ఇచ్చేట్టు కనబడడం లేదు."

వీర్రాజుకో చిన్న అనుమానం తగిలింది. "మరీ ఇవాళ సినీభాయ్‌కి ఛార్జిలెలా ఇచ్చావ్?"

సుందరం సిగ్గుపడ్డాడు. తలవంచుకుని రాతినేల మీద బొమ్మలు గీశాడు చూపుడు వేలుతో.

"ఫరవాలేదు. ఇష్టం లేకపోతే చెప్పొద్దు. మేమేం అనుకోం."

"అబ్బే! అదేం కాదండి. నాకు సిగ్గేస్తుంది. వాడే ఉన్నఫళంగా వెళ్ళాలి రైలు ఛార్జీలు తే అని పీకలమీద కూర్చున్నాడు. నాదగ్గర లేవు, ఎవ్వరూ అప్పివ్వరు అన్నా. వాడే అయిడియా ఇచ్చాడండి. నాకలాంటి ఊహాలేదు. జగన్నాథంగారిని అప్పొకింద అడిగి తెమ్మన్నాడండి."

"ఎవరూ? సుబ్బులు తండ్రినే! మీ కాబోయే మావగారినే?" అన్నాడు రామారావు ఆశ్చర్యంగా.

"కాబోయే మావగారు కాదులెండి – ఇంకకాదు. ఇందాకనే పరువు కాస్తా పోయింది. నాకు అంతకన్నా ఇష్టం లేదు."

"ఎలా అడిగావయ్యా. ఆయన దగ్గర అట్టే డబ్బుండదుకూడా!" అన్నాడు వీర్రాజు.

"ఏం చెయ్యనండీ! ఈ సినీభాయ్ తందనాలాడి పోతున్నాడు. వచ్చీ రాగానే మీతో పురాణం అంతా చెప్పేశాడు. ఇంకెవరితో చెప్తాడో అని భయం. పైగా మా బాబాయి ఓమూల తిడుతున్నాడు వీడెవడ్రా అని. అందుకని వాడే చెప్పాడు. రేపు పిల్లనిచ్చేవాడు కదటోయ్. ఆయన్నే ఓ పాతిక రూపాయలిమ్మను. ఎల్లుండిచ్చేస్తానని చెప్పు. లేపోతే పెళ్ళికిచ్చే కట్నంలో అడ్వాన్సుగా జమకట్టుకోమను అన్నాడండి."

"సుబ్బుల్ని అడగమన్లేదు నయమే!"

"అన్నాడండి. ఆ మాటా అన్నాడు. స్త్రీ హృదయం నీకు తెలీదు. డబ్బుకాదు, ప్రాణం కూడా ఇస్తుంది అన్నాడు. నేనే తిట్టాను. సరే, చివరికి చేసేదిలేక పాతిక అడిగితే లోకువ అని మర్యాదకోసం 'ఓ ఏభై ఇవ్వండి. రేపు మావాడు పట్నం వెళ్ళగానే టెలిగ్రాం మనియార్డరు చేస్తాడు, ఎల్లుండిస్తా' అని చెప్పానండి, సగం చచ్చి. పాపం, ఆయన ముందు నివ్వెరబోయి, తమాయించుకొని, ఓ అరగంట తరవాత రావోయ్ అన్నారండి. నేను మాయింటికెళ్ళి లోపల కూర్చున్నా. ఆయనొచ్చాడండి మా యింటికే! ప్రాణాలెగిరిపోయాయి చెప్పేస్తాడేమోనని. ఆయన పుణ్యమా అని అలాంటివేం చెయ్యకుండా 'బంగారయ్యగారూ, ఓ ఏభైవుంటే ఇవ్వండి ఎల్లుండిచ్చేస్తా'

అని మా బాబాయిని అడిగాడు. మా బాబాయి నన్నే పిలిచి 'పిన్నినడిగి ఓ ఏభై పట్రా సుందరం' అన్నాడండి. వీర్రాజుగారూ నా స్థితి ఆలోచించండి. పాడు మొహం వేసుకుని ఆ డబ్బు లోపల్నించి తెచ్చి బాబాయికిచ్చా. బాబాయి జగన్నాథంగారికిచ్చాడు. పావుగంట తరువాత, పూర్తిగా చచ్చిపోయి, ఆ యాభై అయనింటికెళ్ళి తీసుకున్నానండి. నేనేం అనుకుంటానో అని అయన ఎంతో నొచ్చుకుని "ఏమోయ్, సమయానికి లేక మీ బాబాయినే అడగాల్సి వచ్చిందోయి, మరోలా అనుకోకు" అని ఎంతో ఇదైపోయాడండి. నాకు నిజంగా ఏడుపొచ్చింది. ఎలాగో బయటపడి సినీభాయి గాడికి పాతిక రూపాయలు చేతిలో పెట్టాను. ఉత్తరక్షణంలో వాడు నన్ను కాలదన్ని, నాయుడుగారబ్బాయిని లేవదీసుపోయాడు."

ఎవరూ మాట్లాడలేదు. అయిదు నిమిషాలు గడిచిపోయాయి.

వీర్రాజు మెల్లిగా అన్నాడు – "నిజం చెబుతా – సుందరంగారూ – ఇందాకా మీరు శుద్ధ వెధవలూ, రౌడీలూ, అనుకున్నా. ఇంత అమాయకులనుకోలేదండి. నిజంగా మీ స్థితి చూస్తే గుండె కరిగిపోతోంది. ఏం చెయ్యాలో తోచడంలేదు."

రామారావు తెగించి త్యాగం చేశాడు. "సుందరంబాబూ! మీరు నా అంత అందంగానూ ఉంటారు... ఆ!... నేనీ మాట గట్టిగా చెప్పగలను. మీరు సుబ్బలక్ష్మిని వివాహం చేసుకోండి. నేను సంతోషంగా శుభాక్షతలు వేస్తాను. ఆ! నేను ఇవాళ చెప్పే ఈ మాటలు హృదయంలోంచి వచ్చాయి సుందరంబాబూ" అన్నాడు.

"వీడు శరత్‌బాబు కథ ఏదో తెలుగులో చదివొచ్చాడు. లేకపోతే ఇలాంటి వాక్యాలు రావు" అనుకున్నాడు వీర్రాజు మనసులో.

తపోభంగం చేయవచ్చిన అప్సరసని చూచి సర్వజ్ఞుడూ, సాధు మనస్కుడూ అయిన ఋషిపుంగవుడు నవ్వినట్లు సానుభూతీ, వైరాగ్యం సమంగా మేళవించి మెత్తగా, జాలిగా, బాధగా నవ్వాడు సుందరం.

వారధి కట్టిన సందర్భంలో ఉడత సాయపడ్డపుడు రాముడి ముఖం జ్ఞాపకం వచ్చింది వీర్రాజుకి.

"రామారావుగారూ – మీ ఔదార్యానికి నిజంగా కృతజ్ఞుణ్ణి. మీ హృదయం ఎంతగా ద్రవించిపోతోందో నాకు తెలుసు – కానీ ఇంకొక్క నిజం చెప్పేస్తే నా మనసు ప్రక్షాళితమవుతుంది."

"రామ రామ! వీళ్ళిద్దరూ నవలల్లోంచి ఊడిపడి సినిమాలో దూసుకుపోతున్నారు. ఇంకాసేపు వుంటే 'నిష్కృతి' అని కూడా అనేస్తారు" అని విసుక్కున్నాడు వీర్రాజు జనాంతికంగా.

ఇలాంటిది పైకిగాని అంటే ముందర జాలిగా చూసి యిద్దరూ ఒక్కమాటు తన్ని చితక్కొట్టి, మళ్ళీ యెందుక్కొట్టామా అని సిగరెట్టు కాలుస్తూ వాపోతారని వీర్రాజుకు బాగా తెలుసు.

"అది కూడా చెప్పేయి – పెళ్ళయిపోయిందా ఇదివరకే?" అన్నాడు వీర్రాజు.

"ఇంకా లేదు. మా కంపెనీ మేనేజరుగారమ్మాయి శాంతా, నేనూ ప్రేమించు కున్నాం. అయన సరేనన్నాడు. ఇంతలో నేను సినిమా గోలలోపడి సెలవుపెట్టి వాళ్ళక్కనపడకుండా తిరుగుతూ యిలా వచ్చా. ఈ సుబ్బులు సంబంధం

యాదృచ్ఛికంగా తటస్థపడింది. సినిమా గోల కొద్దీ కట్నం గిడుతుందనే పాడు ఊహతో.... ఏదైతేనేంలే.... ఈ పిల్లను చేసుకుందామని ఒప్పేసుకుని సిద్ధపడ్డాను. కాని శాంతకు చేస్తున్న ద్రోహం, మానవాధమునిలా ప్రవర్తించిన నా యొక్క మనసుని పీకుతూనే వుంది."

"రైటో! ముందు మీరు మద్రాసెళ్ళి, ఉద్యోగంలో చేరి హాయిగా పెళ్ళాడెయ్యండి. మావాడు సుబ్బులుకోసం తపస్సు చేస్తున్నాడు. ఏదయితేనేంలే - వీడి మావ మన కరణంగారమ్మాయి సీతని చేసుకోరా బడుద్ధాయీ అంటే చచ్చినా కుదరదంటున్నాడు. సరేకదా అని దరిమిలా సీతా నేనూ పరస్పరం హృదయాలు అంకితం యిచ్చుకున్నాం - అన్నట్టు నువ్వు సీతకెందుకు ఉత్తరం రాశావ్?" అన్నాడు వీర్రాజు.

"మీరు మన్నించాలి. రెండు మూడుసార్లు వాళ్ళింటికెడితే అదోలా చూసింది. కుడి ఎడమా ఆలోచించకుండా లెటర్ రాశా. తరువాత సంగతి మీకు తెలిసిందే"

వీర్రాజు ముసిముసి నవ్వు లొలకబోశాడు. "సీత చాలా తెలివయిందండి. ఇంకొకత్తె అవుతే నడికొప్పెక్కి ఆడిపోయి మీ పరువు నట్టేట కలిపేదే - అచ్చా - ఇపుడు మనం ఫ్రెండ్సు అన్నమాటేగా, మీరు రేపేనా మెడ్రాసెళ్ళటం? ఎన్నిక ఎల్లుండి గాబట్టి ఆగుతారా?"

"చెప్పొకదండీ, మా బాబాయి డబ్బులు విదిల్చేట్లు లేదు. పైగా జగన్నాధంగారికి నేను బాకీ" అంటూ నసిగాడు సుందరం.

"సుందరంగారూ!" అని గొంతు సవరించుకున్నాడు రామారావు.

"ఏవండీ?"

"ఏం లేదు. ఒకటి చెబుతా వినండి. మీకు రేప్పొద్దున నేనో డెబ్భై అయిదు రూపాయిలిస్తా. మీ దగ్గర పాతిక వుందిగా? మొత్తం వంద అవుతుంది. ఏభై జగన్నాధంగారి కిచ్చేయ్యండి. ఏభై చేతిలో వుంచుకోండి. ఎల్లుండి ఎన్నికలదాకా వుండి బంగారయ్యగారు గెలవటానికి ప్రచారం చెయ్యండి బాగా, అయన్ని గెలిపించి మరీ రైలెక్కండి" అన్నాడు రామారావు.

సుందరం సంతోషం పట్టలేకపోయాడు. "నేను మొహమాటం లేకుండా మీరిచ్చే అప్పు పుచ్చుకుంటున్నానని ఏం అనుకోకండి. అయితే ప్రచారం అంటారా - మీరు స్నేహితులు కాబట్టి మీ మావయ్యగారు ఓడడం నాకిష్టం లేదు. ఉత్తమ మార్గం ఏమిటంటే రేపే రైలెక్కేయటం."

వీర్రాజు విరగబడి నవ్వాడు. "వాళ్ళ మావ సంగతి నీకు తెలీదు సుందరం! ఆయన వాళ్ళింటికి మొగదిక్కు, ఉద్దండుడు. ఆయనగాని గెలిచాడా కరణంగా రమాంతం జలగలా పట్టుకుంటాడు - రామారావుకి తన కూతుర్నివ్వడానికి ఒప్పించమని. ఆ ఒప్పందం మీదే ఆయన వీళ్ళ మావకి ఓట్లేయిస్తున్నాడు. అదే జరిగితే సీత నాకు దొరకలేదని నేనూ, తన నెత్తిన పడిందని వీడూ ఏడిచి చచ్చిపోతాం. మీకు ఈ వూరు రాజకీయాలు తెలీవు. వీళ్ళ మావయ్య ఓడడమే మా పవిత్రాశయం, జీవితాదర్శం" అని స్పష్టపరిచాడు.

సుందరం కొంచెం ఆశ్చర్యపడ్డాడు. "సరేలెండి. అదయితే సులభమే. ఇప్పటికే చాలామందిని మంచి చేసుకున్నా. వాళ్ళంతా నేను సినిమాలో పెద్దవాడినని

భ్రమిస్తున్నారు. అంజలి, భానుమతి, నాగేశ్వరరావు, సావిత్రీ వాళ్ళందరి యిళ్లూ మా వీధిలోనే వున్నాయనీ, ఇక్కడ వీళ్లతో మాటాడేసినట్టే అక్కడ వాళ్ళతో మాటాడేస్తాననీ, యన్.టి. రామారావుని స్వయంగా సొంతచేత్తో ముట్టుకున్నానని చెప్పా. బస్తీ వాళ్ళలా వేషాలిప్పించమని వాళ్ళడగలేదు. కానీ నేనంటే గౌరవం ఉంచారు లెండి" అన్నాడు.

"అచ్ఛా రైఠో! నువ్వింక వెళ్ళు సుందరం, రేప్పొద్దున ఈసరయ్యా హోటలుకి రా. డబ్బు సిద్ధం చేస్తా" అన్నాడు రామారావు. సుందరం వెళ్ళిపోయాడు.

రామారావూ, వీర్రాజూ కూడా ఇళ్ళకి బయల్దేరారు చీకట్లో సిగరెట్లు కాల్చుకుంటూ.

"భలే రోజురా!" అన్నాడు వీర్రాజు విలాసంగా.

"అవునుగాని ఇంత పొగరుమోతుని పిల్లిలా చేశావుగదా – ఏమిట్రా ఆ పకోడి మంత్రం?"

"చెప్తే మజా లేదు."

"ఏడిశావు, చెప్వ చెప్వ"

"ఇందాకా పెద్ద మనసులొచ్చారన్నానే – అందులో, సుబ్బిశెట్టి లేడూ – సుబ్బిశెట్టి – ఈసరయ్యా హోటల్లో కూచుని ఈ సుందరాన్ని సినిమాభాయ్‌ని చూసి కంట్రాక్టరుతో చెపుతున్నాడు, నేను విన్నా. ఈ సుందరం నాలుగేళ్ళ క్రితం బాబ్జీ హాలులో పకోడీ లమ్మేవాడట! పువ్వు పుట్టగానే పరిమళిస్తుందని – వీడికి చిన్నప్పటి నుంచీ పాఠశాలకన్నా సినిమాలు అంటే అభిమానం మెండు. వాడియావారి నాడియా నాటి నుండి ఎడతెరిపి లేకుండా సినిమాలు చూసేవాడట. రోజూ వెళ్ళడానికి డబ్బు లెవరిస్తారు? అందుకని ఓ పకోడీల మామ్మ తాలూకు మనవడితో నేస్తం కట్టాడట. వాడు మామూలుగా హాలులో పకోడీ లమ్మేవాడన్నమాట. వీడు – సినిమా ఉబలాటం కోసం! ఓ చిన్న జంగిడిలో పది జంతికలూ, పదమూడు పకోడీలూ వేసి సుందరానికిస్తే ఆ జంగిడి చూపించి వీడు హోల్లో దూరేవాడట. గేటు కీపరు చూస్తున్నప్పుడూ, సినిమా మధ్యలో హాలు సాంప్రదాయం, అనవాయితీ ప్రకారం కట్ అయిపోయి దీపాలు వెలిగినపుడూ, ఇంటర్ వెల్ లోనూ అమాంతం లేచి నుంచుని "పకోడీ" అని ఓ గావుకేకేసి చటుక్కున కూచునేవాడట. సరే, వాడి దగ్గర కొన్నవాళ్ళు కొనేవారు. వీడు సినిమా చూసేవాడు."

"కుర్రాడు గాబోలు అప్పుడు."

"కుర్రాడేం తెగులు. పదిహేనేళ్ళట అపుడు – సుబ్బిశెట్టి చెప్పాడు. అక్కడితో అయితే బాగానే వుండేది. అమ్మగా వచ్చిన అణా బేడా, ముసలమ్మ యిచ్చిన పకోడీలూ, జంతికలూ చాలా భాగం వీడే తినేసేవాడట. అదంతా ముసలమ్మ లెక్క కట్టింది. బాకీ నాలుగైదు రూపాయల దాకా పెరిగిందట. ఇంతలోకే ఓనాడు వీడు ఇంకో కుర్రాడితో లాలూచీ అయి, ముసలమ్మ ఇంట్లోంచి పాతికరూపాయిలు కొట్టేసి మెడ్రాసు చెక్కేశాడు. నాటికీ నేటికీ పత్తాలేడట. ముసల్దీ దాని మనవడూ ఇంకా బతికేవున్నారు – వాడు కనపడితే తందామన్న అభిలాషతో. అందుకే వాడికి నేనిందాక పకోడీల ముసల్ది వచ్చిందనగానే హడలెత్తి పిల్లికూనయి పోయాడు పాపం."

రామారావు చప్పగా నవ్వాడు.

"అనవసరంగా చాలా హింస పెట్టావు పాపం... సరేలే, అంతా మనమేలు కొరకేనన్నారు. ఈ పకోడీల గొడవే లేకపోతే కథ అడ్డం తిరిగేది."

"మర్చిపోయాం – అవునుగాని ఓరి రామం చవటా – సుందరానికి తెల్లారేసరికి డెబ్బైఅయిదు రూపాయలిస్తానన్నావు. ఎలా తెస్తావురా" అన్నాడు వీర్రాజు హఠాత్తుగా ఆగి.

రామారావు నిశ్చలంగా జవాబిచ్చాడు. "వాడు నాకోసం సిద్ధార్థునంత త్యాగం చేసి సుబ్బుల్ని వదిలేస్తున్నప్పుడు నేనీమాత్రం సాయం చెయ్యొద్దురా? వాడిలా చెయ్యకపోతే నేను సీతని చేసుకొందును. నీ నోట్లో కరక్కాయ పడి ఉందును. మన తల తాకట్టు పెట్టైనా వాడికి డబ్బివ్వాలి."

"నా తల తాకట్టు పెట్టక్కర్లే – కావలిస్తే నీ తలే తాకట్టు పెట్టుకో" అన్నాడు వీర్రాజు.

"లాభంలే, నాది పనికిరాదు. ఇప్పుడు నీ తలే తాకట్టు పెడుతున్నా, అట్టే గోల చెయ్యకు, సుందరం మళ్ళా నెల్లాళ్ళలో డబ్బు పంపెయ్యగానే విడిపించేద్దాం."

"దేన్ని?"

"నీ తలకాయని – నీక్కావాలని మా అమ్మని అడగబోతున్నా. నోరు మూసుకు చూడు" అన్నాడు రామారావు నవ్వుతూ.

వీర్రాజేదో అనబోయాడు గానీ ఇంటి దగ్గరకొచ్చేశారు. రామారావు తల్లి గుమ్మం దగ్గర కూచుంది.

"ఎక్కడి కెళ్ళావురా నాయనా, అర్ధరాత్రయినా పెత్తనాలేనా? ఎలా చావనురా" అంటూ లేచిందావిడ.

"లోపలికి పదమ్మా, అర్జెంటుగా మాట్లాడాలి" అన్నాడు రామారావు గంభీరంగా.

నట్టింట కూచున్నాక సంగతి చెప్పాడు. "వీర్రాజుకి తల తీసే ప్రమాదం వచ్చింది. అందుకని అర్ధాంతరంగా వందరూపాయలు కావాలి. మళ్ళా నెలాఖరు నాటికి ఇచ్చేస్తాడు" అన్నాడు టూకీగా వ్యవహారదక్షుడల్లే.

"అయ్యో! దానికేం. ఆమాత్రం సాయానికేం బాబూ, మీ అమ్మ నాకు తెలీదా ఏం, ఇబ్బందొచ్చినప్పుడు..."

"అది కాదమ్మా, వాళ్ళమ్మకి తెలీదు. పట్నంలో పని ఇది. వీడికి పరీక్షల్లో మార్కులు తక్కువొచ్చాయి. వందరూపాయలిస్తే ప్యాసైపోతాడు. తరువాత వాళ్ళమ్మకిది మెల్లిగా చెప్పి నీకు బాకీ తీరుస్తాడులే. ఇపుడు నీకూ నాకూ తప్పితే మూడో చెవిని పడకూడదు."

రామారావు తల్లి రెండు నిమిషాల సేపు తల వంచుకుని ఆలోచించింది. "సరే అలాగే నాయనా –" అంటూ లేచి ఇనప్పెట్టె తెరిచింది. పది పదులు లెక్కపెట్టి రామారావు కిచ్చింది. రామారావు మళ్ళీ లెక్కపెట్టి వీర్రాజుకిచ్చాడు. అంతవరకు కొయ్యబొమ్మల్లే ఈ నాటకం చూస్తున్న వీర్రాజు, డబ్బు చేత్తో పట్టుకొని "వస్తానండి" అంటూ లేచాడు. రామారావు గుమ్మందాకా దిగబెట్టే నెపంతో వెళ్ళి వీర్రాజు దగ్గర డబ్బు తీసుకుని జేబులో పెట్టుకున్నాడు. "పొద్దున్నే రా – ఎన్నికల ప్రచారం చేద్దాం. ఇంక వెళ్ళు" అని సాగనంపి అన్నానికొచ్చాడు.

"చాలా సంతోషపడ్డాడమ్మా వెర్రిబాగులాడు" అన్నాడు రామారావు అన్నం తింటూ.

"ఏం బాగో నాయనా, నాకు నీ పద్ధతి మీ మావయ్య గోలా చూస్తే మతి పోతోంది. ఇద్దరూ కలిసి కొంప గుండం చేసేట్టున్నారు... అదేం తిండిరా? కోడి కెక్కిరించినట్లు. అవున్లే, ఇంకా సిగరెట్లు కాల్చు, తిండి బాగా వంటపడుతుంది."

"మావయ్యేం చేశాడేం." అన్నాడు రామారావు.

"ఏం చేస్తాడు? వాడికి చేతనైంది వాడు చేస్తున్నాడు. ఎన్నికలన్నాడు, ఏదో గోలన్నాడు, పొద్దున్నే పాతిక రూపాయలు తీసుకున్నాడు. మధ్యాహ్నం పెద్ద మనుషులొచ్చారన్నాడు. వాళ్ళను తెచ్చి ఊహూ మంతనాలాడేడు. మళ్ళా వాళ్ళంతా వెళ్ళారు. ఇందాకా వచ్చి తైతక్కలాడాడు. అక్కణ్ణించీ మీ నాన్న పంచెలు మూడూ, నల్లకోటూ, కండువా, రెండు చొక్కాలు పట్టుకుపోయాడు."

"ఎందుకూ?" అన్నాడు రామారావు కళ్ళు పెద్దవిచేసి.

"ఎందుకేమిటి నాయినా, అంతా నా ఖర్మకి. వొక్కటి సవ్యంగా ఏడిచిందా. మధ్యాహ్నం వచ్చిన పెద్ద మనుషులు ముగ్గురినీ ఇందాక ఎవరో దొంగలు అటకాయించి దోచుకున్నారట. గోచిపాత కూడా లేకుండా గుడ్డా గుడుసూ ఊడ్చుకు చక్కాపోయారుట."

రామారావు కర్థం అయింది. విరగబడి నవ్వసాగాడు. "మావయ్యను కూడానా?"

"కాదు. ఈయనగారు ఎక్కడో వూరేగి కాలవగట్టు కెళ్ళేసరికి పెద్ద మనుషులు ముగ్గురూ కాలవలో నుంచుని ఏడుస్తున్నారట. దొంగలు దోచుకున్నారు, పంచలు తెమ్మన్నారట. మీ మావయ్య ఇంటికొచ్చి పెద్ద మనుషులు, పెద్ద మనుషులంటూ మీ నాన్న బట్టలు తీసుకుపోయారు. అయనే ఉంటే..." అని కంట తడి పెట్టుకుంది సూరమ్మగారు. రామారావు మాట్లాడలేదు. భోజనం కానిచ్చి సావిట్లో కొచ్చేసరికి పెద్ద మనుషులూ మావయ్యా బిల బిల్లాడుతూ లోపలికొచ్చేశారు.

మావయ్య వంటింట్లోకి వెళ్ళి "వక్క శేరుబియ్యం ఉడకేసి పెట్టు చెల్లీ, పెద్ద మనుషులొచ్చారు" అని పురమాయించి, చెల్లెమ్మ మాట వినకుండా సావిట్లో కొచ్చేశాడు.

"అంతేనయ్యా, బంగారయ్యే చేయించి ఉంటాడీ పని. అంచేత మీరు తప్పకుండా రేపు వుండి నన్ను గెలిపించాలి" అన్నాడు సూరయ్యగారు.

"చాల్లేవయ్యా – చేశావ్ మర్యాద" అన్నాడు కంట్రాక్టరు.

సుబ్బిశెట్టి మెత్తపడ్డాడు. "ఎర్రి బామ్మడాయన మీద ఎగిరితే లాభమేమిటయ్యా. ఆ దొంగ వెధవల్ని ఈన పిల్చుకొచ్చాడా యేం!" అన్నాడు.

"సూరయ్యగారూ" అని బయట కేక వినబడింది.

రామారావు వెళ్ళి తలుపు తీశాడు. "ఈసరయ్య వచ్చాడు మావయ్యా" అన్నాడు.

ఈసరయ్య లోనికొచ్చాడు. "సూరయ్యగారూ, మీరు గెలవకపోతే లాభం లేదు, గెల్చి తీరాల్సిందే" అన్నాడు వస్తూనే.

సూరయ్య విస్తుపోయాడు హఠాత్తుగా వచ్చిన ఈసరయ్య ప్రేమకి.

"ఏవిఁటోయ్" అన్నాడు విలాసంగా.

ఈసరయ్య కథ ఏమిటో చెప్పాడు. ప్రత్యర్థి బంగారయ్య తనకి ఓటిస్తే రామాలయం ఊరి నడిమధ్యన కట్టిస్తానని అప్పుడే అందరికీ చెప్పి ఓట్లు కూడబెట్టుతున్నాట్ట. పైగా ఆయన బంధువు సుందరం ఓడు సిలుకు చొక్కా వేసుకు మరీ ప్రచారం చేస్తున్నాట్ట.

సూరయ్య ఒక్కసారిగా గంయ్‌మన్నాడు. "చూశారయ్యా పెద్ద మనుషులు - నేను మాటవరసకి నిన్ననే కరణంగారి అరుగుమీద కూచుని ఈ ముక్క అన్నా. రామాలయం ఊరి మధ్యగా శివాలయం దగ్గర్లోనే కట్టిస్తే బావుంటుందని, ఆ మాట ఈనోటా ఆనోటా విని ఇపుడు అది తన ఊహే అయినట్టు చాటిస్తున్నాడు బంగారయ్య. చూడండయ్యా హుఁ" అన్నాడు. పెద్దమనుషులెవరూ మాటాడలేదు. ఈసరయ్యే కొంచెం మూలిగి మొదలెట్టాడు. ఊరి చివర తన కాఫీ హోటలుంది కాబట్టి రామాలయం కూడా అక్కడే కట్టించడం మంచిదని ఈసరయ్య గట్టిగా అభిప్రాయపడ్డాడు. హోటలికొచ్చే జనం రామమందిరంలోకి రావచ్చు. మందిరానికొచ్చే జనం తన హోటలుకి రావచ్చు.

కంట్రాక్టరుకిది సబబుగానే తోచింది. "మంచిదే" అన్నాడు. సెట్టికి యింకా పెద్ద ఊహపోయింది. "ఈసరయ్యా, మాటవరసకి అడుగుతాగానీ - నువ్వు ఓ కిరాణా దుకాణం కూడా అక్కడెట్టరాదూ?" అన్నాడు.

సూరయ్యగారు కలుగజేసుకున్నాడు. "మీకు తెలీదులెండి. ఊరి మధ్య మాసరమ్మ దుకాణం వుంది. ఉప్పూ, పప్పూ అంతా అక్కడే కొంటారు. ఇక వీడు వూరి చివర పెడితే ఎవడొస్తాడు" అన్నాడు.

"దానికేముందయ్యా బ్యామ్మడా! ఊరి చివరాళ్లే వత్తారు. నువు చెప్పిన దుకాణం కన్నా ఓ దమ్మిడి తగ్గించి ఇస్తే ఊరి మద్దోళ్లు కూడా వత్తారు. దానికేటి, ఊరే ఉండాలికాని. ఏమంటావు ఈసరయ్యా - నువ్వు ఊఁ అను. నేను బస్తీ నుంచి నీకు వారం వారం సరుకు పంపెత్తా, అమ్ముకో, వచ్చే పావలా డబ్బుల్లో బేడ నీకు, బేడ నాకూ నాయంగా." ఈసరయ్య ఎగిరి గంతేశాడు. "అంతకన్నానా" అన్నాడు. కంట్రాక్టరుకి కొత్త ఊహ తోచింది - "ఊరు పెరుగుతుంది. నలుగురూ ఇళ్ళు కట్టుకుంటారు. ఆనక అదే నడిమధ్య అవుతుంది" అని. ఈసరయ్య ఆనందం పెల్లుబికింది. "సూరయ్య గారూ! చల్లకొచ్చి ముంత దాచడమెందుగ్గానీ ఓ మాటచెప్తా. మీరు గనక రామ్మందిరం ఊరి చివర కట్టిత్తానని మాటిస్తే రైతు కుర్రాళ్ళ ఓట్లు, పాలేళ్ల ఓట్లు మీకే. ఆళ్ళంతా నాకు అణా బేడా కాఫీడబ్బులు బాకీ ఉంటారులెండి. మనమాట కాదనరు" అన్నారు.

సూరయ్య బుర్ర వేడిగా పనిచేస్తోంది.

"ఏమోయ్. ఈసరయ్యా – నువ్వు దుకాణం, హోటలూ కలిపి పెట్టాలంటే ఆ పాక లాభంలేదు, కాస్త షెడ్డులాంటి దుండాలి. షెడ్డు వేయించుకుని ఇటికలతో గోడ కట్టించాలి. ఎండా వానా వచ్చినా చెక్కు చెదరకుండా పడుంటుంది" అన్నాడు కంట్రాక్టరు.

"ఓరబ్బో! ఇటికల గోడా, రేకుల షెడ్డే!?.... వఁశం తూగలేవండి" అన్నాడు ఈసరయ్య.

"వెయ్యి రూపాయల్లో కట్టించిపెడతా."

"ఏటిబాబూ మీ మాటలు మరీ ఇదిగానీ, ఏడొందలు జనం ఉన్న ఊరికి ఎయ్యిరూపాయిల షెడ్డేటిబాబూ" అన్నాడు ఈసరయ్య నానుస్తూ.

"అదికాదోయ్. రేపు ఊరు పెరుగుతుంది. ఓ సినిమా డేరా వేస్తారు. చిన్న బజారు లేస్తుంది. అపుడు సరుకు గిరాకీ పెరిగితే నీ వంతు ఖర్చు పెట్టగలవా – పోనీ అందాకా మట్టిగోడమీద రేకు వేయించు" అన్నాడు కంట్రాక్టరు.

సుబ్బిశెట్టి కొంటెగా నవ్వాడు. కంట్రాక్టరు పెరట్లో తుప్పుపట్టిన రేకులున్నాయి. వాటికి రంగేయించి తోసెయ్యాలని ప్లాను. అందుకే ఈసరయ్యకి ఈ మాలీసు. మందిరం ఎలాగా తనే కట్టిస్తాడు – కాబట్టి దానికి పనిచేసే కూలీలతో చిల్లర మల్లర సామానులతో ఈ షెడ్డు చవకలో లేపుతాడు. చివరికి వందరూపాయలకు బేరం కుదిరింది. కంట్రాక్టరుకి ఉషారొచ్చింది, తుప్పురేకులికి వందరూపాయలు గిడుతున్నందుకు. "ఇంకేం పంతులూ – రామమందిరం ఊరి చివర్ని కట్టిస్తానని చెప్పు నలుగురికీ" అన్నాడు.

గవరయ్య కూడా సరేననేశాడు. దేవాలయ పూజారి కూతుర్ని గవరయ్య తన కొడుక్కి చేసుకుందామనుకున్నాడు. అందుకని ఈ ఊళ్ళో పూజారిపార్టీ ఓట్లు సూరయ్యగారికే ఇప్పిస్తానన్నాడు.

"రాముడూ, కాళ్ళు కడుక్కోవచ్చని చెప్పరా" అంది సూరమ్మగారు వంటింట్లోంచి.

భోజనాలయాక సూరయ్య, శెట్టి, ఈసరయ్య, కంట్రాక్టరూ, గవరయ్యా కరణంగారింటికెళ్ళి సంగతి చెప్పారు, రామమందిరం ఊరి చివర కట్టించడానికి నిశ్చయం అయిందని. కరణం గారేమంత ఉత్సాహం చూపించలేదు. తనతో మాటామంతీ లేకుండా సూరయ్య తక్కినవాళ్ళతో లాలోచీ అయి నిర్ణయాలు చేయడం ఆయనకి సయించలేదు. "సరే కానియ్యండి" అన్నాడు చప్పగా.

"మీ అండ మాకుండగా గెలుపు సందేహం ఏముందండీ" అన్నాడు వెకిలిగా సూరయ్య.

"ఆ! మాదేవుంది లెండి. ఏదో చిన్నవాళ్ళం." వెక్కిరింపుగా గొణిగాడు కరణంగారు.

సూరయ్యకు వినపడ్డా వినిపించుకోలేదు.

"ఎంతమాట! సెలవు – వస్తా" అన్నాడు.

☆ ☆ ☆

తెల్లవారింది. సూరయ్యగారూ, ఆయన బృందం ఓ పక్కా; బంగారయ్యా, సుందరం ఓపక్కా బయల్దేరి మనిషి మనిషినీ మాలీషు చేసి మంచి చేసుకోసాగారు.

మేడమీద తలవున్న పెద్దలు నలుగురూ చప్పరించారు, ఏదో దీనికీ ఎన్నికలేమిటి - ఎందుకు పార్టీలూ, ప్రచారాలు అని.

రామారావూ, వీర్రాజూ విడిగా ఓ పార్టీ అయ్యారు. "సూరయ్య గారికి మీరు ఓట్లివ్వకండి, ఊరు చివర రామాలయం ఏమిటి - నా తలకాయ! మా మావయ్యయితేనేం, నేను సబబు మాట్లాడుతున్నా" అని కనబడ్డవాళ్ళతో అన్నాడు.

కరణంగారికీ, సూరయ్యగారికీ ఈ సంగతి తెలిసి మండిపడ్డారు - "బుద్ధిలేకపోతే సరి. పెద్దవాళ్ళం వోపక్క నలుగుర్నీ అకట్టుకోలేక ఛస్తూంటే మధ్య పుల్ల విరుపుమాటలివేమి"టని.

బంగారయ్యగారు మధ్యాహ్నానికి కొత్తరకం ప్రచారం లేవదీశారు - రామమందిరం ఊరిమధ్యని కట్టించడమే కాకుండా దానికి వెనకాలవైపు వేరే ఓ పాక వేయించి అక్కడ చదరంగం అదీ ఆడుకోడానికీ, నవల్సూ, నాటకాలూ చదువుకోడానికీ, లోకాభిరామాయణానికీ ఏర్పాటు చేయిస్తానన్నాడు. హరికథలూ, పురాణాలు జరపడానికి చిన్న చెక్కబల్లల స్టేజీ కట్టిస్తానన్నాడు.

సుందరం సిల్కు చొక్కాలు ఆ ప్రచారానికి కొంత తోడ్పడుతున్నాయని సూరయ్యగారి ముఠాకి హఠాత్తుగా తట్టింది.

తిరిగి తిరిగి మధ్యాహ్నం ఇంటికొచ్చేసరికి రామారావూ, వీర్రాజూ పొట్ట చెక్కలయ్యేటట్టు నవ్వుకుంటున్నారు. "నీకూ బెబ్బెబ్బే నీ తాతకూ బెబ్బెబ్బే" అన్నట్టు దొంగరాముడు అండ్ కో వారు బస్తీ పెద్ద మనుషుల్ని దోచుకుని, పత్తా లేకుండా పారిపోయారు. వాళ్లకి పదిరూపాయలు బజానా యిచ్చి ఆస్థాన చోరులుగా ఉంచుకోబోయిన వీర్రాజుకీ, రామారావుకీ కూడా ఎగనామం పెట్టారు.

సూరయ్యగారు సావిట్లో అడుగుపెడుతూనే మండిపడ్డాడు. "ఏరా రాముడూ, నాకు ఓట్లివ్వద్దని ఊళ్ళో అందరికి చెబుతున్నావుటగా? బుద్ధిలేదూ? సుందరంగాణ్ణి చూడు. వాళ్ళ బాబాయి కోసం ఒక్కలా తిరుగుతూ నోరు పడిపోయేటట్టు ప్రచారం చేస్తున్నాడు సిల్కు చొక్కాలేసుకుని. వాణ్ణి చూసేనా సిగ్గు తెచ్చుకో" అని కసిరాడు. రామారావుకి కోపం వచ్చింది. "మావయ్యా నువ్వు వెయ్యి చెప్పు, లక్ష చెప్పు. నేను నీ తరఫున ఒక్క మంచి ముక్క ఆడను. ఇంక దేనికైనా అయితే ఏమోగానీ ఈ విషయంలో మాత్రం నాకు తోచినదే నేను వాగుతాను. నా యిష్టం. నీక్కోపం వచ్చినా, అమ్మకి కోపం వచ్చినాసరే" అన్నాడు.

"ఏమిట్రా ఆ పొగరు. ఏం చూసుకొని అంత మిడిసిపాటు? విశ్వాసం లేకపోతేసరి. అయ్యో తండ్రిలేని బిడ్డ గదా అని సాకినందుకు బాగానే బుద్ధి చెప్పావులే.... అసలు నాదే తప్పు. గంగలో కలవండని నా దారి నేను చూసుకోవలసింది. ఛీ" అన్నాడు సూరయ్యగారు.

రామారావు ఉద్రేకంతో లేచి జవాబివ్వబోయాడు. కాని వీర్రాజు పట్టుకుని వారించాడు. ఈ గోలకి వంటింట్లోంచి సూరమ్మగారు రావడంతో సూరయ్యగారు పనివున్నట్టు జారుకున్నారు.

"పిన్నిగారూ - వీడిదేం తప్పులేదండీ. ఆయనే అనవసరంగా కోప్పడ్డారు" అన్నాడు వీర్రాజు.

"ఏదోలే నాయినా, ఇదంతా నా ఖర్మ. వీడి వాలకం ఇది, వాడి వాలకం అది. కడుపు చించుకుంటే కాళ్ళమీద పడేను. ఎవరితో చెప్పుకుని ఏడిచేది బాబూ, ఆ మారాజే ఉంటే నాకీ గతి పట్టేదా...." అంది.

"అబ్బెబ్బే. మీరలా కంటనీరెట్టుకోకండి పిన్నిగారూ, అన్నిటికీ దేవుడే వున్నాడు" అన్నాడు వీర్రాజు.

రామారావు సందుచూచి చిట్కా వేశాడు. "ఏం దేవుడురా. దేవుడూ దెయ్యమూను. దేవుడు వుంటే నాకిష్టంలేని పిల్లని ఒద్దు మొర్రో అంటూంటే ఇలా నెత్తిన రుద్దనిస్తాడా మామయ్యచేత."

సూరమ్మగారికి కోపం వచ్చింది. "ఏమిట్రా నీ ఇష్టం? ఇప్పుడు నీకొచ్చిపడ్డ కష్టం ఏమిటి! వంశంలోనే లేవమ్మా ఇలాంటి బుద్ధులు. ఆయన వెళ్ళినా ఇంకా ఈ ఘటం మిగిలింది.... ఏం? కరణంగారి పిల్లకేమొచ్చిందిరా. అన్నీ కుదిరాయి! నేనూ మావయ్యా అవునన్నాం. తీరా రేపు తాంబూలాలు యిచ్చుకోబోతూ వుంటే ఏవిటీ భాగోతం? శాస్త్రం చెప్పినట్టుంది."

వీర్రాజు ఒళ్ళంతా తేళ్ళూ జెర్రులూ పాకినట్టయింది ఈ మాటలు వినగానే. బుర్రలో రైళ్ళు పరుగెత్తాయి. అమాంతం సీత తనకి రాసిన ఉత్తరం చూపించేద్దామను కున్నాడు నిజం చెప్పేసి. కాని పూర్తిగా తగ్గిపోయి తలవంచుకున్నాడు. రామారావూ తలవంచేసుకున్నాడు. ఇంకా వాదిస్తే అమ్మ మళ్ళీ నూతిలో దూకుతానంటుంది. ఇలాంటి గోల నాలుగుసార్లు జరిగింది.

"రారా రాజా, అలా వెళ్లొద్దాం" అన్నాడు.

ఇద్దరూ రోడ్డంట పోతూవుంటే తెలుకుల వీరయ్యసావిడిలో పెద్ద దీపం వెలుగుతున్నట్టు ఇద్దరికీ కనపడింది. రామారావుకి కనపడిన దీపం పేరు సుబ్బలక్ష్మి, వీర్రాజుకి గోచరించిన దీపం పేరు సీతాలక్ష్మి.

రామారావు, వీర్రాజు ఆగిపోయి యమవేగంతో ఆలోచించారు. గబగబా చెవులు కొరికేసుకున్నారు.

"నీకు ఫరవాలేదులేరా నేను క్షణంలో తేల్చేస్తాను సంగతి. మన బంగారం అనగా నా హృదయేశ్వరి ఉండగా భయమెందుకురా?" అన్నాడు వీర్రాజు. తెలుకుల వీరయ్య సావిట్లో ప్రవేశించారు ఇద్దరూ. సుబ్బులూ, సీతా గానుగమీద కూర్చుని తిరుగుతూ కబుర్లు చెప్పుకుంటున్నారు. తెలుకుల వీరయ్య గానుగ ఆడుతున్నాడు కునుకుతూ.

"ఏం వీరయ్యా! కులాసానా?" అన్నాడు వీర్రాజు. గానుగమీద అమ్మాయిలిద్దరూ ఉలిక్కిపడి గానుగ దిగిపోయారు. "ఏదో తమ దయవల్ల ఇలా వున్నాం" అన్నాడు వీరయ్య. సీత పకపక నవ్వింది. "మీరా, ఎవరో పెద్ద మనుషులనుకున్నా" అంది. రామారావు ముఖం రంగు కొంచెం మారింది సుబ్బుల్ని చూడగానే. సుబ్బులు తలవంచుకుని అవతలమూలకి వెళ్ళి నించుంది. రామారావు ఇవతలమూల చిన్న అరుగుమీద చతికిలబడ్డాడు – కాళ్లు వణుకుతున్నట్టు కనబడకుండా ఉండాలని. వీర్రాజు మాత్రం గుండె నిబ్బరంగల మనిషి. ఒళ్లు పులకరించడం, కాళ్ళు వణకడం, మాట తడబడడం అతనికి రావు, లేవు. "సీతా, హాస్యాలకేంగాని యిలారా మాట" అన్నాడు తొణుకూ బెణుకూ లేకుండా. సీత కొంచెం నివ్వెరపోయింది,

వీర్రాజు ధీమాచూసి. ఆపైన రామారావు వంక రెప్ప వెయ్యకుండా చూసింది. సాలోచనగా ముందుకు వచ్చింది. "నీకేమయినా మతిపోయిందా రాజూ, ఎవరేనా మననిచూస్తే ఇంకేమైనా ఉందా!" అంది.

"కాదు సీతా, వెంటనే వెళ్లిపోతాం. కాని ఒక ముఖ్యమైన సంగతి అడగాలి" అన్నాడు వీర్రాజు ప్రాధేయపూర్వకంగా. సీత రామారావు వంక బాధగా జాలిగా చూసింది. "రాజూ, నాకు తెలుసు నువ్వు చెప్పబోయేది" అని తలవంచుకుంది.

"మనసులు కలవనప్పుడు మనుషులు కలవడం అసంభవం. పెళ్ళి అనేది అయితే వరం. కాకపోతే శాపం. అంతే రాజ్! నీ హృదయం ఇంత గొప్పదనుకోలేదు రాజ్! నాకు తెలుసు, రామారావు నన్ను ప్రేమించాడు. అయితే విధివశాత్తూ ఛిద్రమైపోయిందని నాకు తెలుసు. నువ్వు అతని స్నేహితుడవు కాబట్టి అతని కోసం నీ సౌఖ్యం త్యాగం చేసుకుని, నా హృదయాన్ని అతని కర్పించమని కోరడానికి వచ్చావు... కాని రాజ్! మనసులు కలవకపోతే మనుషులు కలవరు. ఇంకేం చెప్పకు. నా హృదయం ద్రవించిపోతోంది..." అంది.

వీర్రాజుకి జుట్టు పీక్కునే పర్యంతం మతిపోయింది. "ఇదెక్కడి గోల సీతా? తెలుకులాడు వింటే మావాళ్ళెవరో చచ్చిపోతే నువ్వు నన్ను ఓదారుస్తున్నావనుకుంటాడు... నేచెప్పేది కాస్త వినవేం–"

"కాదులే రాజ్! నా మాటకు తిరుగులేదు. నిన్నూ నన్నూ వేరు చేస్తే నూతిలో దూకుతానని మా అమ్మకు చెప్పాను." "నిన్నూ నన్నూ దేవుడు కూడా వేరుచెయ్యడులే కాని చెప్పేది విను" అన్నాడు రాజు.

సీత వినిపించుకునే ధోరణిలో లేదు. "రాజ్! హామ్లెట్ కథ తెలుసా?... కాదు రోమియో... రోమియో కథ తెలుసుగా. ముందర ఓ కన్యని ప్రేమించాడు. విఫలుడయ్యాడు. మళ్ళీ ఇంకో కన్యని ద్విగుణీకృతమైన ప్రేమతో ప్రేమించాడు. అమరజీవి రోమియో... రామారావుకి నువ్వు చెప్పు. వృధాగా హృదయాన్ని వ్యధ పెట్టవద్దని చెప్పు. సుబ్బుల్ని ప్రేమించమను. దానికి అతనంటే తగని ప్రేమ. ఎంత ప్రేమో చెప్పలేను. దాన్ని ప్రేమిస్తే వాళ్లిద్దరి జీవితాలూ హాయిగా..."

"హిప్ హిప్ హుర్రే" అన్నాడు వీర్రాజు అమాంతం ఎగిరి గంతులేస్తూ. "ఏమిటి బాబూ?" అన్నాడు తెలుకుల వీరయ్య. "ఏమిటి రాజ్?" అంది సీత.

"ఏమిటీ లేదు కోపటీ లేదు. వాడిక్కావలసిందదే. సుబ్బులుకి వాడంటే యిష్టం ఉందో లేదో తెలుసుకొందామనే నిన్ను అడుగుదామని వచ్చాం" అన్నాడు వీర్రాజు. సీత బరువుగా నిట్టూర్చింది. "నా హృదయ భారం తగ్గింది రాజూ... మళ్ళీ చెబుతున్నా – సుబ్బులు రామారావుని ప్రేమిస్తోంది" అంది సీత.

"రైటో. ఫస్టుక్లాసయిన పని చేస్తోంది. సరే, మరిప్పుడు వాడితో మాట్లాడుతుందేమో కనుక్కో."

"మాట్లాడదు. మనకున్న విశాలభావాలు, ధైర్యం లేవుదానికి... తగని సిగ్గు" అంది సీత.

"మరేం ఫరవాలేదు. ఆడదానికి అందం సిగ్గన్నారు. మన సంగతి వేరనుకో.... పోనీ వాడికేసి ఓ చిరునవ్వేనా విసురుతుందేమో అడుగు... తెల్లవార్లూ ఆ నవ్వును తలచుకుని జాగారం చేస్తాడు" అన్నాడు రాజు.

"నీకు బొత్తిగా ఒళ్ళు పొగరెక్కిందిరాజ్! హృదయాలతో వేళాకోళాలాడుతున్నావు."

"పోన్లే వద్దులే. వస్తా సీతా. నీకు దేవుడు మేలుచేసి నాకిచ్చి పెళ్ళి చేయించుగాక... వస్తా వీరయ్యా, మళ్లీ వస్తా" అన్నాడు వీర్రాజు బయటికి నడుస్తూ. రోడ్డెక్కగానే రామారావు నిట్టూర్చాడు 'హమ్మయ్య' అని.

"అదృష్టవంతుడివిరా రావుడూ! సుబ్బులు నీకోసం తిండీ తిప్పలూ మానేసి ఏడుస్తోందిట" అన్నాడు రాజు.

రామారావు ఆనందం అవధులు దాటిపోయింది. మాటలు రాలేదు. వీర్రాజు చెయ్యి పట్టుకుని ప్రగాఢంగా అదిమాడు. కాసేపు ఆగి మెల్లగా అన్నాడు – "ఇంకో గొప్ప అదృష్టం. ఈ సీత నా పాలబడకుండా నిన్ను ప్రేమించడం! ఆ హృదయం నాకే అర్పిస్తే గుండాగి చచ్చేవాణ్ణి!"

వీర్రాజు జవాబివ్వలేదు – కోపం వచ్చింది.

"ఎవడ్రావాడు? ఇతర దేవతలూ వాళ్ళూ సముద్రం చిలికిన హాలాహలం వస్తే మింగేశాడు? ఎవడో... దేవుడే." రాజు జవాబివ్వలేదు దీనిక్కూడా, ఆ దేవుడి పేరు గుర్తుకొచ్చినా.

"నాకు గుర్తు రావడం లేదు. మొత్తానికి అంతవాడివి నువ్వు. నీకసలు అది ఎలా నచ్చిందిరా?" అన్నాడు రామారావు నవ్వుతూ.

"సీత హృదయం నీకర్థం గాదులేరా" అన్నాడు రాజు బరువుగా.

"అందుకే ఇంత సంతోషం...కొండల్లె వచ్చిన కష్టాలు మంచల్లె కరిగిపోతున్నాయి కదరా రాజా, దేవుడు లేడని బొత్తిగా కొట్టిపారెయ్యడానికే వీల్లేదు సుమా!" అన్నాడు రామారావు విలాసంగా పొగవదుల్తూ.

☆ ☆ ☆

రాత్రికి బంగారయ్య, పంతులుగారి బడిలో రామభజన, పురాణ కాలక్షేపం ఏర్పాటు చేశాడు. ఊరంతా దండోరా వేయించాడు.

రామారావు మావయ్య, పెద్ద మనుషులూ మండిపడ్డారు దండోరా విని.

"చూశావుటోయ్ – వీడి గుంటనక్క ఎత్తులూ వీడూను – రేపు ఎన్నికలు పెట్టుకుని ఇవాళ భజనలూ, హరికథలూ పెట్టిస్తాడూ జనాన్ని వశపరచుకోడానికీ! హమ్మ వెధవ హెంత పన్నాగం!" అన్నాడు సూరయ్య.

"సూరయ్య గోరూ – యాడి పోటీ తట్టుకోవాలంటే మనం సానిమేళం ఎట్టించాలి. బలేరంజుగా వుంటుంది" అన్నాడు సుబ్బిశెట్టి కళ్లెగరేస్తూ.

"మేళమెందుకేస్ ఈపాటిదానికి. మేళమంటే మాటలనుకున్నావా ఏం... డబ్బు ఖర్చుతో పని, మనవూఁ భజనే పెట్టిస్తే సరి" అన్నాడు కంట్రాక్టరు నవ్వుతూ.

గవరయ్య వారించాడు. "మీకు తెలీదండి. భజన కూడా పెట్టకూడదు, నన్నడిగితే. వాడు పెట్టాడని మనమూ పెడితే పోటీ భజనంటారు. బాగుండదు. అదీగాక చేతి

అముదం ఎందుకూ? - అయినా వీడి భక్తి చట్టుబండలుగానూ - యిదటయ్యా పద్ధతి! మనం దండోరా వేయించాలి. 'మాకు దొంగ భక్తి లేదూ, మాంసం తింటే ఎముకలు వేళ్లాడగట్టుకుని తిరుగుతారా - అంచేత మాకు భక్తి పుష్కలంగా వున్నా మేము భజన పెట్టించలేదు - రామమందిరం కట్టించడం ద్వారానే మా భక్తి వెల్లడవాలీ' అని చాటిస్తే చాలదయ్యా" అన్నాడు.

సూరయ్య ఆలోచించాడు "చాటించొద్దుగానీ మనవేఁ నలుగురికీ చెప్పేద్దాం" అన్నాడు.

బంగారయ్యగారు ఏర్పాటు చేసిన భజనకి చాలామంది జనం వచ్చారు. సుబ్బలక్ష్మి వచ్చింది. రామారావుని దూరం నించి చూసింది. ఆమె మందహాసం రామారావుకి కనబడిపోయింది.

హరికథ పూర్తి కాకుండానే జగన్నాథం గారొక్కరూ యింటికెళ్ళిపోయారు.

ఇది చూసి వీర్రాజు సుందర్రావుని పిలిచాడు. "ఆయన ఒక్కడే వెళ్లాడు సుందరం! ఇపుడే వెళ్లి చెప్పెయ్ నువ్వు సుబ్బుల్ని చేసుకోవనీ, పైగా చెన్నపట్నం వెళ్ళిపోతున్నాననీ - పనిలో పని - రామారావు... ఒద్దులే - నీ సంగతి చెప్పెయ్ చాలు" అన్నాడు.

సుందరం నవ్వాడు. హరికథ అవనిచ్చి సుబ్బుల్నీ వాళ్ళమ్మనీ దిగబెట్టే నెపంతో వెళ్లి మాట్లాడేస్తానన్నాడు.

రామారావు మర్నాడీ సంగతి విని "హమ్మయ్య" అన్నాడు. "పంతులూ - సమస్యలు మెల్లిగా పరిష్కరించి అవతల పారేస్తున్నాం" అన్నాడు కథా సంగ్రహాన్ని ఒక్కమాటలో సమీక్షిస్తూ.

ఇంక ఒక్కటే తరువాయి - మావయ్య ఓడిపోవడం, కరణంగారితో తన విషయమై చేసుకున్న ఒప్పందానికి ఎగనామం పెట్టడం. మూడోదీ, ముఖ్యమైనదీ సుబ్బలక్ష్మితో పెళ్ళి. ఇందులో సగంపని పూర్తి అవనే అయింది. సుబ్బులికి తనంటే ఇష్టం వుంది. సీతకి తనంటే ఇష్టం లేదు. రాజుకి సీతంటే యిష్టం. సీతకి 'రాజ్' అంటే ఇష్టం. మావయ్య పన్నాగంలో ఒక భాగమయిన సుందరం - సుబ్బలక్ష్మి వివాహం పకోడి మంత్రంతో ఛిన్నాభిన్నమైపోయింది. సుందరం రాత్రి వెళ్లి తను చెన్నపట్నం వెళ్లిపోతున్నట్లు సుబ్బులు తండ్రితో చెప్పేశాడు.

ఇక ద్వితీయభాగం ఒకటే. ఈ భాగంలో రామారావు ఆస్తి - హీరోయిన్ అనగా కథానాయిక కరణంగారు - హీరో లేక నాయకుడు - ఆయన రామారావు ఆస్తిని గాఢంగా ప్రేమించాడు. వరించడానికి తిప్పలు పడుతున్నాడు. ఈ స్వయంవరానికి సూత్రధారి రామారావు మావయ్య సూరయ్య. మావయ్య ఈ సత్కార్యానికి చేసే కృషివల్ల ఆయనకి కరణంగారి ముఠా ఓట్లు వస్తాయి. ఓట్లు వస్తే ఎన్నికల్లో గెలుస్తాడు. గెలిస్తే రామమందిరం నిర్మాణానికి కంట్రాక్టరిని నియోగించి తన బాకీ నుంచి తప్పించుకుంటాడు. కంట్రాక్టరుకీ డబ్బు ముడుతుంది. ఊరి చివర రామమందిరం కడితే ఈసరయ్య వ్యాపారం బాగుపడుతుంది. చివరికి అంతా సుఖంగా ఉంటారు.

కానీ రామారావే సుఖంగా ఉండడు. కథానాయకుడు మట్టి కొట్టుకుపోయి,

దగుల్బాజీలు పరస్పరం రాజీలుపడి బాగుపడిపోతారు. అపుడు కథ కంచికి, జనం యింటికి వెళ్ళడం కుదరదు.

"డామిట్, ఎక్కడో అక్కడ కథ అడ్డం తిరగాల్సిందే, లేకపోతే తిప్పాల్సిందే" అన్నాడు రామారావు.

రాత్రి హరికథ మూలాన వీర్రాజుకి నిద్ర ముంచుకొస్తోంది. "ఏవిఁటోరా – రాత్రి దాసుగారు సెలవిచ్చినట్లు మనమంతా నిమిత్తమాత్రులం. అంతే. కథలు మనం అడ్డం తిప్పేదేవున్దిరా" అన్నాడు ఆవలిస్తూ.

"అందుకే కథ అడ్డం తిరగడం మన చేతిమీదుగానే జరగాలి" అన్నాడు.

"నీ బొంద. నీకంత శక్తేదీ. దొంగరాముడి ఎదాన పది రూపాయలు పోశా. వాడిచేత ఏదో చేయించి ఉద్ధరిస్తానన్నావు. వెధవ, పత్తాలేడు – వాడి మూలాన్ని కథ ఎదురు తిరిగి యీ దొంగరాముడి చేత దోచుకోబడిన మీవాడి నేస్తాలు మరింత ప్రచారం చేస్తున్నారు. ఏవిటో!...కాసేపు పడుకో యింటికెళ్ళి."

"వూరు నానాగోలగా ఉంటే నిద్రేవిట్రా బడుద్ధాయ్. లేరా" అంటూ బలవంతాన వీర్రాజుని బయల్దేరదీశాడు రామారావు.

పదడుగులు వేసే సరికి సుందరం ఎదురయ్యాడు రామానాయుడు జట్కాలో. "సాయంత్రం మెయిలుకే వెళ్ళడానికి నిశ్చయించుకున్నానండీ. మీరు మరి అడ్డు చెప్పొద్దు. మీకు నెల తిరిగేలోగా డబ్బు మనియార్డరు చేస్తా. మీ మేలు మరిచిపోలేను" అన్నాడు రామారావుతో. వీర్రాజు వంక తిరిగి "రాత్రే జగన్నాథంగారికి చెప్పేశానండి. ఆశ్చర్యపడ్డాడనుకోండి. అమ్మాయి బాధపడుతుందని అన్నాడు. అమ్మాయికి ఎవరంటే ఇష్టమో నాకు తెలుసు, కావలిస్తే కనుక్కోండి అన్నా. ఆయన లోపలకెళ్ళి ఆవిడతో చెప్పాడు. ఆవిడ పేరు పేరునా చెప్పి అడిగింది. చివరికి వీరి పేరు (రామారావుని చూపిస్తూ) చెప్పగానే బోలెడు సిగ్గుపడి పెరట్లోకి పారిపోయిందండి" అన్నాడు.

అమాంతం సిగ్గుపడిపోయిన రామారావు సిగరెట్ పొగ బయటికి వదలబోయి లోపలికి మింగేశాడు. సుందరం మృదువుగా నవ్వాడు. "రామారావుగారూ, మీరదృష్టవంతులు. సుబ్బులు బంగారు తల్లి. సెలవండి" అని బండి వాడితో "పోనీవోయ్ త్వరగా" అన్నాడు.

మధ్యాహ్నం మూడుగంటలయ్యేసరికి రచ్చబండ దగ్గర పిల్లా మేకా పోగయ్యారు. కాసేపటికి పెద్దలంతా చేరుకున్నారు. నవ్వులాటలూ, ఎత్తిపొడుపులూ, ఎకసక్కాలూ, ఏడుపులూ, ఈలలూ, వాదోపవాదాలూ మొదలైన సరంజామాతో అంతా గోలగోలగా సందడిగా వుంది.

సూరయ్య, బంగారయ్య ఉపన్యాసాలిచ్చారు. రామమందిరం ఊరుమధ్య ఎందుకు కట్టించాలో, ఊరు చివర ఎందుకు అవసరమో ఎవరికి వారు సమర్థించారు. ఊళ్ళో స్వార్థపరులవల్ల నాశనం యెలా దాపరిస్తుందో విడివిడిగా వివరించారు. అందరూ ఐకమత్యంగా ఉండాలని ఏకగ్రీవంగా ఉద్ఘోషించారు. అదే బలం అని కూడా అన్నారు. ఆ తరువాత అదన్నారు ఇదన్నారు. ఆఖరున మీ ఓట్లు మాకే, మీ పాట్లు మీకే అన్నారు.

సభికులలో కొందరు గంభీరంగా తలలూపారు. మాటల విలువలు తూచుతూ కొందరు నవ్వారు. కొందరు హేళన చేశారు. ఆ మారాజు డబ్బిచ్చి రామమందిరం కట్టించుకోండయ్యా అంటే ఈ గోలా పోటీలు ఏమిటన్నారు కొందరు గట్టిగా.

చివరికి ఓట్లు లెక్కపెట్టి వారో వీరో తేల్చే ముహూర్తం వచ్చింది. కరణంగారు పెద్దగా కూర్చున్నారు. తీరా అంతా సిద్ధమై సై అంటే సై అన్నాక కొందరు చేతులెత్తడానికి భయపడ్డారు. ఒక బీదరైతు 'బంగారయ్యకే నా ఓటు' అంటూ చెయ్యి ఎత్తబోయాడు. వెంటనే సూరయ్య పార్టీవాడైన సుబ్బిశెట్టి (ఆఫ్ ఢంకా పలాస్ ఫేం) ఓ చూపు చూశాడు... ఈ ఏటి పంట సుబ్బిశెట్టి బేరం పెట్టాడు. శెట్టికి కోపం వస్తే అది కాస్తా చెడుతుందని రైతుకి బాగా తెలుసు. అందుకని ఓటు ఉపసంహరించాడు.

"అదుగో బెదిరింపు. ఆ ఓటు నాకే... ఎత్తు చెయ్యి!" అని బంగారయ్య కర్కశంగా అరిచాడు. బంగారయ్య కేకలోని కర్కశత్వం, కక్కుర్తి, అధికార దాహం కొందరికి జుగుప్స కలిగించింది. రామారావుకి ఏవగింపుతో ఒళ్ళు జలదరించింది.

'ప్రజాస్వామ్యం' అన్నాడు వీర్రాజు.

'ముఠాస్వామ్యం' అన్నాడు రామారావు.

'డబాయింపు స్వామ్యం' అన్నాడు ప్రక్కనే వున్న జగన్నాథంగారు. జనంలో రొద ప్రారంభం అయింది. ఈ దారుణం చూడగానే కొందరికి అసహ్యం వేసింది.

"సూరయ్యగారికి జై" అనేశారు కంట్రాక్టరూ, సుబ్బిశెట్టి సందుచూసి. వెంటనే అక్కడి కుర్రాళ్ళంతా "సూరయ్యగారికీ జై" అన్నారు. సుబ్బిశెట్టి అన్నాడని కొందరూ, - కంట్రాక్టరు అన్నాడని ఈసరయ్యా, అతని ముఠావాళ్లూ - లోపాయికారీ ఒప్పందం ప్రకారం కరణంగారి జనం, - సూరయ్య మరీ మరీ చెప్పి సిద్ధం చేసుకున్నవారూ - ఈ జయ ధ్వానంలో ఒక్కసారిగా చేరారు. ఓటింగ్ జరక్కుండా శెట్టీ వాళ్లు ఎందుకు జై అన్నారో ఎవరికీ బోధపడలేదు. బంగారయ్య కొంచెం తెల్లబోయాడు. తన పార్టీ మనిషిని మోచేత్తో పొడిచాడు. అతగాడు వెంటనే "బంగారయ్యగారికీ జై" అన్నాడు. బంగారయ్య మనుషులు గొంతులెత్తేలోపే సూరయ్య మనుషులు మళ్లీ 'జైజై', సూరయ్యకి జై అన్నారు. దాంతో కరణంగారు కండువా సవరించుకుని "సూరయ్యగారే గెలిచారు. డబ్బు ఆయనకే అప్పగిస్తాం" అని ప్రకటించారు. బంగారయ్య అభిమాని మునసబుగారు అడ్డుతగిలాడు. "ఓటింగు లేకుండానే గెలిచినట్లు ఎలా ప్రకటించావయ్యా" అని గద్దించారు.

"ఇంకా లెక్కలెందుకండీ, అంతా ఆయనకే జై కొడుతున్నారు" అన్నాడు కరణంగారు సమరస భావంతో.

అమాంతంగా కంట్రాక్టరు అందుకో వారు మళ్ళీ "సూరయ్యగారికీ జై" అన్నారు. పిల్లా, మేకా, పార్టీవాళ్లూ కలిసి హుషారుగా అందుకున్నారు "జై" అని.

"హర హర! మా పెద్ద దిక్కు, మా యింటి మొగదక్షత ఇలా అన్యాయంగా గెలిచిపోతే నా గతేమిట్రా రాజా! కరణంగారు మావయ్యని వదుల్తాదురా ఇంక" అన్నాడు రామారావు బాధగా. "ఎలాగరా?" అన్నాడు వీర్రాజు.

కాలవగట్టు దగ్గిరనుంచి శృంగనాదం వినవచ్చింది. జనం అంతా అటు చూశారు.

"ఉప్పుదోనె వచ్చింది, సింగినాదం ఊదారు" అన్నాడు రామినాయుడు. కరణంగారు కాగితాలు సర్దుతున్నాడు, సూరయ్యకి డబ్బు అప్పగించే నిమిత్తం.

"ఓటింగులేందే కుదరదయ్యా" అన్నాడు బంగారయ్య.

"యింకా ఓటింగేమిటి అంతా తేలిపోతే" అన్నాడు కంట్రాక్టరు. "సూరయ్యకీ జై" అన్నాడు.

"ఆపండి ఆపండి. ఎన్నికలు ఆపండి. రామనాథం గారొచ్చారు. ఎన్నికలాపండి" అంటూ కేకలేస్తూ ఊరి బడిపంతులు శంకరయ్యగారు ఒగుర్చుకుంటూ వచ్చాడు.

అందరూ స్తబ్ధులైపోయారు.

శంకరయ్యగారు అరుగుమీద నుంచుని చెప్పారు: "అయ్యలారా! మీరంతా ఒక్కసారి కాలవగట్టుకి దయచెయ్యండి. రామనాథంగారు రమ్మంటున్నారు. ఆయన సన్యాసం పుచ్చుకున్నందువల్ల ఊళ్ళోకి రారు."

జనం అంతా బయల్దేరారు రకరకాలుగా ఆశ్చర్యపడుతూ. అందరికన్న ముందు శంకరయ్యగారు ఉత్సాహంగా నడిచాడు. ఆయనకి ఈ వూరి రాజకీయాలు కూలంకషంగా తెలుసు. ఆయన మాట వినే పెద్ద లెవరూ లేరు. ఆయన బడిపంతులు కాబట్టి వాటితో ప్రమేయం పెట్టుకోడు. అందుకే ఎన్నికల సమయానికి కాలవగట్టుకివెళ్ళి కూర్చున్నాడు.

రామమందిరం నిర్మాణానికి నాలుగువేల రూపాయల విరాళం ఇచ్చి సన్యసించి రామేశ్వరం వెళ్ళిన రామనాథంగారికి, తన గ్రామంలో రామమందిరం యే దశలో వుందో తెలుసుకు పోదామనే సంకల్పం కలిగింది. ద్రాక్షారామం వెడుతూ, పనిలోపనిగా స్వగ్రామం వచ్చాడు. యాదృచ్ఛికంగా ఆ వేళకే అక్కడ కూర్చున్న శంకరయ్యగారు ఆయనకి ఊళ్ళో గొడవ యావత్తూ పూసగుచ్చినట్లు తెలియచెప్పాడు.

కాలవగట్టున, రావిచెట్టు క్రింద ఉపవిష్టుడైన స్వాముల వారికి జనం ప్రణామం చేశారు. పెద్దలు కొందరు కుశలం అడిగారు. కరణంగారూ, సూరయ్యా, బంగారయ్యా పోటాపోటీలుగా స్వాములవారిని పొగిడారు.

స్వాములవారు దేనికీ జవాబివ్వలేదు. అందరూ చెప్పదలచింది చెప్పడం అయ్యాక నిశ్శబ్దంగా ఉండమని కోరారు. జనం అంతా ఆయన మాటకోసం చెవులు రిక్కించుకు కూర్చున్నారు. చెట్టుమీద కూర్చున్న ఒక పిల్లకాకి తెలీక బాల్య చాపల్యం కొద్దీ 'కావు కావు' అంది. వాళ్ళమ్మ 'హుం' అని గద్దించడంతో నోరు మూసుకుంది. ఇది చూసిన ఒక మేక పిల్ల 'మేమే' అని నవ్వి, గబుక్కున తప్పు గ్రహించి, నాలుక కరుచుకుని చెట్టుచాటుకి తప్పుకుంది.

స్వాములవారు తాను చెప్పదలచిన నాలుగు ముక్కలు నిష్కర్షగా సూటిగా చెప్పారు. రామమందిరం నిర్మాణం ఇన్ని గొడవలు తెస్తుందనీ, దాన్ని కట్టించే పెద్దరికం కోసం ఇంతమందికీ పట్టుదలలు పెరిగి స్పర్థలేర్పడి, రభస జరుగుతుందనీ తాము ఎప్పుడూ భావించలేదన్నారు. రామమందిరం పేరు అడ్డుపెట్టుకొని చదరంగాలూ, పేకాటలూ సాగుతాయనుకోలేదన్నారు. చాలా బాధ కలిగించిందన్నారు. స్వాములవారికి ఇక్కడి రాజకీయాలన్నీ తెలిశాయన్న సంగతి ఆయన నోటనే వెల్లడికావడంతో, ఈ రభసతో, రాజకీయాలతో ప్రమేయంలేని, ఏ పాపమూ ఎరుగని జనం, సిగ్గుతో తలలు వాల్చారు. పెద్ద మనుషులంతా యిది ఈయనకి ఎలా తెలిసిందా అని ఊహాగానాలు చేయసాగారు.

అర్ధ నిమీలిత నేత్రులై, స్వాముల వారు గంభీరంగా ప్రవచించారు: "నేను దేవుడుని వెతకడంకోసం సన్యసించాను. కాలినడకన చాలా ఊళ్లు తిరిగాను. గుడిగోపురాలు చూశాను. భగవంతుడి గురించి నేనేమి తెలుసుకోగలిగానో చెప్పలేను. కాని మనుషులంతా మంచివాళ్లై సుఖంగా ఉండడమే భగవంతుడికి ప్రీతికరమనీ, ఆయన మనకు ప్రసాదించినవన్నీ అందుకేననీ, అందుకోసం ఎవరెంత కొద్ది చేసినా ఆయన సంతోషపడగలడనీ నాకు మనసారా అనిపించింది. నమ్మకం కుదిరింది. మన ఊళ్ళో రామమందిరం కట్టించడానికి, పూర్వాశ్రమంలో నేను అరుమాసాల క్రితం యథాశక్తి కొంత సొమ్ము వదలివెళ్ళేను. దానివల్ల పని కాకపోగా, ఊళ్లో స్పర్థలకు దారితీసిందని ఇప్పుడే తెలుసుకున్నాను. బాగా ఆలోచించుకోగా నాకు ఒకటి తోచింది. స్పర్థలు పూర్తిగాపోయి అందరూ కావాలనుకున్నప్పుడే రామమందిరం కట్టుకోవచ్చు. నేను ఇచ్చిన డబ్బుతో ఊళ్ళో పాఠశాల కట్టించాలని నా అభిమతం. మీ పిల్లలూ, తీరికై నప్పుడు మీరూ చదువుకోవచ్చు. ఇప్పుడు ఉన్న బడి ఒక తాటాకుల పాక. శిథిలావస్థలో ఉంది. అది పంతులుగారి ఇల్లు. దాన్నే పెద్దచేసి బడి కట్టించండి. ఈ కార్యభారం శంకరంగారే నిర్వహిస్తారు."

స్వాములవారి మాటలు జనానికి నచ్చాయి. కొందరు తటపటాయించారు – భగవదర్పితమైన ధనం అన్యథా వినియోగించడం అసత్కార్యం ఏమోనని.

"దానికేముంది. బడిలోనే ఒక గదిని ప్రార్థన మందిరం చేయవచ్చు. అప్పుడక్కడ చదరంగాలకీ, పేకాటలకీ, కీచులాటలకీ ఆస్కారం ఉండదు" అన్నారు శంకరయ్యగారు.

కరణంగారు చిన్న అడ్డుపుల్ల వేశారు. కడసారి ప్రయత్నంగా "స్వామీ, మీరు పూర్వాశ్రమంలో ఈ గ్రామానికి డబ్బు ఇచ్చారు. సన్యాసాశ్రమ స్వీకరణతో, ధర్మశాస్త్ర రీత్యా తాము మృతతుల్యులు. అందువల్ల ఈ సొమ్ముని అన్యథా వినియోగించాలని తమరు ఆదేశించడం ధర్మ విరుద్ధం అవుతుంది. మేము రామ మందిరమే నిర్మిస్తాం. అదే ప్రజల అభిమతం కూడా. తాము కాదనరాదు" అన్నారు.

కంట్రాక్టరు అందుకో వారు హఠాత్తుగా "సూరయ్యగారికి జై" అన్నారు.

జనం ఎవరూ ఉలకలేదు, పలకలేదు.

"మీకు రామాలయం వద్దా" అని గద్దించారు సూరయ్యగారు.

స్వాములవారు మందహాసం చేశారు. "ఎందుకు వద్దండీ రామాలయం? ఎవరు వద్దంటారు? దానికోసం స్పర్థలు వద్దంటాను. ఇప్పుడు ఈ వూరికి బడి అవసరం కాబట్టి బడి కట్టించడం మంచిది. అందులోనే రాముడికి ఒక మందిరం ఏర్పాటు చేయండి. బడే ఒక గొప్ప గుడి. ఆ గుడికి ఇవాళ మీరంతా వెళ్ళితే, మీ పిల్లల్ని పంపితే, మీకు మంచిదారి కనబడుతుంది. మీరు కోరే వరాలన్నీ ఆ దారినే

వెళ్లితే దేవుడు ఇస్తాడు. కరణంగారు ధర్మశాస్త్రం చెప్పారు. దాని ప్రకారం నాకు ఉత్తర్వులు ఇచ్చే హక్కు లేదు. అయితే మీ మంచి కోరేవాడిగా నేను మిమ్మల్ని అడుగుతున్నాను. బడి కట్టించి అందులో రాముడి బొమ్మ పెట్టి, అదే గుడి – అదే బడిగా దాన్ని మీరు గౌరవించి తరించలేరా?"

"రామనాథంగారికీ జై" అన్నాడు వీర్రాజు – స్వాములవారి పూర్వాశ్రమ నామధేయం అలవాటున్నందువల్ల జనం జయధ్వానాలు చేసి స్వాములవారికి ప్రణామాలు ఆచరించారు. సూరయ్యా, కంట్రాక్టరూ, సుబ్బిశెట్టీ కొరకొర చూశారు. సూరయ్యకు మతి బొత్తిగా పోయింది. కంట్రాక్టరుకి, శెట్టికి, నల్లమందువారికి ఇచ్చుకోవలసిన బాకీ సమస్య అస్కారం లేకుండా పోయింది. ఈ సంగతి గ్రహించే, కంట్రాక్టరు సూరయ్య ముఖాన కత్తివాటు వెయ్యలేదు. రామమందిరం పేరుచెప్పి సంపాదిద్దామనుకున్న రెండువేల పై చిలుకూ దక్కకుండా పోయినందుకు ఏడుపు వచ్చింది. అయినా తుది ప్రయత్నం చేశాడు. 'కొత్తబడి కట్టించే కాంట్రాక్టు నాకు ప్రసాదించాలి స్వామీజీ!' అన్నాడు చేతులు జోడించి భక్తి ప్రపత్తులు వెదజల్లుతూ. స్వామీజీ మందహాసం చేశారు. "బడి కట్టడానికి ఊళ్ళో జనం అంతా శ్రమదానం చేస్తారు. నీకు అభిమానం ఉంటే సలహాలు ఇచ్చి తోడ్పడు. బడి కట్టడం ఒకటే కాదు, దాంట్లోకి పుస్తకాలు అవీ కొనాల్సి వుంటుంది" అన్నారు.

చదువరీ! కంచికి బయలుదేరిన కథ మధ్యలో తప్పదారినపడి తిరిగి హఠాత్తుగా అడ్డం తిరిగి కంచికి అభిముఖంగా బయలుదేరింది. స్వాములవారు సందేశం ఇవ్వగానే ప్రయాణం అయ్యారు. ఎందరు బతిమాలినా ఆ ఊళ్ళో భిక్ష స్వీకరించారు కాదు. సుబ్బిశెట్టీ, కంట్రాక్టరూ, గవరయ్యగారూ సూరయ్యని చాటుకు పిలిచి, అతన్నీ, అతని దురదృష్టాన్నీ విడివిడిగానూ, జంటగానూ దుయ్యబట్టి, వారం తిరిగేలోగా బాకీలు చెల్లగట్టకపోతే నడివీధికి లాగుతామని హెచ్చరించి, కాలవగట్టునించే పడవెక్కి పట్నం వెళ్ళిపోయారు.

సూరయ్యగారు తలవంచుకుని విచారపడుతూ కొంపకి బయల్దేరారు. కరణంగారు వెంటపడ్డారు. సూరయ్య ఎన్నికలలో గెలవడం ఓడడంతో ఆయనకి పనిలేదు. ఓట్లు ఇప్పించేవరకే. ఒప్పందం ప్రకారం సూరయ్యగారు ఇవాళ సాయంకాలం తన మేనల్లుడు చి॥ రామారావుకి కరణంగారి కూతురు చి॥సౌ॥ సీతాలక్ష్మిని ఇచ్చి పెళ్ళిచేయించడానికి తాంబూలాలు ఇప్పించాలి.

కరణంగారు వెంటపడగానే సూరయ్యగారు మండిపడ్డాడు. "పోవయ్యా, పరువుపోయి నేనేడుస్తూంటే పెళ్ళంటావు" అన్నాడు చిరాకుగా. కరణంగారికి కోపంరాదు. వస్తే కక్ష వస్తుంది. అదొచ్చినా ఇదొచ్చినా ఆయన మనిషికాదు. ఆ సంగతే కరణంగారు గట్టిగా చెప్పి "జాగ్రత్త" అనడంతో సూరయ్యగారు సరేననేశాడు – కట్నంలో అడ్వాన్సుగా రెండువందలు తీసుకుని బస్తీలో బాకీలు చెల్లగొట్టొచ్చుననే ఊహతో.

దగ్గిరుండి సూరయ్యగారినీ, పెళ్ళికొడుకు రామారావునీ యింటికి తీసుకెళ్ళే ఉద్దేశ్యంతో "పదండి ముందు. మీ ఇంటికెళ్ళి సూరమ్మగారికి చెబుదాం. అడుగో అబ్బాయి. రా! రామారావు! రావోయ్" అన్నాడు కరణంగారు.

కొంచెం అవతలగా పోతున్న రామారావూ, వీర్రాజు దగ్గిర కొచ్చారు. కరణంగారు రామారావు చెయ్యిపట్టుకున్నాడు అప్యాయంగా. వీర్రాజు గబగబ అలోచించాడు కర్తవ్యం ఏమిటా అని. అరనిముషంలో స్వంతంగా ఓ ప్లాను వేసుకున్నాడు: ఇప్పుడది రామారావుకి వెంటనే చెప్పెయ్యాలి. కరణంగారూ సూరయ్యగారూ పక్కనే ఉన్నారు యమదూతల్లా – ఎలా?

వీర్రాజుకి 'గా' భాష క్షుణ్ణంగా వచ్చు. రామారావుకి 'గా' భాష బాగానే అర్థం అయిపోతుంది కాని మాట్లాడ్డం బాగా రాదు. "గర" భాష అని ఇంకో భాష వుంది. చిన్నపిల్లలూ, ఆడపిల్లలూ పరిమిత మేధాసంపన్నులూ దాన్ని వాడుతారు. పాత భాష అయినా ఈ అపత్కాలంలో అదే ఆదుకుంది. విద్య విదేశ బంధువన్నారు. కరణంగారి చెయ్యిపట్టుకు నడుస్తూన్న రామారావుకు అతనిపక్క నడుస్తూన్న వీర్రాజు ఈ క్రింది సందేశం ఇచ్చాడు: "వెగధగవాగాయాగా! సీగీతగ నాగాకుగు రాగాసిగినగ ఉగుత్తగరగం ఇగిందగ అగందుగుకోగో" అంటే "వెధవాయా! సీత నాకు రాసిన ఉత్తరం ఇంద అందుకో." "సగమగయగంచూగూసిగి నగలుగుగురిగి ముగుందగరగ పెగెట్టేగేయ్" ("సమయం చూసి నలుగురి ముందు పెట్టేయ్).

రామారావు సందేశం బోధపరుచుకుని గుట్టుగా వీర్రాజు అందిచ్చిన ఉత్తరం తీసుకుని జేబులో పెట్టుకున్నాడు. వీర్రాజుకి సీత రాసిన ఉత్తరం అది. రెండు క్షణాల్లో రామారావుకి ఒక ఊహ తోచింది. తనకు ప్రావీణ్యం ఉన్న 'గర' భాషలో వీర్రాజుకి ఈ క్రింది సందేశం ఇచ్చాడు:

"ఒగొరాగెరేయి రగరాజా! నుగురుగువ్వు పగరరిగెట్టుకుని మిగిరిమీ ఇగిరింటికి వెళిరెళ్లి మిగిరిమీ అగరమ్మని బగరబామ్మనీ మగర మా ఇగిరింటి తీసుకురా" (ఒరేయ్ రాజూ, నువ్వు పరిగెట్టుకుని మీ యింటికి వెళ్ళి మీ అమ్మనీ బామ్మనీ తీసుకురా.)

"రైఠో" అని తుర్రుమన్నాడు వీర్రాజు. "ఏమిట్రా అ గొణుగుడు" అని గద్దించాడు సూరయ్యగారు. "ఏదో కుర్రాళ్ళ కబుర్లు పోనిస్తురూ" అన్నాడు కరణంగారు.

ఇల్లు చేరీచేరగానే "ఇప్పుడే వస్తానండీ" అంటూ పరుగెత్తాడు రామారావు. పక్క వీధిలో ఉన్న జగన్నాథం గారింటికి సరాసరి వెళ్ళాడు. సావిట్లో ఉయ్యాల బల్లమీద కూర్చుని తలదువ్వుకుంటూంది సుబ్బలక్ష్మి. రామారావుని చూసి చెంగున లేచి స్తంభం చాటుకి వెళ్ళి నించుంది.

రామారావుకి ఈసారి ఎక్కడలేని ధైర్యం వచ్చేసింది.

రామారావు అటూ ఇటూ చూశాడు. "ఏయ్ సుబ్బులూ!" అన్నాడు మెల్లిగా. సుబ్బులు ఠపీమని ఆగిపోయి మెల్లిగా వెనక్కి తిరిగి చూసింది. రామారావు గుటక మింగాడు. రామారావుకి స్పృహ వచ్చేసరికి "ఏం రామం?" అన్నారు జగన్నాథంగారు. "ఏంలేదండీ, మీరు మాయింటికి అర్జెంటుగా రావాలి. మా మావయ్య నాకు అన్యాయం చేస్తున్నాడు.... సీతని, నాకు.... రండి.... ఏమనుకోకండి" అన్నాడు.

"అబ్బే, అనుకోడాని కేముందోయ్... కానీ చూడు..."

"మీరు సందేహించకండి... రండి చెబుతా" అని చెయ్యి పట్టుకున్నాడు రామారావు.

జగన్నాథంగారిని వెంటబెట్టుకుని రామారావు గుమ్మంలో అడుగు పెట్టేసరికి సూరయ్యగారు, కరణంగారు మండిపోతున్నారు జమిలిగా. జగన్నాథంగారిని చూసి కొంచెం తగ్గారు. ఇంతలో వీర్రాజు వాళ్ళమ్మనీ, బామ్మనీ వెంటబెట్టుకుని వచ్చేశాడు. సూరమ్మగారు చాపవేసి మర్యాద చేసింది. రామారావుకీ, వీర్రాజుకీ తప్ప ఇంకెవరికీ ఇదంతా ఏమిటో అంతుచిక్కలేదు. ఒక అరనిమిషం నిశ్శబ్దం ప్రవర్తిల్లింది. కరణంగారు గొంతు సవరించుకున్నారు. "సూరయ్యగారూ, మనం లేద్దామా మరి? వేళయింది" అన్నారు.

"ఆఁ ఆఁ పదండి.... రారా, రావుఁడూ" అన్నారు సూరయ్యగారు వ్యవహారదక్షుడిలా.

రామారావుక్కోపం వచ్చింది. "ఏమిటమ్మా ఇది? రాజు సీతని చేసుకోవాలను కుంటూంటే నేనెలా చేసుకోనే? వాడూ నేనూ అన్నా తమ్ముళ్ళులా నీ కళ్లముందు పెరిగాంకదా?" అన్నాడు.

కరణంగారు గెయ్‌మన్నాడు. "రాజుకి చేసుకోవాలనుంటే నాకివ్వాలని ఉండొద్దా, సీతకి ఉండొద్దా?"

వీర్రాజు తల్లికి అభిమానం వేసుకొచ్చింది: "బాబూ కరణంగారూ, మేం మిమ్మల్నేమీ అడగలేదుగా మీ పిల్లనిస్తారా అని? ఆ కుర్రాడి మాటలు పట్టుకుని ఎందుకలా విసుక్కుంటారూ?.... ఏంరా రాజా? ఇందుకా మమ్మల్ని ఇక్కడికి ఈడ్చుకొచ్చావు?.... ఏమిటీ గోల?" అంది.

"పిన్నిగారూ, మీరు కోప్పడకండి" అంటూ జేబులోంచి ఉత్తరం తీశాడు రామారావు. "రాజు సీతని చేసుకోవాలని ఉబలాటపడుతున్నాడు. ఎదటే ఉన్నాడు. కావాలంటే అడగండి. ఇంక సీతకి కూడా వీడంటే తగని అభిమానం. అందుకు ఇదే నిదర్శనం. ఇక్కడ పరాయి వాళ్లెవరూ లేరు. కాబట్టి చూపిస్తున్నా. ఇదిగో ఇది సీత రాజుకి రాసిన ఉత్తరం. ఏం అమ్మా, ఇవన్నీ చూసి, రాజు నా అన్నతమ్ముడంటి వాడని ఎరిగుండి నేను సీతని చేసుకోవాలని ఇంకా పట్టుపడతావా అమ్మా? – పైగా నాకు ఆ పిల్లంటే ఇష్టంలేదు. మనస్తత్వాలు కలవవు.... అయ్యా కరణంగారూ, కోప్పడకండి ఉన్నమాట ఇప్పుడే చెప్పాను. ముసుగులో గుద్దులాటలు నాకు నచ్చవు.... ఏమమ్మా.... ఇంకా తాంబూలాలు పుచ్చుకోవాలంటావా?" అన్నాడు ధీమాగా.

సూరమ్మగారు నానుస్తూ అంది: "అయినా నీకిష్టం లేకపోతే నేనెందుకు బలవంతం చేస్తానురా... నీకు నచ్చిందాన్నే చేసుకో!"

కరణంగారు చురుకుగా ఆలోచించారు. వీర్రాజు కూటికీ కులానికీ కూడా పేదవాడు. తండ్రి లేడు. బాగానే ఉంటాడు. ఇంతో అంతో చదువుంది. ఒకటే లోపం. రామారావుకన్న తెలివైనవాడు. లౌక్యం బాగా తెలుసు. పైగా సీత రాసిన ఉత్తరం ఇక్కడి వాళ్ళకేకాక, పైవాడు జగన్నాథానికి కూడా తెలిసిపోయింది. ఇది బయటపడితే పిల్లకి పెళ్లవడం కష్టంకూడా. పట్టుసడలకుండానే కట్నం పెరగకుండానే కరణీకం చెయ్యాలి.

"అయితే ఇంకేం! నా కూతురికి రాజు నచ్చి, వాడికి అది నచ్చితే ఇంక అడ్డేమిటి? – ఇప్పుడే తాంబూలాలు ఇచ్చుకుందాం."

"శుభస్య శీఘ్రం" అన్నాడు ఇప్పటికీ తేరుకుని సంగతి సందర్భాలు బోధపరుచుకున్న జగన్నాథంగారు.

"తథాస్తు" అన్నాడు రామారావు మావయ్య, ఏడవాలో నవ్వాలో ఇదమిత్థంగా నిర్ధారణ చేసుకోకుండానే.

"సరే, మీరంతా ఇంత ఇదిగా మా మేలుకోరి చెబుతూవుంటే నేను కాదంటానా.... ఏమంటారు అత్తయ్యా?" అంది వీర్రాజు తల్లి.

"మరేనమ్మా మరే" అంది వీర్రాజు బామ్మగారు.

అమాంతంగా నిశ్శబ్దం ఏర్పడింది. ఎవరికెలా మాట్లాడాలో తోచలేదు – ఏం మాట్లాడబడాలో తెలిసినా.

కరణంగారే మళ్ళా కొంచెం దగ్గి గొంతు సవరించుకుని "ఊ" అన్నాడు. "చెప్పవయ్యా పెళ్ళికొడకా... నీకు నచ్చిన పిల్ల ఎవరైనా ఉంటే ఇప్పుడే చెప్పేయ్" అన్నాడు.

సూరయ్యగారు మందహాసం చేశాడు, ఓడిపోయిన ఛాంపియన్‌లాగా. రామారావు వాళ్ళమ్మవంక చూశాడు పరీక్షగా. ఆ తరువాత జగన్నాథంగారి వేపు చూశాడు. తలవంచుకున్నాడు. "సుబ్బులు" అన్నాడు మృదువుగా.

జగన్నాథం గారు త్రుళ్ళిపడి తక్షణం తమాయించుకుని "అంతకన్నా నాక్కావలసిందేముంది నాయనా! సూరమ్మగారు నా పిల్లని కడుపులో పెట్టుకుంటానంటే కాదంటానా? సందేహించేది యింక అవిడే కావాలి" అన్నాడు.

సూరమ్మగారు రామారావు వంక చూసింది. విప్పారిన కళ్ళతో ఆశగా చూస్తున్నాడు. ఆవిడలో వాత్సల్యం పొంగింది. కంట నీరు తిరిగింది. "వాడి ఇష్టానికి నేనెప్పుడూ అడ్డు చెప్పను. సుబ్బులు బంగారుతల్లి, మా లక్ష్మి" అంది నెమ్మదిగా.

"ఇంకే, పనిలో పని. ఈ జంటకి ఇవాళే తాంబూలాలు యిచ్చుకోవడం మంచిది. శుభస్య శీఘ్రం" అన్నాడు కరణంగారు. "తథాస్తు" అన్నారు గుమ్మందాటి అప్పుడే సావిట్లో కాలుపెట్టిన బడిపంతులు శంకరయ్యగారు.

★ ★ ★

సీత

సాయంత్రం ఐదున్నరకి సత్యనారాయణా, రాజూ, బీచికి బయలుదేరారు. "అందమైన అమ్మాయిల సమూహాం వస్తున్నదోయ్!" అన్నాడు ఎప్పుడూ సరదాపడే రాజు.

"ఔను చూస్తున్నాం" అన్నాడు సత్యం, అమ్మాయిలను యథాశక్తి చదువుతూ.

ఎత్తుగా విశాలంగా ఉండే రాజు నుదురు మరీ ఎత్తుగా అయ్యింది. అతని నున్నటి క్రాపు మరీ నున్నన అయింది. అతని ఎర్రటి శరీరం ఇంకొంచెం ఎర్రబడింది.

సత్యం సిగ్గుపడ్డాడు రాజు పోకడలకి – మరీ కుర్రతనం కాకపోతే అమ్మాయిల్ని చూసినపుడల్లా అందాన్ని ఎక్కువ చేసుకోవడం ఏమిటని.

"అందరిలోకీ ఆ అమ్మాయి బాగుంది కదూ? ఇందరే కాదులే, ఎందరిలోనైనా ఆ అమ్మాయి బాగుంటుంది" అన్నాడు సత్యం.

ఆ బాగున్న అమ్మాయి, తక్కిన అమ్మాయిలూ దగ్గరగా వచ్చారు. సన్నగా నల్లగా పొడుగ్గా ఉండే సత్యం, – తెల్లగా బంతిపూల రథమల్లే బొద్దుగా ఉన్న ఆ అమ్మాయి బాగా దగ్గిరకు వచ్చినా విశ్వరూపం ఎత్తలేదు, మామూలుగా నడిచిపోయాడు.

తెల్లచీర కట్టుకున్న ఆ అమ్మాయి మాత్రం చాలా బాగుంది అనుకున్నాడు. రాజుతో కూడ అన్నాడు.

బీచి దగ్గర కాఫీ తాగుతూ మళ్ళా చెప్పాడు రాజుకి – తెల్లచీర కట్టుకున్న అమ్మాయి చాలా బాగుంది అని. సాధారణంగా అమ్మాయిల అందాన్ని మెచ్చుకోని సత్యం, ఇవాళ ఈ తెల్లచీర కట్టుకున్న అమ్మాయిని రెండవమాటు మెచ్చుకోవడం చూసి రాజు ముచ్చటపడ్డాడు. ఆ అమ్మాయి మీద సత్యం కవిత్వం చెప్పలేదుకాని అందం అనే మాటకి నిర్వచనం ఆ అమ్మాయి అన్నాడు.

హిమవంతుడు కదిలాడు అనుకున్నాడు రాజు. ఇంటికి వెళ్ళినప్పుడు సత్యం మళ్ళా మెచ్చుకున్నాడు. "ఆ అమ్మాయి నవ్వితే ఎంత బాగుంటుంది!"

"ఎంత బాగుంటుందీ" అంటూ వంత చెప్పాడు రాజు.

☆ ☆ ☆

ఆదివారం సాయంత్రం ఐదు గంటలకి లజ్ కార్నర్‌లో వున్న షాపు దగ్గర నిల్చున్నాడు సత్యం. నిన్న చూసిన అందమైన అమ్మాయి షాపులో రిబ్బనులు కొంటున్నది. రెండు నిమిషాల తరువాత ఆ అమ్మాయీ, స్నేహితురాలూ బయటకి వచ్చారు. ఈ అమ్మాయి ఎందుకో కిలారున నవ్వింది.

రాజు వచ్చాడు. సత్యం భుజంమీద చెయ్యివేసి "ఆ అమ్మాయి నవ్వు హిమమువలె శీతలంగానూ, వెన్నెలవలె తెల్లగానూ, ఆకాశమువలె నిర్మలంగానూ ఉన్నది" అన్నాడు.

పకాలున నవ్వాడు సత్యం. రోడ్డు దాటబోతున్న ఆ అమ్మాయి ఆగి వెనక్కి చూసింది క్షణంలో సగం సేపు. మిగతా సగం క్షణం సేపూ కంగారుపడింది. ఉత్తర క్షణంలో మల్లెపూల అంగడివేపు చూసి, "మల్లెపూలు కొనుక్కుందామే" అన్నది స్నేహితురాలితో.

"పట్టుదారం మీద ముత్యాలు జారినట్లు, ఆ అమ్మాయి సన్నటి స్వరం మీద పెదవులు దాటి మాటలు అవతరిస్తున్నవి" అన్నాడు సత్యం.

"ఇవాళ ఎన్ని కప్పులు కాఫీ తాగావు?"

"ఏం?"

"కవిత్వం ప్రకోపిస్తున్నది."

"ఏడిశావులే గాని.... హనుమాన్లూ, బీచికి పద" అన్నాడు సత్యం.

"మా అమ్మావాళ్ళూ నా బారసాల రోజున నాకు రామరాజు అని పేరు పెట్టారట. అందరూ అదేమాట.... నువ్వూ అలాగే పిలూ" అన్నాడు రాజు.

సత్యం నవ్వలేదు. మల్లెపూలు కొనుక్కుని బీచీవేపు వెళ్తున్న ఆ అమ్మాయిని చూస్తున్నాడు.

బీచికి వెళ్ళే ట్రాములో ఎక్కారు ఆ అమ్మాయిలు ఇద్దరూ, రాజు సత్యం వాళ్ళకి ఎదురుగా కూర్చున్నారు. ఆ అమ్మాయి కిటికీలోంచి బయటకి చూస్తున్నది. తల పక్కకు తిప్పి సత్యం జోక్సు కట్‌చేశాడు. రాజు యథాశక్తి భూమి బీటవేసేట్లు నవ్వాడు.

ఆ అమ్మాయి తలమాత్రం ఇటు తిప్పలేదు. చలించలేదు. అలా మెడ పక్కకి తిప్పి, కళ్ళు ఇంకా పక్కకి తిప్పి రోడ్డుమీద బోర్డులు అంత తీక్షణంగా చదివేస్తే దరిమిలాను ఆ అమ్మాయికి మెడ నెప్పి పెట్టడానికి అవకాశాలు లేకపోలేదు అనిపించింది సత్యనారాయణకి.

"రాజూ.... ఇది నీకు తెలుసా?"

"ఏది నాకు తెలుసా?"

"మా చుట్టాల అమ్మాయి ఒకర్తి ఉండేది. దానివి పంకజాలవంటి పెద్దకళ్ళు. కాని ఎప్పుడూ ఎటు చూస్తే అటే చూస్తూ ఉండేది. కళ్ళు కలిపేది కాదు. అట్లా ఉండగా ఏమయిందో తెలుసా?"

"ఏమి అయిందో తెలియదు."

"కొన్నాళ్ళలో అంత చక్కని పెద్దకళ్ళూ చింతాకులంత చిన్నవయిపోయాయి."

ఆ అమ్మాయి మెడమాత్రం పక్కకి తిప్పలేదు. నవ్వలేదు. భ్రుకుటి ముడిచి

కేంద్రీకృత దృష్టితో చూచిన సత్యానికి ఆ అమ్మాయి ముఖంలో ఏ చలనమూ కనిపించలేదు - అథమం చిరునవ్వు ఛాయలు కూడా....

ఎదురుగా వున్న రెండో అమ్మాయి మాత్రం పెదిమలు బిగించి నవ్వు ఆపుకుంది.

శాంథోమ్ బీచి దగ్గర ట్రాము దిగి, వెంటనే రిక్షా ఎక్కి వాళ్ళు హోస్టలుకి వెళ్ళారు.

బీచిలో కాస్సేపు నిశ్శబ్దంగా కూర్చుని సిగరెట్టు కాల్చాడు సత్యం.

"ఆ అమ్మాయి నిజంగా అందంగా ఉందోయ్" అన్నాడు రాజు.

"అందమే కాదు. ఆ అమ్మాయిది సూదివంటి సూక్ష్మబుద్ధి, చాలా తెలివైనది, దూరదృష్టి వుంది. సంపూర్ణమైన స్త్రీత్వం పొందింది..... రాజా! 'డిగ్నిటీ' అనే మాటకి పూర్తి నిర్వచనం ఆ అమ్మాయికి తెలుసును."

"'ఔను, నిండుకుండ తొణకదు'" అన్నాడు రాజు.

"ఏమో, పైన బుడగలు ఉన్నా తొణకదు."

"బుడగే వుంటే కొంచెం సేఫేగా."

"ఏడిశావు, కవిత్వం చదవకు."

"ఆ అమ్మాయి ఎవరో!"

"అలా ఆశ్చర్యపడుతూ ఉండు. ఆకలిగా ఉంది. నేను ఇంటికి వెళ్తా."

☆ ☆ ☆

తిరిగి ఆదివారం వచ్చేలోగా ఆ అందమైన అమ్మాయిని ఆరుసార్లు చూశాడు సత్యనారాయణ. ఆ ఆరుసార్లలోనూ దాదాపు మూడుసార్లు ఒంటరిగా కనపడింది ఆ అమ్మాయి. పలకరించి మాట్లాడుదాం అనుకున్నాడు సత్యం. కాని ఏమని మాట్లాడుతాడు? ఆ అమ్మాయి చూస్తే 'హౌ టు షో డిగ్నిటీ' అనే పుస్తకం నిత్యపారాయణ చేస్తున్నట్లుంది.... జవాబివ్వకపోతే....

లోకల్ రోమియోల తొందర, తాపత్రయం చూసి తను ఎన్నిసార్లు నవ్వుకున్నాడు, "వీళ్ళు బొత్తిగా పసివాళ్ళు. డిగ్నిటీ తెలీదు" అని. అసలు చదువు సంస్కారం కల ఒక అమ్మాయిని పలకరించి మాట్లాడడానికి భయం ఎందుకు? ఎన్ని ప్రశ్నలకి జవాబు చెప్పుకోవాలో. పరస్పరం వాళ్ళకింత భయం ఏహ్యత ఎందుకు కలగాలి? అమ్మాయి నవ్వు చూసి అబ్బాయీ, అబ్బాయి చొరవ చూసి అమ్మాయీ తొందరపడి, పరస్పరం అంచనాలు వేసి విలువలు కట్టి, అపోహలు ఏర్పరచుకున్నారంటే అది వాళ్ళ తప్పుకాదు. చుట్టూ వున్న గాలి, నీరు, మనుష్యులు వాళ్ల కుసంస్కారాల ఫలితం....

సత్యానికి నవ్వొచ్చింది. తను సమాజం యొక్క సంస్కారం గురించి ఇంత హఠాత్తుగా ఇవాళ ఆలోచించడం సిల్లీగా కనపడ్డది. తనదాకా వస్తేకాని తెలీదు అని సామెత చెప్పాడు ఒకాయన. బహుశా ఆయనదాకా వచ్చాక ఆయన ఈ సామెత చెప్పి వుంటాడు.

మొత్తానికి దక్షిణ హిందూ దేశపు భావిపౌరులు అయిన యువకులు అందరిలాగానే సత్యం కూడా ఈ అమ్మాయితో మాట్లాడి, ఆమెపేరు, ఆమె ఏం చదువుతున్నదీ అడిగి తెలుసుకోవడానికి భయపడ్డాడు. కాకపోతే జంకాడు. లేకపోతే సందేహించాడు. పుస్తకాలలో ప్రవహించే వాక్యాలకీ, జీవితంలో తూచి అనవలసిన మాటలకీ, తెలుపుకీ,

నలుపుకీ ఉన్నంత తేడా వుంది.... "నేను నిన్ను ప్రేమిస్తున్నా. నా హృదయం నీకు అర్పిస్తున్నా" అని మీరు ప్రేయసి వేపు చూస్తూ అనగలరూ!

అందుచేత ఆదివారంలోగా సత్యం ఆ అమ్మాయిని చూసిన ఆరుసార్లలోనూ అథమం ఒక్కసారి అయినా పలకరించలేదు. ఆ అమ్మాయి అంతకన్నా తొణకలేదు.

తనలాగే అమ్మాయికి కూడా ఇంత విచక్షణ తెలిసినా, ఆమె కూడా అందరితోపాటుగానే ప్రవర్తిస్తుంది. ప్రవాహంలో కలిసిపోతుంది. ఎందుకు అంటే - అది మనుష్యులమీద ప్రేమదేవత శాపం... ఇలా అనుకోవడం ఒక ఓదార్పు.

యుగాల నాటి అనాగరిక మానవుడికీ, దివి నుంచి దిగిన పాపికీ సంస్కారం తెలీదు. మనసులో ప్రేమ పొంగినా, అసహ్యం పుట్టినా తక్షణం వెల్లడిస్తారు - ఏడ్చీ, కొట్టీ, కరిచీ - సంస్కారం పొంది మనస్తత్వాల రహస్యాలు ఊహించగల మనం మన మనసులని దాచేసుకుంటాం. మన మనస్సులో భావాలు దాచుకుని, వ్యతిరేకమైనవి చెప్పడానికీ, మోసం చెయ్యడానికీ, అబద్ధం చెప్పడానికీ మనం "భాష"ని సృష్టించాం. ఎదుటివాడికి నీ మీద ఇష్టమని నువ్వు తెలుసుకుని ఆనందిస్తూ, నీ ఇష్టాఇష్టాలు నీలోనే దాచుకుని వాడి ఆవేదన చూసి ఉపేక్షించగల నిన్ను శాడిస్టు అన్నవాణ్ణి నువ్వు సినిక్ అంటావు.

సామెత చెప్పినట్లు తనదాకా వచ్చింది కాబట్టి అంతర్యాల ముసుగులు తొలగించి నగ్నీకృతం చెయ్యడానికి నిశ్చయించాడు సత్యం. లోకాన్ని మరమ్మత్తుచెయ్యడం గురించి పుస్తకాల్లో చదివాడు. తనని మరమ్మత్తు చేసుకోవటం తన దగ్గిరే చదువుకుంటాడు.

ఆదివారం సాయంకాలం అమ్మాయిల కాలేజీలో కార్నివాల్ కి వెళ్ళాడు సత్యం. రాజు గేటు దగ్గిర కనపడ్డాడు. లోపల పదివేలమంది సత్యాలున్నారు. పదివేల మంది అందమైన అమ్మాయిలు ఉన్నారు. దీపాలు ఉన్నవి. సంగీతం ఉంది. హంగామా ఉంది. ఆనందం ఉంది. విద్యుద్దీపాల కాంతివలె సంస్కారం కుంభవృష్టిగా కురుస్తుంది. ప్రవహిస్తుంది.

"ఏమిటి సత్యం, ఈ గూడకట్టూ నువ్వూను" అన్నాడు గార్డెన్ మధ్య నించున్న రాజు.

"సింపుల్ గా ఉంటుందని."

"సింపుల్ గా ఉండటమే ఒక ఫోజు" అన్నాడు ఒక శోభనాద్రి.

"రేటెంత?"

"ఆ?"

"నీ విట్టుకు రేటు ఎంతా అంటున్నా."

"విట్టుకాదు. సూక్తి. సూక్తి ఒక్కొంటికీ ఒక సిగరెట్ ఛార్జి."

ఇద్దరూ సిగరెట్ అంటించారు. కార్నివాల్ చూస్తూ తిరగసాగారు. అంతా జూదం. బెటింగ్. మంచి ఉద్దేశ్యంతో కాబట్టి తప్పులేదు అనుకున్నాడు సత్యం.

హఠాత్తుగా ఆ అమ్మాయి కనపడింది స్నేహితురాలితో. ఇంతవరకూ కార్నివాల్ ఎక్కడి నించి చూడాలో నిర్ణయించుకోలేని సత్యానికి సరి అయిన మార్గం దొరికింది. ఆ అమ్మాయి అడుగు జాడలే.

రౌలట్ బల్లదగ్గిర ఆగారు ఆ అమ్మాయిలు. దాని పేరు వీల్ ఆఫ్ ఫార్ట్యూన్.

నాలుగో నెంబరు మీద పావలా కాసింది ఆ అమ్మాయి. ఎనిమిదో నెంబరు మీద పావలా పెట్టాడు సత్యం. చక్రం గిర్రున తిరిగి ఆగింది చివరికి గెల్చిన నెంబరు 32.

డబ్బులు పోయినందుకు ఆ అమ్మాయి తమాషాగా నవ్వింది. సత్యం కూడా నవ్వాడు. బీటుకు 8×4=32 అన్నాడు గట్టిగా. జనాంతికం విని కిలకిల నవ్వింది ఆ అమ్మాయి.

"సుమతీ! తొరగా రావే" అన్నది ఎవరో అమ్మాయి దూరంనించి.

"రావే పోదాం" అంటూ ఈ అమ్మాయి స్నేహితురాలి చెయ్యి పట్టుకుని బయలుదేరింది.

"అమ్మయ్య. పేరు తెలిసింది. ఈ పిల్లపేరు సుమతి" అన్నాడు సత్యం.

☆ ☆ ☆

మర్నాడు ఉదయం తొమ్మిదిలోగా అనేకమంది పరిచితులని కలుసుకుని, "సుమతి" అనే అమ్మాయి ఆడపిల్లల కాలేజీలో బి.యే. మొదటి సంవత్సరం చదువుతున్నదని తెలుసుకున్నాడు సత్యనారాయణ.

సాయంత్రం వరకు చాలా జాగ్రత్తగా ఆలోచించి, చివరికి సుమతికి ఉత్తరం రాయడానికి నిర్ణయించాడు. ప్రేమలేఖ కాదు. ఎంతమాత్రం కాదు. బొత్తిగా కాదు – కేవలం పరిచయం కోరుతూ ఆ రాత్రి ఉత్తరం రాశాడు పోస్టలుకి... అపార్థాలకు, చిరాకులకు, పరాకులకు అవకాశాలు లేకుండా సవ్యంగా సంస్కారంగా రాశాడు.

ఆ అమ్మాయిని తాను చాలాసార్లు చూశాడు అనీ, తనని కూడా ఆ అమ్మాయి చూసిందనీ సూచించి, కార్నివాల్ నాటి సంఘటన వివరించి ఆమెతో మాట్లాడాలని తాను ఆశిస్తున్నాననీ, అభ్యంతరం లేకపోతే పోస్టలు వద్దకాని, బీచ్ వద్దకాని తాను కలుసుకొని మాట్లాడతానని అతడు రాసిన లేఖ సారాంశం.

తరువాత ముప్పయి రోజులలో సత్యం సుమతికి పదిహేను ఉత్తరాలు రాశాడు. ప్రతి ఉత్తరం చిన్నదిగా ఉండేది. బాధ తెలిసిన భాషలో భాష తెలిసిన బాధతో ఉండేవి. ఆ అమ్మాయి ఆ వాక్యాలు పైకి చదువుతే ఆమె లేత పెదవుల మీదుగా రావడానికి అర్హత కలిగిన అందమైన మాటలు ఊహించి రాశాడు. ఆమె ఫలానా ఐస్‌క్రీం పార్లర్లో ఐస్‌క్రీం తింటూ ఉండగా తాను ఆమెను చూడడం ఆమె చూసి ఉండవచ్చు. ఆ ఫలానా పార్లరుకు ఫలానా రోజున సాయంత్రం వస్తే తాను సంతోషిస్తాను అని రాసేవాడు. కాకపోతే బీచికాంటీను దగ్గరేనా సరే అన్నాడు. కావలిస్తే తన స్నేహితురాలిని వెంటబెట్టుకుని రావచ్చు అని సూచించాడు. ఈ శతాబ్దంలో వచ్చిన కవిత్వాల అందం యావత్తూ పుణికి పుచ్చుకున్న అందమైన వాక్యాలు రాసేవాడు.

కాని అతను సూచించిన చోటుకి కోరిననాడు చెప్పిన టైముకి ఆమె రాలేదు. అతను నిరాశతో చూసిపోయేవాడు. అతడు ఎదురుచూడని క్షణాన హఠాత్తుగా అవతరించేది! అదృశ్యమయ్యేది.

ఈ ఉత్తరాలు రాయటం ప్రారంభించిన తరువాత సత్యం కూడా డిగ్నిటీలో ప్రాథమిక సిద్ధాంతాలు అమలుపరిచాడు.

ఆ అమ్మాయి రోజూ కనబడుతూనే ఉంది. ట్రాములో, బస్సులో, బీచిలో, ఐస్క్రీం పార్లర్‌లో – హాస్టలు గేటు మలుపులో.

ఇప్పుడు సత్యం ఆమెకి ఎదురైనపుడు అల్లరి చేయడు. ఆమె దృష్టిని ఆకర్షించ ప్రయత్నించడం, గట్టిగా జోక్సు కట్ చెయ్యడం మానేశాడు.

అసలు ఆమె కనబడగానే ఆమెను తప్ప మిగతా ప్రపంచాన్నిఅంతా చూసేవాడు. చాలా మంచివాడిలాగ, ఆమె ఉనికి తెలియనివాడిలాగ ఎటో చూస్తూ వెళ్ళిపోయేవాడు.

అతనికి ఒకటే ధైర్యం. తను ఉత్తరాలు రాస్తున్నాడు. తను చెప్పుకోవలసినవి అవి చెబుతున్నవి. ఇష్టపడి ఆ అమ్మాయి ఇంటర్వ్యూ ఇస్తే తరువాత తను చెప్పుకుంటాడు.

ఆ అమ్మాయి కూడా అతను ఎదురైనపుడు చాలా మామూలుగా నిశ్చలంగా వెళ్ళేది.

ప్రతి ఉత్తరంలోనూ ఆ అమ్మాయి నవ్వూ, ఆమె చలనం, విన్యాసం తనలో రేకెత్తించిన అనుభూతిని అక్షరాలలో నింపి పంపేవాడు.

రాజు ఒక మాటు అపశ్రుతి పలకడానికి ప్రయత్నించాడు. పక్షుల పాటలు నీకోసం కాదు వాటికోసం. కాని నువ్వు అవి విని అనుభూతి పొందుతావు. అమ్మాయి చిరునవ్వూ అంతే, నవ్వులన్నీ నా కోసమే అని ఎవడి మటుకు వాడే అనుకుంటే పక్షులన్నీ పాటలు ఆపేయవలసి వస్తుంది అని.

సత్యం నవ్వాడు "నీకు తెలీదు లేవోయ్" అంటూ.

ఇరవై అయిదు ఉత్తరాలు రాశాక ఒక చిన్న సంఘటన సంభవించింది.

లజ్‌లో ఆ అమ్మాయి బస్సు ఎక్కింది. తనూ ఎక్కాడు కుర్రాడి లాగ. లాయిడ్స్ రోడ్ దగ్గర ఆమె దిగి ఒక ఇంట్లోకి వెళ్ళింది.

హఠాత్తుగా ఒక ఆలోచన మెరిసిన ఫలితంగా తక్షణం టాక్సీ ఎక్కి ఇంటికి వెళ్ళాడు. షెడ్డులో కారు తీసుకుని మళ్ళీ వచ్చాడు. బస్సు ఆగేచోట పక్కగా ఆపి కూర్చున్నాడు. ఆరు సిగరెట్లు, అరవైవేల ఆలోచనలూ..... ఆ అమ్మాయి రోడ్డు మలుపు తిరగడం చూసి కారు స్టార్టు చేసి పక్క వీధులంట తిరిగి అటునించి వచ్చాడు. ఆమె దగ్గర కారు ఆపాడు తను అప్పుడే ఆమెను చూచినట్లు.

"హలో.... మీరు కాలేజీకేనా?"

అవునన్నది ఆ అమ్మాయి.

"అభ్యంతరం లేకపోతే కారులో ఎక్కండి. అక్కడ డ్రాప్ చేస్తాను."

సందేహించి ఆమె అంది: "అక్కరలేదండి. థేంక్సు."

"పరవాలేదు రావచ్చును" అన్నాడు సత్యం కొంచెం తలవంచుకుని.

"అబ్బే వద్దండి బస్సులో వెళ్తా."

ఒంటరిగా వెళ్ళిపోయాడు సత్యం.

☆ ☆ ☆

సాయంత్రం రాజు తీర్పు చెప్పాడు: "ఆ అమ్మాయిది తప్పు కాదు. నీ తప్పు కాదు. నీ పర్సనాలిటీ, నీ ఆంతర్యాలకు తగినట్టు ఉండదు. నువ్వు రాసే ఉత్తరాలు చదివి నీ మొహం చూస్తే నమ్మరు నిన్ను."

రాత్రి తొమ్మిదింటికి డేగ తరిమిన పావురంలాగ పరుగెత్తుకు వచ్చాడు రాజు.

"సత్యం! పొద్దున ఆ అమ్మాయి కారెక్కక పోవటం ఆమె తప్పూకాదు, నీ తప్పూ కాదు - మన పొరపాటు."

"ఏమిటి నువ్వనేది?"

"సుమతి పేరు సీత."

"ఆఁ?...."

"సీతని సుమతీ అంటే పలుకుతుందా?"

"నిజమే."

"అక్షరాలా.... ఇప్పుడే తెలిసింది. మా అత్తయ్య కూతురు సుగుణా, మీ ఏంజెలూ లజ్ కి వచ్చారు ఇందాక. నువ్వు ఇంటికి వెళ్ళగానే షాపింగు చేసుకొని ఏంజెలు బస్సెక్కి వెళ్ళిపోయింది. సుగుణని పలకరించాను. మా ఇంటిదాకా వచ్చిందిలే. షాంగ్రిలానించి ఏంజెల్ తో కలిసి వచ్చిందట - "సుమతి నీకు ఫ్రెండా" అన్నా. "సుమతి కాదు. దీని పేరు సీత" అంది. ఆశ్చర్యపడ్డాను. "ఏమిటి బావా! విశేషా" లంది కనుబొమ్మలెగరేస్తూ. "అదే.... అదే సీత పేరు సుమతి అనుకున్నాను" అన్నా.

"కాదు సీత పేరు సీతే, సుమతి పేరు సుమతే. పోతే సీత హాస్టలులో ఉంది. సుమతి అడయారులో వాళ్ళమ్మా నాన్నా అక్కచెల్లెళ్ళతో ఉంది." అని చెప్పింది.

సత్యం గుండె ఝల్లుమంది. "అయితే మన ఉత్తరాలు ముప్పయీ...... యు మీన్...... లెటర్లు..... ఐ మీన్....."

రాజు సుస్పష్టమైన తెలుగులో వాక్యీకరించాడు: "అవును... సీత అనుకుంటూ నువ్వు రాసిన ఉత్తరాలు సుమతికి వెళ్ళాయి. ఆ సుమతి ఎవరో నీ ఉత్తరాలు చదువుకుని ఏమయిపోతుందో వెండితెర మీద చూడాల్సిన విషయం. పోతే, సీత నిన్ను గురించి ఏమీ అనుకోటం లేదు - నీ ఉత్తరం ఒక్కటీ ఆమె పేర వెళ్ళలేదు కనుక. నువ్వు రోడ్డుమీద ఆ సీతని చూసినప్పుడు మడి కట్టుకొంటున్నావు. బంగారు తండ్రిలా తల వంచుకుని పోతున్నావు. అందువల్ల ఇప్పుడు సీత దృష్టిలో నువ్వు ఎవరు? బాటసారివి. బైపాసర్ వి. శ్లోకం చదువు - సుమతీ సుందరి! ప్రీత్యర్థం - నమస్కారం సమర్పణమ్."

ఆ రాత్రి అనిర్వచనీయమైన వైరుధ్య అనుభూతుల సంఘర్షణల మధ్య తుపాను గాలిలో రావి ఆకువలె రెపరెపలాడు గుండెలతో సత్యం సీతకి మొదటి ఉత్తరం రాశాడు. చాలా పెద్ద ఉత్తరం!

"నిన్న కారులో ఎక్కనందుకు - మిమ్మల్ని ఇప్పుడు అభినందిస్తున్నాను. మీ పేరు సుమతి అనుకుని ముప్పై ఉత్తరాలు రాశాను. అవి మీకే చేరినవన్న అభిప్రాయంతో 'వన్ వే ట్రాఫిక్' అయినా మనకి పరిచయం ఉంది అన్న ఉద్దేశంతో మీకు నేను నిన్న కారుమీద లిఫ్ట్ ఆఫర్ చేశాను. అంతేకాని అపరిచితు లందరినీ కారులోకి ఎక్కమని అడిగే అలవాటు నాకు ఎన్నడూ లేదు. ఈ పొరపాటును అర్థం చేసుకోమ్మని కోరుతున్నాను. దయచేసి రేపు ఐస్క్రీం పార్లర్ కి సాయంత్రం ఐదు గంటలకి వస్తే మీకు వివరిస్తాను." ఇదీ ఆ లేఖ సారాంశం.

మర్నాడు సాయంత్రం సీత పార్లర్‌కి వచ్చింది. కానీ చాలామంది స్నేహితురాళ్ళతో ఉంది. సత్యం పలకరించలేదు. ఆ అమ్మాయి చాలా చలాకీగా ఉంది.

రోజులు దొర్లుతున్నాయి రోడ్లు అరుగుతున్నాయి.

సీత కనబడుతూనే వుంది. ఎప్పుడూ - ఒక ఊర్మిళ, ఒక మాండవిక, శ్రుతకీర్తి కూడా ఉంటారు. ఎన్నో అపాయింటుమెంట్లు నిర్ణయించాడు. సత్యం సీతకి రాసిన ఉత్తరాలలో అయా చోట్లకి వచ్చేది. కాని అతను చెప్పిన రోజుకాదు, కోరిన టైముకి కాదు. హఠాత్తుగా కనపడేది. కిలారున నవ్వు నవ్వుతూ వెళ్ళిపోయేది.

సీతకి వున్న చీరలు మొత్తం ఎన్ని రకాలో అతనికి కంఠతా. అన్నీ చాలా సింపుల్‌గా, ఆడంబర రహితంగా ఉంటాయి. అందుకే హఠాత్తుగా ఒకనాటి నుంచి ఆమె జార్జెట్టు రంగుల చీరెలు కట్టడంతో చివుక్కుమంది అతని మనసు. ఆమె స్వచ్ఛమైన అందానికి ఈ ఆడంబరాలు ఒక అపశృతి అనుకున్నాడు. రాజుకి చెప్పాడు.

"నీకేం మధ్య?" అన్నాడు.

"అహఁ.... ఐమీన్..... ఎందుచేతో ఈ షోకులు ఆ సీతకి తగవేమో ననిపిస్తున్నది" అన్నాడు సత్యం.

"ఇష్టం లేదా నీకు?"

"అలా అని కాదనుకో.... ఏమిటో అంత మంచి అమ్మాయి ఇలా అయిపోయిందని... బాధ... చిరాకు"

"సత్యం! నీకు పొసెసివ్ ఇన్‌స్టింక్టు బయలుదేరుతున్నదోయ్!" అన్నాడు రాజు.

సత్యం ఉత్తరం రాశాడు:

"సీతా! నాకు మతి పోతున్నది. రేపు సాయంకాలం పార్లర్‌కి తప్పకుండా రావాలి. ఇది ఆఖరి ఉత్తరం, నువ్వు వస్తావు - అని నమ్ముతున్నాను. నువ్వు వచ్చి రేపు నాతో మాట్లాడక పోయినా, అథవా నేను కోరిన టైముకి ఆ చాయలకి వస్తే చాలు. నేను సంతోషిస్తాను. నీకు వీలున్నప్పుడే మాట్లాడవచ్చు... సీతా! నేను నీకు ఎంతో గౌరవమైన స్థానాన్ని ఇస్తున్నాను. నిన్ను ఉద్ధరించడానికని చెప్పటం లేదు. నిజం..... పోతే "అసలు నీకు ఎందుకు ఇంత పట్టుదల?" అని నువ్వు అడిగితే నేను ఏం చెప్పలేను. ఏం మాట్లాడుతావు అంటే - ఏమో! కాని ఒక్కటి బాగా తెలుసు. నీతో మాట్లాడాలని, నిన్ను జీవితాంతం ఆరాధించుకునే అదృష్టం పొందాలి అని. దీనికి 'ప్లెటోనిక్ లవ్' అని పేరు పెట్టవద్దు. అలా అని నిన్ను పొసెస్ చేయాలి అని ఆశలేదు... ఏమిటో సీతా? నాకేం తెలీదు. నీతో మాట్లాడాలి అంతే. నీ పరిచయం కావాలి. అథమం 'హలో!' అని పలకరించే పరిచయం. నువ్వు నాతో మాట్లాడకపోయినా, నీకు ఇష్టమైతే నువ్వు ఇంకోసారి కనపడ్డప్పుడు మాట్లాడవచ్చు. అసహ్యమైతే చీదరించుకోవచ్చు. కాని ఒక్కసారి మాట్లాడి నా బాధ వెళ్ళపోసుకొనే అవకాశం మాత్రం ఇయ్యి. ఇదే నా వినతి."

సీత మర్నాడు అసలు కనపడలేదు.

ఆ రాత్రి సత్యం సీతకి ఇంకొక తుది లేఖ వ్రాశాడు:

"సీతా! ఇది రెండో తుది లేఖ. నవ్వొద్దు... ఇది నిజంగా ఆఖరు ఉత్తరం. నువ్వు రేపైనా తప్పకుండా నా వినతి మన్నిస్తావు అని ఆశిస్తున్నాను. నువ్వు నిర్లక్ష్యం

చేస్తే, మోసం చేస్తే నేను పడే బాధ మితి దాటుతుంది. బహుశా మతిపోయి సద సద్విచక్షణ సన్నగిల్లుతుంది.... నీ స్నేహితురాలు ఒకామె నాకు బాగా తెలుసు. ఆ అమ్మాయికి నా కథ చెప్పి, నా సంగతి నీకు వ్యక్తిగతంగా చెప్పమని ఆమెని కోరవలసి వస్తుంది. నిన్న నువ్వు లజ్‌లో షాపులో స్నో కొనుక్కుని బయటికి వస్తూ, నన్ను చూసి నీతో ఉన్న స్నేహితురాలితో ఏదో చెప్పి పకాలున నవ్వావు. నీతో ఉన్న ఊర్మిళ ఎవరో కాని ఆమె కూడ నవ్వింది. నువ్వు ఎందుకు నవ్వావో ఆమెతో నా గురించి ఏం చెప్పావో ఊహించి అంచనాలు వెయ్యదల్చుకోలేదు. నీమీద పూర్తి విశ్వాసం ఉంది అనుకుంటున్నాను. కాని నా విషయం నీ ఫ్రెండ్సుకి చెప్పటం మంచిదికాదు. కాని నువ్వు ఆ పని చేశావు గనక నేను అంతే చెయ్యబోతున్నాను. రేపు నువ్వు కనపడకపోతే నీ స్నేహితురాలితో చెప్తాను. ఆమె నా తరఫున నీతో మాట్లాడుతుంది. రేపు నువ్వు పార్లరుకి వస్తే ఏ గొడవా ఉండదు."

మధ్యాహ్నం పోస్టాఫీసుకి వెళ్ళి ఉత్తరం రాస్తున్నాడు సత్యం, పోస్టువారు వుంచిన బల్లమీద అనుకుని. సీత వచ్చింది. తనకి ఎదురుగా నించుని తలవంచుకుని ఉత్తరం రాస్తూంది. సత్యం కొంచెం ఆగి వెనక్కి చూశాడు. కొద్ది దూరంలో నించున్న ఇద్దరు సత్యభామలు తనని పూర్తిగా చదువుతున్నారు అనిపించింది. తల వంచుకుని ఉత్తరం పూర్తిచేసి వెళ్ళిపోయాడు.

సాయంత్రం 5 గంటలకి ఐస్‌క్రీం పార్లర్‌కి వచ్చింది సీత. కాని కూడా చెలికత్తెలు ఉన్నారు. సత్యం లోపలికి వెళ్ళాడు. నిశ్చలంగా. కూర్చుని కాఫీ తాగుతున్నది సీత. ఇతనివేపు చూడలే. చెలికత్తెలు మాత్రం మాటలు ఆపేశారు.

కాఫీలు పూర్తి చేసుకుని వాళ్ళు బీచికి వెళ్ళారు. తనకి చెలికాడు దగ్గర లేకపోవడం లోటు అనిపించింది సత్యానికి. గబగబా నాలుగు వీధులు నడిచి రాజు ఇంటికి వెళ్ళాడు. తిరిగి బీచికి వచ్చేసరికి ఆరున్నర అయింది. చీకటి పడుతూంది. మెయిన్ రోడ్డు దాటి బీచి రోడ్డు ప్రవేశించే సరికి సీత ఎదురుగా వస్తున్నది. కూడా ఒక్క ఊర్మిళే ఉంది.

బాగా దగ్గరకు వచ్చాక సీత కొంచెం తటపటాయించింది ఆగి. ఇది చూసిన సత్యం సందేహిస్తూ ఆగాడు.

అందంగా, అమాయికంగా, మెత్తగా, సున్నితంగా సంస్కారంగా స్టయిలిష్‌గా అడిగింది సీత.

"మిష్టర్ సత్యం మీరేనా అండి?"

అసలు ఈ అమ్మాయితో ఎట్లా మాటలు మొదలుపెట్టాలా అన్నది పెద్ద సమస్య సత్యానికి. ఈ సమస్య ఈ క్షణాన ఇంత సునాయాసంగా పరిష్కరించబడింది. ఈ హఠాత్పరిణామంతో కథ ఈ విధంగా జరుగుతుందని ఎరగని సత్యం కంగారుపడ్డాడు కొంచెం.

"ఔనండి" అన్నాడు చివరికి.

"మీతో కొంచెం మాట్లాడాలి. ఈ పక్కకి రండి" అన్నది సీత. రాజు తిన్నగా బీచివేపు నడిచాడు. ఊర్మిళ రోడ్డు దాటి ఇంకో శ్రుతకీర్తితో మాట్లాడుతూ నించుంది.

మెడలో ఒంటిపేట గొలుసు పళ్ళకింద నొక్కిపట్టి కనురెప్పలు వాల్చి, చర్చి గోడకి చేరబడి గోడమీద నీడలో నిలబడింది సీత. సత్యం ఆమె ఎదురుగా, అవకతవకగా అప్రభ్రంశంగా నించున్నాడు - తప్పు చేసిన కుర్రాడు తల్లి ఎదుట నించున్నట్టు.

సీత చేతిలో నలిగిన ఉత్తరం ఉంది. అది సత్యం రాసినది.

"ఈ ఉత్తరం....."

సత్యం మాట్లాడలేదు.

"మీరు ఇలా ఉత్తరాలు రాస్తే, ఇవి పోస్టలు అధికారులు చూస్తే మా నడతని సస్పెక్టు చేస్తారండి."

సత్యం కొంచెం స్థిమితపడ్డాడు. "సారీ.... కాని మీరు నేను అడిగిన అవకాశం ఇచ్చి ఉంటే అన్ని ఉత్తరాలు రాయకపోదును" అన్నాడు.

"మీరు ఇన్ని రాయకపోతే నేను ఇవాళ మీతో మాట్లాడకపోదునండి.... సరే, ఇప్పుడు చెప్పండి మీరు చెప్పదలచుకున్నదేదో."

"అదెలాగండి.... ఇప్పుడు ఇక్కడ నించున్నపాటున నేనేం మాట్లాడగలనండీ.... మీరు రేపుగానీ...."

"సారీ, ఇంకోమాటు కలుసుకునేందుకు వీల్లేదండి" అంది సీత కటువుగా.

"మీరు అట్లా అంటే ఎలా చెప్పండి? ఇలా రోడ్డుమీద నిలబడి...."

సీత కొంచెం మెత్తబడింది.

"అబ్బే, మళ్ళా రేపు ఇంకోమాటూ.... కలుసుకునేందుకు వీలుండదేమోనండి."

సత్యానికి తెలుసు ఆమెకి నిజంగా రావాలనే ఉందని. తను ఇంకో మెట్టు కిందకి దిగాడు.

"అబ్బే. రేపే అని అనటం లేదండి. మీకు వీలు ఉన్నప్పుడు ఎప్పుడైనా సరే.... అసలు నేను మిమ్మల్ని పలకరించే అవకాశం కోసం ఎదురుచూస్తున్నాను. కాని ఎప్పుడూ మీతో మీఫ్రెండ్సు ఉంటారు.... అదృష్టవశాన ఇవాళ మీరే ఈ ప్రసక్తి చేశారు" అన్నాడు.

"ఆహా. అదీ కాదులెండీ.... మీరు ఎవరో అమ్మాయికి చెపుతాను, ఆ అమ్మాయి నీతో మాట్లాడుతుందనీ ఏదో ఏదో రాశారు. అందుకని ఇప్పుడు నేనే పలకరించాల్సి వచ్చింది."

సత్యం మాట్లాడలేదు.

వంచిన తల పైకెత్తి ధైర్యంగా అతని మొహంలోకి చూస్తూ సీత దబాయింపు అభినయించింది, "ఇప్పుడు చెప్పండి మీరు చెప్పదలచుకున్నది" అంటూ.

"అదే చెప్పాను కదండి. ఇలా హఠాత్తుగా కలుసుకుని రోడ్డుమీద ఏం చెప్పమంటారు.... రేపు వీలయితే....."

"సరే, రేపు మధ్యాహ్నం ఒంటిగంటకి రండి ఈ పోస్టాఫీసు దగ్గరకి."

సత్యం అంగీకరించి ఇంగ్లీషులో వందనాలు తెలిపాడు. "సరే మీరు వెళ్లండి. మీ స్నేహితురాలు పాపం కాసుకుని ఉంది" అన్నాడు.

సీత మెల్లిగా బయలుదేరి వెళ్ళింది.

☆ ☆ ☆

పోస్టాఫీసు పక్కని చెట్టు నీడని కారు ఆపాడు సత్యం. ఒంటిగంట అయింది. సీత ఇంకా రాలేదు.

ఎండ తీవ్రంగా ఉంది. గాడుపు వీస్తున్నది. రోడ్డుమీద ఎక్కడా మనుష్యులు నడవడం లేదు. పక్షులు కూడా ఎండకి బెదిరి గూళ్ళలో కునుకుతున్నాయి.

ఎండ వేడితో వేడి గాడుపుతో నిండి నిర్మానుష్యమై, మండుతూ ఉన్న తారు రోడ్డులో దూరంగా ఎండమావులు కనబడుతున్నవి. ఆ నిశ్శబ్దతలో, స్తబ్దతలో, శూన్యతలో ఎడారిగీతం వంటి ఎండిన సంగీతం మందంగా ఊదుతోంది. సముద్ర ఘోష నిర్విరామంగా ఉపశ్రుతి వేస్తూంది. జీవితంలోని నిర్జీవతను ఇంత నిర్దయతో ఆలాపించే ఎడారి రాగంలో అపశ్రుతి ధ్వనిస్తూ గవర్నమెంటు బస్సు మహావేగంగా వెళ్ళిపోయింది. తిరిగి నిశ్శబ్దత.... స్తబ్దత.... శూన్యత.

ఒంటి గంట మీద మూడు నిముషాలు అయింది. సిగరెట్టు అంటించాడు సత్యం. రెండు పీల్పులతో చిరాకు పుట్టింది. విసిరి నేలకు కొట్టాడు.... సీత ఇంకా రాలేదు.

పరాకుగా పాట మొదలు పెట్టాడు. రెండు నిముషాలసేపు తను పాడింది విన్నాడు. తను పాడిన రాగం ఏదో జాలిపుట్టించేట్టుగా, బాధని ధ్వనించింది.... సంతోషంగా ఇంటి దగ్గర ఈలపాట వేసి బయలుదేరిన తను ఇప్పుడు ఆవేదనతో నిండిన ఈ రాగాన్ని ఎందుకు ఆలాపించాడు? అది ఎలా ధ్వనించింది? తను మనస్సులో నిజంగా బాధపడుతున్నాడా?.... పర్యవసానం బాగుండదేమోనని భయమా?

సీత తనతో మాట్లాడటానికి ఇలా సమయం – ఈ మిట్టమధ్యాహ్నమపుడు మండుతున్న తారురోడ్డు పక్క ఎందుకు నిర్ణయించింది?.... తను చెప్పి ఉండవలసింది – మధ్యాహ్నం వద్దు, సాయంత్రం మాట్లాడదామని. మధ్యాహ్నం మాట్లాడడానికి ఒప్పుకున్నది సాయంత్రం అంటే ఎందుకు ఒప్పుకోదు? మధ్యాహ్నానికి సాయంత్రానికి తేడా ఏముంది?

చాలా ఉంటుంది అనుకున్నాడు సత్యం. నలుపుకీ తెలుపుకీ, ఏడుపుకీ నవ్వుకీ ఉన్నంత తేడా – అశుభానికీ శుభానికీ ఉన్నంత, ఇష్టతకీ అయిష్టతలకీ ఉన్నంత.

ఈ తేడాలు తెలిసే – వాటి విలువలు తెలిసే సీత తమ సమాగమానికి ఈ మిట్టమధ్యాహ్న ముహూర్తం నిర్ణయించిందా?

అసలు నిన్నటితో కథ ముగించక, ఇవాళ తిరిగి మాట్లాడడానికి సీత ఎందుకు అంగీకరించింది?.... భయపడింది కాబోలు – అనుకున్నాడు సత్యం. తను ఇంకో అమ్మాయికి చెప్తాను అని బెదిరించాడుగా, కేవలం మూడో వ్యక్తికి ఈ కథ తెలుస్తుందేమోననే భయం సీతకి ఉంటే ఆమె నిన్ననే నిర్మొహమాటంగా, కటువుగా, సరిఅయిన, బరువైన మాటలతో కథ ముగించును. "అబ్బాయ్!? నువ్వు ఎవరి ద్వారాను రాయబారాలు పంపనక్కరలేదు. దయచేసి ఈ విషయం మరిచిపో, ఇక ఉత్తరాలు రాయకు, నాకు ఇష్టం లేదు" అని చెప్పి ఉండును.

సీత అలా చెప్పలేదు కాబట్టి ఆమెకి ఇష్టం ఉంది.... అందువల్ల భయం లేదు. అయితే, ఇంక ఆమెను బాధించేది ఏమిటి.... సందేహం. అనుమానం..... ఎందుకంటే – సత్యం ఉత్తరాలు తన ప్రవర్తన, ప్రవృత్తి ఏర్పరచే అభిప్రాయాలతో

తన ఆకారం – పర్సనాలిటీ ఏకీభవించదు. రెండింటికీ వైరుధ్యం ఉంది. సీత ఇది చదువుకున్నది. అందుకే సీతకి సందేహం. ఈ అబ్బాయిలో తాను ఉంది అనుకుంటున్న సిన్సియారిటీ, నైతికౌన్నత్యం నిజంగా ఉన్నవా – అనీ.... ఈ అబ్బాయి లోకంలో స్వయంగా నిలవగలడా? అనీ..... ఇతని నీడలో నిలిచిన వారికి విశ్రాంతి, సంతృప్తి దొరుకుతాయా అని....

అమాయకంగా నిన్ను చూసి ఆరాధిస్తునట్లున్న అతని కళ్ళ వెనక మోసం కౌటిల్యం ఉండగలవా? సీతకి ఎక్కడా కనబడలేదు. తాత్కాలిక లక్ష్యసాధనకి తలపెట్టే ఆశల చాయలు అతనిలో ఆమెకు దొరకలేదు. ఆమె చదివిన మనుష్యులకీ, ఈ అబ్బాయికీ పోలిక లేదు. వైరుధ్యం ఉన్నది. ఈ వైరుధ్యం, ఈ అబ్బాయిలో కనబడే ఈ అమాయకత్వం, మంచితనం, ఈ ప్రేమ – ఇవి అన్నీ నిజంగా ఉన్నవా? అభినయమా?..... ఇది సీత సందేహం. భయంకాదు.... సీతకి..... ఈ సందేహం తీరితే ఆపైన పర్యవసానం తెలుపా నలుపా అన్నది వేరే విషయం.

నీకు నాకు కలిసి ఇంకో రేపు లేదు అని మొదట గంభీరంగా ధ్వనించిన సీతకి, తరువాత రెండు నిముషాలలో సత్యాన్ని నిర్భయంగా చూచి అతని మాటలోని "సిన్సియారిటీ"ని తూచిన సీతకి తేడా వుంది. అందుకే సత్యం మళ్ళీ బతిమాలగానే "రేపు"కి అంగీకరించింది.

సత్యం టైము చూశాడు. ఒంటిగంటా అయిదు నిముషాలు అయింది. అరఫర్లాంగు దూరంలో ఉన్న హాస్టలుగేటులోంచి సీత బయటకు వస్తూంది. కూడా ఒక శ్రుతకీర్తి ఉంది. ఒక్క నిముషంలో సీత కారు దగ్గరికి వచ్చింది. కారు దిగి బయటకు వస్తూ చిరునవ్వు నవ్వాడు సత్యం. సీత నవ్వింది బదులుగా. సీతకి ఇంత శ్రమ ఇచ్చినందుకు ఇంగ్లీషులో విచారించాడు సత్యం. శ్రుతకీర్తి ఆగకుండా పోస్టాఫీసులోకి వెళ్లి ఒక కార్డుకొని మహా వేగంతో రాత ప్రారంభించింది. ఈ "ఇందుకు సాక్షురాలిని" సీత ఎందుకు తెచ్చిందో అంతుపట్టలేదు సత్యానికి...

పోస్టాఫీసు కటకటాలకి జేరబడి నించుంది సీత. ఎదురుగా ఎండలో నిలబడ్డాడు సత్యం. తల వంచుకుని సీత అన్నది: "చెప్పండి మీరు చెప్ప దలచుకున్నదేదో."

ఆశ్చర్యపడ్డాడు సత్యం. పని తొందరలో వున్న తాసీల్దారు – ఒక్క క్షణం తెరిపిచేసుకొని ఉద్యోగాభ్యర్థనార్థం వచ్చి ఎదురుగా నిలిచిన కుర్రాణ్ణి చెప్పవయ్యా, నీ గోడు అన్నట్టుగా ఉంది. ఇలా అడిగితే అర్జునుడు, రోమియో, డాన్‌జువాన్ కలిసి రిహార్సలు చేసుకున్నా ఒక్క ముక్క అనలేరు. మాట పెగలదు. పోతే అర్జునుడు, రోమియో, డాన్‌జువాన్ కూడా కాని సత్యం తను వేసుకున్న రిహార్సలు ఇటువంటి సన్నివేశానికి కానందువల్ల జవాబివ్వలేకపోయాడు. తలవంచుకున్నాడు.... తనని, ఇంకోళ్ళ ఎదుట ఫూల్‌చేసే ఉద్దేశంతోనే సీత ఇంకో అమ్మాయిని తెచ్చిందా?

తటాలున తల ఎత్తాడు సత్యం. తనవేపు చూస్తున్న సీత కళ్ళు, తన చలనం చూడగానే వాలిపోటం చూశాడు. నవ్వొచ్చింది.

ఆ నవ్వుకే ఇంకా కొంచెం తెలుపు రంగు వేసి జవాబు చెప్పాడు: "ఎలా సీతా! ఇంత ఎండలో, ఈ రోడ్డు మీద నుంచుని నేనేమి చెప్పగలను?.... దయచేసి ఈ కారులో ఎక్కు, మెరీనా హోటలుకు వెళదాం. అక్కడ వివరంగా చెప్తాను."

"సారీ అలా వద్దండి. ఇక్కడ చెప్పండి. ఇక్కడ ఎవరూ లేరుగా మన మాటలు వినడానికి?" అంది సీత.

సీత బుజాలు తడుముకుంది. అయినా, తను చెప్పిన అభ్యంతరం ఇతరులు వింటారని కాదుగా.

నవ్వుతూ అన్నాడు సత్యం: "పోనీ మీ ఫ్రెండుని కూడా రమ్మనండి మీకు అభ్యంతరం లేకపోతే. మెరీనాలో కూర్చోడానికి ఇష్టంలేక పోతే కారులోనే చెబుతా. తిరిగి వచ్చి మీ హాస్టలు దగ్గర డ్రాప్ చేస్తా."

"అబ్బే అవసరం లేదండి, ఇక్కడ చెప్పవచ్చుండి" అంది సీత.

"చెప్పకూడదనలేదు. నేను చెప్పలేను అంటువ్నా."

ఇద్దరికీ మనస్సులు చివుక్కుమన్నవి. మరుక్షణంలో వాటి క్రీనీడలు ఇద్దరి మీదా పడ్డాయి.

సత్యం మళ్ళా ఒక మెట్టు తగ్గాడు. మనసు కుదుటపరచుకుని, "పోనీలెండి, మీకు ఇప్పుడు వీలులేకపోతే సాయంత్రం కలుసుకుందాం."

"వీల్లేదండి. ఇప్పుడే చెప్పండి చెబుతే. ఇంకోమాటు కలుసుకుందుకు వీలు ఉండదు" అంది సీత కొంచెం మొండిగా.

సత్యం ఈ దెబ్బకి తట్టుకోలేకపోయాడు. "సరేలెండి, అయితే నేనేం చెప్పలేను. మీరు వెళ్ళొచ్చు" అన్నాడు.

ఇంటర్వ్యూ ఇంత అపభ్రంశంగా, హఠాత్తుగా అపశ్రుతులతో ముగుస్తుందని ఇద్దరూ అనుకోలేదు. సీత మనస్సు చివుక్కుమంది. అతను తనని "వెళ్ళు" అని అంత హఠాత్తుగా, అంత పొగరుగా అన్నందుకు.

సుడి గుండాలతో గాడుపు చెలరేగింది.

"సరే వెళ్తాలెండి. మీరింక ఉత్తరాలు రాయవద్దు" అంటూ సత్యం రాసిన తుది లేఖ అందించింది.

"రాయనులెండి" అంటూ లేఖ అందుకోబోయాడు సత్యం. జారి కింద పడిపోయింది ఆ ఉత్తరం. ఒక్క క్షణం కిందకి చూశాడు

సత్యం. తిరిగి సీతవేపు చూశాడు. ఉత్తరం తియ్యకుండా అలాగే వదిలేసి కారు తలుపు తీశాడు.

సీత చలించింది. విచారించింది. తను అనుకోని విధంగా కథ మలుపు తిరిగింది. కాని తను పూర్తిగా బాధ్యురాలు కాదేమో అనుకుంది - అయితే ఈ తిరుగుబాటు తనకి ఇష్టం లేదా.... తక్షణం సీత రెండడుగులు ముందుకు వేసింది. చివరి ప్రయత్నం.

"ఏమండీ.... అసలు మీకు నా ఎడ్రసు ఎలా తెలిసింది?" అంది తటాలున.

ఉద్విగ్నుడై కళ్ళు మూసుకుని కారు ఎక్కుతున్న సత్యానికి సీత మాటల బరువు తెలియలేదు. పరిస్థితులు ఇలా వక్రించాక, తిరిగి అతన్ని ఈ ప్రశ్నతో నిలవేసి, - బహుశా అతను చెప్పదలచుకున్నది. అతనికి తెలియకుండానే చెప్పించి సక్రమపరచాలనే ఉద్దేశాల, ఆశల, చాయలు సీతలో ఉన్నవని అతను గ్రహించలేదు.

కోపంతో, కసితో, బాధతో, పసివాడిలా జవాబిచ్చాడు సత్యం:

"నేనింకేం చెప్పను, నేను వెళ్ళిపోతున్నా" అని.

తన సదభిప్రాయాన్ని, తన ఆశని, తన వినతిని, తనని లక్ష్యం చేయకుండా సత్యం తిరిగి అవమానించినందుకు కోపంతో సీత చెంపలు ఎర్రబడినవి. పెదవులు వణికాయి. స్వస్తివాచకానికి నాంది చదివింది. "అయితే, సరేలెండి, ఇంకెప్పుడు ఉత్తరాలు రాయకండి" అంది కోపంగా.

"రాయనులెండి" అన్నాడు సత్యం కారు స్టార్టు చేస్తూ.

రోదసిలో విహరిస్తున్న శతసహస్ర దేవతల కంఠాలు.... ఎడారి సంగీతపు నిర్జీవరాగాన్ని ఆలాపించాయి.

సముద్రుడు వినలేక హోరున ఘోషించాడు.

కారు స్టార్టుచేసి తిన్నగా ఉన్న రోడ్డు చివరికి చూసిన సత్యానికి దూరంగా ఆ తారురోడ్డు మీద మెరుస్తున్న ఎండమావులు కనపడ్డాయి.

"ఎండమావులు" అనుకున్నాడు.

నూరు గజాలు కారు పరుగెత్తేసరికి సత్యం కారుకి బ్రేకు వేసి ఆపాడు. తను పావు నిముషం క్రితం ఎండమావులు అనుకున్నవి నిజంగా ఎండమావులు కావు. రోడ్డు పక్క కార్పొరేషన్ పంపుకి చిల్లుపడి మంచి నీళ్ళు రోడ్డుమీద చిన్న తటాకం వలె నిలిచాయి.

"ఎండమావులు కావు" అనుకున్నాడు కారు ఆపిన సత్యం.

అనిర్వచనీయమైన అనుభూతికిలోనై అర్థంకాని ఊహలతో వెనక్కి చూశాడు.

దూరంగా పోస్టాఫీసు దగ్గర ఎండలో నిలిచిన సీత శిలావిగ్రహం వలె అక్కడే నిలిచివుంది. పావు నిముషం నిశ్చేష్టుడై చూశాడు సత్యం.

సీత ఒంగి నేల మీద పడివున్న నలిగిన ఉత్తరం తీసింది. మళ్ళీ తల వంచుకుని నిలుచుంది.

ఆనందంతో, పట్టరాని ఆనందపు బాధతో ఆ అబ్బాయి సత్యనారాయణ హృదయం ఉధృతంగా కొట్టుకుంది.

కారు మళుపు తిప్పకుండానే వెనక్కి నడిపాడు మహావేగంతో. వందగజాల దూరంలో ఉన్న పోస్టాఫీసుకి తను చేరే వరకూ సీత అలాగే నించుని ఉంటుందా. ఉండదా అనే ప్రశ్న అతని హృదయం అడిగింది.

దిగంతాలకు పోయి వచ్చిన ఆ ప్రశ్న అతని చెవులలో ప్రతిధ్వనించింది. ఆ ప్రశ్న సీతని స్పృశించింది.

"ఉంటానా, ఉండనా" అని ప్రశ్నించుకుంటూ నిలిచింది సీత, మహావేగంతో వెనక్కి వస్తున్న కారును చూస్తూ.

★ ★ ★

భగ్నవీణలూ బాష్పకణాలూ

"ప్రభావతి ప్రద్యుమ్నుడిని ముద్దు పెట్టుకున్నదట" అన్నాడు దిలీప్ నెంబరు మూడు కుర్చీలో కూర్చుంటూ. "ఎన్నో నెంబరు?" అంటూ ఉరిమాడు - తుళ్ళిపడి మట్టగిడసలా తన్నుకుని బల్లమీదకి ఎగిరి కూర్చున్న రెండో నెంబరు ప్రద్యుమ్నుడు.

దిలీప్ నెంబరు మూడు చిరాకు పడ్డాడు.

"ముందు నా మొహం మీద నుంచి నీ మొహం తీసి కుర్చీలో కూర్చో - చెబుతాను."

బిక్క మొహంతో, కొట్టుకునే గుండెలతో బల్లదిగి కుర్చీలో కూర్చున్నాడు రెండోనెంబరు ప్రద్యుమ్నుడు. దిలీప్ సావకాశంగా గోళ్ళు భుజించడం ప్రారంభించాడు. "ఊ చెప్పు - ఎన్నో నెంబరు వాడు" అంటూ ప్రశ్నించాడు ప్రద్యుమ్నుడు.

"ప్రభావతి మూడో నెంబరు ప్రద్యుమ్నుడిని ముద్దుపెట్టుకున్నది" సావధానంగా చెప్పాడు దిలీప్ నెంబరు మూడు.

కెవ్వున అరచి, బల్లమీది ఛేంబర్సు డిక్షనరీ (జెయింటు క్యాలికో వాల్యూము - 1500 పుటలు) దగ్గరికి లాక్కుని దానిమీద తలపడేసి మూర్ఛపోయాడు - రెండో నెంబరు ప్రద్యుమ్నుడు చొంగ కారుస్తూ. నలుగురూ పోగయ్యారు చుట్టూ.

ఒక హృదయం చితకటం, ఒక తీగ (హృదయ వీణ తాలూకుది) తెగటం అందరికి వినపడింది. మొహాలు చూసుకున్నారు పరస్పరం.

ఇంత పెద్ద దెబ్బతిన్న క్షుభిత ప్రేమికుడి హృదయంపై అందరికీ జాలివేసింది.

వెంటనే అందరి యొక్క జాలి, కరుణా వాళ్ళ వాళ్ళకి ఉండుకున్న హృదయాల నుండి వేయి నయాగరాల వేగంతో మూర్ఛితుడి పైకి ప్రవహించాయి.

మూర్ఛితుడి తలక్రింద చొంగలో నానుతున్న ఛేంబర్సు డిక్షనరీ (జెయింటు క్యాలికో వాల్యూము - 1500 పుటలు) ఆ ప్రవాహంలో కొట్టుకుని పోయింది. కొట్టుకు పోతున్న ఆ డిక్షనరీని గేబుల్ ది సెకండ్ తక్షణం పట్టుకుని, మూలగా

ఉన్న తన బల్ల దగ్గరికి చక్కా పోయాడు - తను రాస్తున్న ఇంగ్లీషు ప్రేమలేఖలో మంచి మంచి మాటలు రాయడానికి.

ది యునైటెడ్ లవర్స్ అసోసియేషన్ - ఇన్‌కార్పొరేటింగ్ ది ప్లెటోనిక్ లవర్స్ సిండికేట్ యొక్క కార్య నిర్వాహక వర్గంవారు పై సంఘభవనంలో కమిటీ అధ్యక్షతన అత్యవసర అసాధారణ సమావేశం జరిపారు - మధ్యాహ్నం మూడున్నర గంటలకి.

అయిదు నిమిషాలపాటు తీవ్రస్థాయిలో తర్జన భర్జనలు జరిగిన అనంతరం ప్లెటోనిక్ లవర్స్ సిండికేట్ వారు "సుమ బాణు రాణీ - ఘనశ్యామల వేణీ - సుమ కోమల వాణీ - శరణం నమామీ" అనే ప్రార్థన పాడారు.

ఆ తరువాత దేశవాళీ దొరలూ, ఇమిటేషన్ దొరలూ కలిసి "ఓ మై డాలింగ్ ఐవానా లవ్ యర్" అనే గీతాన్ని బృందగానం చేశారు.

తరువాత అధ్యక్షుని సూచనపై అందరూ కలిసి - ఇందాక మూర్ఛపోయి, ఇంకా అలాగే వున్న రెండో నెంబరు ప్రద్యుమ్నుడి పట్ల సానుభూతి ప్రకటిస్తూ ఒక తీర్మానం చేశారు.

ఒకటో నెంబరు ప్రద్యుమ్నుడు లేచి, పై తీర్మానంలో "మూర్ఛ" అనే పదం తొలగించి, ఆ స్థానంలో "మృతి" అనే పదాన్ని చేర్చాలని కోరుతూ తెచ్చిన సవరణ తీర్మానాన్ని సభవారు ఏకగ్రీవంగా ఛీత్కరించి త్రోసిపుచ్చారు.

అనంతరం రెండో అంశం చర్చకు వచ్చింది. ప్రభావతి చేత ముద్దు పెట్టుకొనబడినాడని చెప్పబడుతున్న సదరు మూడో నెంబరు ప్రద్యుమ్నుడిపై క్రమశిక్షణ చర్య తీసుకోవాలనీ, అమరమైన ప్రేమకు శారీరకమైన, అశాశ్వతమైన ఐహికమైన విషయాలను జోక్యంచేసి సదరు "ప్రేమ" అనే పదాన్ని పైన చెప్పబడిన మూడో నెంబరు ప్రద్యుమ్నుడు కలుషితం చేశాడని, ప్లేటోనిక్ లవర్స్ సిండికేట్‌వారు తీర్మానం ప్రతిపాదించారు.

ఆ తీర్మానం ఆమోదింపబడని పక్షంలో, యునైటెడ్ లవర్స్ అసోషియేషన్ నుంచి తమ పార్టీ వారు విడిపోగలరని ఒక బెదిరింపు కూడా చేయబడింది. తీర్మానం ఓటుకు పెట్టగా ఏకగ్రీవంగా ఆమోదించబడింది.

సరేనంటే సరే అన్నారంతా.

మూడో నెంబరు ప్రద్యుమ్నుడిపై విచారణ జరిపే నిమిత్తం ఫుల్ బెంచ్ న్యాయమూర్తులు కూర్చున్నారు. ఇందులో ఒకటో నెంబరు ప్రద్యుమ్నుడు ఉండరాదని ఒకాయన సవరణ తెచ్చాడు. కాని సదరు ఒకటో నంబరు ప్రద్యుమ్నుడు లేచి, ఒళ్ళు విరుచుకుని సావకాశంగా ఆవలించడం మొదలు పెట్టాడు; కండలూ గిండలూ, ఒళ్ళూ గిళ్ళూ ప్రదర్శిస్తూ, ఆవలింత ముగియగానే పై సవరణ ఉపసంహరించుకోబడినట్లు ప్రకటించబడింది.

విచారణ ప్రారంభమైంది. కాని ముద్దాయి ఏడీ?

"ఏడీ...ఏడీ" అన్నారంతా..... "అరే రాలేదే" అన్నారంతా. ఆశ్చర్యపోయారు ఏకగ్రీవంగా. ఛీత్కారాలు ప్రారంభమయ్యాయి.

నౌకరు కుర్రాడు ఒగురుస్తూ వచ్చాడు ఆ మూలనించి.

"ఉంకో తీగె తెగిందంటండి రెండో నెంబరు పెద్దుమ్ముడు గోరికి" అన్నాడు.

అందరూ విస్తుపోయారు. దిలీప్ నెంబరు ఒకటి బరువుగా నిట్టూర్చాడు. రెండు హృదయతంత్రులు పది నిముషాల తేడాలో తెగడమంటే సామాన్యం కాదు....

"ఒరేయ్ బాష్పాలెన్నిరా?"

"పాతికండి. గొట్టాల్లో కెక్కించారండి - నెక్కెట్టి."

అధ్యక్షుడు దాదాపు గంభీర స్వరంతో చిన్న ప్రకటన చేశాడు. "సోదరులారా! ఇది అపత్సమయం. ప్రమాద సమయం. రెండో నెంబరు ప్రద్యుమ్నుడు మూర్ఛనుండి క్షేమంగా కోలుకోవాలని మనందరం కలిసి రెండు నిముషాలు ప్రార్థన చెయ్యాలి. మూర్ఛితుని క్షేమంకోసం అతని గౌరవార్థం అతని ఖర్చుపై మనం ఒక రౌండు కాఫీ - తలకి ఒక కప్పు చొప్పున స్వీకరించాలి. అంతవరకూ మూడో నెంబరు ప్రద్యుమ్నుడి పైన విచారణ వాయిదా వేయబడుతుంది."

కాఫీలకు నౌకరు వెళ్ళాడు.

దిలీప్ నెంబరు మూడు (ఇతడిని ఇటుపై దిలీప్ త్రీ అని వ్యవహరిద్దాం) మాత్రం ఈ ధర్మం కాఫీ పుచ్చుకోదలచలేదు. వేరే కాఫీ, ఒక ప్లేటు బజ్జీ తనకి విడిగా తెమ్మని ఇంకో కుర్రాణ్ణి పంపాడు.

అతనికి నవ్వు వచ్చింది. "పిచ్చిమాలోకం - ఉత్త జడ్డిమూక" అనుకున్నాడు, తన బల్ల దగ్గరికి పోతూ - "రికామీగా తిరిగే వెర్రి వెధవలు. వీళ్ళకి ప్రేమంటే ఏం తెలుసు?.... వాడు దొంగమూర్ఛ పోవడం, వీళ్ళంతా సానుభూతి పారబోసి వాడి డబ్బులతో కాఫీలు తాగెయ్యడం.... కపట నాటకం.... ప్రేమ..... ఎంత పవిత్రమైనదీ! ఆ మాట.... సరోజకే తగింది ఆ మాట" అనుకున్నాడు.

భావానుగుణంగా రంగులు మారుస్తున్న అతడి ముఖం సరోజ జ్ఞాపకం రాగానే ఎర్రబడింది. ఒళ్ళు గగుర్పొడిచింది.

సరోజ మధుబాలలా వుంటుంది. ఐహికమూ, అశాశ్వతమూ అయిన ఈ భూలోకంలో మాత్రం ఆమె పేరు సరోజ. భూలోకంలో సరోజ ఇంటరు చదువుతున్నది. నాన్నా అమ్మా, మీసాల మావయ్యలూ, దళసరి గోడలున్న సంఘం - సరోజని చిన్న పిల్లలాగా చూస్తారు. కాని అమరమూ, పవిత్రమూ, జ్యోతిర్మయమూ అయిన ప్రేమ ప్రపంచంలో ఆమె పేరు మధుబాల. అక్కడ ఆమె దేవత. అందరూ ఆమెను పూజిస్తారు.

"తపించి, కృశించి, నశించి పోదునా" అని మధుబాలని బెదిరించే వాళ్ళు దిలీప్ త్రీ కాకుండా ఇంకో నలుగురు ఉన్నారు. దిలీప్ నంబరు ఒకటీ, దిలీప్ నంబరు రెండూ, మిగతా ఇద్దరూ దేశవాళీ దొరలు. ఒకడి పేరు రాబర్ట్ టెయిలర్ జూనియర్, రెండోవాడు క్లార్క్ గేబుల్ ది సెకండ్. ఈ గేబుల్ ది సెకండ్‌ని వ్యావహారిక భాషలో రికామీ గొడ్డు అనడం కూడా కద్దు.

దిలీప్ త్రీ తీసివేతలు ప్రారంభించాడు.

"మధుబాల దొరలని ఎలాగూ లెక్క చెయ్యదు. పోతే ఒకటో నెంబరు దిలీప్‌కి లావు పెదిమల విషయం మినహా ఇంకే దృష్ట్యానూ అసలు దిలీప్‌కుమార్‌తో

పోలిక లేదు. అంచేత వీణ్ణి కూడా తీసిపారేయ్. రెండో నెంబరు దిలీప్ మాత్రం దిలీప్‌కుమార్ నటించిన సినిమాలు చాలా చూసినందువల్ల అతగాని నడక హొయలూ అనుకరించగలడు. రూపంలో మాత్రం పోలిక సున్నా. జుట్టు కొంచెం పోలిక తెచ్చుకుంటుందేమో. అంచేత వీడికి కూడా మైనసే."

ఇంతవరకు సమీక్షించాక దిలీప్ శ్రీకి ఒళ్ళు పులకరించింది. ఇంక మిగిలింది తనే. తనకి జుట్టూ, కట్టూ, (బొట్టు ఇద్దరికీ లేదు) పెదిమలు, కళ్లు, ముఖ్యంగా హృదయం పోజు – వీటన్నిటిలో తను అసలు దిలీప్‌ని నూటికి నూరుపాళ్ళు పోలి ఉంటాడు. పొడుగు మాత్రం తక్కువ అనుకో...

"అనుకో.... అనుకో....." ఎంత తియ్యగా అంది మధుబాల యీ మాటని! తను చాలా దగ్గిర నుంచి విన్నాడు. రోడ్డు మీద ఎండలో నిలిచిన తన పక్కనించి వెళ్తున్నప్పుడు ఆమె చెంపలు ఎర్రబారాయి. సిగ్గుపడింది. కంగారు పడింది – తన సామీప్యాన.....

దేశవాళీ దొరా, రికామీ గొడ్డూ అనబడే గేబుల్ ది సెకండ్ – కాదని డబాయిస్తాడు. పది గజాల దూరంలో తను ఉన్నందువల్లనే మధుబాలకి బోలెడు సిగ్గేసిందనీ ఆ సిగ్గు తాలూకు చివరి ముక్క దిలీప్ శ్రీకి అందిందనీ అంటాడు.

శుద్ధ అబద్ధం.... మధుబాల తనది..... తను మధుబాల వాడు.

"ఛా – వాక్యం తప్పు." అనుకున్నాడు దిలీప్ శ్రీ.

వాక్యం, వ్యాకరణం గుర్తుకు రాగానే భాష, కళ, కవిత్వం తన్నుకు వచ్చాయి.

తను స్వంతంగా కట్టిన పాట పాడుతూ మధుబాల బొమ్మ గియ్యడం ప్రారంభించాడు.

"నీ చేతి రుమాలును నేనైతే
నీ చెంపను తాకే వాడినిలే" ".... నీ"

(ఈ పాట "హమ్ తుఝుసె మొహొబ్బతు" అనే హిందీ పాట మెట్లను అనుసరించి పాడుకొనవలెను.) పాటని ఇరవై మూడుసార్లు తిరిగి తిరిగి పాడేసరికి బొమ్మ పూర్తయింది. లక్షమాట్లు వేశాడు. తలెత్తి చూశాడు చుట్టూ కాఫీలు వచ్చాయి. సోదరులంతా తాగుతున్నారు.

తిరిగి బొమ్మవంక చూశాడు. చూసినకొద్దీ పోలికలు కనబడ్డాయి. పోలికలు కనబడ్డకొద్దీ ప్రేమ ప్రకోపించింది. భరించలేకపోయాడు. బొమ్మ పట్టుకొని బల్ల బల్ల దగ్గరికి బయలుదేరాడు బాధగా, జాలిగా.....

"బ్రదర్! ఈ బొమ్మ ఎవరో చెప్పగలవూ?" అన్నాడు ఒక బల్ల దగ్గర ఆగి.

ఉడతలు పీకిన తాటి టెంకవలె ఎఱ్ఱగా, పిచ్చి పిచ్చిగా ఉన్న జుట్టును సర్దుకుంటూ, తల ఎత్తాడు ప్రశ్నించబడిన "బ్రదరు." అప్పటి వరకు బల్లమీద తలపెట్టి, ప్రేయసిని తలపోసుకుని దుఃఖిస్తున్నాడు అతను. అతని పేరు కిరీటిరావు. కిరీటిరావు మొన్న మొన్నటి వరకు ఎలిజిబెత్ రాణిని మహా జోరుగా ప్రేమించాడు. మొన్నమొన్నటి నుండే రీటా హేవర్తుని గాఢంగా ప్రేమిస్తున్నాడు. రోజూ ఆమెకు ఉత్తరాలు రాస్తూనే ఉంటాడు. టెలిగ్రాములు ఇస్తూ వుంటాడు.

ఇటలీ గిటలీ, అమెరికా గిమెరికా అతను చచ్చినా వెళ్ళడు. అతనికి బాగా నమ్మకం ఉంది. రీటా యిప్పుడు ఇండియా రావడానికి శాయశక్తులా ప్రయత్నిస్తున్నది....

అయినా ఆవిడకి బోలెడు పనులాయె... చక్కబెట్టుకోవద్దూ..... ఆలస్యం అయినా తను మాత్రం వెళ్ళడు - రీటా పిలవకుండా... పిలవకేం చేస్తుందిలే..... బహుశా ఇవాళో రేపో టెలిగ్రాం వస్తుంది తక్షణం బయలుదేరమని, లేకపోతే మనిషే రావచ్చు - కబురు పట్టుకుని. పెట్టే బేడా క్లబ్బులోనే పడేసి వుంటాడు కిరీటిరావు. ఏమో ఏ క్షణాన ఏమవుతుందో ఏమిటోనని.

పోస్టు బంట్రోతు, టెలిగ్రాఫు జవానూ కూడా కిరీటిరావుకి చేతిలో చెయ్యివేసి ప్రమాణం చేశారు - రీటా హేవర్తు నించి ఏ కబురు వచ్చినా రెక్కలు కట్టుకు వచ్చి అందజేస్తామని.

రీటా కనపడగానే తను ఎలా ప్రవర్తించాలో తీవ్రంగా ఆలోచిస్తున్నాడు కిరీటిరావు.... అవును, తను ఏం చెయ్యాలి? ఏం చెయ్యాలి?

మధుబాల బొమ్మతో మతి పోగొట్టుకున్న దిలీప్ శ్రీ సరిగ్గా యిలాంటి సమయంలో అడిగాడు కిరీటిరావుని. "బ్రదర్! ఈ బొమ్మ ఎవరో చెప్పాకో" అన్నాడు.

"కిరీటిరావుగారు ఇంట్లోలేరండి. రీటాతో ఇటలీ వెళ్ళారు" అన్నాడు కిరీటి తల ఎత్తకుండా. దిలీప్ శ్రీ కదల్లేదు. మళ్ళా అడిగాడు. పరాకుగా తల ఎత్తి చూశాడు కిరీటి. కొంచెం ఆలోచించి జవాబిచ్చాడు:

"ఆడది!"

"గుర్తుపట్టావే! ఇంతకీ ఎవరంటావ్?" అన్నాడు దిలీప్ ఉత్సాహంతో.

చాలా ఆలోచించాడు కిరీటిరావు.... దిలీప్ వంక అనుమానంతో చూశాడు. తెగించి చెప్పేశాడు నిష్కర్షగా, "అబ్బే, రీటా హేవర్తు కాదు. చచ్చినా కాదు. అబ్బే - ఎక్కడా పోలిక లేందే.... నీ బొంద - నువ్వు బొమ్మ లెయ్యడమేవిటి? అబ్బాయ్, ఖచ్చితంగా చెబుతున్నా.... శషబిషలు వద్దు... ఇప్పుడు మూడున్నర అయ్యింది.... నాలుగింటికి హెలికాప్టర్ వస్తుంది. నేను ఇటలీ వెళ్ళాలి.... నిన్నుగినా తీసుకెళ్తాననుకున్నావేమో.... అదేం కుదరదు.... అసలు సంగతీ...."

ఒళ్ళు మండింది దిలీప్‌కి. మంటలకి ఆవిరొచ్చింది. ఆవిరి కన్నీళ్ళైంది. కన్నీళ్ళు కారుస్తూ బొమ్మ పట్టుకుని పక్కబల్ల దగ్గరికి వెళ్ళాడు.

"ఇది మధుబాల కదూ?" అన్నాడు దీనంగా.

నల్లనివాడు, చిన్నినయనమ్ములవాడు, నాలుగే అడుగుల పొడుగువాడు..... భావకవి, బాధకవీ అయిన "రోదసి" బాధగా నవ్వాడు.

"రా కూర్చో - ఈ కుర్చీలో - కూర్చో మిత్రమా - నా పాలిటి సత్రమా" అన్నాడు రోదసి సిగరెట్టు కోసం చెయ్యిజాస్తూ.

సిగరెట్టు ఇచ్చి కూర్చున్నాడు దిలీప్ - "వీడు వెర్రి వెధవ. వీడికి ప్రేమేవిటి" అనుకుంటూ.

సరిగ్గా రోదసి కూడా అదే అనుకున్నాడు.

"తుప్పజుట్టువాడు. వీణ్ణెవర్తి ప్రేమిస్తుంది భగవాన్లూ" తరవాత - "వీడిగోల విని చూస్తా - అయితే వినకేం చేస్తా -" అనుకున్నాడు. "తప్పదుగా - చెయ్యక దగా -" అని మళ్ళా అనుకున్నాడు.

"ఈ బొమ్మ ఎవరో చెప్పవ్?" అన్నాడు దిలీప్ శ్రీ దీనంగా.

రోదసి హాసించాడు.... నశించిన హృదయంతో, జేబులోంచి ఓ చిన్న పుస్తకం తీశాడు. "ఇదుగో యీ పద్యం - పరమ హృద్యం. నేను రాశా - నిన్న నిశా.... ఇది మొదట విని, ఈమె ఎవరో, ఈ నా రాణి ఎవరో చెప్పుకో.... తరువాత నేను నీ బొమ్మ ఎవరో చెప్తా" అన్నాడు.

"గోవిందా గోహోవిందా" అనుకున్నాడు దిలీప్ శ్రీ.

రోదసి తను రాసిన పాట చదివాడు:

"ప్రేయసీ నువ్వో చిన్న కురంగం
పాపం నీది నిర్మలాంతరంగం
నేను తప్ప మిగతావాళ్ళు నీకు చేస్తారు శృంగభంగం
అందుకే నాకు తప్ప అందరికీ తిప్పు తారంగం
వీడున్నాడే - వీడు
(అంటే "నేను" అనేవాడు)
వీడు బహు మంచివాడు
అందరి లాంటివాడూ కాడు
వీడి లాటి వాడు వీడే
ప్రేయసీ
తారంపం తారంపం తరరరంపం
నీ కోపం నా పాలిటి అంపం
జింపం జిగి జింపం జిగి జింపం
వస్తోందదుగో భూకంపం
కాని నాకు ఎంత మాత్రం రాదు కంపం
నిత్యం చేస్తాను నీ నామ జపం
పాడకు పాడకు తారంగం
నా పాలిటి ముద్దుల కురంగం
భరిస్తాను నీ పరాకు
కాని ఒద్దు బాబోయ్ చిరాకు
వీడు కేవలం నిన్నటి ఎంగిలాకు"

"ఇంకా ఎంతుంది?" అన్నాడు దిలీప్ శ్రీ.

"రెండు పేజీలు" అంటూ రోదసి ఒగర్చాడు.

"ఫస్టుగా ఉంది... ఎవరో చెప్పనా?"

"అంతా వినందే!"

"తెలిసిపోయిందిగా.... స్పష్టంగా కొట్టొచ్చినట్టు తెలిసిపోతుంటేనే!"

"ఎవరంటావ్?"

"హిహిహి.... ఇంకెవరోయ్.... రోదసి యొక్క ప్రేయసి!"

"హోహోహో.... కరెక్ట్.... పెర్ఫెక్ట్...."

"ఊం..... ఇప్పుడు మరి నా ఛాన్సు. ఈ బొమ్మ ఎవరో చెప్పు."

రోదసి ఆలోచన అభినయించాడు. "అవును గాని ఓ రూపాయి అప్పిచ్చెయ్యి – రేపిస్తాలే" అన్నాడు. దిలీప్ రూపాయిచ్చాడు.

"థ్యాంక్స్.... ఇపుడు చెప్పనా..... నీ హృదయరాణి... దయరాణి... యరాణి... రాణి – కాని అమోఘమైన పోలిక వచ్చిందిలే."

చిరునవ్వుతో, సంతృప్తి ప్రకటించి, వందనాలు చెప్పి సెలవు తీసుకున్నాడు దిలీప్ శ్రీ.

దిలీప్ బాధపడడం ప్రారంభించాడు..... మధుబాలకి జాలిలేదు. తను ఎన్ని లేఖలు రాశాడు! ఎన్ని కార్డులు పంపాడు!! ఎక్కడా చలనం లేదే!!! అథమం అవి అందుకున్నట్లేనా సూచన కూడా లేదే!....

తక్షణం ఒక తుది లేఖ రాయ నిశ్చయించాడు. ఈ దెబ్బతో తేలిపోవాలి వ్యవహారం. మూడు సంవత్సరాల ప్రేమ కలాపం – వన్ సైడ్ ట్రాఫిక్కే అనుకో.....

ఉద్రేకం పొంగిపొరలింది. క్లబ్బు తుది లేఖల శాఖవైపు పరుగెత్తాడు. బరువెక్కిన హృదయంతో కూర్చున్నాడేమో – చివికిన పాత కుర్చీ ఫెళఫెళమంది కాని విరగలేదు పాపం!

ఆశ నిరాశ, జయం అపజయం, జీవం మరణం సంధించే జంక్షన్ వంటిది తుదిలేఖలశాఖ. అన్నిప్రయత్నాలూ వ్యర్థమై, నిరాశతో, తెగింపుతో అక్కడ కూర్చుని తుది లేఖ రాస్తారు ప్రేమికులు. ఈ తుది లేఖ జయం, సంతోషం చేకూర్చవచ్చునేమో అనే ఒక సన్నని ఆశ మిగిలి వుంటుంది వాళ్ళలో.

అందుకే ఈ శాఖ గోడమీద ఒక నల్లని పట్టు తెర. దాని మీద దూరదూరంగా ఎర్రని దీప కళికలూ ఉంటాయి. ఈ తెరకి కొంచెం పైన ఒక చితుకుతున్న హృదయం, ఒక భగ్నవీణ, కొన్ని బాష్పకణాలూ త్రివర్ణాలలో చిత్రింపబడి ఉంటాయి.

కాగితం కలం తీసుకుని ఏకధాటిగా రాసేశాడు దిలీప్ శ్రీ – ఒక సుదీర్ఘమైన తుదిలేఖని –

శ్రోతని పిలిచాడు.

ఈ క్లబ్బులో మొత్తం ముగ్గురు శ్రోతలున్నారు – వాళ్ళు ఎవరినీ ప్రేమించరాదు. ఎవరిచేతా ప్రేమించబడరాదు. కేవలం బాధిత ప్రేమికుల విషాద గాథలు విని సానుభూతి పూర్వకమైన సలహాలు యివ్వటం వాళ్ళ విధి. ఆ మాటకొస్తే ఈ శ్రోతలు "అసలు బాధపడుతున్న ప్రేమికుడి" కన్న రవంత ఎక్కువ బాధపడాలి.

శ్రోత వచ్చాడు. వాడు రావటమే దీనవదనంతో వచ్చాడు. "ఏం చేస్తాం? ఇది యిలా జరగాల్సింది కాదు. నేను ద్రవించి పోతున్నాను మీ బాధచూసి" అన్నధోరణిలో మొహం పెట్టాడు. సరాసరి వచ్చి "చదవండి" అన్నాడు. లేఖ చదివాడు దిలీప్.

ఇద్దరూ బోలెడు బాధపడ్డారు జమిలిగా. దిలీప్ మధుబాలని తిట్టాడు.

"మీరు ఇంత బాధపడ్డారు కాబట్టి తిట్టారనుకోండి – కానీ, ఎలాగేనా అలా తిట్టకండి – ఏమో...." అన్నాడు శ్రోత.

దిలీప్ మధుబాలని పొగిడి తనని తిట్టుకున్నాడు.

"ఆ! మీకు పిచ్చిగాని ఆడదానికోసం మీరు మిమ్మల్ని ఇంత తిట్టుకోవడం శోచనీయం...." నసిగాడు శ్రోత.

"నీకు తెలీదు శ్రోతా – నేను శుద్ధ వెధవని" అన్నాడు దిలీప్. పరాగ్గా వున్న శ్రోత "అవుననుకోండి.... కానీ" ..... అన్నాడు. ఏవగించుకున్నాడు దిలీప్.

"సరేగానీ – ఈ ఉత్తరం చివర నల్లని సిరా చుక్క పెడితే బావుంటుంది కదూ" అన్నాడు.

"వండర్ ఫుల్ – చాలా ఇఫెక్టివ్‌గా ఉంటుంది. నిరాశ, వేదన స్ఫురింపజేస్తుంది అమెకు" అన్నాడు శ్రోత ఉషారుగా.

"ఏవిటా ఉషారు – నవాబు గారి అల్లుడిలా" అన్నాడు దిలీప్ చిరాకు పడుతూ.

శ్రోత తల వంచుకున్నాడు నిశ్శబ్దంగా.

నౌకరు రెండు కాఫీలు, ఒక ప్లేటు బజ్జీ తెచ్చాడు. దిలీప్ ఓ బజ్జీ తిన్నాడు. రెండోది చేత్తో పట్టుకుని అగాడు.

"శ్రోతా – పోనీ యింకోటి చేస్తే –" అన్నాడు మెల్లిగా. శ్రోత తల ఎత్తాడు.

దిలీప్ చెప్పాడు- "నేననేదీ – పోనీ ఆ నల్లచుక్క మానేసి కొంచెం లావుగా ఎర్రని గీత పెడితే."

శ్రోత ముఖం వికసించింది. "నేననుకున్నానండీ ఇందాకనే. ఎరుపు పెడితే రక్తం, ప్రమాదం జ్ఞాపకం వస్తాయి. మీకు మీరు ప్రమాదాన్ని చేసుకుంటారనే బెదిరింపు కనబడుతుంది."

"రైట్ రైట్.... ఎర్రగీత బెస్టు. చూడు శ్రోతా – – నీకు నేనెంతో ఋణపడి వున్నా నీ సలహాలకి – నాకు తట్టలేదు సుమా! నువ్వు ఎవర్నీ లవ్ చెయ్యవేం?"

శ్రోత మోడెస్టుగా మొహం పెట్టాడు.

"ఇదివరకు చేశానండి. అదంతా ఒక విషాదగాథ.... వింటే బాధ.... గుండెల్లో రొద.... ఎదుటి వాడికి సొద.... నా పాలిటి చెద.... ఓ సుందరిని ప్రేమించానండి.... ఓ మాటు ఆ అమ్మాయి యింటికెళ్ళా.... కారబ్బూంది చేతిలో పోసిందండి.... చేతులు తగిలాయి – కళ్ళు కలిశాయి. ఎదలు వెలిగాయి – ఆ మట్టున ప్రేమించానండి. గడియారం అమ్మేసి, ఉద్యోగానికి రిజైనిచ్చి, ఆ రోడ్డులో తిరిగే వాడిని – హోటల్లో వేళ్ళాడేవాడిని. అపుడపుడు వాళ్ళింటికి వెళ్ళేవాడిని. కొన్నాళ్ళు ఆ అమ్మాయి బాధగా చూసింది – తరువాత అమె సినిమావాళ్ళతో...." అంటూ తల వంచుకున్నాడు శ్రోత.

దిలీప్ ఒళ్ళు మండిపోయింది. పొరబాటున అడిగితే తన కథతో పాటు వాడి కథని మహా పవిత్రమైనదిలా ఏకరువు పెట్టినందుకు శ్రోతని మళ్ళీ ఏవగించుకున్నాడు. అర నిముషం నిశ్శబ్దం పాటించి హఠాత్తుగా అన్నాడు:

"శ్రోతా, చూడు – నువ్వు వెయ్యి చెప్పు, లక్ష చెప్పు – ఎర్రగీత కన్న నల్ల చుక్క మంచిదోయ్!"

రెండు క్షణాలు అలోచన అభినయించి శ్రోత చిరునవ్వుతో సమర్థించాడు. "అంతే అంతే ఆలోచించి చూస్తే అదే మంచిదనిపిస్తోంది నాకూను. ఎరుపులూ, రక్తాలూ, బెదిరింపులూ కన్న నల్ల చుక్క పెట్టి నిరాశనీ బాధనీ సూచిస్తే నయం."

చేతిలో యిందాకటి నుంచీ నలుపబడుతున్న రెండో బజ్జీ నోట్లో వేసుకుని, దిక్క మొహంతో సందేహం ప్రకటించాడు దిలీప్. "శ్రోతా, ఏమవుతుందో ఇదంతా! నాకు

అనుమానంగా వుంది. దీనిక్కూడా యిదివరకు ఉత్తరాల్లా జవాబు లేకపోతే?"

"అబ్బే, తప్పకుండా ఉంటుందండి."

"ఉండకపోతే?"

'నీకర్మం' అనుకున్నాడు శ్రోత - కాని బయటికి ఇలా అన్నాడు: "నాకు ఒక్కటే కారణం దొరికిందండి. మిమ్మల్ని చూడగానే ఆ అమ్మాయి అంత వరకూ కుడిచేత్తో పట్టుకున్న పుస్తకాలు ఎడంవేపుకి మారుస్తుంది కదండీ."

దిలీప్‌కి అర్థం అయింది. "అవునయ్యా అవునూ - ఎడంవేపుకి మార్చిందంటే హృదయం అన్నమాట - హృదయాన్ని సూచిస్తోందన్న మాట. పాపం ఎంత బాధపడిపోతోందో నాకోసం" అన్నాడు దిలీప్ మూడో బజ్జీని పరీక్షగా చూస్తూ. "శ్రోతా, నాకు మధు జ్ఞాపకం వస్తే ఏడుపొస్తోంది. నేను చచ్చిపోతా. కృశించి మరీ నశిస్తా - నేనీ బజ్జీలు తినను గాక తినను. తినలేను.... నువ్వు తినెయ్" అంటూ మూడో బజ్జీ ప్లేటులో పడేసి శ్రోతకి యిచ్చాడు.

శ్రోత నిశ్శబ్దంగా ఒక నల్ల కాగితంలో ఆ బజ్జీలు పొట్లం కట్టి దిలీప్ జేబులో పెట్టాడు. "మీకు తెలీదు దిలీప్! ఇవి మీ స్మృతి పథంలో చిరస్థాయిగా నిలిచే బజ్జీలు, ఇవి పదిల పరచండి ఇంట్లో.... ఒకనాడు మీరూ, మీ మధూ కలిసి కులుకుతున్నప్పుడు ఈ బజ్జీలనీ, నన్నూ జ్ఞాపకం చేసుకుని, ఈ సన్నివేశం గుర్తుకు తెచ్చుకుని నవ్వుకుందురు గాని. నా తిండికేం, నేను హోటలుకి పోతా - ఇవి మాత్రం దాచండి" అన్నాడు.

దిలీప్‌కి ఆశ్చర్యంతో, ఆనందంతో ఒళ్ళు పులకరించింది. తనూ, తన మధూ అన్నాడు శ్రోత. ఎంత చక్కగా ఉంది ఆ మాట. అదే నిజమయితే! తక్షణం శ్రోతకి అయిదు రూపాయల కాగితం చేతిలో పెట్టాడు. శ్రోత తలకిందులయిపోయి బోలెడుసేపు తోక తెగ ఆడించాడు.

నాలుగుగంటల వార్నింగు బెల్లు కొట్టింది. తుళ్ళిపడ్డారు. కాలేజీ యిక అరగంటలో వదుల్తారు మేకప్ ప్రారంభించవచ్చు.

దిలీప్ లేచి తన రూముకి బయల్దేరాడు.

హఠాత్తుగా మళ్ళీ వార్నింగు బెల్లు మోగింది. బయట ధన ధన చప్పుడయింది. దాంతోపాటు రప రప ఇంకో చప్పుడు వినపడింది. శబ్దం దగ్గరకొచ్చిన కొద్దీ ధన రప ధన రప అనే శబ్దాలు పోటీగా వినపడ్డాయి.

నౌకర్లు ముగ్గురూ అన్ని బల్లల మీద నించీ కాఫీ కప్పులూ, సిరాబుడ్లూ, యాష్‌ట్రేలూ తీసి కింద పెట్టేశారు. హాలులో ప్రేమికులందరూ వరసగా గోడవారని అంటి పెట్టుకుని నుంచున్నారు - ప్రాణాలూ, గుండెలూ బిగపట్టుకుని.

ధైర్యవంతుడూ, చురుకైనవాడు, తెలివిగలవాడూ అయిన ఒక నౌకరు కుర్రాడు తెగించి, హాలు మధ్యగా ప్రవేశ ద్వారానికి ఎదురుగా వున్న బల్లని పక్కకి లాగేశాడు.

ధన రప అనే ధ్వనులతో నేల అదిరింది - పై కప్పు కదిలింది. వాయువు కంపించింది.

కెనడియన్ రైలింజనులాగా, మెక్సికన్ ఫైటింగ్ బుల్ లాగా మహా వేగంతోనూ, కానుగచెక్క బల్లల స్టేజీమీద, ప్రమథ గణాలతో సహా ఢంకా, డోలు, డమరుకం

మొదలయిన చర్మవాద్యాలు అనుసరించగా ప్రళయ తాండవం చేస్తున్న మహాశివుని పాద తాడన శబ్దంవలె భూ నభాలకు బీట వేయించగల ధన రప శబ్దాలతోనూ – భూమికి అరవై అయిదు డిగ్రీల కోణంలో నడ్డి వరకూ, నలభై అయిదు డిగ్రీల కోణంలో శిరస్సు వరకున్నూ వంచబడిన శరీరంతోనూ, దక్షిణ హస్తంలో ముహుర్ముహుశ్చాలితమైన చేతి రుమాలు మోకాళ్ళ సమీపంలో –

రప మంచున్ రప మంచున్ మరల

రా రా రా రపా మంచు! రా రా....

అంటూ చప్పుడు చేయగా చాప విముక్త శరమువలె "ది గ్రేట్ లవర్ శోభనాద్రి" క్లబ్బు హాల్లోకి దూకాడు. ఆ రావడం ఒక కాఫీ సాసరూ, ఒక యాష్ ట్రే, ఒక మనిషి కాలూ చితకతొక్కి, తిన్నగా వెళ్ళి ఒక స్థంబానికి గుద్దుకుని దాని పూర్తి సహకారంతో ఆగాడు.

నౌకర్లు తిరిగి బల్లలు సర్ది వాటిపైన సిరాబుడ్లూ, కాఫీ కప్పులూ యధాస్థానంలో ఉంచారు. జనం సర్దుకున్నారు. రోజూ సాయంత్రం నాలుగు గంటలకి జరిగే కార్యక్రమమే ఇది. కాని ఇవాళ శోభనాద్రి జోరు కొద్దిగా మోతాదు మించింది.

శోభనాద్రి కుర్చీలో కూర్చున్నాడు – బరువుగా, గట్టిగా నిట్టూర్చుతూ. నౌకరు వచ్చాడు. "ఖాఫీ" అన్నాడు శోభనాద్రి. కాఫీ వచ్చింది. ఒక శ్రోత, ఒక గాజు గిన్నె కావాలన్నాడు తిరిగి శోభనాద్రి.

రెండు నిమిషాలలో శ్రోత వచ్చాడు గాజు గిన్నె పట్టుకొని. శోభనాద్రి గాజు గిన్నెలోకి అర ఔన్సుడు బాష్పాలు దుఃఖించి క్లబ్బు రికార్డు బ్రేక్ చేశాడు. కళ్ళు తుడుచుకుని శ్రోత వంక చూశాడు.

శాండో బనీను వేసి శాండో బాబులా కనపడ్డాడు శ్రోత. "శ్రోత సోదరా! హేం చెప్పను" అన్నాడు శోభనాద్రి – తన రెండు చేతుల్నీ యావచ్ఛక్తితోనూ శ్రోత భుజాల మీద పడేస్తూ, కండపుష్టి గల శ్రోత బయటికి చలించలేదు. కానీ అతని లోపల నరాలు కంపించిపోయాయి. "హిహి" అని యికిలించాడు.

"హుఁ కులాసాగా వున్నావా?" అన్నాడు శోభనాద్రి శ్రోత కుడి చెయ్యి విరిచేస్తూ.

"అఁ" మూలిగాడు శ్రోత తన కుడిచేతిని బాధగా చూసుకుంటూ.

"నా మనస్సు బాహులేదోయ్! పైగా హృదయం చితికిపోయింది – ఎండిపోయింది" అని వాపోయాడు శోభనాద్రి – ఈమాటు శ్రోత కుడి అరచేతిని, దాని తాలూకు వేళ్ళనూ పిండి ఎండవేస్తూ.

మేకప్ పూర్తిచేసుకొని విలాసంగా సిగరెట్ కాలుస్తున్న దిలీప్ శ్రీ నవ్వుకున్నాడు. "వెర్రి వెధవ ఆఖరికి వీడికీ ప్రేమేనా" అని.

అతనికి ఒక చిన్న కోరిక పుట్టింది – శోభనాద్రి ప్రేమకథ వినాలని. కాసేపు వినోదంగా కూడా ఉంటుంది. పనిలోపని తన హృదయ వ్యథ కాసేపు మర్చిపోవచ్చు కూడాను.

మెల్లిగా శోభనాద్రి దగ్గరకు వెళ్ళాడు. సానుభూతి పారబోసి కుర్చీలో కూర్చున్నాడు. "ఏమిటయ్యా పాపం, మీ రాణి ఏమంటుంది?"

శోభనాద్రి ఉబ్బితబ్బిబ్బయి పోయాడు – శ్రోతలు తప్ప మామూలు ప్రేమికులెవరూ ఇంకోడి కథ వినరు. అలాంటిది ఇవాళ ఒక హైక్లాసు ప్రేమికుడు – దిలీప్ శ్రీ – తనవంటి "సి" క్లాసు ప్రేమికుడిని పలకరించి కథ అడుగుతున్నాడు – గబగబా క్లుప్తంగా చెప్పబోయాడు శోభనాద్రి.

"మా శశిరేఖ చాలా అందమైనదండి – హుఁ – ఈ దౌర్భాగ్యుడు ఆవిడని ప్రేమించి, కృశించటం మొదలెట్టాడు. చివరికి భరించలేక పోయాడు బాధని" కొంచెం ఆగి సాగించాడు శోభనాద్రి కొంచెం ఉద్రేకంగా.

"నువ్వే వున్నావయ్యా – ప్రేమించావ్ – నీ ప్రేయసి నిన్ను చూడదు.... చూడదయ్యా చూడదు.... చూడదంటే చూడదు. నీకు సిగ్గుండద్దూ, బుద్ధుండద్దూ, మొగాడివి కాదూ – నిలేసి అడగొద్దూ దాన్ని?....

ఏవిటి శశీ, నేనో పక్క యిలా తకతకలాడి పోతుంటే ఏవిటి నీ నిర్లక్ష్యం? ..... అహ..... అసలు ఏవిటంట..... అహ..... నువ్వే చెప్పు. నాతప్పుంటే చెప్పుతో కొట్టు. నేనేం గోల చేశానా – ప్రేమలేఖలు రాశానా? .... ముఖాముఖీని తూపుల్లాంటి చూపుల్తో అడిగాను – "కాస్త ప్రేమిస్తావా?" అని. జవాబియ్యద్దు నువ్వూ? ససేమిరా.... అనూమినూ తేల్చవ్ – ఏం? అవునంటే కాదూ? కాదంటే పోదూ? చెప్పు ఇవాళ తేల్చి పారెయ్ – కథా కమామీషూను. అఁ.... ఆవటాన్ని నిలేసి హడలేసి అడిగి పారేస్తే, నాది తప్పటయ్యా? పైగా నన్ను కొడతావూ? నీకేమన్నా అసలు ఎడంవేపు గుండె వుందా అని! అహఁ అడుగుతున్నా... చెప్పవయ్యా చెప్పు – మాట్లాడవేం?"

శోభనాద్రికి ఉద్రేకం మోతాదు మీరింది. కుర్చీలోంచి లేచి పోయాడు. రెండు చేతుల్తోటీ దిలీప్ శ్రీ కాలర్ నలిపేసి, మొహం చిదిమేశాడు.

అతికష్టం మీద తప్పించుకున్నాడు దిలీప్ శ్రీ ఆ పట్టులోంచి.

"చూడు పంతులూ, అలా అలా దూరంగా కూచుని చెప్పు. ఒళ్ళు మసాజు చెయ్యకు – తొరగా కానీ – పోవాలి" అన్నాడు.

అమోఘంగా బోల్డు సిగ్గు పడిపోయాడు శోభనాద్రి. "సారీ బ్రదర్, ఏమనుకోకు.... ఏం? అంతేనా – అనుకోవుగా" అంటూ మళ్ళా లేచి దిలీప్ శ్రీ కుడిచేతినీ, చేతిలో కాలుతున్న సిగరెట్టునీ కలిపి నలిపేశాడీమాటు పశ్చాత్తప్త హృదయంతో.

దిలీప్ శ్రీ వెంటనే యిద్దరు శ్రోతల్ని బుక్‌చేసి శోభనాద్రి చేతుల్ని గట్టిగా పట్టుకోమన్నాడు. తను దూరంగా నుంచున్నాడు – కాలిన చేతి మీద వుమ్ముకుంటూ వూదుకుంటూ.

బిక్క మొహం వేసి మొదలెట్టాడు శోభనాద్రి.

"అదే అదే – శశిరేఖని కిందిటేడునుంచీ ప్రేమిస్తున్నా. ఏడాది నుంచీ నన్ను నిర్లక్ష్యం చేస్తోంది. భరించలేక ఇవాళ మధ్యాహ్నం వాళ్ళింటికే వెళ్ళా. వాళ్ళ వీధి చివరే కనబడింది. అడిగేశా ఖచ్చితంగా. "ఓ సుందరమైన శశీ! ఎందుకే నామీద నీకంత కసి!, చేస్తావా నాబతుకు మసి ఆవటా" అనీ, "ఇదుగో అమ్మాయ్ నాకు కవిత్వమంత బాగా రాదుగానీ తెలుగులో చెప్తా విను" అన్నా. నవ్వింది. ఎంత బావుందనుకున్నావా నవ్వు. నాకు ధైర్యం వచ్చింది. "ఓరి వెర్రి శోభనాద్రీ! శశి నిన్ను

బోల్డు ప్రేమిస్తోందిరా. ఇంతకన్న రుజువేమిటి?" అనుకున్నా. వెంటనే చెప్పాను "ఓ శశీ, నేను నిన్ను ప్రేమించుచున్నాను. నీవు నన్ను ప్రేమించు చున్నావా? అయినట్లయితే నేను నిన్ను పెళ్ళి ఆడుతాను. మా క్లబ్బు రూల్సు ప్రకారం ప్రేమించేవాళ్లు పెళ్ళాడుతానని మాట యివ్వకూడదు – అయినా నేను నీకు వాగ్దానం యిచ్చాను. నీకోసం ఎంత పనైనా చేస్తాను. ఆఖరికి క్లబ్బు మెంబరుషిప్పు కూడా వదిలేస్తాను అఁవఁటా" అని. శశి ముందర నవ్వేసి తరవాత నేలమీద వుమ్మేసి "ఫో వెధవా" అంది. నాకు నిజంగా ఏడుపొచ్చింది, కాని తెగించాను.

"పద – మీయింటికొస్తా – మీనాన్న నడుగుతా – నిన్ను పెళ్ళాడుతా తా – తా – తా – టాటా అన్నాను. కొంచెం ఆలోచించింది శశి. తటాలున దూరంగా పరుగెత్తి నాలుగు రాళ్ళు తీసి "ఫో వెధవా, మా యింటికొస్తే రాళ్ళతో కొడతా" అంటూ నేను జవాబిచ్చేలోగానే రాళ్ళతో కొట్టిందండి. ఎవరేనా చూస్తే బావుండదని నేను వెనక్కొచ్చేశాను పగిలిన హృదయంతో" అని ఒగర్చసాగాడు శోభనాద్రి.

దిలీప్ శ్రీ పకపక నవ్వాడు. "పోతే పోయిందిలే – దీని మామ్మ యింకోత్తి. ఇంకో మంచిదాన్ని ప్రేమించు. లేపోతే ఓ సుబ్బలక్ష్మినో యింకో సుందరమ్మనో పెళ్ళాడి పారెయ్, ఆ! దానికి రాయి ప్రేమలేఖలు! పోయిందేముందీ" అన్నాడు.

సిగ్గుతో, చిరునవ్వుతో తలవంచుకున్నాడు శోభనాద్రి. "నేనూ అదే అనుకుం టున్నానండి. హుఁ ఏవిటో – మీవంటివారి ఆశీర్వచనం ఉంటే అదెంత లెండి" అన్నాడు.

హేమవతి ప్రియుడు హయగ్రీవశర్మ ఓ పక్క స్తంభాన్ని కావలించుకుని శ్లోకం చదువుతున్నాడు, దిలీప్ నవ్వుకున్నాడు. "కోడి జుట్టూ వీడూనూ. వీడి చెవులకి జయగంట లొక్కటే తక్కువ. వీడికీ ప్రేమే."

హయగ్రీవుడు తనలో తనే మాట్లాడుకుంటున్నాడు.

"హేమ కులాసాయేనా?" అన్నాడు దిలీప్ శ్రీ ఉద్ధరించేవాడి పోజులో. తటాలున స్తంభం వదిలి దిలీప్ భుజాలు పట్టుకున్నాడు హయగ్రీవుడు. కల్తీలేని హయగ్రీవంతోనే సకిలించాడు.

"చెప్పు దిలీప్; నువ్వే చెప్పు. హేమ కులాసేనా? బావుందా? నా పిచ్చిగానీ హేమ కులాసాగా లేపోతే లోకంలో యింకెవరు కులాసాగా ఉండగలరు?"

న హేమేన దుఃఖమ్ న దుఃఖేన వినా సుఖః
న సౌఖ్యేన వినా లోకమ్ తస్మాన్ హేమాత్మకమ్ త్రయమ్
హయగ్రీవ ఉవాచ:

అనగా హయగ్రీవుడు ఏమంచున్నాడయ్యా – హేమ లేకపోతే దుఃఖం లేదు. దుఃఖం లేకపోతే సుఖం విలువ తెలీదు. అనగా సుఖం లేదు. సుఖమే లేకపోతే ఈ లోకం మనకెందుకూ? అనగా లోకం లేదని భావం. అందువల్ల ఆ యొక్క హేమ కోసం నా దుఃఖం, అంత దుఃఖపడిన మీదట ఆమెను పొంది నేను అనుభవించగల సుఖం, వీటి నిలయము లయిన లోకం – యీ మూడున్నూ కలిస్తే హేమ అని భావము."

"ఇప్పుడే వస్తానండీ" అన్నాడు దిలీప్. అప్పటికే మతి పోయింది.

నాలుగూ యిరవై అయిదు నిమిషాలయింది. ఆడపిల్లల కాలేజీ వదలడాని కింకా అయిదు నిమిషాల టైముంది. ఆఖరి వార్నింగు బెల్లు మోగింది. సంఘసభ్యుల మేకప్పులు పూర్తయ్యాయి డ్యూటీ బీటుకెళ్ళడానికి.

సభ్యుల్లో రెండురకాలున్నారు – ఒకరకంవాళ్ళు ఇన్‌డోర్ లవర్స్, అంటే వాళ్ళు ప్లేటోనిక్ లవర్స్ సిండికేటు సభ్యులు – వీళ్ళు కేవలం సంఘభవనంలోనే ఉండి ప్రేమించగలరు. రెండోవాళ్ళు ప్రాక్టికల్ లవర్సు. వీళ్ళది ఔట్‌డోరు వర్కు కాలేజీ దగ్గరా, రోడ్డుమీదా, బస్సుల్లోనూ, ప్రేయసి ఇంటి చుట్టుపట్ల ప్రేమ వ్యవహారాలు – హృదయాలు ఇచ్చిపుచ్చుకోవడాలు – మొదలైన ధర్మాలు నిర్వర్తిస్తారు. అయితే ఒకటి – ఏ ప్రేమికుడైనా సరే ప్రేయసిని చూడబోయేముందు సంఘభవనం ప్రవేశద్వారానికి పైన వ్రేలాడే శ్రీ ప్రేమానందస్వరూప్ సీనియర్ త్రివర్ణ తైలవర్ణ చిత్రానికి నమస్కరించి బయల్దేర్తాడు. శ్రీ ప్రేమానందస్వరూప్ ఈ సంఘ వ్యవస్థాపకుడు. ప్రేమించి కృశించి నశించిన నిస్స్వార్థ పవిత్రజీవి. ఈయన చిన్నప్పుడు ఒక సుందరాంగికి హృదయం సమర్పించారు. కాని ఆవిడ పుచ్చుకోలేదు. ససేమిరా అంది. ఈయన తీవ్రతపస్సు చెయ్యడం మొదలుపెట్టాడు. కొన్నాళ్ళు ఆమె కనబడలేదు.

ఒక రోజున శ్రీ ప్రేమానంద స్వరూప్ సీనియర్ క్షుభిత హృదయంతో మేడ వరండాలోంచి చూస్తున్నాడు. హఠాత్తుగా ఆమె కనబడింది. సంతోషంగా వెళ్ళిపోతోంది తన భర్తతో. రెండు బాష్పాలు రాలాయి శ్రీ ప్రేమానంద స్వరూప్ సీనియర్ యొక్క రక్తారుణ నయనాలనుండి. తన ప్రేమ దేవత తనని బొత్తిగా ఖాతరు చెయ్యకుండా స్వంత భర్తతో వెళ్ళిపోయింది. ఆమె తలలోంచి ఓ సుపుష్పం – “రాలెను ధూళిలోన” అన్నట్టుగా రోడ్డుమీద పడిపోయింది.

శ్రీ ప్రేమానంద స్వరూప్ సీనియర్ గబగబా మేడదిగి పరుగెత్తుకు వచ్చాడు. కాని – కాని – అప్పటికే ఆ పవిత్ర పుష్పం ఒక క్రూర ద్విచక్ర శకటం కిందపడి నలిగి రోడ్డుకి అంటి పెట్టుకుని మరణించింది. బరువెక్కిన గుండెతో బాధగా తీశాడు ప్రేమానంద స్వరూప్ సీనియర్ దాన్ని. చాలాసేపు దుఃఖించి తరువాత కాఫీ తాగి ఆలోచించాడు తన ప్రేమగాథ లోకంలో చిరస్థాయిగా నిలచే పద్ధతికోసం. వెంటనే ఈ ఐక్య ప్రేమిక మండలి స్థాపించాడు. ఆయన నేడు లేడు.... మనకి లేడు. కాని ఆయన పవిత్ర స్మృతి ప్రతి ప్రేమికుడిలోనూ ఉంది. ఆనాటి ఎండిన పువ్వు పునాదిగా చందాలపై కొత్తభవనం లేచింది.

అందువల్ల ఏ ప్రేమికుడైనా సరే ముందుగా ఆయన చిత్రపటానికి నమస్కరిస్తాడు.

ప్లేటోనిక్ లవర్స్ వాళ్ళు బయటికి వెళ్ళరు. మేడ వరండాలో షికారు చేస్తారు. వెంకటచలం చెప్పినట్టు మామిడిపండును దూరం నుంచి చూసి ఆనందించడం; మహా అయితే ఓసారి వాసన చూసి లొట్టలు వెయ్యడం వాళ్ళ పని. శరీరం అశాశ్వతం.... బుద్బుదప్రాయం. కేవలం హృదయాలూ ఆత్మా శాశ్వతం. వీళ్ళు చామాలమ్మనుంచి చంద్రవదన వరకూ జానమ్మ నుంచీ జాజాగేబర్ వరకూ ఎవళ్ళనైనా ప్రేమించవచ్చు. వీళ్ళది ఇన్‌డోర్ వర్కు మాత్రమే.

చొక్కాలూ పంచలూ ఊడదీసి కేవలం అండర్‌వేరూ, కట్‌బనీన్లతో వచ్చి మేడ వరండా పిట్టగోడ మీద వీరవాసర వానరవరులవలె కూర్చుంటారు. కొందరు రెండు కాళ్ళూ అటు వేస్తారు ధైర్యంగా. కొందరు ఎందుకేనా మంచిదని ఓ కాలిటూ ఓ కాలటూ వేస్తారు. మిగతావాళ్ళు చాలాదూరం ఆలోచించి పూర్తిగా క్షేమ ప్రదమయిన ప్రదేశంలో నుంచుంటారు. దారంట వచ్చే అమ్మాయిల వంక బాధగా చూస్తారు. హృదయాలు స్పందింప జేసుకుంటారు. ఒకాయన ఆ పిట్టగోడ మీద చేతులెత్తుకుని నడిచి, ప్రేయసి కోసం తను చెయ్యగల ప్రాణత్యాగాన్ని సూచిస్తాడు. ఇంకో భగవాన్లు ఒక కాయితం గులాబీ కొన్నాడు. అతగాడు రోజూ నాలుగున్నర నుంచి నాల్గుమ్ముప్పావుదాకా దాన్ని వాసన చూస్తూ ఉంటాడు – కీలు గుర్రంలో నాగేశ్వర్రావు ఫోజులో. అంజలీదేవి ఒక్కొక్క మాటు పైకి చూస్తుంది. ఒక్కోమాటు బటాణీ పొట్టు వొల్చుకోవడంలో నిమగ్నురాలై తల వాల్చుకుని వెళ్ళిపోతుంది.

ఇంక అవుట్‌డోర్ బీటుకి వెళ్ళేవాళ్ళ వ్యవహారం పూర్తిగా వేరు. గాబర్డీన్, ట్వీన్, లినెన్, గ్లాస్కో, పాప్లిన్, లాంక్లాత్, చవక మల్లు తరగతుల వాళ్ళున్నారు. "గాబర్డీన్ వారు బహు ఆడంబరులు" అంటారు మల్లు చొక్కాలవారు. కానీ మరియమ్మ, జానమ్మల కోసం తపస్సు చేసే యోసేపు, దావీదులు మాత్రం ఒప్పుకోరు. "ఆవిడ చీరపాటి ధర చెయ్యోద్దా నీ చొక్కా?" అంటారు. సాధారణంగా రోజూ రోడ్డుమీద దారి కడ్డంబడి ప్రేమించేవాళ్ళు (అవుట్‌డోర్ లవర్స్) పధ్నాలుగు మంది ఉంటారు – ప్రద్యుమ్నుడు నెంబరు ఒకటీ రెండూ మూడూ, దిలీప్ నెంబరు వన్ టూ త్రీ, నాగేశ్వర్రావు నెంబరు ఒకటీ రెండూ, శివరావు డూప్లికేటు, రాబర్ట్ టేలర్ జూనియర్, గేబుల్ ది సెకండు, శోభనాద్రి ది గ్రేట్, యోసేపు, దావీదు – వీళ్ళు మినహా మిగతా వారంతా ప్లేటోనిక్ ప్రేమికులే.

వాళ్ళప్పుడే వరండా గోడమీద సద్దుక్కూచున్నారు.

ఇంక మూడు నిమిషాల టైముంది. అవుట్‌డోర్ బీటుకెళ్ళే ప్రేమికులు బయలుదేరారు. కొందరావేళ ప్రేయసితో మాట్లాడ్డానికి సన్నద్ధులయ్యారు.

క్రిస్మస్ పండుగకని ప్రత్యేకం ఒక గ్రీటింగ్స్ రాశాడు దిలీప్. తనిందాకా రాసిన తుదిలేఖ రేపు అందేలోపల ఈ కార్డు ఆమెకు స్వహస్తాలతో యివ్వదలచుకున్నాడు. ఒకటో నెంబరు ప్రద్యుమ్నుడు కూడా ఉషారుగా వున్నాడు.

మొత్తం పధ్నాలుగు మంది ప్రేమికులకీ ఇవాళ హాజరుగా ఉన్నది పన్నెండుమంది మాత్రమే. ఎందుకంటే, ప్రభావతీ ప్రియులు ప్రద్యుమ్నులు ముగ్గురులోను ప్రభావతి చేత ముద్దుపెట్టుకొనబడినట్లు చెప్పబడిన మూడవ నెంబరు ప్రద్యుమ్నుడు గైరు హాజరు. పోతే సదరు వార్తవిన్న మీదట మూర్ఛపోయిన రెండోనెంబరు ప్రద్యుమ్నుడు యింకా తేరుకోలేదు. అందువల్ల ఇద్దరు పోటీదారులూ లేనందున ఒకటో నెంబరు ప్రద్యుమ్నుడు ఉషారుగా ఉన్నాడు.

అసలు మూడోనెంబరు ప్రద్యుమ్నుడిని ప్రభావతి నిజంగా ముద్దు పెట్టుకోలేదని ఒకటో నెంబరు ప్రద్యుమ్నుడికి బాగా తెలుసు. వార్త ప్రకటించిన దిలీప్ త్రీకి ఈ విషయం మొదట చెప్పినవాడు కూడా ఇతడే.

అసలు జరిగిన కథ యిది.

మధ్యాహ్నం ఒంటిగంటకి కాఫీ తాగడానికి మెరీనా హోటల్‌కి వచ్చింది ప్రభావతి. ఆమెకు దగ్గిరలోనే ఇంకో బల్లదగ్గర కూర్చున్నారు ఒకటీ మూడూ నెంబర్ల ప్రద్యుమ్నులు. ఫలహారం తిని కాఫీకి ఆర్డరిచ్చి చెయ్యి కడుక్కోవడానికి వెళ్ళింది ప్రభావతి. ఈలోగా మూడో నెంబరు ప్రద్యుమ్నుడు తన జేబురుమాలను ప్రభావతి కుర్చీలో వడేశాడు. ప్రభావతి తిరిగి వచ్చి పరాకుగా ఆ జేబురుమాలుతో మూతి తుడుచుకుంటూ కూర్చుంది. ఇది ముద్దుతో సమానమైనదేనని ఉప్పొంగి పోయాడు మూడోనెంబరు ప్రద్యుమ్నుడు.

పావు నిముషంలో కథ అడ్డం తిరిగింది. మూతి తుడుచుకుంటున్న ప్రభావతికి ఆ జేబురుమాలు సిగరెట్టు వాసన వేసినందువల్ల వెంటనే కళ్ళు తెరచి దాన్ని సరిగ్గా చూసింది. కథ తెలుసుకుని "ఛీ" అంటూ ఆ రుమాలును కిటికీలోంచి బయటకు విసిరివేసింది.

దిలీప్ శ్రీ తెచ్చిన వార్త దీని సారాంశం. దీనికి రెండో నెంబరు ప్రద్యుమ్నుడు మూర్ఛపోయాడు.

ముసిముసి నవ్వులతో సొగసుగా, వయ్యారంగా ప్రేమలేఖలూ, గ్రీటింగు కార్డులూ, పులకించే హృదయాలూ పట్టుకుని బయలుదేరారు ద్వాదశ ప్రేమికులూను. ఒకరి వెనుక ఒకరు మెల్లిగా మెట్లుదిగటం ప్రారంభించారు. పది క్షణాలు గడిచాయి....

కెవ్వున, గొల్లున, ఘెల్లున, హోరున, భోరున, జడ్డిగా, పిచ్చిగా, వెర్రిగా అరుపులు వినబడ్డాయి. లాఠీచార్జి చేస్తున్న మలబారు పోలీసులూ, గాడు గేదెలమందా, కెనడియన్ రైలింజనూ కలిసి పరుగెత్తిన చప్పుడూ ప్రారంభమైంది. ధనధనా, కంగారుగా, మహావేగంగా వెనక్కి పరుగెత్తుకుని వచ్చేస్తున్నారు గ్రేట్ లవర్స్ పన్నెండుగురూ - పులి ఎదురైనవాళ్ళకి మల్లే. ఇప్పుడు షోకులూ హొయలూ లేవు. ప్రాణాలు పోయే సమయం. విలయం వచ్చి పడిపోయింది. ఆ వేగంలో, తొందరలో కాలు తొట్రుపడి బోర్లగిలా పడ్డాడు శోభనాద్రి. అతని మీద నుంచి యోసేపూ, దావీదూ నాడాలు వేసిన బూటుకాళ్ళతో సహా పరుగెత్తారు. ఒకటో నెంబరు ప్రద్యుమ్నుడు మాత్రం జారిపడి, వీలు చేసుకుని శోభనాద్రిని పట్టుకుపోయాడు సురక్షిత స్థానానికి. అర నిముషంలో అందరూ గోడవారలా, స్థంబాల చాటునా, స్నానాలగదిలో, ఆఫీసు గదిలో సర్దుకున్నారు. వరం డాలోని ప్లెటోనిక్ లవర్స్ పత్తా లేరు.

ప్రళయ సమయ పర్జన్య గర్జన సదృశమైన అరుపులు వినపడ్డాయి.నీల మేఘ విలసత్కాలాంజనాకారుడూ, ఉత్థితౌష్ఠ్య విష్కృత దంష్ట్ర సదృశ దంష్ట్రుడూ, ఉజ్వల చలద్రక్తాక్షుడూ, ఘనీకృత శోణిత పంకాంకిత శిర స్కుడూ, ఘనశ్యామ వర్ణాంబర గాఢ పరిష్వంగితుడూ, బహు

బలిష్ట, సుదీర్ఘ, గంభీర శరీరుడూ, ఉగ్రనారసింహుడూ అయిన నరసింహన్ ఆ భవనం బద్దలయే విధాన గర్జిస్తూ, హుంకరిస్తూ, రోదిస్తూ, "ధిక్కారమును సైతునా" అని అప్పుడప్పుడు పాడుతూ హాలులోకి ప్రవేశించాడు. అతని నడుముకు తాళ్ళూ, గొలుసులూ కట్టి ముగ్గురు నౌకర్లు అతడిని అదుపులో వుంచడానికి శాయశక్తులా ప్రయత్నిస్తున్నారు. ఈ నరసింహన్ తెలుగు చెడినవాడు. నరుడూ, సింహమూ కలిసినట్టు తెలుగూ అరవమూ కలిసిన భాష కలవాడు, శశిరేఖను ప్రేమిస్తున్నాడు.

ఆనాటి అపరాహ్ణ వేళ మూడుమ్ముప్పావు గంటలకి తన ప్రియురాలు శశిరేఖ పెరట్లో ప్రవేశించి, ఆమెపై తనకుగల ప్రగాఢ ప్రేమ వెల్లడించబోయిన ఫలితంగా, ఆ ప్రేయసి యొక్క పితృభ్రాత్రాది బాహు బల సమన్విత బంధు సందోహోద్భూత దవాగ్ని సదృశ జాజ్వల్య మానాగ్రహానల కారణ సంఘటిత తీవ్ర ఘటిత శిరస్కుడూ, శిరస్తాడన ఫలిత చంక్రమ్యమాణ పలాయిత పాదుడూ, పలాయిత సదసద్వివక్షణా శక్తుడూ, క్షుభిత దందహ్యమాన హృదయోద్భూత రౌద్రుడూ, రౌద్ర నిమజ్జితా గోచర గమ్యుడూ అయి పరుగెత్తుతున్న ఆ యొక్క నరసింహన్ హఠాత్తుగా ఈ ప్రేమికుల భవనం చూడగానే ఆవరణలోకి ప్రవేశించాడు. ఆ కాలాంతక రౌద్ర రూపుడిని చూడగానే నౌకర్లు తమ క్షేమం, ప్రజాక్షేమం ఆలోచించి, తాళ్ళతో గొలుసులతో కట్టి, అతికష్టంమీద పైకి తెచ్చారు - సభ్యునిగా చేర్చడానికి.

ఔట్ డోర్ బీటుకి రెండు నిముషాల క్రితం బయలుదేరిన పన్నెండు మంది ప్రేమికులు మేడమెట్లు సగం దిగేసరికి ఈ ఉగ్రనరసింహుడు భంభజ్యమాన హుంకార హుంకారాలతో ఎదురయ్యాడు. నల్లని బిగుతు పంట్లాం, ఎర్రని కళ్ళు, మహాశరీరం, ఆ యొక్క వేగం చూడగానే - పెనుగాలికి పేకమేడవలె ప్రేమికులు అందరూ లోపలికి పారిపోయారు కకావికలుగా. హాలు మధ్య నరసింహన్ తాండవం ఆడిపోయాడు తధిగిణతోం అంటూ..... శశిరేఖని దుమ్మెత్తి పోశాడు.

ఇందాకటి గోలలో కిందపడి నలిగిపోయిన శోభనాద్రి "శశి" పేరు వినగానే గంగవెర్రులెత్తిపోయాడు. "హా! నాశశీ! వీడికి నీమీదెంత కసీ! హారి వీడి సిగ గోసి!" అంటూ విజృంభించాడు, కానీ పెద్దమనుష్యులూ హైక్లాసు లవర్సూ ఆపేశారు. "వెళ్ళద్దు పంతులూ, వాడు పేగులు తోడేస్తాడు జాగర్త" అని. తాండవమాడి ఆడి అలసిపోయాడు నరసింహన్.

ఇంక భయం లేదనుకుని సభ్యులూ, సంఘకార్యనిర్వాహక వర్గం అతన్ని సమీపించారు. మెల్లిమెల్లిగా అదియిదీ మాట్లాడి గోడలమీది ఛిద్ర హృదయాలూ, భగ్న వీణలూ, బాష్పకణాలూ చూపించి ఓదార్చారు. తరువాత సభ్యుడిగా చేర్చుకున్నారు - పేరు? వయస్సు? ఆస్తి? ఇహలోకంలో వృత్తి? ఇహలోకపు తాత్కాలిక విలాసమూ, శాశ్వత విలాసము? ప్రేమలోకంలో నివాసం ఎంతకాలం నుంచి? అమరమైన ప్రేమలోకంలో మొత్తం ఎన్ని విలాసాలున్నాయి? శాశ్వత విలాసం? ప్రస్తుత విలాసం? ఇంత వరకూ చెడిన వ్యవహారాలెన్ని? వాటి వివరాలు? - నెగ్గిన వివరాలెన్ని? వాటి వివరాలు? - 'ప్రేయసికి ఎవర్తికీ పెళ్ళాడుతానని వాగ్దానం యివ్వను - పైన చెప్పినవన్నీ పరమ సత్యాలు' - దరఖాస్తుమీద నరసింహన్ సంతకం పెట్టాడు. తంతు ముగిసింది.

ఒక రౌండు కాఫీ వెళ్ళింది – క్రొత్త సభ్యుడి గౌరవార్థం. "అధ్యక్షా! సోదరులారా" అన్నాడు నరసింహన్ గంభీరంగా నుంచుని.

"అమ్మ వెధవా! నీ కథ అందరికీ ఖర్చు లేకుండా చెప్పేస్తావూ? లోకువ చూసి, డబాయించనూ" అనుకున్నారు శ్రోతలు.

"ఓ మూల థ్రిలయి పోయింది. వెధవ్వేషాలూ వీడూను" అనుకున్నాడు దిలీప్ శ్రీ. కానీ సంఘమర్యాద పాటించి ఆగారు అందరూ.

నరసింహన్ తన కథ చెప్పాడు....

"నేను శశిరేఖని చాలా దినాలుగా చూస్తావుంటిని. అదీ నన్ను చూస్తావుండింది. తిరిగి నేనూ చూస్తావుండినాను. అదీ చూస్తావుండింది ఏమిరా లవ్ అయిపోయిందీ అనుకుంటిని. అదీ అట్లనే అనుకుందని అనుకుంటిని....

"ఇంక పొయిదా నై అనుకోని నేటి మద్దాన్నం ఒక లెటర్ రాస్తిని. నిండా బాగా రాస్తినిలెండి – రైల్వే నవల్సులో మాటలూ పాటలూ అన్నీ ఎత్తి పెట్టి అందులో రాస్తిని. "సరిదా బాగానే వుండాదిరా" అనుకుని నమ్మకంగా నేరుగా శశి యింటికి పోయి, వెనక తట్టు పోతిని. అటుపోయి సూస్తానుగదా శశి అడనే వుండాది. సోపుతో మొగం కడగతా వుండాది. సూస్తిని... మళ్ళా సూస్తిని... తిరిగీ సూస్తిని... పోతామా వద్దా పోతామా వద్దా అనుకుంటిని. "సరిదా ఏమిరా మనకిదా అమెపై నిండా లవ్‌గా వుండాదే – మనకేమి" అనుకుంటిని. నేరుగా గోడ అట్లనే జంపు చేసి పోతిని. చెప్పేస్తిని గబగబా, ఇట్లా మోకాలు మీద కూచుని "ఐ లవ్ యూ శశీ" అంటిని ఉత్తరం సూపిస్తా....

"నిండా పొగురుదా దానికి. అట్లనే బకెట్ నీళ్ళెత్తి నా నెత్తిపైన పోసేసింది. "అన్నా అమ్మా" అని ఒకటే కూసింది. నాకు నిండా తొందరయిపోయిందబ్బా. ఏం? ఇలా కళ్ళు తుడుసుకోని లేస్తిని చూడుమీ వాళ్ళ నాన్నా అన్నా యింకా ఎవడో, ఎవడో కెట్ట పసంగో – చెడ్డ యెదవలు అంతా వచ్చేసి నెత్తిపైన దబ దబా కొట్టేసినారు.

"ఏమ్రా మన లవ్ ఇట్లా అయిపోయిందే. వీళ్ళందర్నీ కొట్టడానికి నావల్ల మాలదే" అని నిండా యోచన చేస్తిని... అంతదా..... నేరుగా ఒకటే పరుగెత్తి వస్తిని.... హుష్ – హే యప్పా:... బ్రదర్సు – మీ అందరికీ చెప్పేసినాను సిగ్గులేకుండా. మీరు నన్ను మనసులో పెట్టుకోండిమీ – నాకు నిండా సంతోషంగా వుండాది యిప్పుడు.... హో శశీ ఓసీ రాకాసీ" అంటూ మూర్ఛిల్లాడు నరసింహన్.

తక్షణం ప్లెటోనిక్ లవర్స్ వరండా గోడమీదకి పరిగెత్తారు – బయటికెళ్ళే పన్నెండుగురూ కిందికి పరుగెత్తారు – ఆలస్యం అయిపోయినందు కేడుస్తూ.

కాలేజీ నుంచి మెయిన్ రోడ్డును కలిపే ఆ రోడ్డు మీద పన్నెండుగురు అక్కడక్కడా సర్దుకున్నారు. కిళ్ళీ కొట్టుదగ్గరొకడూ, మర్రిచెట్టు కిటూ అటూ యిద్దరూ, అద్దాల మేడ నీడకొకడూ అప్పలమ్మ గుడిసె పక్కనొకడూనూ. వీళ్ళలో కొందరు స్వస్థానాలలోనే నిలచి ఘాటుగా చూస్తారు – తమ తమకి వుండుకున్న ప్రేయసుల వంక. కొందరు సదరు ప్రేయసులను బస్సు స్టాండు దాకా సాగనంపుతారు. మిగతా వాళ్లు ఆ అమ్మాయిల్ని యింటిదాకా దిగబెడతారు – అంగరక్షకుడి ఏర్పాటుతో.

కొందరికిలిస్తారు – కొందరు సకిలిస్తారు. ఒకళ్ళిద్దరు మాత్రం ఆ యొక్క ప్రేయసీమణి రాగానే ఆమెని తప్ప మిగతా వాళ్ళని చూసి ప్రకృతి సౌందర్యాన్ని పూర్తిగా ఆస్వాదిస్తారు. ఇంటిదాకా సాయం వెళ్ళేవాళ్ళు ఆ అమ్మాయితో బస్సులో ఎక్కి ఆమెకి ఎదురుగా నుంచోడమో కూర్చోడమో ఏర్పాటు చేసుకుంటారు మొదట. ఆ తరువాత ప్రేయసి తెలివి తేటలపై, అభిరుచులపై ఇదివరకే వేసిన అంచనాల ప్రకారం వెంకటచలం బూతు కథలూ, స్కోపెన్ హోవర్ ఫిలాసఫీ, మాఘమ్ నవల్సూ – మొదలైన పుస్తకాలు టైటిలు బాగా కనబడే ధోరణిలో పట్టుకుంటారు. ఇంకొందరు తాము చదివే క్లాసూ, తమ పేరూ, అడ్రసూ పెద్ద అక్షరాలతో చక్కగా రాసి, కాస్త దబాయింపుగా దళసరిగా కనపడే ఏదో ఒక పుస్తకానికి అట్టవేసి దాని మీద ఈ లేబిల్ అంటించి చూపిస్తారు – అయా ప్రేయసీమణులు ఈ వివరాలు చదివి కంఠస్థం చేసుకునే అవకాశం యిస్తూ.

తెలుగు నవల్సు సాయంతో పోజులు కొట్టే ప్రద్యుమ్నుడిని చూసి, "ట్రూ రొమాన్సు", "రియల్ డిటెక్టివ్"ల వంటి హైక్లాసు అమెరికన్ పత్రికలు పట్టుకు తిరిగే టేలరూ గేబిలూ నవ్వుకుంటారు.

ప్రద్యుమ్నుడూ, శివరావు నాగేశ్వర్రావుల నకిలీలు – గేబుల్ టైలర్‌లని చూసి నవ్వుకుంటారు – "దేశవాళీ దొరలు – పెద్ద యింగ్లీషు బుక్కులు తెచ్చారయ్యా – తెలిసి చచ్చినట్టు" అని. దిలీప్ శ్రీ మాత్రం వీళ్ళందర్నీ చూచి నవ్వుకుంటాడు. అతను పుస్తకాలేం తేడు – హృదయం తప్ప. "ఈ లోకల్ రోమియోలకీ స్థానిక జూలియట్‌లకీ సరిపోయింది. ప్రేమంటే వీళ్ళకేం తెలుసు? అసలు ప్రేమకి నిర్వచనం చెప్పగలరా అని వీళ్ళు."

మధుబాల విషయంలో అతనికిదే ధైర్యం. ఆమె మనుష్యులకి సరి అయిన విలువ కట్టి వెర్రివెధవల్నీ వెంగళాయిల్నీ వేరు చెయ్యగలదు. మధుబాల చక్కని పిల్ల. చదువుకున్న పిల్ల. మిలమిల మెరిసే అల్లరి కళ్ళూ పెంకిగా పొగరుగా కనబడే కొనదేరిన ముక్కూ, పచ్చగా మెరిసిపోయే కోల మొదురూ, వదులుగా పట్టుకుచ్చులా ప్రవహించే మెత్తని జుట్టూ, పుష్పరాగచ్ఛాయల మీద పడే చిరునవ్వు కాంతుల్లో వెలిగిపోయే సన్నటి ఎర్రని పెదిమలూ.... లోకంలో అందాలను అన్నిటినీ కలిపి దేవుడు స్వయంగా చేసిన చక్కని పిల్ల ఈ మధుబాల. దేవుడు చేసిన ఈ మధుబాలకి ఎంతో మంచి మనస్సుంటుంది. తెలివితేటలుంటాయి. పోజుకొట్టే పిచ్చివాళ్ళకీ, నిశ్శబ్దంగా నిర్మల హృదయంతో ప్రేమించే తనకీ తేడా ఆమెకి బాగా తెలుసు. తన ఉత్తరాలకి జవాబియ్యలేదనుకో.... అయినా మధుబాల తనది, తను మధుబాలవాడు. నవ్వుకున్నాడు సరిగ్గా మధుబాలను పదిగజాల దూరంలో వెంటాడుతున్న దిలీప్ శ్రీ – సరిగ్గా మధ్యాహ్నం యిదే సందర్భంలో ఇదే తప్పు వచ్చింది తనకి.

మెయిన్‌రోడ్డు సమీపించారు. మలుపు తిరుగుతూ వెనక్కి తిరిగి చూసిందను కున్నాడు దిలీప్ శ్రీ. తన పోటీదార్లు దిలీప్ ఒకటీ రెండూ, గేబిలూ, టెయిలరూ యివాళ మరాటీపిల్ల, మండేకర్ వెంటపడ్డారు. అందుకే వెనక్కి చూసింది మధు. తనంటే ఎలాగేనా మధూకి యిష్టం. పాలకీ నీళ్ళకీ తేడా హంసకి తెలిస్తే, తనకీ మిగతా చెత్తకీ ఉండుకున్న తేడా మధూకి తెలిసినట్టే. అయితే విడదీయటానికి

కొద్ది ఆలస్యం అవచ్చును. ఆలస్యం అవడమే వాస్తవికతకు లక్షణం. అంతేగాని సినిమాల్లోలాగా తొలి సీనులో చూపులూ, మలిసీనులో మాటలూ, మూడో సీనులో పురుడూ సంభవించినట్టు కాదు. మొగ్గ వికసించి పువ్వవడానికి వ్యవధి వుండదూ! ప్రేమా అంతే. తను మధూని ప్రేమించి పూజించడం మొదలుపెట్టి – దాదాపు మూడేళ్ళు అవస్తోంది.

"బాగా దిట్టమయిన పునాదే" అనుకున్నాడు దిలీప్. ఆంధ్రుల ఆరంభ శూరత్వంలాగా మొదట్లోనే మహ జోరుగా ప్రేమించేస్తే మూడో నాటికల్లా చల్లారి పోతుంది వేడి. మెల్లి మెల్లిగా, క్షణక్షణం, అంగుళం అంగుళం, అడుగడుగూ జరగాలి.....

భూతం లాంటి బస్సు భొయ్యిమని హారన్ కొడుతూ ఆగింది. తను పరాగ్గా మెల్లి మెల్లిగా అడుగులేస్తూ మెయిన్‌రోడ్డు మధ్య కొచ్చేసరికి అర్జంటు పనిమీద వెడుతున్న బస్సు ఆగిపోవాల్సి వచ్చింది తనకోసం. బస్సు కోప్పడింది. అపశ్రుతి కాదు కదా?

"ఛా" అనుకున్నాడు దిలీప్ – కంగారులో తొక్కేసిన పేడకడిలోంచి కాలు తీసుకుంటూ. మెయిన్‌రోడ్డు దాటిన మధు వెనక్కి తిరిగి పకాలున నవ్వింది. "ఎంత బాగుందీ నవ్వు" అనుకున్నాడు. పేడకాలు రోడ్డుమీద బాదుకుంటూ.

అసలు సిసలు మధుబాల యిల్లు వుండే రోడ్డులోకి వచ్చేశారు. ఈ రోడ్లో జనం తక్కువ. పోను పోను మరీ తక్కువ. బ్రిడ్జి దాటగానే కుడివేపు సందులో మొదటిల్లే మధు వుండేది. ఒక క్షణం ఆగి చుట్టూ చూశాడు – దగ్గరలో కుళాయి వుందేమోనని. మునిసిపాలిటీవారు అలాంటి ఏర్పాటేమీ చెయ్యలేదు. తను త్వరపడకపోతే మధుని అందుకోలేడు యిల్లు చేరేలోగా. అలాగే పేడకాలుని రోడ్డుమీద ఈడ్చుకుంటూ గబ గబా అడుగులు వేశాడు తెగించి.

సరిగ్గా బ్రిడ్జి మధ్యకొచ్చేసరికి కలుసుకున్నాడు మధూని.

వూడి పడదేం మాట.... దగ్గి గొంతు సవరించుకున్నాడు.

కాళ్ళూ చేతులూ ఒణుకుతున్నట్టున్నాయి. ఇందాక బస్సు దగ్గర అదిరిపాటువల్ల కాబోలు.

"మధూ సారీ.... హిహిహి...." వెకిలిగా వుందేమో తన నవ్వు... "ఐమీన్ – సరూ ... అదే అదే.... సరోజా....." గోచీ పెట్టుకుని నూనె ఓడుతున్న ముష్టికుర్రాడు అడ్డుపడ్డాడు కాళ్ళకి – "సార్ సార్ కాలణా" అని.

సరోజ ఆగింది. ముష్టి కుర్రాడు తొడమీద పొడిచాడు. "ఛీ – ఫో" అన్నాడు దిలీప్. ఈలోగా వెనక్కి తిరిగి సూటిగా తనవేపు చూసింది సరోజ. బాబోయ్! తన కళ్ళు వాలిపోయాయి. పేడలో అలుక్కుపోయి తడితడిగా వున్న కాలు కనబడింది. ముష్టి కుర్రాడు చొక్కా కొస పట్టుకుని లాగుతున్నాడు ఓపక్క. కాలు వెనక్కి దాచేసుకుని, ముష్టికుర్రాడిని వెనకాలకి తోసేసి, బలవంతాన రెప్పలు పైకెత్తాడు – "సరూ... క్రిస్మిస్ గ్రీటింగ్సు కార్డు.... తెచ్చాను.... ఐమీన్.... నేను వేశాను" మదుబాల అనబడే సరోజ తొణకలేదు, బెణకలేదు.

వద్దనుకున్న యికిలింపు తనకి మళ్ళా వచ్చేసింది. "యిహిహి...." అసహ్యించుకున్నాడు. ఏమనుకుంటోందో ఏమిటో. కీచకుడి ఫోజు అనుకోదు కదా ఖర్మ..... చెమట్లు పోశాయి. చర్మం కంపించి పోతోంది – మలేరియా వచ్చినట్టు చేతులు

వణికాయి..... "తీసుకో దిలీప్ ఐమీన్ సరోజా నీకోసం ప్రత్యేకం...." దీని దుంపతెగ వెధవ వాక్యం - ఎంతకీ పూర్తి కాదు, ఇలాంటప్పుడు చిన్నచిన్న వాక్యాలొస్తే ఎంత బావుండునూ. తటిల్లత లాగ గిరుక్కున తిరిగి వెళ్ళిపోయింది మధుబాల అనబడే సరోజ ముక్కుకు సూటిగా కోపంగా చూస్తూ.

ఎదురుగుండా కొండగానీ ఎడారి గానీ - సముద్రం గానీ నదిగానీ వుంటే - ఆ సమయంలో సూర్యుడు అస్తమిస్తూ వుంటే - బరువెక్కిన గుండెతో, బాధించే గుండెతో, కారే కన్నీళ్ళతో, వేడెక్కిన బుర్రతో, ఎండిన పేడకాలుతో, పగిలిన హృదయ భాండం తాలుకు ముక్కల్ని ఏరి, చినిగిన - లేక అప్పుడు చింపుకున్న చొక్కా జేబులో వేసుకుని ప్రేయసి మధు తొక్కిన ధూళి ఓ చిటికెడు నొసట రాసుకుని, నిరాకరించబడిన గ్రీటింగ్సు కార్డును గుండెకదుముకుని అలా - అలా సూర్యాస్తమయంలోకి, లేపోతే కారుచీకట్లోకి.... అదీ కాకపోతే సినిమాలలో లాగ అనంత విశ్వంలోకి.... రెండు నెల్ళగా క్షవరం, తలంటూ మొదలైన సంరక్షణ లేక తుప్పలా పెరిగిన తన తలని భూమాత వడిలో దాచుకునే నిమిత్తం - దిలీప్ శ్రీ వెళ్ళిపోయి వుండును.

కానీ చిక్కేమిటంటే ఆ బ్రిడ్జికి దగ్గరలో అలాంటి ఏర్పాటేం లేదు. కొంచెం పైకి పోతే మాలగూడెం వుంది. అదీగాక ఒక్కడుగు ముందుకువేసినా మధు తనని అపార్థం చేసుకుని, మధ్యాహ్నం శశిరేఖ శోభనాద్రిని కొట్టినట్టు రాళ్ళతో కొట్టవచ్చు. లేకపోతే వాళ్ళవాళ్ళని పిలవచ్చు. అందులోను వాళ్ళన్నయ్యకి కొంచెం కండపుష్టి వున్నట్టే గుర్తు... కీడెంచి మేలెంచమన్నారు.

పోనీ బ్రిడ్జిమీంచి దూకేద్దాము అంటే కింద ప్రవహించేది మురికి కాలవ. "ఎందుకులే" అని వెనక్కి తిరిగాడు.

"సార్! కాల్నా" అని ముష్టి కుర్రాడు చొక్కా పట్టుకు లాగాడు. ఈమాటు దిలీప్ మనసు ద్రవించిపోయింది. చేతిలోవున్న అందమైన గ్రీటింగ్సు కార్డు కుర్రవాడి కిచ్చేశాడు అర్ద్రనయనాలతో..

తలవంచుకుని యింటికి బయల్దేరాడు బరువుగా అడుగులు వేసుకుంటూ.

వారం రోజులు గడిచాయి. ఈలోగా గొప్ప గొప్ప సంఘటనలు జరగలేదు. ఏ ప్రేమికుడూ తపించి కృశించి నశించిపోలేదు; రోజా బెదిరిస్తున్నా, దిలీప్ శ్రీ యథాప్రకారంగానే వున్నాడు. ఇపుడు మధుబాలని ద్విగుణీకృతమైన మొండితనంతో ప్రేమిస్తున్నాడు. ఆవేళ మధు అలా చేయడానికి కారణం సిగ్గు. తను మాట్లాడగానే ఆమెకు సిగ్గు ముంచెత్తుకు వచ్చింది.

అది బయటకు కోపంలా కనపడవచ్చు కానీ నిజానికి సిగ్గే! సిగ్గంటే సిగ్గే! అసలు సిసలు సిగ్గు. ఎలాగేనా మధు తనదే. తను మధుబాల వాడే - అని ఓదార్చుకున్నాడు దిలీప్ శ్రీ.

ఇంకోవారం గడిచింది. మైథిలి వచ్చింది వూరు నుంచి. ఉత్తగోల మనిషి. దాని హృదయంలో ఎక్కడా సున్నితత్వం, దయాదాక్షిణ్యం లేవు కాబోలు. మొగజాతిని దుమ్మెత్తి పోసేసి దూసి దులిపేస్తుంది. దిలీప్ శ్రీ బాబాయి కూతురు మైథిలి. చిన్నప్పుడిద్దరూ ఒకేచోట పెరిగారు.

"మిమ్మల్నెవర్తి నమ్ముతుంది అసలు? అసలెందుకు నమ్మాలంట?" అంది మైథిలి బీచిలో బటాణీలు నవుల్తూ.

"నీకు తెలీదే! ప్రేమనేది పవిత్రం – శాశ్వతం. అది స్వార్థం కోరదు" అన్నాడు దిలీప్ నాసా పుటలెగరేస్తూ.

"ఏడిశావ్? ప్రేమ ప్రేమంటావు గదా. మీ నాన్న రేపు 'అన్న – వెధవా – కాదు కూడదం'టే ఇవాళ ప్రేమించిన దాన్ని పెళ్ళాడగలవురా?"

"మమ్మల్నంత వెర్రి వెధవల్ని చెయ్యకు. అమ్మయ్యేది బాబయ్యేది – అమరమైన ప్రేమకన్నానా? అంతగా కావలిస్తే అడుక్కు తింటాం" అంటూ బుసలుకొట్టాడు దిలీప్.

"ఎందుకురా అలా శివమెత్తిపోతావ్? కబుర్లు చెప్పినట్టు కాదు. నువ్వు ప్రేమించే దానికి నువ్వు యిచ్చే హోమీ, నువ్వు చూపించే సుఖం అడుక్కు తినడమేనా?..... ఒరేయ్! నే చెప్తా విను. మీరందరూ కవులు. స్వర్గలోకాలూ, స్వప్నలోకాలూ తప్ప మీకింకోటి తెలీదు. మీకేం! కాలు మీద కాలేసుకుని నోట్లో దుమ్మేసుకుని కూచోగలరు. నిన్ను నమ్మిన ఆడదాన్ని నోట్లో దుమ్ము కూడా వేసుకోనివ్వరు – నీలాంటి పెద్దమనుషులే రేపు."

"బావుంది బావుంది. ఎంతో బావుంది నీ ఉపన్యాసం, బటాణీలు పూర్తిగా తినేయ్."

మైథిలి పకపక నవ్వింది. "ఉడుక్కుంటావెందుకురా? ఓ కొమ్మ మీద కుదురుగా కూచున్న రెక్కల్లేని పిట్టని అక్కణ్ణించి దూకమని చెప్పి ఆ దూకవలసిన చోట కొమ్మకి బదులుగా కొమ్మ యొక్క బొమ్మని చూపిస్తే పిట్ట ఎలా వస్తుందిరా? తండ్రి చాటున వున్న ఆ అమ్మాయి అంతే! ఈ ప్రేమలూ నిరాశలూ హృదయాలూ వాస్తవిక జీవితంలో...."

దిలీప్‌కి చిరాకేసింది. మత ప్రవక్తలాగా మైథిలి ఉపన్యసిస్తుంటే, "హుఁ" అన్నాడు చిరాకు ప్రకటిస్తూ.

మైథిలి వూరుకుంది.

ఒక నిముషం ఎవరూ మాట్లాడలేదు.

"ఒరేయ్ తమ్ముడూ – అదుగో ఆ తెల్లసూటు వెడుతోంది చూశావూ. ఆ సూటు మీద ఓ చిన్న మసిబారిన దీపం బుడ్డిలాంటి మొహం వుంది. దాని కథ చెప్పనా..... దానిపేరు రామదాసు".

దిలీప్ మాట్లాడలేదు. పోతున్న వ్యక్తిని చూశాడు. అతన్ని గుర్తుపట్టలేకపోయాడు. మైథిలి మాత్రం మామూలు ఉత్సాహంతోనే వాగడం మొదలుపెట్టింది:

"నేను బస్సెక్కాను. ఏడాది క్రితం. ఈ రామదాసూ అందులో ఎక్కాడు. బస్సు వెడుతుండగా కండక్టరుతో సరసం ఆడాడు. జోక్ బావుందనీ, అది వేసింది తోటి మానవుడేననీ, నేను పకాలున నవ్వాను. ఒరేయ్ అబ్బాయ్, బస్సు దిగేలోపున దాదాపు రెండు వందల జోక్సు చెప్పాడు జనాంతికంగా. అంతసేపూ నన్ను చూపుల్తో తూట్లు పొడిచేస్తూనే వున్నాడు. ఇంకో రోజు మళ్ళీ కనబడ్డాడు బస్సులో. ఆ మర్నాడు బీచిలో. మూడోనాడు సినిమాలో, నాలుగోనాటి నుంచి నేనెక్కడికెడితే అక్కడే సిద్ధమయేవాడు. నేనేదేనా వస్తువుకేసి చూడబోతే, ఆ చూడబడబోయే వస్తువుకి నా కంటికీ మధ్య నిలబడేవాడు యికిలిస్తూ..."

దిలీప్‌కి కోపం వచ్చింది వాడి మీద "ఎవడేవాడు?" అన్నాడు.

"ఏం, తంతావా వాడిని?"

"కాకపోతే ఏమిటి మరి?"

"నువ్వు మీ మధుబాల అనబడే సరోజని తరమచ్చా?" ఒళ్ళుమండింది దిలీప్‌కి.

"అదీ అలా చెప్పు. చూడబడ్డం – తరమబడ్డం నీకిష్టమే అన్నమాట!"

"చప్ నోర్ముయ్: కథ వినరా అంటే.... ఏం? యింక చూస్కో తమాషా. తన కాలేజీ ఆఖరి పీరీడు రోజూ ఎగేసి నా కాలేజీ వదిలే టైంకి హాజరయేవాడు. మా హాస్టలు దాకా దిగబెట్టేవాడు. ఒకవేళ నాకేదేనా ఆలస్యం అయితే ఓపిగ్గా కూర్చునేవాడు పాపం."

"హారి వీడి నిస్త్రీ చెయ్యా!"

"చేద్దుగాని విను, ఓమాటు బీచిలో టైం అడిగాడు. చెప్పాను మనిషనుకుని. అంతే, కొంప మునిగింది. మరునాడు పెద్ద ఉత్తరం వచ్చింది. పెద్ద నీలంరంగు కవర్లో, చాలా ఖరీదయిన కాగితం – గుప్పుమని పరిమళాలు గుబాళించింది కవరు చింపగానే. నా పేరూ, నాన్నపేరూ మా యింటి వివరాలూ – వీడి దుంపతెగా – ఎలా సంపాదించాడో తెలియదుగానీ మొత్తానికి – నాకు తనన్ని విధాలా తగిన వాడని వక్కాణించి, తన గుర్తులు సూచించి తను నన్నెంత ప్రేమిస్తున్నాడో వివరించి నాకోసం తన హృదయం ఎంత కుమిలి పోతోందో విశదంగా వర్ణించాడు. ఇంకా నా కర్థంకాని వేవో బోల్డు రాశాడు. పోన్లే మనకెందుకని వూరుకున్నానా – మర్నాడు ఇంకో ఉత్తరం వచ్చింది. అంతే – ఇంక అక్కడినించి ధారాపాతంగా వచ్చి పడేవి గ్రీటింగ్సు కార్డులూ ఉత్తరాలూనూ. సాభిప్రాయంగా చూసేవాడు నాకేసి, తను పంపినవి అందాయా అని. నేను దొరకలేదు. ఖాతరు లేకుండా పోయేదాన్ని."

"అదే నీ తప్పు. అవునూ కాదూ అనరాదూ?" అన్నాడు దిలీప్.

"నీ బొంద! అవునంటే కొంపలు మునిగే. కాదంటే రోడ్డు మీద వాడితో వాదన. ఎందుకీగోల అని ఊరుకున్నా. మొన్నీమధ్య ఏమనుకొన్నాడో ఏమో కార్డు తెచ్చి సొంతంగా యివ్వబోయాడు "ఇది ప్రత్యేకం నీకోసం" అంటూ. నేనో యినుప చూపు చూసి గిరుక్కున తిరిగివెళ్ళిపోయాను పుచ్చుకోకుండా. ఆనక జాలి పడ్డాననుకో. ఆ జాలి అప్పుడే చూపించి వుండి కార్డు తీసుకుని వుంటే అది కాస్తా ప్రేమ అనుకుని మీదబడి వుండును!"

దిగంతాల నెక్కడో పిడుగు పడ్డట్టయింది. దిలీప్ శ్రీ యొక్క తలకాయ దిమ్మెక్కి, తిరిగి చురుగ్గా పనిచేసింది.

పావునిముషం మైథిలి కళ్ళలోకి చూశాడు సూటిగా ఏదో వెతుకుతున్నట్టు.

అడుకునే పాపాయి కళ్ళలాగా, అమాయకంగానూ, ఆనందంగానూ ఉషఃకాలాన నేల రాలిన పారిజాత పుష్పాలవలె తెల్లగా కాంతివంతంగానూ, నీలిమాకాశం వలె నిర్మలంగానూ చిరునవ్వుతో వెలుగుతున్నాయి మైథిలి కళ్ళు.

తలవంచుకున్నాడు దిలీప్. కొంచెం ఆగి మెల్లిగా అడిగాడు:

"మధుబాల చెప్పిందా ఈ కథ?"

కిలారున నవ్వింది మైథిలి.

★ ★ ★

ఋణ రమణీయం

వేట

"రెడీయేనా అప్పన్నా," అన్నాడు అప్పారావు.

"రెడీయండి."

"సిగరెట్లు పట్టుకున్నావా?"

"ఆహా."

"అయిడియాలూ, వంకలూ ఏ మాత్రం వున్నట్టు?"

"నా దగ్గిర డజనున్నాయండి! మా యాడదానికి పురుడు, అత్తగారి ప్రాణగండం, మీ తమ్ముడిగారికి పరీక్ష ఫీజు, మేష్టారిల్లు వేలం, మీ బాబాయిగారి ప్రమోషనుకి అర్జెంటుగా లంచం, రెండు టెలిగ్రాపులు, టెలిగ్రాపులాంటి ఉత్తరాలు రెండు, కోపరిటివులోను మంజూరు కాయితం..."

"సర్సరే. అప్పివ్వనన్న వాళ్ళకి ఎదురిచ్చి మొహం మాడ్చెయ్యడాని కే మాత్రం జాగర్తేశావు... ఎంతా? ఎనిమిది రూపాయిలా – ఇలాతే. పావలాలుగా మార్చి నీకు సగమిస్తాను. ఎలాటివాడేనా సరే– "నేనే నిన్నడగడానికి వస్తున్నా బాబాయ్" అని ఎంతలేసి ఒట్లూ సత్యాలు పెట్టినా సరే. ఒక్క పావలా, మహా అయితే రెండు ఇయ్యి. దాటావంటే చంపేస్తా. బయల్దేరు. పదిగజాల వెనక నేనొస్తా. మళ్ళీ కిళ్ళీ బడ్డీ దగ్గిరే కలుసుకోడం. ఒకవేళ అప్పులాళ్ళెవరైనా ఎదురైతే తొరగా వొదిలించుకురాస్మీ" అన్నాడు అప్పారావు.

ఇద్దరూ బాకీ చెల్లింపు గడువులా కాస్త అటూ ఇటూగా బయల్దేరారు జనారణ్యంలోకి. లోభత్వం, పరమలోభత్వం, చీకటిలా అలుముకుంది. కన్ను పొడుచుకున్నా ఎక్కడా ఒక అప్పు కనబడడం లేదు. సంపాదించే దారి కూడా స్పష్టంగా తెలీటంలేదు. అప్పులాళ్ళు నిజరూపాల్లా దారి కిటూ అటూ మర్రిచెట్లు జుట్లు విరబోసుకుని

వికృతంగా కనిపిస్తున్నాయి. అప్పులవాళ్ళ "తే తే తే తే" కేకలు ఇలకోళ్ళలా కీచు పెడుతున్నాయి. అప్పన్నకీ అప్పారావుకీ గుండె దడదడ కొట్టుకుంటూంది.

ఏ మళుపులో ఏ కాబూలీ పీనుగున్నాడో ఎరగముగదా. కాని ఆ మళుపుల్లోనే అప్పులిచ్చే కొత్తవాళ్ళూ దొరుకుతారు. అంతా ఈశ్వరుడి లీల. గులాబీ పువ్వు చుట్టూ ముళ్ళు పెట్టాడు. అప్పులిచ్చే మంచి వాళ్ళున్న లోకంలోనే "ఇచ్చిన అప్పు తీర్చమనే" వాళ్ళని కూడా తిరగనిస్తున్నాడు. కానీ, వాళ్ళవల్లా కొంత ఉపయోగం ఉంది. అసలు కొరమాలిన వస్తువు లేదు సృష్టిలో; ఉంటే గింటే దృష్టిలోనే తప్పు. బాకీ అడిగే దుర్మార్గుడు కూడా ఒకందుకు పనికొస్తాడు.

ఇప్పుడు తమని బాకీ తీర్చమని వేధించే ఒక దుష్టుడు బుణదరాజుగారికి బాకీ! వాడు ఆయన్నుంచి తప్పించుకోలేక తిరుగుతున్నాడు. అయినా ఇటూ తనని తీరిక వేళల్లో వేపుకు తింటూనే ఉన్నాడు. మానవుడిలో అజ్ఞాన దీపం అంటే ఇదే. త్వమేవాహం అన్న విలువైన ముక్క తెలుసుకుంటే ఇన్ని బాధలుండవు. ఏం చేస్తాం వాళ్ల ఖర్మ!

ఇప్పుడు బుణద రాజుగారి దగ్గర అప్పారావు అప్పు వేటాడాలి. రెండుసార్లు అడగబోయి పుచ్చేసుకున్నంత పని జరిగిందిగాని అంతలోనే ఆయన పసిగట్టి పనుందని చెప్పి దుప్పిలా పారిపోయాడు. ఇవాళ చచ్చినట్టు దొరుకుతాడు. ఆయనకు బాకీపడి తప్పుకు తిరుగుతున్నవాడు పది గంటలవేళ ఫలానా చోట దొరుకుతాడని అప్పారావు ఆయనకు ఉప్పందించాడు, అప్పన్న తమ్ముడి ద్వారా. ఇవాళ బుణద రాజుగారు అమ్మవారి గుడిదగ్గిర కొస్తాడు! అప్పుడు ఈయన వెంటనే వాడి మీదకి లంఘించి.....

అప్పారావు అమ్మవారి కోవెలకి ఇసింటావున్న కిళ్ళీ బడ్డీ చేరుకునే సరికి అప్పన్న ఇంకా రాలేదు. వేళైపోతోంది. రెండు సిగరెట్లు తగలడ్డాయి. టైము వేస్టనుకున్నాడు అప్పారావు. ఇదే ఇంకో వీధి అయితే ఈపాటికి పదో పరకో దొరికేదేమో....

అప్పన్న కొన ఊపిరితో, జీవచ్ఛవంలా, అప్పుడే అప్పులవాడి బారినుండి తప్పించుకున్న నిర్ధనుడిలా వచ్చాడు.

"అప్పుతప్పి రూపాయి లొట్టోయిందండి. ఇద్దరు తగులుకున్నారు దార్లో... సెట్టి దులిపేశాడు. ఒళ్ళు సచ్చి పోయిందండి" అన్నాడు అప్పన్న ఉసూరుమంటూ.

అప్పారావు జాలిగా నవ్వాడు. "అందికే చదువుకొమ్మన్నాను. విన్నావా. చదువుకుంటే పులికథ తెలిసేది" అన్నాడు.

అప్పన్న అడక్కపోయినా పులికథ చెప్పేశాడు. పెద్దపులికి ఒక ఆవు పెద్ద మొత్తం బకాయి పడింది. శాన్నాళ్ళు మొహం చాటుచేసుకు తిరిగినా ఒకనాడు కొమ్ముకి వందరూపాయలనోటు తగిలించుకుని మరీ దొరికిపోయింది. పులి మింగేస్తానంది. ఇదిగో ఈ వంద రూపాయలనోటు మార్చి అక్కడో చిన్న బాకీ తీర్చి – పాపం వాళ్ళు పిల్లలవాళ్ళు – మిగతా చిల్లర తొంభయీ పట్టుకొచ్చి నీకిస్తానంది ఆవు. ఏ కంటనుందో పులి దాని మాట నమ్మి వదిలింది. తీరా అది నాలిక్కరుచుకునేలానే ఆవు తిరిగొచ్చి తొంభై రూపాయలు తీసి దాని మొహాన కొట్టింది. పులి తెల్లబోయి ఏడిచేసి బాకీ మాఫీ చేసేసింది.

"ఈ కథ ధర్మమా అని నేనెన్నోసార్లు తప్పించుకున్నాను. తప్పించుకు తిరుగువాడు ధన్యుడు సుమతీ" అన్నాడు అప్పారావు.

అప్పన్న నమ్మలేదు. ఎంత గోవైనా మరీ అంత చవకరకం ఉంటుందా విడ్డూరం కాబోతే అన్నాడు. ఉన్నదంతా బాకీగా తీర్చెయ్యడం ఎలాంటి వాజమ్మా చెయ్యడన్నాడు.

అప్పారావు నవ్వాడు. "అది బాకీ తీర్చడం కాదోయ్ వాజమ్మా! బాకీ యేమిటి వెధవది టిప్ ఇచ్చినా ఇవ్వచ్చు. పులేవిటి! ఆవును పట్టుకు మళ్లీ వదల్డం ఏవిటి? అలాంటి మహోజ్వల అవకాశాన్ని కాపిటలైజ్ చేసుకోని గోవుంటుందా? పరమ లోభికి చెప్పినా, ఈ సంగతి వినగానే వందో యాభయ్యో పారేసి అపదకి అడ్డుపడతాడే.

"కథలో ఆవు ఏ నాలుగొందలో అప్పు చేసుకుంటుందనీ ఆనందంలో ఉక్కిరి బిక్కిరైపోయి కృతజ్ఞతకొద్దీ పెద్దపులి బాకీ తీర్చి పారేసుంటుందనీ నా థీసిస్" అన్నాడు.

దూరంగా నల్లకోటు కనబడింది. "ఋణదరాజుగారొస్తున్నాడు" అన్నాడు అప్పన్న. రెండు నిముషాలసేపు ఇద్దరూ ఊపిరి బిగబట్టి పొంచి కూచున్నారు. గుండెలు దడదడ కొట్టుకున్నాయి అప్పుదొరకబోయే వాడి గుండెల్లా. "నువ్విట్నించిలా వెళ్ళి అటెదుర్రా. నేను పలకరించి ఆపలేకపోతే నువ్వు కాయొచ్చు" అన్నాడు అప్పారావు. కాని అంతలో నల్లకోటు బాగా అల్లంత దూరంలోనే ఆగిపోయి ఒక తలపాగాతో మాట్లాడుతూ నిలబడిపోయింది.

"నడిరోడ్డుమీద కూడా క్లబ్బులు పెట్టేసి మాట్లాడితే ఎలా? ఎన్ని లోన్ అవర్స్ వేస్ట్" అని విసుక్కున్నాడు అప్పారావు.

"కొంపదీసి మన్లాంటివాడే – ఏ అప్పల్సాంవో అడ్డుతగిలి అక్కడే అప్పు కొట్టేయటం లేదుగదా" అన్నాడు అప్పన్న.

అప్పారావు గుండె గుభేలుమంది. తలపాగా శాస్త్రీ అప్పల్సామీ కాదని తేల్చుకున్న మీదట కుదుటపడింది. ధైర్యంగా నవ్వాడు.

"వాడు కాదులేవోయ్ – వీడెవడో సాదారకం. వాగుడుకాయ. గంటల కొద్దీ వాగుతారు వీళ్ళు. చర్చిస్తారు. ఉపన్యాసాలిస్తారు. అంతా పొల్లే. అప్పు గురించి ఒక్క ముక్క మాట్లాడరు. వాళ్ళ మొహం.... అయినా అప్పల్సావైతే ఇంతసేపా?" అన్నాడు.

వాడు ఇవతల వాళ్ళ అవసరాలు కూడా గమనించడు. రెండు మూడుసార్లు అప్పారావు ఇద్దరు ముగ్గుర్ని మెల్లిగా మాలీసు చేసి, దువ్వి వాళ్ళ దగ్గిర అప్పు అందుకోబోతుండగా వాళ్ళు సరిగా నోట్లు తీసి ఇస్తున్న ముహూర్తంలో అప్పల్సాంవి ఎక్కణ్ణించో డేగలా వచ్చి వాలి భోరున ఏడిచేసి భళ్ళున నవ్వేసి కూచిపూడి డాన్సు ఆడేసి, అకాడెమీవాళ్ళు ఒడిస్సీనీ, కథకళినీ గుర్తించి డబ్బిచ్చారుగాని దీనికిప్పలేదని చెప్పి, ఆ డబ్బు కాస్తా పుచ్చుకు చెక్కేశాడు. శ్రమ తనదీ, ఫలం వాడిదీ అయిపోయింది. ఇలా నీతి నియమం లేకుండా చెలరేగడం బాగులేదని అప్పాడతన్ని యూనియన్‌లో పెట్టి కడిగేశాడు అప్పారావు.

పూర్వం ఇలాంటి వుండేవికాదు. ఒక్కొక్క పరగణా ఒక్కొక్క అప్పు రాయల అధీనంలో వుండేది. వాడి అనుమతి లేందే, ఇరుగు పొరుగు పరగణాలవాళ్ళు ఇందులో జొరబడి అప్పులు నొల్లుకు పోయేందుకు వీలుండేది కాదు. అవసరమై అడిగితే, ఆ పరగణా పాలకుడు ఉదారంగా హక్కులు దానం చేసేవాళ్ళు; లేదా కప్పం కట్టే పద్ధతి మీద కౌలుకిచ్చేవాళ్ళు.

"ఆ తరంవారిలో అప్పు రాయలవారు ఎంత గొప్పవారనీ! నువ్వా కథ విన్లేదు కాబోలు" అన్నారు అప్పారావు.

అప్పు రాయలు 18 పరగణాల ఏలిక. అంత సూక్ష్మబుద్ధి, వాక్పటిమ, సమయస్ఫూర్తి, ఋణ పారీణత ఈనాడు అప్పుకి కూడా దొరకవు. తన 18 పరగణాలలోనూ తనకే కాక ఇతరులకు్కూడా దొరకనంత కూలంకషంగా అప్పులు చేశాడు ఆయన. పరమ ఋణాళువు. ఒకమాటు అప్పు కవిగారు ఆపదలో ఉండి ఆయన కొలువుకు వెళ్ళాడు అప్పుకోసం: అప్పుకవి మహా ఋణవంతుడు – పండితుడు. ఋణ్వేది. ఋణవ్యాకరణ ఋణతర్క మీమాంసాది శాస్త్రనిధి. అప్పుకవీయ గ్రంథకర్త.

"ఋణగ్రహణ గణాధిపా! అప్పురాయాన్ధీ! ఈ భూమ్మీద నీ అప్పులే సెలయేళ్ళై, నదులై, మహానదులై ప్రవహించి సముద్రాలయ్యాయి. భూగోళంలో "అప్పు" లన్నీ (అనగా నీళ్ళు) నీవే. అప్పులన్నిటినీ అవుపోశనం పట్టిన అగస్త్యుడివి నీవే" అన్నాడు.

అప్పురాయలు మొహం తిప్పుకున్నాడు.

అప్పుకవి చిన్నబుచ్చుకున్నాడు. తన ఋణవాక్యం రాయలవారికి దా–ఋణంగా నచ్చలేదని.

"హేఋణాబ్ధీ! నీ ఋణజలధిలో అప్పులకోసం తిరుగుతూ బతికే భవత్కా – ఋణోపజీవులమే మేమంతా" అన్నాడు. అప్పురాయలు మొహం రెండోవేపుకు తిప్పుకున్నాడు.

"ఋణసమ్రాట్! నువ్వు అందరి దగ్గిర అప్పు తీసుకుంటావనీ తీర్చవనీ అంటారుగాని, అందరూ ఋణగ్రహణ శిల్పంలో నీకు ఎంతో ఋణపడి ఉన్నారు. తీర్చాలన్నా తీర్చలేరు" అన్నాడు అప్పుకవి.

అప్పురాయలు వెనక్కి తిరిగి కూర్చున్నాడు.

అప్పుకవికి నిరాశ కలిగింది. తన అప్సురసజ్ఞత కొరగానిదయి పోయిందనీ నొచ్చుకున్నాడు. తుది ప్రయత్నంగా మరొక్క మాట అన్నాడు:

"కఋణాపయోనిధీ! అప్పులు అడిగేవేళ నువ్వు ఆడిన సరసాలన్నీ మనోహరమైన రూపాలు ధరించి అందమైన కన్యలుగా స్వర్గంలో విహరిస్తున్నాయి. వారినే అప్సరస లంటారు" (అప్పురసాలన్నమాట భ్రష్టమై ఈ పేరు వచ్చింది) అన్నాడు.

వెంటనే అప్పురాయలు సింహాసనం మీంచి లేచి దిగి అప్పుకవి వేపు బయల్దేరాడు.

కొంపదీసి తంతాడా ఏవిటి చెప్మా అని అప్పుకవి శంకించాడు. గాని ఆ వరకే అప్పురాయలు వచ్చేసి ఆయనను గాఢాలింగనం చేసుకున్నాడు.

"మహాకవి, మీ మహాకావ్యాలు నన్ను ముగ్ధుణ్ణి చేశాయి. నేను గద్దె దిగిపోయి, మొహం తిప్పినపుడల్లా ఆ దిశనున్న పరగణాలు మీకిస్తూ వచ్చాను. ఇపుడు నాలుగు

దిక్కులూ మీవే! దిక్కున్నచోట అప్పు తెచ్చుకోండి. దిక్కేమిటి నా రాజ్యం అంతా మీదే. ఈ రాజ్యంలో మీ చిత్తం వచ్చినవారిని, ఓపినంత అప్పు అడిగి పుచ్చుకోవచ్చు. ఆ హక్కులు ధారాదత్తం చేస్తున్నాను. వాటితోపాటు నా పాత బాకీలు కూడా మీవే. అంతేకాదు. ఇహనుండి మీరే నాకు అప్పులు ఇవ్వాలి. లేకపోతే తెచ్చి ఇవ్వాలి. ముందో రెండు పుంజీల వరహాలివ్వండి" అంటూ ఆయనను అభినందించి సత్కరించాడు అప్పరాజులు.

"ఆహా! నాటి విశాల హృదయాలు, ఆ ఔదార్యాలూ, ఆ అప్పరసజ్ఞత ఏవి - అప్పన్నా ఏవి?" అన్నాడు అప్పారావు కథలోనించి గాఢంగా నిట్టూరుస్తూ.

"కతలకేంగాని ముందర పన్జూడండి. ఇపుడు రాజుగారు ఇటేపొచ్చినా తిన్నగా అప్పుల్నరసయ్య కోసం ఎదిరింటి కెళ్ళిపోతాడు గదా, మనవెలా ఆపడం? ఆపి అడిగినా, ఆలోగా అప్పుల్నరసయ్య మన్ని చూసి తగులుకుంటే ఎలా?" అన్నాడు అప్పన్న.

అప్పారావు జాలిగా నవ్వాడు. "నీకు శ్ట్రాటజీ తెలీలేదోయ్ అప్పన్నా! అప్పుల్నర సయ్యున్నది బాకీరావుగారి అరుగుమీద గదా..... బాకీరావుగారికీ మన రాజుగారికీ చూడగానే కౌగిలించుకునే అలవాటు లేదు. అప్పో బాకీయో తేలని మొత్తం ఒకటి వాళ్ళిద్దరి మధ్యా నలుగుతోంది. అంచేత రాజుగారు దూకుడుగా వచ్చినా, అరుగుమీద బాకీరావుని చూసి తగ్గి తమాయించుకుని అప్పుల నర్సయ్యకోసం బీటెయ్యడానికి వెనక్కి వెనక్కి నడుస్తూ ఈ కిళ్ళీబడ్డీ దగ్గిరికే వస్తాడు - మనం ఇక్కడ మాటేశావని తెలీక. వెంటనే మనం వేటాడేస్తాం. అంథా స్ప్లిట్ సెకండ్ ఆపరేషన్. మాడర్న్ అప్పాలజీ" అన్నాడు అప్పారావు నీరసంగా నవ్వుతూ.

దూరంగా నల్లకోటు, అందులో ఋణదరాజుగారు కదలడం జరిగింది. అప్పారావూ అప్పన్నా బడ్డీచాటుకు జరిగి కాసేపు రాజుగారికేసి కాసేపు ఎదురింటి అరుగుమీది ఎరకేసి చూస్తున్నారు. లోకంలో గడియారాలన్నీ ఆగిపోయాయి. అప్పారావు గుండెలోదే దేశ సేవకుగాను ధాటీగా కొట్టుకుంటోంది.

ఋణదరాజుగారు ఈలపాట తక్కువజేసి మంచి హుషారుగా వచ్చేస్తున్నారు. అప్పుల్నరసయ్యని కళ్ళారా చూడాలని ఎన్నాళ్ళనించో ఆయన హృదయం తహతహ లాడిపోతోంది. ఇవాళ నుంచి మంచి అవకాశాలు కలిసొచ్చాయి. ఇందాక దగ్గిర్నావచ్చి - ఆపేదాకా - గుర్తు తెలీకుండా - తలపాగా చుట్టుకు - మారువేషంలో మీదపడ్డ అప్పులస్వామి గాడిది మినహా. వెధవపీనుగ చూస్తూండగా పాతిక రూపాయలు పట్టుకుపోయాడు అరగంటలో ఇస్తానని....

ఋణదరాజుగారు కిళ్ళీబడ్డీ దాటుతూ వుండగా అప్పన్న కంగారు కొద్దీ ఆయన ఎదటపడి అటకాయించేయ బోయాడుగాని అప్పారావు సకాలంలో అతన్ని ఆపాడు. లాకాయ లూకాయ దెబ్బతగిల్తే, కథ అడ్డం తిరుగుతుంది. దెబ్బతిన్న పులిని ఆకట్టడం కష్టం - ఓపిక కావాలి. నిగ్రహం వుండాలి....

రాజుగారు కోవెలదాక ధాటీగా వెళ్ళి కొయ్యబారిపోయారు. అలా నిలబడిపోవడం లాభసాటిగాదని మళ్ళీ కోలుకొని బాకీలరావుని శపించి నెమ్మదిగా వెనక్కి వెనక్కి అడుగువేసి కిళ్ళీ బడ్డీ చేరేవరకూ.

"దండాలు బాబయ్యా.... దండాలు." "ఛీ వెధవా నువ్వా. నా దగ్గి...." "మా బుల్లికొంట్లో... బాగు".... "ఏం.... లేదు"..... "అది కాదు బా".... "బోయ్ నువ్వెక్కడ దాపురించావు...." అనే ఋణగుణ ధ్వని "ఒరేయ్ అప్పన్నా, నీకేం బుద్ధిలేదూ" అన్న అప్పారావు కేకతో సర్దుకుంది.

"నమస్కారం రాజుగారూ" అన్నాడు అప్పారావు.

"నమస్కారం" అన్నాడు రాజుగారు నీరసంగా.

"ఈ వెధవకి సమయం సందర్భం మంచీ మర్యాదా తెలీవండి. అనెడ్యుకేటెడ్ బ్రూట్" అన్నాడు అప్పారావు.

"వెధవ్వేషాలు కుదరవు. నాదగ్గిరొందకాదు రెండొందలు కూడా లేదు" అన్నారు రాజుగార్లు కంగారుగా.

అప్పారావు షోగ్గా వయ్యారంగా వెనక్కి తిరిగి తనవెనకెవరో ఉన్నారన్నట్టు చూశాడు. ఇటు తిరిగి నవ్వాడు. "యూ మీన్ మీ.... నా వెనకెవరో ఉన్నారనీ, వారిని మందలిస్తున్నారనీ అనుకున్నాను..." అన్నాడు.

రాజుగారు ధుమధుమలాడుతూ ఎదురింటివేపు చూస్తున్నారు. కంగారుగా అటూ ఇటూ చూస్తున్నారు.

"డుయూనో! మీకు తెలుసా? విన్నారా?" అన్నాడు అప్పారావు.

రాజుగారు అనుమానంగా వెనక్కి చూశారు.

"మీరు క్షణం క్రితం అద్భుతమైన హాస్యపు మాటన్నారు. వన్నాఫ్‌ది ఫైనెస్ట్ జోక్సు ఎవర్. నేనే అయితే అది రాసుకొని ఎలక్షన్ ప్రాపగాండాలో వాడేద్దును" అన్నాడు అప్పారావు.

"ఈ శషభిషలు కుదరవు.... నాకు టైమైంది.... పోతున్నాను" అన్నారు రాజుగారు దశదిశలా కంగారుగా చూస్తూ.

"ఐనో ఐనో. టైము చాలా విలువైనది. ఇపుడు మీరు ఆ వందా ఇచ్చి మాటదక్కిస్తే అది ఓ ప్రాణాన్ని - ఒకటేమిటి రెండింటిని కాపాడుతుంది - ఆ రెండూ పెళ్ళాడి ఇంకో పిల్ల ప్రాణాన్ని పెడతాయి. అదేమో లక్షల్లార్జించి - వివరాలెందుకు లెండి ట్రూతీజ్ స్ట్రేంజర్ దాన్ ఫిక్షన్. నేన్నిజం చెప్పినా మీరు నమ్మరు."

రాజుగారు మళ్ళీ వీధి చివరికి తొంగిచూస్తూ "నా దగ్గిర డబ్బు లేదు" అన్నారు.

"డబ్బుదేవుందండి కుక్కనన్తే రాల్తుంది. మీరు ఊ అంటే దేన్నో తందాం."

"అసల్నే నెందుకివ్వాలయ్యా మీ అందరికీ?" అన్నాడు రాజుగారు కోపంగా.

"అప్పన్నా, చెప్పరా" అన్నాడు అప్పారావు.

అప్పన్న సంచిలోంచి సరంజామా తీశాడు.

"చిత్తం, మా యిద్దరి తాలూకు బంధువుల్లోను నిన్న సాయంత్రం వరకు ఇద్దరో ముగ్గురో పోయారండి. ఈపాటి కింకో ఇద్దరు పోయుంటారు. ఇంకిద్దరో ముగ్గురికో ప్రాణంమీద కొచ్చింది. ఇవిగో టెలిగ్రాములు. ఇవిగో ఈ రెండూ ఉత్తరాల్లా వున్నాయేగాని ఇవీ టెలిగ్రాముల్లాటివే. మేష్టారిల్లు వేలం వేస్తున్నారు. అప్పారావుగారి

తమ్ముడు పరీక్షకి ఫీజు... రిక్షావాని బీదబాలికకు మందు..." అంటూ చెప్పకుపోతున్న అప్పన్న అప్పారావు గావుకేక విని, తరువాత చుట్టూ చూసి కెవ్వుమన్నాడు.

అప్పారావు గావుకేక పెట్టడం నిజమే.

అప్పారావునీ అప్పన్ననీ కలుసుకోవాలనీ, వాళ్ళిద్దరిచేత కొన్ని ఋణపత్రాల మీద సమన్లమీదా ఆటోగ్రాపులు పెట్టించుకోవాలని చాలాకాలంగా సరదాపడుతున్న అభిమానులు కొందరు హఠాత్తుగా నేలలోంచి మొలిచినట్టుగా అక్కడ సంభవించి వారిని చుట్టుముట్టడించారు. వారంతా ఋణదరాజుగారిని ఆశ్రయించగా ఆయన కనికరించి ఈ భేటీ ఏర్పాటుకు ఈ విధంగా దోహదం చేశాడు.

ఎంతో ఆప్యాయంగా, తమ తమ శిల్ప సంప్రదాయాల ప్రకారం లొట్టలు వేస్తూ ఎరని చూస్తున్న, పులిని చూస్తున్న, వేటగాణ్ణి చూస్తున్న ఎరనీ పులినీ వేటగాణ్ణీ చూస్తున్న, పులిని చూస్తున్న, వేటగాణ్ణి చూస్తున్న, ఎరని మేస్తున్న, పులిని కాస్తున్న.... ఆ యొక్క సన్నివేశం నేత్రానందంగా మహోజ్జ్వలంగా ఉంది. అయినప్పటికీ సమావేశకర్త ఋణదరాజుగారు ఎందుకో హఠాత్తుగా కదిలి, తీరిగురించి లేనిపోని పట్టింపులు పెట్టుకోకుండా సభవారి కృతజ్ఞతాభివందనాలు అందుకోకుండా రివాజైన దాని కన్న ఎక్కువ వేగంతో బయల్దేరి వెళ్ళిపోయారు. అక్కడి సభవారు చాలామంది అయ్యో మహోపకారి వెళ్ళిపోతున్నాడేల అని తెల్లబోయి చూడసాగారు.

వెనకాలవేపు నుంచి బాకీరావుగారు ఉత్సాహంతో ఋణదరాజుగారి కోసం వస్తున్న వైనం వీరు గమనించలేదు. ఆ సంరంభంలో తమకు ప్రముఖ పాత్రలేదని తలచి చిన్నబుచ్చుకున్న అప్పారావు గల్లంతై పోవడం కూడా వారు గమనించలేదు.

"హే ఋణవాన్! ఏది ఎర? ఏది పులి? ఏది గురి? ఏది బలి? అంతా నీ లీల" అనుకున్నాడు స్వామి ఋణానంద – తాను ఎంతో ఆశతో ప్రేమతో దరిచేరబోయిన ఆ మహాసభ, తనని చూడగానే వందన సమర్పణ లేకుండా ముగింపు చెందడం, జనం కకావికలై పరుగెత్తడం చూసి.

* * *

రామకుమారి మీ ఇళ్ళు వుందా
రత్నకుమారీ మీ ఇళ్ళు ఉందా
పేరు పేరులతల్లి మీ ఇళ్ళు వుందా
పెద్దప్ప దొరసాని మీ ఇళ్ళు వుందా
అంటూ ఇంటింటా తొంగిచూస్తూ ఇల్లాళ్ళను అడగసాగింది నరసమ్మ.
మీ ఇళ్ళు లేదమ్మ మా ఇళ్ళు లేదు అన్నారు ఇల్లాళ్ళంతా అలవాటు ప్రకారం.

“ఇల్లిల్లు తిరిగేటి పిల్లల్ల కోడి
అల్లదుగో చూడవే, తెల్లవారేను
మేలుకో మేలుకో ఓ సుందరమ్మా!
మేలుకోవే ఇంక బంగారు బొమ్మా”

అన్నాడు అప్పుడే నిద్ర మేలుకుంటున్న చక్రవర్తి.

చక్రవర్తి కవిత్వం చెబుతాడంటే సుందరమ్మకి చాలా భయం. చటుక్కున నిద్రలేచి, శ్రీరామ చుట్టుకుని, కుంపటి రాజేసి, కాఫీ పొడి కోసం పొరుగింటికి అప్పుకి బయలుదేరింది. పొరుగింటి పిన్నిగారు ఎదురింటి జానకమ్మ దగ్గిర వాళ్ళ నాగపూారు కప్పుతో నాగపూారు కప్పుడు పంచదార అప్పు పట్టుకొచ్చింది. జానకమ్మ పంతులమ్మ. సుందరమ్మ భర్త పనిచేసే బడిలోనే ఉద్యోగం. అందుకని సుందరమ్మ సాధారణంగా అక్కడ అప్పడగదు. ఆ మాటకొస్తే సుందరమ్మ పక్కింటి పిన్నిగారిని తప్ప ఇంకెవరినీ అప్పు అడగదు. ఇద్దరివీ ఖరీదైన కోరికలు కాబట్టి నెయ్యానికీ కయ్యానికీ ఆవిడే తగును.

తాత్కాలికంగా వచ్చిన కొన్ని ఇబ్బందుల వల్లా, ఇంతకన్నా పెద్ద ఇల్లు దొరకకా, తనూ పక్కింటి పిన్నిగారూ ఈ మధ్య తరగతి వాళ్ళకాలనీలో వనవాసం చేస్తున్నారు.

తనకి సరికొత్త జాగ్వారుకారు కొనాలని అభిలాష. పిన్నిగారికి ఒక మేడ ప్రస్తుతానికొక్కనాలని ఉంది, తాపీగా ఒకటి కట్టించుకోవాలని సంకల్పం. అందులో టెలిఫోను, రేడియో, బొచ్చుకుక్క – అవీ ఉంటాయి. అప్పుడే ఆవిడ టెలిఫోను రేడియోలు పెట్టే బల్లల మీద వేసే గుడ్డలు కొనేసి, వాటికి చక్కగా ఎంబ్రాయిడరీ వేసింది. కొనబోయే బొచ్చుకుక్కకి ముచ్చటైన పటకా, గొలుసు కొని అట్టే పెట్టుకుంది.

సుందరమ్మ పెద్దపెద్ద కారుల్లో వెళ్ళినప్పుడు ఎలా ప్రవర్తించాలో చూసి, చదివి తెలుసుకుంది. డ్రైవరు వచ్చి తలుపు తీసేదాకా దిగకుండా ఉండడం, దిగినపుడు ముందర ఓ కాలు వయ్యారంగా నేల మీద మోపడం, మోపినప్పుడు కాలి ఆకుజోడు పూర్తిగా తొడుక్కుని ఉండకుండా, బొటనవేలికి సుతారంగా తగిలించి అరికాలికి, జోడు ఉపరితలానికి మధ్య కనీసం 60 డిగ్రీల కోణం ఉండేటట్లు చూసుకుని మరీ దిగడం, తలుపు వేసినపుడు చీరచెంగు ఆ సందులో పడేటట్లు వదిలి, ఆ పైన ముద్దుగా ముచ్చటగా సన్నంగా చక్కగా, 'ఓ' అని ఇంగ్లీషులో ఆశ్చర్యపడి, నాజూకైన బేజారు నటించడం మొదలైన కార్యకలాపాలన్నీ సినిమాలకు వెళ్ళినప్పుడు టాక్సీలలో ఎక్కి దిగి నేర్చుకుంది అందమైన సుందరమ్మ.

పిన్నిగారూ నిన్న ఎంత చక్కటి కారు చూశా ననుకున్నారు. పెద్దకారు. నల్లటి కారు. నా హైదరాబాదు చీరంత నల్లటిది అంది సుందరమ్మ.

ఏదీ! నువ్వు చెప్పేది రోజూ పదిన్నరకి మన వీధి మీదుగా వెళ్ళేదేనా?.... మా ఆఫీసరుగారి మేడ దగ్గిర చూశాను. అన్నట్టు నువ్వు వాళ్ళ కొత్త మేడ చూశావా? అచ్చు నేను అనుకుంటున్న మేడే అనుకో. నా ప్లాను కాపీ కొట్టారా అనిపించింది. ఎటొచ్చీ ప్రహరీగోడ బాగా పొట్టిదనుకో... అంది పిన్నిగారు.

తడకవతల పడుకున్న చక్రవర్తి వింటున్నాడు కబుర్లన్నీ. ఈ పురాణ కాలక్షేపం ప్రారంభం అయితే భోజనం వేళకి కాఫీ, నిద్రవేళకి భోజనం తెములుతాయని తెలుసు. సుందరీ అని కేకవేశాడు మొండిగా.

అన్నట్టు పిన్నిగారూ, కాఫీ పొడుం నిండుకుంది కాని....

.... అట్టే లేదనుకుంటానమ్మా అంది పిన్నిగారు- మొహం ముడుచుకోడానికి ఉపక్రమిస్తూ. సుందరమ్మ నాలిక కరుచుకుంది చేసిన పొరపాటుకి.

ఎంతో వద్దు – ఈ పూటకే, మీ నాగపూరు కప్పతో నాగపూరు కప్పెడు చాలు అంది.

మేడ కొనేసినంత పనయింది పిన్నిగారి ప్రాణానికి. దానికేం భాగ్యం మహరాజులా పట్టికెళ్ళు అంది ఆదరంతో.

సుందరమ్మ వెళ్ళగానే నరసమ్మగారు వచ్చి పిన్నిగారిని పలకరించింది. మా చిన్న పిల్లగినా మీ ఇంటో ఆడుకుంటోందా వదినా? అంది ఆప్యాయంగా. లేదండి అంది పిన్నిగారు కాస్త ముభావంగా.

ఏమోనమ్మా. అస్తమానూ అత్తయ్యత్తయ్యంటూ ఉహూ ఇదౌతూ ఉంటుంది. మీ ఇల్లు కాస్త విశాలం కదూ. దాని ప్రాణానికి హాయిగా ఉంటుంది అంది నరసమ్మగారు.

ఏ మిల్లు లెస్తురూ వదినా. మాకు మహా ఇరకాటంగా ఉంది. పెద్ద కొంప కోసం దేవుళ్ళాడుతున్న కొద్దీ దూరం అయిపోతోంది.

ఔ గాని వదినా మీ ఇంట ఒక అర్ధశేరు బియ్యం ఉంటే ఇద్దురూ. అనక పంపించేస్తాను... ఉంటేనే సుమండీ అంది నరసమ్మగారు కాస్త గొంతుక మార్చి.

అదేమిటమ్మో! లేకపోతే ఇచ్చేదేముంది? అయినా మా ఇంట ఇటువంటి వాటికి లోటుండదమ్మో...

మరేం లేదొదినా. ఈ తోటలో ఇప్పటికి ఎనిమిది ఇళ్ళలో అడిగాను. అందరిళ్ళలోన్లూ బియ్యం నిండుకున్నాయట.... అప్తులు- కాబట్టి మీతో చెబుతున్నాను సుమండీ అంది నరసమ్మ.

పోన్లే ఎవరి పాపం వాళ్ళదీ. అర్ధశేరు కాదు. ఇంకో పావుశేరు కూడా పట్టుకెళ్ళు... చేట తెచ్చావా, చెంగులో పొయ్యనా?

మీ కలకత్తా వెండి గిన్నెలో పోసివ్వండి అంది నరసమ్మ.

బియ్యంతోపాటు కాసిని వంకాయలు, ఓ గుమ్మడి బద్ద కూడా ఇచ్చి పంపింది పిన్నిగారు. నరసమ్మగారు ఇంటికెళ్ళి తలుపు గొళ్ళెం తీసేవరకు, ఇంట్లోని నలుగురు పిల్లలూ బిలబిల లాడుతూ బయటకొచ్చారు – అమ్మా అన్నమే, అప్పచ్చే, కానీయే, వోణీయే అంటూ.

నరసమ్మగారు అలవాటు ప్రకారం నలుగురికీ వీపుల మీద నాలుగు రెళ్ళు ఎనిమిది వడ్డించి అవతలకి పొమ్మంది. ఐదు నిమిషాలలో ఆ తోటలోని పదకొండు ఇళ్ళలో ఉన్న యావన్మందీ నరసమ్మగారి పిల్లల గోల విని తెల్లారిందని తెలుసుకొని లేచారు.

కొన్ని వేల సంవత్సరాల క్రితం ఆ తోటలో జనాన్ని ఇప్పటికి మల్లె నరసమ్మగారి పిల్లలుకాక, కాకులు, కోళ్ళు ముచ్చటగా మేలుకొలిపేవి. అప్పట్లో కణ్వుడు, విశ్వామిత్రుడు, వశిష్టుడు మొదలైన ఋషుల కోవకి చెందిన గొప్ప ఋషి కూతురు ఒకసారి బొమ్మల పెళ్ళిళ్లు చేసింది. ఆశ్రమ సీమలోని ఋషులు, వారి శిష్యులు యావన్మందీ ఆ పెళ్ళి వైభవంగా జరపడం కోసం నిజంగానే విడిది కట్టారు. తోట మధ్యన ఒక పెద్ద కుటీరం నిర్మించారు పెళ్ళికి. దానికి ఎడాపెడా నాలుగేసి పర్ణశాలలు,

వెనుకవైపు రెండు శాలలు కట్టారు విడిది కోసం. కొంతకాలానికి క్రీస్తుశకం, దరిమిలా ఇరవయ్యో శతాబ్దం వచ్చేశాయి.

నాగరికత పెరిగాక, అక్కడ ఊరు వెలిసింది. ఆ శాలలు కొన్న యజమాని వాటి ఆకులు తీయించి, పాత పెంకులు, రేకు ముక్కలూ వేయించాడు. పైకప్పుగా స్తంభాలూ తడకలూ తీసి ఇటికలూ, మట్టీ వేసి గోడలు లేపాడు. మధ్య పాక పీకి డాబా వేయించాడు. పైన గది వేశాడు.

ఆ పర్ణశాలావళి యజమానులు మారినా శాల్తీలు మారలేదు. చుట్టూ వున్న గదిన్నర వాటాలతో పదేసి రూపాయల అద్దె యిచ్చే చిన్న కుటుంబాలున్నాయి. మధ్య ఇల్లు రెండు భాగాలు. ఒక వాటాలో పెద్ద మనిషిగారూ ఆయన కుటుంబం ఉన్నారు.

రెండో దాంట్లో సుబ్బారావుగారి మావగారి కూతురూ, కూతురు మొగుడు సుబ్బారావూ ఉంటున్నారు. చుట్టూ వున్న గదిన్నర వాటాలలో చక్రవర్తీ సుందరమ్మల వంటి చిలకా గోరువంకల దగ్గిరి నించి, చక్రవర్తి కవిత్వానికి గురి అయిన పిల్లలకోడి నరసమ్మగారి వరకూ రకరకాల కుటుంబాలు ఉన్నాయి.

వీటిలో ఏ తరగతి క్రిందకూ రానిది, మిడిల్ స్కూలులో ఐదో తరగతి వరకూ పాఠాలు చెప్పే పంతులమ్మ జానకమ్మ – పెళ్ళి చేసుకోని బంగారు బొమ్మ.

ఇంటి యజమాని వీర్రాజు, మధ్య ఇంటి మేడ గదిలో ఉంటాడు ఒంటరిగా. వీర్రాజుకి శరత్‌బాబు కథల్లో హీరో లక్షణాలు కొన్ని ఉన్నాయి. ముందూ వెనకా ఎవరూ లేరు. ఉన్నవాళ్ళెవరో చాలా దూరాన ఉన్నారు. వీర్రాజు ఆస్తి అనదగిన ఈ వాడ, వాళ్ళంతా తన్నే పట్టుకు దేవుళ్ళాడేటట్లు చేయగలిగినంత బలమైన సూదంటు రాయి కాదు. పదిమంది మధ్య ఉండాలని వీర్రాజుకి ఉబలాటం లేదు.

ఇరుగు పొరుగుల గోల పట్టించుకునేవాడు కాదు కాని, ఇరుగువారి చరిత్ర పొరుగు వారూ, వారి కథ వీరూ వంతులు వేసుకుని చెప్పి చక్కాపోతూ ఉండటంతో, అతనిలో కుతూహలం రేగింది. మేడమీది గదిలో కూర్చుని ఒడలో కప్తానులా, చుట్టూ గదిన్నర వాటాల వారు పడే అవస్థలూ, కీచులాటలూ, దోబూచులాటలూ సావకాశంగా చూస్తూ ఉండేవాడు. అతడు జాలిపడే వాడనడానికి నిదర్శనం అద్దెల బకాయిలు.

ఒక్కొక్కసారి చిరాకేసేది – చేతిలో డబ్బు బొత్తిగా ఇదైపోయినపుడు, తనకు బాకీ ఉన్నవాళ్ళు కులాసాగా సినిమాకి వెళ్తున్నపుడు ఒళ్ళు మండిపోయేది.

ఒక ఆదివారం సాయంత్రం క్రింద వాటాలో సుబ్బారావు షికారుకు వెళుతుంటే పిలిచాడు.

ఏవండీ... మరోలా అనుకోకండి. ఈ నెలయినా కాస్త అద్దె ఇచ్చేస్తే... అన్నాడు మెల్లిగా.

సుబ్బారావు తెల్లబోయాడు. మొన్న ఒకటో తారీఖునే ఇచ్చేశాం గదండి... పైగా ఈ నెలయినా అంటారేమిటి? నేను బకాయిలు పెట్టలేదే?

ఐదు నెలలయిందండి మీ వాటా అద్దె నాకు అంది అన్నాడు వీర్రాజు.

మీరు పొరపాటు పడుతున్నారు. జీతం వచ్చిన మర్నాడే మీకు అద్దె పంపిస్తున్నాను.

నాకు మాత్రం అందటం లేదండి.

వీర్రాజు తిక్క జవాబు విని సుబ్బారావు మండిపడ్డాడు. ఉండండి అదేదో ఇప్పుడే తేల్చేస్తా అన్నట్లు చరచర ఇంట్లో కెళ్ళాడు. భార్యని గదమాయించి అడిగాడు.

ఇవ్వకేం ఏ నెలకానెల నిక్షేపంలా ఇస్తున్నాం. అదేం పొయ్యే కాలం అందామె.

ఆ ముక్క అతనితో చెప్ప అన్నాడు సుబ్బారావు.

బావుందండీ. చెట్టంత మొగాడి ఎదటపడి పోట్లాడమంటారా? మీ మాట నమ్మకపోతే కాస్త ఆగమనండి, మా నాన్న వచ్చాక కనుక్కోమందాం. ఆయనే ఇస్తున్నారు అద్దె పట్టిగెళ్ళి అంది.

అద్దె ఇస్తున్నది మావగారు అని వినగానే సుబ్బారావు ధీమా సడలింది. కోపం చల్లారింది. సుబ్బారావు మావగారు షైరు వెళ్ళాడు. బాగా చీకటి పడ్డాక ఆయన రాచకార్యాలు చక్కబెట్టుకొని వస్తాడు. సుబ్బారావుకి వీర్రాజు దగ్గరకెళ్ళి ఏం చెప్పాలో తోచలేదు. మొహం దిగాలు పడింది. రానురాను అనుమానం ఎక్కువైంది.

కిటికీలోంచి బయటకు చూశాడు. ఎదుటి నాలుగు వాటాలలో మూడు వాటాల వాళ్ళు వసారాలో బార్లు తీరి చూస్తూ వింటూ నిలుచున్నారు గారడీవాడి ప్రేక్షకులమల్లే. జానకి మాత్రం లోపల వంట చేసుకుంటూ కూర్చుంది. సుబ్బారావు చీదరించుకుంటూ వీర్రాజు దగ్గరకెళ్ళాడు. అయ్యా రాత్రి మాట్లాడదాం అనేసి విసవిస నడిచి వెళ్ళిపోయాడు.

☆ ☆ ☆

రాత్రి ఎనిమిదయింది. సుబ్బారావు ఇంటిలో కూర్చుని పేపరు చదువుతున్నాడు.

ఏవోయ్! పెంద్రాళే వచ్చేశావ్! అంటూ హుషారుగా పలకరించాడు సుబ్బారావు మావగారు.

ముందు చొక్కా విప్పండి. భోం చేద్దాం అన్నాడు సుబ్బారావు.

మావగారు చొక్కా ఊడదీసే కార్యక్రమం సగం అమలు జరుపనిచ్చి, ఆయన తలకాయ చొక్కా ముసుగులో మునిగివున్న క్షణాన, వీర్రాజు అద్దె బకాయి పడ్డామంటున్నాడు అన్నాడు సుబ్బారావు.

మావగారు చొక్కా విప్పలేదు. దింపలేదు. తలకాయ అలా చాటునే ఉంచుకుని ఏ అద్దె – అన్నాడు.

ఏ అద్దేమిటండీ, నా తలకాయ అద్దె! మన ఇంటద్దె అన్నాడు వీర్రాజు.

మావగారు చొక్కా కిందికి దింపి, ఇవతలికి తొంగి చూశాడు.

అవునుగాని సుబ్బారావ్, ఈ డొక్కు ఇంటికి అద్దెబకాయి పెట్టకుండా వల్లకాదంటే, మనకి ఈ ఇంటిలో ఉండేటంత ఖర్మం ఏం కాలిందీ అంట అన్నాడు.

ఒకటికాదు రెండు కాదు ఐదు నెలలు ఐదు ముప్పయిలు నూట యాభయి బకాయి పెట్టారు మీరు అన్నాడు సుబ్బారావు.

మావగారు అమాంతం చొక్కా విప్పకోడానికి మొదలు పెట్టి తల ఆ డేరాలో దాచుకున్నాడు. ఎవరు చెప్పారు నీకు. ఐదు నెలలు కాదే, ఏ మూడు నెలలో నాలుగు నెలలో అన్నాడు.

ఎందుకండీ మావగారూ ఇలా చేస్తారు. నన్నిలా బాధ పెట్టడం భావ్యమేనా? అన్నాడు సుబ్బారావు చిరాగ్గా. మావగారు చొక్కా విప్పలేదు.

ఇంతలో సుబ్బారావుని హలో అనే మిత్రుడొకడు హఠాత్తుగా వచ్చేసి హలో అనేశాడు. అప్పు కావాలన్నాడు. ఇదివరకు అతను బాకీ వున్న ఐదూ పదీ, పదీ రెండూ పన్నెండూ, నాలుగు రోజులలో సుబ్బారావుకి ఇచ్చివేయ దలచుకున్నట్లు ప్రకటించాడు.

ఏం గిరాకీ అన్నాడు సుబ్బారావు కోపంలోనే కొంత హేళన స్ఫురింపజేస్తూ.

మనియార్డరొస్తుంది.

ఇంకేం అదేదో వచ్చాకా, సరాసరి ఇచ్చెయ్యొచ్చుగా, ఇప్పుడీ ప్రకటనలెందుకు?

ఏం లేదు ఇంకో ఎనిమిది ఇవాళ అర్జెంటుగా యిస్తే మొత్తం ఇరవై ఇచ్చేద్దామని.

ఊహ మంచిదే. నా దగ్గిర డబ్బు లేదు, ఉన్నా యివ్వను అన్నాడు సుబ్బారావు విసుగ్గా.

మావగారు చొక్కా విప్పకోవడం మానేసి, మామూలుగా కిందికి దించి ఆలకిస్తున్నాడు.

పోనీ మూడు ఇవ్వండి. మొత్తం పదిహేను ఇచ్చేస్తా అన్నాడు మిత్రుడు ఆశగా.

సుబ్బారావు మందహాసం చేసి కూర్చోమన్నాడు.

అబ్బాయ్, నా ఎరకన సెంట్రల్ గవర్నమెంటులో రెండు ఉద్యోగాలున్నాయి. చూసుకోరాదూ అన్నాడు.

అబ్బే, నేను గవర్నమెంటు కింద ఉద్యోగం చెయ్యదలచుకోలేదు.

అయితే మా వంటి వాళ్ళ ప్రాణాలు తీస్తూ ఉండదలుచుకున్నావా? అన్నాడు సుబ్బారావు.

అసలు చెప్పండి, చూద్దాం.

ఈ ఉద్యోగాలు స్వతంత్రమైనవిలే. నెల జీతం కాదు, ఏ రోజు కారోజే శక్తికొద్దీ సంపాదన.

చెప్పండి ఎక్కడో.

ఒకటి తంతి తపాలా శాఖ. పని సులభం. చిన్నచిన్న పోస్టాఫీసు లుంటాయి చూడు. ఓ కలం, సిరాబుడ్డి పట్టుకు వెళ్ళడం, ఎవడైనా ఉత్తరం వ్రాసుకోడానికి వస్తే కలం, సిరాబుడ్డి చేతికిచ్చి, నువ్వు ముందుకు వంగి, వీపు మీద ఉత్తరం రాసుకోనీయడం, అదయిపోయాక తపాలా బిళ్ళలు అంటించాలిగా, మిషన్ పద్ధతిలో నాలిక బయటికి చాచడం, ఆయన స్టాంపు తడి చేసుకోగానే, నాలికని ఉపసంహరించుకోవడం, స్టాంపు అంటించడానికి మళ్ళా ఒక్కసారి వీపు ఎరువియ్యడం. ఈ సహాయానికి, ఉత్తరం ఒక్కటికి అర్ధణా పుచ్చుకోవచ్చు. ఈ లెక్కన రోజుకి నీ ఆర్జన ఎంతో చూసుకో అన్నాడు సుబ్బారావు గబగబా హుషారుగా.

ఎదటి మిత్రుడుకి నోట మాట రాలేదు. సుబ్బారావు మావగారు మళ్ళీ చొక్కా విప్పబోయి, మధ్యలో ఆపేసి తల దాచుకున్నాడు. ఇదేం చూడనట్టుగానే సుబ్బారావు చెప్పుకుపోయాడు.

ఇది నచ్చకపోతే ఇంకోటుంది. ఒక హరికేన్ లాంతరు చేతబట్టుకొని కలకత్తా మెయిలుకి అరమైలు దూరాన పరిగెడుతూ ఉండాలి.

లైను సరిగా లేనపుడు వెనకాల వచ్చే రైలుని ఆపి, ఆ సంగతి చెప్పాలి. పూర్తిగా నైటు డ్యూటీ అనుకో, ఛఫ్ అన్నాడు, సుబ్బారావు మావగారు. సుబ్బారావు స్నేహితుడు చీదరించుకుని వెళ్ళిపోయాడు.

ఏమిటండీ సెలవిచ్చారు అన్నాడు సుబ్బారావు.

ఆ వెధవ నడ్డుపెట్టుక్కొని నన్ను అడ్డమైన మాటలూ అంటావూ? ఇష్టం లేకపోతే పొమ్మనరాదూ? అన్నాడాయన చొక్కాలోంచి.

మిమ్మల్ని ఇల్లరికం ఉండమని పిలిచానా? పెద్దలు కదా తండ్రి వంటివారు కదా అని గౌరవిస్తే మీరు మీ చిత్తం వచ్చినట్లు నన్ను ఉద్ధరిస్తున్నారు. పల్లెత్తు మాటన్నానా?... మీరు అద్దెలకి కూడా ఎసరు పెడితే ఎలా చావమంటారండి, అన్నాడు సుబ్బారావు.

నాన్నా నువ్వు లోపలికి రా, ఆయనతో వాదించకు అంది సుబ్బారావు భార్య.

ఉండవే, దీనంతేమిటో కనుక్కుంటాను అన్నాడు మావగారు ముసుగులోంచి.

దేంది? ఆ చొక్కాదా? అన్నాడు సుబ్బారావు.

మావగారికి బాగా కోపం వచ్చేసింది. ఆరి వెధవ! అంత హేళనా! అంటూ భావాలను అభినయించబోయాడు... ఆ ఉధృతానికి, పిగులుతున్న చొక్కా ఎడాపెడా ఛర్రున చిరిగి చేతులు రెండూ చెరో చిల్లిలోంచి ఇవతలకి వచ్చాయి. తల ముసుగులో ఉండిపోయింది.

ఈ శబ్దాలు విని వీర్రాజు మేడ దిగి మూడడుగులు వేసి కొయ్యబారిపోయాడు. సుబ్బారావు వాటాకి, ఇవతల వాటాకి మధ్య ఒక తలుపే అడ్డం. ఆ తలుపు దగ్గిర అతి మనోహరమైన దృశ్యం కనబడింది కిటికీలోంచి చూసిన వీర్రాజుకు. ఆ వాటాలోని పెద్దమనిషి ఒక కుర్చీలో కూర్చున్నాడు, పక్కనే ఆయన సతి మరొక కుర్చీ వేసుకుంది. కూతుళ్ళూ, కొడుకులూ, మనుమలూ ఎడా పెడా నుంచున్నారు. కొందరు పెద్దవాళ్ల కాళ్ళ దగ్గిర మఠం వేసుకు కూర్చున్నారు. ఈ బృందం అంతా సుబ్బారావు వాటా తలుపుకి ఎదురుగా, కాస్త దగ్గిరగా ఈ విధంగా ఉపవిష్టులై పొరుగింటి వారి పోట్లాటను తిలకించకపోయినా ఆలకించి, తన్మయానందం అనుభవిస్తున్నారు. గ్రూపు ఫొటో తీయించుకున్నట్టు కూర్చున్న ఆ గుంపును చూడగానే వీర్రాజు ఛీ అనుకున్నాడు. ఆ పైన జాలిపడ్డాడు. ట్యూషన్ చెప్పి ఇంటికొస్తున్న జానకి కూడా ముచ్చటైన ఈ దృశ్యం చూసి ఏవగించుకుంది. వీర్రాజు కూడా తనతో ఏకీభవించి నందుకు తృప్తిగా నవ్వి వెళ్ళిపోయింది.

మావా అల్లుళ్ళ వాదం కొనసాగుతూ ఉండగా కెనడియన్ రైలింజన్ కొండ మీద నుంచి దొర్లించిన చప్పుడయింది. ఒక్క క్షణం ఆగారు. 1928 వ సంవత్సరపు చలనహేతు శకటం ఒకటి టకటకమంటూ ధనధనమంటూ ఇంకా నానా విధాల చప్పుడు చేస్తూ, తోటలోకి వచ్చి సరాసరి సుబ్బారావు ఇంటి ఎదుట ఒక క్షణం ఆగింది.

కారు కొన్నాం, కారు కొన్నాం అంది కారులో కూర్చున్న సుందరమ్మ హుషారుగా. కారులో సుందరమ్మ ఆరిందాలా చేరబడి కూర్చుంది. పోట్లాట మధ్యలో ఉన్నందువల్ల ఎవరూ సుందరమ్మ కారు జోలికి రాలేదు. నరసమ్మగారి పిల్లలు కూడా భయపడ్డారు.

ఉత్సాహం చల్లారిపోయిన సుందరమ్మ రైట్ రైట్ అంది డ్రయివర్ వంక తిరిగి. కారు ముందుకు సాగి ఎడమకు తిరిగి మళ్ళా ఎడమకు తిరిగి సుందరమ్మ వాటావైపు వచ్చింది. హోల్డాన్ అని కేక పెట్టింది సుందరమ్మ తన ఇల్లు రాగానే.

చక్రవర్తి వసారాలో కూర్చున్నవాడల్లా తుళ్ళిపడి లేచాడు. ఏమిటిది అన్నాడు. సుందరమ్మ డ్రైవరుకు వందనాలర్పించి, ఓ రూపాయి ఇచ్చి వెళ్ళిపొమ్మంది.

మనదే, ఎలా వుందండీ, నాలుగంటే నాలుగు వందలండీ అంది సుందరమ్మ.

నీకేమైనా మతిపోయిందా? కారు కొన్నావా? నీ కసలు నాలుగు వందలెక్కడివి....? నేను బడిపంతులునని జ్ఞాపకం ఉందా? మన ఇంటి అద్దె ఎంతో తెలుసా? అన్నాడు చక్రవర్తి.

ఒక్క క్షణం ఉండండి చెబుతా, కాసిని మంచినీళ్ళు తాగాలి.

ఈ లోగా మధ్య ఇంట్లో సుబ్బారావు, ఆయన మావగార్ల వాదాలు తారస్థాయి నందుకున్నాయి.

మీకు సాదరు ఖర్చులికి వేరే ఇవ్వడం కాకుండా, వెచ్చాలన్నీ మీ చేతనే కొనిపిస్తున్నాను కదా అన్న మాటలు పై స్థాయిలో వినపడ్డాయి. సుబ్బారావు ఇంత దారుణమైన మాట అంటాడనీ, అనగలడనీ, ఆ తోటలో ఎవరూ అనుకోలేదు. అందుకని ఆ మాటలు విన్నవాళ్ళంతా విస్తుబోయారు. సుబ్బారావు మావగారు కలలో కూడా అనుకోలేదు. ఆయన కొయ్యబారిపోయాడు. పెదవులు వణికాయి. కళ్ళెర్రబడ్డాయి. మాటలు చాలా అనాలని లోపల ఉబలాటం ఉంది కాని బయటికి రావటంలేదు. ఉండు అని ఉరుములాంటి మాట మాత్రం అన్నాడు.

ఇంట్లోంచి బయటికొచ్చేశాడు. తరవాత ఆయనకి ఏం చెయ్యాలో బోధపడలేదు. ఆగి వెనక్కి చూశాడు. సుబ్బారావు లోపలికి వెళ్తున్నాడు. ఇంకో క్షణం ఆగి ఆలోచించి, సరాసరి జానకమ్మ వాటాలోకి వెళ్ళాడు సుబ్బారావు మావగారు.

అమ్మా, వింటున్నావుగా, ఇవి చేతులు కావు కాళ్ళనుకో, పెద్దముండావాణ్ణి. ఇన్నాళ్ళకీ గతి పట్టింది. ఒక్క నూట యాభయి వుంటే ఇవ్వు తల్లీ, రేపు సాయంత్రానికి తల తాకట్టు పెట్టి నీది నీకిస్తాను... ఈ తోటలో ఇస్తే నువ్వే ఇవ్వాలి అన్నాడు.

జానకి మనసు కరిగిపోయింది. కాని అంత డబ్బు లేదు. వందే ఉంది. పైగా ఆమె బుర్ర ఎక్కడో ఉన్నందువల్ల, ఈ కథ సంగతి పూర్తిగా తెలియదు.

మీరు అలా సోడా కొట్టు కెళ్ళి ఐదు నిమిషాలలో తిరిగి రండి ఇస్తాను అంది. సుబ్బారావు మావగారు వెళ్ళిపోయాడు. జానకి బయలుదేరి సరాసరి మేడ ఎక్కింది.

వీర్రాజు విచారిస్తున్నాడు తనవల్ల అంత గొడవ జరిగినందుకు. అంతలో జానకి పిలిచింది. హఠాత్తుగా ఓ యాభై రూపాయలు కావాలంది. తనతో అరుదుగా మాట్లాడే జానకి ఇంత హఠాత్తుగా, నిస్సంకోచంగా డబ్బు అడిగెయ్యడంతో, వీర్రాజు అసలు సంగతి పసికట్టేశాడు.

మీరు చాలా మంచివారు అన్నాడు ఐదు కొత్త నోట్లు జానకి చేతికందిస్తూ.

జానకి నవ్వింది. బళ్ళోకూడా చాలామంది మేష్టర్లు, హెడ్‌మాస్టర్, సెక్రటరీ తనని అడపా తడపా మెచ్చుకుంటూనే ఉంటారు. కాస్త తలనొప్పి వస్తే ఆయుర్వేదం, అలోపతి, హోమియోపతి, మొదలైన వైద్య శాస్త్రాలలో చెప్పిన మందులన్నీ ఏకరువు పెడతారు. అదే పనిగా సానుభూతి వొలకబోస్తారు.

వీర్రాజు ఆమె నవ్వులో ఈ ధోరణిని పసిగట్టాడు. ముఖస్తుతి అనుకునేరు కొంపతీసి అన్నాడు నవ్వుతూ.

మీరు నా మంచితనాన్ని మెచ్చుకున్నారు గాని, ముఖాన్ని కాదుగా అంది జానకి వెనక్కి తిరుగుతూ.

అదాండి. అలాంటి ముఖస్తుతి అయితే అనర్గళంగా మెచ్చుకోగలను. అమోఘమైన కాంపోజిషన్ వ్రాసి మీ చేతే పదికి పది మార్కులు వేయించుకోగలను అన్నాడు వీర్రాజు.

మీరు బలేవారే అంటూ జానకి గబగబ మేడ దిగిపోయింది.

సుబ్బారావు మావగారికి నూట యాభయి ఇచ్చింది జానకి. ఆయన బోలెడు దుఃఖపడి జానకి ఋణం తీర్చుకోలేనని పదేపదే చెప్పి ఇంటిలోకి వెళ్ళి సుబ్బారావు ఎదుట పడేశాడు. సుబ్బారావు మారు మాట్లాడకుండా భార్య కిచ్చాడు. భార్య మళ్ళా ఆ డబ్బుని తండ్రికే ఇచ్చింది.

నువ్వే వెళ్ళి ఇచ్చెయ్యి నాన్నా అంది.

ఆయన సుబ్బారావుకి మహోపకారం చేస్తున్నవాడిలా, మడిగట్టుకున్నట్లు మునివేళ్ళతో ఆ డబ్బుని తీసుకొని వీర్రాజు దగ్గరికి వెళ్ళాడు.

తోటలో సద్దుమణిగింది. అవతల పెడలో సుందరమ్మ వాటాలోంచి మాత్రం మాటలు వినబడుతున్నాయి. అన్ని వాటాలవాళ్ళు దీపాలార్పి పడుకొని, చల్లటి గాలి వీచినట్టుగా, ఆ మొగుడూ పెళ్ళాల వాద ప్రతివాదాలు విని ఆనందిస్తున్నారు. ఇంచుమించు అప్పటివరకూ సుబ్బారావు ఇంటిలో మావా అల్లుళ్ళ సంవాదం విన్నవాళ్ళంతా, ఒక్కరోజులో రెండు కయ్యాలు జరిగినందుకు మురిసిపోతూ, అయిపోయిన మొదటి కయ్యం చెణుకులూ మెరుగులూ నెమరువేస్తూ, కొనసాగుతున్న రెండో కయ్యం విసుర్లని లొట్టలేస్తూ నోరూరగ చవులుబుట్ట వింటూ సంతోషం పట్టలేక గింజుకుపోతున్నారు.

నీకేమైనా మతిపోయిందా అంటున్నాడు చక్రవర్తి.

ఎందుకలా కేకలు వేస్తారు? అంది సుందరమ్మ.

ఇంకో రెండు నిమిషాలకల్లా వాద ప్రతివాదాలు ఉన్నతస్థాయి నందుకున్నాయి. సుందరమ్మ వాక్యాలకి ఒక్కరవ్వ ఏడుపు రంగు వేసింది. చక్రవర్తి మాటలు కంచుగంటల్లా నిర్దాక్షిణ్యంగా ఖంగున మోగుతున్నాయి. చింతనిప్పుల్లా కణకణ మంటున్నాయి.

అసలు నీకు నాలుగు వందల లెక్కడివంటా...

నేను అడపా దడపా వెనకేసుకున్నదీ, గొలుసూ వెండి చెంబూ అమ్మగా వచ్చిందీ మూడు వందలయింది. నా ముచ్చట చూసి జాలిపడి సుబ్బారావుగారి మావయ్యగారు ఓ వంద అప్పిచ్చారు. అదీ నేనే తీర్చుకుంటా లెండి అంది సుందరమ్మ విసురుగా....

ఈ మాటలు తోటలో ప్రతి వాటాకి వెళ్ళి తలుపు తట్టి చెప్పినట్టు వినబడ్డాయి అందరికీ. సుబ్బారావుకి కూడా వినపడ్డాయి. అదా కథ అనుకున్నాడు.

మావగారు అద్దె కట్టేసి ఇంటిలో కొచ్చేసరికి దీపం తగ్గించి ఉంది.

ఆయన భోం చెయ్యరట. నువ్వు తింటే రా నాన్నా వడ్డిస్తాను అంది సుబ్బారావు భార్య.

అక్కర్లేదు అంటూ ఆయన పక్క మీద మేనువాల్చి గుడ్డిదీపంలోని దీపకళికను చూస్తూ పడుకున్నాడు. అదన్నమాట కథ అన్నాడు సుబ్బారావు.

ఇంకేం కథ, డబ్బు వాడి ఎదాన పారేశానుగా? అన్నాడు మావగారు గోడవయిపు తిరిగి పడుకుంటూ.

సుందరమ్మగారి కారు కథ లెండి. కారు బావుంది. మీరు పాపం జాలిపడ్డారటగా.... వడ్డీకయితేనేం వంద రూపాయలు అప్పిచ్చారటగా.... అన్నాడు సుబ్బారావు మెల్లిగా. మావగారు బదులు చెప్పలేదు.

ఓ పావుగంట గడిచింది. భార్యకి నిద్ర పట్టిందని గమనించి, సుబ్బారావు మళ్ళీ అందుకున్నాడు. ఎందుకండీ, మీకీ బుద్ధులు, పెద్దలు కదా అన్నాడు.

కాలిపోయిన ఇల్లు శిథిలాలలోంచి పొగ లాగా, చీకటిలో మొహం చాటు చేసుకున్న మావగారి హృదయంలోంచి నాలుగయిదు వాక్యాలు వచ్చాయి. చాలా తాపీగా, నిర్వికార స్వరంతో చెప్పాడాయన. ఆయన భార్య ఉండగా ఏ లోటూ రానివ్వలేదు. తను సంపాదించినా మానినా ఇంత వండి పడేసేది. ఈనాడు తను వంటరి పక్షి అయిపోయి ఈ అల్లుడి నీడన బతుకుతున్నాడు. మళ్ళీ తన ఇల్లు అని ఒక ఏర్పాటు చేసుకోవాలని ఆశ అంకురించింది.

అప్పుడప్పుడు నాకే సిగ్గేస్తుంది. నామీద నాకే అసహ్యం కలుగుతుంది.

అయినా, అంకురించిన ఆశ చావటంలేదు. ఇకనయినా నా కాళ్ల మీద నిలబడి ఇల్లు నిలబెట్టుకుందామన్న ఊహతోటే, డబ్బు కక్కుర్తికి పాల్పడుతున్నాను. బాబూ నీ రుణం ఎలాగైనా తీర్చుకుంటా అన్నాడు.

మావగారు ఇంత మథన పడుతున్నాడని సుబ్బారావుకి తెలియదు. అతనికి జాలి వేసింది. చీకటి ఆసరా చూసుకుని ఇటువంటి సంగతులు తనకి చెప్పినందుకు కొంత రోత కలిగింది. మాట్లాడకుండా అటు తిరిగి పడుకున్నాడు. ఒక నిమిషం ఆగి, జరిగించి మర్చిపోండి మావగారూ అన్నాడు – మెల్లిగా.

☆ ☆ ☆

తెల్లవారేసరికి నరసమ్మగారూ పిల్లలూ లేచి, ముచ్చటగా అలంకరించుకొన్నారు. నరసమ్మగారు పిన్నిగారింటికి వెళ్ళింది కాని అప్పడగలేదు. అవతల వీధిలో పెళ్ళి జరుగుతోంది. భోజనాలకి పిలిచారు. పిన్నిగారు కూడా వస్తుందా అని అడగబోయింది. పిన్నిగారు రానంది.

నరసమ్మ బనారసు పట్టుచీర రెపరెపలాడేట్లు తిప్పుకుంటూ వెళ్ళింది. పిన్నిగారు వరండా ఊడుస్తున్న సుందరమ్మని చూసి నవ్వింది. నరసమ్మకి ఉన్న పట్టుచీర ఒక్కటే అని పిన్నిగారు ఏనాడో పసిగట్టింది. అదే పెళ్ళిళ్ళకీ, పేరంటాలకీ కట్టుకు వెళ్తుందని చాలాసార్లు సుందరమ్మకు చెప్పిందావిడ లోగడ.

తన నవ్వు చూసి సుందరమ్మ గ్రహించి ఏకీభవిస్తుందని ఆశించింది కాని సుందరమ్మ నవ్వలేదు. లోపలికి వెళ్ళి కాఫీనీళ్ళు పడేసింది. పిన్నిగారికి మనస్సు చివుక్కుమంది. ఆవిడకి క్రితం రాత్రి 9 గంటల నించి మనసు చివుక్కుమంటూనే ఉంది. ఈ తోట అంతకీ చాలా ఖరీదైన కోరికలు తమ ఇద్దరివే. తనదే ఒక్కరవ్వ ఎక్కువ. అయితే తను మేడ కొనేలోగా సుందరమ్మ కారు కొనెయ్యడంతో కారుగల

సుందరమ్మతో సరసాలాడడం అనేది హఠాత్తుగా ఆవిడ జీవిత పరమావధి అయి ఊరుకుంది.

ఏం సుందరమ్మా, కాఫీ పొడుం కావాలా? అంది లాలనగా.

నిజంగా కావలసినా కాస్త టెక్కు చూపించింది సుందరమ్మ. అబ్బే వద్దండీ. కారుందిగా. కారులో అలా పోయి ఏ హోటల్లోనో కాఫీ తాగేసి ఆ చేత్తో కూరలు కొనుక్కు చక్కా వస్తాం అంది.

కోపంగా వున్న చక్రవర్తికి ఒళ్ళు మండింది. అబ్బే ఎందుకూ కారుంది కాబట్టి, అందులో పెట్రోలు తీసుకొని చెరికాస్తా తాగేద్దాం ఈ పూటకి. అనక ఏ టైరో వండుకుని తినేద్దాం అన్నాడు మెల్లిగా.

మొత్తానికి పిన్నిగారు మళ్ళీ నాగపూరు కప్పుతో నాగపూరు కప్పుడు కాఫీ పొడుం ఇచ్చింది.

కాఫీ తాగి చిరాకు పడుతూనే మార్కెట్టుకి బయలుదేరాడు చక్రవర్తి. అతనికి తోటలో తలెత్తుకు తిరగడం సిగ్గుగా ఉంది – తన గదిన్నర వాటా ఎదుట కారు ఉంచుకున్నందుకు. చక్రవర్తి రోడ్డెక్కేసరికి సుబ్బారావు కనబడ్డాడు.

రాత్రి తమ తమ స్వర్గసీమలలో జరిగిన రభసలు రట్టు అయిన సంగతి ఇద్దరికీ తెలుసు. సూటిగా చూసుకుందికి ముందు సిగ్గుపడ్డారు. హఠాత్తుగా ఇద్దరూ ఒకే క్షణాన తెగించి మొహామొహాలు చూసుకున్నారు. ఒకరి మీద ఒకరికి సానుభూతి, స్వంతానికి జాలి కూడా ఆ చూపులలో స్ఫురించాయి. తక్షణం ఆగి ఫక్కున నవ్వారిద్దరూ.

నాకు మావగారు, మీకు కారు అంది సుబ్బారావు నవ్వు.

మరే, నాకు కారు, మీకు మావగారు అంది చక్రవర్తి నవ్వు.

వస్తానండి.

మంచిది.

ఇటు అల్లుడు, అటు చక్రవర్తి కూడా ఒకే సమయాన బయటకు వెళ్ళడంతో సుబ్బారావు మావగారి బుర్ర చురుకుగా పనిచేసింది.

సుందరమ్మ దగ్గరకెళ్ళి తను అప్పిచ్చిన వంద కాక ఇంకో యేభై అర్జెంటుగా ఇవ్వమన్నాడు. సుందరమ్మ లాకేత్వం ఇచ్చింది. ఆయన ఇంటికొచ్చి ఆలోచనలో పడి కొన్ని గోళ్ళు కొరుక్కునేలోగా సుబ్బారావు తిరిగి వచ్చాడు.

మామగారూ మీరు రాత్రి కోపంలో డబ్బు అప్పు తెచ్చినట్టున్నారు. జరిగిందేదో జరిగింది గాని ఈ డబ్బు తీసికెళ్ళి ఆ అప్పు తీర్చెయ్యండి అన్నాడు బ్యాంకు నుండి తెచ్చిన నూటయాభయి చేతికిస్తూ.

మావగారు విస్తుపోయి మాట్లాడేలోగా సుబ్బారావు స్నానానికి వెళ్ళిపోయినందువల్ల ఆయన ఆ ప్రయత్నం మానుకొని, తను సంకల్పించిన కార్యాచరణకు ఉపక్రమించాడు.

నాందిగా పాతిక రూపాయలు వేరే తీసి మొలలో దోపుకున్నాడు. నూట పాతిక పట్టుకొని జానకి వాటాలోకి వెళ్ళాడు.

రాత్రి ఆమె చేసిన సహాయం జన్మజన్మలకు మర్చిపోనన్నాడు. నూట పాతిక చేతిలో పెట్టి ఇంక పాతిక బాకీ అని గుర్తుంచుకోవలసిందిగా హెచ్చరించాడు. మళ్ళా

కృతజ్ఞత ప్రకటించి ఆమె ఋణం తీర్చుకోలేనని చెప్పాడు. అయినా ఆ ఋణం తీర్చుకునేవరకూ నిద్రపోయేది లేదని ఉద్ఘాటించాడు.

అబ్బే దాని కోసం నిద్ర పాడుచేసుకోవడం ఎందుకండీ అంది జానకి వినయంగా.

అలా వల్లకాదు. నేను నీకు ఉపకారం చేసి తీరుతాను. చూడమ్మా.... నిక్షేపంలా వెళ్ళి ఈ పూటకి పాఠాలు చెప్పి... మధ్యాహ్నం మాత్రం సెలవుపెట్టి ఇంటికొచ్చేయి.... అబ్బే కాదనకు, నే తరవాత చెబుతానుగా. తప్పకుండా రావాలి సుమీ అంటూ హడావుడిగా వెళ్ళిపోయాడాయన. ఆ తర్వాత భోజనం కూడా చెయ్యకుండా సరాసరి అవతల వీధి కెళ్ళాడు. ఏ పెళ్ళివారి తాలూకో తెలియకుండా సందడిగా తిరుగుతున్న నరసమ్మని పిలిచాడు.

తప్పకుండా రావాలి సుమండీ! నా మీద ఒట్టే, పిల్లల్నిక్కడే ఉండనివ్వండి. సరిగ్గా ఒంటి గంటకల్లా వచ్చేయాలి అని చెప్పాడు. అలాగే అంది నరసమ్మ.

ఇంటికొచ్చి భోజనం చేశాడు. సుబ్బారావు ఆఫీసుకు వెళ్ళిపోగానే కూతుర్ని స్థిమితంగా కూర్చోబెట్టి సంగతి సందర్భాలు బోధపరిచాడు. కూతురు ఆశ్చర్యపడింది. గట్టిగా నచ్చచెప్పాడు.

ఫలహారాలు చెయ్యమని పురమాయించి, కండువా వేసుకుని రాచకార్యాలు చక్కబెట్టుకోవడానికి బయలుదేరాడు. ఒంటిగంటన్నరకి ఇంటికి వచ్చిన జానకి, సుబ్బారావు మావగారిని చూసి ముక్కు మీద వేలువేసుకుంది. పూలరంగడల్లె పెళ్ళికొడుకల్లె ముస్తాబై పోయాడాయన.

వచ్చావా.... సెలవిచ్చారన్నమాట. పది నిముషాలు కూర్చో తొందర లేదులే అన్నాడు.

తొందర దేనికీ? అంది జానకి.

మరే. తొందర దేనికీ.... తొందరేం లేదు. చూడమ్మా.... కాస్త మొహం రుద్దుకొని తల దువ్వుకో.... ఏం ఇష్టం లేదా.... పోనీ వద్దులే. అలాగే బాగున్నావు. మహాలక్ష్మిలాగ అన్నాడు. జానకికేం అంతుపట్టలేదు.

జానకమ్మా.... ఇలా రామ్మా అంది నరసమ్మగారు సరికొత్త పట్టుచీర రెపరెపలాడేట్టు నడుస్తూ. జానకి జవాబిచ్చేలోగానే వచ్చి రెక్క పుచ్చుకొని సుబ్బారావు ఇంట్లోకి తీసుకు వెళ్ళిపోయిందావిడ. లోపల చిన్న జంబుఖానా పరచి ఉంది. మూడు కుర్చీలు వేసి ఉన్నాయి. జానకిని కూర్చోబెట్టి సుబ్బారావు భార్య మంచీ చెడ్డా మాట్లాడింది.

సుందరమ్మగారి కారు చూశారా అంది. చక్రవర్తిగారిని బళ్ళో హేళన చేస్తున్నారా అని అడిగింది. జానకి జాలితో నవ్వి మరేనండి అంది.

అప్పుడే బళ్ళో అందరికీ తెలిసిపోయింది. కారులో రాలేదేం అనీ, కారు కొన్నారా అనీ అంతా హేళనగా అడుగుతున్నారు. పాపం ఆయన చాలా చిరాకు పడిపోతున్నారండీ. వెధవ మనుషులు ఎవరి దారిన వాళ్ళని బతకనియ్యరు. అయినా కారు కొంటే వీళ్ళకెందుకో అని చిరాకు పడింది.

మరే మరే అన్నాడు సుబ్బారావు మావగారు. అదుగో వచ్చారు! అన్నాడు ఒక్క క్షణం ఆగి.

ఒక నిమిషం తరువాత 36 ఏళ్ళ రామారావుగారొకరు, 30 ఏళ్ళ లక్ష్మీకాంతమ్మ ఒకామె వచ్చారు. రామారావుగారు సుబ్బారావు మావగారికి ఏడాది నుంచి అప్తమిత్రుడు, కుడిభుజం, పంచప్రాణాలూ మొదలైనవిగా ఉంటున్నాడు. ఆయన చెల్లెలు ఈయనకి దేవతా, ప్రపంచం, జీవితం, జీవిత పరమావధి మొదలైనవిగా ఉంటోంది. జీవిత భాగస్వామినిగా ఉండాలని ఈయన ప్రగాఢ వాంఛ. ఆవిడ పెట్టే బట్టల కొట్టుని సవ్యంగా లాభసాటిగా నడపడానికి ఈయన ఒప్పుకుంటే ఆవిడా ఒప్పుకుంటుందట. అయితే మడత పేచీ ఒక్కటుంది. ఆవిడ సోదరుడైన రామారావు కూడా కొంత కాలంగా అవివాహితుడే. ఆ కొంతకాలంలోనూ ఆయన జానకిని చూసి ముమ్మరంగా ప్రేమిస్తున్నాడు. ఆవిడను వివాహం చేసుకోవాలని అహోరాత్రులు తపస్సు చేస్తున్నాడు. ఐదారుసార్లు ఒంటిపూట భోజనం చేశాడు. సుబ్బారావుగారి మావగారు అదెంతపని అన్నాడు. అదేదో సాధిస్తే మీ పెళ్ళి ఖాయం. ఇద్దరం ఇలసాటిలేని జంటలలా ఉండవచ్చును అన్నాడు రామారావు.

ప్రధానానికి ముహూర్తం పెట్టుకోవడానికే వాళ్ళు వచ్చారు. జానకికి ఈ బృహత్కథ తెలియదు. ఎవరో వచ్చారని లేచి పోబోయింది. ముగ్గురు మనుషులు ముక్తకంఠంతో ఆమెను వారించి కూర్చో పెట్టారు.

సుబ్బారావు భార్య ఫలహారాలూ కాఫీ పట్టుకొచ్చి అందరికీ ఇచ్చింది. అదీ ఇదీ, మంచీ, చెడ్డా మాట్లాడుకుంటూ తింటున్నారు. జానకి మాట్లాడనూ లేదు, తిననూ లేదు.

నరసమ్మగారు ఇది గమనించింది. తినమ్మా సిగ్గెందుకు? అని లాలించింది. ఆ క్షణాన ఆమె జానకికి దొడ్డమ్మ భూమిక నిర్వహిస్తోంది. సుబ్బారావు మావగారు అంతకు ముందు చెప్పిన పాఠం ప్రకారం ఆవిడ జానకిని చనువుగా మందలించి తిను ఫరవాలేదు అంటూ అంది. ఆ లాలనలో ఆవిడ చేతి కాఫీగ్లాసు కాస్త కదలాడి ఓ గుక్కెడు కాఫీ ఆమె కట్టుకున్న నీలం పట్టుచీర మీద పడింది.

అయ్యో, అయ్యో! అంది నరసమ్మగారు. అంతా తుళ్ళిపడి చూశారు.

నేనేం చేతునమ్మా, పొరపాటున పడింది వెంటనే కాసిని నీళ్ళు పోసి కడిగేస్తే డాగు పోతుందమ్మా అంది సుబ్బారావు భార్య వంక భయంతో చూస్తూ.

మరేం ఫరవాలేదండీ. ఆనక కడిగెయ్యొచ్చు అంది సుబ్బారావు భార్య నిర్లక్ష్యంగా.

ఏమోనమ్మా నీ ఇష్టం నేను చెప్పడం చెప్పాను. మధ్య నాకెందుకు. పాడయ్యేది నీ చీరేగా అంది నరసమ్మగారు.

ఒక్కసారిగా అంతా ఫెళ్ళున నవ్వడం చూసి విస్తుపోయిందావిడ. సుబ్బారావుగారి మావగారు గొంతు సవరించుకున్నాడు – అసలు వ్యవహారం పరిష్కరించడానికి.

ఏమోయ్ రామారావూ నీకు నచ్చినట్టేగా. మా పిల్ల ముద్ద బంగారం అనుకో. ముల్లోకాలూ గాలించినా ఇంతటి సాత్వికురాలు నీకు దొరకదు అన్నాడు.

నిజమేనండి. మాలక్ష్మి కళ ఉట్టిపడుతోంది అంది లక్ష్మీకాంతమ్మ. జానకి తెల్లబోయి చూసింది.

జానకమ్మా! వీడు నా తమ్ముడు వంటి వాడనుకో. బహు యోగ్యుడు. నీకు అత్తమామల బెడదా, పిల్లల బెడదా ఉండదు. ఆడపడుచు ఉంది కాని, ఆ పిల్లకి

నేడో రేపో పెళ్ళయి అత్తారింటి కెళ్తుందనుకో.... అన్నాడు సుబ్బారావు మావగారు.

మరే, అదెంతసేపు, దానికో సంబంధం స్థిరపడిపోయినట్లే. పెళ్ళికొడుకు సిద్ధంగా ఉన్నాడు అన్నాడు రామారావు వికవిక నవ్వుతూ. సుబ్బారావు మావగారు సిగ్గుపడిపోయాడు. ముసిముసి నవ్వులు నవ్వుకుంటూ తల వంచుకున్నాడు. జానకి లేచి నిలబడింది.

అరె, లేచిపోతున్నావేం? అంది నరసమ్మగారు – అంతా తుళ్ళిపడి చూశారు.

ఏమిటండీ ఈ గోలంతాను? పనుంది రమ్మన్నదిందుకా? నా కెవ్వరూ పెళ్ళి సంబంధాలు చూడనక్కరలేదు. నా ఏడుపు నేను ఏడుస్తాను అని చరచర వెళ్ళిపోయింది. వెళ్ళి తన గదిలో పడుకుని ఏడవసాగింది. కొంతసేపు యేడ్చాక మనసు తేలికపడింది. ఆలోచనలనేవి ఒక్కొక్కటి అతి నెమ్మదిగా, నిశ్శబ్దంగా జంకుతున్నట్టు రావడం మొదలుపెట్టాయి. నా అన్నవాళ్ళు లేక గదా నాకీ అవస్థ అనుకుంది. పలకరించిన ప్రతి మొగాడూ పెళ్ళి చేస్తాననడమో, చేసుకుంటాననడమో తప్ప మరో రకంగా మాట్లాడడు. అదోరకంగా చూస్తాడు ప్రతివాడూ.... జానకికి భయం వేసింది. ఆలోచిస్తూ వుండగా లీలగా నిద్ర వచ్చింది. సాయంత్రం ఐదింటికి మెలకువ వచ్చి, లేచి వరండాలోకి వచ్చింది జానకి.

తోటంతా స్మశానవాటికలా నిర్జీవంగా కనబడింది. ఈ పెద వాళ్లంతా షికార్లకి వెళ్ళినట్టున్నారు... బుర్ మని కారు శబ్దం వినబడింది. టాపులేని పాత ఆస్టిన్ డొక్కులో బిక్కమొహం పెట్టుకున్న చక్రవర్తి, టెక్కు ఒలకబోస్తున్న సుందరమ్మ షయిరుకి వెళుతున్నారు. సుందరమ్మ ఎర్రటి చీర కట్టింది. దానికి జోడుగా మహా వికృతమైన నల్లరంగు రవికను వేసుకుంది. పూలు ముడిచింది. పయిగా పెద్దపెద్ద నల్లద్దాలున్న కళ్ళజోడు తగిలించుకుంది.

జానకి సానుభూతితో నవ్వింది. కారుని భయపడుతూ నడుపుతున్న చక్రవర్తిని చూసి పాపం అనుకుంది. అంతలో ఆమె దృష్టి ఎదుట మేడ మీదికి పోయింది. పైన వీర్రాజు కిటికీ దగ్గర విచారంగా నుంచుని సిగరెట్టు కాలుస్తూ కారులో జంట వంక చూస్తున్నాడు.

పాపం అని మళ్ళీ అనుకుంది జానకి. చక్రవర్తి దురవస్థ తనకి పట్టలేదే అని వీర్రాజు బెంగ పెట్టుకున్నాడనిపించింది. అంతలో క్రితం రాత్రి అప్పు తెచ్చిన డబ్బు సంగతి జ్ఞాపకం వచ్చి, లోపలికెళ్ళి డబ్బు తీసుకుని మేడ ఎక్కింది.

వీర్రాజు కొంచెం కంగారు పడ్డాడు ముందు – ఆపైన ముగ్ధుడయి పోయాడు. జానకి ఇచ్చిన డబ్బుని పరాకుగా అందుకున్నాడు.

ఏవండీ వంట్లో బాగులేదా? అంది జానకి.

వంట్లో బాగానే ఉందండి.... మనసే బాగులేదు అన్నాడు వీర్రాజు కిటికీ వంక చూస్తూ.

అతని మనసు ఎందుకు బాగులేదో తెలుసుకోవాలని జానకికి కుతూహలం లేదు. తను యధాలాపంగా కుశలం అడిగితే అతను అలా జవాబివ్వడం జానకికి నచ్చలేదు. క్రిందకి వెళ్ళిపోబోయింది.

ఇప్పుడే ఓ పెద్ద కుట్రలోంచి బయట పడ్డానండి అన్నాడు వీర్రాజు ఆమె వంక చూడకుండానే. జానకి వెళ్ళిపోలేదు. ఏం కుట్ర? అని అడగనూ లేదు.

నాకీ నాలుగిళ్ళు ఉండడం, నా అన్నవాళ్లు దగ్గిర్లో లేకపోవడం చూసి, అడ్డమయిన వాళ్ళూ నాకు పెళ్ళి చెయ్యాలని కంకణం కట్టుకున్నారండి.... మధ్యాహ్నం ఒక పరిచితుడు పనుందని వాళ్లింటికి తీసుకెళ్ళి ఓ రాక్షసి పిల్లని చూపించి నచ్చిందా అని అడిగాడండి. ఆడా మగా ఇరవై మంది నా వంక శ్రద్ధగా చూస్తున్నారు. చికాకు పడి లేచి వచ్చేశానండి అన్నాడు వీర్రాజు.

జానకికి ఒక్కసారి గుండె కొట్టుకుంది. సరిగ్గా ఆ వేళకే తన మీద ఇక్కడ కుట్ర జరిగిందని చెప్పబోయి, తమాయించుకుంది.

ఈ ప్రపంచంలో ఒక్కళ్ళం ఉండడం మహాకష్టమండి. ఎవరి దారిన వాళ్ళు బతకరు. ఇంకోళ్ళని బతకనివ్వరు. ఒక్కొక్కసారి భయమేస్తుంది అన్నాడు వీర్రాజు.

జానకి గుండె కొట్టుకుంది. తన భావాలని పైకి చదివేస్తున్నాడు. ఆ ముక్క చెప్పాలని అనుకుంది. క్షణంలో సగంసేపు వీర్రాజు ముఖం లోకి పరీక్షగా చూసింది. అతను హేళన చేయటం లేదు. సూటిగా తన వంక చూశాడు.

నిజమేనండి.... వస్తా అని క్రిందికి బయలుదేరింది జానకి.

జానకీ అని పిలిచాడు వీర్రాజు. కంఠస్వరం మారింది. భయపడుతూనే జానకి వెనక్కి తిరిగింది.

నా ఆత్మకథ సరదాగా చెప్పలేదండీ, నాకు మీమీద గౌరవం, నమ్మకం, గురి ఉన్నాయి. అందుకని మిమ్మల్ని పెళ్ళి చేసుకుంటే, నేను సుఖపడతాననీ, మిమ్మల్ని సుఖ పెట్టగలననీ అనుకుంటున్నాను అన్నాడు వీర్రాజు.

అంత హఠాత్తుగా ఇటువంటి సంగతి చెప్పడంతో జానకి ఎగిరి గంతెయ్యాలో,

ఏడ్చి మొత్తుకోవాలో, చీత్కరించుకోవాలో చటుక్కున నిర్ధారణ చేసుకోలేకపోయింది. ఒక్క క్షణం తరువాత ఆమెకి కోపం వచ్చింది. బళ్ళో హెడ్మాస్టరు, సెక్రటరీ, కొందరు టీచర్లు, ఇక్కడ సుబ్బారావు మావగారూ అందరూ తనని ఈ సంగతి ఎత్తి వేధించారు. ఇపుడు ఇతనూ అదే చేశాడనిపించింది. మీరూ ఇంతేనా అని గొణుక్కుంటూ చరచర మేడ దిగిపోయింది.

వీర్రాజు కుర్చీలో కూలబడి ఏకబిగిని పది సిగరెట్లు కాల్చి బాధపడ్డాడు.

తెలివైన దానిననీ తూచి మాట్లాడుతాననీ అనుకునే జానకి తొలిసారిగా తప్పు చేసినట్లు మధనపడింది....

చక్రవర్తి రథం తిరిగి తిరిగి తొమ్మిది గంటలకి కొంప చేరేసరికి తోటలో నిద్రపోతున్న కొద్దిమందికి మెలకువ వచ్చింది. చక్రవర్తి ఇంట్లోంచి నవ్వులు స్ఫుటంగా వినబడ్డాయందరికీ.

సుందరమ్మ అమాయకత్వం చూసిన కొద్దీ చక్రవర్తికి ఒక వంక కోపం తగ్గిపోయి, మరొక వంక ప్రేమ ఇనుమడిస్తోంది.

ఆ సాయంత్రం దుకాణానికి వెళ్ళి పెద్దపెద్ద చీరలన్నీ బేరమాడి ఒక జేబురుమాలు రూపాయపెట్టి కొంది. ఇంకోచోట ఏవో నాలుగు సామానులు కొని కారులో పడెయ్యమంది షాపువాడ్ని.

ఏ కారులో నండి అని అడిగాడు అతడు.

పెద్ద పెద్ద కారుల మధ్య, కాంతులీనే కారుల మధ్య ఉన్న తన చిన్న పాత కారును చూసి సిగ్గు వేసింది సుందరమ్మకి. అదుగో ఆ డొక్కు కారు లేదూ... చిన్నది, అందులో పడెయ్యండి... అంది. మళ్ళా ఏం తోచిందో... ఆ కారు మా డ్రైవరుది లెండి. మాది రిపేరుకెళ్ళింది అనేసింది.

పక్కనే ఉన్న చక్రవర్తి బలవంతాన నవ్వు ఆపుకున్నాడు. ఇంటికి వస్తూండగా చక్రవర్తి ఎత్తి పొడిచాడు. కారు డ్రైవరుదన్నావు, రేప్పొద్దున, ఈ పట్టుచీర నీ దాసీదాని దంటావు. మరి నేనో? అన్నాడు నవ్వుతూ.

అరచేతితో చక్రవర్తి నోరు మూసి ఛ ఏం మాటలండి.... అంది సుందరమ్మ....

కొంచెంసేపు తరువాత, చక్రవర్తి కారును కుడివేపు తిప్పాలనుకున్నాడు. అలవాటు ప్రకారం దైవం అన్యథా సంకల్పించాడు. స్వతంత్ర భావాలు గల కారు, మురారేః తృతీయః పంథాః అనుకుంది. అది మలుపు అయినందువల్ల చక్రవర్తి బ్రేకు వేసేలోగా ఒక చెట్టు దగ్గరకు వెళ్ళి దాన్ని కూలత్రొయ్యపోయి గట్టి ప్రయత్నం చేయకుండానే ఊరుకుంది. పది రూపాయలు ఖర్చు పెట్టాక, చక్రవర్తీ, సుందరమ్మా కారుని ఇంటికి తీసుకొచ్చారు.....

అందుకని.... అందమయిన ఓ సుందరమ్మా – ఈ కారు లేకపోతేనే మనం ఆనందంగా ఉండగలం. కాస్త డబ్బు కూడబెట్టుకున్నాక మంచి కారు కొందాం. అందాకా దీన్నే ఉంచుకుందామంటే మన ఆర్జన అంతా దీనికే అర్పించి, కడుపులో కాళ్ళు ముడుచుకొని పడుకోవాలి. బోధపడిందా? అన్నాడు చక్రవర్తి లాలనగా. అప్పటికి ఏడుపు పర్యంతం అయిన సుందరమ్మ సరే అంది.

దీన్ని అయినకాడికి అమ్మేద్దాం.... బహుశా మనింటాయన వీర్రాజు కొనవచ్చును అన్నాడు చక్రవర్తి.

☆ ☆ ☆

పీడకలలతో మధురస్వప్నాలతో అనుమానాలతో భయాలతో గడిచింది శనివారం రాత్రి. అందంగా, ఆనందంగా, వికారంగా, విచారంగా నలుగురికీ నానా రకాలుగా ఆదివారం ఆ తోటలో ఉదయించింది.

కొద్దిసేపటిలోనే, సుబ్బారావు మావగారు నరసమ్మ ఇంట్లోకి వెళ్ళాడు. నిన్న మధ్యాహ్నం పెళ్ళిచూపుల విషయం మూడో ప్రాణికి చెప్పవద్దు. చెప్పకుండా వుంటే నిన్న మా అమ్మాయి ఎరువు ఇచ్చిన పట్టుచీర అచ్చంగా మీకే ఇస్తాను అన్నాడు.

అలాగేనని తలూపింది నరసమ్మ. ఊపిందే కాని తను బ్రహ్మాండమైన రహస్యం కాపాడుతున్నదన్న ఆలోచనలో ఉక్కిరిబిక్కిరై పోయింది. కాలు నిలవటం లేదు. ఇంకో అరగంటలో ఇంకో కొత్త సంగతి వింది. వీర్రాజు వూరికెళ్ళిపోతున్నాడు. ఐదారు నెలల వరకు రాడట. అద్దె డబ్బు క్రింద వాటాలో ఉన్న పెద్దమనిషి గారికి ఇవ్వవలసిందని, ఆయన తనకు బట్వాడా చేయిస్తాడనీ అందరికీ చెప్పేశాడు. వీర్రాజు జానకి ఇంటికి వెళ్ళలేదని నరసమ్మ పసిగట్టింది.

పిల్లా పిల్లా వీర్రాజు దేశాంతరం వెళ్తున్నాడు తెలుసా? అంది గబగబా వెళ్ళి. జానకి ఆశ్చర్యపడింది. అలాగా అని, మళ్ళా తలవంచుకుని పని చేసుకొనసాగింది.

నరసమ్మగారికి ఉత్సాహం చల్లారిపోయింది. అమ్మడూ. ఓ రూపాయి అప్పిస్తావూ? అంది. జానకి జవాబివ్వకుండా లేచి రూపాయిచ్చింది. ఇలా సులువుగా రావడం నరసమ్మకి మరీ నిరుత్సాహం కలిగించింది. సరాసరి తోటలో నాలుగెదిళ్ళకు వెళ్ళి బియ్యం అప్పడిగింది. అంతా లేదన్నారు. ఇలాంటి రాక్షసులకు నేను రహస్యం ఎందుకు చెప్పాలీ అనుకుంది. ఆఖరు సారిగా సుందరమ్మ ఇంటికి వెళ్ళి అడిగింది. సుందరమ్మ ఏ కళనుందో ముందర బియ్యం ఇచ్చింది. వెంటనే నరసమ్మకి అప్పురాలై పోయింది.

అఖరుకి మీ పొరుగింటి పిన్నిగారికి కూడా చెప్పకేం అని మరీ మరీ హెచ్చరించి, జానకమ్మ పెళ్ళిచూపుల ముచ్చట చెప్పేసింది. పిన్నిగారు తడిక అవతల చలనం లేకుండా కూర్చుని వింది.

నరసమ్మ వెళ్ళిపోగానే సుందరమ్మ దగ్గిరికి వచ్చి తడకవతల నుండి విన్న సంగతి తనకి చిన్నప్పటి నుండి తెలిసినట్లుగా చెప్పి, జానకి మీద జాలి పొలకబోసింది.

జానకి వీర్రాజును చేసుకుంటే బాగుండును అనేసింది చటుక్కున. అంతలోనే నాలిక్కరుచుకుంది. వీర్రాజు ఊరెళ్ళబోతున్నట్లు తెలిసిన మరుక్షణంలో అతనున్న వాటా తన కివ్వమని అడిగి మాట తీసుకుంది. మేడ కట్టకపోయినా, కనీసం కొనకపోయినా, ఈనాటికి మేడింటిలో అద్దె కయినా దిగే అదృష్టం పట్టింది గదా అని మురిసిపోయింది. అందులో నిన్నగాక మొన్న కారు కొన్న సుందరమ్మ కళ్ళ ఎదుట తను మేడలోకి మారడం అంటే మజాకా కాదు. ఆవిడ మాటలకి భర్త ఎన్నడూ కాదనలేదు. సుబ్బారావు మావగారిని పేరు లేకుండా సుబ్బారావుగారి మావగారని చెప్పకున్నట్టే, పిన్నిగారి భర్తని పిన్నిగారి భర్తే అని చెప్పకోడం పరిపాటి.

ఇప్పుడు వీర్రాజుకీ జానకికీ పెళ్ళయితే మేడ మీద వాటా ఖాళీ అవదు. అందుకని పిన్నిగారు తూనా బొడ్డు అనుకుని వెళ్ళిపోయింది. సుందరమ్మకి మాత్రం పిన్నిగారి సూచన ఆలోచనలు రేపింది. జానకీ వీర్రాజూ పెళ్ళి చేసుకుంటే తన కారు వాళ్ళకే అమ్మెయ్యవచ్చు. అప్పుడు అది తన కళ్ళ ఎదుట పడి ఉంటుంది. అడపా దడపా అడిగి తీసుకుంటూ ఉండవచ్చు.... అదీగాక, జానకి పెళ్ళిచూపుల ఉదంతం విన్న తరువాత, ఆవిడకి జానకి మీద ఒక విధమైన వాత్సల్యం కలిగింది....

ఆదివారం కాబట్టి ఆ రోజు మధ్యాహ్నం సుందరమ్మ చక్రవర్తికి ఇష్టమైన ఫలహారం చేసింది. మీగడ తరకయినా పడకుండా బహు జాగ్రత్తగా కాఫీ చేసింది. సిగరెట్టు అందించింది. అగ్గిపుల్ల వెలిగించింది.

ఏవండీ, కారుండే ఆఖరి ఆదివారం యిదే. మళ్ళా ఆదివారం నాటికి కారెలాగా అమ్మేస్తాం. అందుకని సినిమా కెళదాం అంది. భార్య పూర్తిగా దారికి వచ్చినందుకు ఆనందిస్తున్న చక్రవర్తి సరేనన్నాడు.

తనకి రహస్యం చెప్పి, అప్పురాలైన నరసమ్మనీ, ఖరీదైన కోరికలు గల పొరుగింటి పిన్నిగారినీ, బ్రతిమాలి బామాలి జానకమ్మనీ వెంటబొట్టుకుని ఐదున్నరకల్లా కారులో కూర్చుంది సుందరమ్మ. వీర్రాజు వెళ్ళే వేళకి అక్కడే వుండి బాధపడటంకన్నా ఇంకెక్కడికి పోయినా నయమేనని ఒప్పకుంది జానకమ్మ.

కారు బయలుదేరుతూ వుండగా సుబ్బారావుగారి మావగారు ఎదురొచ్చాడు. జానకిని ఎవరేనా ఎక్కడికేనా తీసుకెళ్తున్నారంటే ఆయనకి భయం. నేడు కాకపోతే రేపైనా తన మాటకి ఒప్పించవచ్చునని గట్టి నమ్మకం ఉంది. అందుకని జానకిని వదలడం ఇష్టంలేదు.

షికారుకా? అన్నాడు.

కాదండి సినిమాకి అన్నాడు చక్రవర్తి.

దేనికి?

చక్రవర్తి చెప్పాడు.

నేనూ వస్తా, చూడాలనుకుంటున్నా అన్నాడు సుబ్బారావు మావగారు. తప్పనిసరిగా ఆయన్ని ఎక్కించుకున్నారు కారులో.

సినిమా మొదలు కావడానికి కొంచెం సేపుందనగా సుందరమ్మ జానకిని ఒకప్రక్కకి తీసుకెళ్ళింది.

జానకమ్మా, మీ అక్కవంటిదాన్ని నేను. ఒక్క సంగతి అడుగుతాను. మర్మం లేకుండా చెప్పు. వీర్రాజుని చేసుకోవడం నీకిష్టమేనా? అంది. జానకికి నోట మాట రాలేదు.

చెప్పు ఫరవాలేదు: నిన్న పెళ్ళిచూపుల ముచ్చట విన్నానులే అమ్మాయ్. ఒంటరిగా ఉన్నంతకాలం మనుషులకి తుంటరి ఊహలు వస్తూనే ఉంటాయి. నా మాట విని, నీకు అతను నచ్చితే చేసుకో... అంది సుందరమ్మ.

ఆయన మిమ్మల్ని కూడా అడగమన్నారా? అంది జానకి తల వంచుకుని.

ఇదివరకోసారి అడిగాడా ఏమిటి? నువ్వేమన్నావు? ఒద్దన్నావా?.... అయ్యో పిచ్చి పిల్లా.... ఎంతవెర్రి పని..... అందుకే నన్నమాట అతను ఊరెళ్ళిపోతున్నాడు..... ఇప్పుడు చప్పున చెప్పు జానకీ. వేళ మించిపోతోంది అంది సుందరమ్మ తొందరపడుతూ.

ఔనక్కయ్యా అంది జానకి చెంగుతో కన్నీళ్ళు తుడుచుకుంటూ.

ఇక్కడ ఏడిస్తే నవ్వుతారు. ఏడవకు. వెంటనే ఇంటికెళ్ళిపోదాం ఉండు అంటూ సుందరమ్మ హాలులోకి వెళ్ళి చక్రవర్తిని పిలిచి సంగతి చెప్పింది. మంచి పని చేస్తున్నారండీ మీరు. అతను యోగ్యుడు మీరు సుఖపడతారు అన్నాడు చక్రవర్తి.

నాలుగు నిమిషాలలో అంతా సినిమా మానుకుని కారులో ఎక్కారు. సుబ్బారావుగారి మావగారు జానకి కోసం వచ్చాడు కాబట్టి ఆయనకి సినిమా పట్టింపు లేదు. నరసమ్మకి సుందరమ్మ మాట ప్రస్తుతం వేదం. పిన్నిగారు ఒక్కర్తీ ఎలా ఉంటుంది – అందుకని అంతా బయలుదేరారు.

జానకి వీర్రాజుని పెళ్లి చేసుకుంటోంది అనేసింది సుందరమ్మ పట్టలేక.

ఆశ్చర్యం సంతోషం కోపం మొదలైన రసాలతో నిండిన మాటలు ఒక్కసారి చెలరేగాయి. సుబ్బారావు మావగారికి ఇదేం సయించలేదు. పిన్నిగారికి నచ్చలేదు – మేడ మీద వాటా ఖాళీ కాదన్న ఆలోచన వల్ల. ఇరుకుగా ఉన్న ఆ కారులో కూర్చున్న అందరి ఆలోచనలూ, ఆశలూ వారి విశ్వాసాల్తో నిండి బయటకు వచ్చి కలగాపులగంగా కలిసిపోతున్నాయి. హోరున కురుస్తున్న వానలో కారు కంగారుగా పరిగెడుతోంది – రైలుకి బయలుదేరేలోగా వీర్రాజుని అందుకోవాలని.

కారు నడపడంలో అలవాటు, చాకచక్యం లేని చక్రవర్తి ఒక మలుపులో బ్రేకు నొక్కి, సకాలంలో క్లచ్ వెయ్యలేకపోవడంతో ఇంజను ఆగింది. దరిమిలా కారు ఆగింది. తొయ్యాలి అన్నాడు చక్రవర్తి.

ఎవరు తోసేది? నలుగు రాడవాళ్ళు, ఇద్దరు మొగాళ్ళు. బయట చూస్తే కుండపోతగా వర్షం. హోరు గాలి. జల్లు లోపలికి కొడుతోంది.

నాకసలే నీరసం. పైగా జ్వరం. కష్టపడలేను అన్నాడు – కారు కదలి వీర్రాజు వుండగా ఇల్లు చేరడం ఇష్టంలేని సుబ్బారావు మావగారు.

ఎవరూ మాట్లాడలేదు. పెద్దపెద్ద కారులు, ఖరీదయిన కారులు – తడిసిన తారు రోడ్డు మీద హంసలా జారిపోతున్నట్టు ప్రవహిస్తున్నాయి. కారులో ఉన్న ఆరుగురూ ఆలోచనలో పడ్డారు. అందరిలోనూ కోరికలు చెలరేగాయి.

సుబ్బారావు మావగారికి సుతరామూ ఇష్టం లేదు – కారు కదలడం. వీర్రాజు వెళ్ళిపోతే జానకిని ఎలాగేనా ఒప్పించవచ్చు. జానకిని ఒప్పిస్తే రామారావు చెల్లెలు కాంతను తన కులకాంతను చేసుకుని, ఇల్లు నిలబెట్టుకోవచ్చు. ఇదంతా జరిగి తీరాలి అని ఘోషించింది ఆయన హృదయం.

కారు చప్పున కదలాలని జానకి శరీరంలో ప్రత్యణువూ ప్రతి రక్తబిందువూ దృఢంగా ఆకాంక్షిస్తున్నాయి. వీర్రాజుని చేసుకుంటే అతని నీడలో తను నిశ్చింతగా ఉండవచ్చు అని ఆమె ఊహించింది. ఊహలు సాగిన కొద్దీ ఆకాంక్ష ప్రబలమవుతోంది. ఆశలు చెలరేగిన కొద్దీ భయం ఆవరిస్తోంది.

కారు తొందరగా వెళ్ళాలనీ, ఒక ఇల్లు నిలబెట్టిన అదృష్టం పట్టాలనీ సుందరమ్మ మనసు తొందరపడుతోంది. అప్పుడు కారు వాళ్ళకి అమ్మవచ్చు. అది తన కళ్ళ ఎదుటే ఉంటుంది. తను కొనుక్కోకపోయినా ఫరవాలేదు. భార్య బుద్ధి మళ్ళా అడ్డదారి పట్టేలోగా కారును వదిలించుకోవాలని చక్రవర్తి మనసు మహా ఆరాటపడుతోంది.

కారు కదిలి, వీర్రాజు బయలుదేరేలోగా ఇల్లు చేరితే జానకి పెళ్ళి ఖాయం. అప్పుడు తనకి మేడ మీద వాటా అద్దెకివ్వరు. వాళ్ళే ఉంటారు. తన కోరిక తీరదు. అందుకే కారు కదలకూడదు దైవమా అని పిన్నిగారు పరిపరి విధాలా దేవుణ్ణి బ్రతిమాలుతోంది.

కారులో కూర్చున్న నరసమ్మ పట్టుచీర వాన జల్లుకి తడిసిపోతుంది. ఈ కారు కదిలి, త్వరగా ఇంటికి పోతే బావుండును భగవంతుడా అని ఆవిడ శతవిధాల పరమాత్ముడిని కోరుకుంటోంది.

ఆకాశంలో మెరుపు మెరిసింది. చక్రవర్తి మనసులో ఆలోచన మెరిసింది. బ్రేకు వదలి పెట్టాడు. గాలి హోరున వచ్చింది. కోరికలతో కిటకిటలాడుతున్న మనుష్యులతో కిటకిటలాడుతున్న జనతా ఎక్స్‌ప్రెస్ కదిలింది.

★ ★ ★

మహారాజా యువరాజా

ఇరువదవ శతాబ్దపు ఉత్తరార్ధంలో ఒకరోజు ఉదయం ఏడుగంటల వేళ విశాల భారతదేశంలోని ఒకానొక ఇరుకైన పెంకుటింటి గుమ్మంలో మధ్యతరగతి మహారాజా, యువరాజా నిలబడి పెద్దమ్మా అని ఏకగ్రీవంగా కేకవేశారు.

పెరట్లో చెంబులు తోముకుంటున్న పేదరాసి పెద్దమ్మ వచ్చి తలుపు బార్లా తీసింది. మహారాజా, యువరాజా లోపలకి వెళ్ళారు. పెద్దమ్మకి చెరో పక్కా చేరి చెరో చెవిలో చెరో రహస్యం చెప్పారు. పెద్దమ్మ ఇద్దరికీ చెరో చిరునవ్వూ ఇచ్చింది.

తరవాత మహారాజు ఇచ్చిన ఇత్తడి చెంబులో యువరాజు ఇచ్చిన ఫౌంటెన్ పెన్ పడేసి లోపలికి చక్కాపోయింది. మహారాజా యువరాజా ఎడమొహం పెడమొహం పెట్టి ఎదురెదురు గోడలు చూస్తూ నిలుచున్నారు.

మహారాజు పేరు ఎన్.జి.ఓ. యువరాజు పేరు పి.హెచ్.డి – అంటే ప్లాట్‌ఫారం హీరో డిజిగ్నేట్. ఈ సంక్షిప్త సంకేతాన్ని యువరాజు స్వయంగా కల్పించి తగిలించుకున్నాడు. దీనికి అతనే గర్వంగా వివరణ చెబుతాడు. అతని హితాభిలాషులూ, మిత్రులూ, పరిచితులూ, బంధువులూ, దూరపు బంధువులూ, తీరిక వేళలలో రోజూ ఈ మనిషిని చేరబిలిచి అతని దరిద్రాన్ని, దాన్ని పదిలంగా కాపాడుకుంటున్న అవివేకాన్ని జ్ఞాపకం చేస్తూ వుంటారు. అతన్ని ఎరగని కొత్తవాళ్ళ దగ్గిర, అతడు భోజనం చేసి ఎన్నాళ్ళయిందో అడిగి చెప్పించి అవతల వాడిని హడలకొడుతూ వుంటారు. ఈ బాధ తప్పించుకోడానికీ, దాన్ని నవ్వుగా పరిమార్చుకోడానికీ యువరాజు ఈ బిరుదు కనిపెట్టి, తనూ నవ్వుతూ ఉంటాడు శాయశక్తులా.

ఎన్.జి.వో. మహారాజు ధోరణి వేరు. గుట్టుగా వేదాంతం సాధన చేస్తూ ఉంటాడు. గిట్టేనాటికి ముమ్మూర్మరల నేల కోసం. ఈ యాతనలు ఎలాగా తప్పవు. చేతికి నూనె రాసుకోకుండా అప్పడాల పిండితో ఆటలాడబోతే సంసారం ఇలా అంటుకుంది. అంచేత ఆ పిండి వదలదు. కాబట్టి, ఇహ దాని కోసం పట్టికున దుఃఖపడక తప్పకపోయినా, చాటున మటుకు – అసలు పిండే కాదు చేతులే లేవనుకుని విరగబడి నవ్వుకుని తృప్తి పడడానికి తిప్పలు పడతాడు. ఈ మహారాజా

పూర్వాశ్రమంలో యువరాజే. విధివశాత్తూ ఐదేళ్ళ క్రితం పట్టాభిషేకం జరుపబడింది.

☆ ☆ ☆

పేదరాశి పెద్దమ్మ ఇంటి సావడిలో ఈ విధంగా నిలబడ్డ ఎన్.జి.వో ని చూసి పి.హెచ్.డి. నేరం చేసినట్టు బాధపడుతున్నాడు.

పెద్దమ్మ నడ్డి తిప్పుకుంటూ నవ్వుకుంటూ చక్కా వచ్చేవరకూ మహారాజా, ఈ యువరాజా గుడ్లు మిటకరించి చెరో పక్కా చేరారు. గుట్టుగా చెరో చేతా చెరో రూపాయి ఉంచి గుప్పిళ్ళు మూసింది పెద్దమ్మ.

కళ్ళతో సాష్టాంగ నమస్కారం చేసిన ఎన్.జి.వో. ను చూసి తనే జాలిపడ్డాడు పి.హెచ్.డి. ఎన్.జి.వో. మహారాజా, పి.హెచ్.డి. యువరాజా. నిశ్శబ్దంగా నడిచి బజారు రోడ్డుకి వచ్చారు. గంట స్తంభం దగ్గిర ఆగారు. యువరాజే ముందు మాట్లాడాడు. అయ్యా తమరు ఎటు వెళ్తారో చెప్పండి. నేను రెండోవేపు పోతాను అంది అతని మొహం. మహారాజు అర్థం చేసుకున్నాడు. కృతజ్ఞతను అవలీలగా అభినయించాడు. అబ్బే మీ యిష్టం. మీరే నిర్ణయించుకోండి. భావి పౌరులు. దారి చూపాల్సిన వారు. మీరు దారి తియ్యండి. నేనే రెండో వేపు పోతాను అంది అతని వాలకం.

అబ్బెబ్బే – తమరు పెద్దలు, తమరే దారి చూపాలి.

అయితే సరే, నేనలా పెద్ద బజారు వేపు వెళ్ళొస్తా అన్నాడు మహారాజు సిగ్గుపడుతూ.

చిత్తం, నేనిలా చిన్న చెరువువేపు పోతా. సెలవండి.

సెలవు.

ఒకరి నౌకరు మెచ్చుకుంటూ ఇద్దరూ చెరో వేపూ బయల్దేరారు.

యువరాజు యెకాయెకిని కాఫీ హోటలుకు వెళ్లాడు. దర్జాగా ఇడ్లీ, కాఫీ పుచ్చుకున్నాడు. ప్రొప్రయిటరు ముందు బిల్లు పడేసి అరువు చెప్పాడు ధీమాగా. కథ బెడిస్తే జేబులో రూపాయుందిగా.

అసలు జేబులో రూపాయి ఉంది కాబట్టే కథ అక్కడా ఇక్కడా కూడా అడ్డం తిరగకపోయింది అనుకున్నాడు యువరాజు. హోటలు దాటి వచ్చి ఇచ్చట అరిచి చచ్చినా అరువు ఇవ్వబడని రావ్స్ స్పెషల్ హైక్లాసు కిళ్ళీషాపులోంచి వడేసి పుచ్చుకున్న అరువు కిళ్ళీ నములుతూ, అరువు సిగరెట్టు పీలుస్తూ... తావేదులు అంటే ఈ రూ॥లే. కోర్టులో జయమూ, ప్రేయసి వలలో పడుట, పరీక్షల్లో విజయమూ, తలనొప్పి తగ్గుట....

యువరాజుకు తట్టుకోలేనంత హుషారుగా వుంది. ప్రపంచంలో పురుషులు మంచివాళ్ళే పాపం అనుకున్నాడు. ఝామ్మని రామమోహన గ్రంథాలయానికి వెళ్ళి ఓ మూల కుర్చీ చూసుకుని పంచవర్ష ప్రణాళికల మీద పడి నిద్రపోయాడు.

మహారాజు కథ:

ఇక కుడివేపు బయల్దేరిన మహారాజు ఇలాంటి పనులేమి చెయ్యలేదు. చెయ్యడు కూడా. 'అతనికేం ఒంటరి పక్షి విచ్చలవిడిగా తిరుగుతాడు. ఉంటే తింటాడు.

లేకపోతే మానేస్తాడు హాయిగా. నాకైతే బోలెడు మందీ మార్బలమూ ఉందాయె. అతనిలా నాకెలా చెల్లుతుందీ' అనుకున్నాడు మహారాజు - పెద్దపెద్ద అంగలు వేసి, ఈల పాటకి అడుగులు లయ కలుపుతూ.

ఎన్.జి.ఓ. మహారాజు ఎప్పుడు పడితే అప్పుడు ఈల వెయ్యడు. వేసినా అది రాదు. ఆయన సగటున నెలకోసారి ఈలవేసి పాట పాడతాడు మహా ఆనందంతో. ఇది జరిగేది జీవితం మళ్ళీ ఓ జీతపు మజిలీ మీదికి వచ్చిన రోజున: ఆఫీసు నుండి ఇంటికి వెళ్ళేవరకే.

ఆ తరువాత నెల మధ్యలో ఒకటీ రెండూ అప్పు దొరికినప్పుడు. నిజానికి ఒకటో తారీఖున జీతం కన్నా పద్దెనిమిదో తేదీన ఒక్క రూపాయి అప్పు - ఇచ్చే ఆనందం ఈ లోకంలో మరేదీ ఇవ్వలేదని ఆయనకు తెలుసు. అయితే పుట్టి మునిగించేటన్ని అప్పులు చుట్టుముట్టి ఉన్నాయి. కొత్తవి ఓ పట్టాన పుట్టడంలేదు. అందువల్ల పావలా అప్పు పలికినా సంప్రదాయం చెడకుండా మాట వరస కన్నట్టు లీలగా ఈల అనిపించే లాటిది వేస్తాడు.

మహారాజు ఈల వేస్తూనే ఆలోచిస్తున్నాడు. ముందర యీ పూటకి బియ్యం చూడాలి. చూడడానికేముంది డబ్బుందిగా. పనిలో పని ఓ పదలం బంగాళా దుంపలు కూడా పట్టుకు పోతే మంచిది. పిల్లలు మొహంవాచి ఉన్నారు. పాపం ఓ ముద్దూ ముచ్చటా ఎరుగరు. వెర్రికుంకలు, కుర్రకుంకలు, వెర్రికుర్రకుంకలు, కుర్రవెర్రికుంకలు, కుర్రవెర్రులు, వెర్రికుర్రలు.... ఇంకో నిమిషం ఉంటే పాట పాడేవాడే, ఇంకా నయం. ఎంత అరిష్టం ముచ్చటవునూ....

అందుకని బియ్యం కొట్టు ఎదరపడి అతని చుట్టూ నిలబడింది.

అక్కడ వెర్రి, కుర్రపదాల మీద క్రాస్‌వర్డు పజిల్‌లా కాంబినేషన్‌లు వల్లిస్తే, వాళ్ళేమంత మెచ్చుకోరు. తేరుకుని కర్తవ్యం గ్రహించి అక్కుళ్ళలా ఇచ్చారండి అన్నాడు మహారాజు.

శేర్రూపాయన్నర జేసి అంది బియ్యం కొట్టు టూకీగా, ఏమంత పట్టించుకోకుండా.

మహారాజు మనసు చివుక్కుమంది. ఛాతీనిండా ఊపిరి నింపి మోర పైకెత్తి ఠీవిగా నవ్వాడు.

శేరు సర్లెండి. బస్తా ఎలాగంట!

షావుకారు తొలిసారి ఇటు తిరిగి తేరి చూసింది. చూసి చెప్పింది.

అబ్బే మీరు బొత్తిగా తెలీని వాళ్ళకిలా చెప్తున్నారు.

సర్లేండి. తమకెంత కావాల్చెప్పండి. ప్రత్యేకం తగ్గిస్తాం.

అబ్బే నాకోసం ప్రత్యేకం తగ్గించడమేల - నా ముక్కూ మొహం ఎరుగరు గదా అన్నాడు మహారాజు చురుగ్గా కరుగ్గా. గొప్పవాళ్ళు షావుకార్ల మొహాలిలాగే మాడ్చిపారేస్తారు.

చిత్తం తవరలా పరాచికాలాడితే ఏం చెప్పనండి! - ఏదో బేరం సారం అన్నాడు.

ధర చెప్పారు కారు అన్నాడు మహారాజు మహారాజులా.

షావుకారు ప్రత్యేకమైన ధర చెప్పాడు.

సరే కృష్ణ కాటుక లెలా చెప్పండి?

మీకెంత కావాలో చెప్పండి బాబూ అంది దుకాణం చిరాగ్గా.

మీరలా ధుమధుమలాడితే ఎలా. ప్రస్తుతానికో అర్ధశేరిస్తే శాంపిల్ చూసి బావుంటే ఓ బస్తా పుచ్చుకుంటాం – తాపీ మీద అన్నాడు మహరాజు తటపటాయించి.

ఒరేయ్ ఈన బేరం సూడరా – అంటూ అటు తిరిగింది దుకాణం.

ఏమిటయ్యా అంత చిరాకూ. మహ పుట్లు పందువులూ అమ్మేవాళ్ళలా.

చాల్లేవయ్యా నువ్వు మహా బత్తాలూ అరబత్తాలూ కొనేవోళ్ళాగా చేశావు బేరం.

ఏం. కొనే తాహతు లేదనుకున్నావా? అంతరం తెలిసి మాటాడు అంటూ చరచర బయటికొచ్చేశాడు మహరాజు. లేనిపోని గొడవ పెట్టుకున్నాడు తను. ఎన్నిసార్లొద్దనుకున్నా తనకీ అలవాటు పోలేదు. చిరాకేసింది బజారు చేయడం చేతకానందుకు. ఇంకో కొట్లో కెళ్ళాడు. ఏవండీ. అక్కుళ్ళు శేరెలా ఇచ్చారండీ.

రూపాయిన్నర. షావుకారు చెప్పాడు. పది నిమిషాల వరకూ విసుగు లేకుండా చెప్పాడు.

వీడెలాగయినా మర్యాదస్తుడే అనుకున్నాడు మహరాజు. కనీసం ఒక శేరు బియ్యం కొనేద్దామనుకున్నాడు. కాని రూపాయే ఉంది కదా! ఇంత మర్యాదస్తుడి దగ్గర అర్ధశేరు కొంటే బావుండదు; చిన్నబుచ్చుకుంటాడు. మళ్ళీ వస్తానండి – ఆపైన కనుక్కుని.

మహరాజులా రండి.

మహరాజు నవ్వుకున్నాడు.

సరేలే. ఈ రూపాయిలో బియ్యం కొనేదేమిటి? సిగ్గుచేటు. ఎవరేనా చూసినా బావుండదు. ఈ పూటకి అవి డేఅప్పో సప్పో చేస్తుంది. సంతలో కెళ్ళాడు.

ఏం చామాలూ కులాసా? బంగాళా దుంపలెలా?

రండి బాబు రండి. ఇయి ముప్పాలా, ఇయి రూపాయణా. వంకాయలు ముప్పాలాండి. ఎన్నముద్దలు.

సరేలే. దుంపలిచ్చే ధర చెప్పు.

రూపాయి చేస్కోండి బాబూ. అయినా నువ్వోనాడు కొన్నావేటి బేరమాడ్డవే కాని.

అందరూ కొనేవాళ్ళయితే నీవంటి వాళ్ళెందుకే అమ్మడానికి. నీ మనవడు చాలు.

వెకిలిగా నవ్వుతూ బయల్దేరాడు. మళ్ళా బజారు రోడ్డున పడ్డాడు మహరాజు. కాస్త కాఫీ తాగితే!... ఛీ! ఇంటి కోసం అని చెంబు తాకట్టెట్టి రూపాయి తెచ్చి అది కాస్తా హోటలు వాళ్ళ ఎదాన పొయ్యడమా? మూడు కిరాణా కొట్లలో 30 నిమిషాలసేపు బేరం ఆడి బయటపడ్డాడు. ధరలు మండిపోతున్నాయి..... ఏవిటో తనొక్కనాడు కూడా బేరమాడినంత జోరుగా సరుకు కొనలేకపోయాడు. ధరలు మండితేనేం మండకపోతేనేం – ఏటిలంనూనీ సవాశేరు చింతపండూ కొనడానికి.

అభిమానం ముంచెత్తుకొచ్చింది. ఛీ! మరీ చవట ఆలోచన లొస్తున్నాయి. వెధవది – కోపరేటివ్ బ్యాంకు వాళ్ళు అప్పేదో తొరగా తగలేస్తే ఈ ఉన్న అప్పులన్నీ ఒక్కసారి తీర్చిపారేసి రెణ్నెల్ల గ్రాసం కొని పడేసుకోవచ్చు. నాలుగు రాళ్ళు కంటికాన్తాయి. కుర్ర వెధవ మూడు చక్రాల సైకిలో అని గోల పెడుతున్నాడు.

ఒకటి కొనాలి. జేబులో రూపాయుంది కదా అన్న ధీమాలో బుచ్చిరాజుగారి ధనరాజు ఇనపకొట్లో కెళ్ళాడు.

ఏమండీ. మూడు చక్రాల సైకిలు చూపించండి.

అదుగో చూడండి.

కాస్త దిట్టంగా ఉండే బండేదో మీరే చెప్పండి బాబూ. మా రెండోవాడు రాక్షసి వెధవలెండి. చేతికిచ్చిందల్లా విరిచి అక్కడ పెడతాడు.

బుచ్చిరాజుగారి ధనరాజు ఫెళఫెళ నవ్వాడు – పెద్దవాళ్ళు నవ్వుకొనే నవ్వది; మేనేజర్లూ మేనేజర్లూ నవ్వుకొనే నవ్వది.

అంతేలెండి. అలాంటి కొడుకే ఉండాలి. అయినా సైకిళ్ళు పిల్లలు విరవకపోతే డబ్బిచ్చికొన్న మీరు విరుస్తారటండీ.

మహారాజుకి వళ్ళు పులకరించింది. మీకేవిటండీ కబుర్లు చెప్తారు. చెన్నపట్నం నుంచి ఆ మధ్య రెండు సైకిళ్ళు తెప్పించా, రెండూ విరిచి పెరట్లో పడేశాడు.

నయమే కదండీ – ప్రయోజకుడే. మావాడు విరవకుండానే వీధిలో పారేస్తాడండి. పైగా మా బాబు కొట్లో వున్నాయిగా అంటాడు. అది చూశారో లేదో.

ఇద్దరూ ఫెళ్ళున నవ్వారు మళ్ళా. పక్కన నుంచున్న కొట్టు గుమాస్తా జంకుతూ సన్నంగా నవ్వాడు. అది మేనేజర్లు మేనేజర్లు నవ్వుకునేటప్పుడు అచ్చంగా తను నవ్వే నవ్వులాంటిది. ఇప్పుడు తనూ షావుకారూ సమాన ఫాయాలో నవ్వుతున్నారు. నవ్వు పూర్తయేసరికి మహారాజుకి కళ్ళు చెమ్మగిల్లాయి. నిజంగానే సైకిలు కొనేయబుద్ధేసింది. జేబులో చూస్తే ఓ రూపాయే ఉంది. కోపరేటివ్ అప్పు పదిరోజుల్దాకా రాదు. సరదా చల్లారిపోయింది.

సరేలెండి. సాయంత్రం వాడినే తీసుకొస్తా. వాడే ఏరుకుంటాడు.

తక్షణం పదిరూపాయలేనా సంపాదించి జేబులో వేసుకు తిరగాలని మహారాజు మనసు ఉవ్విళ్ళూరింది. ఒకటో తారీఖు ఇరవైరోజు లుండనగా ఎవడిస్తాడు అప్పు. ఘోరాతి ఘోరంగా చితక్కొట్టిన ధరలకి గుడ్డలు అమ్మేస్తున్న శిల్కు ప్యాలెసులో కోరా మల్లు దగ్గరనుంచి గాబర్డిన్ వరకూ బేరమాడి బయటకు తేలేసరికి పది గంటలయింది. మహారాజుకి విపరీతంగా ఆకలి వేస్తోంది. తర్జన భర్జన లేకుండా తెగించి హోటలుకి వెళ్ళిపోయాడు.

పది గంటలయినా ఇడ్లీ సాంబారు ఇంకా ఉండడం చూసి బోలెడు ఆశ్చర్యపడి, ఇడ్లీ తెమ్మన్నాడు – ఉత్త కాఫీ తాగుదామనుకున్నవాడల్లా. తీరా ఇడ్లీ తినడం మొదలు పెట్టేసరికి పక్కాయన ప్లేటులో వడలు మహా అందంగా కనపడ్డాయి. సరే పెరుగు వడలు ఆర్డరు చేసేసరికి, సర్వరుకి మహారాజు మీద గౌరవం హెచ్చింది. ఆనియన్ పెసరట్టు రోస్టు స్పెషలు వేస్తానండి అంటూ సరదా పడ్డాడు. సర్వరు సరదా చూస్తే మహారాజుకి ముచ్చట వేసింది. వాడి ముచ్చట తీర్చకపోతే చిన్నపుచ్చుకుంటాడు.

సరే పట్రా అన్నాడు కాస్త హుషారుగా. ఈ ఉషారు చూసి పెసరట్టులో ఉప్మావేసి తెచ్చాడు వాడు. ఈ రెండూ జాయింటుట. పదకొండణాలు బిల్లు చెల్లించి చల్లగా ఇవతలకొచ్చాక ఇల్లు జ్ఞాపకం వచ్చింది, హోటలు వాడు కొల్లగొట్టాడు. ఇంట్లో బియ్యపుగింజా బొగ్గుముక్కా లేవన్న విషయం మరపించి తనని మేపారు వెధవలు.

ఛీ అనుకున్నాడు మహారాజు. ఇంక ఐదణాలు మిగిలింది. అయినదెలాగా అయింది. వచ్చిన కష్టం రానే వచ్చింది. అందుకని ఓ అణా పెట్టి స్పెషల్ మిఠాయి కిళ్ళీ, అణన్నర పెట్టి స్పెషల్ హైక్లాసు సిగరెట్టు ఒకటే కొన్నాడు. పక్క కొట్లోకి వెళ్ళి అణన్నరకి దక్కను పెట్టే, అర్ధణా అగ్గిపెట్టె కొనేశాడు. మిగతా అర్ధణా ముష్టివేశాడు.

సిగరెట్టు తాగుతూండగా అతనికి ఇల్లు జ్ఞాపకం వచ్చింది. ఇంటి దగ్గర ఏమైపోతోందో, బహుశా తన కోసం చూసి చూసి అవిడ అప్పు తెచ్చి ఉంటుంది. దొరికిందో లేదో! చెంబు తాకట్టు పెడితేగాని తనకే దొరకలేదు అప్పు. మహారాజుకి రోత పుట్టింది - సంసారం మీదా, తన మీదా కూడా. ఉత్తర క్షణాన పౌరుషం వేసింది. పట్టుదల హెచ్చింది. పది రూపాయిలు కళ్ళ చూడందే కొంప చూడకూడదనుకున్నాడు. పొరుగూళ్ళో మిత్రులున్నారు. కాళ్ళావేళ్ళాపడి అయినా అప్పు సంపాదించాలనే పట్టుదలతో ట్రంకురోడ్డు ఎక్కాడు మహారాజు. పదకొండు గంటలు కొట్టింది.

యువరాజు కథ:

పదకొండు గంటలు కొట్టింది గడియారం. గ్రంథాలయం గుమాస్తా తలుపులు మూస్తున్నాడు. నిద్రపోతున్న యువరాజును లేపి ఇంటికెళ్ళమన్నాడు.

ఎవరింటికి? అన్నాడు యువరాజు ఆవలిస్తూ, బయటికొస్తూ, కళ్ళు తెరుస్తూ, జేబులోని రూపాయి బిళ్ళ గరుకులని ఆప్యాయంగా ప్రగాఢంగా అదిమాడు.

నీ జుట్టు చిందరవందరగా ఉన్నా, నీ కళ్ళు లోతుకుపోయినా నీ బుగ్గలు గుంటలు పడినా నువ్వు బాగున్నావోయ్ అంది - కిళ్ళీకొట్టు అద్దం. ఘాటైన చార్‌మినార్ దమ్ము లాగాడు యువరాజు. బాగా మెలకువ వచ్చింది. మనస్సు తేలికగా ఉంది. ధీమాగా అడుగు సాగించాడు బజారు వేపు. ఈ రూపాయి ఖర్చు అయిపోయేలోగా ఏదేనా పెద్ద పని చేసెయ్యాలని మనసు ఉబలాటపడుతోంది. వంద రూపాయిలు కళ్ళ చూడాలి అనుకున్నాడు పెదిమలు బిగించి పళ్ళు కొరుక్కుంటూ.

మనసు కులాసాగా, జేబు దిలాసాగా ఇలా ఉన్నప్పుడే నలుగురినీ చూసి ఉద్యోగాలు అడిగెయ్యాలి. ఇప్పుడు ధీమాగా అడగొచ్చు. వాళ్ళు ఉద్యోగం ఇవ్వకపోయినా దర్జాగా హోటలుకి పోయి ఒకటికి రెండు కప్పులు కాఫీ తాగేసి నాలుగు సిగరెట్లు కాల్చెయ్యొచ్చు. రూపాయి బిళ్ళ అంచుని చూపుడు వేలితో తడిమాడు.

శక్తి విజృంభించింది. ఆలోచనలు ఇనుమడించాయి. గుమాస్తా ఉద్యోగాలకి ప్రయత్నాలు నెమరువేశాడు. ఒక కంపెనీ ఉంది, దాని మేనేజరు సారస్వత ప్రియుడట. కాస్త కథలు రాసేవాళ్ళంటే సరదాట. తనకి కథ రాయటం రాదు. రాదని కాదుగాని ఇంతవరకు రాయలేదు. ఇప్పుడు రాసి... ఎందుకూ ఎవరి చేతన్నా రాయించి.... ఛీఛీ.... మంచి ఇంగ్లీషుది కాపీ కొట్టి.... అంతకన్న అనువదిస్తే మేలు - వాడిపేరు గిరాకీతో తన కథ పడుతుంది. అది చూపిస్తే కథలు రాసే మేనేజరుకి అభిమానం పుట్టుకొస్తుంది. తోటి సోదరుడని ఉద్యోగం హారెయ్యొచ్చు సానుభూతితో.

దూసుకుపోయిన కారు వెంటబడ్డ తన కళ్ళు, కారులో అమెరికన్ ఇంజనీరునీ అతని తాలూకు కూతుర్నీ చూశాయి. చేతిలో వున్న చార్మినార్ పీకె వంక దీక్షగా

చూశాడు. అప్రయత్నంగానే ఇంజనీరు కూతురితో ఇంటర్వ్యూ వూహించాడు.

రంగు రంగుల దృశ్యం కనబడుతోంది. తను హై హై యాంకీ యాసతో మాట్లాడేస్తున్నాడు. ఇంజనీరు కూతురూ, ఆ పిల్ల నాన్నా ముందర ముచ్చటపడి ఆపైన విస్తుపోయారు.

మీకిదంతా ఎలా పట్టుబడిందండి!

నాకు అమెరికా అంటే చాలా అభిమానం. నేను మీ సినిమాలు తెగ చూస్తా. నేను కథ రాశా - అమెరికాకి పంపుదామని.

మా కివ్వండి - మేం దాని సంగతి చూస్తాం.

ఇంజనీరు కూతురుకి తను రాసిన కథ అందిస్తూండగా చేతులు తగిలినందుకు ఒళ్ళు జలదరించింది యువరాజుకి. ఆ కులుకుతో రోడ్డుమీది మామిడి టెంకని విలాసంగా తన్నబోయి కంకర్రాయిని తన్నేశాడు.

ఇంజనీరు కూతురితో ఇంటర్వ్యూ నించి హఠాత్తుగా మేలుకొన్నాడు. భూపాల రాగంలో 'అబ్బా!' అని బొటనవేలు రక్తం చూసుకుంటూ. దెబ్బకి తలలో నరాలు కంపించాయి. ప్రాణం జిల్లార్చుకపోయింది. నడక ఆపి ఓ చెట్టుకి చేరగిలి నిలబడ్డాడు.

మండే మధ్యాహ్నం మధ్య నించున్న ఎండిన మోడు మీద నించున్న రెండు కాకులు కావుకావుమన్నాయి - అవి అక్కా చెల్లెళ్ళు.

అక్కా అక్కా చూశావే?

చూశా చెల్లీ.

అక్కా ఎవరే ఈ చిన్నవాడు? అంది కాకి చిన్నది.

వీడు తెలీదు? ఈ జాతి వాళ్ళని మనం బోల్డుమందిని చూశాం. మొండికెత్తిన నిరుద్యోగి. గెలుపు గ్యారంటీ అనే రకం.

మొహం చూస్తే అలా వుందేం?

భుక్తాయాసం. దండయాత్రకి ఉపక్రమణం. బాదం హల్వా తింటుంటే, ఇంగువ ముక్క పంటికిందకొచ్చింది - చూడలే. ఇప్పుడే ఓ ఇంజనీరు కూతురితో ఇంటర్వ్యూ భోంచేశాడు. కడుపు నిండేలా భోంచేసిన మత్తులో కంకర్రాయిని తిన్నాడు. వేలు బద్దలై మేలుకొన్నాడు. మళ్ళా - బద్దలైంది వేలు కాదూ, వేలు బద్దలు కాలేదూ అని నచ్చచెప్పుకుని మొండికెత్తుతాడు. ఇలా ఇంటర్వ్యూలూ, ఆశలూ భోంచేస్తూ ఉంటాడులే.

చిన్నకాకికి సరదా పుట్టింది - రెట్టవేస్తే? అంది ఉత్సాహంతో. వేసి చూడు అంది అక్క అనుభవశాలిలా. చిన్నకాకి రెట్ట వేసింది. యువరాజుకి నెత్తి తడుముకోవాలో రక్తం కారుతూన్న వేలుని ఓదార్చాలో తెలియలేదు. ఒక్క క్షణం ఆలోచించి రెండూ మానేశాడు. తిన్నగా పది గజాల దూరంలో ఉన్న పంపు దగ్గరకెళ్ళాడు. వేలు కడిగేశాడు, ఆపైన మెల్లిగా రెట్ట తుడిచేశాడు. మొహం తోమేసుకున్నాడు. ఎండిన ఎర్రజుట్టుకి నీళ్ళు పట్టించాడు. జేబులోని చిన్న దువ్వెన తీసి అక్కడే తల నున్నగా దువ్వేసుకున్నాడు. దువ్వుతూండగానే ఈలపాట మొదలెట్టాడు - బాధను మరిచిపోడానికి. కాఫీ తాగాలనుకున్నాడు కూడా. తిన్నగా ఇంగ్లీషు హోటలుకెళ్ళాడు బాధ అణుచుకొని, హొయలు ఒలకపోస్తూ.

వీడి దుంపతెగ - పైకేనా చూడలేదే అంది చిన్నకాకి.

నే చెప్పలే అంది అక్క చిరునవ్వుతో.

కాఫీ ఆర్డరు చేసి హాయిగా దేశవాళీ హోటలుకెళ్ళి మసాలాదోశ తినవలసింది అనుకున్నాడు యువరాజు. రోటిలో తలపెట్టి రోకటి.... చల్లని మంచినీళ్ళు తాగి, కాఫీ కలుపుకుంటూ - సిగరెట్టుతే అన్నాడు. వెయిటరు అణారకం సిగరెట్లు నాలుగూ అణా అగ్గిపెట్టె ఒకటీ పళ్ళెంలో తెచ్చి మహా వినయంగా పెట్టాడు బల్ల మీద.

కాఫీ మూణ్నాలు - ఇవి అయిదణాలు మొత్తం అర్ధరూపాయి! బిల్లు ప్లేటులో పెట్టి, ప్లేటు ట్రేలో పెట్టి తల బిల్లుకి తగిలేటంతగా వంచి, బిల్లు బల్ల మీద ఉంచాడు వెయిటరు. నిర్లక్ష్యంగా పొగ వదుల్తూ, రూపాయి ప్లేటులో ఉంచాడు యువరాజు. వెయిటరు రెండు పావలా కాసులు తెచ్చాడు చిల్లర.

యువరాజు గొంతులో వెలక్కాయ పడింది. వీడికి టిప్ ఇవ్వకపోతే పరువు తక్కువ. బేవార్సుగా డనుకుంటాడు. కానీ అణా బేడా ఇద్దామనుకుంటే, దొంగపీనుగ రెండూ పావలా కాసులు తెచ్చాడు. గోహోవిందా అనుకుంటూ ఓ పావలా కాసు అతి నిర్లక్ష్యంగా తీసి జేబులో వేసుకున్నాడు. స్క్ (థాంక్సుకి సంక్షిప్తం) అంటూ అంతకన్నా నిర్లక్ష్యంగా ఆ పావలా తీసుకున్నాడు వెయిటరు.

మండే మధ్యాహ్నం మీదకి మళ్ళీ ఒచ్చేశాడు యువరాజు. ఎండ మండుతోంది. ఆకలి వేస్తోంది. బస్సెక్కితే? అమ్మో ఉన్నది పావలా. ఇందులో బస్సా.... చెట్టుమీది చెల్లి కాకికి జాలివేసింది. పాపం ఎలాగే అంది. అనుభవశాలిని అయిన అక్క కాకి మందహాసం చేసింది.

దిక్కులేనివారికి దేముడే దిక్కు. వీడికి నేనే దిక్కు, బస్సు కాదు. విమానం ఎక్కించేస్తా చూడు అంది గంభీరంగా.

యువరాజు నడుస్తున్నాడు - భోంచేసి ఎన్నాళ్ళయిందో లెక్క పెట్టుకుంటూ. ఎదురుగుండా వయ్యారిభామ ఒకతె వస్తాంది. వెడల్పాటి నల్లటి అంచుగల పసుపు పచ్చటి చీరెకట్టింది. నల్లటి పొట్టి రవిక తొడిగింది. ఎర్రటి ముఖమల్ చెప్పులు వేసింది. ఆ ఎండలోనే యథాశక్తి విలాసం ఒలికిస్తూ నడుస్తాంది.

ఇంగ్లీషు హోటలుకి వెళ్తుంది కాబోలు అనుకున్నాడు యువరాజు. ఇరవైక్షణాలపాటు ఆమెని శాయశక్తులా చూశాడు యువరాజు. ఇరవయ్యొకటో క్షణానికి కొత్త అనుభూతి - ఆమడ దూరాన ఉన్నది వచ్చి అతని మీద వాలింది, లోపల వ్యాపించింది. క్షణంలో ఇముడ్చుకుని పొదువుకుంది.... ఇటువంటి పిల్ల అనుకున్నాడే కాని, నిజానికి ఎటువంటిదో అతనికి నిర్ధారణగా తెలియదు. ఎందుకంటే ఆ అమ్మాయి ప్రత్యంగ సౌందర్యమూ అతడిని ఉక్కిరి బిక్కిరి చేసింది. ఆమె ముఖం కూడా సరిగ్గా చూడలేదు. బహుశా పచ్చచీర, నల్ల అంచు వుండవచ్చు. నల్ల రవిక మాత్రం కచ్చితంగా చూశాడు.

ఆ ఒప్పులకుప్ప, ఒయ్యారి భామ ఐదు గజాల దూరానికి వచ్చేసింది. ఏదో మహత్కార్యం చేసెయ్యాలనే ఉద్వేగం ప్రకోపించింది యువరాజుకి. యువరాజుని విమానం ఎక్కిస్తానని శపథం పట్టిన వాయస రాజము ఈ క్షణాన రంగభూమికి దిగింది. ఎడారివలె పరుచుకున్న ఆ మధ్యాహ్న వేళ, మగతగా ఉన్న చెట్లు మినహా

సాక్షులు లేని ఆ రోడ్డుమీద, నడుస్తున్న వయారి భామ మీదికి వాయసాంగన చెంగున ఎగిరింది. కావుమంది. ఇంచుమించు ఆ పడుచు నెత్తిన నిలచి రెక్కలు టపటప లాడించింది మళ్ళీ కావుకావు మంది.

బావురుమంది వయారిభామ. వెంటనే యువరాజు దుష్యంతుడి పద్ధతిలో ముందు కురికాడు. హోఁహోఁ అంటూ కాకిని బెదిరించి తరిమేశాడు. పమిట సర్దుకుంటున్న వయారీభామ వంపుల సొంపులు క్షణంలో సగంసేపు చూసిన యువరాజులో కొన్ని సున్నితమైన నరాలు – ఫ్యూజువైరులా భగ్గున మండి భస్మం అయిపోయాయి.

వయారి భామ వయారన్నరగా థాంక్యూ అంది. వయ్యారమ్ముప్పావుగా రోడ్డు మీద పడి వున్న చేతిసంచీ తీసుకుంది. జనం ఎవ్వరూ లేరన్న సంతోషంతో రెట్టింపు వయారం ఒలకబోస్తూ వెళ్ళిపోయింది. వెడలుచున్న భామ సోయగాన్ని వెనుక నుంచి అరనిముషం సేపు శ్రద్ధగా చూసిన యువరాజు పది అడుగులు నడిచేలోగా హోయిలోకి, గాలిలోకి, కలలలోకి తేలిపోయి, శ్రమలేకుండా విమానం ఎక్కి విహారానికి బయలుదేరాడు. ఒంటిగంటంపావుకి, ఒక పెద్ద భోజన కాఫీ హోటలు పెరటిగుమ్మం వున్న వీధిలో చిన్న కిళ్ళీకొట్టు దగ్గర విమానం దిగిపోయాడు యువరాజు.... ఆకలి విపరీతంగా వేస్తోంది. నీరసంగా ఉంది. కిళ్ళీకొట్టులో వేరుశనగ ఉండలు ఉన్నాయి. రెండు కొనుక్కు తిని, కాసిని మంచినీళ్ళు తాగితే కడుపు చల్లబడుతుంది.... కాని ఎవరేనా చూస్తే?

తెగించి కొనేశాడు రెండు వుండలు. స్టయిలిష్‌గా వేరుశనగ ఉండల పరిశ్రమను ఉద్ధరించేవాడి పోజులో తినడం మొదలెట్టాడు. గజం దూరంలో ఒక హైక్లాసు ముష్టివాడూ, పెద్ద హోటల్లో క్లీనరూ బేరాలాడి ఒప్పందం కుదుర్చుకుంటున్నారు.

వారానికి అర్ధరూపాయి ఇస్తే భోజనపు హోటలు ఎంగిలాకులన్నీ నువ్వొచ్చేవరకూ వుంచి నువు రాగానే నీకు పడేస్తా అంటున్నాడు క్లీనరు.

అరణాలు చేసుకో అన్నాడు ముష్టివాడు.

ఇది ఏ క్లాసు హోటలు తెలుసా! అర్ధరూపాయిస్తే అయిదు రూపాయలు గిడుతాయి. ఇష్టం వుంటే చెప్పు.

సరేనంటున్నాడు ముష్టివాడు.

యువరాజు తనమీద తనే జాలిపడ్డాడు. తనని తనే యావగించుకున్నాడు. ఈ ఆర్థిక పతనానికి తనే బాధ్యుడననుకున్నాడు. ముష్టివాడిని వెళ్ళిపోనిచ్చి క్లీనరుని పిలిచి తమలపాకులు వేసుకోమంటూ అర్ధణా ఇచ్చాడు. విస్తుపోయిన క్లీనరు ఒద్దనే లోగానే మెయిన్ రోడ్డు మీద నడుస్తున్నాడు యువరాజు. డబ్బులు మూడణాలున్నాయి.

గుండె గతుక్కుమంది హఠాత్తుగా. ఇరవై గజాల దూరంలో తన ఇంటి ఓనరుడు వస్తున్నాడు. కనపడితే దుంప తెంపి ధూపమేస్తాడు. యువరాజు చటుక్కున వెనక్కి తిరిగి బయలుదేరాడు. మూడడుగులు వేసేసరికి అల్లంత దూరంలో నాయర్ టీకొట్టు.

ఈ యువరాజు ఇప్పుడు డెన్మార్క్ యువరాజు పరిస్థితిలో పడ్డాడు. కొద్ది తేడాతో – అటు ఇంటివాడిని వరించడమా – ఇటు నాయరు మావనా? అటుకీ ఇటుకీ మధ్య ఒకటి ఎప్పుడూ ఉంటుంది. లేపోతే ఇటూ అటూ అనే ప్రస్తావనే

లేదు. యువరాజుకి కూడా అటు ఇంటివాడికీ, ఇటు నాయరుకీ మధ్య ఒక దారి దొరికింది. మధ్యనున్న కాఫీ హోటలులోకి దూరాడు.

హామ్లెట్ కూడా ఉండడమా ఊడ్డమా అని మథనపడకుండా, చేతికి అందిన డబ్బు తీసుకుని ఒఫీలియాని లేవదీసుకుని దేశాంతరం పోయి ఉండవచ్చు. తాపీగా దేముడే సమస్య పరిష్కరించును – అనుకున్నాడు యువరాజు తన తెలివితేటలకి ఉప్పొంగిపోతూ.

గండం గడిచింది గాని కంపు కాఫీ తాగి రెండణాలు హోటలు వాడి ఎదాన పోయాల్సి వచ్చింది. బయటికొచ్చి సిగరెట్టు ముట్టించాడు యువరాజు. జేబులో ఇంకొక్కణా ఉంది. చరచర పెద్ద పుస్తకాల కొట్లో కెళ్ళాడు. విజ్ఞాన సముద్రం అణువు నుంచి బ్రహ్మాండం వరకూ, సిగరెట్టలా మానవచ్చే మూడు సులభ పాఠాల్లో నేర్పే అమెరికా పుస్తకం నుంచి ఆత్మసాక్షాత్కారానుభూతి సిద్ధించడానికి మార్గదర్శిని వరకూ పుస్తకాలున్నాయి. మానవుడు చూసిన వేల సంవత్సరాల ఘడియల విఘడియల చరిత్ర గంభీరంగా పరచుకొని ఉంది.

మానవుడు సృష్టించిన ఈ మహా విజ్ఞాన సాగరం మధ్య మానవుడు ఒక చిన్న చేపలా అంతా ఒక్కసారి జీర్ణం చేసుకోవాలనే ఆరాటంతో తిరుగుతున్నాడు. ఈ దేవాలయంలో వున్నంతసేపూ, మహోద్వేగంతో ఆలోచిస్తాడు. ఉత్తేజితుడవుతాడు. యువరాజు అయితే ఉక్కిరిబిక్కిరే అయిపోయాడు. చాలా పుస్తకాలు కొనాలనిపించింది. చదవాలనిపించింది. కొనబోయినంత పని చేశాడు. జేబులో అణాకాసు గామోసు గావుకేక వేసింది నే నొక్కర్తనే ఉన్నానోయ్, నా మొహం చూస్తే పుస్తకాలివ్వరు సుమీ అంటూ.

నాకు తెలుసులే. నువ్వు ఎత్తి పొడవక్కరలే అన్నాడు యువరాజు. చదువుకుందామని బుద్ధిపుట్టి పుస్తకాలు కొనే తాహతు లేని యువరాజుకి అసహ్యం వేసింది. కనీసం ఒక్క పుస్తకం దొంగిలిస్తే – అన్న ఆలోచన దాకా వచ్చింది. బయటికొచ్చేశాడు అక్కడితో.

గుమ్మం దాటుతూ పెద్ద బ్రహ్మాండమైన కథ రాయడానికి నిశ్చయించాడు. తిన్నగా అమెరికా పంపేస్తే ఒక్కసారిగా ఏ పాతికవేలో వస్తుంది. ఝూంమని చక్కని ఇల్లూ, లైబ్రరీ, పెరట్లో స్విమ్మింగ్ పూలు, చక్కని పెళ్ళాం, మంచి రేడియో, లైబ్రరీ పుస్తకాలు, బుల్లి జర్మన్ కారూ, ఉంగరాల జుత్తుగల నల్లటి తీగలాటి డ్రయివరూ, బొచ్చుకుక్కా, తోలు పటకా ఏర్పాటు చేయవచ్చు. ఈ లోగా వరుసగా పజిల్సు కట్టేస్తే మళ్ళా ఏ లక్షో వచ్చి పడుతుంది.

యువరాజు కింకో తీయని అనుమానం ఉంది. అది అస్తమానూ పైకి తీయడు. అది వచ్చినప్పుడు అతని కెన్ని దృశ్యాలో స్ఫురిస్తాయి.

ఎక్కడో, ఎవరో, తన పేరుగలవాడు ఒక పజిల్ కడతాడు.

ఈలోగా తన దరిద్రం, క్షోభా భారీగా పెరిగి బ్రతుకు భారం అవుతుంది.

ప్రేమించిన పడతి వరించదు. డబ్బులేదని వాళ్ళ నాన్న అంతకన్నా వరించడు – బికారి వెధవ – అని అవమానితుడై ఆత్మహత్యకి మర్నాడు ముహూర్తం నిశ్చయించుకుంటాడు. ఇంకో గంట టైముందనగా, తన జీవిత పరిధిలోకి తొంగి

చూసిన ఆడా, మగా, పిల్లా, జెల్లా తన మరణానంతరం తన మీద ఎలా జాలిపడతారో టెక్నికలర్లో వూహించుకుంటూ వుంటాడు. అంతలో హఠాత్తుగా పజిలు కంపెనీ వాళ్ళు నానా హడావిడిగా వచ్చి తనకి ఫస్టు ప్రయిజు వచ్చిందని చెప్పి, తన ఆశ్చర్యం గమనించకుండా తన మాట వినకుండా బంపర్ ఆఫరు లక్షరూపాయలూ అంటగట్టి పదివేల రూపాయలు తన దగ్గర టిప్ తీసుకుని చక్కా పోతారు. అప్పుడు తనంటే కసివున్న వాళ్ళంతా ఉక్కిరిబిక్కిరయ్యేట్టుగా తన ప్రయిజు వెల్లడిస్తాడు. తనను నిన్న బికారి అన్న వుడ్ హౌస్ బీన్ మావగారూ, ఆయన కూతురూ అన్నన్నా అనుకుని తనని శ్రీకరుడని పొగిడి పెళ్ళికి తయారవమంటారు. ఈలోగా ఎవరి ప్రయిజు తనకి పొరపాటుగా వచ్చేసిందో అతన్ని వెతికి పట్టుకుంటాడు తను. నిజం చెప్పి డబ్బు తీసుకోమనేసరికి వాడు భోరున ఏడ్చి సొమ్మసిలి తెప్పరిలి, సగం నీకే అని ఇచ్చేస్తాడు. న్యాయంగా ఆర్జించుకున్న ఈ డబ్బుతో... యువరాజు ఇక్కడితో కల ఆపేస్తాడు.

ఈ అనుమానం అతనికి చాలాకాలం నించి ఉంది. ఈసారి మాత్రం కాస్త ఇంకాస్త మెరుగైన ఆలోచన వచ్చింది – ఆ పజిలేదో తనూ కడితే మంచిదని. ఆ వెంటనే రోడ్డు మీద అర్ధరూపాయి కాసు దొరికేసరికి, విధి వైచిత్రి గురించి బోలెడు ఆశ్చర్యంతో గుండెలు బాదుకుని శుభస్య శీఘ్రమనుకున్నాడు. మళ్ళా మనసు మారకుండానే కిళ్ళీకొట్లో పజిలు కాయితం అడిగి పుచ్చుకుని పోస్టాఫీసువారి కలం సిరాబుడ్డీ సహాయంతో, నాలుగు బేడ ఎంట్రీలు నింపాడు. అంతకన్న ఎక్కువ అనవసరం, ఆత్మ విశ్వాసం కలవాడికి. అదృష్టం అర్ధరూపాయ బిళ్ళ వేషంతో వచ్చి హలో అంటున్న వాడికి ఠారున వచ్చి పడాలి ప్రయిజు. అర్ధరూపాయి పెట్టి పోస్టలార్డరు కొన్నాక కవరుకి డబ్బులు చాలవన్న జ్ఞాపకం వచ్చింది. ఉన్న అణా పెట్టి బుక్‌పోస్టులో పంపితే పోస్టల్ ఆర్డర్‌కి రెక్కలు మొలుస్తాయి. పోనీ మూడు ఎంట్రీలు పంపుదామంటే మనసొప్పలేదు. మూడు కీడుమూడే నంబరు. ముత్యం మూడన్న సామెత సయించలేదు. పైగా ఆ నాలుగోదే తనకి 70 వేలు తెచ్చే ఎంట్రీ కావచ్చు. అనక జుట్టు పీక్కుని చాలా ఇదిగా ఏడవాలి.

అణాకాసు, పోస్టలార్డరూ, పజిలు కాయితం జేబులో వేసుకుని వేటకెళ్ళాడు యువరాజు. కనీసం అణా దొరికితే చాలు. తిండి రేపు చూసుకోవచ్చు. ఎనిమిది గంటలయింది. అప్పిచ్చువాడు ఎవడూ కనబడలేదు. కనబడ్డవాడు ఎవడూ అప్పివ్వలేదు.

నీరసం ఎక్కువైపోతోంది. కళ్ళు చీకట్లు కమ్ముతున్నాయి. పసుప్పచ్చా, ఆకుపచ్చా, ముదర నీలి రంగులు కనబడుతున్నాయి. కళ్ళు నులుపుకుంటేగానీ రోడ్డూ మనుషులూ కంటికానడంలేదు. తలలో నరాలు ఉండుండి కంపిస్తున్నాయి. పళ్ళు పటపట కొరికి దవడలు పీకుతున్నాయి. శరీరంలోని ప్రత్యంగమూ యథాశక్తిని బాధపెడుతోంది. విపరీతమైన చలిగాలి వీస్తోంది. పైగా వాన మొదలెట్టింది. ఇదే హోల్‌సేల్ బాధ. అంటే లోపల బయటా కూడా హింస అనుకున్నాడు యువరాజు. పోస్టలార్డర్నీ పజిలు ఎంట్రీని చొక్కా కింద పెట్టి కాపాడుతూ.

అందమైన అమ్మాయిలు విలాసంగా వెళుతున్నారు. కుర్రవాళ్ళు ఈల వేస్తున్నారు. యువరాజు లేని ఉత్సాహం తెచ్చుకుని ఈల వెయ్యబోయాడు కాని పెదిమలు మండాయి. గొంతుకలో గులకరాయి అడ్డు నిలిచినట్లు నొప్పి పుట్టింది. ఈల రాలేదు.

కాఫీ తాగినా బాగుండును. అణాకి టీ వస్తుంది. సిగరెట్లు లేవు. గడ్డం పెరిగింది. పజిలు కట్టాలి. కాళ్ళు పీకుతున్నాయి. రూముకి నడవడం అసంభవం... ఇంటివాడి అద్దె... తల అడ్డంగా తాటించాడు. ఎదురుగా ఒక చిన్న హోటలుంది. జనం అట్టే లేరు. చరచర నడిచి వెళ్ళాడు డబ్బుల బల్ల దగ్గరికి.... చూడండి. నేను డబ్బు పారేసుకున్నా. మా ఇల్లు దూరం. మీకేం అభ్యంతరం లేకపోతే యీ పోస్టలార్డరు తీసుకుని అర్థరూపాయిచ్చెయ్యండి.

నాదేముందండి - ప్రొప్రయిటర్ని అడగండి. అదిగో ఆయనే అన్నాడు వాడు గట్టిగా.

ఒళ్ళు చచ్చిపోయినట్టయింది. ఎవరూ వినలేదు గదా! తెగించాడు - కాఫీ తాగుతున్న ప్రొప్రయిటరుతో దగ్గరచేరి మెల్లిగా చెప్పాడు.

మా కెందుకండి ఇది - అయినా ఆరణాలు తీసుకోండి అన్నాడు.

ఆలోచించడం మానేసి సరే అన్నాడు యువరాజు. కృతజ్ఞతా పూర్వకంగా పోస్టలార్డర్‌తోపాటు తను నింపిన ఎంట్రీ కాయితము - ఆల్ కరెక్టు వస్తుందని హామీ ఇచ్చాడు.

ఆరణాల్లో రెండణాలు కాఫీ తాగాడు. ఇందాక అణాతో కలిసి ఇంకా అయిదణాలుంది. చార్‌మినారు సిగరెట్టు పెట్టె అగ్గిపెట్టె కొనేశాడు. మూడణాలు మిగిలింది. బస్సుకి బేడవుతుంది. మాసిన గడ్డంతో అంత కంటె మాసిన బట్టలతో ఒక్క పెద్దమనిషి సమీపించాడు.

ఇంగ్లీషులో ఆరంభించి తెలుగులో ముగించిన అతడి అభ్యర్థన సారం ఇది. అతని పర్సు పోయిందట. ఇల్లు చాలా దూరం. చప్పున వెళ్ళాలి. తన దగ్గర అణా స్టాంపు ఉంది. అది తీసుకుని అణా ఇస్తే....

యువరాజుకి ఏడుపు పొంగుకొచ్చింది. ఎటువేపు బస్సెక్కుతారు? అన్నాడు. నయమే. తూర్పువేపు వెళ్ళే బస్సు. తను వెళ్ళేది పడమటికి. స్టాంపు తీసుకుని అణా ఇచ్చాడు. ఆయన మళ్ళీ ఇంగ్లీషులో బాధపడి వెళ్ళిపోయాడు.

నేషనల్ సేవింగ్సు సర్టిఫికేటును కొనండి అంది బస్సు మీది బోర్డు. ఆ! ఆ! కొన్నామండి. ఇపుడే - అనుకుంటూ అణా స్టాంపు చూసి నవ్వాడు యువరాజు. బస్సెక్కి కిటికీ దగ్గర కూచున్నాడు. అమ్మయ్య అని.

బస్సులో కూచుని పది నిమిషాల సేపు మరణించాడు యువరాజు. మెల్లిగా తిప్పు ప్రారంభమయింది. మరో మూడు నిమిషాలకి భరింపరానంతగా తిప్పసాగింది; కణతలు వేడెక్కాయి. ఒళ్ళు కాలిపోతోంది. కళ్ళు భగ్గుమంటున్నాయి. పళ్ళు గిట్టకరుచుకుని చలి తట్టుకుంటున్నాడు. తను దిగాల్సిన చోటు వచ్చింది. బస్సు దిగుతూనే భళ్ళున వాంతి అయింది. జనం చుట్టూ చేరి జాలిపడి సోడా తాగమని సలహా ఇచ్చారు.

లేచి సోడాకొట్టు కెళ్ళాడు. స్టాంపు బయటకు తీసి మళ్ళా పాతం వప్పజెప్పబో యాడు.... ఈ అణా స్టాంపు తీసుకుని... మతిపోయింది. కళ్ళు పెద్దవి చేసి మళ్ళీ పరిశీలించాడు. అది వాడిన స్టాంపు. దాని మీద ముద్ర ఉంది....

కొంచెం మంచినీళ్ళు ఇస్తావోయ్ వాంతి అయింది అన్నాడు.

మొహం కడుక్కుని బయల్దేరాడు రూముకి. పది దాటింది. ఇంటివాడు నిద్రపోయి ఉంటాడు. మెల్లిగా రూము చేరితే హాయిగా దుప్పటి కప్పుకుని కమ్మగా ఆలోచించుకుంటూ ఆశపడుతూ పడుకోవచ్చు. తెల్లారకట్టే మళ్ళీ వాడు లేచేలోగా వెళ్ళిపోవాలి.

కోళ్ళ దొంగ పద్ధతిలో ఉంది అనుకున్నాడు యువరాజు మేడ మెట్లెక్కుతూ. రెండు నిమిషాల అనంతరం వెచ్చగా దుప్పటి కప్పుకుని పడుకున్న యువరాజుకి పొద్దుటి మహరాజు జ్ఞాపకం వచ్చాడు.

☆ ☆ ☆

పది గంటలకి రోడ్డు కుళాయి దగ్గర పూటుగా నీళ్ళు తాగిన మహరాజుకి పులక మారింది. బాకీ వాళ్ళు తల్చుకుంటున్నారు అనుకున్నాడు. రాత్రి తొమ్మిది వరకూ, కాలికి బలపం కట్టుకు తిరిగిన మహరాజుకి కానీ అప్పు పుట్టలేదు.

దాదాపు తనకి తెలిసిన పదిమంది స్నేహితులూ ఎన్ని బాధలు పడుతున్నారో వాళ్ళ దగ్గర ఇవాళ మధ్యాన్నందాకా ఉన్న రెండు రూపాయలు ఎలా ఎలా ఖర్చు పెట్టి యాతనలు పడ్డారో సవివరంగా విన్నాడు. సానుభూతి చూపాడు. కొందరి కోసం కన్నీళ్ళు కూడా కార్చి తన తల తాకట్టు పెట్టేనా వాళ్ళకి అప్పు పెడతానని హామీలు ఇచ్చాడు.

తొమ్మిదిన్నరకి వానలో నడుస్తూ తన పెళ్ళాం బిడ్డల మీద జాలిపడడానికీ, తనని తనే ఏవగించుకోవటానికీ ఉపక్రమించాడు. తనకి పట్టాభిషేకం చేసిన పెద్దల్నీ, ఆనాడు చందన తాంబూలాది సత్కారంబులందుకుని ఆశీర్వదించిన పెద్దల్నీ తిట్టుకున్నాడు. కొంప చేరేసరికి పెళ్ళాం బిడ్డలు మేలుకుంటే బావుండదు. మొహం చెల్లదు. ఇత్తడి చెంబేదని పెళ్ళాం అడిగితే ఏం చెప్తాడు?

అప్పు దొరకడం లేదు – పిల్లలు పస్తున్నారంటే ఏమనాలి? అందుకే వాళ్ళు నిద్రపోయేక తను నిశ్శబ్దంగా వెళ్ళి అరుగు మీద పడుకుంటే మంచిది. పొద్దున్నే లేచి గట్టిగా ప్రయత్నించి – లేపోతే పెద్దమ్మ కాళ్ళే పట్టుకుని మరో రూపాయి సంపాదించి ఇంటి మొహం చూడొచ్చు. మహరాజుకి ఆకలేసింది. తిరిగి తిరిగి వున్న మీదట ఒళ్ళు తూలుతోంది. కోటూ పంచా తడిశాయి.

మంచినీళ్ళు తాగడానికి రోడ్డు కుళాయి దగ్గర ఆగాడు. ఎవరో మహరాజు విలాసంగా పాడుకుంటూ సైకిలు మీద వస్తున్నాడు. తెలిసినవాడేమో.... సైకిలు వెళ్ళేవరకూ ఆగి కుళాయి నొక్కాడు. నోరు తెరిచాడు – వంగి.

ఒక్కసారిగా ఏడుపు పెల్లుబికింది. గట్టిగా ఏడవాలనిపించింది. చుట్టూ చూశాడు. దగ్గరలో ఎవరూ లేరు. కుళాయి గట్టు మీద కూచున్నాడు. రెండు చేతుల్తో మొహం మూసుకుని, భోరున గుండెలవిసేలా నరనరాలు కదిలిపోయి నాభి కంపించేలా ఏడిచాడు. నిముషంసేపు తన ఏడుపు తనే విన్నాక కొంచెం

బరువు తగ్గింది. మరో కెరటం పొంగింది – కుమిలి కుమిలి ఏడిచాడు. వేడి కన్నీళ్ళు ధారాపాతంగా ప్రవహించాయి. ఎంతో హాయినిచ్చింది ఆ ప్రవాహం. అప్పుడు, అంతకన్నా భగవంతుడు చెంపలు నిమిరినట్లయింది.

చాలారోజుల తరువాత ఈనాడు దేముడు జ్ఞాపకం వచ్చాడు. అప్రయత్నంగా ఆకాశానికి నమస్కరించాడు. వెంటనే యిటూ అటూ చూశాడు – ఎవరేనా చూశారేమోనని. నవ్వొకోబుద్ధేసింది. కానీ నవ్వు రాలేదు. కాస్త తేలికబడిన మనసుతో చల్లని నీళ్ళు పెట్టి మొహం కడుక్కున్నాడు. పొట్టపూటుగా నీళ్లు తాగేశాడు. పలక మారింది. ఎవరో తలచుకుంటున్నారు గాబోలు అనుకున్నాడు చొక్కాతో మొహం తుడుచుకుని ఇంటికి బయలుదేరుతూ....

స్వస్తి:

వెచ్చగా దుప్పటి కప్పుకుని విప్పారిన కళ్ళతో చీకటి చూస్తూ వెల్లకిలా పడుకున్న యువరాజు మహారాజును గుర్తుకు తెచ్చుకుని అతనిదే జీవితమనుకున్నాడు. ఎక్కడెక్కడ తిరిగినా కొంప చేరేసరికి వచ్చారా అనడానికి భార్యా, నాన్నా అండానికి పిల్లలు....

ఎన్ని కష్టాలున్నా కలోగంజో తాగుతూ ఆనందాన్వేషణలో వున్న సుఖాన్నో, సౌఖ్యాన్వేషణలో వుండే ఆనందాన్నో పొందవచ్చు. నా అన్న వాళ్ళుంటారు. గృహమే కదా స్వర్గసీమా....

సరిగ్గా అదే సమయానికి ఓరగిలా వేసివున్న తలుపును మెల్లిగా తీసి లోపలికెళ్ళి

పెళ్ళాంబిడ్డలు నిద్రపోతున్నందుకు దేవుడికో దణ్ణం పెట్టుకుని, నిశ్శబ్దంగా మంచం కదలకుండా శయనించి కోడిగుడ్డు దీపాన్ని చూస్తున్న మహారాజుకి యువరాజు గుర్తుకొచ్చాడు.

ఏ సంసార తాపత్రయం లేని స్వేచ్ఛాజీవి. పక్షిలా విహరిస్తాడు. ఉంటే తింటాడు, లేకపోతే గుక్కెడు నీళ్ళు తాగి కడుపులో కాళ్ళెట్టుకు పడుకుంటాడు. బెంగా బెడదా ఉండదు. అతని పనే హాయి....

నిద్ర కుపక్రమిస్తున్న మహారాజూ యువరాజూ కూడా ఆకారం వేర్పడని, తమకే అర్థంకాని ఈ కోరికలని నెరవేర్చవలసిందని పరమేశ్వరుణ్ణి ప్రార్థిస్తూ ఒకే ముహూర్తాన చేతులు జోడించి మనసారా నమస్కరించారు.

★ ★ ★

అర్థాన్వేషణం

అనగనగా ఒక భావి భారత పౌరనిర్మాత. శివాజీ గురువుకి జీతం ఎంత ఇచ్చేవారో తెలియదుగానీ, ఆయన నెలజీతం....

అందువల్ల ఒక నరసన్న మాస్టారి జీతం ఎంతో పబ్లీకున చెప్పాకోకపోయినా రూపాయికి రెండర్థరూపాయల బదులు, కనీసం మూడు ఇప్పిస్తే, ఈపూటా అపూటా ఇబ్బంది అటే లేకుండా కాలక్షేపం చెయ్యవచ్చునంటే సరిపోవచ్చు.

నరసయ్య మేస్టారికి ఈ మూడో అర్థరూపాయే సమస్య. పెద్ద సమస్య. గంపెడు పిల్లలు 'తల్లి – సమస్య'. సర్కారు వారు మూడో అర్థరూపాయికి బదులు మూడు వందల సలహాలూ, ముప్పై హామీలూ, కొల్లలుగా కన్నీళ్ళూ చదివించారు. అవన్నీ కూడి, గుణించి, భాగించీ, అవస్థపడి జీర్ణించుకున్న తరవాత బెంగపడే మేస్టారు, బాధపడే భార్యా, వేధించే కుమారరత్నం, కుమారీమణీ, దొరకని మూడో అర్థరూపాయి, దానికోసం నోరు తెరుచుకు కూర్చున్న బియ్యపు డబ్బా, బొగ్గుల బస్తా, పోపుల పెట్టి, బాకీ లిస్టు, కొశ్చన్ మార్కూ శేషం వచ్చాయి.

ఈ కూడని శేషం రాకూడదని ఆయన ఆశ. అందుకు నరసన్నగారికి తెలిసినదారి ఒకటే. పట్టాభిషేకం అయి బడిపంతులు ఉద్యోగం చేపట్టిన నాటినుండి ఆయన ఆ దారినే నడుస్తున్నాడు......

☆ ☆ ☆

ఒక ఆదివారం ఉదయం ఆయన, దొరకని మూడో అర్థరూపాయి కోసం రోడ్డెక్కడానికి ముస్తాబయ్యాడు. అప్పటికి ఆయన జీతం అంది కొంతకాలమే అయినా ఇంకొంతకాలంలోనే అందెయ్యబోతోందని రూఢిగా వార్తలు అందడంతో కొంత హుషారు యింకొంత ధైర్యం వచ్చాయి. దానికితోడు అటు మొన్నటి వార్తాపత్రికలో పెద్దల ఉపన్యాసాలు బోలెడు ధైర్యం చెప్పాయి. అందరికన్నా నువ్వే గొప్పవాడివి సుమీ అన్నాయి. వెధవది డబ్బు ముఖ్యమా అని అడిగాయి. కాదు సుమా అని అవే జవాబు చెప్పాయి. భారత భాగ్యవిధాతలను రూపొందించి, తీర్చిదిద్దడంలో నరసన్నగారు మహత్తర భూమిక నిర్వహిస్తున్నట్లు వెల్లడించి, అది ఎంత మహత్తరమో విడిగా ఎలుగెత్తి చాటాయి. నరసన్నగారు సగర్వంగా తల తాటించాడు. ఆ దేవతా వస్త్రాలు ధరించి ఒకసారి వంటింటోకి తొంగి చూసాడు. 'ఛానే' .... అని పిలిచాడు. "నేనేం చేస్తున్నానో తెలుసా?" అన్నాడు దర్జాగా.

"ఏముంది అప్పాకి బయల్దేరుతున్నారు" అందావిడ; చారు పోపులో వేసే మిరపకాయలని రెండుతో భాగించవలసి వచ్చినందుకు విచారిస్తూ.

నరసన్నగారు ఫకాలున నవ్వి "అది మామూలు కథే. నేను చేస్తున్న మహత్తరమైన పని ఏమిటి?" అన్నాడు. ఆవిడ మాట్లాడలేదు.

“భావి భారత భాగ్యవిధాతలను తీర్చి దిద్దుతున్నానుట.”

అవిడ నవ్వింది. “ఉద్ధరిస్తున్నారు లెండి. కాని....”

“ఝరే. అది కూడా చేస్తున్నానుట. ఆ ముక్క కూడా పత్రికలో రాశారనుకో.”

“ఇప్పటికి అయింది చాలుగాని శేషయ్యగారొచ్చి కూర్చుంటాడు పీకెలమీద. త్వరగా వెళ్ళి ఆ యాభై పుట్టించుకురండి. లేకపోతే చెంబూ తపేలా వేలం వేస్తాడు” అందావిడ.

“వెళ్తున్నానుగా. నాకు మాత్రం ఏ రోడ్డు తొక్కినా ఎవడో ఓ ఋణదనాధం అమాంతం మీద వాల్తాడని భయంగా ఉంది” అంటూనే ఆయన గుమ్మం దాటి వీధిలో కాలు పెట్టాడు. పెడుతూనే ఓ పెద్దసైజు ఋణదరాజు సుడిగాలిలా వచ్చి, నరసన్నగారిని నానామాటలూ అనేసి ఉక్కిరిబిక్కిరి చేసేసి హాట్‌హూట్ అనేసి హడలకొట్టేసి రివ్వున వెళ్ళిపోయాడు.

ఆరోజు సాయంత్రానికల్లా బాకీ చెల్లించకపోతే మర్నాడు సోమవారం బళ్ళోకొచ్చేసి ఒంటిగంటలోగా పరువుని నట్టేట, సాయంత్రానికల్లా ఉద్యోగాన్ని గంగలోనూ కలిపేస్తానని ధైర్యం చెప్పి మరీ వెళ్ళాడు ఋణదుడు.

నరసన్నగారు సగం చచ్చిపోయారు. మిగతా సగంతోటే అర్థాన్వేషణకి బయల్దేరాడు. అడుగడుగునా ఒక సుడిగాలి వచ్చి పడేది. ఒక్కొక్కసారి అది వడగాలిలా వచ్చి గూబ

వాయగొట్టేది. ఎక్కడికక్కడ సంజాయిషీ ఇచ్చుకుంటూ వాయిదా వేడుకుంటూ అడుగులు వేస్తున్నాడు నరసన్నగారు.

సుడిగాలికీ సుడిగాలికీ మధ్య, అప్తులు, మిత్రులు, పరిచితులు, శిష్యుల తండ్రులూ అక్కడక్కడ కనబడ్డపుడు ఆకాశానికెగిరాడు నరసన్నగారు. ఎక్కడికక్కడ తన కథ చెప్పుకుంటూ, బ్రతిమాలుతూ, బామాలుతూ, తనకి వారం రోజుల్లో రావలసిన మొత్తాలూ, పదిరోజుల్లో వచ్చే తేదీ మనియార్డర్లు, పదిహేను రోజులు తిరిగేసరికి ఒరిగిపడే పెద్ద మొత్తాలు, వాళ్ళకి వివరిస్తూ, వాళ్ళకి హామీ ఇస్తూ, తనని నమ్మించుకుంటూ, ఓదార్చుకుంటూ, ఆశ పెట్టుకుంటూ, ఒట్టు పెట్టుకుంటూ అడుగులు వేశాడు నరసన్నగారు.

☆ ☆ ☆

హఠాత్తుగా వీధిలో సంచలనం రేగింది. దీర్ఘదర్శులు అయినవాళ్ళంతా అందు బాటులో ఉన్న సైకిళ్ళూ, బళ్ళూ ఎక్కి హడావుడిగా వెళ్ళిపోతున్నారు. వాహనాలు లేనివాళ్ళంతా 'వాకింగ్ రేస్' వేసుకున్నట్లు చకచక నడచివెళ్ళిపోతున్నారు ఎక్కడి పనులు అక్కడ వదిలేసి.

ఇందరిని ఇంత హడలేసిన ఆ ఉత్పాతం ఏమిటా అని నరసన్నగారు కొంచెం ఆగి పరకాయించి చూశాడు.

నల్లనివాడు, నాలుగే అడుగుల పొడుగువాడు, దడదడ అడుగులు వేసుకుంటూ వచ్చేస్తున్నాడు. అతని సన్నని, నల్లని కళ్ళు రెండూ అతి బహిరంగంగా సిగ్గూ – లజ్జా, డాబూ దర్పం లేకుండా నవ్వేస్తున్నాయి. పారిపోయిన వాళ్ళకి పగ్గాలు తగిలించి, బిగించి, నిలేసి, కుదేసి, నువ్వు నవ్వితీరాలంటున్నాయి. అవి నవ్వుతున్నాయి. అవి నవ్వాక అతను కూడా నవ్వుతున్నాడు. ఆపైన అప్పు అడిగేసి పుచ్చేసుకుంటున్నాడు.

పారిపోయిన దీర్ఘదర్శులు పారిపోగా, మిగిలిపోయిన ప్రాప్తకాలజ్ఞులంతా అతని చూపులు గుచ్చుకోకుండా మొహాలు ఎటో తిప్పేసుకుంటున్నారు; కొందరు చేతికి దొరికిన పుస్తకాలు, పేపర్లు, అవీ లేకపోతే జేబులో పద్దుబుక్కులు, విజిటింగ్ కార్డులు, కొట్ల మీద బోర్డులూ విపరీతమైన శ్రద్ధతో చదివేస్తున్నారు. ఈశ్వరేచ్ఛవల్ల ఇంకొంచెం సమయస్ఫూర్తిగలవాళ్ళు 'ఆ బేడా యిచ్చి, భారతీయ వర్తక వాణిజ్య రంగాల పురోభివృద్ధికీ, తద్వారా పంచవర్ష ప్రణాళిక సర్వతోముఖ విజయానికీ యథాశక్తిగా ఎందుకు తోడ్పడరా'దన్న ఊహతో దగ్గర్లో ఉన్న కాఫీ హోటల్లోకి దూరిపోతున్నారు. ఆ మాత్రం ఊహకూడా లేనివారు అతనికి దొరికిపోతున్నారు. కానీ ఉండడానికి ఆస్కారం లేదని నిదర్శనాలు చూపి మరీ నిరూపించబోయిన జేబులోంచి గూడా అతను అర్థోపర్థో అప్పుపుట్టిస్తూనే ఉన్నాడు.

అర్జంటుగా ఎక్సరే ఫోటోలు తీస్తున్న అతని కళ్ళు క్షణంలో సగం సేపు నరసన్నగారి మీద వాలాయి. అతను ఆయనకు తెలుసు. నరసన్నగారి కళ్ళు ఆ సంగతి మర్చిపోయినట్టుగాని, జ్ఞాపకం లేనట్టుగాని, తెలియనట్టుగాని అభినయించలేదు. నిజం చెప్పి ప్రతిహాసం విసిరాయి. ఎక్సరే ఫలితాలు చూచుకొని, ఆయనవంక జాలిగా ఓ చూపు చూసి ఆయన తరువాత కాతాదారు మీదకు ఉరికాడు.

☆ ☆ ☆

దొరకని మూడో అర్ధరూపాయి కోసం వేట కొనసాగించారు నరసన్న మాస్టారు. పది, పదకొండు, పదకొండున్నర, ముప్పావు, యాభై, యాభైఐదు, ఆరు, ఏడు, ఎనిమిది, తొమ్మిది, తొమ్మిదిన్నర, 12 అయ్యాయి.

ఎండ, గాడుపు, ఆకలి, అవమానం మండుతున్నాయి; గూబలు వాయగొడుతున్నాయి. నిస్త్రాణ, బెంగ క్షణక్షణం..... పెరుగుతున్నాయి.

"అయ్యా నరసన్నగారూ ఇంటికి దయచెయ్యండి. కాస్త ఎంగిలి పడదాం" అన్నాడు కడుపులో కాముడు.

"ఏడిశావు లేవోయ్. పూర్తిగా తగ్గిపోవోయ్. ఇవాళ ఈ యాభై అప్పు పుట్టించకుండా ఇంటికి వెళ్ళడానికి వల్లకాదు" అన్నాడు నరసన్నగారు.

"మీ ఇష్టం అఘోరించండి"

"చిత్తం మీరు కాస్సేపు నోరు మూసుకోండి".

"పోనీ కలర్.... కనీసం ఒకసోడా కొనిపెట్టండి."

నరసన్నగారికి ఒళ్ళు మండిపోయింది. పెంకెభడవా హన్నా అనుకున్నాడు. తిన్నగా వీధి కుళాయి దగ్గిరికెళ్ళి పొట్టపూటుగా నీళ్ళెక్కించేశాడు. అక్కడితో కడుపులో కాముడు ఊపిరి సలపక ఉక్కిరిబిక్కిరై నోరు మూసుకున్నాడు.

మూడుగంటలు వేశారు. ఇంకో అరగంట కూడా గడచింది. నరసన్నగారికి దమ్మిడీ పలకలేదు. అరగంటలు తిరిగిన కొద్దీ సోమవారం దగ్గర కొచ్చేస్తోందన్న భయం ఎక్కువ కాసాగింది.

అప్పులవాళ్ళు పీకలమీద కత్తిలా ఉన్నారు. ఉదయం బెదిరించిన ఆసామి అన్నంతపనీ చేసి తీరతాడు. మధ్యాహ్నానికల్లా పరువు సాయంత్రానికి ఉద్యోగం నాశనం చేస్తాడు. ఆ తరువాత?

"ఆకలి" అన్నాడు అప్పుడే నిద్రమేలుకున్న కడుపులో కామేశం.

నరసన్నగారు సమాధానం చెప్పలేదు.

"ఆ చెట్టున మామిడిపండుంది. ఈ సందులో ఎవరూ లేరు. చటుక్కున అది కొయ్యరాదూ" అన్నాడు కామేశ్వరరావు.

"తప్పు" అన్నాడు నరసన్నగారు కాస్త గంభీరంగా. అన్నాక, కొంచెం సంతోషం, ఒక్కరవ్వ గర్వం కలిగాయి. కలిగాక కొంచెం సత్తా వచ్చింది.

ఈ కాస్తకే మహాపురుషుడవనుకుంటున్నావా అన్నారెవరో సన్నగా.

"లేదనుకో. అయితేనేం...."

సందు మళుపు తిరిగిన నరసన్నగారికి అల్లంతదూరాన, తప్పకుండా అప్పిచ్చేటంత

మంచి మనిషి కనబడ్డాడు. ఉత్తర క్షణంలో అల్లంత దూరానికి, ఇల్లివతలగా నిలబడ్డ ఓ వడ్డీబాబు కనబడ్డాడు.

నరసన్నగారికి ప్రాణం లేచొచ్చి మళ్లాపోయింది.

ఇతణ్ని దాటివెళ్తేగాని అతడందదు; అప్పు దొరకదు. ఇతణ్ని దాటడం సుఖాంతం బొత్తిగా కాదు. ఇతగాడికి ఈయనగారు పాతిక వరకూ బాకీ. ఈయన ఇచ్చుకోలేదు. ఆయన ఊరుకోలేదు.

'జేసన్ అండ్ ది గోల్డెన్ ఫ్లీస్' పాఠం జ్ఞాపకం వచ్చింది నరసన్న మేస్టారుకి. 'డ్రాగన్' అనుకున్నాడు కసిగా.

ఆయనకి దారి పాలుపోని ముహూర్తాన హఠాత్తుగా, నల్లనివాడు, నాలుగే అడుగుల పొడుగువాడు, పొద్దున్న కనపడ్డవాడు రివ్వున దూసుకుపోయాడు. ఆ ఊపుకి, ఆ జోరుకి 'డ్రాగన్' కూడా అదిరిపోయి సైకిలెక్కి ఉడాయించేసాడు. నరసన్నగారు ఎగిరి గంతేసి అల్లంత దూరాన ఉన్న అప్పిచ్చేమంచాయన కోసం బయల్దేరాడు కానీ, ఆయన కూడా చూపుమేరలో పత్తా లేకుండా పోయాడు.

"హరి నీయిల్లు బంగారంగాను" అనుకున్నాడు నరసయ్యగారు.

పూర్తిగా మతిపోయి, నిరాశపడిపోయి, దిగులుగా తాలుకాఫీసు వీధి తూముకి ఒక్కక్షణం జేరబడ్డ నరసన్నగారికి హఠాత్తుగా నల్లనివాడు నాలుగే అడుగుల పొడుగువాడు మళ్ళీ తటస్థపడ్డాడు. ఈసారి ఆగి పలకరించాడు.

"ఎంతకోసం?" అన్నాడు.

"నీకెందుకు నాగోల? నువ్వేం ఆర్చేవాడివా తీర్చేవాడివా?" అన్నట్టు చూశాడు నరసన్నగారు.

"అలాటివాడు ఉంటేగింటే, ఉన్నవాళ్ళలో ఎవడేనా అయితే గియితే నేనే" అన్నట్టు కాస్త దర్జాగా, కొంచెం లాలనగా చూసి నవ్వాడు అతను.

నరసన్నగారు చెప్పాడు.

"దాందుంపతెగా నా దగ్గిర లేదండి... అంటే దొరకలేదన్నమాట. అయితేనేం నేను చెప్పినట్టు చెయ్యండి. మిమ్మల్ని ఆదుకుంటే నాలాటివాడే 'కోవాలి'. నేను 'కోవడం' లేదు. కాబట్టి 'కునే' వాణ్ని మీకు చూపిస్తా, వెళ్తారా?"

నిరాశయ్యగారికి ప్రాణం లేచొచ్చింది.

"బాబ్బాబు మీమేలు మర్చిపోను."

"మరేం ఫర్వాలేదు. తిన్నగా వెళ్ళి కుడివేపు తిరగండి. ఆ వీధి చివర ఎడంవేపు సందులోంచి వెళ్ళొచ్చుగాని, అందులోని ఇద్దరికి మీరు బాకీ ఉన్నారు. అందుకని, సరాసరి వెళ్ళి, ఇంకో సందుదాటి, ఆ పైదాంట్లోంచి చెరువుగట్టు మీదుగా సినిమా హాలు దగ్గరికి వెళ్ళండి. అక్కడ రావు కిళ్ళీ బడ్డీ దగ్గర బల్లమీద బొద్దుగా, పొట్టిగా ఉండే ఒక ఆసామి కనబడతాడు. అతను మీకు తెలుసు. మిమ్మల్ని అతను ఎరుగును. వెళ్ళండి. వెళ్ళి అడగండి. మీ కష్టం ఆదుకునేవాడు అతనొక్కడే. అప్పాలకు పెట్టింది పేరు. నన్ను మించినవాడు. గురువంటివాడు. పేరు తెలుసుగా అప్పన్న."

నరసన్న మేస్టారు ఆశ్చర్య సంభ్రమ సంతోషాలు వెలిబుచ్చి, సరాసరి తన శ్రేయోభిలాషి చెప్పిన మార్గాన బయల్దేరాడు. మజిలీలు, దాగుడు మూతలూ

లేకుండానే అక్కడికి చేరుకున్నాడు. అప్పన్న ఆయనకి కొద్దిగా తెలుసు. అతని పూర్తిపేరు అప్పలస్వామి. ఉద్యోగం బెడద లేకుండానే ఓ మోస్తరు దర్జాగా కాలం గడుపుతున్నాడు.

నరసన్నగారు అతన్ని చూచి నవ్వారు. గంభీరంగా బీడీ కాలుస్తున్న అప్పన్న ఒకసారి ఆయనని నఖశిఖ పర్యంతం చదువుకుని, కూర్చోమన్నాడు. కుశలం అడుగుతూ బల్లమీద కూర్చున్నారు నరసన్నగారు.

"మీ దయవల్ల బాగానే ఉన్నా గాని...."

"కానీ ఏమిటి?"

అప్పన్న హుందాగా నవ్వాడు.

"బాబూ మీరు చెప్పక్కరలేదు. నాకు తెలుసులెండి. ఒక్కమాట చెప్పనా?"

యాభై అప్పిస్తే ఒకటి కాదు వందమాటలు వినడానికి సిద్ధంగా ఉన్నారు నరసన్నగారు.

"నాక్కూడా కొంచెం ఇబ్బంది వచ్చిందండి. నేనుకూడా రెండు రోజుల్నించి రెండొందల యాభై కోసం ప్రయత్నిస్తున్నాను."

"నిజమే. అయితే చూశావూ ఈ సాయంత్రం దీపాలు పెట్టే వేళకి నేను యాభై జతపరచకపోతే పీకలమీద కొచ్చేనే" అన్నారు నరసన్నగారు బాధగా.

అప్పన్న మందహాసం చేశాడు. "హు" అన్నాడు మృదువుగా, లోకం తీరును ధ్వనిస్తూ. క్షణం ఆలోచించాడు. ఓ బీడీ తీసి ముట్టించాడు.

"భ్రమండి. అంతా భ్రమ. ఇబ్బంది కొద్దీ మీరలా అనుకుంటున్నారుగాని పీకల మీద కొచ్చేదేముంది నా బొంద."

నరసన్నగారికి గుండె గుభేలుమంది, కొంపదీసి ఇవ్వనంటాడేమోనని.

"నీకు మళ్ళీ వారంలోగా ఫిరాయించేస్తా ఈసారికి ఆదుకో. మంచివాడివి. లేకపోతే పీకెలమీదికి..."

"పెద్దలు తమరే అలా అంటే నే చెప్పేదేముందండి. మీ భయమే కాని.... అయినా కాపోయినా ఒక్కమాట చెబుతా వినండి బాబూ. మనవంటి వాళ్ళకి అసలు పీకెలమీదికి రానిదెప్పుడు? మీకివాళ యాభైరాళ్ళ అప్పు పీకెలమీద కూర్చుంది. నేనిచ్చానే మీరు తీర్చారే పీకెల మీది ముప్పు తప్పించుకున్నారే అనుకోండి. మళ్ళా రేపు సాయంత్రానికే ఇంకో ఉప్పెన వచ్చిపడుతుంది. అది గడిస్తే, ఇవాళ డబ్బు సద్దిన నేనే ఎల్లుండి సాయంత్రం పీకెలమీద కత్తినౌతాను చూశారూ....."

నరసన్నగారి నాలుక పిడచ కట్టుకుపోయింది. మాట రావటంలేదు. "ఇపుడు లేదంటావా ఏమిటి... చచ్చానే...." అన్నాడు.

అప్పన్న నవ్వాడు. "బాబూ! మీరూ నేనూ మనవంటివాళ్ళం అంతా రోజూ గండాలు దాటుతూనే ఉంటాం. పీకెలమీది కత్తులూ, గండాలూ మన్నేం చెయ్యవు. మీకివాళ డబ్బు దొరకదనుకోండి. అప్పులాడికేదో చెప్పుకుంటారు. వాడు ధాంధూం అంటాడు. అని?.... ఏముంది సరే మళ్ళీ వస్తానంటాడు. ఎల్లుండి ఇచ్చేస్తారు. మళ్ళా ఆవలెల్లుండి ఎక్కడో పుచ్చుకుంటారు. ఆ మర్నాడు మళ్ళా గండమే కదా? అదే మన కథ. మీరు చెప్పినట్టే అయితే నాకు రెండొందల ఋణం మూలంగా మొన్న

సాయంత్రం ఐదు గంటలకి పీకె తెగిపోయి ఉండాలి.... అక్కడికీ తిరిగా. ఇప్పుడు విసుగేసి గంటాయి ఇక్కడే కూలబడున్నా. చూశారూ.... అందరం ఇంతే....."

నరసన్నగారు తల వంచుకున్నాడు ఏం తోచక. ఉదయం పదినుండి తిరిగిన తిరుగుళ్ళు, అడిగిన అప్పులు, పుచ్చుకున్న జవాబులు, సలహాలూ, విన్న ఏడుపులూ గిర్రున తిరిగాయి.

ఒక పిసరు జ్ఞానోదయం కలిగినట్లై ఎండిన చిరునవ్వొక్కటి సందేహిస్తూ పెదిమల మీదకు వచ్చింది.

"అద్గదీ. అలా ఉండాలి. అందుకని ఇంక ఆటే శ్రమపడకుండా ఆ అప్పులాన్నీ సముదాయించి, బ్రతిమాలుకుని...." నరసన్నగారికి అప్పన్న మాటలు వినబడలేదు.

దొరకని అర్థరూపాయిని తనని తిట్టుకున్నాడు. "నువ్వన్నది నిజమేలే" అన్నాడు రెండు నిముషాల క్రితం అప్పన్న ప్రవచించిన సత్యానికి జవాబుగా.

"వస్తానోయ్" అని బయల్దేరాడు నరసన్నగారు. అప్పటికి ఆయన మనసు తేలికపడింది. ప్రశాంతత ఆయనలో పరుచుకొనడానికి ఉపక్రమించింది... మెల్లిగా అడుగులు వేస్తూ ఇంటికి బయలుదేరారు....

☆ ☆ ☆

అన్వేషణ విరమించుకున్న నరసన్నగారు ఐదడుగులు వేసేవరకు "బాబూ నరసన్నగారూ" అన్న పిలుపు వినబడింది.

అప్పన్న బల్లదిగి రెండు అడుగులు ముందుకు వేశాడు.

"బాబూ చిన్న మనవి.... ఏం లేదు ఈ కిళ్ళీకొట్టు వాడికీ నాకు ఆ మధ్య కొంత బెడిసింది. అయినా ఇవాళ తిరిగి తిరిగి నోరెండి, గతిలేక వీడి దగ్గరే కలరు పుచ్చుకుని తాగేసి అరువు పెట్టాను. నాకు చూస్తే రాత్రి ఎనిమిదికల్లా రెండొందలు దొరక్కపోతే, యములాళ్ళు వచ్చి పడతారు. వీడు చూస్తే కలరు డబ్బులు ముందిక్కడ పెట్టిగాని కదలడానికి వల్లకాదంటాడు. వెధవ అక్కుసూ వాడూను. అంచేత నేను ముందిక్కణ్నించి బయటపడితే, ఇంకో నాలుగు వీధులు తిరగొచ్చు. చూశారూ.... అంచేత ఒక్క బేడా అర్ధణా సర్దితిరా...."

★ ★ ★

బాల రమణీయం

భోగిమంట

ఒరేయ్ అసలిదేం భోగిమంట లేరా. పూర్వకాలంలో జనార్దన స్వామి రథమంత ఎత్తు భోగిమంటలు వేసుకొనేవారు. దానిముందు ఇదెంతరా. పాత తాటాకుబుట్టలూ, కోళ్ళగంపలూ, పిడకలదండలూ, ఇచ్చినమ్మది పుణ్యం ఇవ్వనమ్మది పాపం అని నిన్న సాయంత్రం మనం బెల్లించి దండుకొచ్చిన కర్రపేళ్ళూనూ... అయినా మనకి పదేళ్ళే కాబట్టి ఇవి చాలుననుకో, నాకూ పెదవాళ్ళ గ్యాంగులో వెళ్ళి తిరగాలనుంది. కాని ఇల్లు కదిల్తే పేకావారి ఢమ్మాయి నిచ్చి పెళ్లి చేస్తారు.

– ఒరేయ్ మరేం, మా చిన్నన్నయ్యా వాళ్ళు ఇప్పుడేం చేస్తూ వుంటారో తెలుసా? ముత్యాలమ్మ గుడి దగ్గర శేషయ్యగారి వకీలు బోర్డు భోగిమంటలో వేసి ఝామ్మని తగలబెడుతూ ఉంటారులే. అవాలిలే అలాంటి శాస్తి – వాళ్ళ కూతురు లేదూ – శేషయ్యగారి కూతురు సుభద్ర? అదేం చేసిందో తెలుసా? అయితే మినపట్టుగాడి అన్నయ్య మంచివాడు కాడనుకో, వాడసలే రౌడీ, పైగా రౌడీలతో స్నేహంచేసి, బీడీలు తాగుతాడు. అప్పలసామి బడ్డీ వెనకావతల మొన్న పొద్దున్నేమో శేషయ్యగారి సుబ్బి గుమ్మంలో గొబ్బిళ్ళు పెడుతోందట. వీడు సైకిలు మీద రయ్‌మని వచ్చేసి ఆ గొబ్బిళ్ళమీది నుంచి సైకిలు పోనిచ్చాడుట. అప్పుడు పారిపోయాడనుకో. మళ్ళీనేమో సాయంత్రం వాడూనూ మా చిన్నన్నయ్యానూ గోదారొడ్డున అరుగుమీద నుంచుని ఉండగా ఈ సుబ్బి నీళ్ళకొచ్చి వీళ్ళని చూసి ఇలా మెటికలు విరిచేసుకుని "వెధవ చచ్చినోడా" అనేసి చక్కా పోయిందిట. అందుకనే ఇవాళ మా చిన్నన్నయ్యా వాడూ కలిసి శేషయ్యగారి వకీలుబోర్డు ఎత్తుకుపోయి భోగిమంట వేస్తున్నారు. రాత్రి బోర్డు తెచ్చేశారుట. మళ్ళీనేం శేషయ్యగారింటికి బోర్డు లేకపోతే బోడిగా బోసిపోయి నట్టుంటుంది కదా అని జాలిపడి, మంగలి వీరాసామి బోర్డులేదూ? "సుక్క్షవర భవనము, ఇక్కడ, బ్యాండు మేళములు అద్దెకు రాబడును" అని ఉంటుందీ, ఆ బోర్డునేమో ఈ శేషయ్యగారింటికి తగిలిస్తారుటలే. పాపం వీరాసామి బీదవాడు కదా బోర్డు లేకపోతే ఎలా అని "ఇక్కడ శుచిగా భోజనము పెట్టబడును, బ్రాహ్మణ భోజన హోటలు" అని రాసి ఉన్న బోర్డుని వీరాసామి దుకాణానికి తగిలిస్తారుట. మా చిన్నన్నయ్య మంచివాడు కాబట్టి మినపట్టుగాడి అన్నయ్యకి ఇంత సాయం చేస్తున్నాడు. ఒరేయ్ మా చిన్నన్నయ్య గ్యాంగు లీడరు తెలుసా?

ఒరేయ్ బాబీ! మీఇంట్లోకి పరిగెత్తుకెళ్ళి ఇంకో రెండు తాటాకు బుట్టలూ, నాలుగు బైండు బుక్కుల అట్టలు పట్రారా. మంట అయిపోతోందీ – వెధవది నేనే తెద్దును కాని మా యింట్లో బైండు బుక్కులు లేవు. పైగా మా పెద్దన్నయ్య తలంటిపోసుకుంటున్నాడు. చూశాడంటే ఇప్పుడు నాకు తలంటి పారేస్తాడు. అందుకని

ముళ్లపూడి వెంకటరమణ సాహితీ సర్వస్వం 154 కథారమణీయం-1

నువ్వు పత్రా – పరవాలేదులే బైండు బుక్కు అట్టలేం సరస్వతి కాదులే – పాపం కాదు ఒట్టురా మా చిన్నన్నయ్య కూడా చెప్పాడు. అట్టలు సరస్వతి కాదని. పత్రా మంటారి పోతోంది. బాగా తెల్లారితేకానీ మనని వీధి దాటి వెళ్ళనియ్యరు. ఏరోయ్ సీవీ! నువ్వెళ్ళి మీ పాకలోంచి కొంచెం గడ్డీ, రెండు తాటాకులూ పట్టుకురా – తెల్లారే దాకా సరిపోతాయి.

– ఒరేయ్ ఒక రహస్యం చెబుతాను, కాని ఎవరితో చెప్పనని ఒట్టెయ్యండి నలుగురూ. ఎంత ఒట్టుపడితే అంత ఒట్టుకదూ? – ఇది కనక మనం చేస్తే వందలకొద్దీ, లక్షలకొద్దీ, కోట్లకొద్దీ రూపాయలు, మనకెన్ని కావాలంటే అన్ని ఎప్పుడు కావాలంటే అప్పుడు వచ్చేస్తాయి. దానికి ఒక చిన్నపని చెయ్యాలి. చాలా సులభంలే – ఏం చెప్పనా? ఎవరితో చెప్పనని ఒట్టేగా. ఇదివరకు కోదండం గాడికి చెబితే వాడు చెడగొట్టేశాడు. లేపోతే మేం ఎప్పుడో ధనవంతులం అయిపోయేవాళ్ళం.

ఇదంతా ఎలా జరిగిందంటే –

ఒకరోజునేమో సరిగ్గా కిందటేడు, సంక్రాంతికి రెండు మూడు రోజుల ముందన్నమాట. ఏం? ఆవేళ నేనూ, కోదండం, బడి ఎగేసి గోదార్లో ఈత నేర్చుకుని వస్తున్నాం. అక్కడ రాంపాదాల అరుగుమీద ఒక సాధువు కూర్చున్నాడు. వాడేమో – కాదు ఆయనేమో మమ్మల్ని పిలిచాడు. "అబ్బాయిలూ మీ జనార్దన స్వామి కొండమీద గోపాలస్వామి గుడి ఉంది తెలుసా?" అన్నాడు. "తెలుసండీ" అన్నాం. "చీకటిగా ఉంటుంది కదూ?" అన్నాడు. "ఔనండీ అది పాతాళలోకానికి సొరంగం అండీ" అని మేం చెప్పాం. 'కాదబ్బాయిలూ! అది కాశీకి వెళ్ళేదారి. అందులో చాలా దూరంపోతే ఓ కొలనుంది. దాన్నిండా కోట్లకొద్దీ రూపాయలున్నాయి. అవి ఎన్ని తీసినా అయిపోవు. మళ్ళా కొత్తవి పుడతాయి. మరి మీక్కావాలా?' అని అడిగాడు. "కావాలండీ కావాలన్నాం" మేము. అప్పుడు ఆ సాధువేం చెప్పాడంటే. "అబ్బాయిలూ ఆ కొలనులో రూపాయిలు ఎవరన్నా ముట్టుకుంటే తలపగిలి చచ్చిపోతారు. అది ఒక భూతం తీసి ఇస్తే ఫరవాలేదు, ఆ భూతాన్ని వశపరచుకునే ఉపాయం చెబుతా నాకేమిస్తారూ?" అని అడిగాడు. "ఏదేనా సరేనండీ" అన్నాం.

"అయితే సరే. ఓ మరచెంబు, మీ నాన్నగారి కంబళీ ఎవరూ చూడకుండా ఎవరికీ చెప్పకుండా తే" అన్నాడు. అప్పుడు కోదండంగాణ్ణి మా యింటికి తీసుకొచ్చి పెరటిగుమ్మం గేటుమీద నుండి మరచెంబు, కంబళీ వాడికి అందించి నేను వీధి గుమ్మం వెంట బయట కొచ్చాను. సరే అపుడు ఆ సాధువుకి అవి ఇచ్చేశాక ఆయన వెళ్తూవెళ్తూ మాకు ఆ ఉపాయం చెప్పాడు. మంత్రాలూ అవీ ఏమీ లేవు తెలుసా? 'భూతం కనక అల్లరి చేస్తే ఆంజనేయ దండకం చదువు కోండని' చెప్పాడు – అదేమిటో తెలుసా? భోగినాడు సాయంత్రం చిన్న పిల్లలకి భోగిపళ్ళు పోస్తాంకాదా, అపుడు ఇంటింటికీ వెళ్ళి దమ్మిడీలూ, అవీ – దొరక్కపోతే కానులూ పోగుచెయ్యాలి. ఆ డబ్బులు పెట్టి, ఒక బేడ వేరుశనగ కాయలు కొనాలి. భూతాన్ని ప్రత్యక్షం చేసుకోవాలనుకొనే వారు ఆ వేరుశనక్కాయల పప్పు తినకూడదు. అంతా అవతల పారెయ్యాలి. లేకపోతే ఎవరేనా సాధువుకి దానం చెయ్యాలి. వేరుశనగ

డొలకలుంటాయి చూడండి. ఆ డొలకలన్నీ తీసుకుని ఓ కుంపటీ బొగ్గులూ పట్టుకుని అర్ధరాత్రివేళ, భయమేస్తే సాయంత్రం అయినా ఫరవాలేదుట – ఏం? – డాబా మీదకి వెళ్ళి నిప్పు రాజేసి ఆ వేరుశనగ డొలకల్ని బాగా బొగ్గులయ్యేదాకా కాల్చి మాడ్చెయ్యాలి. అపుడు ఆ మాడిపోయిన డొలకల్ని మెత్తగా చూర్ణంగా నూరాలి. అందులో కొంచెం నీళ్ళు కలిపి ఉండలుచేసి రెండు చేతుల్లోనూ దూరంగా పట్టుకుని గుడ్లెర్రచేసి వాటికేసి చూసి "ఓ భూతమా రమ్మ" అనాలి. అపుడు భూతం వచ్చి "ఏమి స్వామీ" అంటుంది. "నాకు ఓ పది రూపాయలు తెమ్మ" అంటే రపీమని యిస్తుంది. కిందటి భోగిపండగనాడు నేనూ కోదండం ఇళ్లిల్లూ తిరిగి దమ్మిడీలు పోగుచేసి చచ్చిచెడి తిప్పలుపడి మా డాబామీద అంతా చేశాం. నీళ్ళెక్కువైపోయి నందువల్ల ఉండలు కుదరలేదు. అప్పుడు మళ్లీ ఇంకొన్ని వేరుశ నగ డొలకలు తెచ్చి మాడ్చి చేశాం. భూతం ఎంతకీ రాలేదు ఎన్నిసార్లు పిలిచినా. కోదండంగాడు నవ్వేసి 'బైరాగాడు మనకి టోపీ వేశా డురా భూతం లేదు గీతం లేదురా' అని వెక్కిరించాడు. అయితే నాకు రపీమని జ్ఞాపకం వచ్చిందొకటి. వీడులేడూ? ఈ కోదండం గాడు – వీడు శ్రీ ఆంజనేయ స్వామివారికి

పదివేల రెండొందల కొబ్బరికాయలు బాకీ ఉన్నాడు. ఎక్కాలు రాకుండా బడి కొచ్చినపుడల్లా చెవిటి పంతులుగారు కొట్టకుండా చేస్తే రెండొందల కొబ్బరికాయలు కొడతాను స్వామీ అని దణ్ణం పెట్టుకునేవాడు. ఓసారి వాళ్ళనాన్న జేబులో రెండు పావలా కాసులు కొట్టేసి హంటరువాలీకీ బేటీకీ, ఖజాంచీ సినిమాకి వెళ్ళాడు. సాయంత్రం దెబ్బలు తప్పిస్తే లక్ష కొబ్బరికాయలు కొడతానని శ్రీ ఆంజనేయస్వామి వారికి మొక్కాడు. అవన్నీ ఎగేసినందుకు శ్రీ ఆంజనేయస్వామి వారికి కోపం వచ్చింది. వచ్చి – మేం వేరుశనగ ఉండలు పట్టుకుని ఎంత పిలిచినా భూతాన్ని రాకుండా చేశాడు. కోదండంగాడి మూలానే అపుడంతా చెడిపోయింది. దొంగవెధవ, ఇప్పుడింకా నవ్వుతాడు సిగ్గులేకుండా అన్నీ అబద్ధాలేనంటాడు –

ఒరేయ్ వాడు పచ్చి కేడీనంబరు వన్ తెలుసా? వాళ్ళింటోనే కాదు మాయింట్లో పుస్తకాలు కూడా చెక్కేస్తాడు. ఓసారి నేను వాడి పెనసలు దాచేశా. మళ్ళా నాకు తెలీకుండా దాన్ని వాడు దొంగతనం చేశాడు. అప్పట్నించీ వాడితో మాటాడ్డం మానేశా. మళ్ళా భోగి ఎప్పుడొస్తుందా! ఉండలు చేసి భూతాన్ని పిలుద్దామా అని కూచున్నా."

– "హోరి వెధవా కిందటి భోగి ముందు కంబళీ, మరచెంబూ కాజేసింది నువ్వేనట్రా!" అని వెనకాలనుంచి ఎవరో ఉరమడంతో డబ్బారేకుల సుబ్బారావు డబడబలు రపీమని ఆగిపోయాయి. గుండె గుభేలుమంది. ఇంకో క్షణం సేపట్లో వీపు ఫెడేల్ మంది.

'బాబోయ్' అంటూ డబ్బారేకుల సుబ్బారావు వెనక్కి తిరిగాడు. వెనకాల వాళ్ళ పెద్దన్నయ్య నించున్నాడు. 'హుఁ' అన్నాడు వాళ్ళ పెద్దన్నయ్య కోపంగా, అమాంతం చలిమంట కాచుకుంటున్న శాస్త్రి, సీవీ, బాబీ తోక ఝాడించి పరుగో పరుగు. "వెధవా! ఇవాళ పండుగకదా అని ఒక్క దెబ్బతో వదిలేశాను. లేపోతే పది దెబ్బలు కొట్టేవాణ్ణి. నడు లోపలికి నడు. నాన్నగారూ అమ్మా భోగిపళ్ళు పోస్తారు. నేను పేకావారమ్మాయి నిచ్చి పెళ్ళి చేస్తా – " అన్నాడు పెద్దన్నయ్య.

"ఒద్దన్నయ్యా పేకావారమ్మాయినిచ్చి పెళ్ళి చెయ్యకు ఇవాళ భోగిగా. సాయంత్రం ఉండలు చేసి భూతాన్నడిగి పధ్నాలుగు రూపాయలు తెచ్చి కంబళీ, మరచెంబూ మళ్ళీ కొనేస్తానన్నయ్యా" అన్నాడు డబ్బారేకుల సుబ్బారావు గునుస్తూ.

వాళ్ళ పెద్దన్నయ్య పకపకానవ్వి, సుబ్బారావు నెత్తిమీద తేలికగా మొట్టికాయ వేశాడు.

* * *

లోకాభి రమణీయం

ఛాయలు

తొమ్మిదయింది. సెంట్రల్ రైల్వేస్టేషన్ మెర్క్యురీ లైట్ల కాంతిలో చాలా అందంగా కనపడాలని ప్రయత్నిస్తోంది కాని, నాలుగడుగుల నుంచి ఐదుముప్పావడుగులలోగా అనేక రకాల పొడుగులతో చెదిరిపోయిన పుట్టలోని కండచీమల్లాగ ఇటూ అటూ కంగారుగా తిరుగుతున్నారు మనుష్యులు. కొంతమంది లావాటివాళ్ళు ఓ మాదిరి పెద్దసైజు ఉండల్లాగ దొర్లిపోతున్నారు. సన్నగా, పొడుగ్గా చారల సూటేసుకున్నవాళ్ళు గజంబద్ద మింగేసినట్టు నడుస్తూ, వున్న ఠీవంతా ఒలకబోసేస్తున్నారు. పైన ఎగిరే పురుగులు మిగిలి, కింద నుండే మనుష్యులు స్టేషను లేకపోతే చాలా బాగుండేది.

స్టేషను హాలులో అడుగుపెట్టగానే సుబ్రహ్మణ్యంలో వుండే కవికి కనబడిన స్టేషను తీరు ఇది.

సుబ్రహ్మణ్యం చీదరించుకున్నాడు కవిని చూసి. “ఏమిటోయ్! మన తలకాయ! మా తమ్ముడు పారిపోయాడని నే నేడుస్తుంటే నీ కవిత్వం ఏమిటీ మధ్య? బొత్తిగా సమయం సందర్భం లేవు నీకు!” మన సినిమాల్లో ‘మనస్సు’ బయటికొచ్చి తన తాలుకు ఆసామితో మంచీ చెడ్డా మాట్లాడినట్లు, తనలో వుండే కవి వ్యుత్పత్తి శరీరంతో ఎదురుగా వుంటే, సుబ్రహ్మణ్యం ‘ఏమిటోయ్ మన తలకాయ’ అంటూ మొదలెట్టి, ‘సందర్భం లేదు నీకు’ అంటూ ముగించి చీవాట్లు పెట్టివుండును.

పది నిమిషాల పాటు ఓ ప్రక్కగా నుంచుని, వెళ్ళిపోతున్న జనాన్ని జాగర్తగా చూశాడు తమ్ముడు దొరుకుతాడేమోనని, ఇంచుమించు తొమ్మిదింబావుకి అంతా ఖాళీ అయిపోయింది. ఈ మాటు కవి ఖాళీఐన ,సెంట్రల్‌ని వర్ణించడానికి ప్రయత్నించబోయాడు. సుబ్రహ్మణ్యానికి కొంచెం కోపం వచ్చింది. కవిని చూచి పళ్లు కొరుక్కుని అప్పుడే విరుచుకొన్న వేళ్లని ఇంకొకమాటు (అవి చప్పుడు

చేయకపోయినా) కొంచెం నొప్పి పెట్టేలాగ విరుచుకొని, గట్టిగా ఊపిరిపీల్చి, వేగంగా వదిలివేసి కథలకి సామాను ఏరే ఆశ వదిలేసి మామూలు సుబ్రహ్మణ్యం అయిపోయి ఊరుకున్నాడు. ఊరుకోలేదు. వెంటనే పారిపోయిన తన తమ్ముణ్ణి వెతకటానికి నిశ్చయించుకొని, ఆ ప్రయత్నానికి ఉపక్రమించాడు.

వాడుగాని తనని ఏ మూలనించైనా చూశాడా, కథ అడ్డం తిరిగినట్టే! ఇట్టే పారిపోతాడు. అక్కడనుంచి వాడివాళ దొరక్కపోయాడా, ఎత్తుకొచ్చిన పాతిక రూపాయలు తగలేసి కాని ఇంటికి రాడు. తను తెలివితేటలుపయోగించాలి. అన్ని పక్కలా ఒకేమాటు చూడగలగాలి... "పూర్వం ఇంద్రుడికి కామోసు వెయ్యి కళ్లుండేవి."

సుబ్రహ్మణ్యంలో కవి బయటికొచ్చాడు. ఈ కవి శుద్ధనాస్తికుడు.... దేవుళ్ళంటే బొత్తిగా నమ్మకం లేదు... "ఆ, 'పట్టి నాన్సెన్స్' వెయ్యి కళ్ళేమిటోయి? ఉత్త అబ్సర్డ్... ఇంపాసిబుల్... అబ్‌నార్మల్" అంటూ అరచి నోరు మూసుకున్నాడు.

.... సుబ్రహ్మణ్యం విసుక్కున్నాడు. తను కాస్త దేముడి మీద గురి కుదుర్చుకుంటున్నాడు. ఇంకొంచెం వుంటే ఆ ఆర్తత్రాణ పరాయణుడు ఏదో సాయం చేసునేమో. ఇంతలో ఈ నాస్తిక కవి అడ్డొచ్చి వ్యవహారం చెడగొట్టాడు. ఈ రంధి ఇలా సాగుతూవుంటే ఈ సందట్లో తమ్ముడు ఏ పక్కనుంచో వుడాయించేస్తాడు. తొమ్మిదీ పదిహేడు నిమిషాలకి రంధి పూర్తి అయింది...

సుబ్రహ్మణ్యం చాలా ఇంగ్లీషు సినిమాలుచూశాడు. అమెరికా నుంచి వచ్చే క్రైమ్ పిక్చర్లు జ్ఞాపకం వచ్చాయి. అక్కడ డిటెక్టివ్‌ల తెలివితేటల్ని తలదన్నే నేర్పుతో దొంగలు తిరుగుతారు. దొంగల నేర్పుని మించి వీళ్లు తిరుగుతారు. అది ఒక కళ. ఆ కళలో అమెరికన్లు మనని తరిఫీదు చేస్తున్నారు. క్రైమ్ పిక్చర్ల ద్వారా ఇంగ్లీషు సినిమాలకు ఖర్చుపెట్టిన డబ్బులు దండుగ కాదనిపించింది సుబ్రహ్మణ్యానికి.

డిటెక్టివ్ సుబ్రహ్మణ్యం బుర్రవేడిగా పని చేసింది. సెంట్రల్ హాల్లోంచి మహావేగంతో పక్కనున్న చిన్న హాల్లో ప్రవేశించాడు. అదొక చిన్న వసారాలా ఉంది. అక్కడే టిక్కెట్లు అమ్ముతారు. అక్కడున్న బెంచీల మీద పనిలేనివాళ్ళు, ఇళ్లులేనివాళ్లు, ఇల్లు వుండి పని లేని ఇతర బాపతుల వాళ్ళూ కూచున్నారు. బీడీ దమ్ములు లాగుతూ కునికిపాట్లు పడుతున్నారు. పావునిమిషంలో క్షుణ్ణంగా వెతికేసి తమ్ముడు తప్ప తక్కిన వాళ్ళందరూ ఉన్నారని అనుకుంటూనే వరండా చివరికి చకచకా నడుస్తున్నాడు. లోపల కవి కదిలాడు. "ఈ పని లేని అనాథలూ, అభాగ్యులూ అయిన భారతీయులు..." సుబ్రహ్మణ్యం వినలేదు. తన సంగతి ఏదో తేలలేదు; ఇంక భారతీయుల గొడవెందుకో పైగా?

వరండా చివరికి చేరగానే కాంపౌండ్ అంతా కలియచూశాడు. వరండా రెండో చివర కాంటీన్ వుంది. అక్కడ తన తమ్ముడు గాని టిఫిన్ పుచ్చుకుంటున్నాడేమో! .... 'టిఫిన్‌కి తెలుగు అల్పాహారం' అన్నాడు కవి. "హుఁ" అంటూ నిట్టూర్చాడు సుబ్రహ్మణ్యం.

ఈమాటు సెంట్రల్‌హాలు పూర్తిగా చూడాలి. అప్పటికీ తమ్ముడు కనబడకపోతే పోలీసు రిపోర్టు యిస్తాడు సుబ్రహ్మణ్యం. అతనికి చాలా మంచిదీ, సిసలైనదీ అయిన ఇంగ్లీషు భాష 'యాంకీ స్టయిల్' లో ధారాళంగా మాట్లాడే సత్తా వుంది.

అఖరిమాటు వరండా కలయజూచాడు. కవి మెదిలాడు. "ఈ పని లేని అనాథలూ, అభాగ్యులూ అయిన భారతీయులు తిన తిండీ, నిలువ నీడా, కట్టుకోడానికి..." సుబ్రహ్మణ్యానికేడుపొచ్చింది. బాధ, ఆవేదన, జాలి, దైన్యాలతో నిండి పొంగిపొర్లిపోయే చూపులతో కవిని చూశాడు. "నువ్వు దయచేసి ఊరుకుంటే బయటికెళ్లాక సిగరెట్టు కాల్చుకుందాం." అని ఆశ పెడ్తూ.

సెంట్రల్ హాల్లోకి ప్రవేశించి ఐదడుగులు వేసేలోగా తమ్ముడక్కడ లేడనే నిర్ధారణ కొచ్చాడు. అంతా ఖాళీగా వుంది..... అక్కడక్కడ ఓ పోర్టరు, ఒక ఆంగ్లో ఇండియన్ లేడీ, బరువు తూచుకునే మిషన్‌లోకి తొంగి చూస్తున్న ఒక భారతీయ కార్మికుడూ తప్ప తన తమ్ముడు మాత్రం లేడు. 'వాడొక్కడూ వుండి ఈ వెధవలందరూ లేకపోతేనేం' అనుకుంటూ పై నుంచి వేళ్లాడే పెద్ద గడియారంలో 9 గంటల 18 నిమిషాలు టైము చూసి, ఆంగ్లో ఇండియన్ అమ్మాయి వంపులు బాగా పరిశీలించబోయాడు. పరిశీలించును కాని, కవి ఊరుకోవటం లేదు. పోర్టరు గాథ, కార్మికుడి బాధ ఏకరువు పెట్టి గేయం కట్టబోయాడు. గేయం కట్టేవాడే కాని సుబ్రహ్మణ్యం తన తమ్ముడిని గురించి ఆలోచించబోయాడు. ఆలోచించును గాని, 'డేయ్' (అంటే తెలుగులో ఒరేయ్) అని ఎవడో ఎవణ్నో పిల్చాడు.

సుబ్రహ్మణ్యం "ప్చ" అని పెదిమలు, నాలిక, పళ్లూ, బలవంతాన విడదీసి, చిన్న చప్పుడు చేసుకున్నాడు. "ఒరేయ్" అని పిల్చుకోవడం ఇద్దరు మనుష్యుల స్నేహంలోని దగ్గరదనాన్ని చూపుతుంది కామోసు... బాగా స్నేహం వున్న జంతువులు ఏమని పిల్చుకుంటాయో! వెంటనే సుబ్రహ్మణ్యం ఆలోచన భగవంతుడి సృష్టి వైచిత్ర్యం మీదికి పోయింది.

"డేయ్! వున్నెదాండా" (ఒరేయ్ నిన్నేరా) సుబ్రహ్మణ్యం త్రుళ్లిపడ్డాడు. ఎందుకంటే, కేక తన వెనుక నుంచి వస్తోంది. తన ముందు పోయేవాళ్లెవరూ లేరు. అర్థం కాని కుతూహలంతో వెనక్కి తిరిగాడు.

"ఒరేయ్! నిన్నేరా! ఇలా రారా!" గుండె గతుక్కుమంది. తన కవి హృదయం ఈ అనుకోని అవమానంతో దెబ్బతింది. ఎందుకంటే, ఆ అరిచేవాడు పిలిచేది తననే. వాడు చూస్తే ఓ రౌడీలా వున్నాడు - ఓ గూడకట్టూ, చొక్కాపైన స్వెట్టరూ, నెత్తి మీద మఫ్లరుతో.

ఈ మాటు మాత్రం ఈ పని లేని అనాథలూ, అభాగ్యులూ అయిన భారతీయుల మీద కవికి కూడా సుబ్రహ్మణ్యాని కొచ్చినంత కోపమూ వచ్చింది. వాళ్ళకి బొత్తిగా మర్యాద తెలియదనుకున్నాడు సుబ్రహ్మణ్యం.

"థామస్ కోసం కదూ, నువ్వు వెతికేది?"

సుబ్రహ్మణ్యం నవ్వాడు. ఆ నవ్వు వెనకాల చాలా భావముంది - వీడెవడో తనని తెలిసున్నవాడిలా వచ్చేసి థామస్ గీమస్ అంటూ ఏదో చెప్పి తనని డబాయించి డబ్బులు కొట్టెయ్యడానికి చూస్తున్నాడు. సుబ్రహ్మణ్యం ఆలోచించాడు. మనసులో తోచిన అభిప్రాయాల్ని ఆలోచించకుండా బయటపెడితే పర్యవసానం చాలా భయంకరంగా ఉంటుంది. తన ఎదురుగా నిల్చున్నవాడు చూస్తే మొండిరకం రౌడీలా వున్నాడు. పది తిన్నా ఒకటి కొట్టగలడు. తనేమో పది తినాలేడు; ఒకటి

కొట్టాలేదు. సుబ్రహ్మణ్యానికి జబ్బపుష్టి లేనివాళ్లందరి మీదా హఠాత్తుగా జాలేసింది. వాళ్లెంత తెలివున్నవాళ్లయితే నేమి? పలుకుబడి, కీర్తి, డబ్బు ఉన్నవాళ్ళయితేనేమి? ఇలాటి సమయంలో తన ఎదురుగా వున్న రౌడీ వెధవ ముందు పనికిరారు.

ఈ రౌడీ తననిలా అవమానించి పిల్చి ఇలాటి ప్రశ్నలడగటంలో వాడి అంతర్యం మీద తన అభిప్రాయాన్ని వెలిబుచ్చాడంటే వాడు మరుక్షణంలో తనని మహా అవమానం చేసెయ్యొచ్చు - అంటే కొంచెం చెయ్యి తొందరతో చెంపకాయ వెయ్యొచ్చు. అంచేత తనకు ఎంత కోపం వచ్చినా దాన్ని అణచుకుని ఓ చిన్న అర్థం కాని నవ్వుతో దాన్ని కప్పెట్టి తనని సమర్థించుకునేలాగా, ఎదుటివాడిని చాలా మర్యాదగా అణచేలాగా తన మొగతవం చూపుకునేలాగా మాట్లాడడానికి సిద్ధమయ్యాడు.

“ఏమిటయ్యా! అలా మాట్లాడతావు? థామస్ ఎవడో నాకేం తెలుసు? వాడికోసం నే రావడమేమిటి? నేను మైలాపూర్ నుంచి వచ్చా” - తమ్ముడు కోసం వెతుకుతున్నానంటే అదేం పోనో అని అది చెప్పలేదు.

“అఁ! మైలాపూరు నుంచా? .... మీ ఎడ్రసు?”

సుబ్రహ్మణ్యం ధైర్యంగా ఎడ్రస్ చెప్పాడు. అంతేకాదు. ఈ దెబ్బతో వాణ్ణి ఇంప్రెస్ చేసి పారెయ్యాలి అని తాను చదివే క్లాసూ కాలేజీ పేరు కూడా చెప్పాడు. చెప్పి ఈ మాటు వాడికేసి మహా ధీమాగా చూశాడు. కాని వాడు మాత్రం అణుమాత్రం కూడా చలించినట్లు కనబడలేదు. నమ్మలేదేమో, పైగా వాడి ‘ఒరేయ్’ అనే సంబోధన ఏమాత్రం మారలేదు. ఇంతలోకే పోర్టర్ వచ్చాడు. ఈమాటు సుబ్రహ్మణ్యంలో ఎక్కడలేని ధైర్యం ఉద్భవించింది. ఇప్పుడు తనేం వాగినా ఈ రౌడీ చెయ్యి చొరవ చూపలేదు. ఎందుకంటే, ఇప్పుడు తమ దగ్గర ఓ పెద్దమనిషి ఉన్నాడాయె.

ఇంకో ఇంకో సమయంలో పోర్టరు మామూలు పోర్టరులాగే కనబడతాడు. తను వాడికేసి చూడ్డానికి కూడా లెక్క చెయ్యడు. పైగా ఎప్పుడైనా తను సామాన్లు మొయ్యటానికి అలాంటి పోర్టర్ని పిలిచినా, వాడిమీద తను అధికారం చెలాయించగలడు. దబాయించగలడు. కూలి డబ్బులికి ఏడిపించి, వాడిచేత “సామీ” అనీ “సార్” అనీ అనిపించుకొని, తర్వాత కొంచెం జాలి కూడా ఒలకపోసి, వాడికో అర్ధణా ఎక్కువిచ్చి, తను మహా పెద్దమనిషిలా పోజు పెట్టగలడు కూడా. అంతగా కావలసివస్తే, “కూలీలు కూడా తోటిమానవులే, మనకి సోదరులే” అని ఒప్పుకొని, వీళ్ల తరఫున గేయం రాసి “అయ్యయ్యో! ఈ ఇలలో, అందరి గుండెలు శిలలో!” అని ఆనందించి వుండును.

కాని ఇప్పుడు పరిస్థితులు తారుమారయ్యాయి. ఆ పోర్టరే ఇప్పుడు పెద్దమనిషి హోదాలో వున్నాడు. ఓ రౌడీ లాంటి వెధవ, తనని రౌడీ అనుకుని దబాయించి, అవమానించి తన్నబోయే సమయంలో ఈ పోర్టరు న్యాయం చెప్పి, ఈ రౌడీ వెధవ పొగరణచగల పెద్దమనిషయ్యాడు.

సుబ్రహ్మణ్యం నిస్సందేహంగానూ, ధారాళంగానూ ఆ పెద్దమనిషి హోదాలో వున్న పోర్టరుతో ఏకరువు పెట్టాడు - తనెవరో, ఎక్కడినుండొచ్చాడో, ఎందుకొచ్చాడో,

మధ్యలో ఈ రౌడీ లాంటి 'ఆయన' (పైకి వెధవంటే ప్రమాదం!) తనని ఎలా డబాయిస్తున్నాడో చెప్పి, న్యాయం అడిగినట్టు చూచాడు...

పోర్టరు ఒక పెద్ద వేదాంతిలా మొహం పెట్టాడు. సుబ్రహ్మణ్యంలో కవి, పోర్టరు 'సైకాలజీ' ఎనలైజ్ చేసునుగాని, ఆ పోర్టరు ఈ లోగానే చిరునవ్వుతో తల వూపి, చిన్న కెరటంలా వెళ్ళిపోతున్నాడు. సుబ్రహ్మణ్యం నిరాశతో కూలిపోయి వాణ్ణి తిట్టుకుందుకు సిద్ధమయ్యాడు. కాని ఈ లోగానే రౌడీవెధవ దిగ్విజయం చేసొచ్చిన చక్రవర్తిలా నవ్వుతూ ఉపన్యాస ధోరణిలో మాట్లాడాడు.

"ఒరేయ్! జాగ్రత్త, చెబుతున్నా. రౌడీలాగ వచ్చి రాత్రి తొమ్మిది గంటలకి కొంప మునిగిపోయినట్లు సెంట్రల్ అంతా పరవళ్లు తొక్కుతూ, అనుమానం పుట్టించేటట్లు తిరిగితే పోలీసులేమనుకోవాలిరా?.... నువ్వు దొంగతనం చేశావో, ఖూనీ చేశావో, ఎవడికి తెల్సు? ఇంటికెళ్ళు... నువ్వు చెప్పిన ఎడ్రస్‌కు వచ్చి చూస్తా తర్వాత. ఆపైన నీ పని చెప్తా. ఊం నడు!" అని

సుబ్రహ్మణ్యం అమాంతంగా తన గూడకట్టూ, స్టయిలిష్‌గా మడత పెట్టిన పొడుగుచేతుల చొక్కా, కాలర్ కింద జేబురుమాలు, తన హైరోడ్డు క్రాపూ పూర్తిగా జ్ఞాపకం చేసుకుని, కొంతసేపు తను రౌడీ అనుకున్నాడు సి.ఐ.డి. అని ఊహించి నెలాఖరురోజుల్లో ఎలాగో ఒలాగు కేసులు పట్టాలని చూసే పోలీసు కళ్లలో, తను అప్పుడు వేసుకున్న బట్టల్లో తనకెంత కల్చర్ ఉన్నా, తెలివితేటలున్నా, తను ఎటువంటి పోకిరీవాడనబడడానికి అవకాశాలున్నాయో ఊహించుకుని ఆ కారణాల వల్ల వాడు తనకి అప్పుడు చేసిన మర్యాద బహుశా సమంజసమేమో అనే నిర్ధారణకి వచ్చేసరికి స్టేషన్ వదలి ట్రామ్ రోడ్డు దాటి బస్సుస్టాండులో ఒణుకుతున్న కాళ్ళతో, ఉధృతంగా కొట్టుకునే గుండెల్తో, బెదిరే చూపుల్తో నిల్చున్నట్టు తెల్సుకున్నాడు. టైము తొమ్మిది గంటల ఇరవై నిమిషాలయింది.

మైలాపూరు ట్రాములు అయిపోయాయి. ఇక బస్సులు మాత్రమేట. వాటికీ రద్దీగానే ఉంది.

సుబ్రహ్మణ్యానికి మంచి దూరాలోచన వుంది.

తనకి బస్సులో చోటు దొరికేసరికి ఆలస్యం అవొచ్చు. రద్దీలో తోసుకుంటూ ఎక్కితే, ఇందాక తన్ను రౌడీ అనుకున్న పోలీసు గాని తన్ను చూస్తే పిక్‌పాకెట్ ప్రయత్నాలు చేస్తున్నానని పట్టుకొని కసి తీరా రెండు తగిలించొచ్చు. లేదా తను చోటు దొరికేదాకా బస్సుకోసం వెయిట్ చేశాడా, "ఇక్కడే కాసుకున్నావుట్రా! థామస్ కోసం. దొంగవె..." అని మళ్ళా వ్యవహారం మొదటికి తెచ్చి పోలీసువారి ఆఫీసులో నైట్‌డ్యూటీ వెయ్యొచ్చు.

అంచేత వాడు ఈ ఏర్పాట్లు చేయడానికి వచ్చేలోగా తను నడక సాగించి బ్రిడ్జి దాటిపోతే ఫరవాలేదు. జనం నడుస్తూనే వున్నారు.

సుబ్రహ్మణ్యం నడుస్తున్నాడు. కాని బ్రిడ్జి ఎక్కి దిగేవరకూ కూడా తన వెనకాలే వచ్చి బాగా పొడుగ్గా అయిపోయి ఫేడవుటయిపోయే ప్రతినీడా ఇందాకటి పోలీసు వెధవదే అనుకున్నవాడై తల ప్రక్కలకి తిప్పడానికి కూడా జంకుతున్నాడు.

ఇలాంటప్పుడు పాటపాడ్డం బెస్టుకాని, మంచిది ఒకటీ జ్ఞాపకం రాదు. ఒకటి వచ్చినా దాని వరస జ్ఞాపకం రావటంలే. అసలు ధ్వనే బయటకు రావటంలే.

పాట రాని సందర్భంలో ఈలవేస్తే బాగానే ఉంటుందని తోచి వుండవచ్చు. నోరు ముందుకుపెట్టి ఈల వెయ్యబోయేంత పని చెయ్యబోయాడు. కాని, వెనకాల తరిమే నీడ పోలీసువాడిదయ్యుంటే వాడు తన్ని, బహుశా అనుమానించి డబాయించవచ్చు – థామస్‌ని పిలిచేందుకు ఈ ఈల ఒక గుర్తని. వెంటనే ఈలవేసే కార్యక్రమం పూర్తిగా ఉపసంహరించుకుని, ఏం చేయాలో తోచని పరిస్థితిలోకి వచ్చేశాడు సుబ్రహ్మణ్యం....

ఇంతలో "మిలియన్స్ యూజ్ ఇట్ డెయిలీ" అని భూగోళం బద్దలు గొట్టేట్టరిచింది, ఎదురుగుండా సబ్బు ఎడ్వర్‌టైజ్‌మెంట్ బోర్డు. సుబ్రహ్మణ్యం, ఆగి నవ్వాడో, నవ్వి ఆగాడో గాని, మొత్తానికి ఆగాడు. "అయితే, ఇంత పెద్ద అరుపులెందుకోయ్! మిగిలిన కొంచెంమంది కోసం" అనుకొన్నాడు.

ఈలోగా, ఇందాకటినుంచీ తన వెనకాలే తరుముతున్న నీడ తాలూకు ఆసామి దాటిపోయాడు. ఇదే సుబ్రహ్మణ్యం కోరింది. ఇందుకే అతను ఆగడం, నవ్వడం, విమర్శించడం .... అన్నీని. తను 'రౌడీ' అనుకున్న పోలీసువాడు తనను తరమటం లేదన్నమాట. ఈ మాటు వెనక్కి ధైర్యంగా చూశాడు.

పది అడుగులు వేసేసరికి ధైర్యం ఎక్కువయింది. ఎందుకంటే తనకన్నా రౌడీల్లా కనబడే వాళ్ళంతా వస్తూపోతూ వున్నారు. ఇప్పుడు గాని ఆ పోలీసువచ్చి డబాయించాడా, సుబ్రహ్మణ్యం చెయ్యబోయే మొదటిపని – వాణ్ణి ఈడ్చి లెంపకాయ కొట్టడమే.

సుబ్రహ్మణ్యం నడక సాగించాడు ముందుకి.

మనస్సు వెనక్కెళ్ళింది సెంట్రల్‌కి....

☆ ☆ ☆

తొమ్మిదిగంటలవుతూ వుంటుంది. సుబ్రహ్మణ్యం పారిపోయిన తమ్ముడి కోసం గబగబా, కంగారుగా సెంట్రల్‌లో పరవళ్లు తొక్కుతుంటాడు.

"డేయ్"

సుబ్రహ్మణ్యం వెంటనే వెనక్కి తిరుగుతాడు.

"థామస్ కోసమేనా నువ్వు వెతికేది?"

సుబ్రహ్మణ్యం జవాబివ్వడు. పైగా తన్ని 'ఒరేయ్' అని పిలిచినవాణ్ణి ఎగాదిగా చూస్తాడు. 'నీకేమన్నా ఒళ్లూపై తెలుస్తోందా?' అంటూ.

వాడు సుబ్రహ్మణ్యం చొక్కా కాలర్ పట్టుకొని గుంజుతాడు, అరవంలో ఏదో వాగుతూ....

'ఠప్'మని లెంపకాయ కొడ్తాడు సుబ్రహ్మణ్యం వాణ్ణి. వాడు పడిపోతూవుంటే, వాడి కాలర్ పట్టుకుని ఆపి, మళ్లా రిపబ్లిక్ సీరియల్స్‌లో హీరోలాగ గడ్డం కింద ఒక్క 'నాకౌట్' ఇస్తాడు. వాడు దూరంగా వున్న స్తంభానికి కొట్టుకుని కింద పడతాడు. ఎడాపెడా ఇంకో నాలుగు వాయించి, జుట్టు సర్దుకుంటాడు సుబ్రహ్మణ్యం. జనం గుంపుగా చేరి చూస్తూ వుంటారు.

సుబ్రహ్మణ్యం, తన కారుడ్రైవర్ని పిల్చి, అప్పుడే అక్కడికొచ్చిన పోలీసువాణ్ణి చూపించి అవసరమైతే తన యింటికి రమ్మని చెప్పి రక్తంలో పడివున్న మొదటి పోలీసుని చూచి, తలాడించి కారు డ్రైవ్ చేసుకుని ఇంటికి పోతాడు.

☆ ☆ ☆

త్రుళ్లిపడ్డాడు సుబ్రహ్మణ్యం. సరిగ్గా అరక్షణం క్రితం భూతం లాంటి బస్సు తన్ని దూసుకుపోయింది. పెద్ద అరుపుతో. రోడ్డు మధ్యనుంచి పేవ్ మెంటు పైకి వచ్చాడు....

ఎలాగైనా మరీ ఇంత కఠినశిక్ష అనవసరమనిపించింది. తనని వాడెంత అవమానించినా తను అలా కొట్టి వుండకూడదు వాణ్ణి. సుబ్రహ్మణ్యానికి పోలీసువాడి మీద చాలా జాలేసింది.... అబ్బే! ఈ శిక్ష బాగులే...

సినిమా ఎడ్వర్ టైజ్ మెంట్ బండి తోసే కుర్రాడు బండినో పక్కగా ఆపి, దాంట్లో దూరి కూచుని బీడీ కాలుస్తున్నాడు.

నవ్వొచ్చింది. ఈ కుర్రవెధవలు పగలూ ఇంతే. ఓ మూల ఆపేసి దాంట్లో పడుకుంటారు... అయినా థియేటర్ వాళ్లిచ్చే కూలికి చాలీ సేవ....

హఠాత్తుగా మిస్టర్ సుబ్రహ్మణ్యం దృష్టి ఆ బండిమీది పోస్టర్ మీద వున్న హీరోయిన్ బొమ్మమీద, ఇంకా కరెక్టుగా కావాలంటే ఆ బొమ్మలో ఉద్రేకజనకంగా డిజైన్ చేసిన వక్షోజాల మీద పడింది. సుబ్రహ్మణ్యంలో కవి సినిమాల వారు సెక్సుని ఎంత ఘోరంగా ఎక్స్ప్లాయిట్ చేస్తున్నారో, ఎంత అవినీతిని రేపుతున్నారో ఆలోచించి విమర్శించునుకాని, క్షణంలో అతని శరీరం స్వతంత్రం తీసుకుంది. నరాలు స్వాధీనం తప్పాయి. మనస్సు మత్తెక్కింది. ఒళ్ళంతా ఒక తీయటి తలపుతో జలదరించి, వెంటనే బిగుసుకుపోయింది. దృష్టి కొంచెం మందగించింది. వెంటనే నోరు బిగించుకపోయి నాలుక బెరడు కట్టింది. గుండెలో ఒక శూలం గుచ్చుకొని ఆ తియ్యని నొప్పి ఒక కెరటంలా వెన్నెముక చివరకంటా విరిగింది.

ఈసరికి అతడు సరిగ్గా సినిమాపోస్టర్ ప్రక్కనే నిలిచాడు. ఒక్కమాటుగా అతనిలో వున్న కామ ప్రవృత్తి ఉవ్వెత్తున మహోన్నత కెరటంలా లేచింది. సముద్రోద్భూత జ్వాల వలె ఒక అగ్ని ప్రజ్వరిల్లింది. కాని అది ఎంతటి చల్లటిమంట! సుబ్రహ్మణ్యం ఇటూ అటూ చూశాడు. దగ్గర్లో ఎవరూ లేరు, బండి కుర్రాడు కునుకుతున్నాడు. వెంటనే అతను ఎడం చెయ్యి వేళ్లు పోస్టర్ మీద బొమ్మ వక్షోజాల మీదుగా పోనిచ్చి చెయ్యి అలా బండి చివర వరకూ రాసుకుంటూనే నడిచాడు. మూడు క్షణాల్లో బండి దాటిపోయాడు. తుపాను చల్లారింది.... ఈ ప్రశాంతతలో అతను చల్లగా నడిచాడు.

రాత్రి పదకొండప్పుడు – అంటే రోడ్డుమీద జనం లేనప్పుడు, అటూ ఇటూ ఎలక్ట్రిక్ దీపాలు బద్ధకంగా నిల్చుని మత్తుగా కళ్ళు కిందికి దించి రోడ్డుని చూస్తున్నప్పుడు, ఇలాంటి పిల్ల ఒంటరిగా ఎదురొస్తే... సుబ్రహ్మణ్యం గుటకలు మింగాడు. ఆ పిల్లని దగ్గరగా రానిచ్చి గబుక్కున కావలించుకుని గట్టిగా ముద్దెట్టుకుని తిరిగి హఠాత్తుగా వదిలేసి పరిగెత్తుకుని పోవచ్చు తను... ఆ! తనకా ధైర్యం వుంది. బహుశా ఇష్టం కూడా వుండొచ్చు. కాని, పైకి చెప్తే నలుగురూ చీవాట్లు కూడా

వెయ్యొచ్చు. మామూలుగా మనిషైన ప్రతివాడూ అంతేనేమో. అధమం, అంత పనిచేసే ధైర్యంలేకపోయినా ఆ ఆలోచన తప్పకుండా వస్తుంది. కాని, నిజం ఒప్పుకోడు. ఒప్పుకుంటే వాడు వెధవ, పోకిరి, రౌడీ.

తనిలాగ మహా 'సైకో ఎనలిస్ట్' లాగా ప్రజా బాహుళ్యపు నైతిక విలువలు కొలవడం, ప్రజల మనస్తత్వ పరిశీలనకు పూనుకోవడం, అందులో ముఖ్యంగా ఇలాంటప్పుడు ఏమీ బాగా లేదనిపించింది. ఏదో కమ్మగా ఆలోచించుకుంటూ పోతే కాళ్ల నొప్పి తెలియదు.... అసలు – అంటే ఒకవేళ ఆవిదంగా ఒక అమ్మాయే అలాంటి సమయంలో ఎదురవడం తటస్థిస్తే....

వెంటనే ఇంకో ఆలోచన కూడా సుబ్రహ్మణ్యం బుర్రలో మెరిసింది. అంతా కలిసొచ్చి, అమ్మాయి ఎదురొచ్చి, తను ధైర్యం చేయబోయే సమయంలో ఇందాకటి (స్టేషన్‌లో) పోలీసువాడు అక్కడ ప్రత్యక్షమవడం తటస్థిస్తే....

"ఛీ 'రొమాన్స్' అంతా పాడైపోయిం" దనుకున్నాడు సుబ్రహ్మణ్యం. ఆ కోపంలో శ్మాష్డ్, డిస్ట్రాయిడ్, క్రష్డ్ అనే మూడు ఇంగ్లీషు పదాలు జ్ఞాపకం వొచ్చాయి. ఈ మూడు 'ఎంఫాటికల్'గా తనలో తానే ఉచ్చరించుకున్నాడు. ఈ గొడవలో ఎదురుగా ఉన్న 'కీప్ లెఫ్ట్' బోర్డుని పరాకుగా చదివేసి, ఆ ఆజ్ఞని మన్నిస్తూ మలుపు తిరిగాడు. మలుపు తిరుగుతూ తను చేసిన పొరపాటు గ్రహించుకుని వెకిలిగా నవ్వుకున్నాడు. ఎవరైనా చూసారేమో అని అటూ ఇటూ చూశాడు...

హిందూ దినపత్రిక ఆఫీసు దగ్గిరికి చేరుతుండగా పోలీసు కారు నలభై మైళ్ళ స్పీడులో పోతూంది సెంట్రల్ వేపు. అందులో సర్కిల్ గారూ, ఓ పోలీసూ ఉన్నారు. సుబ్రహ్మణ్యం ఆగాడు. "హుఁ! వీళ్ళు మట్టుకు ఇంత వేగంగా పోవచ్చు గామోసు?"

సుబ్రహ్మణ్యం నడక ఇంటివేపు సాగించాడు. హఠాత్తుగా మనసు సెంట్రల్‌కేసి వెళ్తున్న పోలీసు కారును అందుకుంది.

☆ ☆ ☆

తొమ్మిదవుతుంది. మిస్టర్ సుబ్రహ్మణ్యం సెంట్రల్‌స్టేషన్‌లో పారిపోయిన తమ్ముని కోసం హడావుడిగా వెతుకుతూ వుంటాడు.

"థామస్ కోసమేనా నువ్వు వెతికేది?" అని పోలీసు రౌడీ దబాయిస్తాడు. సుబ్రహ్మణ్యం మర్యాదగా మాట్లాడతాడు కాని, వాడు మాత్రం సుబ్రహ్మణ్యం ఎడ్రసు తీసుకుని కూడా నమ్మక అవమానించి పొమ్మంటాడు.

మిస్టర్ సుబ్రహ్మణ్యం అవమానించబడిన హృదయంతో ఇంటి కొస్తుంటాడు.

మౌంటు రోడ్డులో పోలీసు కారు ఎదురై ఆగుతుంది. "హలో గుడ్ ఈవినింగ్ మిస్టర్ సుబ్రహ్మణ్యం" అంటూ కారులోనుంచి సర్కిల్ ఇన్‌స్పెక్టరు దిగుతాడు కాని, సుబ్రహ్మణ్యం కొంచెం చిరాగ్గా మాట్లాడతాడు "ఏమిటి సార్? మీ పోలీసుల కేమీ మర్యాద తెలియదు. నేనిందాకా సెంట్రల్ కెళ్తే ఎవడో సిఐడి తగులుకుని నన్ను రౌడీ అంటూ దబాయించాడు. బొత్తిగా అంత తేడా తెలియదండీ వాళ్ళకి?"

సర్కిల్ చాలా ఆశ్చర్యపోతాడు. "మిమ్మల్నా సార్! వాడు రౌడీ అంటాడా? పదండి సెంట్రల్‌కి, వాడి సంగతి కనుక్కుందాం."

సుబ్రహ్మణ్యమే కారు నడిపాడు. దారిలో తనో ప్లాను చెప్పాడు సర్కిల్‌కి. అలాగైతే వాడిని "రెడ్‌హేండెడ్"గా పట్టుకోవచ్చు. సుబ్రహ్మణ్యం ప్లాను విని సర్కిల్ ఆశ్చర్యపడ్డాడు. అందుకు నిదర్శనం – అతడు గట్టిగా 'వండర్‌ఫుల్, సూపర్బ్, మార్వలెస్' అనే మూడూ, ఇంచుమించు అంతే అర్థం సూచించేవి ఇంకో రెండూ వెరశి మొత్తం ఐదు ఇంగ్లీషు మాటలు ఉపయోగించటమే.

కారాపి సుబ్రహ్మణ్యం ఒక్కడూ ముందర వెళ్ళి హోల్లో ప్రవేశిస్తాడు.

(ఇక్కణ్ణించి జరగబోయేది సర్కిల్ దాక్కుని చూస్తాడన్న మాట)

ఇందాకటి 'రౌడీ' మళ్ళా వస్తాడు. సుబ్రహ్మణ్యం చొక్కా పట్టుకుని, "ఏరా మళ్ళీ వచ్చావ్? నువ్వసలు వచ్చిన పని వేరు. ఏదో అడ్రసిచ్చి డబాయిస్తావూ? దొంగ వెధవా...."

సుబ్రహ్మణ్యం హఠాత్తుగా వాడి చెయ్యి విసిరికొట్టేస్తాడు. పైగా యిలా అంటాడు. "ఏమిటోయ్, నా కిష్టం వచ్చినన్ని మాట్లు నేను సెంట్రల్‌కి వస్తా. నువ్వేమిటి? వెధవ డబాయింపూ నువ్వూను... మీ సర్కిల్‌కి రిపోర్టు చేస్తా, జాగ్రత్త"

'రౌడీ' లేక సి.ఐ.డి. చిన్న సైజు విలన్‌లాగ నవ్వుతాడు. "ఏడిశావ్! నువ్వు రిపోర్టు యివ్వడం, సర్కిల్ నమ్మటం.... దిక్కున్న చోట చెప్పుకో. సర్కిల్‌కాదు వాడి బాబుతో చెప్పుకో"

హఠాత్తుగా స్తంభం చీల్చుకొచ్చిన నరసింహావతారంలాగ సర్కిల్ స్తంభం చాటునుంచి బయటికొస్తాడు – ""డేయ్ షణ్ముగం"" అంటూ.

షణ్ముగం (సి.ఐ.డి) వెనక్కు తిరిగి నీరుకారిపోతాడు. సుబ్రహ్మణ్యం గుండె ఆనందంతో బీట వేస్తుంది. ఒక్కమాటుగా షణ్ముగం, సుబ్రహ్మణ్యం ఇద్దరూ ఏదో చెప్పబోతారు. సర్కిల్ నవ్వుతూ "ఇంకేం చెప్పనక్కర్లేదు. అంతా నే చూశాను. షణ్ముగం, నీ ఉద్యోగం నిలబడాలంటే నువ్వు ఏ పనేనా ఆలోచించి చెయ్యాలి. ఆయన రౌడీయో, పెద్దమనిషో తెలుసుకోలేని నువ్వు 'సి.ఐ.డి' పనికి పనికిరావు. నిన్ను రేపట్నుంచి సస్పెండ్ చేస్తా"

షణ్ముగం కొయ్యబారిపోయి దీనంగా సుబ్రహ్మణ్యం కేసి చూసి క్షమార్పణ కోరుతాడు. తన దగ్గర సిద్ధంగా వున్న కొద్దిపాటి మర్యాద వాచకాల్ని ఉపయోగించి.

సుబ్రహ్మణ్యం అమాంతం దయా స్వరూపుడు అయిపోయి శిబిదధీచులను జ్ఞప్తికి తెచ్చుకుని, "పోన్లెండి, ఈ మాటు కొదిలేయండి" అంటాడు సర్కిల్‌తో. "సరే; ఈయనే ఊరుకున్నాడు కాబట్టి కాని...." అంటూ సర్కిల్ ఓ చూపు చూసి, "రండి సార్, మిమ్మల్ని ఇంటి దగ్గర వదిలేస్తాను" అంటూ సుబ్రహ్మణ్యాన్ని కారులో ఎక్కించుకుపోతాడు.

☆ ☆ ☆

పెద్దగోల, హడావుడికి సుబ్రహ్మణ్యం మనస్సు సెంట్రల్‌నుంచి ఎగిరి వెనక్కొచ్చేసింది....

ఎదురుగా 'ఎల్‌ఫిన్‌స్టన్' హాలు దగ్గర పావలా అర్ధణా టిక్కెట్టు దగ్గర పోలీసులు లాఠీచార్జి చేస్తున్నారు, జనాన్ని అణచలేక, మళ్లా కోపం వచ్చింది సుబ్రహ్మణ్యానికి, పోలీసుల మీద. ఇందాకా వాడిని వూహలో కూడా క్షమించడం తప్పనిపించింది. అంతలోనే ఇంతసేపూ తను శత్రువును శిక్షించింది తన ఊహా ప్రపంచంలోనే అని గ్రహించుకుని, తన అశక్తతని తల్చుకునే సరికి అతనికి కంట నీరు తిరిగింది.

ఎదురుగా థియేటరు కప్పుమీద నుంచున్న 'రెండాల్ఫ్ స్కాట్' రెండు రివాల్వర్లు పట్టుకుని, అమోఘమైన ఫోజులో చూస్తున్నాడు కిందికి.

రూపాయి పావలా టిక్కెట్టు కొని సుబ్రహ్మణ్యం ఆ సినిమాకి వెళ్ళాడు. తన పాత శత్రువుకు కొత్త శిక్ష ఎలా వెయ్యాలో సినిమా చూస్తూ ఆలోచిద్దామని. ఇంకో కారణం కూడా వుండొచ్చు. తన తమ్ముడిని వెతికేందుకు ఉపాయాలు ఆలోచించడానికి... బహుశా ఇంకో ముఖ్య కారణమూ వుండొచ్చు. అతడది మీకూ నాకూ ఏనాటికీ చెప్పడు.... తను పొందిన ఇన్ని అవమానాలకన్నా సెంట్రల్ స్టేషన్‌లో ఒకే ఒక క్షణంపాటు తను చూసి, క్షుణ్ణంగా చదువుకున్న ఆంగ్లో ఇండియన్ అమ్మాయి వంపులు, రోడ్డుపక్కగా చూసిన పోస్టర్ హీరోయిన్ వంపులు అతని బుర్రనిండా ఆలోచనల్ని కల్పించి, తీరని కోరికల్ని రేకెత్తించాయి. ఇప్పుడీ సినిమా హీరోయిన్ వంపులు గంటన్నర చూసి, ఇంటికెళ్ళినప్పుడతడు తిరిగి ఇంకో రంగురంగుల ఊహాలోకంలో ప్రవేశించవచ్చు, తీరని కోరికల్ని తృప్తిపరచుకుందుకు.....

★ ★ ★

ఆ చేతి చేత

బొమ్మ వంటచేస్తూ ఉండగానే అక్కడ తారట్లాడి, ఆవిడ కన్ను మరగేసి వత్తులపెట్లో డబ్బులు చెక్కేయ్యడంలో భీమశంకరంగారు చిన్నపుడు సిద్ధహస్తుడు. ఆ రోజుల్లో వెనకబడ్డ స్నేహితులకు ఈ విద్య కిటుకులు ఉపదేశించి గురువనిపించుకున్నాడు. బడి ఎగేసి కాలవగట్ల వెంట బీడీలు కాలుస్తూ రోజులతరబడి తిరిగినా గోడ కట్టినట్టు అబద్ధాలు చెప్పి ఎవరికీ అందకుండా నిభాయించుకోగలిగిన సాటిలేని మేటి మొనగాడు. దరిమిలా పెద్దవాడయ్యాక, చెప్పిన జబ్బు చెప్పకుండా ఆఫీసుకు సెలవు పెట్టి నెగ్గుకొచ్చిన ధీశాలి. అమెరికన్ పుస్తకాల సలహాలతో ఇంకా ఎన్నో పరిస్థితులకు తట్టుకోవడం, సమస్యలను ఎదుర్కోవడం, ఎదిర్చి నిలబడడం, నిలచి పరిష్కరించడం నేర్చుకున్నాడు. చిన్నప్పుడు కంఠతా వచ్చిన పదమూడో ఎక్కంలాగే ఇదీ క్రమేపీ రూపుమాసింది. ఆ రోజులు వెళ్ళిపోయాయి.

అంతటి భీమశంకరంగారు ఏభయ్యో పడిలో పడ్డాక, ఒక ఆదివారంనాడు, ఎదుట గోళ్ళు గిల్లుకుంటూ కూర్చున్న పాతికేళ్ళ కుమారరత్నం వంక బాధగా చూస్తూ పడక కుర్చీలో పడుకుని సతమతమవుతున్నాడు.

"చలేస్తోందని చెప్పి చూడరా నాయనా" అన్నాడు చివరికి.

"శాలువా కప్పుకోమందండి. లేపోతే సావిట్లోకొచ్చి పడుకోమంటోందండి" అన్నాడు కుమారుడు వినయంగా.

"అఘోరించకపోయింది..... అయినా కాపోయినా ఏం మహిళలురా అబ్బాయి. ప్రాణాలు తోడేస్తున్నారనుకో. మొగుడు వెధవ ఆదివారం పూట కాస్త ఊళ్ళో కెళ్ళాలంటే నిఘా ఏమిట్రా" అన్నాడు భీమశంకరం ప్రాణం విసుగెత్తిపోయి.

కొడుకు తలవంచుకున్నాడు మాట్లాడకుండా.

"టైమెంతయిందిరా?"

"మూడున్నరండి"

"అయ్య బాబోయ్! రైలుకింకా గంటన్నరే ఉందన్నమాట" అన్నాడు భీమశంకరంగారు.

ఆయన ఆ ఉదయం 9 గంటలనుంచి మూడున్నరవరకూ పదిసార్లు టైమడిగి తొమ్మిదిసార్లు అయ్యబాబోయ్ అన్నాడు. ఒకసారి అబ్బా అపుడే రెండయిందిరా అన్నాడు. క్రితం రాత్రి తొమ్మిదినుండి రోజు ఉదయం 7 గంటల వరకూ కొడుక్కి డబ్బివ్వమనీ, 7 నుండి 9 వరకు తన పంచె, చొక్కా కండువా తన ముఖాన తగలెయ్యమనీ భార్యను పరిపరివిధాల బ్రతిమాలుతూ వచ్చాడు.

అరు మూడయేది మూడు అరయేది "ఆ యాభై" మాత్రం ఇచ్చేద లేదని అవిడ ఖరారుగా చెప్పేసింది. "కట్నం లేకుండా పిల్లని చేసుకున్నాం కదా; ఆ మాత్రం అల్లుడు గదా అని ఓ నూటపదహార్లు పండుగ పేరు చెప్పి వాళ్ళివ్వరాదా! మన వెధవాయ పెళ్ళాంచేత అడిగించరాదా" అని అవిడ రాత్రి గట్టిగా అనేసింది.

'మెల్లిగా వెధవా అంటే గట్టిగా ముండా' అనే తరహా మనిషి భీమశంకరంగారి భార్య.

పండక్కి అత్తారింటికి వెళ్ళి మళ్ళా పట్నం వెళ్తూ కొడుకూ కోడలూ ఇక్కడ దిగారు. ఓ నెల జీతం ముందే తీసుకుని ప్రయాణాలకు ఖర్చు పెట్టేసినందువల్ల, పట్నంలో కొంప చేరగానే అవగింజ దగ్గర్నుంచి తడుముకోవాలని బండి దిగిన గంటలో కొడుకు విన్నవించుకున్నాడు. ఉన్న డబ్బు రైలుకి కటాకటిగా సరిపోతుందని కూడా చెప్పుకున్నాడు. భీమశంకరంగారి గుండె కరిగిపోయింది. ఆయన భార్య కానీ ఇవ్వడానికి ససేమిరా వల్లకాదంది. అపాటి జాలి తనకీ ఉందని కూడా చెప్పింది. అవతల కొడుకూ కోడలూ విని ఏమనుకుంటారో అని భీమశంకరంగారి బెంగ.

"సరేలే. నువ్వు ఇవ్వద్దు, పొద్దున నేనే చూసుకుంటా" అన్నాడు చాలా గంభీరంగా.

ఆదివారం ఉదయం ఆయన లేచి అప్పుకు వెళ్ళబోయేసరికి చొక్కా, పంచె, కండువా కనబడలేదు. పెట్టె తాళం వేసుంది.

"ఔనే. నాచొక్కా ఏదీ?" అంటూ వంటింట్లోకి వెళ్ళాడు.

"ముందు స్నానం చెయ్యండి" అందామె.

శంకరంగారు స్నానంచేసి కట్టుకున్న పంచె తడిపేశాడు. ఓ అంగవస్త్రం, తువ్వాలూ అందించిందావిడ. అవి కట్టుకుని, దేవుడికి దీపం వెలిగించి, ఓ పువ్వు పడేసి లేచాడు. ఉట్టి వెనుక చిలకకొయ్యకి తగిలించి ఉన్నాయి తన ఆఫీసు దుస్తులు. కాస్త ఆశ్చర్యపడుతూ తీసుకోబోయేసరికి "అగండి. ఆదివారం పూట ఎక్కడి కెళ్తారు? పనుంది." అందామె.

"నాకు తెలుసు ఆ రాచకార్యం. మీరేం వాడికి డబ్బు తెచ్చివ్వక్కర్లేదు. అంత అవసరమయితే ఇక్కడింకొక రోజు ఉండి, అత్తారింటి నించి తీగె టపా మీద తెప్పించుకోమనండి."

"అది కాదే...."

"మీరు ముందు వీధరుగు మీద కెళ్ళి కూర్చుని పేపరు చదువుకోండి, నాకు పనుంది. పాలకాయలూ జంతికలూ చెయ్యాలి."

శంకరంగారు నోరు మూసుకుని వీధరుగు మీద కెళ్ళిపోయాడు.

కొడుకు అక్కడ కూర్చుని ఆలోచిస్తున్నాడు.

ఎన్నడూ నోరెత్తి అడగనివాడు ఇన్నాళ్ళకి తనని అడగడం, తను ఇవ్వలేని పరిస్థితిలో పడడం చాలా బాధ కలిగించింది శంకరంగారికి.

"బాబూ, ఇవ్వాల్టికాగి, రేపు వెళ్ళరాదురా. ఇవాళ ఆదివారం, రొఖ్ఖం జతపడింది కాదు" అన్నాడు ఎంతో లాలనగా.

"లేదండీ నాన్నగారూ, రేపే జాయినయిపోవాలి."

శంకరంగారు దిగాలుగా కూలబడ్డాడు కుర్చీలో. తను ఒక్కడుగు అలా వెళ్ళొస్తే ఎవడి నెత్తో కొట్టి యాభైకాదు వందైనా పుట్టించవచ్చునని ఆశ ఉంది. కాని, ఇంట్లో ఆడది మొండికెత్తిపోయి, తన చొక్కా పంచె వంటింట్లో పెట్టుకుని ఇవ్వను పొమ్మంటే ఎలా చావడం?.... తాలూకా ఆఫీసులో కాషియర్ గిరి అఘోరిస్తూ అంగోస్త్రం కట్టుకు ఊరేగడం అంటే ఒళ్ళు చచ్చిపోయినట్లుంది. అబ్బాయికే చీటీ రాసిచ్చి పంపుదామంటే మనసొప్పలేదు. వాడిప్పటికే ఎంతో మధనపడి, "డబ్బు వద్దులెండి నాన్నగారూ" అంటున్నాడు.

కన్నకొడుకుకి కానీ డబ్బివ్వలేని వాడినా అనుకుని ఒక్కసారిగా తెగించి, వంటింట్లో కెళ్ళి "నాకు పనుంది. ఆ గుడ్డలిలా పారెయ్" అన్నాడు గంభీరంగా. ఆవిడ వల్లకాదు పొమ్మంది అంతకన్న గంభీరంగా. ఆ తరువాత, శంకరంగారికి చిన్నప్పటి విద్యలు జ్ఞాపకం వచ్చాయి. అక్కడే కాసేపు తారట్లాడి చూశాడు. లాభం లేకపోయింది. ఆవిడ వెయ్యి కళ్ళు పెట్టుకుని చూస్తు ఉందాయె.

తన చిన్ననాటి కళావైదగ్ధ్యం ఈనాడు ఎందుకూ కొరగాకుండా పోయిందని విచారించాడు శంకరంగారు. ఏడెనిమిదేళ్ళ కొడుకున్నా, కాస్త తరిఫీదు ఇచ్చి, ఇలాటి సమస్యలను చులాగ్గా ఎదుర్కోవచ్చు. ఉన్నవాడు పాతికేళ్ళవాడాయె, వాడికి ఇప్పుడు టోకరా విద్య ఎలా నేర్పడం?

కాసేపు ఆలోచించి కొత్తరకం ఎత్తువేశాడు ఆయన. వీధరుగుమీద కూర్చుని కోడలుపిల్లని పిల్చాడు. "అమ్మాయ్! వంటింటి చిలక్కొయ్యని నా చొక్కా పంచా ఉన్నాయిగాని, కాస్త పట్రా అమ్మా" అన్నాడు.

కోడలు మళ్ళా రాలేదు. ఆవిడే వచ్చింది. "మీక్కాదూ చెప్పింది. ఏమిటా కుళ్ళుచేష్టలు?" అని కూకలేసి వెళ్ళిపోయింది. కోడలు విస్తుపోయింది.

భోజనాలయ్యాయి. పదకొండయింది. పన్నెండయింది. ఒంటిగంట కూడా అయినా, ఆవిడగారు కునుకుతీసేటట్లు కనబడలేదు. మళ్ళా నిప్పంటించి, పిండి వంటలు ప్రారంభించింది – కొడుకూ కోడలూ సాయంత్రం వెళ్ళిపోతున్నారుగదా అని.

శంకరంగారికి నిద్ర రాలేదు. కాలుకాలిన పిల్లిలా తిరుగుతున్నాడు. కొడుకు నిద్రపోతున్నాడు.

ఆయనకో ఊహ తోచింది. వాడిచొక్కా.... వేసుకుంటే?.... పంచెలేదాయె పొడుగు పంట్లాంలే ఉన్నాయి.

శంకరంగారికి సిగ్గేసింది. అయినా సరే ఓ పంట్లాం తొడుక్కున్నాడు. చొక్కాలన్నీ చిత్రంగా ఉన్నాయి. పట్నం చొక్కాలు కాబోలు ఒకటి బొడ్డు దిగదు. రవికెల్లా ఉన్నాయి.

అద్దంలో చూచుకున్నాడు. నవ్వొచ్చింది. తను నవ్వేలోగానే ఇంకో రెండు గొంతులు, ఒకటి కిలకిల, ఇంకొకటి ఫెళఫెళ నవ్వాయి. ఆ నవ్వుకి లేచిన కొడుకు కూడా పకపక నవ్వాడు.

శంకరంగారికి ఒళ్ళు చచ్చిపోయినట్లయింది. దొంగతనం చేస్తూ పట్టుబడ్డట్టనిపించింది. బీరువాకిందకి చూశాడు, దూరిపోదామని. కోడిగుడ్డు దీపం ఉండే గూట్లోకి చూశాడు. అందులో ముడుచుకు కూర్చుందామని.... ఒక్క క్షణం ఆగి ముగ్గురివంక చూశాడు. ఒక్క పెట్టున తనూ నవ్వెయ్యడం ప్రారంభించాడు.

“మీకేం మతిపోయిందా?” అందామె.

మళ్ళా అంగవస్త్రం – తువ్వాలు కట్టుకుని, అరుగుమీద కుర్చీలో చేరాడు శంకరంగారు – సృష్ట్యాది నుండి ఏ పురుషుడూ దేనికీ పడనంతగా విరహతాపం పడుతూ.

మూడున్నర అయింది. రైలుకింక గంటన్నర టైముంది. ఎలా డబ్బు పుట్టించడం?

వీధి వెంట ఓ కుర్రాడు వస్తున్నాడు అట్టపెట్టెని తన్నుకుంటూ. వాడు తెలుసు శంకరంగారికి. పెద్ద ఊహ పోయింది. కుర్రాణ్ణి పిలిచాడు. తెగించాడు. “ఒరేయ్ బాబు, నువ్వు సుబ్బారావు గారింటికెళ్ళి అర్జంటుగా.... అహకాదు, మా ఆఫీసు జవాను నాగన్నింటికెళ్ళి ఇక్కడున్నట్లుగా చిటికెలో కేకేసుకురా, నీకు రేపు గాలిపడగ కొనిస్తా” అన్నాడు.

ఏకళ నున్నాడో వాడు సరేనని వెళ్ళాడు. మూడున్నర నుండి నాలుగు దాకా శంకరంగారి గుండెకాయ నిమిషానికి మూడువందలసార్లు కొట్టుకుంది.

నాలుగింటికి నాగన్న వచ్చి ఏంబాబూ అనగానే స్థిమితపడింది.

“ఏవోయ్ నాగన్నా! నీకు పుణ్యం వస్తుంది. రేపు రూపాయొస్తుంది కాని, వెంటనే సుబ్బారావు గారింటికెళ్ళి అర్జెంటుగా అమాంతంగా ఒక్క యాభైరూపాయలు అడిగి తెచ్చిపెట్టు. రేపు ఆఫీసుకు రాగానే ఇస్తానని చెప్పు” అన్నారు.

నాగన్న కళ్ళు పెద్దవిచేసి. “అంత డబ్బు నాకిత్తారా బాబయ్యా, తవరే ఒక్కడు గెల్లరాదూ?” అన్నాడు.

“వెళ్ళనుకాని పంచె చొక్కా.... దానికేంలే. నేచెప్పానని చెబుదూ.... ఇస్తాడు.”

“పోనీ సీటీ ముక్క రాసియ్యండి బాబు”

“చీటీ! చీటీ కదూ. మరే చీటీ.... అవును చీటీ.... కాని కాని వీల్లేదే మా యింట్లో.... నా కర్జెంటు పనుంది నువ్వెళ్ళి చెప్పు. కావాలంటే అయన్నే పత్రమ్మను” అన్నాడు శంకరంగారు కంగారుగా. లోపలికి తొంగి చూశాడు. భార్య దగ్గర్లో లేదు.

పుణ్యం ఉంటుందనీ, జన్మలో మేలు మర్చిపోడనీ, డబ్బు మర్నాడే ఫిరాయించేస్తాడనీ, సంగతి తాపీగా చెప్తాడనీ, పుణ్యం ఉంటుందనీ, జన్మలో మేలు మర్చిపోలేడనీ పదే పదే మరీ మరీ సుబ్బారావుకు చెప్పి ఎలాగేనా రొఖం జతపరచి పత్రావలసిందని నాగన్నకి చెప్పి పంపాడు.

నాగన్న వెళ్ళిన క్షణం నుండి నాలుగూ నలభై ఐదు వరకూ ఆయన గుండె నిమిషానికి నాలుగువందలసార్లు చొప్పున కొట్టుకుంది.

ఇంట్లో పిండివంటలు పూర్తి అయిపోయాయి. మూట కట్టేసి, కొడుకూ కోడలూ ప్రయాణానికి సిద్ధమైపోయారు. భార్య పట్టుచీర కట్టేసుకుంది. కొడుకు బండి తీసుకురావడానికెళ్ళాడు. ఇంకో పదినిమిషాలలో అంతా రైలుకి బయల్దేరుతారు.

నాగన్న సుబ్బారావు ఇంటికి వెళ్తాడా? వెళ్తే ఆయన ఉంటాడా? ఉంటే డబ్బిస్తాడా? ఇచ్చినా, అది వేళకి అందుతుందా? అందినా భార్య కంటపడకుండా ఉంటుందా? కొడుకు కష్టం ఆదుకుని శంకరంగారు ఆదర్శపితగా నిరూపించుకుంటాడా?

గుమ్మంలోకి బండి వచ్చేసింది. సామాను పెట్టేస్తున్నారు టైము చూసుకుని. శంకరంగారి భార్య ఆయన పంచె చొక్కా కండువా ఇచ్చేసి కట్టుకోమంది. శంకరంగారు కదల్లేదు. తను లోపలికి వెళ్తే ఈ లోగా కొంప ములుగుతుందని భయం. భార్య గదమాయిస్తోంది.

"మెడ బెణికింది. అర్జెంటుగా కాసిని నీళ్ళు కాచు. కాపడం పెట్టాలి" అన్నారాయన హఠాత్తుగా బాధపడుతూ.

ఆవిడకి జాలేసింది. "పొద్దుట్నుంచి ఒక్కలా ఆ పడక కుర్చీలోనే కూర్చున్నారాయె, బెణకదూ మరి." అంటూ లోపలికి వెళ్ళి కుంపటి రాజేసింది.

ఈలోగా నాగన్న సుబ్బారావింటికి వెళ్ళాడు. సందేశం అందజేశాడు. కాషియర్ గారికి అప్పిచ్చినా పువ్వుల్లోపెట్టి మళ్ళీ ఇవ్వగలరన్న ధీమాతో సుబ్బారావుగారు ఏభై రూపాయలూ నాగన్నకిచ్చి పంపాడు. నాగన్న వాయువేగ మనోవేగాలతో వచ్చి, శంకరంగారికి రొఖ్ఖం అందించాడు. "నా కిత్తానన్న రూపాయేది బాబూ?" అన్నాడు.

"రేపు రేపు రేపు. లేదు లేదు చిల్లర లేదు. రేపు రెండు. రేపు రెండిస్తా - పద పద పద" అంటూ శంకరంగారు ఆదరాబాదరా ఆ డబ్బూ పంచె, చొక్కా పట్టుకుని పడమటింట్లో కెళ్ళిపోయి తలుపేసుకున్నాడు.

☆ ☆ ☆

రైలొచ్చింది. నలుగురూ ఎక్కి కూర్చున్నారు - అక్కడకూడా శంకరంగారికి స్వేచ్ఛ లేకపోయింది - భార్య ఒకపక్క కోడలికి నీతులు నూరిపోస్తూనే తనని ఓ కంట కనిపెడుతోంది.

"అత్తయ్యా! మా అమ్మలేని కొరత తీర్చారు మీరు ఈ ఒక్క రోజులోనూ. మా పిన్ని ఇంత ఆప్యాయంగా నన్నెన్నడూ చూడలేదత్తయ్యా. మీరు మా వూరు రావాలి. నెల్లాళ్ళపాటు ఉండాలి" అంది కోడలు హఠాత్తుగా.

శంకరంగారి భార్య ఉక్కిరి బిక్కిరైపోయింది. కోడలి శిర్సాన్ని ఆఘ్రాణించింది. మెటికలు విరుచుకు "నాతల్లే" అంది ఉప్పొంగే ప్రేమతో, ఒక్క క్షణం ఆగి "ఏవండీ, కోడలుకి పువ్వులు కొనిద్దామనేనా లేదు గదా. వేళైనట్లుంది. చటుక్కున వెళ్ళి కాస్త దవనం మరువం నాలుగు చేమంతి పువ్వులూ పట్రండి." అంటూ ఓ పావలా తీసి ఇచ్చింది.

శంకరంగారు ఎగిరి గంతేశాడు.

"నువ్వుకూడా వెళ్ళరా - ఆయన బేరంచేస్తే వాడిన పువ్వులే వచ్చేది" అందావిడ.

"దారా నాన్నా" అన్నాడు శంకరం విడుదల అయిన ఖైదీలా.

పువ్వులు కొన్నాక, అంగీ జేబులోనుంచి ఏభై రూపాయలూ తీసి కొడుకు జేబులో పెట్టాడు. "భద్రం నాయనా, కోడలికి చెప్పకు. అవసరానికుంచుకో, ఇంతకన్న ఏం చేయలేకపోయాను. తాపీగా పంపుతానులే" అనేసి కొడుకు జవాబు వినకుండానే రెక్కపట్టుకొని రైలుపెట్టె దగ్గరికి ఈడ్చుకొచ్చేశాడు.

రైలు కదిలింది.

గతీ నున్మగులు చెన్నపట్నానికి, పార్వతీ పరమేశ్వరులు స్వగృహానికి బయల్దేరారు.

ఒంటెద్దుబండిలో జేరగిలబడి కూర్చుని "అబ్బాయి మొహం అణాయిడ్డైనంతయింది. బయల్దేరినపుడు వెనకనించి డబ్బు పంపుతా నన్నారు కాబోలు. అదేం వల్లకాదు" అందావిడ హేళనగా.

శంకరంగారు ధీమాగా నవ్వాడు. "కోడలు పిల్ల మొహం కలకలలాడుతూ కనబడింది. ఏమిటి సంగతి? తెగించి ఓ పావలా చేతిలో పెట్టి గుప్పిట మూసి, జంతికలు కొనుక్కోమన్నావా?" అన్నాడు.

"పిల్లలు అవస్థపడతారని నాకూ తెలుసు. అక్కడికి మీకే ప్రేమ ఉన్నట్లు నిన్నా ఇవాళా నా ప్రాణం తీశారు కాని, పావలా ఏం కర్మం, నిన్న మీరడిగిన యాభైరూపాయలూ, మిమ్మల్ని పువ్వులికి పంపినపుడు పిల్లచేతిలో పెట్టి గుట్టుగా దాచుకోమని చెప్పాను. అబ్బాయికి ఈ సంగతి రాయబోకండి. రేపే తగలేస్తాడు" అందావిడ విలాసంగా.

"అబ్బే. నేను రాసినా వాడలా అడగడులే." అన్నాడు శంకరంగారు గుంభనగా.

★ ★ ★

స్వయంవరం

అనగనగా ఒక జమీందారు. అయనకు లేకలేక ఒక కొడుకు. ఆ కొడుకు విద్యాభివృద్ధికై జమీందారు గారు విపరీతంగా కృషిచేసిచేసి, కొన్నాళ్ల తర్వాత ఆ బాధ్యతను భార్య బంగారమ్మకు ఒప్పగిస్తూ విల్లురాసి వెళ్ళిపోయాడు. భర్త కోరిక ఈడేర్చాలన్న సంకల్పంతో ఆవిడ బస్తీ నుంచి పల్లెకు తరలివచ్చింది. అక్కడున్న చిన్న డాబా గోడలు ఎత్తు చేయించి, అమధ్య ఒక చిట్టి గది కట్టించి "నిరాఘాటంగా చదువుకొని మీ నాన్న ముద్దు చెల్లించు, బంగారు తండ్రీ" ఆవటాని కుమారరత్నాన్ని అందులో కూర్చోబెట్టింది. ఒక వయోవృద్ధుని గురువుగా నియమించింది. ఆ యిద్దరూ కాలు కదపనవసరం లేకుండా, భోజనాది వసతులన్నీ సమకూర్చి పెట్టింది.

ఏడాది తిరిగింది. అబ్బాయికి ఆయేటికాయేడు పైబడుతూందన్నారు బంధుకోటి. బంగారమ్మ గారి కొడుకు విషయంలో మాత్రం విద్యకి వివాహం వినాశనకారి కాజాలదంటే కాజాలదన్నారు పెళ్లీడు పిల్లలున్న అమ్మలక్కలు. పిల్లని తను ఏరితే పిల్లవాడి చదువుకి పిసరంత కూడా ఢోకా వుండదని బంగారమ్మ గారికి గట్టి నమ్మకం కుదిరింది. సరే అంది.

'ఊ' అన్నారు ఊళ్ళో చాలా మంది. బంగారమ్మ గారు గుమ్మం దిగే ఘటం కాదు. కొడుకును మేడ దిగనివ్వదు. అందుకని, మోజుగలవాళ్ళంతా పిల్లలను వాళ్లింటికే తీసుకువెళ్ళేవారు. ఈమాట అనోటా అనోటా ఊరూర పాకింది. బస్తీ కాలేజీలో చదువుతున్న చండిక, కాంచనమాల అనే యిద్దరమ్మాయిలు బంగారమ్మ గారి బంగారు పిచ్చిక సంగతి విని విస్తుపోయారు. కుతూహలం కలిగింది. చండిక, కాంచనమాల వాళ్ళ అసలు పేర్లు కావు. రూపురేఖా విలాసాల వల్ల ఇతరులు ఇచ్చిన బిరుదులు. చండిక విచ్చు రూపాయల్లె ఖంగున మోగుతూ వుంటుంది. రూపాయి అంచు గరుకుల్లా ఆమె మొహం మార్దవం లేకుండా వుంటుంది. కాంచనమాల సన్నగా పొడుగ్గా బక్కగా వుంటుంది. ఇద్దరూ పంతం వేసుకుని, ఆపైన కూడబలుక్కుని ఒకరోజు ఎవరికీ చెప్పకుండా బంగారమ్మగారి ఊరు బయలుదేరారు.

బంగారమ్మగారి ఇంటి గుమ్మంలోనే ఇంకో అమ్మాయి కూడా వాళ్ళకు తారసపడింది. ఆ అమ్మాయి పేరు శ్రీదేవి. చక్కగా ఉంటుంది. మంచివాళ్ళకి నెమ్మదస్తురాలు గాను, చెడ్డవాళ్ళకి వాజమ్మగాను కనబడుతుంది.

ముగ్గురూ చాపమీద కూర్చున్నారు. బంగారమ్మగారు వాళ్ళ పేరు, పుట్టు పూర్వాలు కనుక్కుంది. రెండు నిముషాలు ఆలోచించింది.

"ఓ పిల్లలూ మీ ముగ్గురుకీ మూడు పనులు చెబుతాను. పది నిముషాలలో పూర్తిచెయ్యాలి. అప్పుడు మా ఇంటి కోడల్ని ఎన్నుకుంటాను" అంది.

సరేనన్నారు ముగ్గురు.

"ఓ చండికా! వసారాలో ఒక గడ్డపాయన ఉంటాడు. పేరు గడ్డంరాజు. మొండి. దేనికీ ఖాతరు లేదు. నువ్వు వెళ్ళి అతగాణ్ణి లేవగొట్టాలి. పొలానికి పంపి ఒక బండెడు తాటాకు తెప్పించాలి అతగాడిచేత." అంది బంగారమ్మ.

"ఓ అదెంత పని" అని ఎగిరి గంతేసింది చండిక.

"పిల్లా నీ పేరేమిటన్నావు? కాంచనమాల కదూ? పడకటింట్లో నా తమ్ముడి షడ్డకుడున్నాడు. మహా దొడ్డవాడు చదువులో. ఒఖ అడుగు అలా కరణం గారింటికెళ్ళి బస్తీలో ఇపుడు ఆడుతున్న బైస్కోపులేమిటో వాళ్ళ అబ్బాయిని కనుక్కుని వచ్చి చెప్పమను" అంది బంగారమ్మగారు.

"ఓ! ఇంతేకదా" అంది కాంచనమాల విలాసం ఒలకబోస్తూ.

"చిన్నదానా నీ పేరేమిటి?"

"శ్రీదేవి అంటారండి."

"సరే. పెరట్లో గడ్డివాము దగ్గర బొంత, దిండు వేసుకు కూర్చుని ఏగబిగిన తావుల కొద్దీ ఏదో రాసేస్తున్న జానపాల కవి ఒకడున్నాడు. కవిత్వం రాయించడానికి మా తమ్ముడి షడ్డకుడు వాణ్ణి తీసుకొచ్చాడు. ఇదిగో ఈ దస్తావేజు పట్టికెళ్లి కాస్త సాపు రాసి పెట్టమను. నిమిషం పని అని చెప్పు. కాస్త ముక్కోపి జాగ్రత్త" అంది బంగారమ్మ.

☆ ☆ ☆

ముందు బయలుదేరిన చండిక చరచర నడిచి, సరాసరి వసారాలోకి వెళ్ళింది. కుక్కి మంచం మీద కూర్చుని గడ్డం దువ్వుకుంటున్న గడ్డం రాజు కన్నెత్తి చూడలేదు. పన్నెత్తి పలకలేదు.

"ఏవయ్యోయ్, గెడ్డపాయనా, అలా పొలానికెళ్ళి ఓ బండి తాటాకులు పట్టించుకురా" అంది చండిక ధీమాగా. గెడ్డంరాజు కదలలేదు మెదలలేదు.

"ఈ ఇంటికి కాబోయే కోడల్ని నేను తెలుసా?"

గెడ్డంరాజు ఉలకలేదు, పలకలేదు. నిర్లక్ష్యంగా కూర్చున్నాడు.

చండికకు ఒళ్ళు మండిపోయి పెరట్లోకెళ్ళి పచ్చడిబండ పట్టుకొచ్చి, హుంకరించింది.

గడ్డంరాజు కన్నెత్తి చూచి, "మంచిదమ్మా వెళ్తున్నాను. గంటలో పట్టించుకొస్తా." అన్నాడు.

విలాసం ఒలకబోస్తూ బయలుదేరిన కాంచనమాల పడమటింట్లోకి వెళ్ళి బంగారమ్మ తమ్ముడి బావమరిదిని పలకరించి, ఇంటికి కాబోయే కోడల్ని అని చెప్పింది. 'ఓహో అలాగా' అని తలవంచుకు చదువు కొనసాగించబోయాడు.

కాంచనమాల, తను వచ్చిన పని చెప్పింది. బ్రతిమాలింది. బామాలింది.

బంగారుతండ్రి, బాచాల కొండ అంది. తనకన్న చిన్నది తనని అలా పిలవడంతో అతడు తలెత్తి కళ్ళు విప్పార్చి, సావకాశంగా చూశాడు కాంచనమాలను. కాస్త వెళ్ళి కనుక్కురమ్మంది కాంచనమాల. ఎప్పుడూ ఉండే చదువుకి అంతలో ముప్పేమీ ఉండదని హామీ ఇచ్చింది. ఎవరి మాటా వినని విద్యానిధి కాంచనమాల మాట కాదనలేక కరణంగారింటికి బయల్దేరాడు బైస్కోపు సమాచారం కోసం. దస్తావేజు కాగితం చేత పట్టుకొని, చిన్నచిన్న అడుగులు వేస్తూ బయలుదేరిన శ్రీదేవి, గడ్డివాము నీడలో హోరాహోరీగా కవిత్వం రాసేస్తున్న కవిని నెమ్మదిగా పలకరించింది.

'ఎవరవు తన్వీ, దివి నుండి భువికి దిగితివో భువినుండి దివి కేగుచుంటివో' అన్నాడు భావకవి. అంటూనే నాలిక కరుచుకున్నాడు.

"ఈ దస్తావేజు కాస్త సాపు రాసి పెట్టాలండి" అంది శ్రీదేవి వినయంగా. మన్నూ మిన్నుల మధ్య ఉన్నదంతా అదిరిపడేటంత కేకపెట్టాడు కవి. కొంతసేపు తెలుగులోనూ, ఆ తరువాత ఇంగ్లీషులోనూ కోప్పడ్డాడు. 'ఇన్‌సల్ట్' అనేశాడు. శ్రీదేవి హడలిపోయి కంటనీరెట్టుకుని సరాసరి ఇంట్లోకెళ్ళిపోయి బిక్కమొకం పెట్టుక్కూర్చుంది.

బంగారమ్మగారు సావిట్లోకి రాగానే చండిక గర్వంగా లేచి నిల్చొని, 'గెడ్డపాయన్ని పొలానికి పంపేశానమ్మా' అంది.

"మీ తమ్ముడి బావమరిది ముందు గునిసినా, చివరికి కరిగిపోయి కరణం గారింటికెళ్ళేరత్తయా" అంది కాంచనమాల.

"నువ్వేం చేశావు పిల్లా" అంది బంగారమ్మ.

శ్రీదేవి బావురుమంటూ, "ఆయన గసిరికొట్టారండి. దస్తావేజుకు సాపు రాయలేదు" అంది.

"నాతల్లే మాయింటి మాలక్ష్మే. నువ్వే నా యింటికి కోడలు కాదగ్గదానివి" అంది బంగారమ్మగారు శ్రీదేవిని ఆప్యాయంగా దగ్గరకు తీసికొని. చండిక మండిపడి హుంకరించింది.

"అదుగో అందుకే నువు నా కోడలు కావడానికి పనికి రావన్నది. గెడ్డంరాజుని హడలేసిన ఆడదానివి రేప్పొద్దున్న నా కొడుకుని నీచేతిలో కీలుబొమ్మ చేసుకోవూ! ఓ కాంచనమాలా! నువ్వూ పనికిరావు. నీ హొయలు నీ సొగసు చూస్తే మావాడి చదువు, నా ప్రతిజ్ఞ, ఆ మారాజు కోరిక బుగ్గిపాలయిపోతాయి. మాకు అన్ని విధాలా తగింది శ్రీదేవే. బంగారుతల్లి" అంది బంగారమ్మ గారు.

ఆ ఊళ్ళోనే ఆకాశమంత పందిరేసి, భూదేవంత అరుగేసి అందుమీద ముత్యాల ముగ్గులూ, రత్నాల రంగవల్లులూ తీర్చిదిద్ది, తన కుమార రత్నానికీ శ్రీదేవికీ పెళ్ళి చేసింది బంగారమ్మగారు. శ్రీదేవివంటి వెర్రిబాగుల పిల్ల దొరికింది కాబట్టి, తన కొడుకు చదువు నిరాఘాటంగా సాగుతుందనీ, తన లక్ష్యం సిద్ధిస్తుందనీ మురిసిపోయిందావిడ.

ఇలా కొంతకాలం సాఫీగా సాగిపోయేసరికి ఒక ఏడాది జూన్ 18న బంగారమ్మ గారి కుమారుడు మెట్రిక్యులేషన్ ప్యాసై ఊరుకున్నాడు.

★ ★ ★

సన్మానభంగం

కాంగో రాజకీయాల్లా సభ గందరగోళంగా వుంది. ఇరవయ్యో శతాబ్ది జీవితంలా చీకాకుగా వుంది. చేతకానివాడి చేతిలో ఆర్కెస్ట్రా వాద్యాలలా ఈలలు, కేకలు తలో అపశ్రుతిలాగ పలుకుతున్నాయి. పలకరింపులూ, చీత్కారాలూ, స్వగతాలూ, జనాంతికాలూ, ఆహాలు, ఈహీలు, ఉహూలు, (అప్పాలడిగినవాళ్ళకి) ఓహోలు, హిహీలు, విమర్శలు, పరామర్శలు, హేళనలు, హేషలు, ఘీంకారాలు, కిచకిచలు, కిలకిలలు, రంకెలు, కేరింతలు వగైరాలతో శబ్దం శతసహస్ర ముఖాలుగా ధ్వనించి ప్రతిధ్వనించి క్రమంగా సరిహద్దుదాటి నిశ్శబ్దం స్థాయికి చేరుకుంటోంది. టాపు లేచిపోతే తాము కూలిపోతామన్న భయంకొద్దీ పంకాలు విపరీతమైన వేగంతో తిరుగుతూ శబ్దాన్ని తొక్కేస్తున్నాయి కిందకి. నిన్న సాయంకాలం సభ తాలూకు నిర్వాహకులు, నేటి సమావేశకర్తలు నిన్న పెట్టిన అల్లరిని తలచుకొని అక్కసుకొద్దీ అల్లరిలో యివాళ బాకీ తీర్చేయడమే కాక అప్పు కూడా యిస్తున్నారు. సభ సాయంకాలం ఐదున్నర కొట్టి అరున్నరకి సగమేనా కాకపోతుందా అన్న ధీమాతో వచ్చి మొదలైనా కాకపోవడంతో చిన్నపుచ్చుకున్న పెద్దలు ఏడు కాగానే మండిపడడం మొదలెట్టారు. జన్మలో యెప్పుడూ ఇలా పెందరాళే తగలళ్ళేదు. ఇన్నాళ్ళకిక్కడ అవమానమయిందని తిడుతున్నారు. ఇండియన్ పంక్చువాలిటీ సార్ అని ఆ పెద్దల దృష్టిలో పడబోయిన సన్నకారు జనం పాత పాత విట్లతో సెటైర్ ప్రయోగిస్తున్నారు. మరికొందరు పాత సెటైర్లని 'రీట్రేడ్' చేయించుకొచ్చి సభంతా దొర్లిస్తున్నారు. పాటలూ, పద్యాలూ, కంప్లైయింట్లూ వగయిరా లలితకళలు కూడా వర్ధిల్లుతున్నాయి.

విసుగెత్తిన ప్రయాణీకుడు యీలవేస్తే, అది కండక్టరు ప్రజ్ఞే అనుకొని బస్సు కదిపిన డ్రైవరులా, ప్రార్థన పద్యాలాయన మూడోమాటు మైకు ముందుకొచ్చి పద్యం మొదలెట్టి కరతాళధ్వనుల మధ్య అర్ధాంతరంగా వెనక్కెళ్ళిపోయి తూనాబొడ్డు అనుకుంటున్నాడు.

అంతానాటకంలా వుంది అన్నాడు ప్రస్తుతానికి మసిబారిన చిమ్నీలా కూర్చున్న ఒక తెలుగు దీపకళిక నిశితంగా.

హిందీ నాటకం హోలేనా అసలూ అన్నాడు సాటివెలుగు కసుక్కున నవ్వి చటుక్కున తనముందున్న గడ్డపాయన వెనక తల దాచుకుంటూ.

☆ ☆ ☆

అది నాటకం హాలే. పెద్దరకం సభలకి అది పుచ్చుకుంటూ ఉంటారు. అవతలివాడు యే మంత్రో అయితే మరీను. నాటకరంగం వెనకనే ఉన్న గ్రీన్ రూమ్‌లో ఒక కాబోతున్న మంత్రిగారూ, సభ నిర్వహణలో ఆ పూటకొచ్చిన వక్తలూ చేరి చాలా ఖంగారుపడుతున్నారు.

ఎబ్బే లాభం లేదండి. మనవెంత పూలతో కప్పేసినా కనిపిస్తాయి. ఎబ్బెట్టుగా ఉంటుంది అన్నాడు ఒక వక్త.

అందరూ సన్మానితుడికేసి జాలిగా, భయంగా చూశారు. ఆయన పేరు సుబ్బన్న గారట. మహాభక్తుడు. వినయభూషణుడు. దారుణమైన వినయంట. పొరుగూరునుంచి ఒక పెద్ద మనిషీయన్నిక్కడకు పంపి సన్మానం చేయించమని చీటీ రాసిచ్చాడు.

కాబోతున్న మంత్రిగారికి పబ్లిసిటీ కాంపెయిన్ కార్యక్రమంలో ఒక సన్మానసభ కూడా ఉంది. సరే యీయన వేళకొచ్చాడని ఆయన బలగం సన్మానాని కీయన్ని బుక్ చేసి పబ్లిసిటీ ఇచ్చారు. ఇంత విపరీతమైన వినమ్రుడు ఈయనేనని అసలు లోకంలో వినయం నిండుకోడానిక్కారణం ఉన్నదంతా పోగై ఈయనగా కరడుకట్టుకు పోవడమేననీ వెల్లడించారు: ఈ చమత్కారమే ప్రధానంగా మంత్రిగారి అధ్యక్షోపన్యాసం, ముఖ్య వక్త ఉపన్యాస భాగంగా యేర్పాటు అయ్యాయి. తీరా సభవేళకి వినయభూషణుడు సుబ్బన్నగారికి తనంత వినయశీలుడు లేడన్న గర్వం గంటకి బోలెడు చొప్పున పెరిగిపోయింది. ఇష్టాగోష్ఠి జరుగుతుండగానే కణతలపైన దురద వేసినట్టయి రెండు మూడుసార్లు తడుముకున్నాడు. తరవాత రెండు చిన్న బొడిపెలు వచ్చాయి.

సెగ్గడ్డలా? అన్నాడు కొంచెం లేటుగా వచ్చినాయన అవిచూసి, మీ అహంకారపు వేడిని కంట్రోలు చేసే థర్మాస్ బొడిపెలు అన్నాడొక ఆధునిక కవి. సుబ్బన్నగారు వినయంగానే నవ్వారుగానీ ఆ బొడిపెలు రెండు హఠాత్తుగా బారెడు కొమ్ములుగా పెరిగి చివర సుడి తిరిగాయి. అంతా ఖంగారుపడ్డారు.

కాబోయే మంత్రిగారు ఇలాంటి సన్మానసభలో అధ్యక్షతకి సుతరామూ ఒప్పుకోలేదు.

ఈనగురించి మనకేం తెలీదు. వినయం ఉందన్న పరువు తప్ప, తీరా అది కాస్తా ఇలా తగలబడింది. ఏంజూసి మాటాడమంటావయ్యా అన్నారు కా. మంత్రిగారు సుబ్బన్న కొమ్ములకేసి చూస్తూ.

ఎవరో తలుపు తీశారు. అవతల సభామందిరంలోంచి హాహాకారాలూ ఈలలూ హోరెత్తాయి.

కొమ్ములు కొట్టించేద్దాం లెండి అన్నాడు పెద్ద, తలుపు మూశాక.

మళ్ళీ మొలుస్తాయి.

అయినా నేను ఇంక ఈయనమీద ఉపన్యసించటం కల్ల అన్నాడు ఒక వక్త.

పోనీ ఇంకెవరిసైనా కేకేద్దామా?

ఇంకోడిమీద నేను చస్తే మాటాడను. అమాటకొస్తే మాటాళ్లేను. ఈయనమీద ఫస్ట్లాస్ హ్యూమరస్ స్పీచ్ ప్రిపేరు చేసుకొచ్చాను అన్నాడు మరోవక్త.

దానికేముందండి, ఆ వచ్చేవాడిమీదే ప్రయోగించండి.

అంత బతిమాలడమేల? అరుగో వారున్నారు; నేనున్నాను. ఇద్దరం చాలమా?

ఇప్పటికే కాలాతీతం అయిందికూడా, వక్తలు తక్కువైతేనే మంచిది అన్నారు శాస్త్రులవారు.

ఆయనకి సన్మానితుడు ఎవడైనా, సభ యేదైనా ఫరవాలేదు. నన్నయ్య తగలేసిన పజ్జాలన్నీ యెర్రన్న నెత్తిన రుద్దేస్తున్నారన్నది ఆయన జెండా. దానిమీద ఉపన్యసిస్తూ తన శత్రువుకి దైవసమానుడైన తిక్కన్నని ఉతికెయ్యడం ఆయన పరమార్థం. వేరుశనక్కాయలసభలో నైనాసరే ఆయన ఈ ఉపన్యాసాన్ని అన్వయించి మాటాడేసి, కాబట్టి వేరుశనగకు వాగన్లు త్వరగా సప్లయి చెయ్యాలి అని ముగించగలడు.

ఇది అందరికీ తెలుసు.

పోనీ ఈ ప్రజ్ఞను పట్టుకొని, ఈ కంకణశాస్త్రులవారికి సన్మానం చేసేస్తే? అన్నాడు నిర్వాహకుడు.

ఒక ఉత్సాహి గబుక్కున తలుపుతీసి అవతలకెళ్ళాడు; కేకల కెరటం గదిని ఊపేసింది. వెళ్ళినవాడు వేదికమీదకెక్కి "ఆర్యులారా! చిన్నమార్పు.... సన్మానితుడు సుబ్బనగారు కాదు శాస్త్రులవారు. కారణం నేలమీద నిలబడ్డం" అని టూకీగా ప్రకటించాడు.

☆ ☆ ☆

కా. మంత్రిగారి కార్యదర్శి ఉత్సాహంతో ఎగిరి గంతువేశాడు. ఔను. ఔనౌను. బెస్టుఔను మరొహడైతే ఇంత రీసెర్చి చేసినందుకు పట్టపగ్గాల్లేకుండా ఉండేవాడు కాదని, నేలమీద నిల్చేవాడు గాడని, ఈయన నేలమీద ఉండడంవల్ల మహా వినయశీలుడనీ కూడా బయటపడి పోతూందవీ....

అనుకోకుండా శాస్త్రులవారి పాదాలకేసి చూసిన ఆ ఉపసభ వారంతా ఏకగ్రీవంతో కేరింతకొట్టారు.

శాస్త్రులవారు నేలమీదలేరు. పాదాలు నేలకి బాగా ఆరంగుళాల ఎత్తున ఉన్నాయి. శ్రీవారుకూడా సంస్కృతంలో బావురుమన్నారు. మందః కవియశః పార్థ అని చూశారు గద్గదస్వరంతో గర్వం అణిగిపోతుందేమో నన్న దురాశతో.

బాబోయ్ ఆ కాళిదాసు ఊసెత్తకు. వాడలా అన్నాడు గాని వాడికి మహలావు అహం అన్నాడాయన బావమరిది.

ఒక మహానటుడు తలుపు తీసుకొచ్చాడు. ఈలలతో కేకలతో గది అదిరిపోయింది.

ఛీ. ఎంత అహంకారం. ఏవి గర్వం. మాటవరుసకి నువ్వా గొప్పవాడవే లేవయ్యా అంటే ఔననుకుంటాడూ, ఎంత గొప్పవాడైతే మటుకు ఒప్పేసుకుంటాడూ, అలాటివాడికి సన్మానం చేస్తే మన గొప్పేవిటి? అన్నాడు మహానటుడు.

ఆయన పూర్వాశ్రమంలో కవి. ఒక తాత్కాలిక యుగకర్త. దరిమిలాను వినయం యెక్కువై తాను కవిత్వానికి అనర్హుణ్నని, ఇన్నాళ్ళు కవిగా అభినయించ గలిగినట్టు ఈ మధ్యనే పసిగట్టి తన ప్రజ్ఞ నటనలో ఉందని గ్రహించి ఇందులో జొరపడ్డారు.

ఈ నాలుగు పాయింట్లు జోడించి, మనం అవతల పోటీదార్ని చితగ్గొట్టెయ్యొచ్చు. వారు దేశ సేవకులుగా చేస్తున్న అభినయం అద్భుతమనీ అందువల్ల వారు ఫిరాయించి రాజకీయాల్నించి కళారాజకీయాలకు దయచెయ్యటం మంచిదనీ మీరు స్పీచికొట్టి వాణ్ని చిత్తుచెయ్యొచ్చు. అందుచేత ఆ సన్మానం వీరికే చేస్తే బాగుంటుంది.

నిమిషంలో రాయించుకొస్తాను. శ్రీకాలం హెడ్డింగుతో వస్తుంది రేప్పేపర్లో అన్నాడు కార్యదర్శి.

మీరంతా బలాత్కరిస్తే నాదేముంది అన్నాడు నటుడు సవినయంగా పైకి చూడబోయి.

వలంటీరు తలుపుతీసుకు బయటికి వెళ్ళాడు. గది గోలెత్తిపోయింది. వలంటీరు మైకులోంచి మళ్ళీ మార్పు ప్రకటించాడు. 'ఆర్యులారా ఇందాక చిన్న పొరపాటు, వక్తగారి పేరును పరాకున సన్మానితుడిదిగా ప్రకటించితిమి. ఇపుడు సన్మానం జరిగేది సుప్రసిద్ధ మహానటుడుగారికి, కారణం కళ్ళు నెత్తికెక్కక పోవటం' అన్నాడు ముక్తసరిగా.

☆ ☆ ☆

పైకి చూడబోయిన మహానటుడు అదిరిపడి చేత్తో మొహం తడుము కున్నాడు. ఆయనకి ఆ గది పైభాగం అంతా బర్మాలో వెదురు పొదల అడవిలా కనబడింది. మళ్ళీ మొహం తడుముకున్నాడు. కళ్ళు రివాజైన చోట లేవు. బాగా పైకి జరిగి నెత్తిమీద జలపాల మాటున వున్నాయి. రెప్పలార్చి కంగారుగా చూస్తున్నాడు భయంతో.

హే రామచంద్రా రక్షకా అన్నారు శాస్త్రులవారు.

హోరుమంటున్న చప్పుడుతో, వలంటీరు లోనికి వచ్చేసరికి అందరికీ చెవులు గళ్లు పడ్డాయి. "ఏడున్నరయింది. జనంగోల కంట్రాక్టు నాటకాల ఆడియన్సు కన్న కనాకష్టంగా ఉంది." అన్నమాట ఎవరికీ వినబడలేదు. కాని ఒక నిమిషం తరవాత.... అందరికీ తుమ్మెద ఝుంకారం లాంటిది మంద్రస్వరంలో శ్రుతిపేయంగా వినబడింది. ఐదు, పది అనే మాటలు వినిపిస్తున్నాయి. చేతులు జేబుల్లోకి వెళ్లొచ్చి మంత్రముగ్ధులు అయినట్లుగా ఐదూ పదీ, అర్థా పర్థా ఇచ్చేస్తున్నాయి.

"చాలా థాంక్సు, ఇంతమంది సహృదయులు ఒక్కచోట పోగడ్డం చూసి చాలాకాలం అయింది. మీ అప్పులన్నీ నెల్లాళ్ళలో ఇచ్చేస్తాను" అన్నాడు అప్పారావు సర్వజన మనోహరంగా నవ్వుతూ.

నల్లగా, పొట్టిగా, నవ్వుతూ ముద్దొస్తున్న ఆ మనిషిని అందరి కళ్ళూ విప్పారచూశాయి. అందరిలోనూ ఒకేమారు స్నేహం, ప్రేమ, గౌరవం పెల్లుబికాయి.

సభ పెద్ద, పెద్దబ్బాయిగారి చిన్న అమ్మాయి ఋణసుందరి హఠాత్తుగా తలుపుతోసుకు లోపలికొచ్చి అప్పారావుని చూసి క్షణం సిగ్గుపడి, వీరే నాన్నా వీరే అంది. తరువాత ధైర్యం తెచ్చుకుని జీనియస్ నాన్నా. అప్పులమీద ఇంత అథారటీని నేనెక్కడా చూళ్లేదు. ఎంత షోగ్గా అప్పు చేస్తాడో తెలుసా! ఎన్నో చెప్తాడు. నాన్నోయ్ మరే రూమ్మేటికి మనియార్డర్రాగానే అప్పుచేస్తాం చూడూ, అప్పుడేమో అస్సలు ఒక్క అరనిమిషం కూడా ఆగకూడదట. పోస్టుమాన్ ఇలా ఇచ్చీ ఇవ్వగానే ఆ వేడిలో లాగేసుకుంటే అవతలి వాళ్ళకి నొప్పి తెలీదట. మనం ఇన్నాళ్ళూ రాంగ్ మెథడ్ రైటనుకున్నాం –

పెద్దబ్బాయిగారు అమ్మాయిమాట వినలేదు. అమాంతం అప్పారావుని కౌగిలించుకొని "ధన్యుణ్ణి, ఇన్నాళ్లూ మీకీర్తి వినడమేగాని చూడ్డం పళ్ళేదు. ఇప్పుడు

వెదకబోయిన ఋణదాతలా ఎదురయ్యారు. మీకన్న గొప్ప కళాకారుడు మాకు దొరకడు. మీకు కాస్సేపు సన్మానం చేసుకుంటాం. టైము వేస్టని తెలుసుననుకోండి, కాని కాదనకండి" అన్నాడు.

కా. మంత్రిగారు ఆలోచించకుండా తల తాటించి, ప్రాథేయపూర్వకంగా చూశారు.

కళ్ళజోడు వక్తకి ఒళ్ళు మండింది. ఏవిటిసార్. ఏవిటి వీరి గొప్ప? అప్పులెవరు చెయ్యరు? తెల్లారేచింది లగాయితు అడ్డమైనవాడూ చేస్తూనే ఉండె. లక్షసార్లు చేశాం. ఇంకా లక్షసార్లు చేస్తాం. అవసరం ఉండకా తప్పదు. అప్పు చెయ్యకా తప్పదు అన్నాడు తీవ్రంగా.

అప్పారావు చప్పట్లు కొట్టాడు. తల పైకెత్తాడు. విలాసంగా నవ్వాడు. జాలిగా చూశాడు.

నేను అవసరముంటేనే అప్పు చెయ్యాలనుకోను. పువ్వులెందుకు పూస్తాయి? పిల్లలెందుకు నవ్వుతారు? నేను అందుకే అప్పు చేస్తాను – కోకిలలెందుకు కూస్తాయి.... నే అందుకేనూ – సెలయేళ్ళెందుకు గలగల మంటాయి – అందుకే. కృష్ణశాస్త్రి మరెందుకు కవిత్వం చెబుతారు? – డిటో.... రామాయణం మళ్ళీ ఎందుకు రాస్తారు? సేమ్.... చాలామంది ఎందుకు కవిత్వం చెప్పరు?

అలాగే జలదం ఎందుకు వర్షిస్తుంది – చంద్రుడు ఎందుకు వెన్నెల కాస్తాడు? మీవంటి సహృదయులు ఇప్పుడా ఐదు రూపాయలు నాకెందుకు అప్పిస్తున్నారు? అందుకే....

చూశారా? సూర్యుడు సముద్రుడి దగ్గిర అప్పుతీసుకున్నట్లు, తేటి పూబోటినుంచి తేనె గ్రహించినట్లు, అమ్మాయి పూలు వాసన చూసినట్లు, నేను సహజంగా, మృదువుగా, నొప్పిలేకుండా, తెలియకుండా, ఇలా ఋణగ్రహణం చేస్తాను అన్నాడు. అని వినయంగా తలవంచుకొని వక్త చేతులోంచి అందుకున్న రూపాయినోట్లు ఐదూ ఉన్నాయా లేదా అని లెక్కచూసుకున్నాడు.

కా. మంత్రిగారుప్పొంగిపోయి, దగ్గిర్లోవున్న దండ ఒకటి అప్పారావు మెడలో వేసి కావలించుకున్నాడు.

శాస్త్రులువారి కళ్ళు చెమెర్చాయి. ఋగ్వేదంలో కూడా ఋణాల గురించి వుంది. ఆ యొక్క ఉషస్సు అనేది అప్పులనే చీకటి పారద్రోలే ఋణంలా భాసించిందని ఒక వేదర్షి వ్రాశారు అన్నారాయన బొంగురుపోయిన గొంతుతో....

"కదలండి కాలాతీత మయింది" అన్నారు మంత్రిగారు. అందరూ వేదికపక్క సైడు కర్టెన్లో నిలిచారు చెవులు రెండు చేతుల్తో మూసుకుని.

వలంటీరు మైకు వాల్యూము పెద్దది చేయించి, "ఈమాటు సభ నిజంగా బిగినైపోతుంది" అని గావుకేక పెట్టాడు. హాలు దద్దరిల్లిపోయింది. అంతా నిశ్శబ్దం. అప్పారావు ఓ గులాబీ రేకు తీసి కింద పడేశాడు. ధన్‌మని చప్పుడయింది.

"ఇప్పుడు ఇందాక ప్రకటించిన ప్రకారం ఆ మహానటుడుగారికి కాక అప్పారావుగారికి సన్మానం జరుగుతుంది" అన్నాడు వాలంటీరు. అప్పారావు తొంగిచూసి సభలో నలుగురైదుగురు నిలబడ్డం గమనించి వలంటీర్ని వెనక్కి పిలిచాడు. ఐదు నిమిషాలు గుసగుసలాడాడు.

వలంటీరు తిరిగి మైకు ముందుకు వెళ్ళి "కాదు. నరసింహారావు గారికి సన్మానం" అన్నాడు. అప్పారావు పేరువిని నిల్చినవాళ్ళు కూర్చున్నారు. గాని మరి పదిమంది లేచారు. అబ్బే సుబ్బారావుగారికి అన్నాడు వలంటీరు. వాళ్ళు కూర్చున్నా ఇంకో ఆరుగురు లేచారు ఆశగా.

"కాదు వీరపరెడ్డిగారికి" అన్నాడు వలంటీరు.

ఇలా పొరపాట్లు సవరించుకుంటూ, జలాలుద్దీన్, చమన్‌లాల్, హీరాచంద్ సితానీ, జాన్ హారిసన్, వెంకటేశ్వర్లు అనే పేర్లు ప్రకటించి చూసి చివరికి భద్రయ్య అన్నాడు. వీరభద్రయ్యా అని సభ అడిగింది. రాంభద్రయ్య అంటే కొందరూ, వీరభద్రయ్యంటే కొందరూ లేచారు.

సర్లెండి ఉత్తభద్రయ్య అన్నాడు వలంటీరు. సభ తటపటాయించింది. ఓ నిమిషంలో ఎవరోకాని భద్రయ్య నాకు బాకీ పాతికివ్వాలి పత్తాలేదు అన్నారు. సభ గొల్లుమంది.

☆ ☆ ☆

మంత్రిగారికి నీరసం వచ్చేసింది.

పోనీ ఓ పనిచేద్దాం. సన్మానితుడు కారణాంతరాలవల్ల రాలేదనీ, వారి తరఫున తరుణానికి తోటి పెళ్ళికొడుకులా ఒకర్ని కూచోబెడతా మనీ ప్రకటన చేసి ఈయన్నే కూచోబెట్టి కాండ సాగించేద్దాం అన్నాడు శాస్త్రిగారు. కాండేవిటండి, ఇదేం తద్దినమా మన శార్థం అన్నాడు కా. మంత్రి.

అలాగే వుంది అన్నాడు ఒక వక్త.

ఋణాగ్రేసర చక్రవర్తి, సన్మానం చేస్తున్నప్పుడున్నూ గైరుహాజరు కావడమే సహజమును, సముచితమును అన్నాడు వెనకనించి ఇది చూస్తున్న ఒక పెద్దమనిషి.

అసలా పాయింటుమీద సభని పొట్టచెక్కలయ్యేలా నవ్వించవచ్చు. అసలే విసుగేసి ఉన్నారు. వాళ్ళకి విట్లు, వినోదం కావాలి అన్నాడు ఒక వక్త.

మిగతా వక్తలంతా నాలుగోసారి సన్మానం జరుగబోతున్న ఆసామి గురించి ఉపన్యాసా లల్లేసుకుంటున్నారు చకచకా.

వాళ్ళ మొహం. వాళ్లకేం తెలుసు. తెలిస్తే ఈ అఘోరింపు లెందుకు. అయినా వాళ్లక్కావలసింది చెప్పడానిక్కాదిది. మన క్కావలసింది చెప్పకుందికి. నడవండి స్టేజీమీదికి అన్నారు మంత్రిగారు.

మీ అసలు పేరేమిటిసార్? అన్నాడు కళ్లజోడు వక్త అప్పారావుని చూసి.

వాటీజినే నేమ్. మీరు కొన్ని అడగరాదు. దేవుడి అసలు పేరేమిటి? అన్నాడు అప్పారావు.

పక్కన బుట్టలో వున్న దండలు లావుపాటివి మూడు తీసుకుని మొహం కప్పడిపోయేలా వేసుకు స్టేజీమీద కెళ్ళి కుర్చీలో కూర్చున్నాడు దూరం ఆలోచించి.

స్టేజీమీద కూర్చున్నవారిలో ఇద్దరికి దండలు తక్కువైనందువల్ల ఒక వలంటీరు అప్పారావు దగ్గరకొచ్చి మీరిన్ని మొయ్యలేరు అన్నట్టు మొహంపెట్టి బలవంతాన అవి లాక్కుని లోపలికి వెళ్ళి మళ్ళీ తెచ్చి మిగతా యిద్దరికీ వేశాడు.

అధ్యక్షులు పరాకుతో, ఆ రోజు నిజంగా సన్మానం జరగాల్సిన సుబ్బన్న తాలూకు వినయం గురించి స్పీచి అరంభించి నాలిక్కరచుకుని అప్పారావుకేసి చూసి "వీరు" అనేసరికి "వారు" అక్కడ లేరు.

తన మూడు హోరాలలో రెండు పోగానే, ముఖారవిందాన్ని సభలో ఎవరో శ్రద్ధగా చూస్తున్నట్లు పసిగట్టి అప్పారావు తెరవెనుకకు వెళ్ళారు అర్జంటు పనున్నట్టు.

పూలమాల లేవీలేవు. వెంటనే గ్రీన్‌రూమ్ కెళ్ళి అక్కడ తన సంచి తీసుకుని వచ్చాడు. అందులోంచి పెద్ద బుర్రమీసం తీసి అంటించుకొని తిరిగి స్టేజిమీదకు వచ్చి కూర్చున్నాడు.

కా. మంత్రిగారు, త్వరలో పెట్టబోయే పార్టీ గొప్పతనం, అందులో పుట్టబోయే గ్రూపు విశిష్టత వివరించి, దాని షాడో కాబినెట్‌లో మొదటి మంత్రి గిరీ ఎవరికి దక్కాలో చెబుతున్నారు.

అప్పారావుకి మళ్ళీ అనుమానం వచ్చింది, ఎవరో తనకేసి పరకాయించి చూస్తున్నట్టు. లేచి వింగులోకి పరుగెత్తి బవిరిగడ్డం తగిలించుకుని ముసిముసి నవ్వులు నవ్వుతూ వచ్చి కూర్చున్నాడు.

జనం గొల్లున నవ్వారు.

వెంటనే మంత్రిగారు తన పొరపాటు గ్రహించారు. ఆవేశంలో అవతలవాణ్ని తిట్టడంలో ఆగక, తనకు తనే పబ్లికున పొగిడేసుకుంటున్నట్టు అప్పుడే ఆయనకు తెలిసింది. స్వపర భేదం కాననందుకు చింతించి తరువాత వాక్యం ఆలోచిస్తూ అప్పారావుకేసి తిరిగి మీసం చూసి గతుక్కుమన్నాడు. కాని అంతలోనే తళుక్కున ఆలోచన మెరిసింది. టైము ఎనిమిదిన్నర అవుతూంది. జనం వెళ్ళబోతున్నారు. ఇపుడు రాబందుల్లా కాసుకున్న వక్తగాళ్లని వదిలేస్తే ఓ పట్టాన మైకుని వదర్లు, జిడ్డులా పట్టుకుంటారు. ఈ అప్పారావు గాడిమీద విట్లు వేస్తూ కూచుంటారు. అందుకని తన పని తనే చూసుకోవాలి. చెప్పాల్సిన నాలుగూ తనే చెప్పాలి ఏదో విధంగా....

ఒక్క నిమిషం క్షమించాలి అంటూ ఆయన వొక్క అంగలో స్టేజీమాటుకెళ్ళి అక్కడ అప్పారావు గడ్డం పెట్టుకుంటూ వదిలేసిన మీసం తగిలించుకుని కోటు విప్పేసి స్టేజిమీద కొచ్చేసి, ఇపుడు శ్రీ నరసింహారావుగారు మాట్లాడుతారు అని ప్రకటించి వెంటనే పెట్టబోయే పార్టీ, పుట్టబోయే గ్రూపు అందులో తన ఆశయం వివరించాడు.

ఆయన ముగించేసరికి – ఆరుగురేనా ఉపన్యసించాలి గాబట్టి ఎవరికీ ఐదు నిముషాలకు మించి వ్యవధి ఇవ్వదల్చుకోలేదు – అప్పారావు హడావిడిగా వింగులోకి వెళ్ళి గడ్డం వదిలేసి పెద్ద విక్రమార్కుడి మార్కు జుట్టు విగ్గు పెట్టుకొని చొక్కా విప్పేసి ఉత్తరీయం వేసుకుని కూర్చున్నాడు. పక్కనున్న వక్త మీకెన్ని రూపాలో? నిజరూపం ఏది అని అడగబోయి దేవుణ్ణే తలుచుకున్నాడు.

తక్షణం "నరసింహారావుగారు" వింగులోకి పరిగెత్తి అప్పారావు వదిలేసిన గడ్డం తగిలించుకొచ్చి ఇపుడు శ్రీ నరసయ్యగారు ఉపన్యసిస్తారు అని ప్రకటించి పెట్టబోయే పార్టీ, పుట్టబోయే గ్రూపు అందులో తన.....

అప్పారావుకి స్తిమితం తగ్గిపోతోంది. ఇపుడు ఎవడో తనకేసి అనుమానంగా చూస్తున్నాడు. వెంటనే వింగులోకెళ్ళి స్టేజి మేనేజర్ని బతిమాలుకొని కిరీటం, కత్తి, భుజకీర్తులున్న ధర్మరాజు చొక్కా, పంచె, చడావులు, అడిగి పుచ్చుకుని అవి ధరించి స్టేజీమీదకొచ్చి వినయంగా నవ్వి కూర్చున్నాడు, పూలలో రేకులు లెక్కపెడుతూ.

'నరసయ్యగారు' స్పీచి ముగించగానే, వెళ్ళి విగ్గు పెట్టుకొని వచ్చి '(శ్రీ) నయనప్ప మాట్లాడెదరు' అని ప్రకటించి మూడో లెక్చరు ఆరంభించాడు.

అప్పారావు ఈసారి రెండు నిముషాలలోనే లోపలికి పరుగెత్తి కీచకుడి కాస్ట్యూము వేసుకువచ్చాడు. అప్పలాళ్లు ఝడుసుకుంటారన్న ఆశతో.

నయనప్పగారు లోపలికి పరుగెత్తి ధర్మరాజు వేషం వేసుకుని కత్తి ఝళిపిస్తూ ఇప్పుడు (శ్రీ) జాన్ హారిసన్‌గారు మాట్లాడుతారు అంటూ నాలుగో విడత ఆరంభించాడు.

అప్పారావుకి కీచకుడి డ్రెస్సు నప్పక ద్రౌపది వేషం వేసేలోగా సభలో సంరంభం, గందరగోళం చెలరేగింది.

పక్కవీధిలో జరుగుతున్న మీటింగులో, పెట్టబోయే పార్టీ (ఇదే) లోని పుట్టబోయే గ్రూపుకి నాయకుడిగా అక్కడి పెద్దమనిషినే ఏకగ్రీవంగా ఎన్నేసుకున్నారనీ, మినిస్ట్రీలో ఆ గ్రూపుకి రిప్రజంటేషన్ సీటిచ్చినప్పుడు ఆయనకే ఇవ్వాలని తీర్మానం పెట్టేశారనీ కబురు వచ్చింది. ఆ గ్రూపు ఊరేగింపుకూడా జరుగుతోంది. వాళ్ళు కాసేపు గుమ్మంలో నుంచి కేకలు వేసి, ఇక్కడెలాగా జనం రెడీగా ఉన్నారు కాబట్టి ఇక్కడో సన్మానసభ చేయాలని నిశ్చయించారు.

'సన్మానం సన్మానం' అని ప్రకటన చేశారు. ముఖ్యులంతా గ్రీన్ రూమ్‌లో జొరబడ్డారు. కాబోయిన మంత్రిగారు కూడా అందులో కలిసిపోయి ప్రముఖ పాత్ర వహించారు.

ఎవరికి సన్మానం చెయ్యాలన్న ప్రశ్నతో గదిలో జనం వాదించుకుంటున్నారు. అవతల హాలులో జనం ఆలస్యాన్ని సహించలేక కేకలు ఈలలు వేస్తున్నారు.

కాబోయి మానివేసిన మంత్రిగారికే – కానందుకు సన్మానం చేస్తే – అద్భుతంగా ఉంటుందనీ, తద్వారా పార్టీలో ఐకమత్యం సిమెంటులా గట్టిపడారుకుంటుందనీ కా. మంత్రిగారి కార్యదర్శి సూచించాడు.

ఔనౌను. తాము ఉట్టి వెధవలన్న ముక్కను వినయంతో అంగీకరించి మంత్రిగారిని త్యాగంచేసిన స్వార్థజీవి అన్నాడొక ఉద్రేకి.

కా. మంత్రిగారు సగర్వంగా వినయం నటించారు.

గదిలో అందరూ హాహాకారాలు చేశారు.

ఆయనకి నెత్తిమీద హఠాత్తుగా రెండు కొమ్ములు మొలిచాయి.

రెండోసారి అప్పను నొల్లుకోడాని కొచ్చిన అప్పారావు ఆ గది తలుపు తెరిచి మళ్ళీ మొదలా అని నిర్ఘాంతపోయి తలుపలాగే వదిలేశాడు. ఇవతల గదిలో యీ అఘాయిత్యానికి చెలరేగిన హాహాకారాలు కలిసి హోరెత్తిపోయేసరికి 'ఆ భవనభువనం' దద్దరిల్లిపోయింది.

★ ★ ★

ఈశ్వరేచ్ఛ

అంతా ఈశ్వరేచ్ఛ అన్నారు గజపతిగారు ఉన్న గాంభీర్యం అంతా పోగేసి చూపిస్తూ.

☆ ☆ ☆

అల వైకుంఠపురంబులో నగరిలో నామూల సౌధంబు దాపల.... కూర్చుని చదరంగం ఆడుకుంటున్న విష్ణుమూర్తి తుళ్ళిపడి లేచి నించున్నాడు. లక్ష్మీదేవి కళ్ళు విప్పార్చి చూసింది.

వాడు చేసే వెధవ పనులన్నిటికీ నా ఇష్టం అంటాడేవిటీ.... అంటూ బయలుదేరాడు.

ఇదెక్కడి గోలయ్యా స్వామీ – వాడేం గజేంద్రుడు కాదుగా – తొందరలేదు. ఈ ఆట కానివ్వండి అంది లక్ష్మి.

వాడు గజేంద్రుడు కాడు. గజపతి – అంటూ విష్ణుమూర్తి బయలుదేరాడు.

సరే స్వామీ – నా చెంగుముడి అయినా విప్పి వెళ్ళు. నేను కూడా ఎందుకు అంది లక్ష్మి నవ్వుతూ.

☆ ☆ ☆

అంతా ఈశ్వరేచ్ఛ అన్నాడు గజపతి గంభీరంగా. గురునాధరావు గుండె గుభేలుమంది.

అయితే నా నలభై నాకిచ్చెయ్యండి అన్నాడు నీరసంగా.

నలభై ఏమిటి? ఆ పప్పులుడకవు. ఆ నలభయ్యి సిఫార్సు ఉత్తరం తెచ్చివ్వటానికి అయింది – ఉద్యోగం దొరక్కపోతే నేనేం చేస్తా? అన్నాడు గజపతి.

ఆ నలభై నాకెలా వచ్చాయో తెలుసాండి? మావయ్య వాచీ తాకట్టు పెట్టి తెచ్చానండి. మా మావయ్య ఊరినించి రాగానే వాచీ అడుగుతాడండి. నేను లేదంటే – నాకు అలవాటే గాని – మీరు వినలేని మాటలతో తిట్టిపోస్తాడండి. నేను పేకాటకి పోశానంటాడండి. లేదని రుజువు చెయ్యడానికి నేను నిజం చెబుతానండి. అప్పుడెమో నాకు టోకరా ఇచ్చిన వాళ్ళని మావయ్య మక్కెలు విరగ్గొడతాడండి. అందుకని నాకు మీరు ఉద్యోగం ఇప్పించలేదు కాబట్టి లంచం తీసుకున్న నలభై నా మొహాన పారెయ్యండి అన్నాడు గురునాథం వినయంగా.

చాలాసేపు బతిమాలాక లాభంలేదని తేల్చుకున్నాడు. గజపతికిచ్చిన లంచం గోడకు రాసిన సున్నం అని ఖరారు చేసుకున్నాడు.

సరే అప్పయినా అఘోరించండి అని అతి జాగ్రత్తగా అడిగాడు. మా మావయ్య వచ్చేసరికి వాచీ విడిపించకపోతే నన్ను తిట్టిపోస్తాడండి. ఇటు ఉద్యోగం రాకపోగా, అటు ఆయన నా కోసం అద్దెకి తీసుకుందా మనుకుంటున్న కిళ్ళీబడ్డీ కూడా నాక్కాకుండా పోతుందండి అన్నాడు.

గజపతి అదిరిపడ్డాడు.

అప్పా! అప్పే! – అప్పు? నీకా! – ఆయన ఎన్నడూ ఎవరికీ అప్పులివ్వడు.

అందరూ తనంత మంచివారే అని ఆయనకు సదభిప్రాయం ఉంది. అందుకని అప్పులివ్వడు. గురునాథం ఠాప్‌మని అంత మాట అనేసరికి ఆయన ఇవ్వననడానికి బదులు ఆశ్చర్యపోయాడు.

గురునాథరావు శతవిధాల బతిమాలాడు. చివరకు ప్రాణం విసుగెత్తింది. పైన కూర్చున్న పరమేశ్వరుడు మీకు తగ్గశాస్తి చేస్తాడు లెండి అని కొత్తపంథా ప్రారంభించాడు. పోనీ నేను పెట్టబోయే కిళ్ళీబడ్డీ తాకట్టు పెట్టుకోండి అని కొత్తరకం నమ్మకం కూడా చూపించాడు.

మీ మావ రావాలి, సరుకులు తేవాలి, బడ్డీ తెరవాలి, నువ్వందులో ఎక్కాలి – ఇప్పుడా సోమలింగం తల తాకట్టు పెట్టుకు అప్పివ్వమంటావా అన్నాడు గజపతిగారు.

ఉత్తపుణ్యానికి నలభై రూపాయలు లంచం కొట్టేసి అప్పయినా ఇవ్వనంటే ఎలాగయ్యా. నలభై కాకపోతే ఇరవై – కాకపోతే పది – ఆఖరికి నాలుగయినా పారెయ్యవయ్యా అన్నాడు గురునాథరావు తోసుకు వస్తున్న ఏడుపును ఆపుకుంటూ.

మెత్తని వాళ్ళని చూస్తే మొత్తబుద్దేసిందట. నన్ను పట్టుకున్నావేవిటోయ్ పొద్దున్నే అన్నాడు గజపతి విసుగ్గా.

మీరు అప్పివ్వకపోతే ఆ బుద్దే వేస్తుంది. మీరిస్తేగాని, నేను కదలదల్చుకోలేదు అన్నాడు.

గజపతికి విసుగేసింది – అందుకని గంభీరంగా నవ్వాడు. గంభీరంగా నవ్వడం ఆయనకి పుట్టుకతో వచ్చిన విద్య. గిట్టుబాటవుతున్న విద్య. సరదా కూడ. గజపతిగారికి గంభీరంగా నవ్వటం మాత్రమే కాదు, గంభీరంగా టోకరాలు ఇవ్వటం, బొత్తిగా మనసు కులాసాగా వుంటే గంభీరంగా హాస్యం ఆడడం కూడా చేతనవును.

మన వూరి మధ్య గంట స్తంభం చూశావోయ్ అన్నాడు.

గురునాధం ఊ కొట్టాడు. ఆ స్తంభం పైకి ఎక్కడానికి దారి వుంది తెలుసా? ఎక్కి ఏం చెయ్యవచ్చునో తెలుసా?

పైన కూర్చుని భోరున ఏడవచ్చు అన్నాడు గురునాధం.

అదీ పాయింటే అనుకో. ఇంతకన్న ఉపయోగమైనది ఇంకోటుంది - దాని మీద ఎక్కి అక్కణ్ణించి యేం చెయ్యవచ్చో తెలుసా? భూమికి దూకెయ్యవచ్చు. చెప్పొచ్చిందేమిటంటే దెబ్బల బాధ పడనవసరం లేకుండానే మధ్య దారిలోనే గుండె ఆగి ఠాప్‌మని చావచ్చు - నీక్కావాలంటే దానిమీద ఎక్కనివ్వమని వాచ్‌మన్‌కి సిఫార్సు రాసిస్తా.

గురునాధానికి వళ్ళు భగభగ మండింది. అతనికి కూడా బొత్తిగా కోపం వస్తే బోలెడు హాస్యంగా మాట్లాడ్డం సరదా.

మా మావయ్య వచ్చాక లంచం ఇస్తాడు. అపుడు రాసిద్దురుగాని సిఫార్సు అంటూ విసవిస నడచి వెళ్ళిపోయాడు.

☆ ☆ ☆

గురునాధరావు వేటకు బయలుదేరాడు. వాళ్ళ మావయ్య వచ్చేలోగా వాచిని విడిపించడానికి.

గురునాధరావు ప్రాప్తకాలజ్ఞుడూ ఇంకోడూ కాడు - కేవలం దూరదర్శి - బోలెడు దూరదర్శి. ఈ సిద్ధాంతం పేకాట దగ్గర మాత్రం వర్తించదు. వాళ్ళ మావకి పంచప్రాణాలూ అయిన వాచి ఖాయిలా పడితే ఆయన దాన్ని వైద్యుడికిచ్చి ఊరెళ్ళాడు. దాన్ని మళ్లీ పట్టుకొచ్చి జాగ్రత్తగా వుంచే బాధ్యత గురునాధరావు భుజస్కంధాలపై ఉంచాడు.

గురునాధరావుకి మామూలు బాధ్యతకాక, గురుతరమైన బాధ్యతలు నెత్తిన వేసుకోవడం సరదా, అలవాటు. అందుకని వాళ్ళ మావయ్య వచ్చేలోగా మరమ్మత్తైన వాచీని విడిపించి ఓ మార్వాడి వద్ద తాకట్టు పెట్టాడు. ఇందులో అతనికి దుష్టసంకల్పం ఏమీ లేదు. ఎలాగో అలా ఉద్యోగం సంపాదించుకుని మావయ్యకి తనవల్ల భారం లేకుండా చేద్దామనే. అయితే ఉద్యోగం అన్నది అతని దృష్టిలో దీర్ఘకాలిక పథకం. వాళ్ళ మావయ్య దృష్టిలో శాశ్వత పథకం.

ఈ వెధవకి ఉద్యోగం ఎలాగా రాసిపెట్టిలేదు. అందువల్ల ఓ కిళ్ళీబడ్డీ పెట్టి, అందులో కూలేస్తే సరి. కుదురుగా ఉంటాడు అని వాళ్ళ మావయ్య గట్టిగా అభిప్రాయపడి సినిమా హాలు దగ్గరలో బడ్డీ మాట్లాడాడు.

గుమస్తా ఉద్యోగం ఎలాగైనా సాధించాలని గురునాధం అభిలాష. ఈలోగా కిళ్ళీ దుకాణంలో కూర్చునే అవసరం రాకుండా ఠాప్‌మని ఎంతో కొంత డబ్బు సంపాదించి వాళ్ళ మావకి చూపించాలని బోలెడు ఉత్సాహం ఉబలాటమూను. అందుకని గుట్టుగా ట్యూషన్ పెట్టించుకుని రన్‌మోరు లేక ధంకాపలాసు ఆట నేర్చుకున్నాడు.

కొద్దిరోజుల్లోనే ఇంత ఘటికుడైన వాడిని ధంకాపలాసు చరిత్రలో కనీవినీ ఎరగం అని అతని తోటి ఆటగాళ్ళు ఘంటాపథంగా చెప్పారు చాలాసార్లు. గురునాధం డబ్బు ఓడిపోతున్నా, అతని ఆటలో టెక్నిక్ ఆదర్శప్రాయమన్నారు. గురునాధరావు

మెరమెచ్చు మాటలకి ఉబ్బితబ్బిబ్బయ్యే రకం కాదు. తనకీ ఆట బాగా తెలిసిపోయిందని స్వంతానికి గట్టి నమ్మకం కుదిరింది. కనకనే అతడు ఓడిపోతున్నా ఆడేస్తూనే ఉన్నాడు.

వాచీని మరమ్మత్తుకిచ్చిన గురునాధరావు మావయ్య ఊరెళ్తూ గురునాధం చేతికి పది రూపాయలిచ్చాడు. దుకాణం వాడికి ఈ పదీ ఇచ్చి నా వాచీ తెచ్చి మీ అత్తయ్యకియ్యి. వెధవ్వేషాలెయ్యకు అని చెప్పి మరీ వెళ్ళాడు.

ఆ మర్నాడు గురునాధం చెయ్యి చూసిన ఒక జ్యోతిష్కుడు ధనరేఖ జెర్రిపోతులా ఉందని ఉద్ఘాటించాడు. అవకాశాలు ఏమిటో తెలుసుకుని సద్వినియోగం చేసుకోకపోతే మాత్రం అంత జెర్రిపోతూ జబ్బుచేసి వానపాములా చిక్కి శల్యమై చస్తుందని హెచ్చరించాడు. గురునాధానికి గుండె గుభేలుమంది. ఆ మర్నాడే పజిలు కట్టడానికి ఆఖరు తేదీ. అదే అవకాశం. ఇది కట్టకపోతే అరచేతిలో ధనరేఖ ధ్వంసం అయిపోతుంది. చేతిలో మావయ్య డబ్బు పది రూపాయలుంది. కాని వాడితే ఎలా? వాడకపోతే ఇంకెలా?

పజిళ్ళలో ఫస్టు సెకండు ప్రైజులు కొట్టేసిన వాళ్ళ సంగ్రహ చరిత్రలు గురునాధరావుకి కంఠతా వచ్చు. అటా, ఇటా, ఇటా, అటా అనే సందిగ్ధ సమస్యలో పడి తెగించి కట్టేసిన వాళ్ళూ, గెలిచి బాగుపడ్డవాళ్ళూ ఎందరో ఉన్నారు.

అతడి అంతర్వాణి ఏమి చెప్పినది? (పజిలు కట్టమన్నది) ఆ వృద్ధుని మందహాసములో అంత ధీమా ఎందుకూ? (పజిలు గెలవడం తప్పదన్న సుదృఢమైన ఆత్మ విశ్వాసము వల్ల) ఆ యువతి గాలిమేడలన్నీ గట్టి మేడలయినవి. ఏల? (పజిలు కట్టినందువల్ల)

ఈ తరహా కథలన్నీ గురునాధరావుకి నాలుక చివర నుంటాయి. ఈ గెల్చిన వాళ్ళలో తనెవరికీ తీసిపోలేదు. ఇవన్నీ అతనికి 'సముజ్జ్వల భవిష్యత్తు' పట్ల ప్రగాఢ విశ్వాసం కలిగించాయి. సరాసరి పజిలు కట్టేశాడు. పజిలు ప్రయిజు చేతికందేలోగా మావయ్య వస్తాడు. అందుకని అర్జెంటుగా కాస్త డబ్బు సంపాదించాలి.

పేకాట పసందయిన దారి. అణా బేడా పట్టికెళ్ళి ఐదొందలు సంపాదించే వాళ్ళ కథలు కూడా అతను విన్నాడు. కాని, ఎలాగేనా ఇది పజిలు లాంటిది కాదు. పిండికొద్దీ రొట్టె అన్నారు. చేతిలోని రొక్కం రూపాయల లెక్కలోలా ఉంది కాబట్టి గెలుపు ఖాయం అని అంతర్వాణి శతసహస్ర కంఠాలతో ఘోషించింది.

చెప్పుడు మాటలు విని చెడేవాడు కాదు కాబట్టి మనసుకు తోచినట్టు ముక్కుకు సూటిగా పోయేవాడు కాబట్టి గురునాధరావు సరాసరి పేకాటవికి వేట కెళ్ళాడు – చేతిలో జెర్రిపోతు లాంటి ధనరేఖ గుర్రుపెట్టి నిద్ర పోయింది కాబోలు. జేబులో అయిదారు రూపాయలూ ఖాయిలాపడి క్షణాల మీద చిక్కి సగమై మళ్ళీ సగమై శల్యమై హారతి కర్పూరంలా హరించిపోయాయి. వంటి మీదికి తెలివి వచ్చేసరికి గురునాధరావు ఇంకో కురునాధ కుమారుడికి పది రూపాయలు బాకీ తేలాడు. ఈ ధార్తరాష్ట్రుడు మహధూర్తుడు.

తే, నా పదీ తే అన్నాడు. లేకపోతే చావగొడతానన్న భావం స్ఫురింపజేస్తూ. గురునాధరావు అట్టే ఆలోచించలేదు. తను బాకీపడ్డ ధూర్తుణ్ణే వెంటబెట్టుకుని

బజారుకెళ్ళాడు. ఇంకో పది అప్పు తీసుకుని వాళ్ళ మావయ్య వాచీ పుచ్చుకున్నాడు. సరాసరి ఒక మార్వాడీ వాడి దగ్గర తాకట్టు పెట్టి అరవై తీసుకున్నాడు. వెంటనే వ్యవహార దక్షుడల్లే జూదరికి ఇరవై ఇచ్చేశాడు. ఆపైన ఒక్కడూ హోటలుకెళ్ళి కాఫీతాగి, పార్కు కెళ్ళి సిగరెట్టు ముట్టించి గురునాధరావల్లే ఏడుపు సినిమా పాట ఒకటి పాడుకున్నాడు.

తన చేతిలో నలభై ఉన్నాయి. మార్వాడీ వాడి చేతిలో తన మావయ్య వాచీ ఉంది. ఆ వాచీ తన చేతి మీదుగా మావయ్య చేతికి మర్యాదగా చేరాలంటే మరో పెద్ద మనిషి చేతిలోనించి గురునాధరావు చేతిలోకి మరో ఇరవై రూపాయలు రావాలి. ఊరు అంతటి పెద్దమనుషులతో కిటకిటలాడటం లేదు.

టోకరాసురుడని ఒకాయన ఉన్నాడు. పెద్దమనిషి కాదు కానీ పెద్దసైజు మనిషి. ఆయన్ని కొందరు టోకు రాక్షసుడని కూడా పిల్చుకుంటారు. టోకరాసురుడు పుట్టిన కొత్తల్లో వాళ్ళ అమ్మానాన్నా గజపతి అని పేరు పెట్టారు. కానీ, అది ప్రజాబాహుళ్యానికి నచ్చనందువల్ల అతనికి నప్పిన పేరు టోకరాసురుడే ప్రసిద్ధి కెక్కింది. కొత్తల్లో ఇష్టులు కొందరు టోకరాస్యుడు అని పిలిచేవారు. నా తండ్రే – పొట్టనిండా పుట్టెడు టోకరా బుద్ధులు గదే అని ముచ్చటపడేవారు. ఈ గజపతి పరోపకార పరాయణుడు. మామూలుగా బ్రోకరేజి ఇతని వృత్తి. సందర్భోచితంగా టోకరేజి.

ఈ టోకరాసురుడు గురునాధరావుని ఓదార్చాడు. భయపడొద్దన్నాడు. వాళ్ళ మావయ్య వచ్చేసరికి ఉద్యోగం వేయించే భారం తన దన్నాడు. డబ్బు రూపంలో సాయం చేయలేకపోయినందుకు అహోరాత్రులు రాత్రిళ్ళు టీ తాగి మరీ విచారపడ్డాడు. గురునాధరావుకు గజపతి కొద్దిగా తెలుసు. రెండు మూడు సందర్భాలలో అతనికి ఇతడు చిన్నచిన్న పనులు చేసి పెట్టి – మెప్పు సంపాదించాడు. డబ్బు కాకపోయినా.

ఉద్యోగం ఎలా దొరుకుతుందండీ అని అడిగాడు గురునాధరావు ఆశగా, ఆశ్చర్యంగా.

గజపతిగారు గంభీరంగా నవ్వారు. ఒక పెద్ద కంపెనీలో ఉద్యోగం ఖాళీయైంది. ఎనభై ఇస్తారు. ఊళ్ళో అనాధ శరణాలయం ట్రస్టీగారు కనక సిఫార్సు రాసిస్తే ఆ ఉద్యోగం అమాంతం దొరుకుతుంది అన్నాడు.

మీరు ఇప్పిస్తారా?

నాదేముందోయ్. ఆ సిఫార్సు రాసే ఆయన మామూలు రేటే ఏభై. అది కనక నువ్విస్తే ఉద్యోగం గ్యారంటీ అన్నాడు.

గురునాధరావు తటపటాయించాడు. ఉద్యోగం నిజంగా దొరికితే అట్టే. ఫరవాలేదు. మావయ్య వచ్చాక వాచీ ఏదిరా అని అడిగితే తాకట్టెట్టేసి ఉద్యోగం కోసం లంచం పెట్టానని ధీమాగా చెప్పవచ్చు. అయితే నిజంగా వస్తుందా అనేదే అనుమానం.

నిజంగా దొరుకుతుందంటారా?

అందుకు సందేహమా? అన్నాడు గజపతి.

మరి నా దగ్గిర నలభై రూపాయలే ఉన్నాయండి.

ఈశ్వరేచ్ఛ! ఇలా తే అన్నాడు గజపతి. మర్నాడు సాయంత్రానికి ఆ ఫలానా ఉద్యోగం ఇంకెవరికో వెళ్ళిపోయింది. గురునాధరావు నలభై రూపాయలిచ్చి

కొనుక్కున్న ఆ సిఫార్సుత్తరం చెల్లలేదు. పొద్దుటే గజపతి ఇంటికి పరిగెత్తాడు గురునాథరావు.

ఈశ్వరేచ్ఛ అన్నాడు గజపతి - ఉన్న గాంభీర్యమంతా పోగేసి చూపిస్తూ.

ఇదేమిటండీ, నాకు ఉద్యోగమూ లేకపోయి మావయ్య వాచీ లేకపోతే పుట్టగతులుండవండి.

ఈశ్వరేచ్ఛ నాయనా అన్నాడు గజపతి.

నా నలభై నాకు పారెయ్యండి అని గురునాథరావు మొత్తుకున్నా టోకరాసురుడు ఈశ్వరేచ్ఛ అంటూనే ఉన్నాడు.

సిఫార్సు రాయించేవరకే నా పని. దానికి నలభై ఇచ్చావు కాబోలు. నా పని నేను పూర్తి చేశాను అని నిష్కర్షగా చెప్పేశాడు.

☆ ☆ ☆

ఏదీ గతీ నాకు - అని పాట పాడుకుంటూ వేటకెళ్ళాడు గురునాథం. పది గంటలయింది. పది డబ్బులు కూడా దొరకలేదు. అప్పగా బేడ దొరికినా బావుండును. కాఫీ తాగుదును అనుకున్నాడు. బేడ దొరకలేదు కానీ దొంగబాబు దొరికాడు.

హలో, గుడ్ మార్నింగ్ అన్నాడు గురునాథం.

నమస్కారమండి.

క్షామమా?

మీ దయవల్ల లేదు.

ఏడిశారు కానీ మామూలుగా అఘోరించండి అన్నాడు గురునాథం.

ఎక్కడికి బయల్దేరావ్? వేటకా?

మరే.

ఎన్ని చేపలు పట్టావ్?

ఏం లేదు.

నా దగ్గర కాసిని రొయ్యలున్నాయి అన్నాడు దొంగబాబు.

నాకే మాత్రం ఇస్తావ్?

మూడణాలు.

సరే హోటలుకి పద.

కాస్త కాఫీ తాగాక గుర్నాథం మనస్సు కుదుట పడింది.

అదృష్టవంతుడ్ని చెరిచేవాడూ, దురదృష్టవంతుడ్ని బాగుచేసేవాడూ లేదురా అన్నాడు.

ఎవడన్నా నీ కప్పివ్వడానికి సిద్ధపడ్డాడా? అన్నాడు దొంగబాబు.

కాదులే. నలభయి రూపాయలకు టోకరా తిన్నాను. మావయ్య వాచీ తాకట్టు పెట్టి తెచ్చినదది. ఉద్యోగం ఇప్పిస్తాడంటే గజపతికి లంచం పెట్టాను.

దొంగబాబు విరగబడి నవ్వాడు.

వాడా? టోకు రాక్షసుడా? నీకు టోకరా ఇచ్చాడు.

అంటే నీ కిదంతా తెలుసా!

ఇదంతా తెలియదు గాని మిగతాదంతా తెలుసు. నీకు కాకుండా పోయిన ఉద్యోగం మా అన్నయ్య సుబ్బారావు (ఉరఫ్ బండబాబు) కి అయిందిలే, రేటు తేడా వచ్చింది. నీది నలభై, వాడి దరవై.

గురునాథం ఆశ్చర్యపోయాడు. దొంగబాబు సంగతి సందర్భాలు చెప్పాడు. ఆ ఉదంతం ప్రకారం ఈశ్వరేచ్ఛ ఈ కింది విధంగా ఉన్నట్టు తేలింది.

1. గురవయ్య అండ్ గురవయ్య కంపెనీలో ఖాళీగా ఉన్న ఉద్యోగం గురునాధరావుకి కాకుండా సుబ్బారావు ఉరఫ్ బండబాబుకి లభించాలి. ఇందుకు కారణం గజపతికి గురునాథం ఇచ్చిన 40 కాగా, సుబ్బారావు లంచం 60 కావడం.
2. గజపతి కోరిన ప్రకారం అనాధ శరణాలయం ట్రస్టీ మొదట గురునాధానికి సిఫార్సు ఉత్తరం రాసిచ్చినా, కొద్ది సేపటిలోనే గజపతి రెండవ కోరిక ప్రకారం గురవయ్య కంపెనీకి స్వయంగా వెళ్ళి తను సిఫార్సు చేసిన గురునాధానికి ఉద్యోగం ఇవ్వద్దనీ, సుబ్బారావు ఉరఫ్ బండబాబుకి ఇవ్వాలని ఘట్టిగా సిఫార్సు చేసి గజపతి ముద్దు చెల్లించాలి. ఇందుకు ప్రతిగా గజపతి ట్రస్టీగారికి 30 రూపాయలు ముడుపు చెల్లించాలి.
3. గురవయ్య కంపెనీలో వారు ట్రస్టీగారి సిఫార్సు ఉత్తరం త్రోసిపుచ్చి, అయన నోటి సిఫార్సునే కోటి వరాల మూటగా ఎంచి బండబాబుకా ఉద్యోగం ఇవ్వాలి. (పదిరోజులు పోయాక బర్తరఫ్ చేసినా ఫరవాలేదు)
4. సదరు కంపెనీవారు తన మాటను వరాల మూటగా ఎంచి మన్నించినందుకు కృతజ్ఞతా పూర్వకంగా ట్రస్టీగారు, తన చేతిలోని కమిటీ చేతిలోని అనాధ

శరణాలయంలో రెండు నెలలకు కావలసిన గ్రాసాన్ని సదరు కంపెనీ ద్వారా కొనాలి.

5. ట్రస్టీగారు బేరం ఇచ్చారు గదా, ఇది అనాధ శరణాలయం కాబట్టి అడిగేవారు లేరు కదా అని భావించక, సదరు కంపెనీవారు అరబస్తా మూటలను బస్తా మూటలు అని చెప్పి రవాణా చేయరాదు. అవసరమైతే కేవలం బియ్యంలో కలపడానికే ప్రత్యేకంగా ఉత్పత్తిచేసే నల్లపూసలంతటి మట్టిబెడ్డలను శేరు కానీ చొప్పున కొని అయినా సరే ముప్పావు బస్తాడు పంపాలి. దొరికిందే ఛాన్సు కదా అని నెయ్యి పేరిట కల్తీలేని కోకోజం పంపడం సబబు కాదు. అందులో కాస్తో కూస్తో నెయ్యి కలిపి మరీ పంపాలి.

సంగ్రహంగా ఈశ్వరేచ్ఛ స్వరూప స్వభావాలను విన్న తరువాత గురునాధరావు ఓ క్షణం ఆగి, ఆలోచించి భోరున ఏడవబోయి ఫక్కున నవ్వాడు.

నవ్వకు నవ్వకు చిటిపాపా – రేపే మీ మామ వచ్చేను అన్నాడు దొంగబాబు. ముక్కుపొడుం పీల్చిన పసిపిల్లవాడిలా ఒక్కసారిగా ఉక్కిరిబిక్కిరయిపోయాడు గురునాధం ఈ మాట వినగానే.

మా మావ ఇంకా నాలుగు రోజులదాకా రానన్నాడే – అయినా నీకెలా తెలిసింది? అన్నాడు తమాయించుకుని.

చెప్పను.

చెప్పవయ్యా నాయనా!

ఇందాక మెయిల్‌వేళకి స్టేషన్‌కెళ్ళాను. ఎవళ్ళో ఇద్దరు మీ మావయ్య పేరు చెప్పుకుని రేపు వస్తాడనుకుంటూంటే విన్నాను.

ఇలాటి పీడ మాటలు విని మోసుకు రాకపోతే నా వంటివాడి మంచి మాటలు వినరాదూ?

ఏమిటి నువ్వు చెప్పే మంచిమాట? అప్పేనా? లేదు.

బాబ్బాబు, మావయ్యొస్తే చంపేస్తాడు. ముందు అయన వాచీ ఆయనకి ఇచ్చేశాక, నా తల తాకట్టు పెట్టి నీ అప్పు తీరుస్తా.

నీ తల తాకట్టేసుకునే తలమాసినవాడెవడులే. కానీ....

చెప్పు చెప్పు. ఎక్కడేనా ఇప్పించినా సరే. వడ్డీ ఇస్తా –

ఏడిశావు అసలొకటి ఇస్తే –

అలాగేలే చెప్పు –

అయితే ఒక్క సందేహం. మరి నేను దొంగని కదా, నా వంటి వాడి దగ్గిర మీ వంటివాడు అప్పు తీసుకోవచ్చా? అన్నాడు దొంగబాబు.

గురునాధానికి జవాబు తోచలేదు. దొంగబాబు అతనికి బాల్య స్నేహితుడు. ఫోర్తుఫారంలో అతడు చదువు మానేసి దొంగతనం మొదలెట్టాడు. గురునాధం పేకాట నేర్చుకుంటూనే ఫిఫ్తుఫారం పాసవగలిగాడు. దొంగబాబు దొంగ అని కాస్త నలుగురికీ తెలియడంతో, అంత చనువుగా తిరగడం మానేశాడు. అయినా అడపాదడపా దొంగబాబు ఇతనిని ఆదుకునేవాడు.

ఒక నిమిషం ఆలోచించి వసుదేవుడంతటివాడు – అని సామెత చెప్పబోయాడు గురునాథం. సగంలో ఆగి, నాలిక్కరుచుకుని, సారీ ఈ సామెత ఇక్కడ చెప్పరు కాబోలు అన్నాడు. దొంగబాబు మందహాసం చేశాడు.

సరే. మా బాబాయి వాళ్లున్న ఊరెళ్ళు. అక్కడ వీరన్న అని మా నేస్తం ఉన్నాడు. అతనికి ఉత్తరం రాసిస్తా. పోయి తెచ్చుకో అన్నాడు.

ఉత్తరంతోపాటు, ఆ అర్థరూపాయి బస్సు డబ్బులు కూడా పుచ్చుకుని, గురునాథం వెంటనే అడంగికి బయలుదేరాడు. బస్సు దిగిన చోట నుండి మట్టిరోడ్డు మీద నాలుగు మైళ్ళు నడచి పన్నెండు గంటలకి, వెళ్ళాల్సిన పల్లెటూరు చేరుకున్నాడు.

☆ ☆ ☆

గురునాథరావు వాకబు చేసి, వీరన్న ఇంటికి వెళ్ళాడు. వీరన్న ఇంటో లేడు. తను ఎవరో, ఎవరి దగ్గిర్నించి వచ్చాడో చెప్పాడు.

ఈరన్న కాంపెల్లాడండి అంది భార్య.

ఎక్కడికి?

ఇయ్యాల కొత్త సినీమా ఏత్తారుగదండి బత్తీవోళ్ళు. మీకు తెల్దేటి. ఏయన్నా నాలుగు డబ్బులు గిడతయ్యని ఎల్లినాడు అంది.

గురునాథరావు ప్రాణం వుసూరుమంది – ఇంత దూరం వచ్చి ఉత్త చేతులతో ఈసురోమని పోవాల్సి వస్తున్నందుకు. చేతిలో బస్సు డబ్బులు కూడా లేవు. ఇక్కడెవరూ తెలీదు. అతనికేం పాలుపోలేదు. రచ్చబండ వయిపుకి బయలుదేరాడు.

చిర్రుబుర్రులాడుతూ చిందులు తొక్కుతున్న ఒక నల్లకోటు శాల్తీ కనబడింది. కొంపతీసి గజపతి కాదు గదా అనుకున్నాడు గురునాథం.

కొంపలు తీసే గజపతి కూడా గురునాథాన్ని చూశాడు దూరాన్నుంచి. కొంపదీసి వాడే కాదు గదా అనుకున్నాడు. గజపతికి చత్వారం సమృద్ధిగా ఉంది. అయన సోడాబుడ్డి అద్దాల కళ్ళజోడు ఏమంత అట్టే సహాయం చేసింది కాదు.

నువ్వెందుకొచ్చావ్? నేనసలు వచ్చినట్లు నీకెవరు చెప్పారు? అని మండిపడ్డాడాయన గురునాథాన్ని ఖరారుగా గుర్తించగానే.

గురునాథానికి కొత్త ఊహ పోయింది వెంటనే.

ఎవరో చెప్పేదేమిటి. ఈశ్వరేచ్ఛ – మా మావయ్యగారు వస్తున్నారు. మీరు నలభయి ఇవ్వండి. లేకపోతే యాభయి అప్పివ్వండి. లేకపోతే మావయ్యతో చెబుతా, ఆయన అసలే కోపిష్టి అన్నాడు గురునాథం.

ఈ వెధవ్వేషాలు పనికిరావు. నేను కానీ ఇవ్వను.

మీ కోసం ఇంత దూరం వచ్చాక ఇప్పుడు ఇలా అంటే ఎలా? ఆఖరికి నా దగ్గిర బండి డబ్బులు కూడా లేవు అన్నాడు గురునాథం.

గజపతి దూరం ఆలోచించాడు. బస్తీ వెళ్ళేదాకా వీడిని మంచి చేసుకుని ఉండటం మంచిది – ఎటు నుంచి ఎటొచ్చినా – అనుకున్నాడు. సరే – నేను అర్జెంటుగా వెళ్ళిపోవాలి. బండి కట్టించుకున్నాను. కావలిస్తే అందులో రా అన్నాడు.

ఈశ్వరేచ్ఛ అన్యథా ఉంది. ఊళ్ళో బండి పట్నం వెళ్ళింది. ఇంకో బండి వుంది కాని అది పాతది. టాపే లేదు. బండి యజమానికి కడుపునొప్పి.

ఈ కబురు చెప్పిన పాలేరు కుర్రాడిని గజపతిగారు ప్రాధేయపడి ఆ టాపులేని బండే తగలేయించమని కోరాడు. పొరుగూరు బళ్ళవాళ్ళకి దీన్ని ఒప్పగించి అక్కడినించి ఇంకో బండి కట్టించుకు వెళ్ళే పద్ధతి మీద బండివాడు వాళ్ళకి బండి ఎరువిచ్చాడు మూడు రూపాయల అద్దెకి. ఇంకో రూపాయి ఎక్కువిచ్చినా తను మటుకు రాలేనన్నాడు.

గజపతిగారికి గుర్రబ్బండీ తోలడం చేతకాదు. తన పని చూస్తే అర్జంటు. రొఖ్ఖం జతపరచుకోవడానికి వచ్చి ఇక్కడ చిక్కడిపోతే ఇదంతా దండగే.

నీకు బండి తోలడం వచ్చా? అన్నాడు గురునాధరావుని చూసి.

ఆఁ

అయితే పద.

కిరాయి యాభయి రూపాయలు అన్నాడు గురునాథం.

ఈ బెదిరింపులకి నేను ఖాతరు చెయ్యను. నువ్వు బండి తోలకపోతే నేను తోలుకుంటా. లేపోతే నడిచిపోతాను. అంతేగాని, నీకు యాభయి రోలీలు కూడా ఇవ్వను అన్నాడు గజపతిగారు తలపాగా సర్దుకుంటూ.

మరీ బెట్టుచేస్తే బండెక్కే ఛాన్సు కొండెక్కి పోతుందని భయపడ్డాడు గురునాథం. సరే అన్నాడు.

టాపులేని గుర్రబ్బండి తయారయి వచ్చింది. బండి జాగ్రత్త బాబూ, అక్కడోళ్ళకి నా పేరు చెప్పి ఒప్పగించండి అన్నాడు బండి యజమాని వీడ్కోలు చెబుతూ.

ఎండ నిప్పులు చెరుగుతోంది. మంచి నీళ్ళు తాగి బయల్దేరవలసింది స్మీ అనిపించింది బండి గుర్రానికి కొంతదూరం వెళ్ళాక.

కాస్త తటపటాయించి ఆగి వెనక్కెళ్ళబోయింది.

జాగర్త జాగర్త - పొగరుమోతు గుర్రం కాబోలు ఖర్మం! అన్నాడు బండిలో కూచున్న గజపతి.

వెధవ గుక్కెడు ప్రాణం ఉంటేనేం, ఊడితేనేం అంత భయమెందుకండి అన్నాడు శకట సారథి గురునాథం.

బండి ఇంకొంత దూరం వెళ్ళాక గుర్రానికి బాగా దాహం వేస్తున్నట్లనిపించింది. ఇంటికెళ్ళిపోదాం అని మళ్ళా అనుకుంది.

ఇలా అయితే అడంగు చేరినట్టే అన్నాడు గజపతి.

బండి అరమైలు దూరం వెళ్ళేసరికి గజపతికి దాహం వేసింది. ఇంకో ఫర్లాంగు వెళ్ళేసరికి పేగ్రేగిపోయింది.

గుర్రానికి కూడా నోరెండిపోయింది. నడవడమా మానడమా అని ఆలోచనలో పడి ఆగిపోయింది.

చెరువులేం లేవోయ్? దగ్గిరలో అన్నాడు గజపతి.

చెరువులేం ఖర్మం, సెలయేళ్ళు, సోడా కొట్టులు కూడా ఉన్నాయి. కనబడలే? అన్నాడు గురునాథం విసుగ్గా.

గజపతి టాపులేని బండి మీద లేచి నుంచున్నాడు. అదిగో చెరువు అన్నాడు హుషారుగా.

అది ఎండమావి. ఇంగ్లీషులో మైరేజ్ అంటారు గాని అసలు మిరాజ్ అనాలిట. ఎవరన్నా వచ్చి మైరేజ్ అని గుట్టుగా చెప్పినా నమ్మకండి.... ఏం? ఐతే ఎడారిలో నీళ్ళయిపోయినప్పుడు కనపడతాయి. అది కనబడితే కాసేపటిలో దివగంతులవుతారు అన్నాడు గురునాథం తొణక్కుండా.

అంత బాధలోనూ గజపతిగారికి నవ్వొచ్చింది గురునాథం అజ్ఞానానికి. దివగంతులు కాదు దివంగతులు అన్నాడు.

కాదు గంతులే అన్నాడు గురునాథం.

పోనీ గంతులే కాని, కాసిని మంచినీళ్ళు దొరికే దారి చూడు బాబూ ప్రాణం పోతూంది.

పోనీండి. పోతా పోతా అన్నవాళ్ళని మనం ఆపలేం. అయినా నా ప్రాణం మా మావయ్య తీసేస్తానంటే మీరు కనికరించారా? నలభయి రూపాయలు కాజేసి టోకరా ఇచ్చారు అన్నాడు గురునాథం నవ్వుతూ. ఒక్క క్షణం ఆగి పంట్లాం జేబులోంచి చిన్నపొట్లాం తీశాడు.

గజపతిగారూ నా దగ్గిర స్ప్రింగు పిప్పరమెంటు బిళ్ళలు ఉన్నాయి, కావాలా అన్నాడు.

ఏవీ తేతే అన్నాడు గజపతి ఆశగా.

మొత్తం అయిదున్నాయండి. ఒక్కొక్కటి పది రూపాయలు అయిదు పదులు యాభయి.

ఏవిటోయ్ – నువ్వూ నీ హాస్యాలూనూ –

హాస్యం కాదు, నిజం.

ఛస్తూంటే సంధి మంత్రం చదువుతావా, నాలుక పిడచ కట్టుకపోతోంది.

ఈశ్వరేచ్ఛ అన్నాడు గురునాథం నవ్వుతూ.

ఏడిసినట్లుంది – ఏమిటీ దారుణం? కానీ కొకటిచ్చే బిళ్ళ పది రూపాయలా?

మీరు యుద్ధకాలంలో బియ్యపు గింజల నుంచి పాల డబ్బాల వరకూ అమ్మినవి ఏ రేటునండీ? ఉత్తుత్తి ఉద్యోగాలకి ఉత్తా సిఫార్సులు నావంటి వాళ్ళకి అమ్మేది ఏ రేటండీ?

సరే. ఓ పావలా ఇస్తా. నాకు ఒక్క రెండు బిళ్ళలియ్యి అన్నాడు గజపతి.

లాభం లే! – చిల్లరగా అమ్మను. టోకున కొనాల్సిందే. బండి లాగడానికి గుర్రం తోలడానికి నేనూ, ఇల్లు చేరి ఇంకో పదిమంది నెత్తి కొట్టడానికి మీరూ బతికి వుండటం అవసరం. కాబట్టి అయిదూ కొనండి. వెల యాభయి మాత్రమే అన్నాడు గురునాథం.

గజపతి మాటాడలేదు. గురునాథం నవ్వి పిడికిలి తెరిచాడు – రెండు తీసుకోండి అంటూ – గజపతి అమాంతం అయిదు లాక్కొని నోటిలో వేసుకుని పరపర నమిలేసి అమ్మయ్య అన్నాడు.

గురునాథం నివ్వెరపోయి నవ్వాడు. అతనికి గజపతి మీద గౌరవం కాస్తా హరించిపోయింది.

మొత్తానికి బుద్ధి పోనిచ్చుకున్నావు గాదయ్యా అన్నాడు ఏకవచన ప్రయోగం ప్రారంభిస్తూ.

మాటలు జాగర్తగా రానియ్ అన్నాడు గజపతి కోపంగా.

గురునాథానికి ఒళ్ళు మండిపోయి గుఱ్ఱాన్ని లగాయించాడు.

బండి జాగ్రత్తగా పోనీయ్, ప్రమాదం అన్నాడు గజపతి.

ఈశ్వరేచ్ఛ. మహా అయితే ప్రాణం పోతుంది అంతేగా అన్నాడు గురునాథం.

గుఱ్ఱానికి ప్రాణం మీద చాలా మోజుగా వున్నందువల్ల ఆగిపోయింది. రొప్పసాగింది. ఎండ ఘుండిపోతోంది.

గజపతి దిక్కు మొహం వేశాడు మళ్ళా దాహం వేసి. దిళ్ళులు ఏ మూలకీ అనలేదు. చుట్టూ పరకాయించి చూశాడు. అదుగో బావి! బావి! దిగుడుబావి అన్నాడు.

నువ్వెళ్ళి తాగు అన్నాడు గురునాథం.

అమ్మో నాకు దిగడం భయం. అయినా ఈలోగా నువ్వు బండితో ఉడాయిస్తే?

నీకు ఇంక బండెందుకు. దిగితే ఎలాగా రావు. అయినా అది తవ్వించింది నీ వంటి వాళ్ళకోసమే అన్నాడు గురునాథం కసిగా.

మాటలు జాగర్త.

గురునాథం ఖాతరు చేయలేదు. ఈ బావి ఎందుకు కట్టించారో తెలుసా? మన వూళ్ళో ఘంటస్తంభం లాటిదే ఇదిన్నీ. నీవంటివాళ్ళు గభీమని దూకి ఠపీమని దివగంతులయిపోవడానికి. గ్యారంటీలే - నువ్వు దూకుతానంటే, నేను సిఫార్సు చేస్తా. సిఫార్సుత్తరం ఖరీదు యాభయి మాత్రమే - డబ్బు తీసుకుని అనక టోకరా ఇవ్వను. నువ్వు నన్ను అన్నట్లు ఈశ్వరేచ్ఛ అనను. దూకితే ఫలితం గ్యారంటీ అన్నాడు.

గజపతికి కోపం వచ్చి బండి మీది నించి కిందకి దూకేశాడు.

నూతిలో దూకడం కూడా ఇంతే అన్నాడు గురునాథం మెచ్చుకుంటూ, గజపతి సరాసరి బావి దగ్గరకెళ్ళాడు. తొంగిచూసి సరాసరి వొచ్చేశాడు.

ఏం వచ్చేశావ్! తాబేళ్ళున్నాయని భయమా - కరవ్వులే.

గజపతికి ఏడుపు వచ్చింది. బాబూ! పరాచికాలు మానెయ్. కాసిని మంచినీళ్ళు చూపించు నీకు నమస్కారం అన్నాడు.

నాకు నీ నమస్కారాలొద్దు. మీకెలాగైనా నీళ్ళు సంపాదిస్తా. కానీ నా మనవి విని నా డబ్బు నా కిచ్చెయ్యండి. నా బతుకు ధ్వంసం చెయ్యకండి అన్నాడు గురునాథం గద్గద స్వరంతో.

టోకరాసురుడాలోచించాడు. సరే మంచినీళ్ళు పట్రా అన్నాడు.

మీ మేలు మరవను, ఉండండి నీళ్ళు వెతికిస్తా.

పది నిమిషాల తరవాత రొప్పుతూ పరిగెత్తుకొచ్చాడు గురునాథం.

అయ్యా! బండెక్కండి. ఫర్లాంగు దూరంలో చెరువుంది అన్నాడు సంతోషంగా.

దగ్గర్లో వున్న ఓ తోట దగ్గర మలుపు తిరిగి ఫర్లాంగు దూరం వెళ్ళేసరికి దుబ్బుల మధ్య ఒక చెరువు నిజంగానే ఉంది. దాన్ని చూడగానే గజపతికి హృదయం ఉప్పొంగినా మొహం మాడిపోయింది. ఉత్తర క్షణంలో పెట్రోమాక్సు లైటులా వెలిగింది. ఉన్న సత్తువంతా పోగేసుకుని ఫెళ్ళున నవ్వాడు.

హోరినీ! ఈ చెరువా నీక్కనబడింది! నే ననుమానపడుతూనే ఉన్నాన్లే. ఇదెవర్దో తెలుసా? స్వయానా మా వియ్యంకుడి మేనల్లుడిది. నేనీ తోటలోకి లక్షసార్లు వచ్చి, ఈ చెరువు నీరు లక్షసార్లు తాగాను అన్నాడు.

పోన్లెండి ఏదయితేనేం దాహం తీర్తుంది. రండి నీళ్ళు తాగండి అన్నాడు గురునాథం.

ఆ సంగతి నువ్వు చెప్పేదేమిటోయ్. ఇది మావాళ్ళ చెరువు. నువ్వు ఏదో ప్రయోజకత్వం వెలిగిస్తావనుకుంటే ఏమో కాబోలనుకుని ఏదో ఏదో అన్నా. ఈ చెరువు నాకు బాగా తెలుసు అన్నాడు.

అంటే – అన్నాడు గురునాథం అనుమానంగా.

అంటే లేదు ఇంటే లేదు. ఇందులో నువ్వు ఉద్ధరించి ఊడబొడిచిందేం లేదు. మా చెరువు మాకు చూపావు. అందుకని నీకు సాయపడనక్కర్లేదు అన్నాడు కటువుగా.

గురునాథానికి ఒళ్ళు మండింది. మీరు నన్ను ఉద్ధరించొద్దు. నా డబ్బే నాకు పారెయ్యమన్నా. మాది పారేస్తే మడి మాన్యా లిచ్చినట్టే. నే నిపుడు మీ చెరువు మీకు చూపి ప్రాణం కాపాడినట్టు అన్నాడు.

కానీ విదల్చను. దిక్కున్నచోట చెప్పుకో. నీ మాట ఎవరూ నమ్మరు. అప్పు అంతకన్నా ఇవ్వరు అన్నాడు గజపతి విసవిస చెరువు వంక నడుస్తూ.

ఇదే కథ ముగింపు.

మిగిలింది ముక్తాయింపు.

☆ ☆ ☆

మామూలుగా గురునాథరావు కొయ్యబారిపోయాడు – ఈ నికార్సయిన దగుల్బాజీ బుద్ధికి. గజపతి రుసరుసలాడుతూ విసవిస వెళ్ళి అర్జెంటు పని ఉన్నవాడిలా అలవాటయిన వాడిలా చెరువు గట్టున ఉన్న ఊబిలో మోకాళ్ళ లోతున ఖస్సున దిగబడి ముందుకు పడబోయి వద్దనుకుని వెనక్కు తూలి మొత్తానికి నిలదొక్కుకున్నాడు. ఆ ఊపులో మల్లెపువ్వల్లె తెల్లగా ఉన్న తలపాగ తుళ్ళి కిందపడింది. ఒడ్డున మంచినీళ్ళు తాగేశాడు. అలాగే కాస్త మొహం కడుక్కుని, తలపాగా తీసి చూసుకున్నాడు. పైన అణా ఇడ్డెనంత నల్లటి బురద డాగు ఉండడం గమనించి ఉసూరున ఏడిచాడు. గట్టెక్కేసరికి చెట్టుకింద నించున్న గురునాథం నవ్వుతున్నాడు.

త్వరగా వెళ్ళి మంచినీళ్ళు తాగిరా. టైమైపోతోంది అన్నాడు గజపతి.

ఇదెక్కడి చుట్టరికం? మన ఋణానుబంధం రద్దయిందిగా. నేను బండి తోలను. తోలినందుకు కూలి 50 రూపాయలిస్తే వస్తా అన్నాడు గురునాథం.

ఒద్దులే. ఇక్కడే అఘోరించు. నేనే నిక్షేపంలా తోలుకుంటా. ఎవరి కర్మ కెవరు కర్తలు? అన్నాడు గజపతి.

ఈశ్వరేచ్ఛ అన్నాడు గురునాథం చీమలపుట్ట మీద కాలుపెట్టి నించున్న గజపతి పాదాల వంక చూస్తూ. గజపతి పాదాలనీ, పిక్కలవరకూ కాళ్ళనీ కొన్ని వందల ఎర్రచీమలు ముట్టడించి సిద్ధంగా ఉన్నాయి.

శివుడాజ్ఞ అయింది. ఒక్క పెట్టున ఆయన ఉత్తర్వులను అవి అమలు జరిపాయి.

గజపతి కెవ్వుమన్నాడు. గొల్లుమన్నాడు. రెండు చేతుల్తోటీ పిక్కలు పాదాలు రుద్దేసుకున్నాడు. వాళ్ళ అమ్మనీ నాన్ననీ ఎలుగెత్తి పిలుస్తూ పరిగెత్తాడు. ఆలోచించకుండా అడుగడుక్కీ ఆగి అడుగెత్తుకు ఎగిరిపడి, పరిగెట్టసాగాడు, గురునాథరావు పగలబడి నవ్వసాగాడు కసితీరా.

☆ ☆ ☆

పొరుగూరు సంతలో పకోడీ పొట్లాలు గుత్రా ఆరగించి గగన వీధిలో హుషారుగా వెళ్తున్న ఖగపతి ఒకడు, నేలమీద మంబాసాంబా తరహాలలో నాట్యం ఆడిపోతున్న నల్లకోటు గజపతి నెత్తి మీద తెల్లటి పాగాను, దాని మీద నల్లటి బురద డాగునూ చూశాడు. అదేమిటో ఆ ముచ్చట అని విలాసంగా రెండు చక్రాలు చుట్టి, రివ్వున కిందవాలి గజపతి తలపాగాను ఒక్క తన్ను తన్ని పైకి వెళ్ళిపోయాడు.

ఈ దెబ్బకీ, ఖగపతి రెక్కల హడావుడికీ గజపతి బెంబేలెక్కిపోయి బొరుమని గంభీరస్వరంతో ఏడ్చి తూలి నాలుగడుగులు పరిగెట్టాడు. గడ్డి కొంత భోం చేశాం కాబట్టి మంచి నీళ్ళు తాగి నీడన కూర్చోవడమా, ఇంకాస్త ఇప్పుడే తినేసి ఏకంగా నీళ్ళు తాగేసి, ఆపైన బజ్జోడమా అన్న సంగతి గురించి అర్ధనిమీలిత నేత్రయై ఆలోచిస్తున్న ఖరసతి యొకరిత హడావుడిగా తనమీదికి వస్తున్న గజపతినీ, నల్లకోటునీ చూసి జడుసుకుంది. వెంటనే వాటం చూసుకుని నిలబడి, వెనక్కి వస్తున్న గజపతిని, రెండు కాళ్ళతోనూ శక్తికొద్దీ ఫెడేలున తన్నింది.

ఈసారి దెబ్బకి గజపతి నోట మాట లేదు కానీ, చాలా అర్జంటు పనులున్నట్లు ముందరికి పరుగెత్తాడు. పడకుండా సరాసరి రోడ్డు పట్టినట్లయితే, గజపతి బండి అవసరం లేకుండా పది నిమిషాల్లో బస్తీ చేరిపోయేవాడు. ఈశ్వరేచ్ఛ అన్యథా ఉంది కనుకనే పదడుగులు వేసేసరికి కాలు మడతపడి బోర్లగిలా పడ్డాడు.

అతని సోడాబుడ్డి అద్దాల కళ్ళజోడు మరో అయిదడుగులు పురోగమించింది. చట్రం అక్కడ ఆగిపోయినా అందులోని అద్దాలు రెండూ ఇంకో రెండడుగులు ముందుకు వెళ్ళి ఆగాయి.

కసితీరా, కంట నీరు తిరిగేదాకా నవ్వేసిన గురునాథరావుకు గుండె కరిగిపోయింది. గబాగబా వెళ్ళి గజపతిని లేవదీసి కూర్చోపెట్టాడు. మొహం అదీ తుడిచాడు. ఓ పిప్పరమెంటు బిళ్ళను నోట్లో వేశాడు. కాస్త కుదుటపడ్డాక గజపతిగారు జేబు గడియారం తీసి చూసుకున్నారు. టైము సరికదా, గడియారం, చెయ్యి కూడా కనపడలేదు.

కళ్ళజోడు తే.... తే కళ్ళజోడు పోయింది పోయింది అన్నాడు.

గురునాథం కదలలేదు. టైము చూసి ఎంతయిందో చెప్పాడు. హమ్మయ్యో కటాకటిగా రెండు గంటల టైముంది టెండరు బయానా కట్టడానికి. లేటయితే కొంప మునిగేనే – కళ్ళజోడు పట్రావయ్యా వెళ్ళాలి అన్నాడు గజపతి.

నేను పత్రానండి, మీకు లేటయితే నా పుట్టేం మునిగింది?

ఓ ఐదు రూపాయిలిస్తా కళ్ళజోడు తే బాబూ ఆలస్యం అయితే ఎనిమిది వేల రూపాయల టెండరు పోతుంది. గురునాథం మాట్లాడలేదు.

ఇవాళ బయానా చెల్లించాలయ్యా. నీక్కాదూ చెప్పేది అన్నాడు గజపతి మళ్ళీ.

మావయ్య వస్తున్నాడయ్యా. వాచీ విడిపించి ఇయ్యాలయ్యా, నా నలభై నాకు పారెయ్యవయ్యా నీక్కాదు చెప్పేది అన్నాడు గురునాథం వెక్కిరిస్తూ.

దమ్మిడీ విదల్చను. నేనే వెతుక్కుంటా కళ్ళజోడు అన్నాడు గజపతి.

అంగుళం కదలను. నువ్వే వెతుక్కో అన్నాడు గురునాథం.

ఆయన కళ్ళజోడు పవర్ మైనస్ బోలెడు. అది లేకపోతే ఆయనకి ఏదీ అనదు. గురునాథరావు గుట్టుగా వెళ్ళి కిందపడ్డ కళ్ళజోడు చట్రం, అద్దాలూ తీసి జేబులో వేసుకున్నాడు. గజపతి అక్కడే వెతుక్కుంటూ ఉండగా గురునాథం ఆయన్ని హెచ్చరించాడు.

అక్కడున్నది చీమలపుట్ట, ఇటు గాడిద ఉంది. ఆ పక్కన తేలు పిల్లలు ఆడుకుంటున్నాయి. ఇటువేపు ముళ్ళకంచె ఉంది అవటాని. ఐదు నిమిషాలు వెతికి కూలబడ్డాడు గజపతి ఈశ్వరా ఎంత ట్రబులిచ్చావయ్యా అంటూ.

దానికేముంది ఇవాళ పొద్దున్న మీరన్నట్లు ఈశ్వరేచ్ఛ అన్నాడు గురునాథం.

టైము గడుస్తున్నకొద్దీ గజపతికి ఒళ్ళు కంపరమెక్కి పోతూంది. ఎనిమిది వేల టెండరు బేరం తగిలే ఛాన్సు ఉంది. వెంటనే వెళ్ళి ఖజానాలో రెండువేలు బయానా కట్టాలి.

సరే నా కళ్ళజోడు ఇలా తగలెయ్యి. నీ నలభై నీ ఎదాన కొడతా అన్నాడు చివరికి.

దానికేముంది లెండి. మీమొహాన కళ్ళజోడు తగిలిస్తే నా మొహాన 40 తగలేస్తారు. ఎటొచ్చీ ఇప్పుడు రేటు కాస్త పెరిగింది. బేరం ఆడుతారా? ఇప్పుడు కళ్ళజోడు చట్రం తెచ్చివ్వడానికి ముప్పయి రూపాయలు అవుతుంది. అద్దాలు చచ్చు సంభావన చెరి పదిహేను చేస్తాయి అన్నాడు గురునాథం.

విరగ్గొట్టావా ఏమిటి?

మీకు తెలియందేముంది. ఇందాక ఖగపతీ, ఖరసతీ అల్లరి చేసిన సందర్భంలో మీరు కింద పడ్డప్పుడు అద్దాలు వేరే వెళ్ళిపోయాయి.

సరే అన్నీ అతికి ఇలా ఇయ్యి.

బంగారు తండ్రే. కళ్ళజోడు మీ చేతికిచ్చాక మీరు నాకు డబ్బిస్తారా టోకరాసురుడు గారూ? డబ్బే ముందివ్వండి.

నాకు కనబడి చావదు గదయ్యా నా ప్రాణం తీస్తున్నావు.

మరేం ఫరవాలేదు. నేను తెగించి సాహసించి ముందర కుడికంటి అద్దం ఇస్తా. దాని సాయంతో నాకు ముందర ఓ పదిహేను. ఆ తర్వాత ఓ పదిహేను ఇవ్వండి. మిగతాది తర్వాత మాట్లాడుకుందాం అన్నాడు గురునాథం.

ఈ పథకం ప్రకారం గురునాథానికి 30 రూపాయలు గజపతికి రెండు కళ్ళద్దాలూ అందినాయి.

ఇప్పుడు రెండద్దాలూ పెట్టి చూసుకుని ఇంకో 30 ఇవ్వండి చత్రం ఇస్తా. అంటే గజపతి ఉసూరుమంటూ ఇచ్చాడు. గురునాథం చత్రం ఇచ్చాడు.

నా అరవై నాకూ, కళ్ళజోడు భాగాలు మీకూ దక్కాయి వస్తానండి – సెలవు పనుంది అని బయల్దేరాడు గురునాథం.

గజపతి గోల పెట్టాడు. ఈ అద్దాలు నాకు బిగించడం రాదయ్యోయ్ అమర్చి పెట్టాలి అన్నాడు.

ఫీజు పది రూపాయలండి. అద్దానికి ఐదు అవుతుంది.

ఆ పది కూడా ముందుగా చేతిలో వేయించుకుని, అద్దాలు అమర్చి పెట్టాడు గురునాథం.

మరి సెలవా. అదిగో మీ బండి అన్నాడు. గజపతి టైము చూసుకున్నాడు.

బాబ్బాబు. గంటన్నర టైముంది. బస్సు రోడ్డుకు ఇంకా రెండు మైళ్ళ దూరం వెళ్ళాలి. నీకు పుణ్యం ఉంటుంది. కాస్త బండి తోలిపెట్టు అన్నాడు. బండి తోలితే కూలి పది రూపాయలండి. లేకపోతే నాకు నిద్దరొస్తుంది అన్నాడు గురునాథం.

అఘోరించు. ఇందా అని బెట్టు చేయకుండా ఇచ్చుకున్నాడు గజపతిగారు.

ఈశ్వరేచ్ఛ అన్నాడు గురునాథం బండిని హుషారుగా పోనిస్తూ.

★ ★ ★

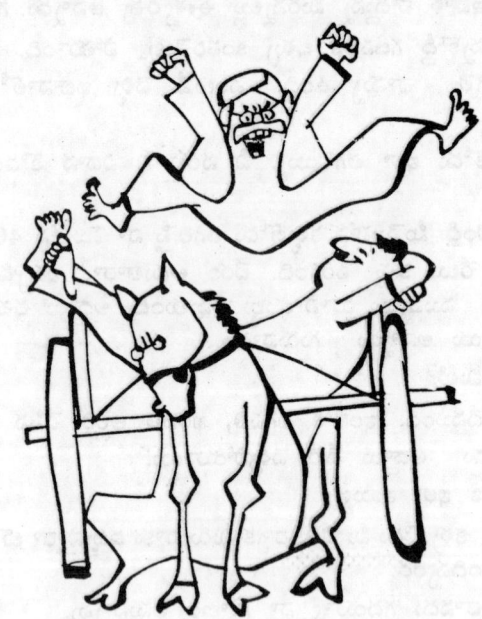

సరదా రమణీయం

అహోలకం ముచ్చట్లు

"చిత్రంగా ఉందే.... ఒక్క నిముషం ఉండండి. కోటు జేబులో ఉందేమో చూస్తాను" అన్నాడు అప్పారావు తొట్రుపడుతూ.

"అబ్బే తొందరేం లేదు. తాపీగా చూడండి" అన్నాడు టిక్కెట్టు కలెక్టరు – ఖాళీగా ఉన్న మూడవ తరగతి పెట్టెలో కాళ్ళు బారజాచి కూర్చుంటూ.

అప్పారావు కోటు తడవడం మానేసి కిందనున్న పెట్టెను కొంచెం పక్కకి లాగాడు.

"ఏవండీ మీరు అహోరాత్రాలు రైళ్ళలోనే తిరుగుతూ ఉంటారు. టికెట్టు కొనుక్కొని కూడా రైల్లో బల్ల అడుగున దూరి ప్రయాణం చేసిన అసామీ కథ విన్నారా?" అన్నాడు.

"ఎవరండీ. గుర్తులేదే" అన్నాడు. టిక్కెట్టు కలెక్టరు సిగరెట్టు ముట్టిస్తూ.

"మహాద్భుతమైన కథలెండి. ఈ లైను లోనే జరిగింది. తెనాలి బెజవాడ స్టేషన్‌ల మధ్య. ఓ సుబ్బారావూ ఇంకో సింగారం తెనాలినించి బెజవాడ బయలుదేరారు. సుబ్బారావు టిక్కెట్లుకొని, హడావుడిగా ముందునడుస్తూ ఇదిగో టిక్కెట్లు మీ దగ్గరుంచండి అని సింగారానికి అందించాడు. గోచీ సర్దుకుంటూ ఆదరా బాదరా వెనకాల వస్తున్న సింగారం అందుకుని జేబులో పడేసుకున్నాడు" అని ఆగి కోటు జేబులో వెతకడం మొదలు పెట్టాడు. "చిత్రంగా ఉందే ఇక్కడ లేదు సుమండీ" అని ఆశ్చర్యం వెలిబుచ్చాడు.

"సరే కథ చెప్పండి."

"కథకేముంది. సుబ్బారావు అందిచ్చిన రెండు టిక్కెట్లయితే సింగారం అందుకున్నది ఒక్క టిక్కెట్టే. రైలు బైల్దేరాక వాళ్ళీ సంగతి తెలుసుకున్నారు. "రెండూ నీకే ఇచ్చా" నంటాడు సుబ్బారావు. కాదొక్కటే నంటాడు సింగారం. ఇంకోటి కొనడానికి ఇద్దరి దగ్గరా కూడా డబ్బులేదు. "నేనిచ్చిన డబ్బుకి నాకు

టిక్కెట్టిచ్చావు. ఆ పైన నాకేం తెలీదు" అవంటూ అనేశాడు సింగారం. "అయితే నన్ను బల్ల కింద దూరమంటావా" అన్నాడు సుబ్బారావు బిక్కమొహం పెట్టి. "నాకేం అభ్యంతరం లేదు" అన్నాడు సింగారం. "అతను మాత్రం ఏం చేస్తాడు చెప్పండి టిక్కెట్టు కలెక్టరుగారూ!" అన్నాడు అప్పారావు."

"మరే మరే. అంతే కదండి. తనకి మాలిన ధర్మం ఏముంది?" అన్నాడు టికెట్ కలెక్టరు.

"సరే, సింగారం బల్ల మీద కూర్చున్నాడు. టిక్కెట్టులేని సుబ్బారావు బల్లకింద దూరాడు. అంతలోకే పక్క పెట్లోంచి మీ వంటి అయనే ఒక టిక్కెట్ కలెక్టర్ వచ్చాడు. చాలా మంచివాడులెండి. అయినా ఈ సంగతి బల్లక్రింద పడుకున్న సుబ్బారావుకి తెలీదుగా. అసలే బల్లక్రింద నారింజ తొక్కలు, పిప్పి, చుట్టపీకెలు, బీడీ ముక్కలూ, పులిహోరలో మిరపకాయలు, ఎంగిలాకులు, వల్లకాడు, వశనపురం మొదలైనవి మోకాల్లోతున ఉన్నాయేమో సుబ్బారావు ఊపిరి సలపక ఉక్కిరి బిక్కిరైపోతున్నాడు."

"పాపం."

"అంతలో 'టికెట్ టికెట్' అనే భయంకరమైన మాటలు వినిపించాయి. టకటక మంటూ బూటుకాళ్ళు కనిపించాయి. సుబ్బారావు గుండె గుభేలుమంది...." అప్పారావు ఆగి, పరీక్షగా చూశాడు.

టికెట్ కలెక్టరు కళ్ళు రెపరెపలాడించి మందహాసం చేశాడు.

"సరే టిక్కెట్ కలెక్టర్ వచ్చి సింగారాన్ని టిక్కెట్ అడిగాడు. సింగారం బల్లకింద సుబ్బారావుని తలచుకొని కొంచెం కంగారుపడుతూ టికెట్ అందించాడు.... అప్పుడేమయింది తెలుసాండి?"

"తెలీదండీ"

"ఆ కంగారులో సింగారం అందివ్వబోయిన టిక్కెట్టు చేతిలోంచి జారిపోయింది.... సింగారం వంగిచూస్తే కనబడలేదు. లేచి నుంచుని పంచె కుచ్చిళ్ళు దులిపాడు" అన్నాడు అప్పారావు.

"అప్పుడేమయింది?"

"ఏమవుతుంది. సింగారం టిక్కెట్టుతోపాటు ఇంకో టిక్కెట్టు కూడా కింద పడింది. ఆ రెండోది కూడా మంచిదే. తెనాలిలో సుబ్బారావు అందిచ్చిన రెండు టిక్కెట్లలో అది రెండవదన్నమాట. జారిపడి సింగారం పంచె కుచ్చెళ్ళలో పాదాలమీద ఉన్న మడతలో తలదాచుకుంది"

"చిత్రంగా ఉందే" అన్నాడు టిక్కెట్ కలెక్టర్.

"ఆవేళ రైల్లో ఎక్కిన టిక్కెట్ కలెక్టర్ కూడా అదే మాట అన్నాడండి. రెండు టిక్కెట్లుచూసి రెండో ఆయన ఏడీ?" అడిగాడు.... "బల్లకింద పడుకున్నాడండి. అదో సరదా, అదో రకం ముచ్చట లెండి" అన్నాడు సింగారం సిగ్గుపడుతూ.

కథ విన్న టికెట్ కలెక్టరు కడుపుబ్బేలా, కణతలు ఎర్రబడేలా కంటనీరు తిరిగేవరకూ నవ్వాడు. నవ్వడం పూర్తి అయిపోయాక "సరే మీ టిక్కెట్ దొరికిందా" అని అడిగాడు గంభీరంగా.

అప్పారావు టికెట్ దొరకలేదు. ముచ్చెమటలు పోశాయి. జేబురుమాలు తీసి మొహం తుడుచుకోబోయేడు. అందులోంచి ఒక టిక్కెట్టు నేలరాలింది. 'అదిగో'

అన్నాడు అప్పారావు వంగి. ఆ వంగినవాడు అర నిమిషం వరకూ లేవలేదు. అర నిమిషం తరువాత నిటారుగా నిలబడి రెండు టిక్కెట్లు చూపించాడు. టిక్కెట్టు కలెక్టరు కళ్ళు విప్పార్చి చూశాడు అప్పారావు వంక.

"రెండోది నా పంచె కుచ్చెళ్ళలో ఉందండి.... మా నేస్తం...."

బల్లకింద పడుకున్న ఆ నేస్తం కిందపడున్న సిగరెట్ పీకతో చురకపెట్టాడు అప్పారావు కాలిమండ దగ్గిర. అప్పారావు కెవ్వుమన్నాడు.

★ ★ ★

భూషణం వైరాగ్యం

"స్వామీ! స్వామీ! వింత చూశాను. వివరించి చెప్పాలి" అన్నాడు గోపకుమారుడు - దశాశ్వమేధ ఘట్టంలో జపం చేస్తున్న మణిసిద్ధుడి వద్దకు పరుగున వచ్చి.

మాట్లాడకపోతే సతాయింపు తప్పదని అనుభవంమీద తెలుసుకొన్న మణిసిద్ధుడు ధ్యానానికి ఉద్వాసన చెప్పి కళ్ళు తెరిచాడు. "వత్సా! గోపా! ప్రాణాంతకా! చెప్పు నీ సందేహం" అన్నాడు.

గోపన్న చెప్పాడు. "స్వామీ! ఇందాక అలా తిరుగుతూ, ఒక సత్రంలోకి వెళ్లాను. పాతికేళ్ళు పైబడని ఒక యువకుడి చుట్టూ చుట్టపక్కాలు చేరి పరిపరి విధాల బతిమాలుతున్నారు. అతగాడు, ఇవాళ, ఇక్కడ బంగాళాదుంప వదిలేస్తానన్నాడట. చివరికి బంగాళాదుంప కూర వేపడం మాత్రం వదిలి వేసేటట్లు ఒప్పిస్తున్నారు. ఈ ధర్మసూక్ష్మం ఏమిటి స్వామీ?"

మణిసిద్ధుడు మందహాసం చేశాడు. "గోపా! కలియుగ మానవులపై కూర ప్రభావం ఎంత ఉందో నీకు తెలియదు. అంత గొప్ప కూర కాబట్టే, దానితోచేసే రెండు రకాల వంట రెండు వేర్వేరు రకాలుగా పరిగణించి వర్జించమంటున్నారు" అన్నాడు.

"అంత మంచి కూరయితే, కందా, చేమ, కాకరకాయ ఉండగా ఈ కూరనే వదిలివేసేటంత విరక్తి ఎందుకు కలిగింది. స్వామీ! పైగా, ఇరవై రెండేళ్ళపడుచు, అతడి ఇల్లాలట - ఆమె కూడా ఆ కూరనే వదిలేస్తోంది. ఏమా కథ స్వామీ?" అన్నాడు గోపన్న కుతూహలంతో.

దివ్యమణి ప్రభావంవల్ల ఆ కథ యావత్తు కరతలామలకం చేసుకొన్నవాడై, సిద్ధుడు గోపకుమారుడికి ఇలా తెలియచెప్పాడు.

"ఓ గోపా! తుమ్మెద రెక్కలవంటి మీసాలుగల ఆ చిన్న వాడికి మొనమొన్ననే ఉద్యోగం అయింది. పేరు నాగభూషణరావు. వలచి వలపించుకొన్న కన్నెను వెంటనే

పెళ్లి చేసుకొని, బొమ్మరిల్లు వంటి చిన్న పెంకుటింట్లో కాపురం పెట్టాడు. ఆమె పేరు సుబ్బులు. ఒకప్రక్క వలపుతో తీయని కలలు కనడం, ఆ కలల గురించి మెలకువగా ఉన్నప్పుడు ఆలోచించుకోవటం, మరీ ఖాళీగా ఉన్నప్పుడు సినిమా పాటలు పాడుకోవడం, అవీ విసుగెత్తినపుడు పాఠాలు చదువుకోడం, మొదలైన పనులవల్ల, ఆ పడుచు పాకశాస్త్రం ఏమంత బాగా నేర్చుకోవడానికి వీలులేకపోయింది. ఫలానా కూరకి మెంతులు వెయ్యవచ్చునా కూడదా, ఎన్ని మిరపకాయలు వెయ్యాలి - ఇత్యాది విషయాలలో అనుమానం వేస్తే ఎక్కడిదక్కడ వదిలేసి, ప్రక్క వీధిలోనే ఉన్న పుట్టింటికి చెంగున పరుగెత్తికెళ్ళి కనుక్కు వచ్చేసేది. ఇలా వుండగా ఒకనాడు భూషణరావు ఆఫీసుకు వెళ్తూ సాయంత్రం సినిమాకి వెళదామని చెప్పాడు. సుబ్బులు అయిదు గంటలకల్లా నిప్పు రాజెయ్యడం మొదలుపెట్టి, ఐదున్నరకే కుంపటి రాజేసింది. బంగాళాదుంపలు అమ్మొచ్చాయి. బేరమాడి ఏబులం కొంది. వాటి వంక తేరిపార చూచి, అబ్బే చాలవనుకొని మరో ఏబులం కొంది.

వాటిని తరిగేటప్పుడు మాత్రం ఇద్దరికిన్నెందుకా అనుకొని ఏబులమే తరిగి ఉడకేసింది. వాటిని దింపి, బియ్యం పడేద్దామనుకొంటూనే మరోసారి చూచింది. కూర చాలదే అని అంచనా వేస్తూ ఉడికిన ముక్కలు తొక్కులు వొలిచింది. చాలదని అప్పటికి నిర్ధారణ చేసుకొని, చకచకా మిగతా దుంపలు కూడా తరిగేసి ఉడకవేసింది. ఐదు నిముషాలలో భర్త వచ్చాడు. 'వంటయిందా! సినిమా కెళదాం' అంటూ, "అయిపోవచ్చింది. మీరు మొహం రుద్దుకుని పౌడరు వేసుకొని తయారవండి" అంది సుబ్బులు ధీమాగా. అతగాడు ముస్తాబై పోయి, 'జటకా పిలవనా' అంటూ వంటింట్లోకి వచ్చాడు. ఆలస్యం అవుతోందన్న ఆదుర్దాలో ఉడికీ ఉడకని బంగాళాదుంప ముక్కలను దింపేసి, వచ్చినంత వరకు తొక్కులు తీసి ఉడికిన ముక్కలను ఉడకని ముక్కలతో అదరాబాదరాగా గుచ్చెత్తిపోసేసింది.

ఆ బంగాళా దుంపల కూర చూడగానే భూషణం గుండె గుబేల్‌మంది. "ఏయ్, హేయ్, హోయ్ ఏమిటిది హేమిటిది" అనేశాడు హడావుడిగా. ఆ కేకలు విని పామో, తేలో కాబోలనుకొన్న సుబ్బులు తుళ్ళిపడింది.

"ఏమిటండీ? ఏమిటండీ?" అంది భర్తవంక చూస్తూ.

"ఏమిటది? ఏమిటది?" అన్నాడు భూషణం బంగాళాదుంపల కూరవంక చూస్తూ.

"కూర"

"ఇది సత్రమా? సంసారమా? ఇద్దరికోసం రెండు వీశల దుంపలా?" అన్నాడు.

"రెండు ఏబులాలే! చాలదనుకుని వండాను."

"ఇద్దరికెంత కూరొండాలో తెలియని నువ్వెందుకు పనికొస్తావ్? తెలీకపోతే ఎవరినన్నా అడగరాదా? పుస్తకాలు కొని చదవరాదా? ఇలా చేస్తే ఎలా?" అని భూషణం గదమాయించాడు.

సుబ్బులు బిక్కమొగం వేసింది. భూషణం అంతటితో ఊరుకోక 'హుఁ' అని మరీ అడగటంతో తిక్క తిరిగింది. గబగబా పోపు వేయించి, కూరముక్కలు అందులో పడేసి గిరగిరా తిప్పి దింపి అక్కడ పెట్టి చెంగు బిగించి, అవతల వీధిలో పుట్టింటికి చరచరా వెళ్ళిపోయింది. ముస్తాబైన భూషణం మొహం

ముడుచుకున్నాడు. 'ఎక్కడికి? ఎందుకు వెళ్తావు బేలా? ఈ లీల' అని పల్కరించలేదు. దగ్గరకు తీసుకుని సముదాయించలేదు. సరాసరి ఒక స్నేహితుడింటికి బయల్దేరాడు. ఆయనగారు కూడా ప్రాణేశ్వరిమీద అలిగి, షికారు బయలుదేరాడు. ఇద్దరూ కలిసి సాయంత్రం ఏడున్నర వరకూ తిరిగారు. కరకర ఆకలి వెయ్యడంతో, భూషణం స్నేహితుడు ఇంటి ముఖం పట్టాడు. భూషణం కూడా ఏం పాలుపోక జంకుతూనే అత్తారింటికెళ్ళాడు.

అక్కడంతా పెందరాళే భోజనం చేసి ఆరుబయట వెన్నెట్లో పక్కవేసుకుని పడుకున్నారు. ముందర వాకిట్లో మొగాళ్ళు, వెనక పెరట్లో అత్తగారు, బామ్మగారు, మొదలైనవారు పడుకొని కబుర్లాడుకొంటున్నారు.

వెళ్ళగానే మావగారు పలకరించాడు. "ఏం భూషణం ఇవాళ ఐదింటికే భోజనం చేశావుట, అమ్మాయి చెబుతోంది" అన్నాడు.

భూషణం తెల్లబోయాడు. "సుబ్బులు అలా అని చెప్పింది కాబోలు" అనుకొని, ఆశ్చర్యపడి, తమాయించుకొని "మరేనండి. ముందర సినిమా కెళదామనుకున్నాం. తరువాత పనిమీద అలా వెళ్ళాల్సొచ్చింది" అన్నాడు.

మావగారు అటువేపు తిరిగి వాళ్ళ తోడల్లుడుతో మాట్లాడుతున్నారు. తను వచ్చినట్లు మరదలు పిల్ల ద్వారా పెరట్లోకి కబురు వెళ్ళిందప్పుడే. పావుగంట గడిచినా సుబ్బులు అంతఃపురోద్యానవనం దాటివచ్చే చాయలు కనబడలేదు భూషణానికి. వాలు కుర్చీలో పడుకొని నీలాకాశం వేపు చూశాడు. సుబ్బులు తేట మనసులో మొండి తిక్కలా ఆకాశంలో మబ్బు పింజ ఒకటి చలనం లేకుండా ఉంది. కదలదేం అనుకొన్నాడు. అతడికి ఆ సమయంలో మేఘ సందేశం జ్ఞాపకం వచ్చింది. రివ్వున గాలి వీచి మబ్బు కమ్మితే పెరట్లోంచి సుబ్బులు, వాకిట్లోంచి తనూకూడ చెంగున సావిట్లోకి దూకి తీరవలసిందే! ఓడినట్లవదు.

ప్రాధేయపూర్వకంగా చూశాడు. కాని మబ్బుపిల్ల మనసు కరగలేదు. అందుకని మరదలుపిల్లని పిలిచాడు.

"సరేలే! కాసిని మంచినీళ్ళు తెమ్మను" అన్నాడు.

"అక్కర్లేదులే" అన్న జవాబు, కాసిని మంచినీళ్ళు, పట్టుకొని మరదలుపిల్లే వచ్చింది. భూషణం కోపగించుకొని మళ్ళా షికారెళ్ళిపోయాడు. ఆకలి వేస్తున్నా, తిక్క మూలాన చిరుతిళ్ళు తినబుద్ధి కాలేదు. ఇంటికిచేరి తీసి ఉన్న తలుపు తోసి లోపలికి వెళ్ళాడు. సుబ్బులు నిద్రపోతోంది. భూషణం కూడా మాట్లాడకుండా పడుకున్నాడు. కాని ఆకలివల్ల నిద్రరాలేదు. అలవాటు ప్రకారం అతి నెమ్మదిగా లేచి వంటింట్లో కెళ్ళి గిన్నెలు తడిమాడు. అన్నం గిన్నం లేదు. బంగాళాదుంపల కూర మాత్రం ఉంది. అదే కాస్త తినబోయాడు. కాని కూర ఏమీ ఉడకలేదు. ఆకలి మూలాన, అదే బలవంతాన కాస్త తినేశాడు. మజ్జిగ గిన్నె చూస్తే ఖాళీగా ఉంది. మర్నాటికని తోడువేసిన పాలు కనపడ్డాయి. కళ్ళు మూసుకొని తాగేశాడు. చడీ చప్పుడు లేకుండా వచ్చి పడుకొన్నాడు. "జన్మలో ఇక బంగాళాదుంప కూర తినకూడదు" అని నిద్రపోయే ముందు ఒట్టు పెట్టుకున్నాడు. అంత విరక్తి కలిగింది ఆ కూర తిన్నాక.

తెల్లవారాక ఒకర్నొకరు ఎలా పలకరించుకోవాలో తోచక తిప్పలు పడుతున్న ఆ జంట పాలిట దేవతలల్లే భూషణరావు తల్లిదండ్రులు, అప్పచెల్లెళ్ళు బిలబిలమంటూ బండి దిగారు. "అనుకోకుండా కాశీయాత్ర ముహూర్తం పెట్టుకొన్నా బాబూ. నువ్వు, నీ పెళ్ళాం కూడా బయల్దేరండి" అని ఆజ్ఞాపించాడు భూషణం తండ్రి. ఆ తరువాత గలభాలో భూషణం, సుబ్బులు మాట్లాడుకొన్నారు కాని మనసు విప్పి కాదు. నువ్వు ఇందాక వెళ్ళేసరికి తర్జన భర్జన జరగడానికి కారణం అదే. పెళ్ళానికి బంగాళాదుంప కూర వండటం రాదని, అందువల్ల వదిలేయడం వుత్తమమనీ భూషణం గట్టిగా నిశ్చయించుకున్నాడు. ఆరోజు రాత్రి బలవంతాన ఆ ఉడికీ ఉడకని కూరతో కడుపు నింపుకొనడంవల్ల పూర్తిగా అదంటే వెలపరం, విరక్తి కలిగాయి. ప్రాణేశ్వరుడే వదిలేస్తూ వుంటే తనకు మాత్రం ఎందుకని ఆ పిల్ల కూడా ఆ కూరే వదిలేస్తోంది. ఉడకని కూర తినడమే మొగుడి విరక్తికి కారణమని ఆ ఇల్లాలికి తెలియదు. తెలిస్తే అసలు రహస్యం చెప్పేవేసేదే. ఆ రహస్యం తెలియనందువల్లనే ఆ చిన్నవాడు కూడా తన భార్యకి అసలు బంగాళాదుంప వండటం చేతకాదని నిర్ధారణ చేసుకొన్నాడు. చుట్టాల రాకవల్ల కాశీయాత్రవల్ల ఈ రహస్యం మరుగునపడింది."

గోపన్న కథ వినగానే లేచి నుంచున్నాడు. "స్వామీ! వెంటనే ఈ రహస్యం నాకు తెలియజెప్పండి. నేను పరుగునపోయి ఆ ప్రమాదానికి అడ్డుపడతాను" అన్నాడు.

మణిసిద్ధుడు నవ్వి ఇలా అన్నాడు:

"ఆ రాత్రి తొమ్మిది గంటల వేళకి ఇల్లు చేరిన సుబ్బులు ఆకలికొద్దీ ఆ ఉడికీ ఉడకని బంగాళాదుంపల కూరలో ఉడికినదంతా తినేసి, మజ్జిగ తాగి పడుకొంది. గంటన్నర తరువాత ఆవురావురుమంటూ వచ్చి వుడకని కూరముక్కలు తిన్న భూషణం, ఈ రహస్యం తెలియక, భార్య వంట సౌలభ్యమే అంత అని అపోహపడి ఇప్పుడు ఆ కూర వర్జిస్తున్నాడు. అందువల్ల ఓ గోపా..."

గోపకుమారుడు చెంగున గంతువేసి స్నానాల రేవుకు రివ్వున పరుగుతీశాడు.

★ ★ ★

కౌటిల్య రమణీయం

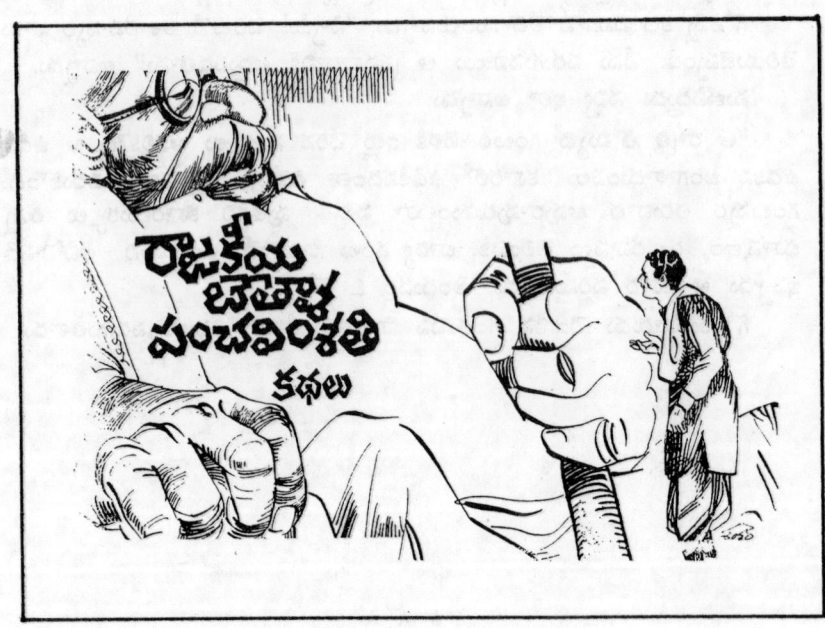

ఈ కథలలో సెక్సపీలు
కమామిషు ఆటే లేదు
ఎదరంతా ఎడారి
అందువల్ల విసుగెత్తినపుడు
ఈ పేజీ చూసి –
ఆపైన కావాలంటే మీదగ్గరున్న
రొమాన్సు కథలు గాని
'డాష్ సెన్సారు –
సూత్రాల'ను గాని
చదివి, మళ్ళీ ఈ పుస్తకం
చదువుట
కొనసాగించ ప్రార్థన.

ఉపక్రమణిక

సుబ్బరాజు పదిహేనో యేటికే పెద్దమనుషుల్లో జమ అయిపోయాడు. తనకు గంభీరమైన ముఖం పుట్టుకతోనే ఏర్పాటయినట్టు అతను పెందరాళే పసిగట్టి, అందుకు తగ్గచొప్పునే నడుచుకుంటూ వచ్చాడు. అపండితులకు మౌనం భూషణం అన్న మాట ఎక్కడో విని దీనిని తన జీవితానికి పట్టించుకున్నాడు – తాను అనేక విషయాల్లో అపండితుడు కాకపోయినా, అపండితుణ్ణి అనుకోనకపోయినా. అంచేత పలుకే బంగారమైంది. అంచేతే పలికిన ప్రతి పలుకునూ నగదుగా మార్చుకోగలిగాడు. 'విలువైన మాట' అనే మాటకు అర్థం తెలీని జనాభా అంతా అతని మాట విలువ కనీవినీ దాని తాత్పర్యం ఆకళింపు చేసుకున్నారు. ముఠా తగాదాల్లో ఒకటి రెండుసార్లు శత్రువు పక్షం మనుషులు సుబ్బరాజున్నిల్దీసి "ఏందలా చూస్తారు గుడ్లగూబల్లా? తంతారా?" అని అడిగినప్పుడు సుబ్బరాజు మారు మాటాడకుండా, మాట వరసకేనా ఒక్కమాట అనకుండా కర్రతీసి ఎదుటి వాడి బుర్ర విరిగేలా కొట్టి మళ్ళీ రివాజైన దర్జాతో స్తిమితంగా చూస్తూ నిలబడ్డాడు గుడ్లగూబలా చూస్తూ. అప్పటి నుంచీ అతనికి కార్యవాది అనికూడా పేరు వచ్చింది. తండ్రి చిన్నప్పుడే గతించి తల్లే ఇంటికి పెద్ద దిక్కు కావడంతో నిజంగానే పెద్దమనిషితనం వచ్చేసింది. తరహా అబ్బింది.

మెల్లిగా నాటుపద్ధతి రాజకీయాలు – తను చాటున వుంటూ – నాటు మనుషుల ద్వారా నడపడం నేర్చుకున్నాడు. మా పొలం తడిసేదాకా నువ్వాగు అని అతనంటే అవతలివాడు మళ్ళీ ఇతను చాలు అనేదాకా ఆ నీటి జోలికి పోయేవాడు కాడు.

అధికారులకు స్తుతి వచనాలతో, అవసర నైవేద్యాలతో మంచి మాట చేసుకునే వాడనుకుందుక్కూడా దాఖలాలొట్టే కనపడలేదు. అసలతను కన్నెత్తి చూస్తే, పన్నెత్తి పలికితే అదే మా భాగ్యమన్నట్టు సంతోషపడే వారు ఆ ఛాయలకొచ్చే అధికారులు. వచనాలకే వీల్లేనప్పుడు స్తుతివచనాల కెక్కడ అని సర్దుకునేవారేమో తెలీదు.

సుబ్బరాజు కూడా తాను రోజుకు సగటున పాతిక ముప్పై మాటలకన్న ఎక్కువ మాట్లాడటం లేదని తెలుసుకొని వాటిలో అబద్ధాల సంఖ్య బొత్తిగా తగ్గించి పారేశాడు. ఎక్కువ మాటాడితేనే అబద్ధాలూ అతిశయోక్తులూ అవసరం.

సుబ్బరాజుకు అబద్ధాలంటే గిట్టదనీ, సత్యం కోసం ప్రాణం పెడతాడనీ ఢంకా మీద దెబ్బకొట్టి చెప్పలేం. కాని మొత్తం మీద నిజం చెప్పడం లాభసాటి పని అనీ, నిజాయితీ నిలకడ మీదయినా ఎక్కువ గిట్టుబాటు చేసే బాపతనీ అతనికి లెక్క తేలింది. అందుకు దాఖలాలు చాలా కనపడ్డాయి. నిజం మీద గురి కుదరడానికదే కారణం. అస్తమానం అబద్ధం చెప్పేవాడు ఒకటి రెండుసార్లు నిజం చెప్పినా ఎవరూ అది నిజమని నమ్మరు. వాడు కాకి నల్లగా వుందంటే, వాడి మాటతోపాటు కాకినీ, దాని నలుపునూ, తెలుగు భాషనూ కూడా శంకిస్తారు. అదే తరచుగా నిజం చెప్పేవాడు అడపా దడపా అబద్ధమాడినా నిజం చెప్పినప్పుడుండే కరుకుదనం, ధీమా వాటికి అబ్బుతుంది. విచ్చు రూపాయల్లా పచ్చి నిజాలలా ఖంగున మోగుతాయి. అలాటబద్ధాలను అబద్ధాలంటే అందరూ నమ్మరు. అంచేత అబద్ధాల్ని చాలా పెద్ద పన్లకు తురుఫాసుల్లా పై కోతలకు దాచుకుని చిల్లర మల్లర పనులన్నిటికీ నిజాలు వాడుకోవడమే లాభసాటి. పైగా అబద్ధం చెప్పడం అనేది నిజం చెప్పడం అంత సులువు కాదు. చాలా సందర్భాల్లో దీనికి నేర్పూ, తెలివితేటలూ ఉండాలి. సుబ్బరాజు తెలివైనవాడు. తను చాలా తెలివైనవాడినని ఎన్నడూ అనుకోలేదు.

ఆ గుట్టుమట్లన్నీ సుబ్బరాజుకు అరటిపండొలిచినట్టు ఎవరూ చెప్పలేదు. అతను ఇంత స్పష్టంగా అనుకోలేదు. కాని లీలగా అతనికి తోచిన ఊహలు ఇంచుమించుగా ఈ పద్ధతిలో అతన్ని నడిపాయి. దానాదీనా ఊళ్ళో వాళ్ళందరికీ అతని మీద గురి కుదిరింది. అతనంటే ఒక రకమైన భయభక్తులు ఏర్పడ్డాయి. చాలామంది ఎలక్షనుకు నిలబడమని సలహా చెప్పారు. నువ్వు మంత్రి కాకపోతే మరెవడవుతాడన్నారు. మద్రాసు ముఖ్యమంత్రికి అన్నీ నీ పోలికలేనుట అన్నారు. సంజీవరెడ్డి ఇట్టే పెద్దవాడయ్యాడన్నారు.

కాని సుబ్బరాజుకు మంత్రి గిరి మీద గాని, పెద్ద రాజకీయాల మీద గాని ఏమంత మోజు లేదు. అతను అపాటిగానయినా రాజకీయాల్లాంటి వాటిలో జొరబడ్డానికి కారణం పదవుల మీద ఆశకాదు. పలుకుబడికి పదవులు అవసరం అంటే అతను ఒప్పుకోడు. పదవికే పలుకుబడి అవసరం. తనక్కావలసింది పలుకుబడి – అదుంటే పదవెందుకురా పెదబాబూ అన్నట్టు. తనది పెద్దకమతం, పొలాలూ, తోటలూ, వెవహారం చాలా వుంది. వాటికి నీటిసరఫరాలు, తీరువలు, శిస్తులు, ఎరువులు, చెక్కింగులు, సరిహద్దులు, కూలిపనివాళ్లకు ఇచ్చే డబ్బులూ, వాళ్లు కట్టుకడితే వచ్చే ఇబ్బందులూ ఇవన్నీ వున్నాయి. వాటికోసం కొంత జాగ్రత్తపడక తప్పదు.

"అసలు నువ్వు పిక్చర్లో హీరో వెయ్యాల్సినవాడివి ఇక్కడ రాటవుతున్నావుగాని, వన్ లాక్ – అనగా ఒక్క లక్ష వుంటే చూడు. బ్రహ్మాండమైన పిక్చరొటి – నువ్వూ, సావిత్రీ, రంగారావూ, రేలంగిలతో లాగెయ్యొచ్చు" అన్నాడు – ఆ ఊళ్ళో తన ఆఖరి రెండెకరాలూ తెగనమ్ముకుందుకు చెన్నపట్నం నుంచి వచ్చిన ఒక ప్రొడ్యూసరు డైరెక్టరు.

సుబ్బరాజుకు ఇది అర్థం కాలేదు. అర్థంకాని వాటిని 'చూద్దాం' అని ఆపుచెయ్యడం పెద్దపెద్ద మంత్రులందరికన్నా అలా చప్పున పట్టుబడిందతనికి. ఆ డైరెక్టరు వెళ్ళిపోయాక, ఒకరోజున పట్నం బయల్దేరి వెళ్లి, అక్కడ తన స్నేహితుడిని అడిగి సినిమా గురించి అంతా తెలుసుకున్నాడు.

"దాదాపుగా రాజకీయాలే అనుకో – మరీ అంత ఇది కాకపోయినా వాటి తరువాత పెద్దజూదం, గంద్రగోళం సినిమాయే" అన్నాడు మిత్రుడు. వెంటనే సుబ్బరాజు చెన్నపట్నంలో తన డైరెక్టరు స్నేహితుడికి ఉత్తరం రాయించేశాడు. "నువ్వు చెప్పినట్టే సదరు సావిత్రీ, రంగారావుగారు, రేలంగిగారలతో వేసి బ్రహ్మాండమైన పిక్చరు లాగివేయుట నాకు సుతరామూ ఇష్టము లేదు" అని. తిరుగు టపాలో జవాబు వచ్చింది – "పోనీ అంజలీదేవి, గుమ్మడి, రమణారెడ్డిగారలతోగాని, భానుమతి, రామారావు, రేలంగి, రంగారావులతోగాని, జానకి, రంగారావు, రేలంగి, రమణారెడ్డిలతోగాని వేషం వేయుటకు అభ్యంతరం ఉందా?" అని.

సుబ్బరాజు ఆ ఉత్తరం చింపించేశాడు.

తన ఊళ్ళో నలుగురూ తనను సజావుగా పలకరిస్తూ, మర్యాద ఇచ్చి పుచ్చుకుంటూ వుంటే అంతకన్న కావలసిందేమీ లేదు. ఆ మాటకొస్తే పొరుగూళ్ళ నుంచీ, రాజధాని నుంచీ కూడా చిన్నా పెద్దా రాజకీయ నాయకులు ఈ ఊరు మీదుగా వెళ్ళినప్పుడు ఇతనింటనే బసదిగి మర్యాదలూ, పెట్టుబళ్ళూ, అప్పులూ, చందాలూ, సలహాలూ పుచ్చుకెళ్ళేవారు. "వాడిది గట్టిబుర్ర. తెలివైన ఘటం. అద్భుతమైన కామన్సెన్సుంది. చక్కగా అరటిపండు ఒలిచినట్టు ఎనలైజ్ చేస్తాడు. చదువుకొన్నాడోయ్ భగవాన్లూ!" అంటూ చెప్పుకునేవారు. సుబ్బరాజు నిశాని అని కొన్నాళ్ళు కొందరనుకొనేవారు. ఓమాటు హోమోజీనిటీ అనే మాటకు స్పెల్లింగు కుదరక ఓ చిన్ననాయకుడూ, పార్టీలోని అతని ప్రతినాయకుడూ తీవ్రంగా వాదించుకుంటూ వుంటే, సుబ్బరాజు కాసేపు విని, తరువాత ఉభయవాదాలనూ ఖండిస్తూ సరైన స్పెల్లింగు చెప్పేశాడు. అది పూర్తిగా రైటైనా కాకపోయినా, కాదని అనిపించినా, తెలిసినా, సుబ్బరాజు అంతవాడు నోరు విప్పి చెప్పినప్పుడు కాదనడం సబబు కాదని దానిని ఉభయవర్గాల వారు ఏకగ్రీవంగా ఆమోదించారు.

సుబ్బరాజు కొలువుకు రోజూ ఓగెడ్డపాయన వస్తున్నాడు. అతనెవరో ఎవరికీ తెలీలేదు. ఆ ఊరివాడుకాదు.

కొలువులో సుబ్బరాజు పని తల తాటించి సత్యాన్ని ఆమోదించడమే. దానికి గడ్డపాయన పొంగిపోయి అతన్ని మెచ్చుకునేవాడు. రోజూ పండో ఫలమో తెచ్చి అతనికిచ్చేవాడు. మీరెవరని సుబ్బరాజు అడగలేదు. అతని గురించి వాకబు చేయించాడు, చుట్టుపక్కల ఊళ్ళ వెంబడి. తెలియలేదు. వారం పదిరోజులయ్యాక ఓనాడు హోరున వాన కురిసింది. కొలువు కెవరూ రాలేదు. గడ్డపాయన మటుకు వేళ ప్రకారం పళ్ళు పట్టుకు హాజరయ్యాడు. పది నిమిషాలు ఇద్దరూ మౌనంగా కూర్చున్నాక "చెప్పండి" అన్నాడు సుబ్బరాజు.

ఆయన ఇహ నాన్చలేదు. వెంటనే గడ్డం ఊడదీశాడు. ఆయన పేరు నర్సయ్య. వెంకన్న చౌదరిగారి రెండో కుమార్డు. తన అన్నగారు రామదాసుగారు ఎల్లక్షనుకు నిలబడుతున్నాడు. పోటీ తీవ్రంగా ఉండేట్టుంది. ప్రచారానికి భారీగానే ఏర్పాటు సాగుతోంది. ఐనా చాలదు. ఇంకా కొండంత జరగాలి. సుబ్బరాజుగారు ఎలాగా రావాలి. ఆయనతోపాటు రామిరెడ్డిగార్నెలాగేనా కదిలించుకు రావాలి. వారిని పలకరించే సాహసం తమకు చాలదు. చెప్పి ఒప్పించగలవాడు సుబ్బరాజు ఒక్కడే అని అంతా చెప్పారు. ఈయన చెబితే ఆయన ఏ రకమైన పట్టింపులున్నా వదులుకు

వస్తాడు. తమకా నమ్మకం ఉంది. రామిరెడ్డిగారి తండ్రిగారూ, సుబ్బరాజుగారి తాతగారూ మంచి జోస్తీగా ఉండేవారు. ఆ కాలపు అపేక్షలే వేరు. ఆ కక్షలే వేరు. అందునా ఇందునా కూడ మగసిరి ఉండేది. ఈ కాలంసజ్జు అర్భకులు. సుబ్బరాజుగారు ఈ తరంలో తప్ప బుట్టారనాలి.

"ఏ పార్టీ?" అన్నాడు సుబ్బరాజు – ఏ పార్టీయో తెలిసినా.

నర్సయ్య చెప్పాడు.

సుబ్బరాజు తలెగరేశాడు – 'ఓహో' అన్నట్టు.

నర్సయ్య వెళ్ళిపోయాడు. సుబ్బరాజు ఆలోచిస్తాడని అతనికి తెలుసు. అందుకే ఆ తరువాత మూడు రోజులపాటు యధాప్రకారం వచ్చి కూర్చున్నా అడగలేదు. మూడోనాడు 'ఖర్చుకు తట్టుకుంటారా?' అన్నాడు సుబ్బరాజు.

"నిక్షేపంలా" అన్నాడు నర్సయ్య.

మర్నాడు, పది మంది మధ్యా కూర్చుని కబుర్లు వింటూ వింటూ నర్సయ్య కేసి చూసి "సరే" అన్నాడు సుబ్బరాజు.

ఎవరికీ బోధపడలేదు.

"చిత్తం. వారంరోజుల్లో దయచేస్తే చాలు" అని సెలవు తీసుకు వెళ్ళిపోయాడు.

☆ ☆ ☆

ఆ రాత్రి భోజనం చేశాక సుబ్బరాజుగారు పాలెం బయల్దేరాడు. చురుగ్గా అడుగేస్తే అరగంట. పాలేరు దీపం పట్టుకు ముందుకు నడిచాడు.

రెడ్డిగారు లోగిలి ముందే వాలుకుర్చీ వేసుక్కూర్చున్నారు పులిలా. ఆయన వయసు మీద ఉన్నప్పుడు గర్జిస్తే పొలాల్లో కూలీలు జడుసుకునేవారంటారు. ఇపుడు వయసే మీద పడింది. అంచేత గర్జన తగ్గించి గురక పెట్టడం మాత్రం దైనందిన వ్యాసంగంగా పెట్టుకున్నాడు. నేటికీ కదిల్తే మనిషి కాదని కదిలించి చూసిన వాళ్ళందరికీ బాగా తెలుసు. అతడనేక యుద్ధముల నారియు తేరిన వృద్ధమూర్తి....

సుబ్బరాజు రాగానే వచ్చి మడేలు ముక్కాలుపీట వేశాడు. రెడ్డిగారు కుర్చీ తెమ్మన్నారు గాని సుబ్బరాజు ఆలోపలే ఆ పీటమీద కూర్చున్నాడు.

వచ్చిన రాచకార్యం చాలా పెద్దదయితే గాని అసలు సుబ్బరాజు కదిలి రాడని రెడ్డిగారికి తెలుసు. అందులోనూ బాగా పొద్దు పోయాకా వస్తే ఇక నాందీ ప్రస్తావన అవసరం లేదు. ముఖ్యమైనపని అని తెలియజేసే పద్ధతుల్లో సుబ్బరాజుకు ఇష్టమైనదిదే.

"కులాసా?" అన్నాడు సుబ్బరాజు లాంఛనానికి మంద్ర మంద్ర స్వరంతో.

ముసలాయన నవ్వాడు.

"చౌదరిగారి ఎలక్షనుకి రావాలి తమరు"

"ఓపికేదయ్యా" అన్నారు రెడ్డిగారు నవ్వి.

"మీరు వచ్చి కూర్చుంటే చాలు గెలుపు ఖాయమని ఆశపడుతున్నారు. తప్పొప్పులు చెబుదురుగాని, దారి తోచనపుడు సలహా చెబుదురుగాని"

రెడ్డిగారు మీసాలచాటున మందహాసం చేసుకున్నారు. "ఎక్కడికిలే కదిలొచ్చాక..."

"కూర్చుంటే చాలు"

"మీ తాతయ్య పోలికే నీది"

సుబ్బరాజు నమ్రంగా నవ్వాడు.

"నువ్వెందుకు నిలబడరాదు" అన్నాడు రెడ్డిగారు.

సుబ్బరాజు నమ్రంగా నవ్వాడు. బస్తీలో తన మామగారికి రేవు దగ్గరా, బజారు వీధినా, శివాలయం వేపూ కొట్లు చాలా ఉన్నాయి కాపలాకర్దె కిచ్చినవి. అవైన రెండు గోదాములున్నాయి. ఆయన పోడంతో అన్నీ తనకు కలిశాయి. రాజుల సత్రవోటి నడుస్తూంది. మావగారి పాత గుమాస్తా తరుచు వచ్చి మూడు పాత లాంచీలు చవగ్గా అమ్మకాని కున్నాయనీ, కాని మరమ్మత్తు చేస్తే బాగా ఆటి వస్తాయనీ, తను దగ్గరుండి చూసుకుంటాననీ పోరు పెడుతున్నాడు. సుబ్బరాజు ఆ సంగతి ఇంకా తేల్చుకోలేదు. బస్తీలో మావగారి పలుకుబడి, ఇక్కడ తన కమతం అంత పెద్దది. ఒడుపు తెలిస్తే దాన్నీ ఏలుకోవచ్చు. ఇవన్నీ తెలిసే రెడ్డిగారు ఎలక్షను సంగతి కదలేస్తున్నాడు.

"నీకా దక్షిణ పొలం వేపు చెక్క కలవకపోతే వచ్చే నష్టవేమిటి?" అన్నారు రెడ్డిగారు.

సుబ్బరాజు క్షణంలో సగంవేపు ఆయనకేసి చూసి తలవంచుకొని ఆశ్చర్యం చీకట్లో దాచేసుకున్నాడు. అసాధ్యుడు, సంగతి పసిగట్టేశాడు.

"వాళ్ళు పాకులాడుతున్నారు" అన్నాడు ఓ క్షణం ఆలోచించి.

"దేనికి? ఆ పొలం నిన్ను కొనమనా?" అంటూ ఫెళ్ళున నవ్వారు రెడ్డిగారు.

ఎదుటి మనిషి చమత్కరించినప్పుడు, అది తనకే గురిచేసినప్పుడు సుబ్బరాజు రివాజైన దానికన్నా ఎక్కువ బిగించుకుపోతాడు. చమత్కారాలూ, నవ్వడాలూ పెద్దవాళ్ళ పద్ధతి కావని అతనికో నమ్మకం.

రెడ్డిగారు అతని వంక పరీక్షగా చూసి తేలిగ్గా నాలిక్కరుచుకుని "నువ్వైతే హుషారుగా వొద్దును" అన్నాడు.

సుబ్బరాజు మందహాసం చేశాడు.

"నేను రావడానికి రెండు షరతులున్నాయి. నా మాటాలకించి సరే అంటే చెబుతా. మొదటిది నువ్వు నిలబడ్డావనుకో..." అని ఆగారు రెడ్డిగారు.

సుబ్బరాజు మాటాడలేదు. ఒక నిమిషం నిశ్శబ్దం ప్రవర్తిల్లింది.

"రెండోది చెప్పండి?"

"సెభాష్. అద్గదీ మాట. ఈరాయ్ చుట్టోటందుకో" అంటూ లేచి కండువా సరిచేసుకొని ఉత్సాహంగా నవ్వారు రెడ్డిగారు.

చుట్ట ముట్టించి తృప్తిగా, రెండు పట్లు పీల్చి పొడి దగ్గు దగ్గి ఆరంభించాడు. "నేనో వూసు చెబుతా. నువ్వా కథ విని దాని వయినం చెప్పాలి. సరైన జవాబు తెలిసి కూడా బాగుండదనో, ముసిలాయన ఏవనుకుంటాడనో, ఛఛ ఇలా ఎదవాలోచన్లు బయటికెలా జెప్పటవనో మానకూడదు. మానితే నామీదొట్టే. నువ్వింకా ఎలక్షన్లో దిగలేదు కాబట్టి ఒట్లు, సత్యాల మీద గురుంటుంది. నువ్వు చెప్పే దాంట్లో సబబూ సందర్భం లేక అది నా మనసుకు రాకపోతే సరేసరి.... చెప్పేదేముంది. ఏమంటావ్?" అన్నాడు ఉత్సాహంగా.

"ఊఁ" అన్నాడు సుబ్బరాజు.

★ ★ ★

1 అసమర్థుడి కథ

రామిరెడ్డిగారు కథ ఆరంభించారు.

అనగనగా ఓ పెద్ద బస్తీ, పేరడక్కు. చెబితే ఫలానా ఊరును అవమానించామన్నమాట కన్నా – మిగతా ఊళ్ళను వదిలేశామన్న బాధ పీకుతుంది.

మ్యునిసిపాలిటిక్స్‌కు పాఠాల పుస్తకాలు రాయదల్చుకున్న వాడు ఆ ఊరెళ్లాలి. ఏ ఊరనకు. జనం కూడా అన్ని రకాలూ చూస్చూసి రాటుదేలారు. నిజాన్నీ అబద్ధాన్నీ కూడా అబద్ధంగా, మంచినీ చెడ్డనీ కూడా చెడ్డగా, కుడినీ ఎడవనీ కూడా 'కుడి'గా ఎంచడం, అన్నిటికీ కుడి ఎడంగా పోవడం, అవసరం ఒకటే అడుగుగా నడవడం, చూచిన దాన్ని చూడనట్టే పోవడం రివాజైపోయింది.

లంచాలు రుసుముల స్థాయికి వచ్చి గౌరవ ప్రతిష్ఠలు గడించేసుకున్నాయి. సిఫార్సులు అధికార్ల ఉత్తర్వుల హోదా గడించేసుకుని పబ్లీకున పై మీద కండువా వేసుకు తిరగసాగాయి. ధర్మాసుపత్రి రంగునీళ్లు మందుల స్థాయిలో ఆ యా స్థానాలను అలంకరించాయి. పరువు గలవారి పన్నుల బరువులు కూడా అపన్నులే మిగతా బస్తాలూ గంపలతోపాటు మోసే అవకాశం వచ్చింది.

"నిజమే. పన్నులనేవి ముందిర అచ్చుకునే తాహతున్న వాళ్ళనుంచి కిందికి దిగబాకి, బీదాబిక్కి మీద పడితే, వాళ్ళెలాగా అట్టే కాలం ఇచ్చుకోలేరు. కాబట్టి, క్రమంగా చిక్కి సగమౌతాయి. లోపాయికారీ రుసుముల వల్ల, నిపుణుల ఉపాయాల వల్ల మరింత చిక్కిశల్యమై చివరికి హరించిపోతాయి. పన్నులను పూర్తిగా రద్దుచేసే పద్ధతి అదే" అన్న వాదం శాస్త్రం అయింది.

కాని దాందుంపతెగ ఆ తరం జనాభా మరికొన్నాళ్ళు అలాగే ఉంటే, కొత్త సజ్జు పోగవకుండా ఉంటే ఆ ప్రకారమే జరిగేది. అందుకే సంతాననిరోధం అవసరమంటారు. మొత్తానికి అక్కడ కథ అడ్డం తిరిగింది. కుర్రాళ్ళు పెద్దాళ్ళై గుసగుస లారంభించారు. న్యాయం, ధర్మం, నీతి, అవినీతి అంటూ పుస్తకాల మాటలూ, కుర్రతనపు వాదాలూ, చర్చలూ ఆరంభించారు. లేనిపోని మాటలనగా అనగా వినగా వినగా ఉన్న పాతవాళ్ళకు కూడా చిన్ననాటి ముచ్చటలు గుర్తుకొచ్చాయి. క్రమంగా పెద్దా చిన్నా కూడా ఏకమై ఈ ఊరి వరుస బాగులేదు అనుకునేదాకా వచ్చారు. నాలుగేళ్ళాయి అక్కడ హయాము నడుపుతున్న జనస్వాములకు ఈ

వరస నచ్చలేదు. ఈ ఊరి వరస ఏమీ బాగులేదని వాళ్ళు అనుకున్నారు. ఎలక్షను దగ్గర పడుతోంది.

పెద్దలంతా సభ జేరారు ఓ పెద్ద ఇంట్లో.

"లాభం లేదు. ఊరు చెడింది -. చెప్పేడు మాటలు విని కట్టు దప్పింది" అన్నాడొకాయన.

"అవును. మనం ముసలి నక్కలంట....మొన్న మీటింగులో ఆ వెధవెవడో వాడు పబ్లిగ్గా అనేశాడు."

"మీరు తరవాత విన్లేదు గావున...సభకొచ్చిన జనాభా కేకలు..."

"ఆడ ఎవడు వింటాడు ఈ మీటింగు వెధవల మాటలు విన్లేక చస్తూంటే, జనం మాట కూడా ఎక్కడ వింటాం."

"మరే. వాళ్ళు అదే మాట "ఓల్డు బాండికూట్స్" అన్నారు. అంటే ముసలి పందికొక్కులని..."

"అయ్యా ఈ గొడవలకేం గాని, కర్తవ్యం ఆలోచించండి. ఈసారి ఛైర్మనుగిరికి...." అన్నాడొకాయన.

"నావల్ల కాదు" అన్నాడు ఛైర్మనుగారు.

"అదే. అదే. మీరేకాదు. ఈ మాటు మన ఎవరివల్లా కాదు. ఇపుడు మూడో పార్టీ ఒకటి అఘోరించిందా మరి."

"మరే. వీళ్ళెక్కడొచ్చారండీ మధ్య మన ప్రాణానికి"

"ఎడ్రెసు తరవాత కనుక్కుందాంగాని అసలు సంగతి ఆలోచిద్దాం"

ఆలోచించి, వాదించి, తిట్టుకుని, మొత్తుకుని చివరికి రాజీ మార్గానికి వచ్చారు... ఈసారి పెద్దతరం వాళ్ళెవరూ ఛైర్మనుకు నిలబడరాదని, నిల్చినా లాభం లేదనీ, ఎదటివాళ్లు మాంచి వయసులో వున్న చాకుల్లాంటి కుర్రాళ్ళను నిలబెడుతున్నారు గాబట్టి తాము వాళ్ళకన్నా చిన్నవాణ్ణే నిలబెట్టాలన్నారు. వాళ్ళ భాషే మాట్లాడేవాణ్ణి, దాదాపు వాళ్ళ సజ్జుతో కలిసి తిరుగుతుండేవాణ్ణి తేవాలన్నారు. వాళ్ళు పొడిచేస్తామన్నవన్నీ మనవూ పొడిచేస్తామనీ అవేకాక మరి నాలుగు ఘనకార్యాలూ చేసవతల పారేస్తామనీ ప్రకటించాలన్నారు. ఛైర్మనుగారి బ్రదరు ఇందుకు అన్నివిధాలా తగ్గవాడన్నాడొక సభ్యుడు. "మా వాడు ఒప్పుకోడు" అన్నారు ఛైర్మనుగారు నవ్వి. బంధుత్వాలనుబట్టి ఎన్నుకోవడం ఈసారికి వాయిదా వేద్దామన్నాడాయనే మరో క్షణం ఆగి.

చుట్టమైనా దెయ్యమైనా ఎవడైనా మొత్తం మీద మన చెప్పుచేతల్లో ఉండేవాడు కావాలి కదా అన్నారింకొకరు.

చివరి కందరి దృష్టీ సుబ్బారావు అనే కుర్రాడి మీదకు పోయింది అప్రయత్నంగానే. పంచకల్యాణి లాటి వాడన్నాడొకాయన. జనంతో కలివిడిగా ఉంటాడు... అబ్బా అతనంటే ప్రాణం పెడతారు... కొన్ని పేటల్లో - పెట్టరూ మరీ, వాళ్ళంటే అతనూ ప్రాణం పెడతాడు గదా... మరే, వరదా వానా కరువూ కలరా అశుభం ఏవొచ్చినా ఊరంతా సందడిగా తిరిగి చేతనైన సాయం చేస్తాడు... చేయిస్తాడు మరీ. చేయించే దక్షతా సామర్థ్యం ఉన్నాయి... అసలు మనవిపుడు ఎన్నుకోకబోయినా రేపోమాపో వాడే వస్తాడు పవరులోకి...

సెభాష్, ఇటు డబ్బూ, అటు ప్రజ్ఞ పలుకుబడి కలిస్తే గెలుపు గారంటీ అన్నారు ఛైర్మనుగారు... అతగాడిదే కాదు, మిగతా కౌన్సిలర్ల పోటీలో కూడా అతన్ని బట్టి మన అబోరు దక్కుతుంది.

చివరికి అభ్యర్థి సుబ్బారావును ఖరారు చేసుకొని లోపాయికారీ తీర్మానం చేశారు. తరవాత వారంరోజులూ అతన్ని చేరదీసి ఆదరించి మంచీ చెడ్డా అడిగి, సాధక బాధకాలు బోధపరచి ఒప్పించాడు.

"మీవంటి పలుకుబడి గలవా రండదండలుంటే ఏడాది తిరిగే సరికి ఈ ఊరు రూపురేఖలే మారిపోతాయి. స్టేట్ గవర్నమెంటుతో పోట్లాడి కావలసిన స్కీములు శాంక్షన్ చేయించుకోవచ్చు" అన్నాడు సుబ్బారావు.

జోస్యం నిజమైంది. ఎలక్షనులో సుబ్బారావు గెలిచాడు. అతన్ని బలపరచినవారూ గెలిచారు. విందులూ వినోదాలూ భారీ ఎత్తున జరిగాయి. ఛైర్మను ఎక్కడా కనపడ్డేం అన్నాడొకాయన... సుస్తీయేమో... అబ్బే మొహమాటం అయుంటుంది, మరీ చిన్నవాడు కదా, సిగ్గుపడుంటాడు. అయినా కాపోయినా హోదా గలచోట కూర్చోవడం ప్రతి కుర్రవెధవకి నప్పుతుందాండీ. ఎబ్బెట్టుగా ఉండదూ... పోదురూ ఎంత సిగ్గయితే మాత్రం టీపార్టీలకి రాకపోతే ఎలాగయ్యా – ఇలాటివాడింకేం చేస్తాడు ఛైర్మనుగిరి...

ఈమాట మర్నాటి నుంచి మరి కొందరు కూడా అన్నారు. మునిసిపలాఫీసులో వాళ్ళు ఒళ్ళు బలిసి పొగరెక్కుతున్నారు. రాత్రి తెల్లవార్లూ ఆఫీసు గదిలో దీపాలు వెలుగుతున్నాయి. ఇలా దుబారా చేస్తే అయినట్టే అంటూ వీధుల వెంట తిరిగారు కొందరు.

కాని తెల్లవార్లూ ఛైర్మను ఆ గదిలోనే ఉన్నాడనీ, మేలుకొని ఉన్నాడనీ, పనిచేస్తున్నాడనీ వాళ్ళకు తెలిసింది కాదు. తెలిసింతరువాత ముక్కున వేలేసుకున్నారు. "తెల్లవార్లూ ఆఫీసులో పనేవిటీ – కొత్తబిచ్చగాడు పొద్దెరగడన్నట్లుంది" అన్నారు. "నాకర్థం కావడంలేదు" అన్నారు.

ఛైర్మను వరస చాలామందికి అర్థం అయేసరికి కథ చాలా దూరం వెళ్ళిపోయింది.

ధర్మాసుపత్రి తనిఖీ, డాక్టరుకు బదిలీ రెండు రోజుల తేడాలో జరిపించాడు. కేసు సంగతి ఆలోచించి విరమించుకున్నాడు. కాంపౌండరును సస్పెండ్ చేయించాడు. కొత్త డాక్టరూ, కొత్త మందులూ, కొత్త పద్ధతులూ చూస్తుండగా వచ్చేశాయి. కమీషనర్ సంగతి పూర్వాశ్రమంలోనే కొంత తెలిసి ఉన్నందువల్ల, మిగతాది తెల్సుకుని ఆయన చేత మూడు నెలల సెలవు పెట్టించేశాడు. పన్నుల శాఖల వారిని అందులోనే అట్నించిటో, ఇట్నించటో జరిపించి ఒకరి కింక్రిమెంటూ, ఒకరికి వార్నింగూ వంతున పంచిపెట్టాడు. పాత బకాయి పురాణాలు పైకి తీయించాడు. అక్కౌంట్ల మహాకవులకు సన్మానాలు చేయించాడు. నాలుగేళ్ళనాటి ఎలక్షనుకు చేసిన వాగ్దానాలు తీయించి గత మూడేళ్ళవి పరిశీలించి ఒక్కొక్కటీ పనులు ఆరంభం చేశాడు. రాజవీధిలో, చౌకు దగ్గర, బజారులో లేచిన ఎన్‌క్రోచ్‌మెంట్ దుకాణాలను తీయించి వారికి వసతులు చూపించాడు. పాలూ, వాటిలో పాపాలూ బేరీజు వేయించాడు. ఇన్‌కంటాక్సు వాళ్ళకి మాట సాయం చేశాడు. ఇళ్ళూ వాకిళ్ళూ చూసి పన్నులు తిరగతోడించాడు.

మునిసిపల్ మార్కెట్‌లోని "మిగతా ఇరవై దుకాణాల మీద" రశీదుగల అద్దెలు ఏర్పాటు చేయించాడు.

ఈ యజ్ఞం జరుగుతుండగానే, ఆరంభించిన కొత్తలోనే ఊళ్ళో పెద్దల్లో తన పెద్దలకు ముళ్ళూ, సూదులూ గుచ్చుకోవడం వారు సుతారంగా అయ్యో అమ్మో అనడం గమనించాడు. పాత ఛైర్మనుగారినీ, మరిద్దరి పెద్దల్నీ పెద్దరోడ్డు సంగతీ వంతెన సంగతీ కనుక్కుందుకని రాజధానికి పంపించి అది అయేదాకా రావద్దని మంచి మాటల్తోనే కట్టడి చేశాడు.

అయినా వాళ్ళు వెల్లాళ్లు తిరిగేసరికి ఎక్కడ పన్లక్కడ వదిలి తిరిగి చక్కా వచ్చారు.

అక్కడి ఉదంతం నివేదించే నిమిత్తం ఒక ఎమర్జెన్సీ మీటింగు వెయ్యమన్నారు.

మూడోనాడు సాయంత్రం మీటింగయింది.

మాజీ ఛైర్మనుగారు లేచి తమ నివేదిక తరువాత అందజేస్తామనీ, ముందర ఈ పురపాలక సంఘ పరిపాలన సంబంధంగా ఏర్పడ్డ విపరీత పరిస్థితుల దృష్ట్యా, వీటి గురించి రాజధానిలో రాష్ట్ర ప్రభుత్వం వారికి అందిన ఫిర్యాదుల మహజర్ల దృష్ట్యా తమ నివేదికపై చర్చ వాయిదా వెయ్యాలని కోరారు.

అడ్జర్నమెంట్ మోషన్ ఆమోదం పొందింది.

ఉత్తర క్షణంలో ఆయనే, కొత్త ఛైర్మనుగారు పరిపాలనలో అనుభవం చాలని వారైనందువల్ల పనులన్నీ గంద్రగోళం అయిపోయాయని చెప్పి, కొన్ని కారణాలు టూకీగా వివరించి, ఛైర్మను సుబ్బారావుపై అవిశ్వాస తీర్మానం ప్రతిపాదించారు. అట్టే చర్చ లేకుండానే తీర్మానం నెగ్గిపోయింది...సుబ్బారావు మళ్ళీ ప్రజల్లో పడ్డాడు.

☆ ☆ ☆

"సుబ్బరాజూ, ఇదీ కథ. మరి అంత ధాటిగా, సూటిగా పనులు చక్కబెట్టి ప్రజోపయోగ కార్యాలు అన్నీ చేసి, పురపాలక సంఘం రాబడి పెంచి, బకాయిలు తగ్గించి, ఆస్పత్రి బాగుచేసి ప్రజల్ని సంతోషపెట్టినవాడూ – అదిన్నీ కొద్దినెలలలోనే – అసమర్థుడనిపించుకుందుకు కారణం ఏమిటి? అతని మీద అవిశ్వాస తీర్మానం తెచ్చి ఎందుకు పడదోశారు? చెప్పు" అన్నారు రెడ్డిగారు.

"అందుకే – అన్న పన్లన్నీ చేసినందుకు. ఎలక్షనులో లక్ష చెప్తారు కాని చెప్పినవన్నీ చెయ్యడం తెలివితక్కువ తనమే. ఏ పనీ చెయ్యకుండా పదవిలో ఉండడమే సమర్థుడి లక్షణం. సుబ్బారావు అసమర్థుడు కాబట్టి చెప్పిన పన్లన్నీ చేసి అయిన వాళ్ళకు హాని చేశాడు" అన్నాడు సుబ్బరాజు.

రామిరెడ్డిగారు లేచివచ్చి సుబ్బరాజు భుజం తట్టి "సెభాష్ వృద్ధిలో వస్తావు" అన్నారు.

సుబ్బరాజు లేచి నిలబడ్డాడు.

"రేపు రా" అన్నాడు రెడ్డిగారు.

★ ★ ★

2 వేట కథ

మర్నాడు సుబ్బరాజు వచ్చి కూర్చోబోతుండగానే రామిరెడ్డిగారు కథ ఆరంభించారు. అనగనగా ఒహా రాజ్యంలో ఒహా తిరుపతయ్య ఉండేవాడు. కొంచెం పొగరు మోతుబరి. ఒహా మారాయన ఆ ఊరి ఇస్కూలు మీదికి షైరెళ్ళాడు. అక్కడ వీర్రాజని ఒక మేష్టరు పిల్లలకు ఆటల్జెబుతూ ఒకణ్ణో దెబ్బ వేశాడు. తిరపతయ్య అది చూసి అదేవిటని మేష్టర్ని గద్దించాడు. మజ్జెన్నీ కేవిటన్నాడా మేష్టరు. తిరపతయ్య మండిపడ్డాడు. వయసు మీదున్నాడేమో ఆ మేష్టరూ గయ్ఁమని లేచాడు. తిరపతయ్య జబర్దస్తీగా ముందుకురికి వీర్రాజు దవడ మీద సాచి కొట్టాడు. దిమ్మ తిరిగిపోయింది. మాటకు మాట ఎదురాడాడు గాని దెబ్బకు దెబ్బ కొట్టే జెబ్బపుష్టి లేదు వీర్రాజుకు. గుడ్లనీరు గక్కుకుని జెమా జెట్టీలా ఉన్న తిరపతయ్యకేసి చూస్తూ నిలబడిపోయాడు. ఇదంతా ఆయన్ను వలసిన ఓ పంతులమ్మ కంటబడింది. ఆవిడ లబోదిబోమని నలుగుర్నీ పిలిచింది. రసాభాసయింది.

ఏదో పాడుకూత గూసుంటాడు. లేకపోతే తిరుపతయ్య వంటి పెద్దమనిషి ఉత్త పున్యానికి చెయి చేసుకుంటాడా అన్నాడొక పెద్ద. తిరపతయ్య ఆ ముక్క దొరకబుచ్చుకుని మర్నాలుగు కల్పించి గొడవ చేశాడు.

నాలుగు రోజులు చర్చలు జరిపాక ఇంత పొగరుమోతు మేష్టరుంటే పిల్లల్చెడిపోతారని చెప్పి అతన్ని తీసేశారు పనిలోనుంచి.

అరోజున వీర్రాజు పగబట్టాడు – తిరపతయ్య మీద. ఓరోజున నీకూ ఉద్యోగం పోగొడతా జూడు అని పట్నం వెళ్ళి అష్టకష్టాలూ పడి ప్రైవేట్లు చెప్పుకుంటూ పైకి చదివాడు. నాలుగేళ్ళ తరవాత ఉద్యోగం సంపాయించాడు. రెవిన్యూ ఆఫీసులో చేరి తిరపతయ్య పొలాల మీద చెక్కింగుకొచ్చి నానా అల్లరీ పెట్టాడు. ఇతనూ వీర్రాజు ఊహ తెలిసి, నీ పన్జెబుతానుండని ఫిర్యాదులు రాశాడు. పని జరగలేదు. ఇలాక్కాదెవారమని ఊళ్ళో నిర్వాకం తండ్రి నెత్తినబడేసి పట్నం వెళ్ళి లంచాలు పెట్టి ఆ ఆఫీసులోనే ఉద్యోగం సంపాయించాడు. వీర్రాజు జాగ్రత్తపడి డిపార్టుమెంటు పరీక్షలు పాసై పై అధికారిగా వచ్చి తిరుపతయ్యను మన్యం బదిలీ చేయించాడు. ఇంకో రెణ్ణెల్లకు అక్కడ తనిఖీకి వెళ్ళి అతన్ని డిస్మిసు చేయించడానికి సన్నాహాలు

చేసుకున్నాడు. తిరపతయ్య భయపడి సెలవు పెట్టి, సెలవు తీరేసరికి మరో ఆఫీసుకు వేయించుకున్నాడు. వీర్రాజు కొద్దికాలంలోనే అక్కడ ఆఫీసరుగా వెళ్ళాడు.

ఇది పనిగాదని తిరపతయ్య ఉద్యోగం వదులుకుని చిన్న వ్యాపారం పెట్టాడు. వీర్రాజు టాక్సు ఆఫీసరుగా తయారయ్యాడు. తిరపతయ్యకి విసుగేసి ఇంటికెళ్ళాడు. ఈడనే ఉంటే సరిగదా వాడెక్కడొస్తాడని అన్నదమ్ములన్నా వినక, వాణ్ణి నిభాయించి నిలబెడతానని పంతంబట్టి తన వాటా భూములు తెగనమ్మి అంకినంత అప్పుజేసి పట్నం వెళ్ళి పెద్ద పరిశ్రమ పెట్టాడు. బాగా డబ్బు గడించి, పలుకుబడి సంపాయించాడు. వీర్రాజు ఉద్యోగం వదులుకుని, ఆ ఫ్యాక్టరీలో వర్కర్ల చేత యూనియన్ కట్టించి నాయకుడయ్యాడు. అతను ఏ అఘాయిత్యం చెయ్యకపోయినా తిరపతయ్య భయపడి మునిసిపల్ ఎలక్షనుకు నిలబడి ఛైర్మనుగా ఎన్నికయ్యాడు. అతన్తో పోటీగా వీర్రాజు నిలబడి ప్రతిపక్షంలో కౌన్సిలర్ అయ్యాడు.

అతని బాధలు పడలేక దినదిన గండాల్లాంటి ఛార్జీలూ, తీర్మానాలూ తట్టుకోలేక తిరపతయ్య పైకి జరిగాడు. ఎమ్మెల్యే అయ్యాడు.

నాలుగేళ్ళ తరవాత వీర్రాజు అంత పని సాధించేసరికి తిరపతయ్య మినిష్టరై కూర్చున్నాడు...

సుబ్బరాజూ, ఇప్పుడు చెప్పు ఓ యేడాది తిరిగేసరికి మొత్తం మీద వీర్రాజు పగ సాధించాడు. తిరపతయ్య పరువుదీసి, పరపతి తిరపతి కంపించి మినిష్టరు గిరీకి రూకలు చెల్లేలా చేశాడు. ఎలా చేశాడంటావు?

"ప్రతిపక్షంలో చేరి దర్యాప్తులు చేసి దుమ్మెత్తి పోశాడా? ఆరోపణలు తెచ్చి నిరూపించాడా? పత్రిక పెట్టి ఏకి వదిలిపెట్టి పరువు తీశాడా? ఎమ్మెల్యే లందరినీ మాయజేసి అవిశ్వాస తీర్మానం తెప్పించాడా? చెప్పు చూద్దాం" అన్నాడు రామిరెడ్డిగారు.

"ఇవేవీ కాదు. ఈ విద్యకి ప్రతి విద్యలు తిరుపతయ్యకూ తెలిసుంటాయి. వీర్రాజు తిరుపతయ్య పార్టీలోనే చేరి, అతనితోనే నేస్తం కట్టి, అన్నిటికీ వంతపాడి నీ అంతవాడు లేడని మెరమెచ్చులు పలికి, పొగడ్తతో నమ్మించి ఉచ్చులో పడేస్తుంటాడు. పొగడ్తలకు పడని వాడుండడు కదా" అన్నాడు సుబ్బరాజు.

రామిరెడ్డిగారు తృప్తిగా నవ్వి "రేపురా" అన్నాడు.

★ ★ ★

3 కర్తవ్యం

మర్నాడు సుబ్బరాజు వచ్చి కూర్చుని ఏదో చెప్పబోయేవరకు, రెడ్డిగారతన్ని చే సైగతో వారించి "ఈ కథ విప్పి ముందు" అన్నారు హుందాగా.

రెడ్నాయుడు కొడుకు రావిసెట్టి కూతురు మీద మనసు పడి, మనువాడతానని ప్రతిజ్ఞ పట్టి, తలగట్టుకు పడుకున్నాడు. తండ్రి ఎంత జెప్పినా వినలేదు. గత్యంతరం లేక నాయుడోనాడు సెట్టి బవంతి కెళ్ళి మెల్లిగా విషయం కదలేశాడు. సెట్టి విరగబడి నవ్వాడు.

"ఒర్లె సంకరమ్మాటటుంచి, అసలు నా అంతస్తేటి, నియ్యంతరవేటి. ఆడేదో కుర్రకుంకడిగాడే అనుకో – నివ్వెట్టా ఒచ్చి నన్నడిగావు. ఇదేం జరిగేదనేనా నీ ఊహ" అవటాని దులిపేశాడు. మాటా మాటా వచ్చింది.

"నీ కత నాకు తెల్దా. నువ్వు మినిస్ట్రుగారి మేనల్లుడి కోసం యగబట్టంలేదా, అది నీకు పయ్యంతస్తుగాదా. నేనే మినీస్ట్రునైతే నివ్విట్టా మాట తూలేవోడివా, ఇష్టం లేదనక ఇయ్యన్నీ ఎందుకెత్తుతావూ?" అని ఎదురు దిరిగాడు రెడ్నాయుడు.

శెట్టి పగలబడి నవ్వి, "నువు మంత్రివైతే నే రాజు నౌతా దానికేటిలే" అన్నాడు.

"అవుతా వవుతా వెందుకవ్వూ. ఈ ఊరు పంచాయితీగా ఏడిసి నన్నాళ్ళు రాజువి నువుగాకింకెవరూ. అదీ చూద్దారెన్నాళ్ళో" అన్నాడు నాయుడు ఉక్రోషంగా.

సెట్టి జవాబు కూడా చెప్పలేదు. పద్దులు చూసుకుంటూ కూర్చున్నాడు. రెడ్నాయుడు ఈ పరాభవం తట్టుకోలేక పోయాడు. కుర్రతన పౌరుషం కమ్ముకొచ్చేసింది.

లేచి గుమ్మందాకా వెళ్ళి వెనక్కి తిరిగి, "నీ కళ్ళెదుట నేను మినీస్ట్రవపోతే ఈ వూరు మునిసిపాల్టీ అయినంతొట్టు" అన్నాడు.

"నా కంటంలో పాణవుండగా అంత పజ్జరగ"దన్నాడు సెట్టి.

"చూడవుతానో కానో" అన్నాడు నాయుడు.

"నీసంగతి నాకేటి మద్దన, మున్సిపాల్టీ మాట జెబుతున్నా, కావలిస్తే ఊరు చుట్టూ కందకం తవ్వించి కోట గోడలు కట్టేసి పెరక్కుండా చేస్తాగానీ దీన్ని మున్సిపాల్టీ జేయనివ్వను" అన్నాడు సెట్టి.

మాట సాంతం వినకుండానే వెళ్ళిపోయాడు నాయుడు. విశ్వామిత్రుడిలా తానూ ఓ ప్రతిజ్ఞ పట్టాడు మినిస్టరనిపించుకోవాలని.

లోగడ కొన్నాళ్ళు రాజకీయాల్లో తిరిగి చెయి గాల్చుకు ఒళ్ళు పసిలేక తగ్గిపోయాడు. ఇన్నాళ్ళకు తిరిగి పౌరుషంగా రచ్చకెక్కాడు.

పన్జరగడానికి ముందు పార్టీలో చేరాలి. పార్టీలు మూడున్నాయి గాని ఛాన్సున్నవి రెండే. క, ఖ అనుకుందాం. రెంటిలోనూ ఎక్కువ ఛాన్సున్నది ఖ అని తేలింది. అందులో పెద్ద తనక్కావలసినవాడు కూడా. లోగడ తనవల్ల ఉపకారం పొందాడు. ఇప్పుడు బాగా పెద్దవాడు.

వెళ్ళి మాటాడాడు. కడుపులో ఊహలు ముందరే వెళ్ళబోసుకోడం లౌక్యం, రాజకీయం గాకపోయినా, ఉండబట్టలేక సంగతంగా చెప్పేశాడు.

"దానికేం? చూద్దాం. కాని ఖర్చు తడిసి మోపెడవుతుంది. పంచాయితీ మునిసిపలు ఎన్నికలున్నాయి ఎదర. ఇపుడు వీటికి కొంత డబ్బెట్టి సాయంచేస్తే ఆకట్టుకోవచ్చు. అది జరిగితేగాని ఆనక మన మొఖం జూసేవాడుండడు మరి" అన్నాడు నాయకుడు.

"సరే" అన్నాడు నాయుడు మర్నాడొచ్చి.

నాయుడేమంత లేనివాడు కాడు. ఇతగానికన్న సెట్టిదొక్క అంతస్తే ఎక్కువ. అతని మేడకి రెండంతస్తులున్నాయి. ఉన్నంతలో పుట్టించగలిగినంత పొగేసి, కొంత తెగనమ్మి సిద్ధపడ్డాడు నాయుడు యుద్ధానికి. అక్కడి నుంచి ఊహా ఇంటికొచ్చేవాళ్ళూ, పోయేవాళ్ళూ, ఊళ్ళు తిరగడాలూ, మీటింగులూ, ఒత్తడాలూ, తడపడాలూ, పత్రికలూ, రాతలూ, కోతలూ, కూతలూ, వెవహారం అంతా మూడో కాలంలో పడింది. గ్రూపులు కలుస్తున్నాయి. విడుతున్నాయి. నాయుడు ఒక చదువుకున్నాయన్ను కుదుర్చుకుని మంచీ, చెడ్డా, శాస్త్రం, పార్టీ, కథా కమామీషూ నేర్చుకున్నాడు. ఆట, పై యాట, పట్టూ విడుపూ, కుడీ ఎడవా – అన్నీ తన నాయకుడి దగ్గర నేర్చుకున్నాడు. అన్నిటికీ నాయకుడే గురి, ఆయన గీచిన గీటు దాటకుండా నడుచుకున్నాడు. పేరు పేపర్లలో తరచూ పడుతూంది.

ఒకసారి ఒక డెలిగేషనులో చేర్పించాడు నాయకుడు – ఓసారెళ్ళిరా నాయుడూ, పొరుగుదేశం వెళ్ళొస్తే ప్రిస్టీజి పెరుగుద్ది అన్నాడు. నాయుడు వెళ్ళాడు.

ఆరువారాల తరవాత తిరిగొచ్చేసరికి కథ అడ్డం తిరిగింది. పార్టీలో చీలికలొచ్చాయి. క పార్టీ జనం కొందరు ఖ లో కలిశారు. ఖ వాళ్ళు క లో కలిశారు. కొందరు ఎటూగాక మూడో పార్టీలో చేరారు. కొందరు నాలుగోది కట్టుకున్నారు. నాయుడు పార్టీ ఆఫీసు కెళ్ళేసరికి నాయకుడు లేడన్నారు. అతన్ని దుమ్మెత్తి పోశారు. భ్రష్టుడు దుష్టుడు ద్రోహి వెళ్ళి అందులో కలిశాడన్నారు.

రెడ్నాయుడికి దారి తోచలేదు. తిన్నగా ఇంటికెళ్ళిపోయాడు – ఎవణ్ణి సలహా అడిగితే ఏమవుతుందోనని. అతన్ని ఒక సమస్య పట్టుకుంది. తను ఇన్నాళ్ళూ ఉన్న పార్టీలోనే ఉండడమా? లేక నాయకుడు కొత్త దాంట్లో చేరాడు గాబట్టి తనూ అందులోకే వెళ్ళడమా? నాయకుడి తెలివితేటల మీద, రాజకీయంలో ఉండే ప్రజ్ఞ మీద తనకు ఎంతో గౌరవం. ఆయన పద్ధతులు మంచివి. వాటివల్ల దేశానికీ మేలు కలుగుతుంది... మరి ఇన్నాళ్ళూ ఆయన నడిపిన పార్టీ కూడా మంచిదే. ఆయన పద్ధతులేగదా అదీ అనుసరించింది? తనేం చెయ్యాలి. ఎవరితో కలవాలి? ఇదీ చిక్కు.

☆ ☆ ☆

"సుబ్బరాజూ. నువ్వు గట్టివాడవైతే ఈ చిక్కు విప్పాలి. నువ్వే నాయుడివైతే ఏం చేస్తావు? చెప్పు?" అన్నారు రెడ్డిగారు కథ ఆపి.

"పార్టీ లక్ష్యాలు, దేశం మేలుకన్న మినిస్టరవడం ముఖ్యం. పార్టీ ఏదైనా చేస్తాననే దాకటే. ఎవరు చేసినా మానినా జరిగేదెలాగూ జరుగుతుంది. దేశంలో పన్లూ పార్టీ పాలిసీలనుబట్టి కాదు; మనుషుల పాలిసీలను బట్టి జరుగుతాయెప్పుడూ: అందువల్ల నాయుడు ఇలాగే ఆలోచించి ఉంటాడు. ఇకపోతే శరీరంలో తలను ఉత్తమాంగం అన్నారు. పార్టీలకీ అంతే. నాయకుడు ముఖ్యం కాబట్టి రెడ్నాయుడు పార్టీల వెంటగాక, తనకి ఆసరా ఉండి ఆదుకుంటున్న నాయకుడితోనే కలిసి ఉంటాడు. అతనే పార్టీ అయితే తనూ ఆ పార్టీయే కావాలి. అదే లాభసాటి. అదే జరగాల్సింది. అదే జరుగుతున్నది" అన్నాడు సుబ్బరాజు.

రెడ్డిగారు చుట్టపారేసి తల దాటించి వెనక్కు తిరిగి వెళ్ళిపోయారు.

★ ★ ★

4 ఓటరు నవ్విన కారణం

మర్నాడు సుబ్బరాజు రాగానే రామిరెడ్డిగారు కథ వంటి కథ చెబుతా విను అని ఆరంభించాడు.

అనగనగా రెండు రాజ్యాలు. ఒకదాని పేరు శబ్ద రాజ్యం. రెండోది నిశ్శబ్ద రాజ్యం. దీనికి ఆ రాజ్యం వారీ పేరు పెడితే, దానికి ఈ దేశం వారు ఆ పేరు పెట్టారు. అసాధ్యపు విషయం అందిస్తానని ఆశపెట్టి, అందినట్టే నమ్మించి, దాని చుట్టూరా కవిత్వం పైత్యం అల్లి, ఊహూ సొద చేస్తారని, అందువల్ల అది శబ్ద రాజ్యమనీ, నిశ్శబ్ద రాజ్యం వాదం. మీ దేశంలో గుప్‌చిప్‌గా ఉంటారు గాబట్టి మీది నిశ్శబ్ద రాజ్యం అన్నారు వీరు. మీది ఒకటే పార్టీ. రెండో అభిప్రాయం లేదు అని ఎత్తి పొడిచారు. మీదీ అంతే. అభిప్రాయం ఒకటే కాబట్టి పార్టీలు రెండైనా ఒకటి కిందే లెక్క. మళ్లీ మూడోది రాకుండా కట్టుదిట్టం చేసి ఇంకోదానికసలు ఆస్కారం లేనట్టు అభినయిస్తారు. మీవి రెండు పార్టీలయినా వాటి తాత్పర్యం ఒకటే. కాళ్లా గజ్జా కంకాళమ్మా వేగూ చుక్కా వెలగా మొగ్గా మొగ్గా కాదూ నూతికి నీరూ నీరూ కాదూ నిమ్మలవాయా..., ఆట ఆడి ఏది మంచిదో తేల్చుకోవచ్చు అంటూ ఇవతలి వాళ్ళు దెప్పిపొడిచారు.

ఒకటి మాత్రం రైటే. ఆ రెండు పార్టీల్లో పేర్లను తప్పిస్తే పెద్ద తేడా ఉండదు. ఒక పార్టీలో రెండు గ్రూపుల్లాంటివవి. ఒకటి 'క' మరోటి 'ఖ'. రెండింటా దుర్మార్గులూ, సన్మార్గులు కూడా ఉన్నారు.

ఒకసారి ఒక వాడలో ఎన్నికలు వచ్చాయి. క, ఖ పార్టీల టిక్కెట్లు కొని ప్లాటుఫారం ఎక్కిన అభ్యర్థులు ఎవరికీ ఎవరూ ఎందునా తీసిపోనివారే. ఇద్దరూ ఆఫీసులో కుర్రాళ్ళుగా జీవితం ఆరంభించి కంపెనీల డైరెక్టర్లుగా వృద్ధికి వచ్చి రాజకీయాల్లోకి దిగజారిపోయారు. పంచవర్ష ప్రణాళికలు వేసుకుని వంతుల ప్రకారం వోసారి వారూ, వోసారి వీరూ అన్నట్టు పదవి కెగిరి ఉట్టికొడుతూ తొలి ప్రణాళికలో వ్యావసాయకాభివృద్ధి, రెండవ దానిలో పారిశ్రామికాభివృద్ధి, మూడవ దానిలో వర్తక వాణిజ్యాభివృద్ధి, నాలుగవ దానిలో అధికార సామ్రాజ్యాభివృద్ధి సాధించుకున్నారు – సొంతానికి.

ఎక్కువ డబ్బు గడించారన్న నెపంతో పన్నుల భారం కొద్దిమంది నెత్తిన వెయ్యడం

భావ్యం కాదని వాదించి, ఉత్తరోత్తరా తమ మునిమనవలు గడించే దాని మీద కూడా అట్టే పన్ను పడకుండా కట్టుదిట్టమైన చట్టాలు తెచ్చారు. సామాన్య పౌరులుగా, వర్తకులుగా, ఉన్నకాలంలో నూరింట యాభైపాళ్ళు ఆపైగా రాజావారి ఖజానాకిస్తే, ఇప్పుడు చట్టాలకు చుట్టుతిరిగి దోబూచులాడించడం ద్వారా నూటికి ఐదు వంతుల పన్నుతో సరిపెట్టడం మరిగారు. ఊరందరికీ మప్పారు. ఆ విధంగా వారిద్దరికీ ఆ వాడలో చాలామందికి ఎంతో బుణపడి ఉన్నారు. 'దొంగాట' ఆడటంలో ఒడుపులు తెలియడమే ప్రజాస్వామ్యంలో తాత్పర్యం అన్న ధర్మాన్ని ప్రతిష్ఠించారు. అందువల్ల తప్పు చెయ్యడం తప్పు కాదనీ, దొరికిపోవడమే తప్పు అనీ, చేతకానివాడు ఆటలో ఉంటే ఆట చెడుతుంది కాబట్టి వాణ్ణి ఖైదులో దాచేసి ఆటచూస్తూ కొత్త ఒడుపులు ఆలోచించుకుందుకు సావకాశం కలిగించాలనీ, ఇలా అందరికీ సమానావకాశాలు కలిగించడమే ఈ వ్యవస్థలో గొప్పదనమనీ శాస్త్రం ఏర్పరచారు. దాన్ని చట్టాల మీదకు వ్యాఖ్యానాలుగా రూపొందించి చక్కగా విషయం ప్రస్తరించారు.

ఈ విద్యలో దీని ప్రయోగంలో ఆ ఎన్నికకు నిల్చిన అభ్యర్థులిద్దరికిద్దరూ ఘనులే. అందువల్ల ఎవరికి ఓటు చెయ్యాలీ అన్నది అక్కడి ప్రజలు ఓ పట్టాన తేల్చుకోలేక పోయారు. లాటరీలు వేసుకునీ, కండచీమల చేత ఏదో ఒక చీటీ ముట్టించీ, కాళ్లాగజ్జా కంకాళమ్మా ఆడీ, రెమ్మలు పట్టుకునీ "ఐ లైక్ యూ, ఐ లైక్ యూ నాట్" అంటూ ఒక్కొక్క ఆకే తుంచేసే దొరల పద్ధతి మీద ఎవరికి ఓటు వెయ్యాలీ, ఫలానా వాడికి వెయ్యాలా కూడదా అనే మహా సమస్యను పరిష్కరించుకోసాగారు. ఈ లాటరీ పద్ధతి మీద నమ్మకంలేక సొంతంగా ఆలోచించాలని సరదాపడ్డ జనులు తమచేత 'ఆలోచింపజేయడానికి' సైకాలజిస్టులు – అంటే మనస్తత్వం గ్రహించి మన మనసులో మాట ఏమిటని తమ మనసులో తోచిందే చెప్పి ఒప్పించే ఇంద్రజాలికుడన్నమాట – వాళ్ళ దగ్గరకెళ్ళారు. మళ్ళీ పాపం ఆ ఖర్చు మీరేం పెట్టుకుంటారని, ఎన్నికల అభ్యర్థులే సొంత ఖర్చు మీద వీధివీధినా సైకాలజిస్టు షాపులు తెరిపించి ఉచిత వసతి ఏర్పరచి వాళ్ళద్వారా నిర్ణయం చేయించారు.

ఇవన్నీ చూసి ఈ పద్ధతులు అనుసరించడం, వసతులు వాడుకోవడం చేతగాక తికమక పడుతున్న బి.సి పౌరుడొకడు ఎటూ తేల్చుకోలేక ఇంట్లోనే ఉండిపోయాడు. అవతల పోలింగుకు వేళ పూర్తి కావచ్చింది. ఊళ్ళో పిల్లా మేకా అంతా ఓట్లు వేసేశారు. అప్పటికి తేలిన లెక్కలు చూడగానే అంతా హాహాకారాలు చేశారు. అభ్యర్థులిద్దరికీ చెరి సమానంగా పడ్డాయి ఓట్లు, ఎవరు గెలిచినట్లు? ఎవరికీ ఏమీ పాలుపోలేదు. ఇంత ప్రయాసా, ఇన్ని లక్షల ఖర్చూ దండగ అయిపోతుంది. ఓటువేసిన వారెవరైనా ఉపసంహరించుకొంటే బాగుండునని తోచింది. ఇంకో గంట టైముందనగా తిరిగి ప్రచారం సాగింది. ఉధృతంగా, ఓసారి మీ ఓటు నాకు వెయ్యండి, నేను మీకు ఫలానా పన్లు చేసి పెడతాను. విదేశాంగ శాఖలో ఉద్యోగం వేయిస్తాను. అందులో మీరు గిట్టని వాళ్ళుంటే వాళ్ళను బర్తరఫ్ చేయిస్తాను. నా ప్రత్యర్థికింత ప్రజ్ఞ లేదు అనే ప్రచారం బదులు కొత్త నినాదం ఆరంభమైంది. వాడికేసిన ఓటు లాగేసుకోండి, తూ నా భొడ్డు అనండి. మీలో ఏ ఒకరైనా మీది లొసుగు ఓటు అని ప్రకటించండి. నిన్న రాత్రి మూడు ఖూనీలు చేశాననండి. చెప్పరాని పార్టీ మనిషిననండి. విదేశవాళీ

గూఢచారి ననండి. మీరు ఓటేసిన వ్యక్తి ఎంత దుర్మార్గుడో మీకు బొత్తిగా తెలీదు. వాడింట్లో పెద్ద కుక్క వుంది మీరు అక్కడికెళ్తే కరుస్తుంది... అఁ! మా కుక్కా! మా కుక్కను గంటలో చంపేస్తానుగా! లేదా పళ్ళు పీకించేస్తాను... అసలు మీరు ఓటేసిన వాడివి కట్టుడు పళ్ళు మీకు తెలుసో తెలీదో. అంతెందుకూ వాళ్ళింటోకెళ్లి ఆ పుస్తకాలు ఓసారి చూస్తే సరి – వాడికి ఓటు వేయడం ఎంత పొరబాటో, ఎంత దేశద్రోహమో మీకే తెలుస్తుంది. అసలు వాడి ఆస్తెంత. అన్నీ కలిపి పాతిక కార్లు లేవు. వంద మేడలు లేవు. లక్ష ఎకరాల మించి భూమి లేదు. అంతా హంగు బోలెడున్నట్టు. అంచేత ఎలాగైనా వాడికి మీరు వేసిన ఓటు ఉపసంహరించుకోండి... అంటూ శతకోటి విధాల ప్రచారం చేశారు. పోలింగుకు ఇంకో పది నిమిషాలు టైముందనగా హఠాత్తుగా తెలిసింది – ఒక దౌర్భాగ్యుడు, మూర్ఖుడు లేదా ఒక జీనియస్, ఒక దేశరక్షకుడు, ఒక మహా పౌరుడు ఇంతవరకూ ఓటు వెయ్యలేదని తెలిసింది. అతను ఎటూ తేల్చుకోలేక గోళ్ళు తినేస్తున్నాడనీ ఇంకాసేపుంటే వేళ్ళు తినేస్తాడనీ అనక ఓటు కాయితం పట్టుకుందుకు వేళ్ళుండవనీ త్వరగా వెళ్ళి వాణ్ణి కేకేసుకొచ్చి ఓటు వేయించాలనీ అన్నారు. అయితే కాసేపు ఆగుదాం. 'మొండి చేతులతో ఓటు వేసిన పౌరుడు' అని డ్రమెటిక్‌గా ఫోటోలు తియ్యొచ్చు అన్నారు పత్రికల ఫోటోగ్రాఫర్లు, ఎడిటర్లు కూడా వాళ్ళను బలపరచి సంపాదకీయాలు రాశారు. లిప్‌సర్వీస్‌మెన్ పుంజుకున్నారు. ఈ ధోరణిని హేళన చేస్తూ బ్రిటన్ వ్యంగ్య వ్యాసాలు ప్రచారం చేసింది. అక్రూరసమితి ఊరేగింపు జరిపింది – ఆ వోటరుచేత గోళ్ళూ వేళ్ళూ తిననివ్వడం ఘోరమని. పౌరహక్కుల సమితి మేలుకుని నిరసించింది – ప్రతివాడికి తన గోళ్ళూ వేళ్ళూ కొరుక్కు తినే హక్కు ఉండాలి, అది ఓటింగు మీద అతని అభిప్రాయం ప్రకటించడం కిందకి వస్తుంది. కాబట్టి రాజ్యాంగ రీత్యా అభిప్రాయ స్వాతంత్ర్యం రక్షించాలని వాదించింది. గోళ్ళు – రాజ్యాంగం అనే గ్రంథం త్వరలో ప్రకటిస్తున్నట్టు ప్రకటించింది. పాక్ అధ్యక్షుడు అమెరికా ఇండియాకు తోడ్పడరాదని తీవ్రంగా ప్రకటన చేశారు. రాజాజీ స్వతంత్ర పార్టీ లక్ష్యాలను వివరించారు. ఈ లోపల ఎన్నికల అభ్యర్థులు, వారి మందీ మార్బలం ఆ ఓటరు ఆచూకీ కనుక్కుని వెళ్లి అతన్ని మోసుకు వచ్చేశారు పోలింగు బూత్ దగ్గిరికి. వెయ్యి ఓటు వెయ్యి అన్నారు. ఇద్దరూ తుదిసారిగా చెరొక నిమిషం తమ శక్తిని, వాగ్ధాటిని, బుర్రను వాడేసి ఇరవై సెకండ్లలోనూ అరవై రోజుల ప్రచారసారం ఇమిడ్చి మాట్లాడారు – ఓటు ఎదటి వెధవ గారికి ఎందుకు వెయ్యరాదో వివరిస్తూ, చివరికి ఉభయపక్షాల తరపునా గొప్ప పదవులలో ఉన్న పెద్ద నాయకులిద్దరి చేతా ఇద్దరికిద్దరూ ట్రంకు టెలిఫోన్లు తెప్పించి వాటి ద్వారా ఓటరుకు చెప్పించారు.

ఓటరు బాలట్ కాగితం పట్టుకుని ఒకసారి కళ్ళు మూసుకున్నాడు నీరసంగా. తరవాత భోరున ఏడ్చాడు చొక్కా తడిసిపోయేలా. ఉత్తర క్షణంలో ఆనందంతో నవ్వాడు. ఉత్సాహంగా లోపలకెళ్ళి ఇట్టే ఓటు వేసి చక్కా వచ్చాడు.

"సుబ్బరాజా! ఆ వోటరు ముందర ఎందుకు ఏడిచాడు? తరవాత ఎందుకు నవ్వాడు? ఏమిటా కులుకు? ఎందుకా ఆనందం? చెప్పు చూతాం" అన్నారు రెడ్డిగారు కథ ఆపి.

"అసలు ఈ ఎన్నికలలో స్వతంత్రం అనేది చాలా కొద్ది. ఓటరు తనకు నిజంగా యోగ్యుడు అని తోచిన వాడికి ఓటువేసే అవకాశం లేదు. అంగబలం, అర్థబలం, ఉండి పోటీకి నిలబడ్డ వారిలో మాత్రమే తనకు నచ్చిన వాడిని ఎన్నుకోవచ్చు. ఎవడూ నచ్చకపోతే తన అభిప్రాయం చెప్పే అవకాశం లేదు! ఎందుకూ...

ఈ ఎన్నికలలో ఇద్దరూ మహా దుష్టులే అయినా తాను ఓటు చేసి తీరాల్సిన దుర్గతి పట్టినందుకు అతను ఏడిచాడు. పోతే –

"ఇద్దరు వధవల్లోనూ తన ఓటువల్ల ఎవరో ఒక్కడు మాత్రమే ఎన్నిక అవుతున్నాడు కదా అని ఆనందంతో ఉప్పొంగిపోయి పకాలున నవ్వాడు" అన్నాడు సుబ్బరాజు.

"ఇంతకూ ఆ వోటరు మీదా, వాడి ఊహ మీదా నీ అభిప్రాయం ఏమిటి?" అన్నాడు రెడ్డిగారు తువ్వాలుతో ముఖం మీద పొయ్యని చెమటా, పోసిన అభిప్రాయాలూ తుడిచేసుకుంటూ.

"వాడు వట్టి మూర్ఖుడు. బి.సి. మనిషి. ఇలాంటివాడ్ని ఏ అండమాన్సో, సైబీరియానో తోలెయ్యాలి" అన్నాడు రాజు.

★ ★ ★

5 అనగనగా ఒక చేప

మర్నాడు సుబ్బరాజు రాగానే రామిరెడ్డిగారు ఆప్యాయంగా రమ్మని కూర్చోబెట్టి మినప సున్ని ఉండలు, మంచితీర్థం, పాలు తెప్పించి "భోం చెయ్యండి" అన్నాడు.

"ఎందుకండీ" అన్నాడు సుబ్బరాజు.

"మరేం లేదు, ఈ కథలు చూశావూ, ప్రతిదీ ఒక్కలాటి వాక్యంతోనే ఆరంభమవుతోందిట. రాసేవాడొకటే గోల. బాబ్బాబు రాగానే కథారంభించకండి. ఇంకేదన్నా చెయ్యండని దేవుళ్ళాడాడు నిన్న రాత్రిటేపొచ్చి. ఆ మాటారైటే అనుకో. అందుకుని ఇవాళిలా మొదలెట్టాను. నువ్వా మనసులో పెట్టుకో. రేపెలక్షను ప్రచారం చేస్తావు గదా. ఏ సభ కెళ్ళినా చెప్పేవి ఆ నాలుగబద్ధాలే అయినా ఆ సభలో వాళ్ళిక్కడుండర్లే అని గ్రాంఫోను ప్లేటులా మాట్లాడబోకు. అటు దిటూ ఇటుదటూ మారస్తా ఉండాలి. ఈ సభలో జనం అందరూ ఇంకో దానికి వస్తారా అనమోకు. అంద్రాకపోయినా అందరి పెట్టూ కొందరుంటారు. అప్పోజీషను మనుషులను, పత్రికల రిపోర్టర్లను లవుడు స్పీకరాళ్ళను, 'ఈడికి పాడిందే పాటలే' అని ఊరంతా పాడి పేరు కరాబు చేయడానికి అళ్ళు చాలు. పయిగా ఆ రిపోర్టర్లున్నారే మా జాగ్రత్తగా ఉండాలి అదే పాట ప్రెచ్చోటా పాడావని పసిగడితే ఇహ ఈ ఉపన్యాసాలు పేపర్లో బడవు, ఒకటి రాసి పంపేసి, 'మిగతావన్నీ ఇంతే' తారీఖు ఊరుపేరు మార్చి అచ్చు కొట్టండి. కావాలంటే ఆ కాస్త మొదట్లో సదరండి అని రాసేస్తాడు ఆ పత్రికాఫీసుకు. అంచేత ఎచ్చరిగ్గా ఉండాలి. నీవంటోడే ఒక రాజుగారు పార్లమెంటెలక్షను టూరు చేశారుట. ఆయన కూడా తిరుగుతున్న రిపోర్టు ఆశ్చర్యపడుతూ 'అయ్యా! రాజుగారూ! మీలాగా మాటాడేవాణ్ని నే చూళ్ళేదండీ. ఈ మూడు రోజుల్లోనూ మీరు మొత్తం 27 ఊళ్లు తిరిగి 38 ఉపన్యాసాలిచ్చారు దెల్సా' అన్నాట్ట. రాజుగారు దగ్గరెవరూ లేకుండా జూసి నవ్వి, 'యెర్రిమొకవా నేను 38 ఉపన్యాసాలివ్వలేదోయ్. ఒకటే ఉపన్యాసాన్ని 38 సార్లు వల్లించానోయ్' అన్నాట్ట. ఈడు జెప్పేదాకా ఆడు కానుకోనేలేదు. అంత రంజుగా జెప్పాడు, అద్గదీ కథ. ఆరగింపయిందా, ఇహ నాలకింపా రంభించుకో" అంటూ కథ మొదలెట్టాడు రెడ్డిగారు.

అనగనగా ఓ మంత్రిగారు. ఆయనోమారు ఒక గడుసు బిల్లు తయారుచేసి దాన్ని

చట్టం కడదామన్నారు. దాంట్లో చాలా లిటికేషన్ ఉంది. అయినా లోపాయికారీగా నలుగుర్నీ మంచి చేసుకుని దాన్ని సభకెక్కించారు. గిట్టని వాళ్ళు రచ్చకిలాగి సెలక్షను కమిటీ వేదామన్నారు, వేశారు. అపోజిషన్ వాళ్ళకేగాక, అయిన వాళ్లలో కూడా అందరికది నచ్చలేదు. వాదోపవాదాలు జరిగాయి. ఓటు కొచ్చింది బిల్లు. కమిటీలో చీలికలొచ్చాయి. బిల్లు కన్నతండ్రి నలుగురికీ నచ్చజెప్పి మెజారిటీలో ఓట్లు – ఒక్కటే అనుకో – అకట్టుకున్నాడు. కాని తీరా ఓటింగ్ అయ్యేసరికి ఆ ఒక్కటే ఎదురు తిరిగిపోయింది. బిల్లు వద్దంటే వద్దన్నారు. ఆయనకి దుఃఖం వేసింది. ఆ రాత్రి చాలా మధనపడి, దగా చేసిన ఓటును జూసి, "ఓటూ! ఓటూ! నివ్వెందుకు పండలేదే?" అన్నాడు. ఓటు పకాలున నవ్వింది. 'దేవరా! ఈ ప్రశ్న నన్నడిగితే అడిగావు గాని ఇంకెవర్నీ అడక్కు. ఇప్పుడడిగితే అడిగావుగాని ఇంకెప్పుడూ అడక్కు. కొన్ని విషయాలు మరీ అవసరమయితే తప్ప అరా తీయరాదు. తీస్తే అనక విచారిస్తావు. ఓ కథ చెబుతాను విను' అంటూ ఆరంభించింది ఆ ఓటు.

'దేవరా! వెనకటికో మంత్రి గారుండేవారు. ఆయన ఓనాడు భోజనానికి కూర్చున్నాడు. మాంసాహార శాకాహారి. చేపల కూర వడ్డించారు. ఓ ముక్క ఇట్టే నోట్లో వేసుకుని అట్టే ఉమ్మేశాడు. అది ఉడకలేదు. వంటమనిషిని కేకేసి ఏమిటిది అని గద్దించారు మంత్రిగారు. ఏడు చేపలు కొన్నామండి, ఎండేశాం. ఒకటి – ఇదేకామోసు – ఎండలేదు. ఆరేశాను. కాని చాలదనిపించి కూర దింపే ముందు దీన్ని పడేశాను అన్నాడు. మంత్రిగారి కిందులో ఏదో కుట్ర కన్పడింది. ఇది ఎంచేత ఎండలేదు? మిగతావన్నీ ఎండినపుడు దీనికేం రోగం? ఇదేం అసెంబ్లీ అనుకుందా? మునిసిపల్ కవున్సిలనుకుందా? ఇండిపెండెంటు మెంబరనుకుందా' అని కోప్పడ్డాడు.

"చేపా చేపా ఎందుకెండలేదు?" అన్నారు లాలనగానే.

చేప ఏమంత చదువుకోలేదు. రాజకీయాల సంగతి ఎరగదు. సామాన్య పౌరుడులాటిది. పోలీసువాడొచ్చి 'ఎడంకాలు ముందేసి కుడికాలుతో తరవాతడుగేస్తావేం? అఁ' అంటే భయపడి "చిత్తం కుడికాల్లో ముల్లు గుచ్చుకుందండి" అని చెప్పే రకం. అంతే తప్ప పౌరహక్కుల గురించి మాట్లాడ్డం రాదు.

"గడ్డిదుబ్బు అడ్డొచ్చిందండి" అంది చేప ఇంకేం తోచక.

మంత్రిగారు ఆరోజు ఐదారు పార్టీల కెళ్ళొచ్చినందువల్ల ఆకలి అట్టే లేదు. అందుకని ఈ సంగతి విచారించాలని తోచింది. వెంటనే అందుకు ఉద్యమించారు భోజనానికి కాసేపు అడ్జర్నమెంటు వేసి.

"దుబ్బా, దుబ్బా, ఎందుకడ్డొచ్చావ్?" అని అడిగారు.

"ట్రాక్టరు మిషనువాడు అన్నిటినీ కొట్టేసి నాదాకా వచ్చి ఎందుకు మానేశాడో కొట్టడం?" అంది దుబ్బు.

"ట్రాక్టరు మిషనువాడూ, ట్రాక్టరు మిషనువాడూ, దుబ్బు నెందుక్కొట్టలేదూ?"

"ఆ భూమి బంజరు దన్నారండి. సాగుకి లాయకీ జేసి అక్కడేదో ఫారం బెట్టాలని ఆఫీసు వాళ్ళు దాన్ని సదును చెయ్యమని పంపారు. చేస్తుండగా అది రాజకీయ బాధితుడెవరికో శాంక్షనై పోయిందని టెలిగ్రామొచ్చింది. పని ఆపెయ్యమన్నారు. అప్పటికీ దుబ్బుదాకా వచ్చాను. మానేశాను. ఇపుడు ఆఫీసులో నా మీద ఇంక్వైరీ

కూడానండి. ఎవరికో ఇచ్చిన భూమిని నువ్వెందుకు సాగుచేసావు? నీకొకరోజు జీతం తెగ్గోస్తాము, మిషిను అనవసరంగా వాడినందుకు జుల్మానా అని అన్నారండి. మీ రెల్లమంటే ఎల్లా, నాకివన్నీ ఏం తెలుస్తాయి అంటే... వింటంలేదు... ఇపుడు కొత్త కామందు ఆ భూమికి రైతుని పెట్టాడు. ఆడూ ఇంకా పన్లోకి రాలేదు" అన్నాడు ట్రాక్టరువాడు.

"రైతూ, రైతూ, నువ్వెందుకు పన్లోకి రాలేదు?"

"ఏది బాబయ్యా, కవులు కాయితం రాయందే. ఆళ్ళు రాజకీయ నాయకుళ్ళండి. కవులు కీగూడదు గావాల. ఇచ్చినా దున్నే ఓడిదే భూమని చట్టం వస్తుందంటగా! బయ్యం అందుకని. ఆరు చెన్నపట్నానున్నారు. తర్లొచ్చాక దగ్గరుండి చేయిస్తారట. ఇందాక ఆ జాడ తెల్లేదు. చేస్తే ఈ పాటికి నాలుగు పంటలు తిరిగేవి. కాలవ కింద భూమయింది గదా" అన్నాడు రైతు.

"రా. బా. రా. బా! నువ్వెందుకొచ్చి భూమి బాగు చేయించలేదు?"

"అయ్యా, వాక్యాలు సరిగా రానీయండి. నేనూ రాజకీయాల్లో తిరిగేవాణ్ణే. నేను ఒచ్చానని, ఒచ్చి, కూడా భూమి బాగుచేయలేదనీ ధ్వని వచ్చేలా మీరు సెలవిస్తున్నారు. అది తప్పు. నేను ఇంకా మెడ్రాసులోనే ఉంటున్నాను. అటేపొస్తే ఒచ్చాక ఆ పని చూస్తాను. అసలు దాని మీద శిస్తు సంగతి ఇంకా తేల్లేదు. కాలవపడింది కాబట్టి మాగాణి రేటున కడతామంటున్నారు. అదలా ఉండగా మేము కుటుంబంగా వెళ్ళిపోయి కూచుంటే ఇందరికీ అది చాలదు. దాని క్యాసిన్ని ఉద్యోగపురాళ్ళు తోడుండాలి. మా వాడిని ఆ ఊరు బదిలీ చేయించుకుందామని చూస్తున్నాం. ఆ సెక్రట్రీ ఎంతకీ బదిలీకి ఒప్పుకోవటం లేదు" అన్నాడు రా.బా. గారు.

"సెక్రట్రీ, సెక్రట్రీ ఎందుకు బదిలీ చెయ్యవూ?"

"బలేవారండి మీరు. మీ మినిస్టర్లని చూస్తే మా సెక్రట్రీల కిందుకే ఒళ్ళు మండుతుంది. ఏ విషయం పూర్వాపరాలేమిటో మీకు తెలీదు. పైగా అదిలా చెయ్యి. ఇదలా చెయ్యి అని జులుం చేస్తారు. మీకేం నాలుగేండ్లుండి పోతారు. మాకిది యావజ్జీవం ఉండేది. మీ రడిగిన కుర్రాడు బదిలీ వొద్దు మొర్రో అంటూంటే, మీరొచ్చి వాణ్ణి పాపం ఎందుకు బదిలీ చెయ్యవంటారు. ఏమిటిది?" అన్నాడు సెక్రటరీ వినయం ఉట్టిపడుతూ.

"కుర్రాడా? కుర్రాడా? ఇది నిజమేనా? నువు బదిలీ ఒద్దు మొర్రో అంటున్నావా? ఎంచేత?" అని అడిగాడు మంత్రిగారు.

"అయ్యా, ఈ ఉద్యోగం దొరకడానికి పడ్డ యాతన మీకేం తెల్సు? ఆ సెక్రట్రీకేం దెల్సు? దీన్ని ఆర్నెల్ల జీతం పెట్టి కొన్నాను, ఒకరి ద్వారా. నెలనెలా సగం జీతం ఇచ్చుకుంటున్నాను. వచ్చే నెల బాకీ తీరుతుంది; మళ్ళీ మా నాన్నతో అనేరు. ఆయన చాదస్తుడు. లోగడ తను చేసిన త్యాగానికీ దేశ సేవకీ మెచ్చి విశ్వాసం కొద్దీ ప్రజలూ సర్కారు వారూ నాకీ ఉద్యోగం ఇచ్చారని ఆయన నమ్మకం. లంచాలివ్వడం పుచ్చుకోవడం పనికిరాదంటారు. ఇవ్వకా పుచ్చుకోకా ఇంకేం చేస్తారు? లంచాన్ని దాచుకుంటారా? ... అయ్యా, నేనున్నది కామధేనువు లాంటి ఉద్యోగం. మాగాణి పొలంలాంటిది. ఏగాణి డబ్బు వస్తే ఇందులోనే రావాలి.

దీన్నొదులుకుని బంజరు భూములు దున్నుకుందాం రమ్మంటాడు ముసలాయన. అయనకేందెల్సు? పై యేటికి వస్తాంలెండి. రెండు పెద్ద కేసులున్నాయి. వాట్లో బాగానే దొరికేట్టుంది. అదొస్తే మా ఊళ్ళో ఇళ్ళు కట్టుకుంటాం. ఒకదాంటో వేలంపాట బాగా సాగుతూందింకా! పైపాట పాడేవాడు తాలూకు బ్రోకర్ ఎంచేతో ఇంకా రాలేదు" అన్నాడు కుర్రాడు.

"బ్రోకరూ, బ్రోకరూ, నువ్వెందుకు చప్పున వెళ్ళి ఆ లంచం పెట్టవూ?"

"ఏది బాబూ మా చేతుల మీదుగా వేలకువేలు తిరగడమే తప్ప మాకు మిగిలేది వేళ్ళే. పదిరోజులాయి జరంతో తీసుకుంటున్నా. తగ్గి చావదు. ధర్మాస్పత్రి మందు, చప్పున తగ్గాలంటే డాక్టరుగారి ప్రవేట్ డిస్పెన్సరీ కెళ్ళాల్ట. అంత డబ్బేదీ? ఏదో పావలా అర్ధా కంపౌండ్రు చేతబెట్టి ఈ మందే తాగుదాం అని కూర్చున్నాను, తగ్గలేదు" అన్నాడు బ్రోకరు.

"మందూ, మందూ, నువ్వెందుకు తగ్గించవూ?" అని అడిగారు మంత్రిగారు.

"నన్ను మందంటావేమిటి? రంగు నీళ్ళలో మునిగి ఊపిరి సలపక చస్తూంటే, కంపెనీవాడూ కంపౌండ్రూ అంతా తలా కాసిని పోశారాయె ధర్మోదకాలు" అంది మందు.

"కంపౌండ్రూ, కంపెనీవాడూ, మీరెందుకు నీళ్ళు కలిపారు?" అని అడిగారు మంత్రిగారు.

వాళ్లు పకాలున నవ్వారు. మా ఇద్దర్నీ అలా జవిలిగా కలిపడిగితే ఎలాగయ్యా అన్నారు.

"మీరిచ్చే డెబ్బై నాలుగు రూపాయల జీతంలోనూ నేను రెండు పూటలా తిని పెళ్ళాంబిడ్డలకింత పెట్టగలనని మీరు అనుకోవటం లేదని మీకు తెలుసు. పైనేదో దొరక్క మానదన్న ఊహ మీకూ ఉంది. నేను రెండో పూట తిండి మానేసినా పస్తుండటం లేదు. టిఫిన్ కిదే గతి కదా..." అన్నాడు కంపౌండరు.

"నేను నీళ్లు కలపడానికి పర్మిషన్ కొన్నానుగా. ఏవీ కలపకపోతే ఇంగ్లీషు కంపెనీలతో పోటీచేసి స్వదేశీ పరిశ్రమలెలా బ్రతుకుతున్నాయి? ఈ సంగతి మీకన్న డ్రగ్గినస్పెక్టర్లకే బాగా తెలుసు" అంది కంపెనీ.

"డ్రగ్గినస్పెక్టరూ, డ్రగ్గినస్పెక్టరూ, నువ్వెందుకు పర్మిషనిచ్చావు?" అని అడిగారు మంత్రిగారు.

"బావుంది. కంపెనీవాడి బంధువర్గం గురించీ, పలుకుబడి గురించీ మీకు తెలిసేవుంది. నేను ఇవ్వనంటే ఆగేదా చచ్చేదా. మధ్య న్నాఉద్యోగం ఊడుతుంది. రూల్సు అన్నం పెట్టవు గదా. పైగా హోటళ్ళలో తిండి మీద టిఫిన్ మీద తనిఖీలు చేసే శాంటరీ ఇన్స్పెక్టర్లూ, టాక్సు ఇన్స్పెక్టర్లూ వాళ్ళూ కళ్ళు మూసుకు బాగుపడుతుంటే నేను మటుకు మడి గట్టుకోడవేఁవిటి? అయినా రోగాలూ, ప్రాణాలూ మందుల్ని బట్టి రాకపోకలు జరుపుతాయండీ – అంతా ఖర్మనిబట్టి జరుగుతుంది. నేనీపాటి జాగర్త పడకపోతే మావాడి నీపాటికి వందసార్లు బళ్ళోంచి పొమ్మనేవారు. స్కూలు జీతం ఓ పూట లేటయితే ఆ మేస్టరు నా జాతకం అంతా చదివేసి కుర్ర వెధవని పొమ్మంటున్నాట్ట" అన్నాడు ఇన్స్పెక్టరు.

"మేష్టారూ, మేష్టారూ మీరు జీతం గట్టనివాళ్ళని ఎందుకు పొమ్మంటారు? అది పైవాళ్ల పని గదా?" అని అడిగారు మంత్రిగారు.

స్వామీ విషాదానందలా మందహాసం చేసి కండువా సవరించుకున్నారు మేష్టారు.

"మంత్రిగారూ! నేను కండువా వేసుకు బళ్ళో కొచ్చిననాడు అందరూ ఏం చెప్పకు నవ్వుకున్నారో తెలుసా? నా చొక్కా, భుజాల మీద చిరిగి భుజకీర్తు లేర్పడ్డాయని, కోటేసుకుంటే – మా ఫాదరిల్లా పాతకోటు లెండి – కోటేసుకుంటే మా అబ్బాయి చొక్కా వేసుకున్నట్టూ, దానికి వీపు మీద ఏమీ లేనట్టూ కొండగుర్తు. ఆపైన నేను పిల్లల్ని కొట్టకపోతే ఆ రోజు కాఫీ...."

"అయ్యా! ఒక్క నిమిషం. ఏడు చేపల కథ అని ఒకటి ఉంది. మీరు వినే ఉంటారు. అందులో శాల్తీలన్నీ అడిగిన ప్రశ్నలకి ఒక్క ముక్కలో సూటిగా టూకీగా జవాబిస్తాయి. ఇందాకనించి చూస్తున్నా. మీరు ఒక్కొక్కళ్ళు చాట భారతం చదువుతారెంచేత? అంత పెద్ద జవాబు ఎందుకు?" అన్నారు మంత్రిగారు చిరుకోపంతో.

"చిత్తం. మీ ప్రశ్నలు చాలా పెద్దవి. మరి జవాబులూ వాటిని బట్టి. నాకు తెలుసు మీకు విసుగని. ఒక్క ముక్కలోనే చెబుతాలెండి. మరేం కాదు. జిల్లా బోర్డువాళ్ళు జీతాలిచ్చి ఐదునెల్లయింది. జీతం రాలేదని పాలవాడి క్కూడా చెప్పకూడదు. చెబితే పై వాళ్ళ ప్రిస్టేజ్ చెడుతుందిట. వాళ్ళ దగ్గర డబ్బు లేకపోవడానిక్కారణం ఈ కుర్రవెధవలు ఫీజులు కట్టకపోవడమేనని నా ఊహ. నిజమైనా కాకపోయినా, మేం కాస్త దబాయిస్తే పడేవాళ్ళు వాళ్ళే కదా పాపం, ఎవర్నంటే ఎవరూరుకుంటారు" అన్నారు మేష్టారు.

"జిల్లా బోర్డూ, జిల్లా బోర్డూ, పంతుళ్ళకి ఐదునెల్లాయె జీతాలెందుకివ్వలేదు" అని అడిగారు మంత్రిగారు.

"సరి సర్లేండి మా బాగా అడిగారు. ప్రెసిడెంటుగారి టూరు బిల్లులు, సినిమా స్టార్లకి పార్టీ బిల్లులు, మినిస్టర్లు తనిఖీలకీ వాటికీ వీటికీ వచ్చినప్పటి బిల్లులూ ఇవే ఇంకా శాంక్షన్ కాలేదు. మర్చిపోయాం మీకు సన్మానం చేసినప్పటి ఖర్చులో మా వాటా కూడా ఉంది. అదింకా తేలలేదు. పంతుళ్ళ జీతాల బిల్లులెక్కడా" అంది జిల్లా బోర్డు జాలిగా నవ్వి.

మంత్రిగారికి ఇంకెవరి నేమడగాలో పాలుపోలేదు. ఇందాకా అడగడమే బుద్ధి తక్కువనిపించింది. ఊసుపోకకి తీగలాగితే డొంకంత కథ – తలా తోకాలేనిది – కదిలింది. పోనిస్తూ మనకేల ఊరుకుందాం అని అనుకున్నారు. కాని, ఆ లోపల ఆయన అభిమానులు అజ్ఞానం కొద్దీ ఈ గాథని ఊళ్ళో ప్రచారం చేశారు. పేపర్ల కెక్కించారు.

వెధవది బోయినంలో కూరముక్క ఉడకలేదని విచారణ ఆరంభించి దేశంలో అవినీతి, ఆర్థిక బాధలు వ్యవసాయ సమస్యలు అన్నింటిపైనా స్వయంగా దర్యాప్తు చేస్తున్నారు శ్రీవారు. ఈ మాటని ప్రతిపక్షాల వాళ్ళు గుర్తుంచుకోడం మంచిది అవటాని ప్రచారం చేశారు. పత్రికలలో ఈ వింత వార్త ప్రముఖంగా వివరంగా పడింది – పూర్వకాలపు రాజులు విక్రమార్కుడూ వాళ్ళూ రాత్రిళ్ళు మారువేషాలు

వేసుకుని తిరిగి ప్రజల కష్టసుఖాలు తెలుసుకున్న ఉదంతాలన్నీ ప్రస్తావించి శ్రీవారిని స్తుతించారు. బాక్సులు కట్టి విశేషాలు వేశారు.

ఇంత గొడవయినందుకు మంత్రిగారు విసుక్కున్నారు. కాని అప్పటికే చాలామంది ఈ విచారణపై నివేదిక అడిగారు.

ఇది ఇలా బహిరంగంగా చెప్పేది కాదని, దీనికై తానే కమిటీ వేసి చర్చింపజేసి ఈ సమస్యా పరిష్కారానికి మార్గాలు చూస్తామని వాగ్దానం చేశారు మంత్రిగారు.

ప్రముఖులతో ఒక సంఘం ఏర్పాటయింది. ముఖ్య పట్టణాలలో మీటింగులు పెట్టుకున్నారు. చివరి సమావేశం ఊటీలో పడింది.

మంత్రిగారి సమస్య సత్వర పరిష్కారానికి మార్గాలు సూచిస్తూ వారు ఒక నివేదిక అందజేశారు. అందిన కొద్ది సేపటిలోనే సమస్య పరిష్కారం అయిపోయిందని మంత్రిగారు ప్రకటించారు.

అని, కథ చెబుతున్న 'ఓటు' ఆగింది. ఆగి 'అయ్యా మంత్రిగారూ. మీరు చెప్పండి చూతాం. ఈ కథలో మంత్రిగారి సమస్య ఎలా పరిష్కారం అయింది? ఆ నివేదికలో చెప్పిన మార్గాలు ఏవి?' అని అడిగింది.

ఆ మంత్రిగారు చెప్పలేకపోయారనుకో, సుబ్బరాజా నువ్వు చెప్పు చూతాం. ఈ ప్రత్యేక సంఘ నివేదికలో చెప్పిన మార్గాలు ఏమిటి? మంత్రిగారు ఏం చేశారు? అన్నారు రామిరెడ్డిగారు కథ ఆపి. సుబ్బరాజు ఒక్క క్షణంలో జవాబు చెప్పాడు.

"ఆ కమిటీ వారు సమస్యను మూడు నెలలపాటు కూలంకషంగా చర్చించి చివరకు రెండు మార్గాలు సూచించారు. ఒకటి ఆ ఎండని చేపని ఆ దుబ్బు నీడ పడని చోటుకు జరిపి ఎండన ఎండబెట్టడం. రెండోది కొంచెం ఖర్చుతో కూడినది. అయినా ప్రజల సమస్యలు ఎన్నో ఇందులో ముడేసుకు ఉన్నాయి కాబట్టి - ప్రభుత్వ ఖర్చుపై ఆ దుబ్బును కొట్టించి వేయడం. కమిటీలో సభ్యుడు ఒకాయన మాత్రం మంత్రిగారికి అయిన వాడయి నందువల్ల ఆయన శ్రేయస్సు కోరి, నివేదికకు నిజాయితీ కట్టబెట్టడానికి వీలుగా వ్యతిరేకాభిప్రాయం చివర్న రాశాడు - ఈపాటికది కుళ్ళి చెడి ఉంటుంది కాబట్టి ఆ చేపముక్కను వీధిలో పారెయ్యాలని. మంత్రిగారు ఈ చివరి సూచనను అమలు జరిపి ఉంటారు."

రామిరెడ్డిగారు మందహాసం చేసి లేచి తువ్వాలుతో మొహం తుడుచుకుంటూ లోపలికి వెళ్ళిపోయారు.

★ ★ ★

౬ కిటుకు

పోబోతున్న సుబ్బరాజుని కేకేశాడు రెడ్డిగారు. చూడు రాజా... చెప్పింది చిన్న కథ అయినందువల్ల పొద్దుండిపోయింది - ఇంకోటి మనసు కొచ్చిందింతలో. ఇదీ ఆలకించిపో. ఓ రోజు నడక తగ్గినా తగ్గినట్టే అన్నారు. ఇది ఎక్కడో విన్న బాపతు - ఎవరో చదవగాననుకుంటా - నువ్వు వినుంటే తూ నా బొడ్డనుకుందారి అని కథ ఆరంభించారు రెడ్డిగారు.

కొండపాడనే కుగ్రామంలో అచ్చిరెడ్డని ఓ మోతుబరి. రావలక్ష్మణుల్లాంటి బిడ్డలిద్దరు. అందులోనే పేచీ వొచ్చింది. తల్లిదండ్రాదు లైతేనేవి, ఊళ్ళో పెద్దా చిన్నా అయితేనేవి రావలక్ష్మణులు రావలక్ష్మణు లంటూ ఇద్దరిలో పెద్దోణ్ణి రాముడిగానే చూసుకునేవారు. చీటికీ మాటికీ చిన్నోణ్ణి చిన్న చూపే జూసేవారు. పెద్దోడి చురుకుదనవూ, ఆ తేజవూ ఈడికేది అనేవారు. దానా దీనా లక్ష్మణరెడ్డికి జంకేర్పడింది. చదువంటలేదు. బళ్ళోకెళ్తే పెద్దాణ్ణే మెచ్చుకుని తన్ని దిట్టడవేగా అని దోచి, పొలాన గూచుని గొడ్లు దోలుకునేవాడు. చివరికిలా మేదకుడని పేరు స్థిరపడిపోయింది.

కాని వాడు మేదకుడు గాడు మరి. చూస్బూశోనాడు ఊరొదిల్లేచ్చక్కా బోయాడు. పట్నం వెళ్ళి సత్రాలెంటా మటాలెంటా తిరిగి అలాగే గాలికి పెరిగి పెద్దోడయ్యాడు. చివరికి చిన్న కంపెనీలో నౌకరు పనయింది. నాలుగైదేళ్ళయ్యేసరికి ఆడికి ఎటండరు అనే పనిచ్చారు. గుమస్తా కన్నా రెండాకుల్దక్కువనుకో. రెడ్డికి అక్షరమ్ముక్క పోలిక దెలీపోయినా పద్దు ముక్కలు ఫైళ్ళు అయ్యన్నీ గుర్తు తెలిశాయి. అంత చురుకైన బుర్ర మరి. అయినా సదువు సంజె లేనోడికి నాకెందుకీ పెద్ద నౌకరీ అన్నా కంపెనీ పెద్ద సెట్టిగారు ఒప్పుకోలేదు. రెండేళ్ళకి ఆయన పోడంతో ఈడి కష్టాలారంబవయినాయి. కుర్రాయన యజమానయ్యాడు. వ్యాపారం పెరిగింది. కంపెనీ పెద్దదయింది. ఆనకోనాడు, ఛస్ చదువు రానోడు 'ఎటెండరేట'ని ఎవరో చెప్పారు. సరే మరి కథ యిట్టాగుండాది గాబట్టి నువ్వు మళ్ళీ నౌకరు పనికన్నా దిగి రాలేకపోతే ఇంకో దగ్గిర నౌకరీ జూసుకో అన్చెప్పించారు మేనేజరుచేత. రెడ్డికి మల్లా ఆ కంపెనీలోనే జవాను పని చేయడానికి మనసొప్పలే. ముందరే

నేనొద్దంటే పెద్దాయన వొల్లగాదని ఈ పని చేశాడు ఇప్పుడు మీరిట్టా జేశారు. ఇంత వొయిసొచ్చింది. ఇప్పుడేం జెయ్యనెలా బతకను అని ఏడిచాడు దీనంగా.

కొత్తనీరొచ్చి పాత నీర్ని గొట్టేసినట్టయిం దాడిపని చివరికి. జీతం డబ్బులు చేతబెట్టి పొమ్మన్నారు. ఇంటికెల్దావంటే మనసొప్ప లేదు. అసలే లోకువ, పైగా జవాను పని చేసొచ్చానంటే వొంశానికే అవమానమయిందని పొమ్మంటారు.

రెడ్డి ఆ వీధిన పడి కొంపకి బయలుదేరాడు, ఏం జేదారా అని ఆలోచిస్తూ. ఆ రోడ్డు శానా పెద్దది; శానా కంపెనీలూ, దుకాణాలూ, ఇళ్ళూ ఉన్నాయి. అట్టా అయ్యా యియ్యా జూస్తూ రాగా రాగా రెడ్డికి సిగరెట్టు కాల్చబుద్దేసింది. జేబులో లేవు. కొందామని జూశాడు. కొట్టెక్కడా లేదు. అలా వెతుకుతూ వెతుకుతూ అరమైలు దూరం నడిచాడు. ఎక్కడా కిళ్ళీకొట్టు కనబళ్ళే.

అమాంతంగా రెడ్డికో ఉపాయం దోచింది. నాలాగా ఈ రోడ్డు నొచ్చే వాళ్లెంతమందికో సిగరెట్టు కావలసుంటది. అళ్ళంతా ఏటిజేస్తన్నారూ. అలాటాళ్ళ కిక్కడ దుకాణవెడితే బాగుండదా అని తోచింది. అంతే ఆ జీతం డబ్బుల్తో సిగరెట్లు చుట్టలు బీడీలు కిళ్ళీలు గట్రా కసిని కసిని గొని ఓ జంగిడికెత్తి రెండు రవుండ్లు గొట్టాడు ఆ వీధిలో. మద్దినాళకే అమ్ముడయ్యాయి. వెంటనే మళ్ళీ జంగిడి సరుకెత్తి మళ్ళీ దిరిగాడు. సాయంత్రానికే సరుకయిపోయింది. నాలుగు రూపాయలు లాభం మిగిలింది. మర్నాడూ అలాగే జేశాడు. తరవాత ఓ పెద్దకంపెనీ అయన్ని బతిమాలి వీదరుగు మీద చోటు సంపాయించి దుకాణం బెట్టాడు. తనక్కడ కూర్చుని, మళ్ళీ జంగిడికి సరుకెత్తి ఓ కుర్రాడిచేత అమ్మించాడు. నాలుగు రోజుల్లో ఆ వీధిని రెండో చివర కూడా చిన్న దుకాణం బెట్టాడు.

సుబ్బరాజా, చెబితే చాలా వుంది గాని అవసరం లేదు. ఇలా మెల్లిగా కాళ్ళిలదొక్కుకుని వ్యాపారం బాగు చేసుకున్నాడు. చురుకైన బుద్దేమో పదిరకాల వ్యాపారాల్లో దిగి పదిందాల డబ్బు గడించాడు. పొగాకులో బాగా గడించాడనుకో. చెప్పొచ్చింది – పదేళ్ళయేసరికి లక్షాధికారయ్యారుకున్నాడు. యాపారం వృద్ధికి రావడానికి దానధర్మాలు ఎంత ముఖ్యమో దెలిసినవాడు గాబట్టి అయీ ఓ రకం పన్నులే అన్నట్టుగా డబ్బు వెదజల్లాడు. క్రమంగా పేరూ పలుకుబడీ వచ్చాయి. రాజకీయాల్లోకి దిగాడు, అక్కణ్ణించి సిరితోబాటు దశా అందుకుంది. ఎమ్మెల్యే అయ్యాడు. ఊరూరా పేరు మారుమ్రోగింది. పేరు మ్రోగిన చోటల్లా యాపారం ఊడలు దింపింది. రాజకీయ వ్యాపారంలో కూడా డబ్బు తిప్పాడు. రెండూ చెట్టాపట్టాలేసుకు పెరిగాయి. అంతటి గట్టివాడతనే అనిపించుకున్నాడు రెండిటా.

ఒకనాడు ఒక పెద్ద సవస్థకి రెడ్డిగారు పెద్ద చందా – చందా కాదు విరాళం అనాల్లే – విరాళం ఇచ్చాడు. లక్ష రూపాయలు. సరిగ్గా ఆనాటికే ఆయనని కొత్త మంత్రివర్గంలో మినిస్టరుగా తీసుకున్నట్టు పత్రికలో వార్త వచ్చింది. ఇహ చూసుకో.... ఆనాటి సభ అనుకున్నదానికన్నా మరింత జోరుగా జరిగింది. ప్రజ విరగబడి వచ్చింది.

దానం పుచ్చుకుంటున్న సవస్థ అధ్యక్షుడు (ఎవరనుకున్నా సరే) రెడ్డిగారిని ఆకాశాని కెత్తేశాడు. అగర్భ శ్రీమంతుడన్నాడు. అందాల రాజన్నాడు. బృహస్పతో ఆడెవడో అన్నాడు. చాణుక్యుడన్నాడు. చంద్ర గుప్తుడన్నాడు. తిమ్మరుసవుతాడన్నాడు... పది కంపెనీలు పెట్టి పది మందికీ ఉపాధి చూపి అన్నం బెట్టాడన్నాడు. అదేగాక

ఇలా బీదాబిక్కీకీ సవస్థలకీ చేతి కెమిక లేకుండా దానాలిస్తున్నాడన్నాడు. ఇహ పొగళ్ళేక ఆయాసమొచ్చి ఆపేసి నమస్కారం బెట్టాడు. చెక్కు అందుకున్నాక ఆ సవస్థ తాలూకు పుస్తకం దెచ్చి - అందులో గొప్పవాళ్ళ చేత మంచి రిమార్కులు రాయించి చేవ్రాళ్ళు బెట్టిస్తారులే - అద్దెచ్చి అందులో తమరి ఆశీర్వచనం రాసి చేవ్రాలు పెట్టవలసిందని ఎదరబెట్టాడు.

రెడ్డిగారు మాటాళ్ళేదు. పుస్తకం వంక పరీక్షగా జూశాడు. తలొంచుకున్నాడు. కళ్ళు చెమ్మగిల్లాయి. చివరికి ధైర్యం తెచ్చుకుని లేచి నిలబడి సభా వందనం చేసి 'అయ్యా మీకు దెలుసో తెలీదో గాని మీ వూళ్ళో శానా మందెరుగుదురు - నాకు చదువు రాదు. బొత్తిగా రాదు' అనేసి కూర్చున్నాడు.

అధ్యక్షుడు నిర్ఘాంతపోయాడు. సరసమేమోనని నవ్వి జూచాడు. కాని తేలిపోయింది. అంతలో అనుమానమొచ్చి ఆ చెక్కు తీసి చూసి "మరి ఇదో? ఇందుమీద సంతకమెలా బెట్టారు?" అన్నాడు.

"సంతకానిక్కావలసిన పాటి అక్షరమ్ముక్కలు నేర్చుకున్నాను - చెక్కుల కోసమని, తప్పదు గదా" అన్నాడు రెడ్డిగారు.

సభ నిశ్శబ్దమయి పోయింది. అంతా చిన్నబుచ్చుకున్నారు. అధ్యక్షుడికేమీ పాలుపోలే. మొహం చెల్లదనుకున్నారు. అంతలో అతనికి ఉపాయం దోచింది - ఈ అవమానకర స్థితి నుంచి బయటపడ్డానికి.

"ఆహా, సభాసదులారా! ఇది మన శ్రీరెడ్డిగారి మేధస్సుకు మరొక గొప్ప జోహారు. బొత్తిగా ఏమీ చదువుకోకుండానే వారు ఇంతవారై ఇన్ని లక్షలు ఆర్జించి ఇంత దానమిచ్చి మనకి పరిపాలకుడయ్యాడు గదా!

ఆహా శ్రీవారే గనక చిన్నతనంలో ఆయొక్క చదువు కూడా చదువుకుని ఉంటే ఇంకెంత వారయ్యేవారో గదా!" అన్నాడు.

సభలో అందరూ తేరుకొని, తప్పట్లు కొట్టారు. జైజైలతో ఓహోలతో సభ మారుమోగిపోయింది. రెడ్డిగారు చిరునవ్వు నవ్వి మరలా సభావందనం చేశారు జేసి, చిన్న ముక్కొటన్నారు.

"అదలాగుంచు. నువ్వు జెప్పు సుబ్బరాజా. ఆయన గనక చిన్ననాడు చదువుకునుంటే ఎంతవాడై ఉండేవాడు? అఖిల భారత నాయకుడా? ఐక్యరాజసమితిలో అధ్యక్షుడా? ఇండియా ఆర్థికమంత్రా? ప్రెసిడెంటా? ఏమయ్యేవాడు?" అన్నాడు రెడ్డిగారు ఆపి.

సుబ్బరాజు నవ్వాడు.

"ఏ వీ అయేవాడు గాదు. చదువుకొనుంటే అల్లా ఉజ్జోగం దీసేసిన సెట్టి కంపెనీలో ఉద్యోగం ఊడేదే గాదు. అప్పట్నుంచీ అటెండరుగా ఉండేవాడు. మహాయితే గుమాస్తా అయ్యేవాడు" అన్నాడు.

రామిరెడ్డి మందహాసం చేసి "సరే నువ్వెళ్ళిరా" అన్నాడు.

(ఇదేదో ఇంగిలీషు కథకి పచ్చి కాపీ అంటే మీమాటే రైటు - సోమర్సెట్ మాఘం కథకి!)

★ ★ ★

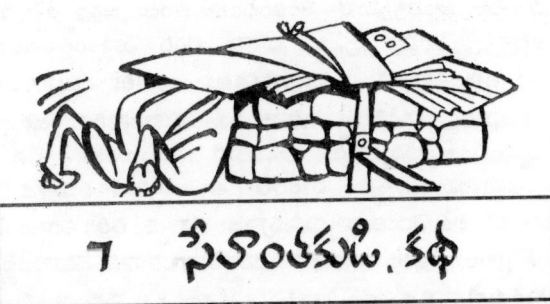

7 సేవాంతకుడి కథ

'సామీ, సామీ, ఇద్దూరం జూశా విద్దూరం జూశా. మీరిప్పుడా కతనిప్పి జెప్పాలి' అంటూ గోప కుమారుడు ఒక్క పరుగున వచ్చి సంభారాలు కింద పడేసి చతికిలపడ్డాడు. (అంటూ కథ అరంభించాడు రామిరెడ్డిగారు)

మణిసిద్ధుడు జపమాల తిప్పడం ఆపి కళ్లు తెరిచి, "ఇప్పుడు కాదు నాయనా" అన్నాడు. గోపన్న బుంగమూతి పెట్టి "అటయితే నే వెల్తా సావీ. నీ కావుడి నివ్వే మోసుకో" అంటూ లేచాడు.

'వత్సా గోపా! ప్రాణాంతకా! చెప్పు, చెప్పు విద్దూరవేవిటో –' అన్నాడు మణిసిద్ధుడు, కోపాన్ని పళ్ళ మధ్య పెట్టి పటపట కొరికి నవిలేసి.

"ఊళ్ళో ఓ దేవాలయం ఉంది సావీ అదేమో –"

మణిసిద్ధుడు కన్నులు మూసుకుని, మణి ప్రభావంతో ఆ దేవళం కథను దర్శించాడు క్షణమాత్రంలో.

అది చాలా వింతగా కనపడింది. సమకాలిక సమాజంలో సత్యవాదిలా, స్వార్థహీనుడిలా విద్దూరంగా ఉంది. స్వార్థపరుడి ఔదార్యంలా చాలా పొట్టిగాను దర్జాగాను ఉంది. గోడలు మట్టి గోడలయినా కొత్తవయినందువల్ల ఐక్యత కోసమని, కయ్ కయ్ మన్న వారందరికీ చోటిచ్చి భారీగా కట్టిన మంత్రివర్గంలా – దృఢంగానే కనిపిస్తున్నాయి. ఆ గోడలలో కలబోసిన ఇటుక బెడ్డలు, కంకర రాళ్ళు, ప్రాచీన బంగాళా పెంకుముక్కలూ, ఏకగ్రీవ తీర్మానంలో అభిప్రాయ భేదాలలా లీలగా మెరుస్తున్నాయి. ఆలయ నిర్మాతలు తమ కృషిని చూసి సగర్వంగా తలపైకెత్తి రొమ్ము విరుచుకోవడం అట్టే గిట్టని వారయినందువల్ల ఆలయానికి గోపురం కట్టలేదు. కనీసం డాబా వరస కూడా ఏర్పాటు చేయలేదు. అవకాశవాదుల అభిప్రాయాలలా అవసరం వస్తే ఇట్టే ఎగిరి తిరగబడేందుకు వీలుగా పల్చటి రేకులతో రకరకాల వాటితో పైకప్పు వేయించారు. పోతే ఏదో చేసిన పాపం చెబితే పోతుందన్నట్టు ఈ పుణ్యకార్య నిర్వహణలో ఎవరి బాధ్యత ఎంతో, వినమ్రతతో ముక్తసరిగా పేర్కొంటూ శంకుస్థాపన ఫలకం చెక్కించారు. అది ముందువేపు అమర్చారు. నేలమట్టానికి రెండున్నర అడుగుల ఎత్తున పన్నెండడుగుల బారుగా ఉన్న ఆ ఫలకంపై కార్యకర్తల, సహాయకుల, కంట్రాక్టర్ల పేర్లు, ప్రారంభోత్సవానికి వచ్చిన ముఖ్యాముఖ్య మంత్రుల పేర్లు, అది ఒకానొక భక్తుడి విరాళ ఫలితం అయిన వయినం చెక్కించారు.

ఆలయ ప్రాంతం అంతా మహా సంరంభంగా ఉంది. జనం కిక్కిరిసి ఉన్నారు. పెద్దా చిన్నా అంతా సింహ (పుపిల్ల) ద్వారం దగ్గర మోకరిల్లి ముందుకు వంగి పాకుతూ లోపలికి వెళ్ళి పూజచేసి తిరిగి పాకుతూ ఇవతలికి వస్తున్నారు. ఒళ్ళొంగని వారికీ, ఓపిక లేనివారికీ, నడ్డినొప్పి గలవారికీ చక్రాలమర్చిన బళ్ళు - నేలకు ఆరంగుళాల ఎత్తుగలవి అద్దెకిస్తున్నారు. అనధికార ప్రముఖులకు దేవస్థానం వారు ఉచితంగా ఇచ్చి ధన్యులవుతున్నారు. వారంతా ఆ బళ్ళమీద పడుకుంటే, కొందరు వాటిని నెమ్మదిగా లోపలికి నెడుతున్నారు. పూజలయ్యాక, తిరిగి పగ్గాలు వేసి ఇవతలికి లాగుతున్నారు. గోత్రాలు, పేర్లు స్వయంగా చెప్పుకుందుకుగాని, మోకరిల్లడానికి గాని, బళ్ళమీద పడుకుందుకుగాని ఒప్పని వి.ఐ.పి. లకోసం ఒక పక్కగా నిలువు లోతున సొరంగం తవ్వి గచ్చుచేశారు. అందులోంచి నడిచి వెళ్తే సరిగ్గా దేవతలకు ఎదురుగా భక్తుడి తల నిలుస్తుంది. ఆలయం చుట్టూరా వర్తక వ్యాపారాలు ముమ్మరంగా సాగుతున్నాయి. హోటళ్ళు, స్థల పురాణ పుస్తకశాలలు, ప్రసాద విక్రయశాలలు, రంగులరాట్నాలు, బట్టల కొట్లు, టెంటు బయస్కోపు, లాటరీ షాపులు పట్టపగ్గాలు లేకుండా ఉన్నాయి. గుడి చుట్టూరా జనం నిలబడి టాపు మీద రాసి ఉన్న దేవళం పేరును చదువుకుని ముచ్చట పడుతున్నారు. 'మీరంతా భగవంతుడిని కుబ్జుడిని చేశారు.' అన్నాడొక కవి - జనాంతికంగా. అంతలోనే చుట్టూ చూసి నాలుక్కరుచుకొని తలవంచుకొని జనంలో కలిసి మాయమైపోయాడు.

ఈ సన్నివేశాన్ని దివ్యదృష్టితో దర్శించి మణిసిద్ధుడు నిట్టూర్చాడు. గోచిపాత రాయుడైనందువల్ల చేత్తోనే కళ్ళు ఒత్తుకున్నాడు.

"నాయనా, ఈ దేవళం కథ నీకీ వయసులో బోధపడదేమో ఇంకేదన్నా చెబుతాను" అన్నాడు.

గోపన్న పట్టు వదలలేదు.

"సరే విను. అనగనగా ఒక క్షేత్రం. చక్కని భూమి. పక్కని నది. అక్కడ ఒకాయన విడిపి సేద్యం ఆరంభించాడు. పిల్లా మేకా పెరిగింది; ఎదిగింది. ఇల్లు చాలక మరి నాలుగు పాకలు వేసి ఐదు కాపరాలు చేశాడు. కొన్నాళ్లకు ఐదు పదీ పది పాతికా అయ్యాయి. చిన్న ఊరు లాటిది వెలిసింది. ఊళ్ళో దారివేసుకుందుకూ, మందూ మాకూ తెచ్చుకుందుకూ, దానికీ దీనికీ పెట్టుబడి కావల్సి వచ్చింది. మనవంతా అన్నదమ్ములమే కదా, కాపరానికో బస్తాగింజల చొప్పున తలాకాస్తా వేదాం" అన్నాడొకడు. "నీకన్నా నా పంట ఎక్కువ. నువ్వు బస్తా ఇచ్చి నేనూ అంతే ఇస్తే ఎలా? నేను రెండు బస్తాలిస్తాను" అన్నాడు మరొకడు. ఇలా ఎవరి తాహతును బట్టి వాళ్ళు సమిష్టి పనులకు కావలసినదే విరాళాలు వేసుకున్నారు. ఇదే రివాజయింది. ఒకసారి నాలుగు బస్తాలిస్తానన్నాయన మూడే ఇచ్చి ఇంకొకటి తరువాత పంపుతానని మరిచిపోయాడు. మరొకాయన రెండుసార్లు నాగాలు పెట్టి బకాయి సర్దలేక, పైసారికి చూసుకుందామన్నాడు. ఈ పద్ధతి బాగులేదనీ నలుగురికీ జ్ఞాపకంచేసి, విరాళాలు పోగుచేసే పని ఎవరికేనా అప్పజెబితే బాగుంటుందనీ తోచి, కొంచెం వయసు మళ్ళిన పెద్దాయనకు - పొలం పనులు చెయ్యలేక రామాకృష్ణా అంటూ కూర్చున్న వాడిని బతిమాలుకున్నారు. కొన్నాళ్ళు ఆ పని చక్కగా చేసి ఆయన పోయాడు; తరువాత ఆ పని ఎవరు చెయ్యాలీ అని ప్రశ్న వచ్చింది.

ఇద్దరు వృద్ధులున్నారు, కొందరు - వీరిని బతిమాలుదామన్నారు. కొందరు వారిని బతిమాలు దామన్నారు. ఏదో ఎక్కువమంది అభిప్రాయాన్ని బట్టి అంతా ఓదారి కొచ్చి ఒకరిని ఎన్నుకున్నారు, మరోసారి పెద్దరికానికి యోగ్యులు నలుగురైదుగురు కనిపించారు. "పోనీ అందరినీ ఉంచుదాం. అంతా కలిసి ఆలోచించి చేస్తా" రన్నారు. కొంతకాలానికి పాతిక ముప్ఫయి మంది పెద్దలొచ్చారు. ఈసారి జనాభా అంతానో కొందరో ఒక పెద్దగారి పేరు చెప్పడం బదులు వాళ్ళే నేనంటే నేనన్నారు. రచ్చకెక్కి ఇంటింటికీ వెళ్ళి "దేశసేవ నా చేత చేయించంటే నాచేత చేయించు" అని బతిమిలాడటం మొదలెట్టారు. దరిమిలాను ఆశజూపడం మొదలెట్టారు.

నాయనా గోపా! ఇదంతా అనగనగా ఒకనాటి కథ. ఈ దేవళం అసలు కథ ఇటీవల ఎల్లక్షను దగ్గర ఆరంభం అవుతుంది. ఇక్కడ కిందటేడు ముఖ్య సేవకుడు పంతులుగారని ఒకాయన. బాగా డబ్బుంది. దేశసేవ ఛైర్మను కుర్చీలో కూర్చునే చెయ్యక్కరలేదని ఆయనకూ తెలుసు. అయినా ఆ తీర్థానికదో శంఖం అయిపోయింది. కోటినదులు ధనుష్కోటి లోనుండగా ఏటికి తిరగడమేం అనుకుంటూనే యాత్రలు చేసే కాలం ఇది. జనం కూడా "అక్కడ కూర్చుని" వాళ్ళ డబ్బును ఖర్చు పెట్టించిన వాడినే ఎక్కువ పొగుడుతున్నారు. పంతులుగారంటే ఊరందరికీ గౌరవం. అయితే పార్టీలో శాస్త్రిగారికీ, రెడ్డిగారికీ కూడా ఉన్నాయి అపాటి పేరు ప్రతిష్ఠలు.

"ఈసారి దేశసేవ మీరు చేదురుగాని" అన్నాడు రెడ్డిగారు శాస్త్రితో, ఆపై యేటికీ తను చేస్తానన్న ధ్వని జోడించి. ఏడాది రెండేళ్ళలో ఊళ్ళో చాలా హడావుడి జరగబోతూంది. ప్రాజెక్టులు పరిశ్రమలు కాలేజీ గట్రా చాలా రాబోతున్నాయి. ఆ వేళకు ఛైరుమీదున్న వాడిదే దశ. వాడిదే సిరి.

శాస్త్రిగారూ, రెడ్డిగారూ ఓ మారు పంతులుగారిని కూర్చోబెట్టి మెల్లగా ఈ కబురు చెప్పి విషయం కదలేసి ఆయన విశ్రాంతి తీసుకోవడం అవసరమన్నారు. పంతులుగారికి మనసు చివుక్కుమంది. ఒకరకంగా భయం వేసింది. తను ఛైర్మన్ కాకపోతే పోయే గాని శాస్త్రి అవడం మాత్రం తగదు అని తోచింది. నవ్వి, చూద్దాంలే అన్నారు.

వారంరోజులపాటు ఆయన చాలా జాగ్రత్తగా ఆలోచించారు. శాస్త్రి వెనక్కు తగ్గేట్టు లేడు. అతను ఆలోచించుకునే రంగంలోకి దిగుతాడు. అతను మంచివాడు కాదని తను ప్రజలకు చెప్పడం సబబు కాదు. చెప్పినా నమ్మరు. పైగా చెబితే ఉత్తర క్షణంలో తను బజార్నపడ్డవాడూ, చెడ్డవాడూ అవుతాడు. ఊళ్ళో ఒక వంక నుంచి అప్పుడే శాస్త్రి వర్గం కాన్వాసింగు ఆరంభించింది. పార్టీలో కొందరు, వాళ్ళతో ఎన్నడూ లేనంత సరదాగా మాట్లాడుతున్నారు. పంతులుగారికి ఈ వరస నచ్చలేదు. ఎల్లక్షను దగ్గర పడుతున్న రోజులు కాబట్టి ఎవడికీ మనసిచ్చి మాట్లాడేందుకు వీల్లేదు. ఎవణ్ణీ నమ్మేందుకు వీల్లేదు. ఎవరినైనా చేరదీద్దామన్నా కూడా పరిస్థితులు అనుకూలంగా కనపడలేదు. శాస్త్రి టౌను పార్టీ సెక్రెటరీ. అంతా వాడి చుట్టూరానే తిరుగుతున్నారు. వాడి మీదే మోజు చూపుతున్నారు.

పంతులుగారి కింట్లో కూడా నా అన్నవారు లేరు. భార్య ఏడాది క్రితం హరీమంది. ఎవరో చుట్టరికం కలుపుకున్నవాళ్ళు ఇంత వండి పడేసి తిని పెడుతున్నారు.

ఎదురుతిరిగిన దిద్దరు ముగ్గురే అయినా ఊరంతా తన మీద కుట్ర పన్నుతున్నట్టయిన దాయన ప్రాణానికి. ఆ బాధ వెళ్ళబోసుకుందుకు మరొక ప్రాణం దొరక్క దుఃఖం వచ్చేసింది. రెండుమూడుసార్లు అలా ఆలోచనలోపడి కొట్టుకుపోతూండగా కళ్లు చెమ్మగిల్లాయి. అది చూచినవారు, పంతులుగారికి వయసయి పోయిందన్నారు. "వళ్లు వశం తప్పుతూంది పాప"మని పట్లీకున జాలిపడ్డారు. కుర్చీ దిగి వెళ్తూంటే చెయ్యాసరా ఇచ్చేందుకు కూడా సాహసించారు. ఒకటి రెండు దఫాలు ఆయన మండిపడి చెయ్యి విసిరికొట్టాడు. "వారికి బక్క కోపం కూడా వచ్చేసింది. పాపం" అన్నారు అవతలివాళ్ళు. హఠాత్తుగా రెండు రోజుల నుంచి పార్టీ వర్గాలలో సంచలనం రేగి పెరిగింది. చర్చలు తెగ సాగుతున్నట్లు కనబడింది. సంగతేమిటో ఎవరూ చెప్పరు. మూడోనాడు మీటింగు వేశారు. అధ్యక్షుడితోపాటు పంతులుగారి మెళ్ళో కూడా పూలమాల వేశారు.

పంతులుగారికి కథ బోధపడలేదు. ఆయనకూ లౌక్యం, రాజకీయ లౌక్యం తెలుసుగానీ, అందులో తాను నిధి కాడని అనుమానం. పగవాడు పట్లీకున ఎదిరిస్తే, పోట్లాడడం చేతనవునుగాని, చాపకింద నీరులా వచ్చేస్తే, స్నేహంగా ఉంటూనే గోతులు తీస్తే ఎలా ఎదుర్కోవాలో ఆయనకు తెలీదు. చేతగానితనం వల్ల మరింత ఉక్రోషం కలిగింది.

శాస్త్రిగారు లేచి, అసలు విషయం వెల్లడించారు. రాష్ట్ర పార్టీలో వ్యవహారాలు సవ్యంగా లేవు. సమర్థుడు, వివేకం కలవాడు, అనుభవశాలి అయిన వ్యక్తి కార్యదర్శి హోదాలో నాయకుడిగా కావాలి. పై నుంచి ఆ కబురు వచ్చింది. తమ పంతులుగారి పేరు సూచిస్తూ పైకి రాశాడు. పైవారంతా ఎగిరి గంతేసి ఒప్పుకున్నారు. ఓహో అన్నారు.

"మా అందరికీ తండ్రి వంటివారు. మీరు ఆ గొప్ప పదవి నిర్వహించడం మాకూ, మన ఊరుకూ గౌరవం. అక్కడకు వెళ్ళినా, మీ మనసు ఇక్కడే ఉంటుందనీ, ఈ ఊరు మేలుకోరుతూ ప్రభుత్వంతో పోరాడి, అక్కడ ఉండి చేయగలిగినంతా చేస్తారని మా అందరికీ పరిపూర్ణ విశ్వాసం ఉంది" అన్నాడు శాస్త్రిగారు. అంతా హర్షధ్వానాలు చేశారు. కరతాళ ధ్వనులు చేశారు.

పంతులుగారి తల గిర్రున తిరిగిపోయింది. చెవులు బయట హర్షధ్వానాలకేకాక లోపల్నించి హోరెత్తాయి. గుండె జల్లుమంది. ప్రాణం సొమ్మసిల్లిపోయింది. ఆయన కోలుకునేసరికి, ఆయన్ను కార్యదర్శి పదవి స్వీకరించగోరుతూ సభవారు ఏకగ్రీవంగా తీర్మానం చేసి కింద సంతకాలు పెట్టేశారు.

"నా అనుమతి తీసుకోరా ఏమిటి?" అన్నాడు పంతులుగారు నీరసంగా.

"అడిగితే మీరు ఒప్పుకోరని మాకు తెలుసు. మీకు పదవుల మీద, పేరు మీద ఆశ లేదు. మమ్మల్నెవర్నో వెళ్ళమంటారు కాని మీ వంటి పెద్దలను గౌరవించడం మా కనీస ధర్మం. దీనికి అనుమతులూ, పర్మిషనులూ అక్కరలేదు" అన్నాడు శాస్త్రిగారు – ఇటు నమ్రత, అటు చనువు కొద్దీ పుచ్చుకున్న స్వతంత్రం ఉట్టి పడేలా అంతా. చప్పట్లు కొట్టారు. నలుగురైదుగురు సభ్యులు వరసగా అభినందన ప్రసంగాలు చేశారు. పంతులుగారు ఒక్క నిమిషంపాటు అందరి ముఖాలూ పరీక్షగా చూశాడు.

తనకి ఆట కట్టు చేశారు. పైకి నెట్టేస్తున్నారు. అయిపోయింది కాబోసు. పంతులుగారు తలవంచుకున్నారు. సంతాపసభలో శ్రోతలా విచారంగా తలవంచుక్కూర్చున్నారు.

ఆ సాయంకాలం పంతులుగారు వంతెన వేపు షికారెళ్ళాడు. అపొజిషన్ పార్టీ పెద్ద అటే వస్తాడని ఆయనకు తెలుసు. కలుసుకోగానే ఆయన లాంఛనంగా అభినందించాడు. పంతులుగారికి దుఃఖం ఆగలేదు. కోపం రూపంలో కట్టలు తెంచుకుంది. తన బాధ, చివరికి పరాయి పార్టీవాడి దగ్గర వెళ్ళబోసుకోవలసి వచ్చిందని కూడా తోచలేదు.

"మీరూ రెండేళ్ళ క్రితం ప్రభుత్వం నడిపినవారే. లోతుపాతులూ బరువు బాధ్యతలూ మీకు తెలుసు. మీరు చెప్పండి. శాస్త్రి అవన్నీ సవ్యంగా చేస్తాడా?...చెయ్యగలడా? పోనీ నేనిక్కడుండి కనిపెట్టి చూదామంటే అందుకూ వీల్లేకుండా ఇలా చేశాడు?" అనేశాడు.

"ఫరవాలేదు. నేనుంటానుగా? విశేషాలు రాస్తాలెండి?" అన్నాడు ఎదటి పెద్దమనిషి.

సెలవు తీసుకుంటూ ఆయనే ఇంకో మాట అన్నాడు. "మీవాళ్ళ ధోరణి చూడగా అసలు ఛైర్మనుగిరీ, మెజారిటీ అన్నీ శాశ్వతంగా మీకే వస్తాయన్న ధీమా కనిపిస్తుంది. వరస ప్రకారం పంచేసుకుందామని చూస్తున్నారు. మిమ్మల్ని వెళ్ళగొడితే తను ఖచ్చితంగా ఎలక్షనైపోతాడని ఏవిటి గారంటీ? ఏం నేనెందుక్కాకూడదూ?" అని నవ్వాడు.

పంతులుగారికి మనస్సు కొంచెం తేటపడింది. "మీరు అటేపొస్తే ముందుగా నాకు జాబు రాయండి. నా బసలోనే దిగచ్చు. పార్టీలు వేరైనా నా స్నేహం స్నేహమే" అన్నారు ఆప్యాయంగా.

ఇంటికి తిరిగి వస్తూండగా సుబ్బయ్యగారు కనబడ్డారు. ఆయన్ను డిటోరావం టారంతా. గ్లాసులో నీళ్లలా కనిపిస్తాడు. కాని కాడేమో? ప్రస్తుతం శాస్త్రిగారి బాండు మేళంలో ఉన్నాడు. పంతులుగారు ఏనాడూ అతన్ని చేరదీయలేదు, చిరాకు.

పరాకులో పలకరించారు ఎదురవగానే. డిటోరావు పొంగిపోయాడు ఆ భాగ్యానికే.

"లక్ష రూపాయల పైచిలుకు బడ్జెట్టు మీద నిర్వాకం చెయ్యడం మజాకా కాదు" అన్నారు పంతులుగారు అదీ ఇదీ మాట్లాడి.

"కాదండీ మరీ! అసలు అందాకా ఎందుకు? పదివేల మీద నిర్వాకం చేసేసరికి రంగులు బయటపడిపోవూ?" అన్నాడు డిటోరావు.

ముఖస్తుతిపరులు చాలా గడుసువాళ్ళు. ప్రతి మాటకూ రెండర్థాలుంటాయి. ఇది శాస్త్రిగారి మీద నింద కావచ్చు. పంతులుగారి మీద వ్యంగ్యం కావచ్చు.

కాని పంతులుగారి మనసులో ఓ ఆలోచన మెరిసింది. రాత్రంతా ఒంటరిగా ఆలోచించాడు దాన్నిగురించి.

రాచకార్యాల రద్దీనిబట్టి, వారంరోజులలోగానే వచ్చి పదవి స్వీకరించవలసిందని కబురొచ్చింది పైనుంచి.

ప్రయాణం రేపనగా శాస్త్రిగారు పంతులుగారి గౌరవార్థం విందు చేశారు. ఉపన్యాసాలూ, ప్రశంసలూ ముగిశాక పంతులుగారు కృతజ్ఞత తెలిపారు.

"మరొక్క విషయం. చిరకాలంగా ఊళ్ళో రామమందిరం ఒకటి కట్టించాలని అనుకుంటున్నాను. వచ్చే రామనవమి నాటికి ముగిస్తానని ఆ మధ్య దండం పెట్టుకున్నాను. ఇపుడు ఈ విధంగా పొరుగూరు పోవాల్సి వచ్చింది. కాబట్టి ఆ భారం మీ అందరికీ ఒప్పగిస్తున్నాను. నిర్మాణానికి ఊరి శివారు మీద స్థలం ఇస్తున్నాను. ఊరు అటేపు పెరుగుతుంది. కాబట్టి అది బాగుంటుంది. పోతే కట్టడం ఖర్చులకు కాను పదివేలిస్తున్నాను. ఈ బాధ్యత అంతా తమ భుజాల మీద వేసుకుని నిర్వహించవలసిందిగా శ్రీ శాస్త్రిగారినీ, రెడ్డిగారినీ మీ అందరి తరఫునా నా తరఫునా కోరుతున్నాను. భగవంతుడి పని, కాదనరాదు" అంటూ శాస్త్రిగారి చేతులు పట్టుకున్నారు – పంతులుగారు.

హర్షధ్వానాలతో హాలు మారుమోగిపోయింది. పంతులుగారు హఠాత్తుగా చేసిన ఈ ప్రకటన విన్న శాస్త్రిగారికి ఏమనేందుకు తోచలేదు. వందనం చేసి, "మీ మాట శిరసావహిస్తాము" అని మాత్రం అన్నారు.

రెడ్డిగారు మాత్రం ఉత్సాహంగా లేచి కృతజ్ఞత ప్రకటించి, పంతులుగారి ఔదార్యాన్ని కొనియాడారు.

ఆ రాత్రి శాస్త్రిగారి సావిడిలో ఆయన బలగం అంతా పంతులుగారి మీద జాలిపడ్డారు.

"వెర్రిబాగులవాడు సెక్రటరీ పదవి ఇప్పించినందుకు పొంగిపోయాడు. ఆ కృతజ్ఞత కొద్దీ మనకీ గౌరవం చేశాడు. పాపం" అన్నారు శాస్త్రిగారు తృప్తిగా.

"కరణీ కులంలో తప్పబుట్టాడు" అన్నాడు రెడ్డిగారు. అందరికీ పంతులుగారి మీద హఠాత్తుగా గౌరవాభిమానాలు ఇనుమడించాయి.

మర్నాడు వీడ్కోలు బ్రహ్మాండమైన సంరంభంతో సాగింది. శాస్త్రిగారు రైలు మీద కొంతదూరం సాగనంపారు. పంతులుగారు ఛైర్మన్‌గిరీ రాజీనామా ఇచ్చినందువల్ల, ఎలక్షను లోపల పెద్ద పెద్ద నిర్ణయాలు చేసే అవసరం లేనందువల్ల. ఆ కొద్దిరోజులూ వ్యవహారాలు కమీషనరు చేతి మీదుగా జరపాలని నిశ్చయించబడింది. "ఎన్నికల్లో మీరు వచ్చి ప్రచారం చేసి పెట్టాలి. తీరిక చేసుకుంటారుగా" అన్నాడు శాస్త్రిగారు పెళ్ళికొడుకులా సిగ్గుపడుతూ. రెండునెలలు తిరిగేసరికి శాస్త్రిగారికి హఠాత్తుగా జ్ఞానోదయమైంది. పంతులుగారి విరాళం అంతర్యం స్ఫురించినట్టయింది.

"మీ దుంపతెగ" అనుకున్నాడు.

ఆ రెండు నెలల్లో చాలా కథ జరిగింది. పంతులుగారి విరాళం పెద్దదైనందువల్ల ఓ చిన్న కమిటీ వేయవలసి వచ్చింది – ఊళ్ళో గిట్టనివాళ్ళ దెప్పుళ్ళకు జంకి. కమిటీ అనగానే అభిప్రాయభేదాలు – "ఇదేం సర్కారు సొమ్ము కాదు. మునిసిపాలిటీ సొమ్ముకాదు, ఆఖరుకు బ్లాకుడెవలప్‌మెంటు బాపతేనా కాదు. ప్రయివేటు విరాళం. మనం అనవసరంగా భయపడడం మన చిత్తశుద్ధినీ, నిజాయితీని మనమే అనుమానించుకొనడం అవుతుంది. స్వేచ్ఛా స్వాతంత్ర్యాలతో ధైర్యంగా వ్యవహరిద్దాం" అన్న ఉపన్యాసం చదివాడు ఒక సభ్యుడు. "అసలు రామమందిరాలు ఇప్పుడు ఫాషనుగాదు. శివాలయం వేదాం" అన్నాడొకాయన. మరే, పూర్వం అక్కడ శివలింగం వెలసిందని చెపుతారు అన్నాడు మరొకాయన. అది అమ్మవారు విహారం చేసే చోటు. ముత్యాలమ్మ కోవెల కడదామన్నా డింకొకాయన. దీనిమీద కొంత

చర్చ జరిగాక ఈ స్థలం రామమందిరానికి పనికిరాదని తేలింది.

మరేం చెయ్యాలి?

"మీరు కోపం తెచ్చుకోనంటే సభవారి తరఫున ఒక ప్రార్థన చేస్తాను" అన్నాడు డిటోరావు ధైర్యం తెచ్చుకుని. అతను కమిటీలో మెంబరుకాడు. కాని శాస్త్రిగారి వెనక కుర్చీలో కూర్చున్నాడు.

"ఇది పవిత్ర కార్యం. రామమందిరం – లేక శివాలయం – బై ముత్యాలమ్మ గుడి నిర్మించకపోతే పంతులుగారి ఆత్మ శాంతించదు. ఆయన ఇచ్చిన స్థలం మంచిది కాదు కాబట్టి – మళ్ళీ వారిని శ్రమపెట్టడం భావ్యం కాదు కాబట్టి – మనమే సర్దుకోవాలి. ఊరికి దక్షిణపు హద్దులో శాస్త్రిగారి స్థలం నెం.2373/23–సి ఉంది. ఈ స్థలం కోవెలకు బాగుంటుంది. కొంచెం ప్రియమైనా, ఏదో ఒక ధరకు శాస్త్రిగారు దాన్ని కమిటీకే అమ్మేసెయ్యాలి. పంతులుగారిచ్చిన స్థలాన్ని కమిటీ తరఫున ఆయనకే అమ్మేసెయ్యొచ్చు."

శాస్త్రిగారు డిటోరావు సలహా విని తలతాటించి లేచి గొంతు సవరించుకొని "తప్పయ్యా, అలా బతికున్న వాళ్ళ గురించి మాటాడినప్పుడు ఆత్మశాంతికి అనకూడదు" అని సుతారంగా డిటోరావును మందలించాడు. నువ్వు నన్నిలా ఇరకాటంలో పెట్టడం న్యాయం కాదన్నాడు. సభ వారందరి మొహాలూ పరిశీలనగా చూసి తక్షణం నాన్పుడు మానేసి, "సరే ఈశ్వర ప్రీత్యర్థం ఒప్పుకుంటున్నాను" అన్నాడు. మూడు రోజుల తరువాత, పంతులుగారి స్థలాన్ని కమిటీ నుండి గజం ముప్పావలా చేసికొని, కొనేసి తన స్థలం – డిటో రావన్నట్లు ప్రియమైనా, గజం అయిదు రూపాయల్నించి మూడు రూపాయలకు తగ్గించి అమ్మేశాడు.

అందువల్ల వారం రోజుల తరువాత నిర్మాణం ఆరంభించవలసి వచ్చినప్పుడు పనులను కొన్ని శాఖలుగా విడదీసి ఆలయం గోడలు కట్టే మంత్రిత్వ శాఖ ఒకరికీ, పునాదిరాళ్ళ శాఖ మరొకరికీ, టాపులేపే శాఖ మరొకరికీ, లోపల విగ్రహ ప్రతిష్ఠాపన శాఖ ఇంకొకరికీ ఇచ్చాడు. శంకుస్థాపన రాయి పోర్టుఫోలియో లాంఛనంగా తను ఉంచుకున్నాడు.

తరువాత కథ చకచక పరుగెత్తింది. చూసి తెలుసుకుని చెప్పడానికి వీల్లేనంత వేగంగా, గుట్టుగా, గుంభనగా వెళ్ళింది.

ఆర్నెల్లు పడుతుందనుకున్న ఆలయ నిర్మాణం అందరికీ తలో శాఖ పంచినందువల్ల – ఎవరి పని వారు త్వరగా సాగించినందువల్ల – ఐదు వారాలలో పూర్తయిపోయింది.

శాస్త్రిగారు ఏదో ప్రయివేటు పనిమీద ఫ్యాక్టరీ లైసెన్సు కోసం ఢిల్లీ వెళ్ళి నాలుగు వారాల్లో తిరిగి వచ్చేసరికి అయిపోయిందన్నారు.

"ఏవిటయిపోయింది? డబ్బా?"

"అబ్బే.... అదే రెండూను. బడ్జెట్టు మేరకు గుడి కట్టేశాం" అన్నాడు డిటోరావు.

"శంకుస్థాపన రాయో?"

"మీరు చేయించింది చాలలేదు. పేర్లు ఎక్కువయ్యాయి. ఇంకో పెద్దది తెచ్చి దీనికి అతికారు."

"ఎవణ్ణడిగి చేశారు? ఇవాళ కమిటీ మీటింగని చెప్పి నలుగుర్నీ కేకేసుకురా."

"ఇంకా కమిటీ ఏదండి? కట్టడం అయిపోయింది గదా అని కమిటీ రద్దుచేస్తూ ఏకగ్రీవంగా రిజల్యూషను చేశాంగా"

"చేశావేమిటి? నువ్వూ చేరావా?"

"మీ తరపున నన్ను ఛైర్మనుగా ఉండమని దేవుళ్ళాడారు"

"డొక్క చింపేస్తా. నే లేకుండా ఏమిటిదంతా... పేర్లు...."

"మీ పేరు వేశారండి శంకురాయి మీద. పంతులుగారి అసలు పేరు మర్చిపోయాం. తరవాత కిందను ఒక దాత దానం అని చెక్కించాం లెండి. మీర్రావడమే ఆలస్యం, ప్రారంభోత్సవం, దేవుడిని ప్రతిష్ఠించడం అన్నీ ఈ వారంలోగా ముగించవచ్చు. పైనెల ఎలక్షన్లు కదా" అన్నాడు డిటోరావు.

శాస్త్రిగారు జుట్టు పీక్కోబోయి, బజారు కెళ్ళాలి గదా అని మానేసి, వెంటనే బయలుదేరి ఆలయం దగ్గరకు వెళ్ళాడు.

"కొంపదీసి ఆలయానికి పేరు కూడా పెట్టేశారా?" అన్నాడు దారిలో.

"లేదండి. ఏ దేవుడో తేలలేదు గదా? పట్టాలు మాత్రం ముగ్గురివీ చేయించేశారు పద్మనాభయ్యగారు. చాలా బాగున్నాయండి. ఒక్కోటి ఐదొందల్లు – మనం ఏది కావాలంటే అది పెట్టుకోవచ్చు. మిగతా రెండూ మీకిచ్చేస్తారు కావాలంటే."

దారిలో జనం అంతా తనకేసి వింతగా చూస్తున్నట్టనిపించింది శాస్త్రిగారికి.

ఆలయ స్థలం దగ్గర చుట్టూరా నిలువున్నర ఎత్తున తారుపూసిన తడకలూ, రేకులూ, దడి కట్టి ఉన్నాయి. గుమ్మం దగ్గర ఎవరో కాపలా ఉన్నారు. లోపలికి వెళ్ళడానికి వీల్లేదన్నాడు.

"రహస్యంగా ఉంచాలని ఈ కట్టుదిట్టం చేశాం. కంట్రాక్టరుగారు చవగ్గా కొనేస్తాడులెండి" అంటూ లోపలికి దారితీశాడు డిటోరావు.

"ఏదీ కోవెలేదీ?" అన్నాడు శాస్త్రిగారు నిర్ఘాంతపోయి. ఆత్మప్రదక్షిణ చేసి నలుదిశలా చూశాడు. ఎక్కడా ఏమీ కనపడలేదు. "కిందికి చూడండి" అన్నాడు డిటోరావు ముసిముసి నవ్వులు నవ్వుతూ.

☆ ☆ ☆

"గోపన్నా, అదీ కథ! కమిటీలో సభ్యులు ఉన్న డబ్బును పనుల ప్రకారం కేటాయించారు. నేలమంత్రి నేల బాగుచేయించాడు. గోడమంత్రి గోడ లేపాడు. ఎంత మట్టీ ఇటుక ముక్కలూ కలబోసినా రెండడుగుల ఎత్తు కట్టేసరికే డబ్బు అయిపోయినందువల్ల ఆయన ఆపేశాడు. టాపులేపే ఆయన ఇంకా ఆలస్యం అయితే ఇప్పటికే పెరిగిన ధరలు మరీ పెరిగిపోతాయని దూరం ఆలోచించి ఉన్నంతలో దొరికినంత మంచి రేకులు సంపాదించి మందిరానికి మూత వేశాడు. ముందర మాత్రం రెండడుగుల ఎత్తున, పన్నెండడుగుల బారున శంకుస్థాపన ఫలకం నల్ల చలువరాతిది – తళతళ మెరిసిపోతూంది, దాని పక్కనే బుల్లి సింహద్వారం, మరోపక్కన రెండు కిటికీలూ అమర్చాడు, కలప సభ్యుడు. రెండో కిటికీ పూర్తి చెయ్యటానికి ఆయన చేతిది కొంత పెట్టాల్సొచ్చిందిట కూడా.

శాస్త్రిగారు గొల్లుమన్నారు. ప్రాణం చాలొచ్చింది. అలాగే కుప్ప కూలిపోయాడు.

ఆ రాత్రి తిండీ తిప్పలూ లేవు. తెల్లవారితే ప్రజలకు మొహం ఎలా చూపటం? ఈ పొట్టిగుడిని ఎలా సమర్థించడం? పంతులుగారికేం చెప్పడం? రేపు మినిస్టరుగారు ప్రారంభోత్సవానికొస్తే, ఆయన నెలా లోపలి కెళ్తాడు? ఆయనకేం పాలుపోలేదు.

పంతులుగారు తన మీద పగ సాధించడానికే ఈ విరాళం ఇచ్చి పెద్దరికం తనకంట గట్టాడేమో... ఎంత పెద్ద ఎత్తు? రాక్షసి ముండాకొడుకు. తిట్లు తరువాత ఆలోచించవచ్చు. ఇది ఆయన వేసిన ఎత్తు అయితే - లేదా తన ఎత్తుకు పైఎత్తు అయితే ఇపుడు తను దానికి పై ఎత్తు వెయ్యాలి.... ఏం చెయ్యాలి? ఈ మరుగుజ్జు దేవళాన్ని ఎలా నిలబెట్టాలి? ఎలా ఎత్తుచెయ్యాలి? లేదా వెయ్యాలి? చాణుక్యుడేం చేసేవాడు? రాక్షసుడెలా ఆలోచించేవాడు? మేకియవిల్లీ ఏం సలహా చెబుతాడు? ఇలాంటి పన్లకు వాళ్ళ పేర్లు లాగడమెందుకు? దీనికి అంతటి బుర్ర లక్కరలేదు. అబ్బే ఆ బుర్రల్చాలవు... పోతే పోయింది, మహా అయితే అప్రతిష్ట వస్తుంది. వెధవ ప్రజల కిలాంటి వెన్నాళ్ళు జ్ఞాపకం ఉంటాయి గనక. మళ్ళీ ఎలక్షన్నాటికి వాళ్ళే మరిచిపోతారు. మహా అయితే రేపు పంతులొస్తే శివమెత్తినట్టు ఆడిపోతాడు.... మరే, శివమెత్తినట్టు ఆడిపోతాడు.

☆ ☆ ☆

మర్నాడు సాయంత్రానికి ఊళ్ళో మడేలు వీరన్నకూ, అంతా మరచిపోయిన గణాచారికీ, డిటోరావు రెండో పెళ్ళానికీ, ఆ మర్నాడు శ్రేష్ఠిగారికీ, సాయంత్రం కాంట్రాక్టరుగారి అత్తగారికి శివాలెత్తాయి. ఇద్దరు ముగ్గురికి కలలొచ్చాయి. అందరూ ఒకటే మాట. ఈ దేవళం అమ్మవారి కంకితం కావాలని, ఇంతకన్న ఎత్తుగా పెంచకూడదని. కలియుగ మానవులకు గర్వం, అహంకారం బలిసినందువల్ల ఈ విధంగా లోకమాత ఎదట నడ్డి వంచి కాళ్ళా చేతులా పాకి గుడి లోపలికి వెళ్లి దేవతను కొలవాలనీ, అందుకే ఆలయం ఇంత పొట్టిగా ఉండాలనీ... అందరూ శివాలెత్తినట్టు చెప్పాడు.

ఈలోగా శాస్త్రిగారు రేకులు పీకించి గోడ లెత్తు చేయించడానికి పూనుకున్నాడు. అది అపచారమనీ, ఆ పని వెంటనే ఆపించాలనీ పూనకాలు చూసిన కంట్రాక్టరుగారు అన్నారు. కొందరు పరుగులూ ఉరకలూ వేసి వెళ్ళి పని ఆపించెయ్యమన్నారు. తక్షణం ఆ మాట శిరసావహించి శాస్త్రిగారు పూనకం వచ్చిన మనిషి దగ్గరకెళ్ళాడు, పెద్దమనుషుల్ని వెంటేసుకుని. సత్యం పలికింది అమ్మవారు.

ఆ విధంగా దేవళం పొట్టిగానే ఉంచాలని పెద్దలు నిశ్చయించారు. బాజాభజంత్రీలతో బ్రహ్మాండమైన పూజలతో ఆలయం ఆరంభమైంది. కొద్దిరోజుల్లోనే అద్భుతమైన మహోత్యాలు కనబడ్డాయి. బోలెడన్ని దాఖలాలు కనపడ్డాయి.

శాస్త్రిగారు నడుం కట్టి దగ్గరుండి నడిపించారు కొన్నాళ్ళు. దుకాణాలకు జోరుగా లైసెన్సు లిప్పించారు. వేలాదిగా జనం రాసాగారు, కొత్తలోనే ఒకరిద్దరు మంత్రులూ, ఇద్దరు ముగ్గురు సినిమా తారలూ అర్చనకు వచ్చారు. ఆ సందర్భంలోనే వి.ఐ.పి.లు పాకవలసిన అవసరం లేకుండా నిలువు లోతున సొరంగం వేయించడం జరిగింది.

☆ ☆ ☆

ఈ భోగట్టా కర్ణాకర్ణిగా విని ఉన్నపళంగా పరుగెత్తుకు వచ్చారు పంతులుగారు. చూసినది చూసినా నమ్మశక్యం కాకుండా ఉంది.

"దేవాంతకుడా!" అన్నాడు శాస్త్రిని చాటుకు పిలిచి.

"అంతా మీ చలవ. ఎలక్షనొచ్చింది. ఏం చెయ్యను? మీరురాకుండానే ప్రారంభోత్సవం జరపాల్సొచ్చింది. రోజు రోజుకూ నిదర్శనలూ ఎక్కువై పోసాగాయి. మహా సత్యమైన దేవతలెండి" అన్నాడు శాస్త్రిగారు విలాసంగా నవ్వి.

పంతులుగారు గుడ్లనీరు గక్కుకున్నారు. "శాస్తుర్లూ మహా పాపం సుమీ. దైవకార్యం అని మరచిపోయావు. మీకు ఆ డబ్బు కలసిరాదు" అన్నారు పంతులుగారు గద్గద స్వరంతో.

శాస్త్రిగారు కోపం అభినయించారు.

"అయ్యా, మీరు కాస్త నిదానించి మరీ మాట్లాడాలి. పూరీ జగన్నాథంలో బొమ్మలు చెక్కించింది రాజాగారు కాబట్టి అబోరు దక్కింది. అదే నేనూ మా కంట్రాక్టరూ అయితే బొమ్మలు సగం చెక్కించి డబ్బు తినేశామనే వారే... ఇంకా నయం... కావలిస్తే మీ డబ్బుకు పద్దులు చూపిస్తాం రండి" అన్నారు.

పంతులుగారు తల వంచుకు వెళ్ళిపోయారు.

☆ ☆ ☆

ఇలాటి వాళ్ళ చేతిలో పురపాలన పెడితే ఈ మునిసిపాలిటీ ముక్కలై పధ్నాలుగు పంచాయితీ లయిపోతుంది అని భయం వేసింది పంతులుగారికి. ఏమైనా సరే తనూ ఎన్నికలకు నిలబడాలని తీర్మానించుకున్నాడు. నిర్మొహమాటంగా పార్టీ సెక్రటరీ పదవికీ, సభ్యత్వానికీ రాజీనామాలు పెట్టేసి మునిసిపల్ ఎలక్షనుకు స్వతంత్రుడిగా ఓ కాయితం పడేశాడు.

దేవళం అసలు కథ గురించి అంతా వెల్లడిస్తానంటూ ప్రచారం ఆరంభించాడు.

"ఆయన గెలుస్తాడంటావా? గోపన్నా" అని మణిసిద్ధుడు కథ ముగించాడు.

"సుబ్బరాజా! ఆ వెర్రి గొల్లపిల్లాడేం చెబుతాడుగాని నువ్వు జెప్పు చూతాం. ఆ ఎలక్షన్‌లో పంతులు గెలవగలడా? ప్రజల డబ్బు పాడవకుండా చూడాలన్న ఆశ ఉంది కాబట్టి ఆయనకు ఓటివ్వడం సబబైనా ఆయనకు ఓట్లు పడతాయా? నువ్వు పౌరుడివైతే ఎవరి కేస్తావ్?" అన్నారు రామిరెడ్డిగారు కథ ముగించి.

"శాస్త్రిగారికే వేస్తాను. పంతులుకు ఓటు వేసినా ఆయన గెలిచినా అట్టే కాలం నిలబడలేడు. ఎలాగా శాస్త్రి మళ్ళీ వస్తాడు. బై ఎలక్షన్ పేరు జెప్పి, ఇంకాస్త డబ్బు దండుగ. పంతులుకు రాజకీయ వ్యూహాలు ఎత్తుకు పై ఎత్తులు చేతగావు. ఆయన వేసిన 'విరాళం ఎత్తు' చూట్టానికి బాగున్నా వెర్రిబాగుల పద్ధతి.

శాస్త్రిలాంటి వాడి ముందు, అలాంటివాడు ఆటిరాడు. గవర్నమెంటు నాలు క్కాలాలు నిలిపి, నడపలేని మంచివాడికన్నా, ఎత్తుకు పైయెత్తు వేస్తూ పవరులో నిలబడే చెడ్డవాడే మెరుగు... పంతులుగారు నరాంతకుడు, శాస్త్రి దేవాంతకుడు, నా ఓటు శాస్త్రికే" అన్నాడు సుబ్బరాజు.

★ ★ ★

8 దాచింపాడు రోడ్డు కథ

“రేపట్నుంచీ గొడుగేసు కొస్తావుండు” అన్నాడు రామిరెడ్డిగారు – మర్నాడు సుబ్బరాజు రాగానే.

సుబ్బరాజు పైకి చూశాడు.

“అబ్బే మబ్బేసిందని గాదు. వర్షాలయిపోయాయి. ఇపుడు ఎల్లక్షను మానిఫెస్టో లొస్తున్నాయి-గా? ఇహ మంచి ఫిబ్రవరి దాకా వాగ్దానాల వర్షాలు కురుస్తాయని. గొడుగేసుకోపోతే నెత్తి బొప్పి కడద్ది” అంటూ తన చమత్కారానికి విరగబడి నవ్వారు రెడ్డిగారు. కణతలుబ్బి ముఖం కందగడ్డలా – పడమట అస్తమిస్తున్న సూర్యబింబంలా ఎర్రబారిపోయింది. సుబ్బరాజు వినయంగా రెడ్డిగారి గౌరవార్థం మందహాసం చేశాడు.

“నిన్నటి పత్రిక చూశావా? కొత్త ఎల్లక్షను వరాల్లో పల్లెటి దిక్కుల రోడ్లేయించడం ఒకటిట. ఎలాటి మారుమూల పల్లెకయినా బస్తీనుంచి పెద్ద రోడ్ల మీంచి దారిపోయిస్తారుట. ఏమంటావు బాగుందా?” అన్నారు రెడ్డిగారు స్థిమితపడ్డాక.

“ఊహ మంచిదే” అన్నాడు సుబ్బరాజు.

“మరే, అంతే, ఊహే మంచిది. దాచింపాడు పంచాయితీ కథ విన్నావుగా?”

“లేదు”

“విను....దాచింపాడు కాపేరెలా వచ్చిందో శానామందికి తెలీదు. నాకూ తెలీదనుకో. బ్రిటిష్ హయాములో ఇండిపెండెంటు వీరుల్ని పోలీసుల కందకుండా తెచ్చి దాచింది. కాబట్టి ఆ పేరొచ్చిందని అయనెవడో పుస్తకంలో ఓసార్రాశాడు. అదికాదూ, ఆ పల్లెటి ప్రజలే ఆ వూరిని దాచేసుకుని తాము దాంకున్నారని గిట్టనివాళ్ళు విసుర్లిసిరారు. ప్రజలు కాదు సర్కారు వాళ్ళే దీన్ని దాచేశారని దేశమంతటా ఒక్క లాగు బాగుపడి ఎల్ట్రిలైట్లతో, కంకరరోడ్లతో, ఆసుపత్రులతో, బళ్ళతో, గుళ్ళతో యిదయిపోతోంది గాబట్టి పూర్వకాలం దేశం ఎలాగ, యెంత వెనుకబడుందో తెలుసుకుందుకు, ఆనాక ఎపుడైనా ఏ దొరైనా సరదాపడితే చూపించేందుకు, పాతకాగు పల్లెటూళ్ళు కాసిని దాచి అట్టే పెట్టాలన్న ఊహకొద్దీ కొన్నిటిని వెనకేశారనీ, వాటిలో ఈ దాచింపాడు ఒకటనీ ఒకాయన చెప్పాడు. అంతెందుకు? ఈడ బడిచెప్పటానికీ, ఆసుపత్రి కారు పంపడానికీ, రేడియో పెట్టడానికీ ఇంకా అభివృద్ధి పన్లంటారే అవన్నీ చేయడానికి

బ్లాకువాళ్ళు రాలేదని ఎవరో అడిగితే ఓ మినీస్ట్రీగారు ఆశ్చర్యపడి ఆఫీసు రికార్డులో వాకబు చేయించారు. దాచింపాడు పేరెక్కడా కనబళ్ళేదట."

"ఎమ్మెల్లేగారూ, ఎమ్మెల్లేగారూ బలేవాడివయ్యా. బలే తమాషాచేసి నన్ను కంగారు పెట్టావే!? రికార్డులన్నీ చూశాము. అసలు దాచింపాడనే ఊరే లేదటయ్యా. పేరూ ఊరూ లేకుండా దీన్నెలా డవలప్మెంటు జేయమంటావు?" అవటాని కడిగేశాడు. ఎమ్మెల్లేగారు నిర్ఘాంతపోయాడు. ఇదేమిటి? దాచింపాడు మా అత్తారూరయితే, మీరు లేదంటారూ? మీ రికార్డుల్లో కెక్కకపోతే ఇహనా ఊరులేనట్టేనా అన్నాడు. కాని అప్పటికే అందరూ గట్టిగా నవ్వుతున్నందువల్ల ఆ గొడవలో ఈ మాటలెవరికీ వినబళ్ళేదనుకో.

మొత్తానికి దాచింపాడునంతా కలిసి నాటికీ నేటికీ అలాగే దాచి ఉంచారు. చుట్టుపక్కల ఉన్న ఊళ్ళకూ దాచింపాడుకూ దారి అని చెప్పుకోదగ్గదేం లేదు. ఎట్నుంచి వెళ్ళినా పొలాల కడ్డుపడో కాలవలీదో వెళ్ళాలి. ఏం? బురదపాడు మేజరు పంచాయితీ వేపు నుంచి మాత్రం మట్టిదారిలాటి దోటి పోశారు. ఆ దారంట బళ్ళు వెళ్ళవు. వెళ్ళొచ్చే మణుసులు అసాధ్యులయినందువల్ల వాళ్ళకు బాధలేదు. ఆ దారి తొక్కడం అలవాటయిన వాళ్లు తిరుపతి కొండలకు షికారెళ్ళినట్టెల్లి సునాయాసంగా తిరిగొస్తారు, అయితే ఎవరూ వెళ్ళలేదనుకో.

అనగనగా వినగా వినగా కొన్నాళ్ళకు, ఆ ఊరి బ్రాహ్మణాయనకు లేక లేక కలిగిన మొగనలుసు ఊరొదిలి పొరుగూరెళ్ళి పెద్దబడి చదువు చదవడం జరిగింది. దరిమిలాను ఆయన పినమామగారి పట్టుదల మీద పట్నం వెళ్ళి కాలేజీ చదివాడు. ఆ కుర్రాడి పేరు సుబ్బారావు గామోసు. కాలేజీలో రివాజు ప్రకారం అతగాడూ ఓ చిన్నదాన్ని వలచాడు. వాళ్ళిద్దరూ పాటలు పాడుతూ, డాన్సులు చేస్తూ తిరిగారని చెప్పుకునే వారప్పట్లో. తప్పేంలేదు, అందరూ అంతేట. బయస్కోపులో జూళ్ళే! అలాగే! ఏం? చదువులైపోయాక సుబ్బారావు ఇంటికి తిరిగొచ్చాడు, ఒచ్చాక దెలిసింది. తావలసిన చిన్నది తనక్కావలసిన సిన్నది తమ కుటుంబానిక్కావలసిన చిన్నదేనని, వాళ్ళది బురదపాడు.

ఒచ్చిన మూడోనాడే పల్లెటూరి సౌందర్యం, ప్రశాంతత మొఖం మొత్తేవిగాని, అదిగో ఆ పిల్లదాని ఒల్లమాల్న చక్కదనంవల్ల సుబ్బారావు కుదురుగానే ఉన్నాడు. ఎటొచ్చీ రోజూ దాన్ని జూడటానికి షికారెళ్ళి రావడం ఇబ్బందిగా ఉండేది. మూడు మైళ్ల దారీ బురదమయం. గోతులు, మళ్లు, బురద ఎండితే ఇహ కొండలూ, లోయలూను. బండి వెళ్ళదు. సైకిల్ని మోసుకు వెళ్ళచ్చు, కాళ్ళలో సత్తా వుంటే. దారిలో కొండంత గడ్డిమేటలు అడ్డు నిలుస్తాయి. వాటికన్న నడచిపోవడమే మెరుగు. కొన్నాళ్ళయే సరికి సుబ్బారావుకి ఛీ అనిపించింది. మనూరికి రోడ్డుండాలన్నాడు. ఉన్నదానికి కంకర పోయిద్దావన్నాడు. తండ్రి నవ్వాడు. తరువాత ఊళ్ళో వాళ్ళదగ్గరా, వీళ్ళ దగ్గరా, కరణమ్మునసబుల దగ్గరా అన్నాడు. రెండేళ్ళాయి పనిచేస్తున్న పంచాయితీకెళ్ళి ప్రెసిడెంటుతో అన్నాడు.

"నీకేవన్నా మతిపోయిందా?" అన్నాడు రెడ్డిగారు.

"అవునబ్బాయి రోడ్డెందుకూ? ఎవరన్నా వింటే నవ్విపోతారు. మనకేవన్నా రాచకార్యాలున్నాయా రోజూ ఊరేగడానికి" అన్నారు మిగతావారు.

"నువ్వా బురదపాడు శాస్త్రుర్లుగారి పిల్లను చూట్టానికెళ్ళడం కోసం పెద్దరాదారి వెయ్యాలండం బావుందోయ్. పెళ్ళాడి పారేస్తే పోలా?" అన్నారు కరణంగారు ఒకనాడు సుబ్బారావు ఒక్కడూ వుండగా చూసి. "చనువుకొద్దీ సరదాకన్నాననుస్మీ" అన్నారంతలోనే సుబ్బారావు మొహం చూసి చటుక్కున్నారిక్కరుచుకుని.

సుబ్బారావుకు పౌరుషం వేసుకొచ్చింది. "నలుగురికీ పని కొచ్చేందుకు రోడ్డేయిద్దామంటే, అందులో నా స్వార్థం ఏవిటని జూస్తారెందుకూ!" అని దెప్పి పొడిచాడు అక్కడా అక్కడా మాట్లాడుతూ. ఆ మాట కరణం చెవిన బడింది. తండ్రి ఆ మర్నాడు కొడుకును కేకేసి చివాట్లేశాడు. "పెద్దంత్రం చిన్నంత్రం లేకుండా ఏమిటా వాగుడు? పిల్లకాక్కేం దెల్సు ఉండేల్దెబ్బనీ రోడ్డు పడితే వచ్చే చిక్కులు నీకేం దెల్సు? ఇష్టం లేకపోతే పట్టణం వెళ్ళి ఉద్యోగం అఘోరించు. ఆయనన్నట్టు సమ్మంధం మాటాడతాను. పెళ్ళి చేసేస్తాను. పట్టు" అన్నారు.

సుబ్బారావుకు తిక్క పెరిగిపోయింది. మీరా మీరా అని ఊళ్ళో నలుగురి దగ్గరికీ వెళ్ళి రోడ్డు అవసరం నచ్చజెప్పాడు. రోడ్డు పడితే మన పంటను సులువుగా గూడెం మార్కెట్టుకు తోలుకెళ్ళచ్చు. రోడ్డుపడితే బ్లాకు డెవలప్మెంటు వాళ్ళొచ్చి ఊళ్ళోకూడా రోడ్లేస్తారు. ఎలక్ట్రీ దీపాలు పెడతారు. వారం వారం ఆసుపత్రి కారొస్తుంది, మంచి బడి పెడతారు. రేడియో ఇస్తారు. పుస్తకాలిస్తారు. పత్రికలిస్తారు. మీ పిల్లలంతా చదువుకుని పైకొస్తారు. ఆ రోడ్డు మన అభివృద్ధికి రోడ్డు అవటాని నూరిపోశాడు. ఓపికా తీరికా ఉన్నవారంతా విని తల తాటించేవారు సానుభూతితో "ఆ బ్యామ్మణబ్బాయి రోడ్డోయని దేవుళ్ళాడతన్నాడు పోయించరాదూ" అని ఒకరిద్దరు ప్రెసిడెంటుతో కూడా అన్నారు.

"ఇది బావుంది మద్దిన, ఆ కుర్రాడు సరదా పడతన్నాడని రోడ్డేయించమంటావా? రోడ్డు లేకుండానే ఇప్పటికే చెక్కేం గాఫీసర్ల వల్ల గుడ్లు గూట్లో కొస్తన్నాయి. ఇంక అది కూడా పడితే ఇంకేవన్నా ఉందా? డబ్బెక్కువయిందా?" అన్నాడు ప్రెసిడెంటుగారు నవ్వి.

సుబ్బరాజూ! ఉన్న సంగతదీ. ప్రెసిడెంటూ, కరణమ్మునసబులూ, ఊళ్లో మోతుబర్లూ కూడా ఈ విషయంలో మాత్రం ఒక్క తాటిమీద నిలబడతారు. రెవిన్యూ ఇనస్పెక్టర్లను అళ్ళను ఈళ్ళను ఈ ఊరి కొచ్చినప్పుడల్లా అళ్ళకు విడిది చూపించి మస్తుగా మేపీ, పుష్టిగా తడిపీ, మాట దక్కించుకునీ సాగనంపేసరికి ఊరి పెద్దలకు తాడు తెగినంత పనవుతోంది. దొంగ దాళవాకని కాలవలో కసిని నీళ్ళిప్పి పదెకరా తడుపుతున్నపుడల్లా ఒంతు ప్రకారం అళ్ళనూ, 'తడుపుతూనే' ఉన్నారు. అయితే అళ్ళే ఆర్నెల్లకో ఏడాదికో ఒచ్చినపుడల్లా ఈళ్ల దాళవాకు నీళ్ళిచ్చినా ఇవ్వకపోయినా ఇచ్చినట్టే లెక్కేస్తున్నారు. ఫీజడుగుతున్నారు. ఆ రాళ్ళూ ఈ హద్దులూ ఆ పద్దులూ అంటూ లేనిపోని పేచీలు పెడతన్నారు. సరైన రోడ్లు లేనందువల్ల ఈ గతుకుల్లో గోతుల్లో పడి నడవలేక అస్తమానూ రారు. ఇపుడు రోడ్రుపోయిస్తే అస్తమానూ బండి చేసుకొచ్చేస్తారు. తోచీ తోచనమ్మ తోడికోడలుతో సరసమాడిందని చీటికీ మాటికీ వచ్చేస్తారు. కుటుంబాలతో సహా వచ్చేస్తారేమో కూడా. కాంపులు పదేసి రోజులు వేస్తారు, మొగ పెళ్ళివారికన్న క్రూరులు. పార్టీ

పెద్దలకన్న జబర్దస్తీ చేస్తారు. అంతకన్న ఏనుగుల్ని పెంచొచ్చు. మినిస్టర్లని మేంటేన్ చెయ్యొచ్చు. అప్పాల్చేసే స్నేహితుణ్ణి పెంచుకోవచ్చు. ఈ 'తడుపు సప్లయి' దెబ్బ ఊరందరికీ తలకాస్తా టెంకి జెల్లంతయినా తగుల్తుంది. నీకు తెలీందేముంది. నేను చెప్పడవేగాని.

కుర్రాయన సుబ్బారావుకీ లుకలుకల్లేలీవు. ఆయన ఎగబడి ప్రచారాలు ఆరంభించాడు.

అందుకు తగ్గట్టే ఒక ఉపద్రవం జరిగింది. సుబ్బారావు తండ్రిగారు ఓ నాడు బురదపాడెళ్ళి వస్తూంటే దార్లో గడ్డిబండి గోతిలో కొరిగి ఆయన మీద పడింది. ఆయన చెయ్యి విరిగింది. మంచాన బడ్డాడు. అక్కడితో కుర్రాయన కావేశం ఎత్తుకొచ్చింది. రోడ్డు లేనందువల్ల గదా ఈ అరిష్టాలు అనుకుని సరాసరి పట్నం వెళ్ళి పయ్యధికార్లతో మాటాడాడు. "మీ ప్రెసిడెంటుతో మాటాడారా? కరణమ్మునసబు లేవన్నారు?" అనడిగాడాయన అదోలా నవ్వి.

సుబ్బారావు ఇంటికొచ్చేసి, తండ్రి మొత్తుకున్నా వినక తెగించి పంచాయితీ ఎల్లక్షనుకు నిలబడ్డాడు. మంచానపడ్డ తండ్రికి ఆపడానికి శక్యంగాక ఊళ్ళో తనవాళ్ళనుకున్న వాళ్ళచేత చెప్పించాడు. అదీ లాభం లేకపోయింది. చివరికి వాళ్ళనే బతిమాలి కొడుక్కు సాయపడమన్నాడు. రోడ్డుమీద అభివృద్ధి మీద అభిమానమెలా ఉన్నా ప్రెసిడెంటు రెడ్డిమీదా, మునసబు కరణాల మీదా గుర్రుకొద్దీ కొందరు సుబ్బారావుకు మద్దతిచ్చి రోడ్డుపడి తీరాలన్నారు. ప్రచారం ముమ్మరంగా జరిగింది.

"ఇదిగో చూశారా? దేశంలోకెల్లా పెద్ద పార్టీ, గవర్నమెంటును నడిపేది ఏవందో చూడండి. మీరు మీ ఓటిస్తే మీ ఊరికి మంచి రోడ్డు పోయిస్తాను" అంటూంది అని ఇంటింటికీ వెళ్ళి చెప్పాడు సుబ్బారావు.

రెడ్డిగారు కూడా ఈ మాటే అన్నారు. "ఆయన మాట విన్నారుగా. జాగర్త. మీరు ఓటిస్తే వాళ్ళు రోడ్డేస్తారుట. జాగ్రత్త" అని హెచ్చరిగ్గా చెప్పాడు.

ఫలితం ఏమిటో వేరే చెప్పక్కర్లేదు. సుబ్బారావు చిత్తుగా ఓడిపోయాడు. అతనికి ఆరంభంలో మద్దతిచ్చిన వాళ్ళు కూడా ఓట్లు రెడ్డికే వేశారు. సుబ్బారావుకి ఒక ఓటూ రానందువల్ల వాళ్ళు కూడ తన పార్టీయేనని రెడ్డికి తెలిసింది. వాళ్ళు ఆనందించారు ముమ్ముందు పేచీలుండవని.

"దేశద్రోహులు. అభివృద్ధి నిరోధకులు, మూర్ఖులు, మీకు బాగుపడే యోగ్యతలేదు" అని ఊరునూ, పెద్దల్నీ తిట్టిపోసి పట్నం లేచక్కాపోయాడు సుబ్బారావు. బెడిసిన సంబంధాలు తను చక్కబెట్టి సర్దుకునేదాకా ఈ ఛాయలకు రావద్దనీ, ఉద్యోగం వెతుక్కోమనీ చెబుతూ డబ్బు పంపించాడు తండ్రి.

☆ ☆ ☆

సుబ్బరాజా రోడ్డు పడడం ఊరుకు మంచిదనీ, లాభసాటి అనీ సుబ్బారావు ఎంత చెప్పినా పెద్దలూ, వార్నిబట్టి ప్రజలూ కూడా విన్నారు గాదు గదా. అతను తిట్టినట్టు వారు ఉభయులూ నిజంగా ద్రోహులేనా? మూర్ఖులేనా? వారిలో ఒకరే ద్రోహులా? ఎవరు నిజమైన ద్రోహులు? సొంత ఇబ్బందులు తప్పించుకుని, అధికార్లను

దూరంగా ఉంచడానికి తాపత్రయపడి ప్రజల్ని అదుపులో ఉంచి చెడుదారి పట్టించిన గ్రామాధికారులా? లేక తమ బాగేదో ఓగేదో కూడా కనుక్కోలేక, కనుక్కున్నా - రోడ్డు పడడంవల్ల ఎన్నో మేళ్ళు జరుగుతాయని తెలిసినా - ఆ అభివృద్ధికి అడ్డుపడేవారికే ఓట్లేసిన ప్రజలా? ఎవరు నిజమైన ద్రోహులు చెప్పు చూదాం" అన్నాడు రామిరెడ్డిగారు కథ నాపుజేసి.

"అభివృద్ధి నిరోధకులు ఆ ఊరి పెద్దలు కారు. ప్రజలంత కన్న కారు. వారివీ వీరినీ కూడా 'అభివృద్ధి వద్దు బాబోయ్' అనిపించేటంతగా 'బాగుపడదారి' అంటే భయపడేటంతగా హడలేసిన అధికార్లూ, వాళ్ళను కట్టుదిట్టం చెయ్యని పై అధికార్లూ, పాలకులూను... వారికే ఆ బిరుదు చెల్లుతుంది" అన్నాడు సుబ్బరాజు.

★ ★ ★

౧ డోరా వాడా

మర్నాడు సుబ్బరాజు వచ్చేసరికి పొద్దువాలింది.

"బండిపట్నం వెళ్ళింది. పొలిమేరకాడాపినా, పోలీసు జులుం చేశాట్ట టాక్సు గట్టాలని, ఈ ఊరిది కాదయ్యా అని మొత్తుకున్నా వినలేదట. సైకిలేసుకెళ్ళొచ్చాను అదేదో కనుక్కుందారని" అన్నాడు కూర్చుంటూ.

"సైకిల్ని బట్టుకోలేదా మరి?" అన్నాడు రెడ్డిగారు నవ్వి. సుబ్బరాజు మందహాసం లాంటిది చేశాడు.

సుబ్బారావని నీలాటాడే... ఇలాగే ఓ దఫా సైకిలేసుకు పట్నం వెళ్లాడు (అంటూ కథ ఆరంభించారు రెడ్డిగారు) పట్నంలోనే మేనమామగారింట ఉంటూ ఇస్కూలు పైనలు దాకా బడి చదివాడనుకో, అప్పుడే చదువు కట్టిపెట్టి స్వగ్రామం వచ్చాడు. తండ్రి లేడు. తల్లి పెంపకమేమో గారంగా పెరిగాడు. అంచేత పౌరుషం, పంతం జాస్తి. నాల్రోలు ఉండేసరికీ పోతా పోతా అని పాటారంభించాడు. ఓనాడు తల్లికి సుస్తీ జేసింది. పొరుగూర్నించి డాక్టరొచ్చి చూచి ఏవో మందుల్రాసిచ్చి, పట్నం వెళ్ళి కొనిదెమ్మన్నాడు. సుబ్బారావు సైకిలెక్కి వెళ్ళాడు. మూడుకోసుల దూరం, ఊరి శివారులోనే టీ బడ్డీకాడ అప్పజెప్పి నడిచి వూళ్ళో కెళ్ళబోతున్నాడు. రెండడుగులు వేసేవరకు కనిస్టీపు కేక వినబడి వెనక్కి తిరిగాడు.

"ఈ బండి నీదేనా?" అన్నాడు కనిస్టీపు.

"ఏం?"

"లైసెన్సేది?"

"ఈ బండీ ఊరిది కాదు పల్లెటిది. దీనికి లైసెన్సక్కరలేదు"

"అది నువు జెప్పక్కర్లేదు. ఈ ఊరి పొలిమేరలో వుండగా అడుగుతున్నాను. ఇక్కడ లైసెన్సులున్నాయి."

"అది నాకూ తెల్సు. అందుకనేగా బండి నిక్కడొదిలే నడిచెళ్తున్నాను" అన్నాడు సుబ్బారావు తిక్కగా.

పోలీసులతో వాదాలు వేసుకో కూడదని తెలీని వయసు మరి, మాట మీద మాట పెరిగింది.

ఎప్పుడో అర్నెల్లకోసారీవెంపొచ్చి, ఊరి పొలిమేరలో కట్టేసి నడిచెళ్ళినా, లైసెన్సెందుక్కట్టాలో నాకు బోధపడలేదన్నాడు సుబ్బారావు. ఇది అన్యాయం, అక్రమం అన్నాడు. నాకయన్నీ దెలవ్వు. రూల్సు రూల్సేనన్నాడు పోలీసాయన. ఆయన్తో నీకేటి, లెంపలేసుకు మంచి చేసుకో కుర్రాడా అని చెప్పిచూశారు అక్కడివారు. అప్పటికే ఆయనకీ అతగానికీ కూడా పంతాలు మితి దాటాయేమో ఇక వెనక్కి తగ్గే వీల్లేకుండా పోయింది. కొన్ని వెవహారాల్జూడూ – అట్టే రట్టుగాకుండా ఉంటే గుట్టుగానే కామూపై పోతాయిగాని, రచ్చకంటూ ఎక్కిపోయాక ఇహ దాన్నాపడాని కెవడి శక్యవూ గాదు, పల్లెల్కేవిటి అసలు పట్నాల్లో కూడా సైకిళ్ళకి పన్ను లేకుండా చేస్తాను. అసలు సైకిలు మీద పన్నేవిటి? ఇంకో బళ్ళ మీదెయ్యండి. అద్దె సైకిళ్ళ మీదెయ్యండి. అంతే తప్ప... అవటాని ఉపన్యాసం కూడా ఇచ్చాడు సుబ్బారావు. కంఠ శోషే తప్ప కలిసొచ్చిందేవీ లేకపోయింది. పోలీసాయన కూడా వెళ్ళి పన్ను కట్టి లైసెన్సు బిళ్ళ పుచ్చుకోక తప్పింది కాదు. మందుకు తెచ్చింది కాస్తా ఇలా కైంకర్యమై పోయింది. ఉసూరుమంటూ ఊరివతలి కొచ్చి పొలిమేర దాటగానే ఆ బిళ్ళ పీకి నేలకేసి కొట్టి గుడ్లనీరు గుక్కుకు చక్కాపోయాడు సుబ్బారావు.

అదేమిట్రా మీ మామయ్య నడిగి తీసుకునైనా 'మందు కొనకబొయ్యావూ' అని నాయనమ్మ అనేవరకూ అతనికి పొరపాటు తట్టనేలేదు.

మొత్తానికి ఆ నాడతను ప్రతిజ్ఞ పట్టాడు – పల్లెల్నించి 'చుట్టపుచూపు'గా పట్నం వచ్చే బళ్ళకు పన్నులు పడకుండా చేస్తానని. ఆ తరువాత అసలు బీదవాడి వాహనమైన సైకిలు మీద పట్నాల్లో కూడా లైసెన్సులూ, పన్నులూ లేకుండా రద్దు చేయిస్తానన్నాడు.

నాలుగేళ్ళు తిరిగేసరికి సుబ్బారావు పట్నవాసంలో కాపరం పెట్టాడు. అలనాటి ప్రతిజ్ఞ కోసం అనుకునేవ్వు, ఆ ఉడుకు చల్లారిపోయింది. మర్చిపోయుండవచ్చు. అదుగో ఆ స్కూలు పైనలోటి చదివాడుగా. అంచేత మనం కలం తప్ప హలం పట్టరాదని తోచింది. కరణీకానికి నాలుగేళ్ళ సెలవుపెట్టి పట్నం చక్కా వచ్చాడు. కొన్నాళ్ళు ఉద్యోగం చేసినా, చురుకు పాలు చొరవ బాగా ఉన్నవాడేమో అందులో ఇవళ్ళే కివతలపడి వ్యాపారంలో జొరబడ్డాడు. కమీషన్ వ్యాపారం చేశాడు. నెమ్మది మీద ఓ లారీ కొన్నాడు. కాయితం అన్నాడు. స్థలాలు కొన్నాడు. అమ్మాడు. మునిసిపాలిటీ స్థలాలు కొందరికైతే చవగ్గా వస్తాయని గమనించాడు. వాటికెడాపెడా ఉన్నవాటికి గజం రెండూ మూడూ పలికితే, అవి మాత్రం పావలా అర్ధకీ దొరుకుతున్నాయి. అవి స్కూళ్ళూ, లైబ్రరీలూ, పార్కులూ, చౌకులూ, చట్టుబండలూ కట్టడాని కట్టేబెట్టిన బాపతు. కౌన్సిలర్లకు, ఉద్యోగస్తులకు మాత్రం సులువుగా దొరుకుతున్నాయి – ఇళ్ళు కట్టుకుందుకు.

"పోనీ నువ్వు ఓ మా రెలక్షన్‌లో కాస్త డబ్బు తిప్పరాదురా" అన్నాడు మేనమామ.

అదీ దాని కత. సుబ్బారావు మునిసిపలు కవున్సిల రయిందా విధంగా. అవడం బాగానే అయ్యాడు. మంచి మెజార్టీయే వచ్చింది. అపాటి డబ్బూ పలుకుబడీ గడించిన వాడికి అపాటి కసలు వేడి పూర్తిగా చల్లారిపోవాలి. కాని సుబ్బారావుదింకా కుర్రతనపు రక్తవే. ప్రజలన్నాడు, దేశవన్నాడు, సంఘవన్నాడు, సంస్కరణలన్నాడు,

బీదలన్నాడు, పన్నులన్నాడు, సాటివారూ, తోటివారూ చివాట్లేశారు. ఇంకా ఎలక్షన్ కలవరింతలేనా అని సరసమాడారు. సభల్లో చదువుగాని, ఇక్కడ మన మద్దిెందుకా కాకిగోల అని విసుక్కున్నారు. అయినా సుబ్బారావు కుదురుగా కూర్చుని తన గొడవ తను చూసుకోవడంతో ఆగలేదు. ప్రజల నిత్యావసర వస్తువుల మీద ఇన్ని పన్నులేవిటన్నాడు. ఓ పక్క చదవండోయ్ అని మొరపెడుతూ పుస్తకాల మీద సేల్సుటాక్సు లేవిటన్నాడు. వర విక్రయం మీద సేల్సుటాక్సు వెయ్యరా అన్నాడు. "నువ్వు చెప్పే గొడవలేవీ మునిసిపాల్టీ అధికారం కిందికి రావయ్యా మగడా" అని ఎద్దేవా జేశారు నలుగురూ. ఎందుకొచ్చిన అల్లరి – నీ తెలివితేటలు ల్యాపించుకుందుగ్గాక పోతే అన్నారు. ప్రభుత్వం మంజూర్లు పెంచమన్నాడు సుబ్బారావు. పెంచితే ఊళ్ళో నీటివసతి పెంచి కుళాయిలు వేస్తామనీ అడంగులు వీధికుళాయిల దగ్గర జుట్లు పీక్కుని ఒకళ్ళ నొకళ్ళు రక్కిపోసుకోకుండా చూస్తామనీ అన్నాడు. ఆసుపత్రులలో నిజమైన మందులు ఇప్పిస్తామన్నాడు. ఊళ్ళోకి ఓ మినిస్టరుగారు వచ్చినప్పుడు ఓ మెమోరాండం రాసి ఇవన్నీ నివేదించాడు.

"డబ్బు మాకు మటుకెక్కడిది? అంతా పైవాడి (కేంద్రం) దయ. మీరూ మీరూ దండిగా పన్నులు కడితేనే మాకు రాబడి. మీరు స్వయం కృషితో మీ ఆదాయాన్ని వృద్ధి చేసుకోవాలి. పన్నులన్నిటిపై అజ్మాయిషీ మా చేతిలో పెట్టుకున్నామనీ, మీకు అధికారాలు తక్కువనీ వాదించి లాభంలేదు. కొత్తకొత్త పన్నులు, లైసెన్సులు కనిపెట్టండి. ఈలోగా కుళాయిల దగ్గర స్త్రీలు కలహించరాదనీ, జుట్లు పీక్కోరాదనీ పోస్టర్లు వేసి పబ్లిసిటీ ఇవ్వండి" అంటూ మంత్రిగారు చమత్కారాలతో ఛలోక్తులతో సభవారిని కడుపుబ్బ నవ్వించారు. ఆస్పత్రిలో మందుల మీద కూడా ఓ జోకు వేసేవారే గాని ఆయన అనుయాయి ఒకరు సకాలంలో వారించారు.

మొత్తం మీద పనులేవీ జరక్కపోయినా, జరిపించకపోయినా సుబ్బారావు మూడుసార్లు ఎన్నికయ్యాడు.

ఆ మరుసటేడే ఓ వింత జరిగింది. సుబ్బారావింటి జవాను సైకిలు మీద బజారు కెళ్ళొస్తూ ఉంటే లైసెన్సు లేదని పట్టుకుని "బందెల్దొడ్డికి" దోలేశారు బండిని. కౌన్సిలర్ సుబ్బారావుగారి బండికి లైసెన్సేటనీ జవాను నవ్వబోయాడు. తరవాత దబాయించాడు. బందీపడ్డ సైకిళ్ళవాళ్ళంతా నవ్వారు. అదేటిసార్, పెద్దోళ్ళకేనాడూ లేదు లైసెన్సు. ఈనాటికి మీరడుగుతారా అన్నారు. అదిగో ఆనాడు ఎంత రభసయ్యిందో ఈనాడూ అంతా అయింది. ఇంక వదిలేందుకు కూడా వీల్లేదు. మర్నాడు లైసెన్సు బిళ్ళ లేకుండా ఆ బండి కనిపిస్తే ఇహ నాబోరు దక్కదు. కాని అసలా బండికే మొహం చెల్లలేదు. వందలకొద్దీ సైకిళ్ళతో కలిపి లారీమీదేసి మునిసిపల్ బందికానాకు తోలేసరికి అది తుక్కయిపోయింది. అష్టవంకర్లు దిరిగింది – ఉన్నాయి కాక. సుబ్బారావు అచ్చాసి మండిపడ్డాడు. బీదవాడి వాహనం – దీనికి లైసెన్సేవిటి? పన్నేవిటి? అన్యాయం అన్నాడు. పాత కల గుర్తుకొచ్చింది. పౌరుషం వేసుకొచ్చింది. ఈ మారెల్క్షనయితే ఈ పన్ను రద్దు చేయాలని ఒట్టేసుకున్నాడు. ఆ మరుసటేడే అతను ఛెయిర్మన్‌గిరికి ఎత్తువేసి నెగ్గాడు. గొప్పవాళ్ళ వాడలో మంచి పలుకుబడి ఉంది. షావుకారు చేంబరు మద్దతు ఉంది. ఆయనగారి ఉత్సాహం, చొరవ వాళ్ళకీ ముచ్చట. అభివృద్ధి గురించి, సంఘంలో విప్లవం గురించి సుబ్బారావు

చెప్పినంత ధాటిగా, నమ్మకంగా ఎవరూ కబుర్లు చెప్పలేరు. అంచేత అతని మీద సంఘాన్ని మార్చేస్తామనే వాళ్ళింకెవరూ పోటీ చేసి నెగ్గలేరు. ఇతను ఉభయతారక మంత్రం లాంటివాడు. కలవారి ఫాషను. లేనివారి పాలిట ఆశ.

పదవికొచ్చి కొద్దిరోజుల తరువాత ఇంకా అణగారని ఉత్సాహం కొద్దీ అది చేదామిది చేదామని తీర్మానాలు తయారుచెయ్యడం మొదలుపెట్టాడు. కొత్తల్లో నలుగురూ 'హాబీ బావుందని' నవ్వారు. తరువాత చప్పబడి ఆయనే తగ్గుతాడని ఊరుకున్నారు. ఆపైన ఇహ లాభం లేదని ఎదిరించారు. చాలా తీర్మానాలకి పురిట్లోనే సంధి కొట్టేట్టు చూశారు. ఓనాడు సుబ్బారావుగారు కమిటీ మీటింగు కింకో గంట టైముందనగా "సైకిళ్ళమీద పన్నులు రద్దు చేదా"రన్నారు – తీర్మానం కాయితం తీసి ముసి ముసి నవ్వులు నవ్వుతూ. అక్కడున్నవాళ్ళు గతుక్కుమన్నారు. "మీకేవన్నా మతిగాని పోయిందా?" అన్నారు చదువుకున్నవారు. కాసేపయ్యాక ఇది సరసం గాదనీ, సుబ్బారావు అన్నంత పనీ చేస్తాడనీ తేలడంతో తీవ్రంగా వాదాలారంభమయ్యాయి.

"మనకున్న రాబళ్ళే బహుకొద్ది. అందులో ఇది పెద్దది. ఇది తీసేస్తే ఇంకేవుంది?" అన్నారు.

"మరే లంచాలన్నీ మంచాల బడతాయి" అన్నారు 'గిట్టనివాళ్ళు' నవ్వుతూ.

"గొప్పోళ్ళు కట్టక్కర్లేనివంటూ ఏవి లేకపోతే ఇహ తేడా· లెలా తెలుస్తయి?" అన్నాడింకొకాయన – తనకన్నా గొప్పవాడనుకున్న వాడికేసి ఓరకంట చూసి.

"అది కాదు సార్ ఇలాంటి పన్లన్నీ వాళ్ళు చేస్తామనేవి, అవి మనవే చేసి కూచుంటే వాళ్ళకి లాభసాటి కాదూ?"

"మంచికే కదా, వాళ్ళు చేస్తామన్నవన్నీ ఒక్క వరసన మనవే చేసేస్తూ ఉంటే మనవే మళ్లీ మళ్లీ ఎలక్టవుతాం. ఇంక జనానికి 'వాళ్ల' అవసరం ఏవుంటది?" అన్నాడు సుబ్బారావు.

మొత్తానికి ఆ తీర్మానం పరిశీలన ఆనాటి మీటింగు ఎజెండాలో కెక్కనిచ్చారుగాదు. నోటీసు కావాలి గదా అన్నారు. తరువాత రెండు మీటింగులూ అలాగే దాటేశారు.

"పోనీ చూసి వద్దని కొట్టెయ్యరాదూ? నేనూ రిజైను చేసి పోతాను" అన్నాడు సుబ్బారావు విసుగెత్తి.

"అమ్మమ్మ. ఇదిలా ఉట్టిన వేళ్ళాడడమే మంచిది – పై ఎల్లక్షనుదాకా"

"ఇలా మనం గడుసుదనం చూపిస్తే మనం ఉట్టిగట్టుకు వేళ్ళాడతామని ఊహ కాబోలు"

మొత్తం మీద ఊరంతా పాకిపోయింది. సుబ్బారావుకి చాలా మంది కృతజ్ఞత చెప్పుకున్నారు. కొన్నిచోట్ల వ్యతిరేక ప్రచారం అయినందువల్ల తిట్టుకున్నారు. సైకిలు పన్ను రద్దు చేయించాలన్న తీర్మానంకోసం సుబ్బారావు శాయశక్తులా ఎదిరించి పోట్లాడుతున్నాడని ప్రచారం చేశారు. దానాదీనా కూడా పట్టుదల పెరిగింది. దానికి తోడు చర్చలు సాగించినకొద్దీ, ఇలాంటి పన్నులు కొన్ని తగ్గించడం ధర్మమని ఇది ముందర సాధిస్తే ముమ్ముందు ఇలాంటివి మరి నాలుగు చెయ్యడానికి దారి ఏర్పడుతుందనీ తోచింది. ప్రజలు తనను ఎన్నుకొని గౌరవించినందుకు ఈపాటి అయినా చెయ్యకపోవడం ద్రోహమనిపించింది. దీనివల్ల రాబడి కొంతమేర తగ్గినా

ఆ వరకు మరికొన్ని వర్గాలపై కొన్ని అంశాలపై పన్ను వేసి భర్తీ చేసుకోవచ్చు ననిపించింది.

సాలాఖరొచ్చేవరకు సుబ్బారావు పట్టుదల పెరిగిపోయింది. రోడ్డు మీదికి చొచ్చుకు వచ్చిన దుకాణాల మీద, మున్సిపల్ స్థలాలు జబర్దస్తీగా తీసుకొని పాకవేసి కొందరు గడిస్తున్న అద్దెల మీదా, కొన్ని ఇళ్ళలో ఉన్న అదనపు కొళాయిల మీదా, ఇళ్ళ మీదా, బళ్ళమీదా, హోటళ్ళమీదా, బైస్కోపుల పోస్టర్ల మీదా ఏకాస్త పెంచినా సైకిలు పన్ను తీసెయ్యొచ్చని వాదించాడు. పన్నులేని పల్లెలనుంచి, చుట్టపు చూపుగా వచ్చేవారిని పట్టుకుని ఆర్నెల్ల పన్నులు వడేసి పుచ్చుకోవడం అక్రమమనీ, అది తప్పించవచ్చుననీ అన్నాడు. ఈ ధోరణిలో కొంతదూరం వెళ్ళేసరికి ఎదురుదెబ్బ తగలబోయింది.

"అబ్బీ! నువ్వు జెప్పే కొత్త పన్నులన్నీ నీవాడలో ఉన్న వారికే తగుల్తాయి. అజ్జాసుకున్నావో లేదో" అని గర్జించారు ఆ వాడవారు.

సుబ్బారావు అదిరిపడ్డాడు.

"వెధవ సైకిలు పన్ను కోసం ఇన్ని అఘాయిత్యాలు తలపెడితే, ఇవన్నీ జరగవు సరికదా నువ్వు మళ్ళీ నిలబళ్ళేవు కౌన్సిలులో" అని హెచ్చరించారు.

"ఊరు బాగుకోరి..." అనబోయాడు సుబ్బారావు.

"ఏం? మేం మాత్రం ఊరు కామా? ఊరులో ఈ వాడ కూడా భాగమేగా? దీని బాగు నెందుకు కోరవు? నిన్ను ఎన్నుకున్నదాన్ని కాకులకేసి ఊరు నుద్ధరించేదేవిటి? ఏరు దాటాకా తెప్ప తగలేస్తావా?" అన్నారు చేంబరు వగైరాలవారు.

"ఊళ్ళో జనం ఓహో అని నిన్ను మెచ్చుకున్నా గట్టిగా ఎల్లక్షనుకు నిలబడితే ఓట్లు అటేపువాళ్ళకే వేస్తారు. మా మద్దతు లేందే నువ్వు నిలవ్వు. ఆటిరావు" అని తెలియజేశారు.

అదే ఆ కౌన్సిలుకు ఆఖరు మీటింగు. తరువాత ఎన్నికలూ, కొత్త కౌన్సిలూను.

సుబ్బారావు ఆలోచనలో పడ్డాడు. ఏం జెయ్యాలి? ఊరంతటి మేలు కోరి, ఎక్కువమంది బాగు కోరి, సైకిలు పన్ను తీయించాలా? తన వాడ అభిప్రాయం మన్నించి ఆ ఉద్యమం మానుకోవాలా? వూరు ముఖ్యమా? వాడ ముఖ్యమా? ఈ రెండు ప్రశ్నలకు తాడు బోసి ఉయ్యాల వేసి వూగుతూ నిద్రపోయాడు సుబ్బారావు.

నువ్వు చెప్పు సుబ్బరాజా అతనెట్లా మొగ్గాలి? ఊరు ముఖ్యమా వాడ ముఖ్యమా అన్నారు రెడ్డిగారు కథ అపుజేసి.

"దేశంకన్నా రాష్ట్రం, రాష్ట్రంకన్నా వూరు, వూరుకన్నా వాడ, వాడకన్నా పార్టీ, పార్టీకన్నా గ్రూపు, గ్రూపుకన్నా నాయకుడు, నాయకుడికన్నా అతని పెట్టుబడిదారూ, అతనికన్నా 'నేను' ముఖ్యం అని రాజనీతిలో అంటారు. సుబ్బారావుకూ అంతే. వూరు బాగు వూరంతా చూస్తారు. తన వాడ బాగు తను చూడాలి. ముఖ్యంగా ఇలాటివొచ్చినప్పుడు మరీను. అదీగాక ఇతను మళ్ళీ ఎన్నికయి పదవిలో ఉండాలంటే తన వార్డులో మద్దతే ముఖ్యం గాబట్టి, తను ఎన్నిక కావడం సైకిలు పన్ను రద్దుకన్నా ముఖ్యం కాబట్టి అతను పన్ను గొడవ వదిలేసుకొని తన వాడ మాటలే మన్నించాలి."

"ఊరుకన్నా వాడే ముఖ్యం. ఓటే ముఖ్యం" అన్నాడు సుబ్బరాజు.

10 వినాయక వ్రతము కథ

మర్నాడు సుబ్బరాజు వెంట ఒక చక్కదనాల చుక్క వచ్చింది. ఆ చిన్నది బొద్దుగా బంతిపూల రథంలా ఉంది. నందివర్ధన పువ్వులాంటి తెల్లటి చీర కట్టింది. ఆ పిల్ల ఎలక్షను వాగ్దానంలా ఏపుగా నదరుగా ఉంది. సుస్థిర ప్రభుత్వంలా ధీమాగా ఉంది. కాబోయే మంత్రిగారి ముఖంలా కళకళలాడుతూంది. లంచగొండి ఉద్యోగంలా పచ్చగా ఉంది. గిట్టని వాళ్ళ ప్రచారంలా నల్లగా ఒత్తుగా ఉన్న జుత్తువల్ల ఆ పసుపుఛాయ మరింత ప్రస్ఫుటంగా మెరుస్తూంది. రాజనీతిజ్ఞుడి భాషలా, అవకాశవాది అబద్ధాలలా ఆమె కనులు సొగసుగా తీర్చిదిద్ది ఉన్నాయి. అభివృద్ధిని మనోహరంగా చూపే 'స్టాటిస్టిక్స్' అంకెలలా ఆమె పలు వరుస మిలమిల మెరుస్తోంది. ప్రజాస్వామ్య సూత్రాలపై ఉద్ఘోషలా ఆమె మంగళగళ సీమలో ఆభరణాలు మెరుస్తున్నాయి. ఆపైన (లేదా ఆ దిగువ) పన్నుల భారంతో క్రుంగిన ఆపన్నుల జీవితంలా వీపు కొంచెం ముందుకు వంగి వింత అందాన్ని సంతరించుకుంది. సామాన్యుడి సుఖంలా సంతోషంలా ఆమె సన్నటి నడుము అస్తినాస్తి సందేహం కలిగిస్తూంది. ఆపాదమస్తకం కిటకిటలాడేలా ధరించిన రకరకాల ఆభరణాలు ప్రభుత్వం అలరించుకొనే కమిటీలూ, సబ్ కమిటీలలా ధగధగ మెరుస్తూ ప్రజాస్వామ్య దీద్యుతుల్ని వెదజల్లుతున్నాయి.

"ఏమిటీ వేషం? ఎవరీ పిల్ల?" అన్నారు రెడ్డిగారు.

"అఁ మీ కథల్లో ఎక్కడా ఆడపడుచుల్లేరు. సెక్సప్పీలు కనబళ్ళా. అందుకని తీసుకొచ్చా" అన్నాడు సుబ్బరాజు నవ్వి. "ఇహ నువ్వెళ్ళమ్మా" అని మనిషిని తోడిచ్చి ఆ చిన్నదాన్ని సాగనంపి కూర్చున్నాడు.

"అవునుగాని సుబ్బరాజా, ఇంతకీ మీవాడి పరిస్థితేమిటి? చెప్పావు కాదు. మనవొచ్చి చెప్పే మంచి ముక్కల మాటలలా వుంచి, ఆయన వెదజల్లే డబ్బు మూటలలా ఉంచి, అసలు పలుకుబడీ గట్రా బాగా ఉన్నవాడేనా?" అన్నారు రెడ్డిగారు.

"లేపోతే నేను మిమ్మల్నెందుకు శ్రమబెడతానూ? పిల్లా మేకా అందరికీ గురే"

"అది సర్లే. ఓ కథ చెబుతా విప్పు. అనగనగా ఓ పంతులారు. మంచి సందడైన మనిషి. దర్జా అయిన విగ్రహం. చేతిలో అట్టే ఎముకల్లేవు. బొత్తిగా లేవని కొందరన్నారు. అన్నవాళ్ళు బట్రాజులు కదా ఎందుకేనా మంచిదని ఓమారు

చేతులు ఎక్సురే ఫోటోలు కూడా తీయించాడంటారు. ఎక్కడా ఎముక్కనబళ్ళేదుట. డాక్టర్లంతా ముక్కున వేలేసుకుని హౌరా అన్నారుట. ఆ ఫోటోలికి పటాలుగట్టించి ఇళ్ళలో శిబి దధీచి వాళ్ళ పక్క వేళ్ళాడగట్టారు. ఊరంతా ఆయన్ని ఓహో అని చెప్పుకున్నారు. జరుగుబడికి, పిత్రార్జితమైన భూమి, స్వార్జితమైన మేడ, చిన్న వ్యాపారం ఉన్నాయి. ఒడుపు తెలిసి నడిపేవాడు వ్యాపారం. అలాని దగాజేస్తాడు అనేవు. అదేం లేదు. పది రూపాయలని పాతికలా తిప్పే చాకచక్యం అంతే.

"పంతులారూ పంతులారూ! ఎలాగా వ్యాపారంలో దిగారు, పోనీ ఆ రాజకీయాల్లో కూడా నాలుగు డబ్బులు తిప్పరాదా? ఎన్నాళ్ళిలా గొర్రెతోకలా ఉంటారు" అన్నాడొక నేస్తం ఓనాడు.

"నాకు చెప్పావులేగాని నువ్వెందుకు దిగవూ" అన్నాడీయన. "పెద్దలు, బుద్ధి కుశలత ఉన్నవారు. మీరు దిగి దారిదీస్తే వెనక మేమూ వస్తాం. దానికేం"టన్నాడు నేస్తం. ఎదటిమనిషి పోచికోలు కబుర్లు చెప్పేవాడు కాదనీ, గోతిలో దింపే సలహాలివ్వడనీ పంతులుగారికి గురి. అందుకని ఆ మాట మీద మనస్సు పెట్టి చాలా ఆలోచించాడు. లోగడ ఒకటి రెండుసార్లు కవున్సిలుకు నిలబడి ఓ మారు చేయి కాల్చుకు నాలిక్కరుచుకున్నాడనుకో. అయినా అది పెద్ద పాలిటిక్సు గాదని ఎవరో చెప్పగా సరిపెట్టుకున్నాడు. జిల్లా బోర్డుకో, బావుంటే ఎసెంబ్లీకో నిలబడాలి అన్నాడు ఆ చెప్పినాయన. పంతులుగారు పదిమందినీ కదిలేసి చూశారు. చూచాయగా బాగా లావుగా ఉన్నవాళ్ళు తప్ప మిగతా వాళ్ళంతా ఎగిరి గంతేశారు. చివరికోనాడు మంచి ముహూర్తం చూసి పూజార్ని సాక్షెం వేసి దేవుడికి సంగజ్జెప్పి 'దిగుతున్నాను' అనుకున్నాడు. సరిగా ఆ ముహూర్తాన పవరులో ఉన్న ఆ ఊరి ఎమ్మెల్యేకి ఎడం భుజ వదిరింది. ఏమిటి? అన్నాడాయన. మీది కాదు మాది అన్నారు వందిమాగధులు. మీ ఇద్దరికీ ఎడం భుజం వొకటే ఎలాగుంటుంది అని ఆయన అడగలేదనుకో తట్టినా అడగడు, అడక్కూడదు. కళ్ళు మూసుకోవాలి. ఆయన కళ్లు మూసుకునేసరికి ఎడంకన్నదిరింది. ఏమిటిది అన్నాడు ఉలికిపడి. మీదికాదు మాది అన్నారు వందిమాగధులు. నమ్మను, ఇంకేదన్నా చెప్పండి అన్నాడాయన. అయితే ఎడమకన్ను కాబట్టి మీ శత్రువుర్ది, లేదా కమ్యూనిస్టుర్ది అన్నారు వందిమాగధులు. ఆయన – ఆయన పేరు రావుగారులే – నవ్వలేదు. 'నేను ఒకప్పుడు ఆ పార్టీలో ఉన్నాగా' అనబోయి, దానికి వాళ్ళు కొత్త సంజాయిషీ ఏం చెప్పలేరనీ, చెప్పగలిగినా అంత ప్రతిభ చూపినందుకు ఇంక్రిమెంట్లడుగుతారనీ భయపడి మాటాడకూరుకున్నారు. అంతలో ఫోను మోగింది గణగణ.

ఫోనందుకున్నారు రావుగారు.

"అవునండీ, నేను రావుగారినే మాట్లాడుతున్నా, అఁ ఏవిటీ!...." అంటూ ఫోను కింద పడేశాడు.

అదీ సంగతి. పంతులుగారు ఫీల్డులోకి దిగుతున్నారన్న వార్త అంత గట్టిగా తగిలింది.

పంతులుగారి నిర్ణయం దరిమిలాను ఊళ్ళో తెలిసింది. ఓదార్చేవాళ్ళూ, ధైర్యం చెప్పేవాళ్ళూ, ఉత్సాహపరిచేవాళ్ళూ డ్యూటీలోకొచ్చారు. అంత కో ఘడియ ముందుగానే శిలావిగ్రహం పెయింటింగుల కంట్రాక్టరొచ్చి, పంతులుగారి జాతక

హోసారిమ్మని చూసి, అయ్యబాబోయ్ అని వంగి నమస్కారం చేసి, ఇప్పట్నించి పని మొదలెడితే తప్ప తెమల్లని చెప్పి, ఓ శిలావిగ్రహానికి (కంచుది ఇప్పుడిప్పుడే వద్దని ఆయనే చెప్పాడు) ఓ ఆయిలు పెయింటింగుకి ఆర్డర్ బుక్ చేసుకుని వెళ్ళాడు.

"బావగారికి అప్పుడే మినిస్టరు కళొచ్చేసింది గదే" అన్నాడు ఈ వార్త తెలిసి చూడవచ్చిన చుట్టంగారు భార్యకేసి తిరిగి – "ఒరేయ్ మావయ్యకీ జై అనండ్రా" అని పిల్లల్ని హెచ్చరించాడు.

"ఈ శశభిషలు కుదరవు" అన్నారు పంతులుగారు చుట్టంగారి సామానులో ఆవకాయ కుండ బద్దలు కొట్టి.

"చెప్పొచ్చుగా? ఈ పాటిదానికి కుండలు పగలకొట్టడం దేనికీ" అన్నాడు చుట్టం మండిపడి. చూస్తాగా నేను లేందే ఇదెలా జరుగుతుందో అని జనాంతికం విసిరాడు.

నిజమే. పెళ్ళిళ్ళూ ఎలక్షన్లూ పొలాల అమ్మకాలూ కొనడాలూ కొందరు లేందే జరగవు. కాని పంతులుగారు సూటిగా పోయే రకం. నేనూ నా ప్రజలూ చూసుకొంటాం. మధ్య వీళ్ళెందుకని ఆయన తాత్పర్యం. ఎన్నికల అభ్యర్థుల చుట్టూ చేరే భజంత్రీ మేళాలంటే ఆయనకు వెగటు.

ఎలక్షను కెక్కాలని నిర్ణయించుకునే ముందు ఆయన నాలుగు రకాల వారినీ (అనగా కత్తీలేని ప్రజల్నీ),.ఉత్తినే ఓటేసిపోయే సత్యకాలపు గొర్రెల మందల్నీ అడిగాడు – నేన్నిలబడనా? అని. ఎంతమాట. మీరు వస్తే ఓట్లకేమి లోటు అన్నారు. వారంతా ఆపైన ఆప్తమిత్రులు – తనను ఏదీ కోరకుండా అయితే గియితే ఇచ్చే మనసూ తాహతూ ఉన్నవాళ్ళు అయిదారుగురిని సంప్రదించాడు. 'ప్రజాబలం ఉన్నవాడివి పార్టీ మన్నించకేం చేస్తుంది' అన్నారు వారు.

కాని బుక్కింగు ఆఫీసు దగ్గర చాలా రద్దీగా వుంది. నాయకులూ, వినాయకులూ, తన మాట విని 'అలాగా సంతోషం' అన్నారు చప్పగా నవ్వి. పంతులుగారి కది చప్పటి నవ్వు అని తోచలేదు. "ఊరికే వచ్చేపోయే వాళ్ళందర్ని చూచి నవ్వాలి మరి, పైగా ఎలక్షన్ వేళ కాబట్టి అడ్డమైన వాళ్ళనీ చూసి నవ్వాలి. నవ్వి నవ్వి అలిసిపోయుంటారు" అని సర్ది చెప్పాడు ఒక మిత్రుడు. పంతులుగారు కోరగా చూశాడు అతనికేసి. ఈరకం భాష, ఈ సర్దుళ్ళు ఆయనకి గిట్టవు మరి. అతను అలిగి, తగ్గి తప్పుకున్నాడు.

పార్టీ టిక్కెట్టు గురించి పదిమంది పెద్దలతోనూ మాట్లాడాడు పంతులుగారు. జిల్లా, తాలూకా, పట్టణ మండళ్ళ వాళ్ళతో మాట్లాడాడు. ఎన్నికయితే తన ప్రాంతంలో తాను సాధించదలచుకున్న మంచి పన్లనూ అవసర కార్యక్రమాలనూ వాళ్ళు విన్నా, మానినా సరే అన్నీ వివరించి చెప్పాడు పార్టీ పద్ధతులు ఆధారంగానే. వాటికి అనుకూలంగానే తనూ ఒక మానిఫెస్టో రాసుకొచ్చి చూపించాడు.

ఆ టిక్కెట్టుకే కిటికీలో చేయిజూపిన సిట్టింగు (ప్రెట్టీ) మెంబరు రావుగారు కూడా హడావుడిగానే తిరుగుతున్నారు. ఆయన చేతిలో మానిఫెస్టో కాయితాలు లేవు. పంతులుగారు నవ్వుకున్నాడు – "వీరి మొహం. మానిఫెస్టో లేకుండా వీరెక్కడ నెగ్గి ఏడుస్తారు" అని – పెద్దవాళ్లు రేపు మొహం వాచేలా చివాట్లేస్తారు. ఎల్లుండి ఆ 'వాచిన మొహం' ఫోటోలను తను ఫ్రేం కట్టించి ఇవ్వచ్చు...'

కాని టిక్కెట్లిచ్చే వేళ కథ అడ్డం తిరిగింది.

"టిక్కెట్టుదేవుంది? అది గేటు పాసే. ఆనక మీరు ఎన్నిక కాగలగాలి. ప్రజల్లో బలం ఉండాలి. పలుకుబడి ఉండాలి, అదుంటే టిక్కెట్టు ఇట్టే వస్తుంది" అన్నాడు బుక్కింగ్ ఆఫీసరు ముసి ముసి నవ్వులు నవ్వుతూ.

అభ్యర్థులిద్దరూ ఏకకాలంలో రొమ్ము విరిచారు. రావుగారు కాలరు సర్దుకున్నాడు. లాల్చీ వేసుకున్న పంతులుగారు కండువా సవరించుకున్నాడు ధీమాగా.

"మీగురించి ప్రజల్లో ఉన్న అభిప్రాయం మేం వాకబు చేస్తాం. మా వాళ్ళొస్తారు. వాళ్ళకి దాఖలా కనబడాలి. మీ ఓటర్లను సిద్ధం చేసుకోండి" అన్నాడు టికెట్లాయన.

పంతులుగారు ఆ పూటే రైలెక్కి ఇంటికొచ్చారు. తన బలగాన్ని పోగేసి జరిగిన కథ చెప్పాడు. తను ఎన్నికయితే సాధించే మంచి పన్లు అందరికీ తెలియజెప్పాడు. ఆయా వర్గాల సమస్యలు కనుక్కుని, కావలసిన మంచి పనులు తెలుసుకున్నాడు. దాదాపు ప్రతీ ఇంటికీ వెళ్ళి, అందర్నీ పలకరించి వాళ్ళచేత అవుననిపించుకున్నాడు. పది రోజులు పట్టింది ఈ పన్లకి.... మరి పది రోజులపాటు చుట్టు పక్కల పల్లెలూ బస్తీలూ తిరిగాడు. నూటికి డెబ్బై మందైనా తననీ, తన కుటుంబాన్నీ ఎరిగున్నవారే. ఈ మూడు వారాల్లోనూ తొలి వారం అంతా రావు కూడా ఎక్కడ వచ్చేసి తనకి పోటీ ప్రచారం చేస్తాడో అని భయపడ్డాడు. రెండో వారం అంతా 'వీడింకా రాలేదేవిటీ? వెర్రి వెధవ' అని ఆశ్చర్యపోయాడు. మూడో వారం 'ఎంచేత చెప్మా' అని మథనపడ్డాడు. పార్టీ పరిశీలకులు కూడా వచ్చి ప్రజాభిప్రాయం వాకబు చేసి వెళ్ళారనీ తెలిసింది. వాళ్ళని వెళ్ళి పలకరించవచ్చు గాని, వెధవది ఆశ్రయించి నట్టుంటుందని పంతులుగారు ఊరుకున్నారు.

నాలుగోవారంలో లోపాయికారీ వార్త గుప్పుమంది – టిక్కెట్టు రావుగారికే దొరికిందని.

పంతులుగారు నిర్ఘాంతపోయారు; తెప్పరిల్లి కూలిపోయారు; కోలుకుని మండిపడ్డారు; లేచి నడుం బిగించారు. ఘోరం, అక్రమం అన్యాయం అన్నారు.

ఇప్పటికే అడ్వాన్సు ఎలక్షను ఖర్చులు తడిసి మోపెడయ్యాయి. నిండా మునిగాక చలేమిటి కడతేరా నిలబడి చూడు అన్నాడు ఆప్తమిత్రుడు. పౌరుషం కొద్దీ ప్రతిష్ట కోసం పంతులుగారు ముందడుగు వేశారు. "ప్రజల అండదండలుండగా భయమేల" అని ఒక కరపత్రం ప్రచురించి ఆ రోజునే స్వతంత్రుడుగా పోటీ చేస్తానంటూ దరఖాస్తు పడేశాడు. ప్రచారం హోరాహోరీగా సాగింది. పోటీ ఇద్దరికే పడింది. ప్రజల ప్రతినిధిగా తాను వెళ్తే ప్రజల శ్రేయస్సు కోసం, తన నియోజకవర్గం అభివృద్ధి కోసం, ఊరు బాగు కోసం, కుటుంబాల మేలు కోసం ఏమేం చేస్తాడో వివరిస్తూ పంతులుగారు స్వతంత్రమైన ధోరణిలో ప్రచారం చేశారు. గ్రూపుల, దళారుల మద్దతు వద్దన్నారు. నామీద నమ్మకం ఉంటే సహకరించండి అన్నారు. కొందరు సహకరించడానికే పూనుకున్నారు. తోడ్పాటూ చేశారు.

కాని, చివరికి రావుగారే నెగ్గేడు బ్రహ్మాండమైన మెజారిటీ కాకపోయినా, మొత్తం మీద బాగానే నెగ్గాడు.

"సుబ్బరాజా, పంతులుగారి వల్ల జరిగిన లోపం ఏవిటీ? రావుగారు పొడిచేసిందేవిటి? అసలు రావు ప్రజల మొహం చూడకపోయినా, ఇటు పంతులు మనిషి మనిషినీ పట్టుకు

మంచి చేసుకున్నా పంతులుకి పార్టీ టిక్కెట్టు కూడా దొరక్కపోవడానిక్కారణవేవిటి? చెప్పు చూద్దాం" అన్నారు రెడ్డిగారు.

సుబ్బరాజు నవ్వాడు. శివపార్వతులొకనాడు, ప్రపంచాన్ని మూడుసార్లు ప్రదక్షిణాలు చేసి ముందొచ్చిన వారిని ప్రమధ గణాలకి నాయకుణ్ణి చేస్తామన్నారు... కుమారస్వామి రొప్పుతూ రొప్పుతూ పరిగెత్తాడు. ఆ లోపల గడుసువాడు, బుద్ధిశాలి వినాయకుడు తల్లిదండ్రుల చుట్టూ ముమ్మారు తిరిగి మీలోనే భువనాలన్నీ ఉన్నాయి కదా అన్నాడు. వారు ఇట్టే ఉప్పొంగిపోయి అట్టే సేనాధిపత్యం ఒప్పజెప్పారు. మరి, ప్రజాస్వామ్యంలో ప్రజలే నాయకులు, నాయకులే ప్రజలన్న సత్యం రావుగారికి తెలుసు. ఆయన వినాయక వ్రతం చేశారు.

"ఇహపోతే పంతులుగారు అసలు ఎలక్షనులో గెలవకపోడానికి ఇలాటిదే కారణం. ప్రతి అభ్యర్థికీ రెండు మానిఫెస్టోలుంటాయి... డబులెంట్రీ పద్దుల్లాగ - ఒకటి ప్రజలను ఆశపెట్టి ఆకట్టుకునేది. రెండోది గ్రూపులనూ నాయక వినాయకులనూ ఆకట్టుకునేది. పంతులుగారు మొదటి ప్రణాళిక గురించే తిప్పలు పడ్డారు తప్ప, దానికన్నా ముఖ్యమైన రెండో ప్రణాళిక తయారుచెయ్యలేదు. పెద్దలను మంచి చేసుకోలేదు. అదే పెద్ద పొరపాటు" అన్నాడు.

"రేపు రా" అన్నాడు రామిరెడ్డిగారు మందహాసం చేసి.

★ ★ ★

దేశమంటే మనుషులోయ్

“నేను మాట సాయం చేయడానికొస్తాననీ మీవాడు పోస్టర్లేశాడంటగా! మరీ తెలుగు మీరి పోతున్నాయే ప్రాపగండా పద్ధతులూ” అన్నాడు రామిరెడ్డిగారు.

“అబ్బే చౌదరిగారు కారు అయన మీద పోటీ చేస్తున్న పంతులే వేయించాట్ట” అన్నాడు సుబ్బరాజు కూర్చుంటూ.

రామిరెడ్డిగారు చుట్టముట్టించే ప్రయత్నంలో మునిగిపోయారు – అయన ఊహ తప్పయినందువల్ల. అలా అయినపుడల్లా చుట్టముట్టించడం రివాజు.

“అన్నట్టు నిన్నొచ్చిన పిల్లది కులాసా?” అన్నాడు కులాసాగా పొగ వదలి నవ్వి.

సుబ్బరాజు నెమ్మదిగా తలెత్తి అయన వంక క్షణంలో సగం వేపు చూసి తలవంచుకున్నాడు.

రెడ్డిగారు పొడిదగ్గు దగ్గి, మళ్ళీ పోస్టరు గొడవ మీదికి మళ్ళించారు మాట.

“ప్రాపగాండా జాగర్తగా చెయ్యాలి. కొత్త పద్ధతులుండాల్సిందేననుకో. రామదాసు గారనీ – ఉద్దండుడులే – అయన ప్రజాసేవేమిటో దేవుడికే తెల్సుగాని ప్రాపగాండా మజా ప్రజలకే తెలుసు. గారడి అనుకో. ఎలక్షను వేళకి వచ్చి వాలేవాడు. అదయిపోయాక మళ్లీ ఎలక్షను దాకా పికరుండడు అయినా గెలిచాడంటే అది ఆ మనిషి గొప్పతప్ప మరేటి జెప్పు” అంటూ కథ ఆరంభించాడు రెడ్డిగారు.

ఓమా రెలక్షను కిలాగే పైనుంచి దిగొచ్చాడు. రివాజుగా ఉండే పరివారంతో బాటు ఓ కవిగారు కూడా చేరాడు. దారి పొడుగునా అయన అదే ఆశ్చర్యపోడం ఇలా అర్ధాంతరంగా వెళితే, అవుసరానికి మొఖం జూపిస్తే ప్రజలు మీ మొఖం జూస్తారా అన్నాడు. కాని, పోనుపోనూ దేశ మద్యానికి వచ్చేసరికి ఓటర్లను చూసేసరికి అయన అభిప్రాయం కొంతమారింది. కష్టమే వీళ్ళందరితోనూ నెగ్గుకు రావడం అన్నాడు. సామాన్యపు జనం విరగబడి చూడ్డానికి రాలేదు – మంత్రిగారు మనూరొచ్చారు గదా అని.

రావదాసుగారు ఓ క్షణం అలోచించి, మోటారుకి కొంచెం అవటాలగా ఉన్న రెండెడ్ల బండి దగ్గర కెళ్ళాడు. “ఏం రెడ్డీ బాగున్నావా?” అంటూ అ బండెక్కి కూచొని, “పోనీ ఊళ్ళోకి” అన్నారు. రెడ్డి నివ్వెరబోయాడు. అక్కడున్న జనం ముక్కున వేలేసుకున్నారు. కొంచెం పై మీద తెలివున్న అసామి చప్పట్లు కొట్టాడు.

అక్కడితో అందరూ కొట్టారు. కారణం తెలిసినవాళ్లూ, తెలీనివాళ్లూ కూడా సందడికి పదిమందీ బండి చుట్టూ చేరారు.

దాసుగారు రెడ్డి భుజం తట్టారు "మేము నాయకులమని పేరేగాని మమ్మల్ని నిలిపేవాళ్ళూ నడిపేవాళ్ళూ మీరే! ఇదిగో నీ బండిలో కూర్చున్నట్టే, నువ్వు తీసికెళ్ళే దారినే నేనిపుడు రావాలి గదా. నువ్వే నాయకుడివి" అంటూ ప్రజల నుద్దేశించి ఉద్ఘోషించి మళ్ళీ ఓ మారు రెడ్డి భుజం ఉందనుకొన్నచోట తట్టారు. రెడ్డి వీపు ముందుకు వంగి తొట్టిలో గడ్డి సవరిస్తున్నందువల్ల ఆ భుజానికీ, ఈ హస్తానికీ భేటీ కుదరలేదు దాసుగారి చెయ్యి కొయ్యమీద పడింది. వెంటనే అయన ఇంకోసారి దాన్ని చరిచి "గట్టి కొయ్యే?" అన్నారు. జోకు తాత్పర్యం తెలీకపోయినా చుట్టూ ఉన్నవారు అయన గౌరవార్థం గొల్లున నవ్వారు.

రెడ్డి ఈ లోపల అవతలి కొయ్య కేసి చొక్కా దీసి తొడిగి, తలపాగా చుట్టి సగర్వంగా నలుదిక్కులా చూసి "పదేస్" అన్నాడు. బండి కదిలింది.

దాసుగారు చెయ్యందించి కవిగారిని పైకి లాక్కున్నారు. మిగతా వారు కర్తవ్యం తోచక, బళ్ళెక్కాలా నడవాలా కారెక్కాలా అన్నది తేలక తటపటాయిస్తున్నారు. "మీరంతా వెళ్ళి బసదగ్గరుండండి. నేనూ కవిగారూ రెడ్డితో వెళ్ళి ఊరు చూసొస్తాం" అన్నాడు దాసుగారు.

"పూర్ డాడీ" అంది దాసుగారమ్మాయి కారెక్కుతూ. "ఇండియా హాజింట్ ఛేంజ్డే బిట్, యూనో" (ఇండియా రవ్వంత కూడా మారలేదు. నీకు తెలుసా అని తాత్పర్యం) అన్నాడు ఏణ్ణర్థం నించి అమెరికా వెళ్ళాలనుకుంటున్న దాసుగారి కుమార్డు.

దారి పొడుగునా దాసుగారు బండి మీద కూర్చుని చేసిన సందడి అంతా ఇంతా కాదు. బండి వెనక చాలామంది జనం పోగయ్యారు. దాసుగారు ఆ జనంలో చాలామందిని గుర్తుపట్టారు. "చౌదరీ! ఇల్లెంతవరకూ వచ్చింది? డాబా మీద గదులు వేయించావా?...ఏవండి పంతులుగారూ దయలేదు. ఒంట్లో బాగుందా? ఏయ్ బండబ్బాయ్, ఏరా, బాగున్నావా...? నువ్వు సుబ్బిగాడి కూతురువి గాదుటే? ఎంత మారిపోయావూ..." మధ్యలో ఓసారి ఈల వేశారు దూరంగా పోతున్న అసామికేసి చూసి. "వాడు నా చిన్ననాటి నేస్తంలెండి, వాడే ఈల నేర్పాడు నాకు" అన్నారు సిగ్గుపడుతూ, జనం చప్పట్లు కొట్టారు.

"మరీ బడాయిగాపోతే.... దాసుగారు ఈ కిల్లాడి వేషాలు తెగవేస్తాడు" అన్నారెవరో బండి పక్కనించి పోతూ. వాడు చలపతిగారి హంగుదారు, పేరు సుబ్బారావో ఏదో ఉండాలి.

"అంతేనయ్యా. మీకు ఓటేసిన జనంతో సరదాగా ఉండడం కిల్లాడి వేషమే మరి మీ దృష్టిలో. మీరు జనాన్ని మరిచిపోతారు, పలకరించడం అవమానమనీ పబ్లికున చెప్పకుంటారు. నాకు చేతగాదు" అన్నారు దాసుగారు గట్టిగానే.

దగ్గరున్న జనం చప్పట్లు కొట్టారు.

ఎక్కణ్ణించో ఓ చుట్టపీకె వచ్చి పడింది – దాసుగారి మీద. అది ఎందరు చూశారో తెలీదు. కాని దాసుగారు ఓ పుల్లముక్కకి ఆ చుట్టని గుచ్చి పైకెత్తి పట్టుకున్నారు. "నా రాజ్యంలో జనం ఇంతింత పెద్దచుట్టలు పారేసుకోగలిగినంత

గొప్పవాళ్ళవుతారు. చెప్పవయ్యా, ఈ మాట మీ చెలవయ్యగారికి" అంటూ విసిరేశాడు. జనం గొల్లుమన్నారు.

"దేవాంతకమ్ముండా కొడుకు" అన్నారెవరో. దాసుగారు ఈ మాట విని పొంగిపోయాడు.

అప్పుడేవిటి ఆ క్షణం నించి ఆయనలా అదే పనిగా పొంగిపోతూనే ఉన్నారు పోటు తగిలిన సముద్రంలా.

ఊళ్ళో వేసిన రెండు మీటింగులూ బ్రహ్మాండంగా జరిగాయి. దాసుగారి ధాటికీ, చమత్కారాలకీ, విసుర్లకీ జనం విపరీతంగా చప్పట్లు కొట్టారు. ఓసారి "కర్మణ్యే వాధి కారస్తే" శ్లోకం చెప్పి, "మీ వంతు మీరు ఓటు వెయ్యండి, మనందరం కష్టపడదాం, భగవంతుడు తప్పక సత్ఫలితం ఇస్తాడు" అన్నారాయన ఉద్వేగంతో.

"కితం సారెల్లక్షనులో దేవుళ్లేడన్నావు ఇప్పుడెక్కణ్ణించి వచ్చాడు?" అని గావు కేకేశారెవరో గిట్టనివాళ్ళు. "రైట్, అప్పుడు లేడు. లేడనబట్టే దరిమిలాను కనబడ్డాడు. దేవుళ్ళేకపోతే, నువ్వూ నేనూ ఇలా ఉంటామా?" అన్నారు దాసుగారు. విట్టు అద్భుతంగా లేకపోయినా జనం విరగబడి నవ్వారు మీటింగు ఊపునుబట్టి.

తరువాత కవిగారు ప్రత్యేకించి మెచ్చుకోబోయేవరకు "ఏడిసినట్టుందా విట్టు" అని ఆయనే అన్నాడు.

"ఎలాగైనా ఒక్క విషయం చెప్పకోక తప్పదండి. ఆ రాజధాని వైభోగం మధ్య తమర్ని చూసిన కళ్ళతో ఇక్కడ ఈ జనాభా మధ్య చూస్తే ఎలాగో ఉంది. శాపం వల్ల స్వర్గం నుండి భూమికి పతనమైన దేవత అనిపిస్తుంది" అన్నారు కవిగారు.

దాసుగారు ఆయన వంక తేరిపార చూశారు. హేళనా! అమాయకత్వమా? అని పక్కున నవ్వారు. "కవిగారూ, మీ ఊహ మంచిదే గాని ఉపమానం బాగులేదు. శాపంవల్ల భూపతనం చెందింది అనేది ఎల్లక్షనులో ఓడిపోయి జనంలో కలిసిపోయినపుడు నప్పుతుంది, ఇది లైసెన్సు రెన్యూ చేయించుకోడమే. అంచేత స్వర్గం నుంచి పిక్నిక్కు రావడం లాటిది" అన్నారు.

ఓ క్షణం ఆగి, "ఇదీ న్యాయం కాదనుకోండి, మా నాయనమ్మ పాటిమట్టి దిబ్బలమ్మి, నన్ను పట్నవాసపు స్వర్గంలో ఉంచి చదివించింది... అంచేత మన ఊరుని, మన జనాన్ని నేనలా కనికష్టంగా తీసిపారెయ్యలేను" అన్నారు.

"ఆహా విలవైన మాటన్నారు" అంటూ, ఛైర్మనుగారూ, మిత్రులూ లోపలికి వచ్చారు, వారిలో ఉట్టి కల్తీలేని ఓటర్లు కూడా ఉన్నారు.

అప్రయత్నంగానే అపాటి విలువైన మాటన్నందుకు, అనిపించినందుకు దాసుగారు మనసా దేవుడికో దండం పెట్టుకున్నారు మనసులో.

ఓ అరగంట తరువాత రావలసిన పెద్దలు పదిమందీ వచ్చారు. ఎల్లక్షను బలాబలాలు బేరీజులు వేశారు. 'ట్రయాంగిల్ ఫైటు' ఉండదని తేలింది. పోటీ ఉన్నది చలపతిరావుగారు. ప్రాపగాండాకి తగలేసే దాంట్లో ఓ లక్ష ఇటు పారేద్దాం; మానేస్తాడేమో కనుక్కోమన్నారు. ఓ యస్ అన్నాడటాయన నవ్వి. పరాచికం కాబోలు అన్నాడు వెళ్ళొచ్చినాయన చిన్నబుచ్చుకుని. ఇంకా నయం; లక్షా పుచ్చుకుని చివరి నిమిషంలో దగా చేస్తే ఏం చేదుము అన్నాడింకొకాయన.

"చెయ్యనీండి, పోటీచేస్తే చెడేదతనే! చూస్తున్నాం గదా రెండ్రోలుమట్టీ – జనం దాసుగారి మీద ఎంత మోజుగా ఉన్నారో?"

"మరే. అసలు ఆ రెండెడ్ల బండి దెబ్బతోటే ఈయన్నెగ్గేశాడురా అనిపించింది నాకు"

"సర్లెండి – మరి పబ్లిసిటీ గురించి ఆలోచించండి – ఎన్ని మీటింగులో, ఏయే వూళ్ళో –" అన్నారు ఛైర్మనుగారు.

"13, 18, 22, 23, 29, 3, 7, 10 తేదీలు మాత్రం ఏం పెట్టకండి. నాకు ఆ తేదీల్లో ఫంక్షన్లున్నాయి. ఏవో ప్రారంభోత్సవాలూ, సినిమా షో, రెండు పార్టీలు, రెండు నేనిచ్చేవి ఏడిశాయి, ఒద్దు మొర్రో అన్నా. వినలేదు అవతలి వాళ్ళు...." అన్నారు దాసుగారు.

సభలో నిశ్శబ్దం ఆవరించింది.

"దాసుగారూ మనకెంత ప్రజాబలం ఉన్నా బొత్తిగా ఎలక్షను ప్రచారం కూడా అశ్రద్ధ చేస్తే.... ఇప్పుడేనా కాస్త వాళ్ళ కంటబడకపోతే"

"అశ్రద్ధేముందండి? ప్రచారం చేస్తేనే ప్రజాసేవ చేసినట్టా?"

"దాసుగారు చేసిందానికి పబ్లిసిటీ ఇచ్చుకోలేదు గాని నిజానికాయన ఎంతో సేవ చేశాడు. అడిగిన వాళ్ళలో నూటికి తొంభై మందికి ఉద్యోగాలు వేయించాడు. లంచాలు పట్టారన్న నేరాలపై ఖైదు పడబోయిన వారిని వారి తల్లిదండ్రుల క్షోభ చూళ్ళేక ఆదుకుని ఉద్యోగాలు కూడా పోకుండా నిలబెట్టించాడు – కొందరు మన్యం ట్రాన్సుఫరు అయితే అవుగాక! క్లబ్బు రోడ్డులో మెర్క్యురీ లైటు వేయించాడు సొంత డబ్బుతో, అయిదారుసార్లు పెద్ద ఫిలిము స్టార్లను తెప్పించాడు. తన వూరి వాళ్ళకు లైసెన్సు లిప్పించాడు. ఎటొచ్చీ రోజూ వచ్చి "ఓహో! నేను సేవ చేస్తున్నాను. మీరు చూసి పద్దు రాసుకోండి" అని జనానికి చెప్పుకోలేదు. ఇందమ్మటే తిరిగితే "నువ్వెక్కడ లీడరువయ్యా, వంటింట్లో తారట్లాడతావూ" అంటారు. రాచకార్యాలకి నడుం బిగించినవాడు రాజవీధిలోనే ఉండాలి.

"అయినా, కాపోయినా దాసుగారు జనాన్ని చూడకపోవటమేమిటి? ఆ మాటకొస్తే ఆయనకి కంఠతా వచ్చినన్ని బీద ఓటర్ల పేర్లు ఈ దేశంలో ఇంకెవరికీ రావు. చలపాయిగారి కసలే రావు. ఈయన గుర్తుపట్టినంతమందిని, ఆయన్ని గుర్తు పట్టమనండి చూద్దాం" అన్నాడొకాయన ఆవేశంతో.

"మరె ఆయన వాళ్ళ గ్రూపు వాళ్ళనే గుర్తుపట్టలేడు. చత్వారం గదా" అన్నాడొక చమత్కారి. అందరూ గొల్లుమన్నారు.

మొత్తంమీద దాసుగారు కళ్ళు మూసుకు గెలవవచ్చునని తేలింది మీటింగులో. అయినా ఆయనకి అనుమానం తీరలేదు. "ఎందుకేనా మంచిది, రెండు ఫంక్షనులు కాన్సిలు చేసుకుంటాను. నాలుగు వూళ్ళూ తిరిగితే సరి ఓమారు" అన్నారు.

"అబ్బే ఎందుకండీ?" అన్నాడాయన సెక్రటరీ.

"అసలు వూటీ ట్రిప్పు మానేదునుగాని, మా ఫ్యామిలీ పట్టుబడుతోంది, మళ్ళీ మళ్ళీ పడుతుందో పడదో, ఓసారి వెళ్ళొమా అని."

"ఊటీ ఏమిటె, స్విట్జర్లాండెళ్ళచ్చు"

అయినా సరేనని వారం తరవాత టూరు ఆరంభించారు దాసుగారు. ఆ యాత్రలో ప్రజల సంరంభం చూసి ఆయనే ఆశ్చర్యపోయాడు. తనంటే ఇంత ప్రేమ, ఇంత గౌరవం ఉన్నాయన్న సంగతి తెలిసి ఒళ్లు పులకరించింది. చాలా వూళ్ళకీ, వాడలకీ అసలు వెళ్ళాల్సిన అవసరమే లేకపోయింది. వూరి శివారులోనే వూరి పెద్దలు మేళతాళాలతో యెదురై స్వాగతమిచ్చారు. అక్కడే ఆతిథ్యం ఇచ్చి, "ఈ వూరి ఓట్లన్నీ మీకే తథ్యం" అని హామీ ఇచ్చారు, మాకు చెబితే ఓటే, మా వాళ్ళకి చెబితే ఓటేనా అన్నారు. వాళ్ళు చెబితే మేము చెబితే మరోటేనా అనికూడా అన్నారు.

వెళ్ళవలసిన వూళ్ళు చాలా ఉన్నందువల్ల దాసుగారు, మిత్రుల సలహాపై ఇహ నా వూళ్ళోకెళ్ళకుండానే ముందు వూరికి యాత్ర సాగించారు. ప్రతిచోటా ఇలాగే అద్భుతమైన స్వాగతం. చాలా వర్గాల నుంచి, వారివారి నాయకులే స్వయంగా దాసుగారి బసకి వచ్చి మంచీ చెడ్డా మాట్లాడి కావలసిన హామీలు పుచ్చుకున్నారు. "ఇహ ఫరవాలేదు. మీరు కళ్ళు మూసుకు మీ పని చూసుకోండి. ఓట్లు మీకే. నూటికి నూరూ పడేలా చూసే పూచీ కూడా మాదే!" అని భరోసా ఇచ్చారు.

దాసుగారికి ధైర్యం ఏర్పడింది. ప్రచారానికి పెద్ద ఎత్తున ధన సహాయం చేస్తామన్న పెద్దలు ముగ్గురు మధ్యలో తగాయిదా వచ్చి తప్పుకోడంతో డబ్బు కిరకాటమైంది. భయపడ్డాడు. నూటికి పాతిక రూపాయల మీద వడ్డీకి అప్పు తీసుకోవాలని కూడా అనుకున్నాడు. కాని అనుకోని ఈ ప్రజాదరణతో ఈ గడ్డు సమస్య తప్పింది.

ఇక ప్రచారంలో వాగ్దానాలకు లోటేం చెయ్యలేదు దాసుగారు. దానికేం లోటు గనక? చలపతిగారు ఒకటంటే తను పది అన్నాడు. అనిపించాడు. ఆయన ఆసుపత్రులు బాగుచేయిస్తానంటే, తాను ఉద్యానవనాలు వేయిస్తానన్నాడు. ఆయన తారు రోడ్లంటే తను కాంక్రీటు పోయిస్తానన్నాడు. ఓసారి ఆయన ఒక వర్గం వారికి పింఛను ఇప్పిస్తామన్నాడుట. దాసు వర్గం వారు పింఛన్లకి ఇంక్రిమెంట్లు ఇప్పిస్తామన్నారు. మెడ్రాసెళ్ళి వచ్చిన దాసుగారిది విని నవ్వి "మీ మొహంలా ఉంది. పింఛన్ల కింక్రిమెంట్లేమిటి?" అన్నాడు. అంతలో కొందరు పెద్దవారొచ్చి ఆ విషయం గురించి ఆశగా మాట్లాడటంతో ఆయనకు నవ్వూ ఏడుపూ ముందుకొచ్చాయి. "సర్లెండి. చూదాం" అన్నాడు ఇంకేమనాలో తోచక.

మొత్తంమీద దాసుగారు అన్ని మీటింగులకీ హాజరైనా మానినా, అటు రాచకార్యాలు కూడా చూసుకుంటూ ఇటు తన మిత్రులు, అనుచరుల అండదండలతో ఈ వ్యవహారాలు, నడిపిన ప్రచారం దివ్యంగా సాగాయి. పోలింగు బ్రహ్మాండంగా జరిగింది.

"సుబ్బరాజూ! చలపతిగారు గెలిచాడంటావా?" అన్నారు రెడ్డిగారు కథ ఆపి.

"ఆహా. నిక్షేపంలా గెలిచుంటాడు. దాసుగారికి ధరావతు కూడా గల్లంతై పోయుంటుంది. చిత్తుగా ఓడిపోయుంటాడు" అన్నాడు సుబ్బరాజు.

"అదేవిటలా అంటావు?"

"మీరు పెట్టించిన హెడ్డింగును బట్టి చూస్తే దాసుగ్గారు మనుషుల్ని మనుషులుగా చూడలేదు, గొర్రెల మందలా లెక్కేశాడు. ఆయన చేసిన ఉపకారాలన్నీ ప్రజాసేవ అనిపించుకోవు. ఆశ్రితులనీ, లంచగొండ్లనీ ఆదుకుంటే ప్రజలకేం ఒరుగుతుంది?

అయనకి ప్రతి చోటా ఎదురేగి, "మా ఊరి ఓట్లు మీవే" అని భరోసా ఇచ్చిన పెద్దలంతా చలపతిరావు గ్రూపు మనుషులు. వాళ్ళ మాట నమ్మి, ప్రచారం చేసుకోకుండా దాసుగారు దగాపడ్డాడు. పోతే అయన చేసిన వాగ్దానాలూ అలాగే ఉన్నాయి. ప్రజలు ఎంత గొర్రెలయినా వాళ్ళకున్నూ కాడా తెలివితేటలు నమ్మశక్యంగానంత గొప్పగా ఉన్నాయి. దేశమంటే మనుషులని కానుకోక నేల విడిచి సాము చేశాడు దాసుగారు" అన్నాడు సుబ్బరాజు.

రామిరెడ్డిగారు పెదవి చప్పరించి "నువు జెప్పింది రైటేగాని, ప్రజల మీద నీకు మరీ ఇంతటి పిచ్చి నమ్మకాలుంటే నెగ్గిరాలేవు సుమా" అంటూ లేచి లోనికి వెళ్ళారు.

★ ★ ★

12 పాలిట్రిక్సు కథ

"ఆ యమ్మడు నెమ్మదైన పిల్లే. వినయం, వొందనం, శాంతం...." అన్నారు రామిరెడ్డిగారు – సుబ్బరాజు రాగానే.

సుబ్బరాజు తలొంచుకున్నాడు. ఈ విషయాల గురించి పబ్లీకున మాట్లాడటం అతని కిష్టం లేదు. "కనుక్కున్నాను. మీరు రొస్తన్నారన్న పోస్టర్లు ఎగస్పార్టీ వోళ్ళే వేయించారట" అన్నాడు.

"మరేట. నా బొమ్మేసినాయ నొచ్చాడిటేపు. బొమ్మ బాగుందయ్యాంటే, 'మీ ముక్కూ మూతీ అంత సోగ్గా ఉన్నాయీ నా గొప్పేం వుందీ, మీది బొమ్మలేసే వోళ్ళు చూసి మురిసిపోయే ముఖవ్వూం' అన్నాడు. నివ్వు నన్ను పొగడతన్నట్టా తెగడతన్నట్టా అనడిగేశా న్నవ్వుతూ, 'నా మాటబద్ధవైతే, ఎలక్షను కెక్కండి. మీ మొఖం జూసి సీటివ్వకపోతే ఒట్టు' అన్నాడు. నవుతాలుగాదు, సుబ్బరాజూ, నీకా సుబ్బరాజు గారబ్బాయి కత దెలీదు గావోసు."

"నీపేరుగలాడి కతని, అది నీ మీజ్జెప్పాననుకొని బుజాల్తడూకునేవు, జాగ్రత్త బుజాల్తడుంకోడం గొప్పోళ్ళ లక్షణం కాదు. గుమ్మడికాయలు ఎత్తుకొచ్చినా బుజాల్తడువుకోకూడదు. గుమ్మడికాయలు పోయాయంటే నివ్వెత్తుకొచ్చినవే అని దాఖలా ఎక్కడ? ఏం గుమ్మడో? బూడిద గుమ్మడో, పండు గుమ్మడో, ఈ ఊరివో, దేశాంత్రంలోవో, ఇప్పటి మాటో, ఎప్పటి మాటో – ఎవడికి దెల్సు? అంచేతలా కంగారుపడకూడదు. పౌరుషం దెచ్చుకోకూడదు. నీతి నిజాయితీల మీదా, వాటి వెతిరేకాల మీదా ఎవరెంత వుపన్యాసాలిచ్చినా సుబ్బరాజుగారు బుజాల్తడూకోలేదు. పైగా ఆయనే ఎన్నో లెక్చర్లిచ్చాడు. సుబ్బరాజు గారలాటిలాటోడనుకునేవు. లక్షలు గడించాడు. కోటికి పడగెత్తేవోడే గాని ఇన్‌కంటాక్సు బాబులాటి కొడుకున్నాడు. ఓ మాటా యబ్బాయి గుర్రవంత పెంపుడు కుక్క వేసుకుని ఊటీ రైలుకెళ్ళి ఏర్కండిషనింగు పెట్టెలోకెక్కాడు. అందులో ఉన్న ఇంకో గొప్పాసామి ఝుడుసుకుని గార్డుకి ఫిర్యాజ్జేశాడు. ఆఫీసరూ గార్డూ వచ్చి కుక్కని దింపేయమన్నారు. కుక్కల పెట్లోకి ఎక్కించమన్నారు. కుర్రాయన మండిపడ్డాడు. 'దీన్ని కుక్కంటావేటి? నీకేమన్నా బుర్రుందా' అన్నాడు. "మీ ఇద్దరి జీతాలూ కలిపినా, దీనికయే నెలసరి ఖర్చులో సగవుండత్తెలుసా" అన్నాడు.

"మేమిద్దరం ఊరెళ్తే ఓ పెట్టె కేటాయింపుగా దీసుకుంటాం మరి, మీ కుక్కకి అలా ఓటి బుక్ చేసుకోండి కావలిస్తే" అన్నాడు ఆఫీసరు కోపంగా. "సరే, అలాగే కానీ, నాకేం బయవా?" అని రైలు దిగిపోయాడు కుర్రాయన.

వారం తరువాత కుక్కకీ, తనకీ ఎన్నొందలో పారేసి ప్రత్యేకం ఓ ఏర్కండిషన్ పెట్టె కట్టించుకెళ్ళాడు. అర్గదీ, పౌరుషం అంటే అలా గుండాలి. దరిమిలాను ఊళ్ళో అంతా గొప్పగా జెప్పుకున్నారు దీన్ని గురించి. పేపరాళ్ళు ఫోటో గట్రా వేసి రాస్తామని సరదా పడ్డారుగాని, సుబ్బరాజుగారే వద్దన్నారు - ఆc ఈ చిన్న దానికి పెద్ద పబ్లిసిటీ ఎందుకు లెండి అని. కొడుకు ప్రెగ్నెకి పొంగిపోయినా, అయనకి గుబులు పట్టుకుంది. వీడిలా గుణించేస్తే ఎన్నాళ్ళాటొస్తామూ? దీనికి తగ్గట్టు గణించాలి గామోసు! అని. ఓ మాటు ఎవరో సభలో అవినీతి గురించి ఘాటుగా మాటాడుతూంటే ఎందుకో ఎన్నడూ లేంది మనసు చివుక్కుమంది. తిరపతెళ్ళొచ్చినా స్తిమితపడలేదు. డబ్బు తరిగిపోతుందా ఏమిటి చెప్మా అని అప్పుడు అనుమానం తగిలింది. తనికీ చేసుకున్నాడు. మేనేజరులూ వాళ్ళ కుడిబుజాలూ సబబుగా కాజెయ్యాల్సిన దానికి పదింతలు బయటికి రవాణా చేసుకుపోతున్నారు. ఒక్క నెలలో వాళ్ళు తీసుకున్న అదనపు డబ్బు ఆ నెలలో వాళ్ళు పట్టుకుపోయిన చిన్న కైంకర్యాలకి పదింతలుంది, తన వాటాకి రెండింతలుంది. సుబ్బరాజుగారికి గుండె బేజారయిపోయింది. గట్టిగా అడిగేందుకు లేదు, "ఈసారి షేరు హోల్డర్ల మీటింగవనీ, మీ పని చెప్తా" అని ఒట్టేసుకున్నాడు. నెమ్మదిగా తన కొడుకుల్ని బిజినెసులో పెట్టాలని నిశ్చయించుకొన్నాడు. అయనకి వారసులయిన కొడుకులు ముగ్గురే. బే వారసులందరికీ, అక్కడ అక్కడా ఉద్యోగాలేయించేశాడు.

సుబ్బరాజుగారి కో ముచ్చటుంది. ఒక్క కొడుకుని రాజకీయాల్లో దింపుతే, ఒకడు వ్యాపారంలో గణిస్తే, మూడోవాడు కుక్కల్నీ, గుర్రాల్నీ ఏర్కండిషంగు పెట్టెల్లో, విమానాల్లో తిప్పి గుణించినా ఫరవాలేదు. ముగ్గురిలో ఎవరెందుకు పనికొస్తారో తేలాలి. అయనకి ఇతరత్రా అంగబలం లేదని కాదు. రెండు మూడు రేసుగుర్రాలూ, రెండు పార్టీల నాయకులూ, రెండు యూనియనుల హీరోలూ, పార్టీలో రెండు గ్రూపుల పెద్ద తలలూ, రెండు మూడు ఫిలిం కంపెనీల్లో పెద్ద షేర్లూ, తన పేరు మీదుండి ఇతర్ల హాయాములో తిరుగుతున్న పది పదిహేను కార్లూ లేకపోలేదు.

ఓసారి పార్టీ మీటింగులో ఓ ఎలక్షనుకి అభ్యర్థుల్ని సెలక్టు చేసి టిక్కెట్లిస్తుండగా అయనకి తన కొడుకొకణ్ణి దింపాలని మనసైంది. టిక్కెట్ల రద్దీ ఎక్కువగా ఉంది. అందరికందరూ గొప్పవాళ్లేననీ, ఏ ఒకరు లేకపోయినా దేశం నాశనం అయిపోతుందనీ అందరూ అన్నారు. అవతల సంస్థలో సీట్లు పెంచేసి అందరికీ టికెట్లిద్దామా అంటే అందుకు వ్యవధి లేదు. రాజ్యాంగాన్ని సవరించాల్సి రావచ్చు. అవి నెమ్మది మీద జరిగేవి. చివరికి మూడు సీట్లకి టిక్కెట్ల దగ్గర శానా రభసైంది. పద్దెనమండుగురు అడుగుతున్నారు.

"రావుగారి ముక్కు చాలా పొడుగు. మొహం తమాషాగా ఉంటుంది. జనం ఓసారి చూస్తే మళ్ళీ మర్చిపోరు. ఇలాంటి ముఖాల్నే ఎక్కువ ప్రేమించెదరు.

కార్టూన్‌లు వెయ్యడం సులువు. ఎంత చేతగాని వాడైనా ఇట్టే పోలిక లొచ్చేలా వేస్తాడు. అంచేత యీయన కార్టూనులు తరచు పేపర్లో పడితే, పార్టీకి నిత్య పబ్లిసిటీ. అందువల్ల పార్టీ మేలు, దేశమ్మేలు కోరి రావుగారికే ఈ టిక్కెట్టు ఇవ్వా"లని ఆయన తరఫు వకీలు రెడ్డిగారు వాదించాడు. ఆ సీటుకి పోటీ చేసే వారిలో ఈ క్వాలిఫికేషను ఇంకెవరికీ లేనందువల్ల ఇది ఆయనకే ఇచ్చారు.

మరోదానికి ఇలాంటిదే వచ్చింది. "మా రెడ్డిగారి ఆరోగ్యం బాగులేదు. ఎప్పుడూ పాలిటిక్సు సందడి, సమస్యలు, ప్రజాసేవ ఉండాలి. లేకపోతే మనసు, ఆరోగ్యం నాశనం అయిపోతాయి. అలాని డాక్టరు సర్టిఫికెట్టు కూడా ఉంది. ఆపైన మీ ఇష్టం. ఒక మహనీయుణ్ణి చేజేతులా పోగొట్టుకుంటామంటే... మీ ఇష్టం" అన్నాడు రావుగారు. ప్రాణంతో చెలగాటాలాడరాదని ఆ సీటు ఆయన కిచ్చారు.

"పార్టీకీ, దేశానికీ ముఖ్యంగా పేపర్లో పబ్లిసిటీ వస్తువుకీ రావుగారి కార్టూను ఫేసు, రెడ్డిగారి అనారోగ్యం ఎంత ముక్యమో మా రాజుగారి ఉపన్యాసాలూ, స్టేటుమెంట్లూ అంత ముఖ్యం అని మీరు మర్చిపోతున్నారు. ఆయన ఏం మాటాడినా మర్నాడు పేపర్లో సంపాదకీయం, నాలుగింట మూడుపాళ్ళూ కార్టూన్లు వస్తాయి. జనం చర్చిస్తారు. చర్చలే దేశానికి జీవం. అదే రాజకీయ చైతన్యం. జనంలో ఆ చైతన్యం వుంటేనే దేశం బాగుపడుతుంది. అంచేత... చెప్పడం ఎందుకు మీకే తెలుసు. అదీగాక, రాజావారు పాలిటిక్సు తప్ప ఇంకేదీ చెయ్యరు. చెయ్యలేరు. ఆపైన మీ ఇష్టం" అని ఆ ప్రాంతపు మండలి తీర్మానాన్ని చదివాడు రెడ్డిగారు. ఆ సీటు ఆయనకివ్వడంతో సుబ్బరాజుగారి మనసులో ఆలోచనలు రేకెత్తాయి.

మన వెధవాయిలు ముగ్గురిలో ఇలాటి అర్హతలు ఏమున్నాయి అని తర్కించుకున్నాడు. వాళ్ళ మొహాలే గుర్తుకు రాలేదు. కనబడి చావరు గదా? పదేసేళ్ళుండగా బాగా దగ్గర్నించి తీరిగ్గా చూశాడు. ఆ ముఖాలు మనస్సులో మెదిలాయి. ఆ ముఖాలికే మీసాలు పెట్టి ఊహిస్తే రావుగారి కార్టూను ఫేసుల్లా కనిపించాయి. ఛ. ఇదిగాదు పని అని సెక్రటరీకి చెప్పాడు - వాళ్ళ ముగ్గుర్నీ ఓసారి కేకేయించండని. ట్రంకుఫోన్లు టెలిగ్రాములు, కేబుల్‌గ్రామ్ ఇచ్చి వారం రోజుల్లో వాళ్ళని రప్పించి మీటింగు వేయించాడు సెక్రటరీగారు.

కొడుకులు ముగ్గురూ వినయంగా కూర్చున్నారు. తన మనసులో మెదుల్తున్న పదేళ్ళ పిల్లల మొఖాలికీ, ఈ పాతిక ముప్ఫయ్యేళ్ళ వాటికీ వాలకంలో అట్టే తేడా కనబడలేదు.

గుమాస్తాల దగ్గర మాటాడినంత బింకంగా, బోనసు ఇంక్రిమెంట్ల డిమాండ్లకి చెప్పే జవాబులా, టూకీగా సంగజ్జెప్పాడు సుబ్బరాజుగారు. "అబ్బాయిలూ, ఇది కాశీమజిలీ కథలా ఉంటే ఉండవచ్చుగాని మీకో చిన్న పన్జెబుతాను, చెయ్యండి. ముగ్గురూ దేశం మీదకెళ్ళి పరిస్థితులు చూసి రండి. మిమ్మల్ని పాలిటిక్సులో దింపదలచుకున్నాను. అంచేత దేశం చూసి మీ అభిప్రాయాలు చెప్పండి. బద్ధకించినా, ఎగేసినా, దగా చేసినా నా ఆస్తిలో చిల్లుకానీ ఇవ్వను. ఇన్‌కంటాక్సు కట్టి పారేస్తా జాగ్రత్త" అన్నాడు ముక్తసరిగా.

మూడో కొడుకు ధైర్యంగా ఏదో చెప్పబోయాడు. "చిల్లుకానీ ఇవ్వద్దుకాని ఓసారి చూపిస్తారా? దానికి చిన్న బెజ్జం ఉంటుందని నేనూ, కాదు పెద్దదని నా మిత్రుడూ వాదించుకుంటున్నాం. మీ రెవరితో ఏకీభవి...."

తండ్రి చూపు జూసి అది వాయిదా వేసుకున్నాడు.

"మూణ్ణెల్లు గడువు" అని కేకేశాడు తండ్రి కొడుకులు గుమ్మం దాటుతూండగా.

మూణ్ణెల్లు తిరిగి గడువు ముగిసేసరికి గడపలో వాలారు ముగ్గురూ. తండ్రి ముగ్గుర్నీ మూడు గదుల్లో కూచోబెట్టి, ఒక్కొక్కడినీ పిలిపించాడు.

పెద్దకొడుకు ముందు వచ్చాడు. మొహం దిగాలుగా ఉంది.

బట్టలు మాసి ఉన్నాయి. వాటికన్నా గడ్డం మరింత మాసింది. దైన్యం చూసి కడుపు తరుక్కుపోయింది తండ్రికి.

"తలనొప్పిగా ఉందా?" అన్నాడు.

"హో, తలేమిటి, జీవితమే నెప్పెడుతోంది" అన్నాడు కొడుకు – గాఢంగా నిట్టూర్చి సోఫాలో కూలబడుతూ.

"సంగతేవిటి? ఏవైంది" అన్నాడు తండ్రి ఆదుర్దాగా.

"నాన్నా, లాభం లేదు, మనం కాదు. దేవుడైనా సరే పాలిటిక్సులోకెక్కి ఎంత తిప్పలు పడ్డా లాభం లేదు. దేశం అలా ఉంది. కళ్ళారా చూశాను. చెవులారా విన్నాను. ప్రజలు చాలామందికి రెండు కార్లు కూడా లేవు. ఉన్నా చిన్నకార్లు. చాలామందికి అవీ లేవు. ఇంకా కొందరున్నారు. వాళ్ళ కసలు ఏమీ లేదు. చదువులేదు. తిండిలేదు. హెల్తు లేదు. వెల్తు లేదు. మరొక వంక అవినీతి, లంచగొండితనం, దగా, మోసం, బద్ధకం, పనికిమాలిన తనం, పనిమాలిన తనం, జబ్బులు, చావులు ముమ్మరంగా ఉన్నాయి. అయ్యబాబోయ్ వీళ్లందరినీ బాగు చెయ్యాలంటే, మధ్యవాళ్ళందర్నీ అదుపు జేయాలంటే బ్రహ్మతరం కాదు. ఎవరు చేయగలిగిందీ ఏమీ లేదు. అది మహా ప్రవాహం. అందు మీద కొట్టుకుపోతూ, దాన్ని మనం నడుపుతున్నామని భ్రమపడడం తప్ప మరేం లేదు. లాభం లేదు నాన్నా! లాభం లేదు" అన్నాడు.

తండ్రి జాలిగా అతనికేసి చూశాడు. "పో. పోయి స్నానం చేసి భోంచేసి పడుకో. డాక్టర్ని పంపిస్తాను – మందు తిందువుగాని. భయపడకు" అని సాగనంపి బెల్లునొక్కాడు.

"నాన్నా! ఘోరం – ఘోరం! ఇన్నాళ్ళూ మమ్మల్ని సుఖాల మధ్య పెట్టి, చుట్టూరా డబ్బు గోడలు కట్టి సమాధి చేశావు. అర్జెంటు అర్జెంటుగా నేను జీవితంలో అడుగు పెడతాను" అంటూ గాలి దుమారంలా వచ్చాడు రెండో కొడుకు.

"కూర్చో కూర్చో. కూర్చుని స్థిమితంగా చెప్పు" అన్నాడు తండ్రి కంగారుగా, ఆశ్చర్యంగా.

"చెప్పేందుకు టైము లేదు నాన్నా. పత్రికల రంగుటద్దాలలోంచి, స్వార్థపు చత్వారపు కళ్ళలో దేశాన్ని చూస్తున్న నీకేం తెలుస్తుంది టైము విలువ? నేను ఒక్క క్షణం ఆగలేను. దేశం గగ్గోలుగా ఉంది. లక్షలాది జనం బాధపడుతున్నారు. తిండి తిప్పలయిపోయింది. మందు మాసికాని కందుతోంది. ఇంపోర్టు పాలసీ బాగులేదు.

కారు అడిగిన రెండేళ్ళగ్గాని రాదు. పన్దేసే రేడియో బోల్డు ఖరీదు. బీదవాళ్ళు బీద బాధలూ గొప్పవాళ్ళు గొప్ప బాధలూ పడుతున్నారు. దేశంలో కోడిగుడ్లు శాకాహారం స్థాయికీ, పూజరోజు కాఫీ ఔషధం హోదాకీ పెరిగినట్టు లంచగొండితనం వంటి అవినీతి పనులన్నీ అవి నీతి పనులన్న జాబితాలకి ఎగబాకిపోయాయి. నీతిని గొంగళి పురుగుల్లా తినేస్తున్నాయి. ఇంకాసిని రోజులు పోతే అవే సీతాకోకలై ఎగిరి విహరిస్తాయి సుమా. ఇవి ఇలా రివాజైపోతే – తరవాత్తరవాత అవినీతి పనులింక లాభసాటివి కావు – కొత్తకొత్త తప్పుడు పద్ధతులూ పాడుపనులూ కొత్తదగాలూ కనిపెట్టాలి నాన్నా. పన్నులు ఎగెయ్యడం గౌరవం అయిన పని. సేల్సుటాక్సు వసూలు చేసి పెడుతున్న వాళ్ళని గవర్నమెంటు పద్దులడగడం నేరం. నో. ఫాదర్. నేను వెంటనే పాలిటిక్సులో దిగుతున్నాను. మైకంట్రీ నీడ్స్ మీ. నా దేశం నన్ను పిలుస్తోంది"

"నువ్వెళ్ళి రెండు గ్లాసులు మజ్జిగ తాగి పడుకో" అని అతన్ని పంపించి వెంటనే సెక్రటరీని కేకేసి వాడు పడుకోగానే గదికి తాళం వేసి తన చేతికివ్వమని ఆజ్ఞాపించాడు.

మూడో కొడుకు దర్జాగా వచ్చాడు. సమానఫాయా మనిషిలా వచ్చాడు. ఎదురుగా కూర్చుని, సిగరెట్టు ముట్టించాడు పొగరుగా పొగ వదులుతూ. "ఊం ఏవిటి విశేషాలు నాన్నగారూ? మీ ఆరోగ్యం బాగుందా? మొన్న ఫోం చెయ్యలేదట. ఎన్నోమైసిన్ ఇంజక్షన్లు తీసుకున్నారుట. మీరీ స్థితిలో వర్రీ కావడం నాకిష్టం లేదు. కొడైలో కాటేజీ రెడీ చేయించాను. నాలుగు నెల్లు రెస్టు తీసుకోండి. ఎలక్షను టైము కొద్దురుగాని, ఆ మేనేజరుకి చెక్కుల మీద సంతకం పెట్టే అథారిటీ తీసెయ్యండి. నే జూసుకుంటాను" అన్నాడు.

"ఎలక్షనుకా? నువ్వు నిలబడదామనుకుంటున్నావా?" అన్నాడు సుబ్బరాజు గారు – బేజారైపోయిన గుండెల్ని మెల్లగా దిటవు చేసుకుని 'నాచురల్లీ' అన్నాడు కొడుకు సిగరెట్టు ముట్టిస్తూ.

తండ్రి విచిత్రంగా చూశాడు కొడుకుకేసి.

"నాన్నా, నేను ఎక్కువ మాట్లాడి మన టైము వేస్టు చెయ్యను. మెడమీద బుర్ర, ఊరిమీద పరపతి బిజినెసూ, డబ్బూ, టాక్సూ అన్నయ్యల్లాంటి కొడుకులూ ఉన్నవాడెవడైనా సరే పాలిటిక్సులో దిగక మానడు. వ్యాపార దక్షతగల వాడెవడైనా సరే దేశం పరిస్థితి ఇలా ఉండగా చూస్తూ కూర్చోడు. మీరు ఈ ఫీల్డు తీసుకోండి, బిజినెస్ పొటెన్షల్ ఎంతుందో నే చెప్పలేను. వెధవ టాక్సులకి భయపడి వ్యాపారం చంపుకోడం, కాటేజిండస్ట్రీసుతో కాలక్షేపం చెయ్యడం తెలివితక్కువతనం. మీరు కొడై వెళ్ళండి లేదా కాశ్మీర్ వెళ్ళండి. నేను చక్కబెడతాను అన్నీ" అన్నాడు కొడుకు.

టెలిఫోను మోగింది. సుబ్బరాజుగారి కాలికింద మీటనొక్కితే అదలా ఆపద్ధర్మంగా మోగుతుంది. "హలో" అని, అర నిమిషం విని – "నువ్వెళ్ళు మళ్ళీ కలుసుకుందాం. ఇండియాలోనే ఉండి సుమీ. పనుంది" అని చెప్పి కొడుకును సాగనంపి, నిట్టూర్చి వెనక్కి జారగిలబడ్డాడు.

☆ ☆ ☆

సుబ్బరాజు, ఇప్పుడు చెప్ప కథలో సుబ్బరాజుగారేం చేశాడు. ముగ్గురిలోనూ రాజకీయాల కెవర్నెన్నుకున్నాడు? అన్నాడు రామిరెడ్డిగారు కథ ఆపి.

"చెబుతా. ముందరాయన సెక్రటేని పిలిచి తన వయస్సెంతో చెప్పమని ఉంటాడు. తరవాత జ్యోతిష్కుణ్ణి పిలిచి ఇంకా ఇరవై యేళ్ళ అయుర్దాయం ఉందని, ఆరోగ్యం బ్రహ్మాండంగా ఉందనీ చెప్పించుకుంటాడు. ఒకటో కొడుకుని టానిక్కుల డాక్టరుకీ, రెండోవాణ్ణి సైకాలజీ డాక్టరుకీ ఒప్పజెప్పంటాడు. వాళ్ళిద్దరూ పాలిటిక్సుకి పనికిరారు. ఒకడు దేశం చూసి బాబోయ్ మన మేమీ చెయ్యలేము అనేశాడు. రెండోవాడు నేను చాలా చెయ్యాలీ, చేస్తానూ అన్నా తీరా దిగాక ఆ సుడిగుండంలో పడి మునిగిపోతాడు. దేశసేవ మీద అంత ఉబలాటం ఉన్నవాడెవడూ ఆటిరాడు గదా. ఇహ, మూడో కొడుకు గట్టివాడే కాని మరీ గట్టివాడు. వాడు చెప్పిన మాటలతో సుబ్బరాజుగారి వ్యాపార జ్ఞాననేత్రం తెరుచుకుంది. అంత ఫీల్డుండగా మనం ఊరికే ఉండటమేమిటని ఉత్సాహం కలిగి రాజకీయాల్లోకి అయనే దిగ నిశ్చయించుకుని ఉంటాడు" అన్నాడు సుబ్బరాజు.

"మరి మూడో కొడుకు? వాడు స్తిమితంగా ఉంటాడా? చెప్పినట్లు వింటాడా?"

"దానికేముంది? వాడికి మంచి గడుసైన పిల్లని, చక్కనిదాన్ని తెచ్చి పెళ్లి చేస్తాడు. స్విట్జర్లాండ్‌కి హనీమూన్ తీసుకుని పోతుందా పిల్ల" అన్నాడు సుబ్బరాజు.

★ ★ ★

13 చిలక చెప్పిన రహస్యం కథ

"రా సుబ్బరాజు రా. నీ కోసమే జూస్తున్నా. రాత్తిర్నివ్వేళ్ళాక చౌదరిగారి మనిషొచ్చాడు. నువ్వూ నేనూ కతలు చెప్పుకుంటున్నాము కదూ. వాళ్ళకేం దెలుసుద్దీ? రెడ్డిగారింకా కదిల్రాలేదు. ఒచ్చేట్టా, మానేట్టా? సుబ్బరాజేం చేస్తున్నాడు? ఈళ్లిద్దరూ కుమ్మక్కవ్వడం లేదు గదా?" అని వాకబు చేసుకుందుగ్గావాల అన్నాడు రామిరెడ్డిగారు.

"నిజమేగా" అన్నాడు సుబ్బరాజు గంభీరంగా నవ్వి.

"నీ యసాజ్జం గూలా. బినామీ పన్జేసినా పబ్లీగ్గా చేస్తానంటావు. దర్జా ఎక్కడికిపోద్ది. ఈపాటి ధయిర్యం చిలకల చిన్నారావుకుంటే బాగుపడేవాడు. ఆ కథ మా చిత్రమెందిలే. చిన్నారావు, బుచ్చిరెడ్డీ చిన్నపట్నుంచీ జాయింటే. రెడ్డి గడ్డి తినమంటే తినేసేవాడు చిన్నారావు. ఏమనమంటే అదనేవాడు. దాన్నిబట్టే చిలకల చిన్నారావని పేరెట్టారు. అసలింటి పేరు నాకు గుర్తు లేదు. లోగుట్టెరిగిన వాళ్ళు రెడ్డి, వీడు నమ్మినబంట్లనే వారుగాని ఊళ్ళో జనమంతా తోడు దొంగలనే పిల్చుకునేవారు. తోడు దొంగలైతే మరి చిన్నారావు కూడా మూడు మేడలేపాలి గదా రెడ్డితోపాటు? అదిగో ఆ పాయింటునే బట్టుకొని, రెడ్డికి చుక్కెదురైన గ్రూపు నాయకుడు పంతులు చిన్నారావును దువ్వడం మొదలుపెట్టాడు. చిన్నారావు కాపాటి విలువుందా అనేవు. అతను రెడ్డిగారికి బొజ్జింక మీసం లాంటివాడు. చెప్పుల్జతలాటివాడు. గొడుగు లాటివాడు. చేతికఱ్ఱ లాటివాడు. లవుడు స్పీకరులాటివాడు. హుండీలు జారీజేసి ఏ పసుపో, పంచదారో, కాయితమో, కాకరకాయో - మార్కెట్‌లో ఉన్న సరుకంతా కొనేసి గోదావుల్లో బిగించి ఒక్క వారంపాటు బ్లాకు మార్కెట్ నడిపి డబ్బు నొల్లుకో బోయినప్పుడల్లా ఆపదొస్తే అడ్డుపడి ఖైదుకెళ్ళొచ్చేది చిన్నారావే. ఆ కాసిన్నాళ్ళూ రెడ్డిగారి హృదయం, ఖైదులోని చిన్నారావు దేహంలోకి పరకాయ ప్రవేశం చేసి ప్రాయశ్చిత్తం చేసుకొనేది. ఇటు అసలు దేహం - దాని చుట్టూ వెధవ పరువు ప్రతిష్టల్లాంటివి నాచులా బట్టుకున్నాయి గాబట్టీ, బిజినెస్సెవారాల్లోకి నిజాయితీ ఉన్న శాల్తీగావాలి కాబట్టీ, తన సొంత దేహాన్ని ఖైదు కెళ్ళకుండా అట్టేబెట్టేవాడు. చిన్నారావు బస చేసిన దేహాన్ని ఖైదు కంపితే, ఇటూ తన బసని ఏ దేవుడి గుడికో తీసుకెళ్ళి దాన్చేత స్పెషలు పూజలూ, గట్రా చేయించి, దండాలు

బెట్టించి సుబ్బరం జేసేవాడు. అసలదీగాక చిన్నారావు శాల్తీలా తనది గట్టిది కాదు. ఎప్పుడూ రిపేర్లే. సూదులు బొడవడం, కోతలు కోయించి మాసికలు బెట్టించడం, మందులు దిమ్మరించడం, మాడబెట్టడం, నిత్యం ఉండేవి. దాన్నింకా యాతన పెడితే ఎందుకు పనికొస్తదని ఈ ఏర్పాటు చేశాడు. అందుకనే సభలో గూడా నాదీ మా చిన్నారావుదీ దేహాలు వేరుగాని మనసొకటే అనేవాడు గుంభనగా. ఇంత నమ్మకస్తుడు లక్ష వరాలు పోస్తే దొరుకుతాడా చెప్పు? అందుకనే ఎదటి గ్రూపు వాళ్ళకి చిన్నారావు మీద కన్ను.

"నిన్ను జూస్తే కడుపు తరుక్కుపోద్ది చిన్నారావు, ఎప్పుడూ ఇంతేనా, గొర్రెతో కలాగ? నీ బాగు నీకు దెలీపోతే నీ ఓనరుకేనా తెలీదా" అన్నాడు పంతులుగారు. చిన్నారావు ఆ మాటలు పూర్తయ్యేలోగా పారిపోయాడు యజమాని దగ్గరికి.

ఇలా నాలుగైస్సార్లయాక ఓనాడు చిన్నారావు కన్ను కొద్దిగా తెరిచాడు.

"అసలు నువ్వోపాలి మా ఇంటికి రా. మనం కులాసాగా మాట్లాడుకుందాం. తొందర్లేదులే. నీ ఓనరుగారు దేశాంత్ర వెళ్తున్నారుగా. ఆయనెళ్ళాక తీరికైనప్పుడే రా", అన్నాడు పంతులుగారు.

వారం తరవాత రెడ్డిగారు రంగం వెళ్ళే వర్తకదళంతో కలిసి బయల్దేరారు.

చిన్నారావు దిగాలు పడిపోయాడు. అతనికి భయం పట్టుకుంది, పంతులుగా రా మాటన్నప్పట్నించీ. 'మీరెళ్ళొద్దు. లేపోతే నన్ను తీసికెళ్ళండి' అన్నాడు బిక్కమొహం బెట్టి. "భయమెందుకు నెల తిరిగేసరి కిక్కడకి వాల్నా? ఈలోపల నీ బుద్ధి గడ్డి తింటదన్న బయం తప్ప ఇహనెందుకూ బయపడక్కర్లేదు. నేను కట్టుదిట్టాలు చేసే పోతన్నాను" అన్నాడు రెడ్డిగారు. పొయ్యేవాడు సంతలో చక్కని చిలకమ్మొస్తే కొని చిన్నారావు కిచ్చారు. దీ న్నట్టేబెట్టుకో అన్నారు. దీన్నట్టే బెట్టుకుంటాను అన్నాడు చిన్నారావు. రెడ్డిగారు ఫక్కున నవ్వి, బుజం తట్టి కారెక్కారు.

మర్నాడు మద్దినేళకల్లా కబురొచ్చింది. మాపిటికి కూడు దిన్నాక అటేపు షికార్రమ్మన్నారు పంతులారు అని. చిన్నారావు మనసు దిగులు పడిపోయింది. అద్దం జూసుకుంటే మొఖాన దొంగ వాలకం పడిపోయింది. ఛస్. వెళ్ళిచూదారనుకున్నాడు. ఛీ సామిద్రోహవా? అనుకున్నాడు. సామేటి నాకంటే, ఎవడికాడే సామి. అందుకే ద్రోహమేటనుకొన్నాడు. తెగించాడు. పెందలకాడే ఎంగిలిపడి, ముస్తాబై రెడ్డిగారి పాత కండవా తీసి బుజానేసి సావిట్లో కూర్చున్నాడు – వొర్షం పోగానే కదుల్దావని. వొర్షం పోయిందాకా ఊసుపోలేదు. ఉట్టిమీద చిలకని పలకరించాడు. ఉలుకొచ్చినట్టూరకుంది పలక్కుండా.

కాస్సేపాగి టైము జూసుకుని కండువా వేసుకుని, తాళం అందుకోబోయే వరకు.

"ఎందాకా" అంది చిలక. "అడిగావూ? నీ యమ్మ సిగదరగ" అని తిట్టి, అంతలోనే "నీకు మాటలొచ్చా" అంటూ ఆశ్చర్యపడ్డాడు.

"మా యమ్మ సిగ నువ్వేం దరుగుతావులే. అది పాషను కోసం అని ఎప్పుడో క్రాపింగు జేయించుకుంది. నీ సంగజ్జెప్పు. నువు జేస్తున్న పనేవన్నా బాగుందా" అంది చిలక.

"నా గొడవ నీకెందుకూ?"

"నాగ్గాపోతే ఎవరికీ? నువ్వు స్వామి ద్రోహం చెయ్యడానికింకా వేళకాలేదు. తొందరపడితే దెబ్బ తింటావు. నీకు సొంతంగా మాటాడ్డం రాదు. అబద్ధాలు బాగా చెప్పలేవు. అసలు కట్టాయిప్పా సామర్థ్యం లేనివాడివి. స్వామిద్రోహం ఎలా చేస్తావయ్యా? నీ మేలు కోరిచెప్పాను వెళ్ళకు" అంది చిలక.

చిన్నారావు తెల్లబోయి గుడ్లప్పగించి చూశాడు. 'నాకు తెలుసు. నువ్వు మా జాతివాడివే. నిన్ను చిలకల చిన్నారావంటారు గదూ?'

"ఏదో అంటారు నీకేల?" అన్నాడు చిన్నారావు.

చిలక నవ్వింది. "అవునుగాని చిన్నారావూ స్వామి ద్రోహం నీ అంతట నువ్వు జేస్తున్నావో, లేక నిన్నొదుల్చుకుందుకని నీకు తెలీకుండా మీ రెడ్డిగారే నీ చేతా పని చేయిస్తున్నాడో నీకు తెలుసా?" అంది.

చిన్నారావు గిరుక్కున వెనుదిరిగి ఆశ్చర్యంగా చూశాడు చిలక వంక.

"ఇది దొంగాట సుమా. అందరూ దొంగలే. కానీ, దొరికిపోయిన వాణ్ణే పాతేస్తారు. వాడి నెత్తి మీద కాలెట్టడానికి పట్టు కుదుర్తే తప్ప వీడినెత్తి కాళీ చెయ్యడం ఒంటికి మంచిది కాదు" అంది చిలక.

చిన్నారావు నీరసంగా కుర్చీలో కూలబడిపోయాడు.

"రాజకీయం అనేది ఒక కళ. అంతే తప్ప గుడ్డెద్దు చేలో పడ్డట్టు ఎగబడి తోసుకుపోవడం కాదు. పందికొక్కులా అదేపనిగా గోతులు తవ్వడంగాదు. ముందేం జరగబోతుంది అన్నది ఊహించటం రాజకీయం. జరగబోయేదాంతో మనకేం ఒరిగిపడుతుంది అన్నది అంచనా కట్టడం రాజకీయం. ఒరిగిపడేదుంటే మరి పదికాలాలు మనడానికి ప్రజల కోసం వదులుకోవలసిందే పాటి? మిగతా దాంట్లో కొరుకుడు పడేదెంత? మింగితే హరాయించుకునేదెంత? ఇవ్వన్నీ ఊహించి లెక్కకట్టి వ్యవహారం చెయ్యడం రాజకీయం. కప్పేలా ఒప్పేలా తప్పులు చెయ్యడం రాజకీయం. అంతేగాని పంతులు రమ్మన్నాడని పరుగెత్తడవదేం బుద్ధి?" అంది చిలక.

"నువ్వు లావుపాటి బుక్కురాసి అమ్ముకోరాదూ నా ప్రాణం దీకపోతే?" అన్నాడు చిన్నారావు చిరాగ్గా.

"దానికేం? నువ్వు నా మాట కాదని పరిగెత్తి బోల్తాపడు. పెద్ద ట్రాజిడీ రాస్తాను" అంది చిలక కిలకిల నవ్వి.

"స్వామిద్రోహీ" అన్నాడు చిన్నారావు ఉక్రోషంతో.

"నా సామి ఎవడో తేలందే స్వామిద్రోహిని ఎలా గవుతానయ్యా? నన్ను రెడ్డిగారు కొన్నాడు గాబట్టే ఆయనా కావచ్చు. కొని నీకిచ్చాడు గాబట్టే నువ్వు కావచ్చు. నింద పడినపుడు ఇట్టె స్వామిని ఫిరాయించగలను. తెలుసా?"

"ఇప్పుడు నన్నేం చెయ్యమంటావు చెప్పు."

"అనేదేవుంది? రెడ్డిగారొచ్చేదాకా గుమ్మం కదలకు. కదలదలిస్తే, నేనో మూడు కథల్చెబుతా విని జవాబిచ్చి మరీ వెళ్ళు. మొగసిరున్న వాడివైతే అలా చెయ్యి" అంటూనే చిన్నారావు వాలకం జూసి కథారంభించింది చిలక.

దగాపడ్డ తమ్ముడి కథ

తమ్మిరాజుకీ కృష్ణమూర్తికీ పరిచయం అయినప్పుడు వాళ్ళ హోదాల్లో హస్తి మశకాంతరం ఉంది. తమ్మిరాజుకి సర్కారులో కల్పవృక్షం లాంటి ఇలాకాలో కామధేను వంటి ఉజ్జోగం, వెయ్యి రూపాయలు పోసి కొనిచ్చాడు మామగారు. కట్నం బదులిచ్చాడన్నమాట. జీతం డెబ్బై నాలుగే అవుగాక, అయితేనేం కామధేనువన్నాను గదా. అంచేత కాముకు లందరికీ దీనిమీదే గురి తమ్మిరాజు కది మంజూరు చేసిన ఆఫీసరు బదిలీ కాగానే ఆ సీటు మీదికి దాడి అరంభమైంది. అంతవరకూ లంచాలిచ్చి పన్లు చేయించాడు. బాగుపడ్డవాళ్ళు ఫిర్యాదులూ మహజర్లూ పెట్టగా, మరోవంక అది కావాలనుకున్నవారు పాట పై పాట పాడారు. బ్రహ్మాండమైన సిఫార్సులు తెప్పించారు. దానాదీనా వత్తిడి ఎక్కువై తమ్మిరాజుకి పై ఉద్యోగానికి ప్రమోషను ఇప్పించాలని నిశ్చయించారు పెద్దలు. ఈ మాటలు లోపాయికారీగా తెలీగానే, తమ్మిరాజు చాలా దూరం ఆలోచించి, తెగించి పెద్ద ఆఫీసరు కృష్ణమూర్తి ఇంటికి వెళ్ళి కాళ్ళమీద పడ్డాడు. పిల్లలవాణ్ణి కనికరించమన్నాడు, జబ్బు మనిషి నన్నాడు. చాలాసేపు మొత్తుకోళ్ళయ్యాక అసలు సంగతి చెప్పాడు.

"అదేవిటయ్యా? ప్రమోషనొస్తే నీకే మంచిది గాదా? జీతం బాగా పెరుగుతుంది. పని తగ్గుతుంది. రెస్టుగా ఉండవచ్చు. పెత్తనం చెయ్యచ్చు. నీకిదేం బుద్ధి" అన్నాడు ఆఫీసరు.

ఆయన కొత్తవాడు. కుర్రవాడు.

"చూడు బాబూ హోదాలో నాకు పై అధికారివయినా వయసులో నా బిడ్డలాంటి వాడివి. నాకు ప్రమోషను తప్పించు. నీ మేలు మర్చిపోను. నీ ఋణం ఉంచుకోను" అంటూ ఉన్న సంగతి విన్నవించాడు.

గోష్ఠి ముగిసేసరికి ఆఫీసరుగారికి తమ్మిరాజు ఆరోగ్యం ఏమీ బాగులేదనీ, ప్రమోషన్లకు అనర్హుడనీ కింది ఉద్యోగుల్ని బాధించి భయపెట్టలేడనీ, వట్టి అసమర్థుడనీ, దస్తూరీ, బట్టలు బాగుండవనీ నమ్మకం కుదిరింది....

ఆ ప్రకారం పైకి రాసేసి ప్రమోషను రద్దు చేయించారు. తమ్మిరాజు మిత్రునికి పార్టీ ఇచ్చాడు.

అనాటి నుంచి మూర్తిగారూ, తమ్మిరాజుగారూ పరమాప్తులయ్యారు. తమ్మయ్యగారూ అని పిలిచేవాడు మూర్తి ఎవరూ లేనప్పుడు. ఏం నన్నయ్యగారూ అనేవాడు తమ్మయ్య.

సౌభ్రాతృత్వంతోబాటు అన్నదమ్ములిద్దరూ కూడా వర్ధిల్లారి. మూర్తిగారు శతకోటి విద్యలూ నేర్చారు. తమ్మయ్య ఆయనకు నమ్మిన బంటు అయ్యాడు.

ఇలా ఉండగా కొన్నాళ్ళకి ఇనప్పెట్లో పేరుకున్న డబ్బుని ఎలా కరిగించి పబ్లీకున తెచ్చుకోవాలో తేలక, తెగించి ఉద్యోగం వదిలేందుకు దమ్ముల్చాలక మూర్తిగారు ఇబ్బంది పడసాగారు. అంతలో సర్కారు పన్లు భారీ ఎత్తువి కొన్ని తగిలాయి. సర్రాజు పెళ్ళిలో గుర్రాజుకో పోచన్నట్టు ఓ ముహూర్తం చూసి మూర్తిగారు దివ్యమైన భవనం నిర్మించడం ఆరంభించారు. ఎట్నించెటొస్తుందోనని కొంతకాలంపాటు అది తమ్మయ్య పేరిటే ఉంచాలని నిశ్చయించి అతన్దగ్గర లోపాయి కారిగా కాయితమ్ముక్క

రాయించుకుని పనులు సాగించారు. అనుకున్నదంతా అయింది. గిట్టనివాళ్ళెవరో సాహసించి పైకి ఫిర్యాదులు పంపారు. జిల్లా, తాలూకా పేపర్లలో నానా చెత్తా రాయించారు అవినీతి, ఇవినీతి అంటూ. దర్యాప్తులు జరిపి రాబడి, ఖర్చులు బేరీజు వేయిస్తారని మూర్తిగారికి లోపాయికారీగా తెలిసింది.

తమ్మయ్యకి కథంతా చెప్పి, గుట్టు రచ్చకెక్కకుండా ఆదుకోవాలన్నాడు. "లంచాలు నువ్వే తీసుకున్నట్టు ఒప్పుకొని దొరికిపో.... ఏ అయిదారు వేలో అను. కడుతున్న ఇల్లు నీ తమ్ముడి పేర మార్పించు. మహా అయితే నిన్ను బర్తరఫు చేస్తారు. ఆ వారకి నష్టం నేను భరిస్తాను" అన్నాడు.

"మీక్కష్టం వస్తే నాక్కాదా" అన్నాడు తమ్మాయి.

తీరా ఇంక్వైరీ వచ్చాక అది లాకాయి లూకాయిగా పోలేదు. డిపార్టుమెంటు సరుకుల బేరీజు, జరుగుతున్న పన్లు ఖర్చు మతలబులూ అన్నీ ఆరా తీశారు. తను తినలేదని నిరూపించుకోవాలంటే ఆ నష్టాలకూ లోపాలకూ సంజాయిషీ ఇవ్వక తప్పదు. ఇస్తే ఎవరికీ ఢోకాలేదు.

తనకిష్టం లేకపోయినా తప్పనిసరిగా తమ్మయ్యనీ అతగాడి భవిష్యత్తునీ త్యాగం చేసి అతని పేరిచ్చేశాడు మూర్తి. తమ్మయ్యకి ఖర్చు తడిసి మోపెడవడం కాకుండా ఖైదుకి కూడా వెళ్ళొచ్చాడు - స్వామి భక్తి కొద్దీ. బిల్డింగు ఎక్కడ దక్కడ ఆగిపోయింది. పదేళ్ళు తిరిగేదాకా మూర్తిగారు దాని మొహం కూడా చూడలేదు. అంతా మరచిపోయారను కున్నాక, తమ్మిరాజు తిరిగొచ్చాక, కృష్ణమూర్తి నెమ్మదిగా దాన్ని వశపరచుకొని ఇంకో నాలుగేళ్లకి పూర్తి చేయించాడు. ఏం బ్రహ్మాండమైన భవనం అని ప్రజా హృదయాన్ని ముగ్ధం చేసింది. కొందరు పౌరులు దానిని చూసి చిన్ననాటి ముచ్చట్లు తలచుకొని, "ఇందులో ఈ గది నాది" "ఈ కిటికీ నాకష్టార్జితం" "ఈ గడప నా వాటా" "ఈ చలవరాయి నా చందా" "ఈ తలుపులు నావి" అని సగర్వంగా చెప్పుకొని బాష్పాలు రాల్చేవారు. అవి ఆనందం బాపతువో కావో తెలియదనుకో. తమ్మిరాజు బాష్పాలు మాత్రం ఆనంద బాష్పాలు కావు. ఎందుకంటే మూర్తిగారు అతని మొహం చూడ్డం మానేశాడు. చిల్లికానీ పరిహారం కూడా ఇవ్వలేదు. "మనమిక మాటాడుకోవద్దు. మనం కలిస్తే మళ్ళీ పాత గొడవలు రేగుతాయి" అనేశాడు తమ్మయ్యతో.

"చిన్నారావూ! స్వామి భక్తి అలా ఉండాలి... నీకు ఉందా?" అంది చిలక కథ ముగించి.

"ఎందుకూ, నన్ను కూడా దగా తినమన్నావా? నువు చెప్పే కథ నీతిని తీసుకుంటే, నేనీపాటికే జాగర్త పడాల్సింది" అన్నాడు చిన్నారావు.

చిలక కంగారు నటించింది. "పొరబాటే. ఓ దానికో కథ చెప్పేశాను గామోసు" అంది సిగ్గుపడి.

☆ ☆ ☆

"సుబ్బరాజా నువ్వు జెప్పు. మూర్తి అలా నమ్మిన బంటుని దగా జేశాడు గదా. తమ్మిరాజు ఎదుర్తిరిగి దెబ్బతీస్తే తప్పేముంది?" అన్నారు రెడ్డిగారు.

"ఏముంది? మళ్ళీ ఖైదు కెళ్తాడు. అసలు అధికార్ని నమ్మమనెవడు జెప్పాడు? 'క్షణక్షణముల్ ప్రభువుల దివ్య చిత్తముల్' అని మీరే అంటూ ఉంటారు. అంచేత దగా చేసిన మూర్తిగారిది తప్పగాదు. ఆయన మాట మరీ అంత చేటు నమ్మిన తమ్మిరాజుదే తప్పంతా. అందుకే శిక్షనుభవించాడు."

"కోట్లకొద్దీ ప్రజలే దగాపడి, బాధలు అనుభవిస్తూంటే, తమ్మిరాజు ఒక్కడిదీ లెక్కేవిటి?" అన్నాడు సుబ్బరాజు.

రామిరెడ్డిగారు నవ్వి కథ కొనసాగించారు. "సరే, ఆ చిలక ఆ కథ చెప్పేవరకు రాత్రి బాగా పొద్దోయింది. రేపెళ్ళచ్చులే" అని చిన్నారావు ముస్తాబు లిడిచేసి పడుకున్నాడు.

మరునాడు రాత్రి అతను భోంచేసి, తాంబూలం వేసుకొంటుండగా, 'అంతకింతెంది; ఇంతకెంత?' అంటూ చిలక జనాంతికంగా ఓ పాట అరంభించింది. అదేవిటి పాటన్నాడు చిన్నారావు.

"చెబుతా. విను" అంది చిలక.

★ ★ ★

14 స్వామి ద్రోహ కథ

"గవర్న్రాజు అసలు పేరు గవర్రాజు" అంటూ కథ ఆరంభించింది చిలక. ఆ దర్జా. ఆ వైభోగం. విదానం అవీ చూచి 'నువు గవర్నరు కావాల్సిన వాడివీ నీకు పనెందుకులే' అని అంటూ గవర్న్రాజుని ముద్దుగా పిలుచుకునేవారు మిత్రులు. రాజు మేనమావ కాంగ్రెసోద్యమంలో ఖైదు కెళ్ళొచ్చి దరిమిలాను చనిపోయాడు. కీర్తీ, వారసత్వం కలిసొచ్చింది గదా అని రాజు కొన్నాళ్ళు బద్ధకించాడు. ఆ తరవాత డబ్బు అయిపోరావడం చూసి, జనం చిన్నచూపు చూడ్డం చూసీ మేలుకున్నాడు. చకచక డబ్బు గడించాలని నిశ్చయించుకున్నాడు. వయస్సు మీద పడుతూంది. తొందరపడాలనుకున్నాడు.

అతగాని జతగాడు కణ్ణన్ కూడా ప్రోత్సహించాడు. కణ్ణన్ చిన్ననాడే పొట్ట చేత బట్టుకు ఈ దేశం వచ్చి స్థిరపడి హోటేలు, బట్టలకొట్టు, పళ్ళ దుకాణం పెట్టి గట్టివాడయ్యాడు. రాజు సాయం పొందిన విశ్వాసం కొద్దీ డబ్బు సాయం చేస్తాను పట్టమన్నాడు. సయ్యంటే సయ్యని రాజు రంగంలోకి దిగాడు. టైమాట్టే లేనందువల్ల రాజనీతిలో ఉండాల్సిన నిదానం గట్రా తీసవతల పారేసి చురుగ్గా పనులు చక్క పెట్టసాగాడు. సెట్ లాటలో పేకముక్కలు పారేసి గడిగడికీ కొత్త సెట్‌లు కట్టుకునేవాడిలా మనుషుల్నీ, గ్రూపుల్నీ, పార్టీల్నీ ఫిరాయించాడు. పట్టు విడుపుల ఒడుపులు తెలిసిన వాడైనందువల్ల ఎబ్బెట్టుగా కనపడకుండానే నెట్టుకొచ్చాడు. మొత్తానికి ఏడాది తిరిగేసరికి బూర్లెబుట్టలాటి పదవిలో పడ్డాడు. 'అయుర్దాయం' ఏడాది రెండేళ్ళకన్నా ఉండదని అతనికి ఆశ్రయం ఇచ్చినాయన ముందే హెచ్చరించాడు. ఆ కొద్దికాలంలోనే రాజు తనని మొదట్లో ఆదుకున్న మిత్రుడు కణ్ణన్ ఋణం తీర్చుకున్నాడు. ఆపైన తాను సేకరించిన తృణం ఫణం లక్షపై చిలుకు కూడా కణ్ణన్ దగ్గరే అట్టే పెట్టాడు. బ్యాంకులో వేయడానికిగాని, ఇంట్లో దాచుకుందుగ్గాని మనసొప్పక 'నీకన్నా నాకెవరున్నారణ్ణా. కణ్ణా' అని కణ్ణన్ దగ్గరే దాచబెట్టాడు. నేను దిగొచ్చాక తీసుకుంటానన్నాడు.

తీరా రాజు గద్దెదిగి తాళ్ళూ పీచులూ తెంపుకొని, బట్టలు మార్చుకుని కణ్ణన్ దగ్గరకొచ్చి "నా డబ్బేది బ్రదర్" అనేసరికి కణ్ణన్ 'నీడబ్బేవి'టన్నాడు.

గొల్లుమన్నాడు రాజు. కణ్ణన్ అప్పటికే లక్షాధికారి. ఇది లేకపోతే గడవదని కాదుకాని, రాజు తన దగ్గర దాచిందే లక్షుంటే తనకు తెలీకుండా దాచింది ఇం'కోటి' ఉండదా అన్న ధీమా కొద్దీ, నేను చేసిన సాయానికి ఆ పాటి ఇవ్వచ్చుగా అన్న భావం కొద్దీ ఆ డబ్బుని ఏదో వ్యాపారంలోకి మళ్ళించాడు.

రాజు గొల్లుమన్నాడు నిశ్శబ్దంగా.

"నాకు తెలీదు. నా దగ్గర నీది ఎర్రని ఏగానీ కూడా లే"దన్నాడు కణ్ణన్.

"ఆ మాట ప్రమాణం చేసి చెప్పు" అన్నాడు రాజు.

"పద అలాగే చేద్దాం" అని భజన మందిరానికి తీసుకెళ్ళాడు కణ్ణన్.

విజయసాధనలో, ధన సాధనలో దేవుడు తురుఫాసు లాంటి వాడన్న సత్యం పొలిటీషియన్లకన్నా కణ్ణన్‌కే బాగా తెలుసు. అందుకే అతను ఊళ్ళో తనకున్న రెండు పెద్ద వ్యాపార కేంద్రాల్లోనూ, ఇద్దరు దేవుళ్ళను మేంటేన్ చేస్తున్నాడు. ప్రతి నిత్యం తెల్లవారుజామున, రాత్రివేళ భజన చెయ్యడానికి కిరాయి బృందాలు పెట్టాడు. స్వామి నమ్మినబంటులా, ఎంతో స్వామిభక్తి చూపి కణ్ణన్‌ని ఆదుకుంటున్నాడు.

ఆ రాత్రి భజన అయి అంతా వెళ్ళిపోయాక కణ్ణన్ రాజుని తీసుకొని అందులో కెళ్ళి నాలుగు చేతుల దేవుని సాక్షిగా "నీ డబ్బు నా దగ్గర ఏమీ లేదు" అని ప్రమాణం చేశాడు. రాజు తన చేతికిచ్చింది రాజు డబ్బు అని కణ్ణన్ అభిప్రాయపడలేదు. అది ప్రజల డబ్బు!

రాజు, ఈ ప్రమాణం చూసి కొయ్యబారిపోయాడు. గుడ్ల నీరు కక్కుకుని తలవంచుకుని, "బాగుపడు కణ్ణా. బాగుపడు" అని వెళ్ళిపోయాడు.

రాజు వెళ్ళగానే కణ్ణన్ తృప్తిగా నిట్టూర్చి దేవుడికేసి లాలనగా చూశాడు. చూసి కెవ్వుమన్నాడు.

నాలుగు చేతుల దేవుడి నాలుగు చేతులూ రివాజైన చోట లేవు. విగ్రహం రెండు చేతులతో చెవులూ, మిగతా రెండు చేతులతో కళ్లు మూసుకున్నట్టుంది.

కణ్ణన్ గుండె ఆగిపోయింది. విగ్రహం మారిందో, తన కళ్ళు భ్రమపడుతున్నాయో తెలీలేదు. తలుపులు గడియ వేసి దగ్గరకు వెళ్ళి తడిమి చూసాడు. నిజంగానే బొమ్మ మారిపోయింది.

కెవ్వున కేకవేసి తలుపులు తీసి బయటికి పరుగెత్తాడు కణ్ణన్. తన గదిలోకి వెళ్ళి మంచంమీద పడిపోయాడు. ముచ్చెమటలు పోశాయి.

భజన మందిరం తలుపులు తీసి ఉన్నాయి. ఎవరన్నా చూస్తే...? ఇప్పుడు కాకపోయినా తెల్లారగట్ల భజనకొస్తారు జనం, అప్పుడేనా చూడక మానరు. ఈ విడ్డూరం ఏమిటని గొడవ చేస్తారు. ఆ ఛాన్సు తీసుకొని రాజు తను మునిగినా సరేనని పబ్లిగ్గా తన డబ్బు దండుకొందుకొస్తాడు. డబ్బు, ప్రతిష్ట, వ్యాపారం, పలుకుబడి అన్నీ పోతాయి.

వ్యాపారదక్షుడు కణ్ణన్ స్థిమితంగా ఆలోచించాడు. తన ఇనప్పెట్టె గదిలో ఇంకో దేవుడి విగ్రహం ఉంది. అచ్చు మందిరంలో విగ్రహం లాంటిదే. లేచి ఆ విగ్రహం తీసుకొని మేడదిగి మందిరంలోకి వెళ్ళాడు. ఆ విగ్రహం తీసి ఈ విగ్రహం ప్రతిష్ఠించాడు. పువ్వులూ గట్రా యథాప్రకారం సర్దాడు. పాతబొమ్మ పట్టుకుని పైకి

బయల్దేరాడు. అంతలో ఇంకో ఆలోచన వచ్చింది. ఆ బొమ్మ పట్టుకుని ఊరి శివారుకు వెళ్ళాడు.

ఉదయం ఎనిమిది కొట్టేసరికి ఊరి శివారున వేలాదిగా జనం కూడారు. అక్కడ కలియుగ దైవం వెలిశాడని తెలిసింది. ఈ యుగం మీద, ఈ జనం మీద, ఈ కలికాలపు బుద్ధుల మీద, వ్యాఖ్య చేస్తున్నట్టుందిట విగ్రహం. రెండు కళ్ళూ రెండు చేతుల్తో, రెండు చెవులూ రెండు చేతుల్తో మూసుకున్నట్టుందిట. అహా! సాక్షాత్ భగవంతుడే దిగి వచ్చాడు.

భక్తాగ్రగణ్యుడు కణ్ణన్ గారికి కలలో కనబడి ఫలానా చోట వెలిశాను. వచ్చి కొలుచుకో అన్నాడుట... అబ్బే ఆయన అదృష్టమే కాదు, అసలు బొమ్మంతా ఆయన భజన మందిరంలో ఉన్న విగ్రహాన్ని పోలి ఉందట. అందుకే ఆయనకి దర్శనం ఇచ్చి ఉంటాడు.

కణ్ణన్‌గారు చాల హడావుడిగా ఉన్నారు. పది గంటలయ్యే సరికి ఆ దేవుడికి పైన నీడ కల్పించారు. గుడి ఎదురుగా అటో ఆరు ఇటో ఆరు దుకాణాలు ఆయనే తెరిపించాడు. దూరంగా భక్తుల సౌకర్యార్థం హోటలు తెరిచారు. అన్నీ స్వంత ఖర్చుల మీదేనుట.

ఆర్నెల్లు తిరిగేసరికి అక్కడ మంచి దేవాలయం కణ్ణన్‌గారి మేడకింకో అంతస్తూ లేచాయి.

గవర్నర్రాజుకి పిచ్చెక్కి, గావుకేక వేసి వీధులెంట తిరిగి, చివాట్లూ, చెప్పుదెబ్బలూ తిని, పిచ్చాసుపత్రిలో వేస్తారన్న బెదిరింపుతో నోరు మూసుకుని ప్రజల్లో కలిసిపోయాడు.

"చిన్నారావూ, దేవుడికి ఇందులో తిరకాసంతా తెలుసు కదా? మరి కణ్ణన్ని ఎందుకు బలపరచాడూ? గవర్నర్రాజు నెందుకు దండించాడు? చెప్పు" అంది చిలక కథ ముగించి.

"కణ్ణన్ ఎలాగా అబద్ధమాడతాడని తెలిసుండి కూడా వాణ్ణి తన ఎదుటికి లాక్కొచ్చి ప్రమాణం చేయించి, తన్ను సాక్ష్యం వేయించాలని రాజు కుట్ర పన్నాడు. అంచేత రాజు మీదే కోపం వచ్చింది దేవుడికి. అదీగాక ఈ జన్మకిలా పోనిచ్చినా పక్క జన్మలో కణ్ణన్‌ని బీదవాడుగా పుట్టించి, అప్పుడు వాడి పని పడతాడనుకుంటా" అన్నాడు చిన్నారావు.

☆ ☆ ☆

"సుబ్బరాజూ, ఆ చిలక్కి కథ సరిగ్గా చెప్పడం రాదు గాని, నువ్వు చెప్పు చూద్దాం. ఈ కథలో స్వామిద్రోహి ఎవరు?" అన్నాడు రామిరెడ్డిగారు.

"దేవుడు" అన్నాడు సుబ్బరాజు.

"అయితే, సాక్షికం వేళ ఎదురు తిరగబోయాడు గాని అంతలోనే సర్దుకున్నాడు తెలివిగా" అన్నాడు ఇంకో క్షణం ఆగి.

"ఇంతకీ చిలక చెబుతానన్న అసలు కథ చెప్పారు కాదే – అంత కింతా, ఇంత కెంతా అనేదీ?" అన్నాడు ఇంకో క్షణం ఆగి.

"ఇంకో క్షణం ఆగు చెబుతా" అన్నారు రెడ్డిగారు.

★ ★ ★

15 అంత కింతైతే ఇంత కెంత?

మర్నాడు రాత్రి చిన్నారావు భోజనం చేసి ముస్తాబై పంతులుగారితో భేటీకి బయల్దేరేవరకు "ఓ చిన్నారావూ, ఈ చిన్నకథ విని మరీ వెళ్ళు. నన్ను నువ్వడిగిందే" అంటూ చిలక మూడో కథ అరంభించింది.

అనగనగా ఓ ఊళ్ళో ఓ దేవరగారు బహు నెమ్మదస్థుడు. అయినవాళ్ళు మంచివాడనీ, కానివాళ్ళు మెతక మనిషనీ అనేవారు. 'దేవుడిచ్చిన దాంతో జరుగుబాటయిపోతున్నందువల్ల కాలక్షేపానికి వైద్యం నేర్చుకున్నాడు. హస్తవాసి మంచిదైనందువల్ల కొద్దికాలానికి రాశి బాగుపడింది. కుప్పెల సంచితోనే ఆ కాలానికి గొప్పనిపించేటంతగా కుప్పతిప్పలుగా గడించాడు. ఆయనకి కొడుకుల్లేక దత్తుతెచ్చుకున్న కులదీపకుడు వాసుదేవరావుని కూడా ఈ దారిలోనే పెట్టజూశారు గాని, డబ్బొచ్చాక వచ్చిన బంధుమిత్రులంతా కుప్పెలరగదీసుకు బతకాల్సిన రాత వాడికేల అన్నందువల్ల, ఇంకా పల్లె పట్టునే అఘోరించడమేమిటని సాధించినందువల్ల, కాలేజీ చదివించకపోతే తమకు నామోషీ అని వాపోయినందువల్ల దేవరగారు నిదానంగా ఆలోచించి పట్నం కాపరం వెళ్ళి పిల్లాడిని పెద్ద బళ్ళో వేశారు. పై చదువులయ్యాక ఆపై చదువు సంగతేమిటీ అని ప్రశ్న వచ్చింది. కొందరు సినిమా తీయించమన్నారు. రాజకీయాలన్నారు. ఇంజనీరన్నారు, అదన్నారు, ఇదన్నారు. చివరికి దేవరగారు వైద్యం మంచిదని మిత్రుల సలహాపై నిశ్చయించారు. మరోటీ మరోటీ అయితే ఒకవేళ చదువంటకపోతే అనక వృత్తిలో దెబ్బతింటాడు. డాక్టరీ అయితే ఆ బెడదుండదు. నా అన్నవాళ్ళు నలుగురుంటే, నెలకోమారు మన కోసం జ్వరున చీదే జమీందార్లిద్దర్ని చూసుకుంటే రోజెళ్ళిపోతుంది. ఉమాపతి పెట్టె కూడా అటే పెట్టుకుంటే ప్లాసిబో మాత్తర్లిచ్చినా ప్రాక్టీసు సాగిపోతుంది. అదీ ఇదీ గాపోతే, ఆఖరికి గవర్నమెంటు డాక్టరీ అయినా దొరక్కపోదు. నిదానం మీద రోగనిదానం గట్రా నేర్చుకోవచ్చు. అవటాని పిల్లాడిని ఆ చదువుకి పెట్టారు.

వాసుదేవరావు దేవరగా రనుకొన్నంత మేదకుడూ కాడు. బద్ధకిష్టీ గాడు. చక్కగా చదివి, విద్య ఒంట బట్టించుకున్నాడు. రోగనిదానంలో గట్టివాడనిపించుకున్నాడు. తండ్రి సంతోషించాడు గాని కొడుకు చదువూ అప్రెంటిసూ అయి తిరిగి వచ్చేసరికి పూర్తిగా మారిపోయాడు. దేశం, ప్రజలూ, బీదసాదలూ, మందుమాకులూ,

మోసాలూ, టానిక్కులూ, లైసెన్సులూ అంటూ ఎడతెరిపి లేకుండా వాగడం మొదలెట్టాడు. దేవరగారి ప్రాణం బేజారైపోయింది. మనవాణ్ణి దత్తు తెచ్చుకుంటే ఇన్ని తిప్పలుండవు గదా అన్నారు కులం వాళ్ళు. దేవరగారికేం తోచలేదు. పిల్లడు దారినపడితే పేరు మార్పిస్తానని మొక్కుకొన్నారు. దిష్టి తీయించారు. తావీజు కట్టించారు. స్వగ్రామం తీసికెళ్ళి గణాచారికి చూపించి ప్రశ్న అడిగించారు. జాతకం జూపించారు. చివరికి పెళ్ళి చేసి చూశారు.

అయినా వాసు ధోరణి మారలేదు. నౌకరీ చెయ్యనన్నాడు. ప్రాక్టీసు పెట్టాడు. ఎంతసేపూ బీదసాదల మధ్య తిరిగేవాడు. ఆ దిక్కుమాలిన గుడిసెల్లోకి దూరి వాళ్ళకి ముందుమాకులిచ్చి సేవచేసేవాడు. అవసరమైన ఒకరిద్దరు రోగుల్ని ఆస్పత్రిలో చేర్పించడంతో అక్కడి పరిస్థితులు తెలిశాయి. తను స్వయంగా దగ్గరుండి, రాత్రి మంచం మీద పడుకోబెట్టించిన రోగి తెల్లవారేసరికి చాప మీద పడుండడం గమనించి నిర్ఘాంతపోయాడు. నోరు చేసుకోబోయేవరకు "మీరేవన్నా షేరుహోల్డర్లా, ఏవిటా జబర్దస్తీ?" అన్నారు అక్కడి షేర్ హోల్డర్లు. జరుగుతున్న అక్రమాలతోపాటు, తనకి ఈ పరాభవం జరగడంతో వాసుదేవరావుకి పౌరుషం వేసుకొచ్చింది. పంతం పెరిగింది. పట్టుబట్టి, ఆనరరీ డాక్టరుగా చేరాడు ఆస్పత్రిలో. ఆ పదవి కూడా చాలక కొంతకాలానికి అక్కడి ఉద్యోగమే సంపాదించాడు. నాటి నుండి గగ్గోలు ఆరంభమైంది. నిజం మందుల, నిజం ఇంజెక్షన్‌ల, నిజం టానిక్కుల వాడకం పెరిగిపోయింది. వాసుగార్ని పిచ్చాసుపత్రిలో వెయ్యాలని తెర వెనుక సరసాలాడుకున్నారు తోటివాళ్ళు. "అయినా కాకపోయినా, అడ్డమైన వెధవలికీ మందులూ, ఖరీదైన టానిక్కులూ వాడేస్తే ఎలాగండి మీరు మరీను" అన్నారు నవ్వుతూ. "మెడికల్ సైన్సు అభివృద్ధికి పనికొచ్చే కేసులొచ్చినప్పుడు ఖరీదైన ఆపరేషనులు చేస్తున్నాం గదా! మందులు పోస్తున్నాం గదా" అని చెప్పి చూశారు. వాసుగారి చాదస్తం తగ్గలేదు. ఆ సంవత్సరం ధర్మాసుపత్రిలో మందుల వాడకం పూర్వంకన్న ఎంతో పెరిగినట్టు లెక్క తేలింది.

ఏమిటి కారణం అని కనుక్కొనేందుకు కమిటీ లేచింది. లేచి కూచుని ఆవలించి చిటికె వేసి లెక్కలు కట్టింది. ఆ క్రితం సంవత్సరాలలో రోగుల సంఖ్య కన్న ఈ సంవత్సరం రోగుల సంఖ్య బాగా తక్కువైనా, మందుల వాడకం మాత్రం బాగా ఎక్కువని బేరీజు తేలింది.

'దానికేవుంది, ఇపుడు ఇక్కడి రోగులందరికీ నిజం మందులిస్తున్నాం. అంచేత పెరుగుంటుం'దని అన్నారు వాసుదేవరావుగారు.

వారం తిరిగేసరికి వాసుదేవరావుగారు ఆస్పత్రి మందులన్నీ ఇంటికి పట్టించుకెళ్ళి లోపాయకారీగా సొంత ప్రాక్టీసు కింద అమ్మేసుకుని డబ్బు చేసుకుంటున్నాడని కమిటీ తీర్మానించింది. ప్రాంతీయ పత్రికలు ఆ వార్తని అచ్చువేశాయి. 'ఆ మైసూరెడ్లబండి ఎక్కడిదో చెప్పండి' అని సవాలు చేశాయి. అది తండ్రి డబ్బుతో కొన్నది. ఇప్పుడా మాట చెప్పినా నమ్మేట్టు లేరు. వాసుదేవరావుగారికి కంటనీరు తిరిగింది. ఈ ఉదంతం తెలీగానే దేవరగారు శివాశివా అని చెవులు మూసుకుని కన్ను మూశారు.

వాసుదేవరావుగారు ఉద్యోగానికి రాజీనామా ఇవ్వడంతో ప్రజలలో కలవరం

చెలరేగింది. ఊరంతా ఆసుపత్రి మీదా, పెద్దల మీదా విరుచుకుపడ్డారు. ఇంత ఘోరం ఇదేనన్నారు. కాని అప్పటికే కమిటీ లేచిపోయింది. ప్రభుత్వం మరోసారి దుష్టశిక్షణ చేశానన్న తృప్తితో వెనక్కి జేరగిలబడి విశ్రమించింది.

'వాసుగారూ, మీకింత ప్రజాబలం ఉందని ఈనాటిదాకా నాకు తెలీలేదు. దీన్ని చక్కగా ఎక్స్‌ప్లాయిటు చేసుకోవచ్చు. మీరు ఊఁ అంటే నామినేషను నేను చేస్తాను. పార్టీ మన చేతిలో ఉంది. ఎలక్షను రెడీగా ఉంది' అన్నాడొక మిత్రుడు.

'ఇంత నింద నెత్తినేసుకుని ఎన్నికలకు నిలవనా?' అన్నాడు వాసుగారు.

'అయ్యో మీకు తెలీందేవుంది? నెత్తి మీద నింద ఎంత ఎక్కువుంటే నిందితుడు అంత నిర్దోషి అన్నది జగమెరిగిన సత్యం. దేశ నాయకులు జోహోర్లర్పించి వీడంత ధర్మరాజు వీడే అని చాటేవాళ్ళు కొందరు ఇందులోనూ కర్తీ అయిపోతున్నా మొత్తం మీద 'నిందితుడు నిర్దోషి' అన్నది నిత్య సత్యం, అన్నాడు ఎలక్షన్లేజంటు.

'ఒకవేళ నింద నిజమే అయితే మటుకు వెధవ ప్రజలకిదే జ్ఞాపకవాఁ? ఎక్కడికి వెళ్తారూ? నోట్లు జల్లి వోట్లు పండిస్తాం. ఇందులో ప్రజల ప్రమేయం ఎందుకూ?' అన్నాడు కొత్తగా ఆ పార్టీలో కొచ్చిన ఒకాయన – పాత అలవాటు కొద్దీ విట్టులో హిట్టు మిళాయించి.

వాసుదేవరావుగారు ఊరి మీదకెళ్ళి నాలుగు వాడలా కలయదిరిగి నలుగుర్నీ కదలేశారు. దాదాపు నూటికి తొంభై మంది ఆయన ఉద్దేశం విని ఉత్సాహంతో ఎగిరి గంతేశారు. 'మీరు కానీ విదపక్కర్లేదు. మరోడు లక్షలు కురిపినా సరే, వోట్లు నూటికి నూరూ మీకు వేస్తాం' అన్నారు. 'బాబూ, మీ ఋణం ఎలా తీర్చుకుంటాం' అన్నారు.

ఎన్నికలలో నూటికి తొంభై వోట్లు పడ్డాయి వాసుగారికి. పోటీ చేసిన వారిద్దరికీ ధరావతులు కూడా గల్లంతైపోయాయి. పార్టీ పెద్దలు కూడా తెల్లబోయారు, హఠాత్తుగా ఇంతలా ఎలా గెలిచాడూ అని. కొత్తనాయకుడన్నారు. వాసుగారు నాయకులందరికీ ముద్దొచ్చాడు. అంతా ఆదరించారు. మీ వంటి వాడుండాలన్నారు. అన్న ప్రకారం కొత్త మంత్రివర్గంలో స్థానం ఇచ్చారు.

హోదా మీద, కారు మీద ఊరుకొచ్చారు వాసుగారు. జనం ఆకాశాని కెత్తేశారు. మునిసిపలాఫీసులో పెద్దలు, ఆసుపత్రిలో షేరుహోల్డర్లు వంగి సలాములు చేశారు. సన్మాన పత్రాలు కుప్పతిప్పలు ఇచ్చారు. నీతికి నువ్వే రూపానివన్నారు. నిజాయితీకి హెడ్డాఫీసువి అని పబ్లీకున ఒప్పేసుకున్నారు.

'మేమందరం ఎంతో సంతోషిస్తున్నాం బాబూ మా మేలు కోరే మీరు మంత్రి అయినందుకు అంటూ ఆ రాత్రి బాగా పొద్దుపోయాక ఒక వర్కరు వచ్చి దండాలు పెట్టి వెళ్ళడంతో వాసుగారి ఒళ్ళు గగుర్పొడిచింది. అన్నట్టు 'ఇదంతా ప్రజాబలం చలవగదూ' అన్నమాట హఠాత్తుగా గుర్తుకొచ్చింది.

'ఆనాడు ప్రజలకి ఆమాత్రం సేవచేస్తే ఈనాడు ఇంతవాడివయ్యావు' అంది వాకిట్లో మిలమిల మెరుస్తున్న కారు.

హాల్లో నెహ్రూగారి ఫోటో రోజూలాకాక ప్రత్యేకాభిమానంతో తనకేసి చూసి అదోలా నవ్వినట్టయింది. తదేకంగా చూస్తూ నిలబడిపోయాడు వాసుగారు.

'మీరిలా ప్రజాసేవ చేసుకుంటూ పోతే తప్పకుండా సెంటర్‌లో మంత్రిగిరీ ఇస్తానన్నట్టుంది గదండీ ఆ నవ్వు?' అన్నాడు వెనకే వచ్చి నిల్చున్న ఎలక్షన్ ఏజంటు.

'ఆఁ ఈ సేవే మూలకిలెస్తురూ? సెంట్రల్ మినిస్ట్రీ అంటే మాటలా? ఇంతకి పదింతల సేవజేసినా చాల్దేమో' అన్నారు వాసుగారు అప్రయత్నంగా. అంటూనే అదిరిపడ్డాడు. కడుపులో ఇలాంటి ఊహాలున్నట్టు గుర్తులేదు. జొరబడ్డప్పుడు గమనించలేదు. గబగబ తన గదిలోకెళ్ళి అద్దం చూసుకున్నాడు సిగ్గేసింది.

తెల్లారేసరికి కుదుటపడింది ప్రాణం.

నాటి నుంచి ద్విగుణీకృతమైన ఉత్సాహంతో మరింత జోరుగా ప్రజాసేవ చెయ్యడం మొదలెట్టాడు. అడగని వాడిది పాపం అన్నట్టు మందులు అందించసాగాడు. అలాగే అనేక ఇతర సమస్యలన్నిటా జొరబడి, సన్నకారు జీవులకు భారీ ఎత్తున సదుపాయాలు చేయసాగాడు. ఈ సేవ జోరు చూసి చూసి, ఇహ నీయనకో శిలావిగ్రహం వేస్తేగాని వీల్లేదన్న పరిస్థితికి వచ్చారు. చచ్చు సంభావనగా నెల కరడజను పార్టీలూ, పావుడజను సన్మానాలూ జరగసాగాయి. మరో అరడజను వాసుగారే ఇచ్చేవారు. మొత్తం మీద ఏ మీటింగయినా, ఏ పార్టీ అయినా, ఎవరొచ్చినా, వచ్చిన ప్రతివాడినీ ఒక్క ప్రశ్న వెయ్యడం అయనకి రివాజై పోయింది – 'అంతకింతైంది. ఇంత కెంతవుతుంది?' అని. ఎవరికీ ఈ ప్రశ్న బోధపడేది కాదు. 'అంతకింతంటే?' అనేవారు 'ఏం లేదు వెళ్ళిరండి' అనేవాడు వాసుగారు. జవాబు చెప్పగల మహాజ్ఞాని లేక గడుసువాడు తటస్థపడగలడన్న ఆశతోపాటు, ఈ వెర్రి ప్రశ్నవల్ల ఎదటి వాళ్ళను తికమక పెట్టడంలో ఉన్న వినోదం తోడై ఆయన ఆ ప్రశ్నని రోజుకు పదిమార్లేనా అడుగుతూ ఉండేవాడు. దేశమంతా అదో తమాషా అయిపోయింది. సినిమాలో కూడా డైలాగుగా వచ్చింది. ఆ ప్రశ్న పల్లవిగా ఒకాయన రెండర్థాల కామెడీ సాంగు రాశాడు. పత్రికల్లో వాసుదేవరావుగారి చిత్రమైన అలవాటును ఆధారం చేసుకుని ఆయన వ్యక్తిత్వాన్ని ఆవిష్కరిస్తూ వ్యాసాలు రాశారు. జోకులు వేశారు. ప్రతిపక్షాల వారు ఎత్తిపొడుపులకు వాడుకున్నారు. అయినా ఆ ప్రశ్నకి జవాబు దొరకలేదు.

ఇలా ఉండగా పార్టీలో చీలిక వచ్చింది. పార్టీ నాయకుడే అది ఏర్పాటు చేయించాడు. ఒకాయన చిన్న గ్రూపు కట్టి బుల్లి గొయ్యి తవ్వడానికి సిద్ధపడుతున్నట్టు పసిగట్టి, తక్షణం తనే తన అప్తుడి చేత తనకి వ్యతిరేకంగా ఓ గ్రూపు కట్టించాడు. తనంటే గిట్టక నాయకుణ్ణి ఫిరాయించదలచుకున్న వాళ్ళందరినీ ఈ విధంగా ఆ గ్రూపులోకి నడిపించి, కట్టుతప్పి పోకుండా ఆకట్టుకోసాగాడు. ఆ ప్రణాళికలో ఒక భాగంగా వాసుగారికీ కబురొచ్చింది. ఆయననీ ఎదుటి గ్రూపుకి ఆహ్వానించారు. ప్రజాసేవ హడావుడిలో ఉన్న వాసుగారు ఇందులో తాత్పర్యాలూ అంతర్యాలూ ఆలోచించే తీరిక లేక, రాయబారుల్ని పొమ్మన్నారు. 'నేను గ్రూపులు మార్చను. నాయకుల్ని ఫిరాయించను. పార్టీల్ని దాటను. నాకు ప్రజాసేవే ముఖ్యం. ప్రజలు నా వెనకుంటే పార్టీలు వెంటబడకేం చేస్తాయి' అన్నాడు. ఎన్ని రాయబారాలు పెట్టినా లొంగలేదు. చివరకోనాడు నాయకుడే చూచాయగా అన్నాడు – 'పోనీ ఓసారి ఆ గ్రూపుకి షికారెళ్ళి రారాదటయ్యా' అని. వాసు ఒప్పుకోలేదు.

ఇది జరిగిన వారం తరవాత, ఒకానొక పార్టీలో హఠాత్తుగా ఒకాయన వాసుగారి ప్రశ్నకి జవాబు చెప్పాడు.

'అయ్యా, అంతకింతైంది గాని ఇంత కింతే' అన్నాడు.

వాసుగారు అదిరిపడి, అయన చెయ్యి పట్టుకుని పక్కగదిలోకి లాక్కుపోయి, తలుపేసి "ఏవిటి ఏవిటి, ఏవిటి మీరన్నది? దానర్థం ఏమిటి? మీకు తెలిసిందేవిటి?" అన్నాడు కంగారుగా.

ఎదటాయన జ్ఞానిలా నవ్వాడు.

'అయ్యా మీరు సామాన్యులుగా ఉన్నప్పుడు మీ వైద్యం ద్వారా ప్రజలకు దారుణంగా సేవచేయబట్టి ఈనాడు మినిస్టరయ్యాడు. అపాటి సేవకే ఇంతయితే, ఇపుడు ఇంకా జోరుగా మందులు గుప్పించి, అవసరమైతే జబ్బులు తెప్పించి మరీ – అదే పనిగా ముమ్మరంగా సేవజేస్తే సెంట్రల్ మినిస్టరునో, ఇంకా గొప్పవాడినో కానా – అని మీ వూహా. కాని అవరు' అన్నాడు జ్ఞాని. వాసుగారికి ముచ్చెమటలూ పోశాయి. సోఫాలో కూలబడిపోయాడు 'ఏం? ఎంచేత?' అన్నాడు.

'నాయకత్వంలో తారాపథాని కెగిరేవాడు రాకెట్ లాంటివాడు' అన్నాడు జ్ఞాని.

వాసుగారికి బోధపడలేదు. జ్ఞాని మరికొంత విజ్ఞానం వెదజల్లాడు. 'రాకెట్‌కి ముందు స్టేజీలుంటాయి గదా! అట్టడుగు స్టేజి కొంతపైకి తీసుకెళ్ళాక రాకెట్ దాన్ని విసర్జిస్తుంది. అప్పుడు రెండోది పుంజుకుంటుంది. దాంతో ఇంకా పైకెళ్ళి, రెండోదాన్ని వదిలేస్తుంది అక్కడి నుంచి మూడో దాంతో మరీ పైకి వెళ్తుంది. భూమ్యాకర్షణ శక్తికి అందనంత, లొంగనంత పైకి వెళ్ళిపోయి దాన్నీ వదిలేస్తుంది. ఆ తరువాత ధ్రువతారలా తారాపథంలో తిరుగుతుంది. ఇంకో తారో ఉల్కాగ్రహమో వచ్చి గుద్దుకోకుండా చూచుకుంటే చాలు. అదీ విషయం. మీరూ అంతే. ప్రజాసేవ చేసి నాయకులయ్యాక, నాయక సేవ చేసి మహానాయకులవాలి తప్ప ఇంకా మొదటి స్టేజీని పట్టుకు దేవుళ్ళాడడం మంచిదికాదు. ఆడితే ఈ అకర్షణ శక్తి కిందికి లాగేస్తుంది'.

'అయ్యా, మీకో నమస్కారం పెడతాను. తెలుగులో ఏడవండి' అన్నాడు వాసుగారు నీరసంగా.

'ఏం వుంది? మీరు మీ గ్రూపులో చేరండి. అప్పుడప్పుడు నాయకుల్నీ, గ్రూపుల్నీ, పార్టీల్నీ ఫిరాయిస్తూ ఉంటే తప్ప మీకు గిరాకీ ఉండదు. ఏరి, ప్రజల్లో పారేస్తారంతే' అన్నాడు జ్ఞాని.

ఆ మర్నాడు వాసుగారు, గజమున్నర స్టేటుమెంటు ఇచ్చి నాయకుడి ఆమోదంతో ఆయన మీద అభాండాలు వేసి గ్రూపు ఫిరాయించాడు. అంతవరకూ ప్రజల మధ్య వున్నవాడు వాళ్ళని వదిలేసి పైస్థాయి కెళ్ళి వివిధ రాజధానుల నుండి రారాజధాని ఢిల్లీకి వెళ్తూ, వస్తూ రైళ్ళలో, విమానాలలో జీవిస్తూ స్టేటుమెంట్ల ద్వారా ప్రజాసేవ చేస్తూ వృద్ధికి వచ్చాడు.

అయన నోచిన నోమే అందరూ నోచారు. 'సర్వే నాయకజనాస్సుఖినో భవన్తు' అంటూ కథ ముగించి ఆవులించింది చిలక.

కథ విన్న చిన్నారావు ఏదో అనబోయి మానేసి ఆలోచించి 'నీ దుంపతెగ' అన్నాడు.

'అదేమిటి?' అంది చిలక.

'అదికాదు. నువ్వు నిన్నా మొన్నా చెప్పిన కథలు రెండూ ఒక మోస్తరు.

నేను మా నాయకుడిని వదిలి పంతులుగారితో కలియడం తగదని నీతి చెబుతూ ఆపుజేశావు. మరి ఇవాళ ఈ కథ ఇంకోలా వుంది గదా! బాగు పడాలంటే నేను పంతులుగారి గ్రూపులో కలవాలన్నట్టు చెబుతున్నావు. ఏవిటిది? ఎవరసలు నువ్వు? ఏ గ్రూపు చిలకవి?' అన్నాడు చిన్నారావు.

చిలక సిగ్గుపడింది. "నేను మొదట్నుంచీ పంతులుగారి గ్రూపే. నిన్ను పరీక్షించడానికి నిన్నా మొన్నా అలాటి కథలు చెప్పాను" అంది.

'అయితే బయల్దేరదామా?' అన్నాడు చిలక కూర్చున్న ఉయ్యాలని కొక్కెం నుంచి తీస్తూ.

☆ ☆ ☆

రామిరెడ్డిగారు కథ ముగించి నిట్టూర్చి, ఇంకో చుట్ట ముట్టించారు.

"సుబ్బరాజూ! అదీ కథ. ఎలా వుంది?"

"మీరు వేరే ప్రశ్న అడగలేదు రివాజు ప్రకారం. అంచేత ఎలా వుంది అన్నదే మీ ప్రశ్న అయితే జవాబు మీరు దగా చేశారని. నన్ను ప్రశ్నలడిగినప్పుడు మీరు కథ సాంతం సరిగ్గా చెప్పాలి. నిజంగా చెప్పాలి. చిలకో, మీరో చివర్ని టోకరా ఇవ్వడానికి ఎత్తువేశారు" అన్నాడు సుబ్బరాజు.

'అదేవిటి? చిలక టోకరా ఏవిటిచ్చింది?' అన్నాడు రెడ్డిగారు ఆశ్చర్యానికి అభినయం పట్టకుండానే.

"ఆ చిలక మొదట్నించీ పంతులుగారి గ్రూపు చిలక్కాదు. చిన్నారావుగారి ప్రొప్రయిటరే దానికీ యజమాని. ఈ రెండు కథలూ చెప్పాక, పంతులుగారు దాన్ని మంచి చేసుకున్నాడు. చిన్నారావుని ఎలాగైనా తన గ్రూపుకు తెమ్మని కోరాడు. అలా తీసుకొస్తే విదేశాలకు ఏనుగుల్నీ, పులుల్నీ బహూమతి ఇచ్చి పంపే ఏ స్కీములోనో ఆ చిలకనీ తోసేసి ఫారిను పంపిస్తానని ఆశపెట్టాడు. చిలక ప్లేటు ఫిరాయించి మూడోసారి కథ పంథా మార్చింది" అన్నాడు సుబ్బరాజు.

★ ★ ★

16 కాదు సుమా కల కాదు సుమా

స్టేషన్నించి తాలూకా కచేరిదాకా రాచబాట.మీద రాత్రివేళ దీపం లేకుండా సైకిలు తొక్కుకుపోయి ఇల్లుచేరిన సుబ్బారావు, బండిదిగ్గానే ఆ వైనం గమనించి 'హారినీ' అని ఆశ్చర్యపోయి నవ్వుకున్నాడు..... మార్కెట్‌లో నిల్చున్న ధరలు, ఉట్టిసంబరంలో వాడిలా ఊతం కోసం అన్నట్టు ఒక్కసారి కిందికి దిగి ఊపుతో పైకెగిరాయి. ఎగిరి అలాగే వేళాడుతూ ఉండిపోయాయి.... 'మా ఆఫీసరు పీనుగ మారిపోయేడోయ్! తిట్టడం మానేశాడు బొత్తిగా. ఆ ఉగ్రవేం లేదు. సుబ్బరంగా నవ్వుతున్నాడు. పబ్లీకున నాతో చనువుగా మాట్లాడుతున్నాడు' అన్నాడు పరంధామయ్య మార్కు పరంధామయ్య... "ప్రెస్సు వర్కు రెక్కడా దొరకడం లేదండీ" అన్నాడు ప్రెస్సాయన... "సెట్టీ నువ్వు శనగపిండి ధర పెంచేస్తే నేను పకోడీల ధర పెంచలేనని కదూ నీ అహం? రేపు బేడిచ్చి మనిషిని పంపు. పొట్లంలో పకోడీలెన్నుంటాయో చూడు" అన్నాడు పకోడీల నారాయణ.... "పొరుగూరి పాలకావిళ్ళ బారు పొడుగయిందే" అన్నాడు అరుగు మీద దంతధావనాని క్కూర్చున్న ధర్మారావుగారు... చెరువులో తాబేలు పైకి తేలి బయటికి తలసారించి నాలుగు దిక్కులా పరకాయించి చూసి 'జగన్మిథ్య' అని చప్పరించి తల ముడుచుకుని చెరువులోకి వెళ్ళిపోయింది... తాబేలుకు సంబంధించినంతవరకూ ఆ అభిప్రాయం సత్యమా కాదా అని రివాజుగా చర్చించే సుబ్బయ్యగారు కర్ణంగారి మనిషిని చూసి మునసబుగారింటికి పరుగెత్తాడు... మెయిన్ రోడ్డు ముస్తాబైంది... పక్కరోడ్లకి రిపేర్లారంభం అయ్యాయి. గవర్నరు గారొస్తున్నారని కొందరూ, మినిస్టరుగా రింట దిగుతారని కొందరూ, కాదు పార్టీ ఆఫీసని మరి కొందరూ ఊహాగాన సభలు చేశారు... బ్రహ్మాండమైన వర్షం వచ్చి అవుతూ అవుతున్న రిపేర్లను రద్దు చేసింది. ఈ విషయంలో బాధ్యత అపోజిషన్‌లో వాళ్ళదేనని పొజిషన్‌లో వాళ్ళన్నారు. మేష్టారు సావిట్లో కూర్చుని రాజీనామాలు చదువుతూ నెహ్రూని తీవ్రంగా ఖండిస్తున్నాడు. "నాన్నగారు కోపంగా ఉన్నారు. నెహ్రూని కోప్పడుతున్నారు. అల్లరి చేయకండి" అని పిల్లల్ని సర్దింది అర్ధాంగి.... ఖడేరావు బ్రదర్స్ వారు వైటమిన్ టానిక్కుల ధరలు పెంచేశారు.... ఎన్నికల వాగ్దానాలూ టానిక్కులు తింటున్నారు గదండీ, మరి గిరాకి పెరగలేదూ?" అన్నారు వారు చమత్కారంగా.... అపరిమిత మితభాషి,

ఆ మాటకొస్తే మౌని అని పేరున్న గుమాస్తా సుబ్బన్నగారు నాలుగేళ్ళ తరువాత ఇన్నాళ్ళకీ వీధరుగెక్కి సోషలిజాన్నీ, జవహరీలాలునీ చెరిగేసి బాకీ అడగొచ్చిన పాలవాణ్ణి హడలగొట్టేశారు.... ఇది విని, పొరుగింటి కుటుంబరావుగారు పెట్లోంచి కలరా వుండల కంపు కొడుతున్న అభిప్రాయాలను పైకితీసి పెరట్లో ఎండేశారు. హడావిడిగా.... "నేనేం నెప్రూనిగాను. సరిహద్దులు జరిపిస్తే ఊరుకుందుకు" అంటూ ఉమ్మడి సావిట్లో పొరుగు వాటాదారు రాత్రి గీసిన గీతను చెరిపి జరిపారు నరహరిగారు. తుమ్మాయీ, జగ్గాయీ గజంబద్ద మింగేసినట్టు నిటారుగా దర్జాగా నడుస్తున్నారు. "వెన్నెముక ఎలా ఇస్తున్నార్రా ఇపుడూ? చవకేనా?" అన్నాడు తుమ్మాయి నవ్వి. "నువ్వు కొన్నవాటికన్న ప్రియమే లేవోయ్" అన్నాడు జగ్గాయి. "ఏఁవి నీ బేహద్బీ! వుండు మా రెడ్డిగారు ఫవరు కెక్కనీ" అని పరిగేరు కెళ్ళిపోయాడు తుమ్మాయి... చిల్లర మార్కెటులో న్యాసుప్రింటు ధర పెరిగింది. రంగుల ధరలు ఎదిగాయి. తాను గుడ్డల ధరలుసై అన్నాయి... మునిమాపువేళ, ఊరి చివర డేరా హోలుకి అసింటా ముసలి మృత్యుంజయరావుని పట్టుకు నిలేసి, "నువ్వు నిజంగా బతికే ఉన్నావు ఒట్టు" అంటూ నిర్దాక్షిణ్యంగా - అతను బతికున్నాడనడానికి నూటొక్క దాఖలాలు చూపి నచ్చ చెబుతున్నారు పంతులుగారు. ఇంకో క్షణం తరువాత మృత్యుంజయరావు పల్చగా నవ్వి చెట్టుకొమ్మకెగిరి కూర్చుని "సర్లే నా ఓటు నీకే" అంది. పంతులుగారు విజయగర్వంతో ఇంటికి సాగిపోయారు.

"ఎల్లక్షను ఋతు వొచ్చినట్టుందే" అన్నాడు రామిరెడ్డిగారు.

సుబ్బరాజు చిరునవ్వు నవ్వి కూర్చున్నాడు.

"తనదే ఆలీశం" అన్నాడు ఓ క్షణం ఆగి.

రెడ్డిగారు పగలబడి నవ్వారు. నవ్వుకు కారణం అంతుబట్టలేదు సుబ్బరాజుకి, అప్రయత్నంగానే బొమముడి పడింది.

రెడ్డిగారు తమాయించుకున్నారు. "నివ్వన్న మాటక్కాదులే నవ్వుతాలు. ఓ కత గుర్తుకొచ్చి నవ్వాను" అంటూ కండువాతో కళ్ళొత్తుకుని ముఖం తుడుచుకున్నారు. "ఇదిగో ఈన చెప్పారు. పేరు రావుగారు. మళ్ళీ అయనే చెప్తారు విను" అన్నారు.

"నవ్వు నాలుగిందాల చేటన్న వాళ్ళకి - అతిశయోక్తులంటారే - అవి బొత్తిగా చేతగావు (అంటూ కథ ఆరంభించారు రావుగారు) బోర్డు స్కూలు మేష్టరు రావనరసుగారు ఓనాడు పొద్దున్న రివాజు ప్రకారం మరో ఇంట ఎరువు తెచ్చిన చెంబు సంచిలో వేసుకుని, తాకట్టేసి రూపాయి తెచ్చుకుందుకు బయల్దేరారు. వెళ్ళినవారు ఘంటయినా రాలేదు. రెండు ఘంటలయినా రాలేదు. ఇంట్లో పిల్లలూ, పెరట్లో కాకులూ ఒకటే గోల. పొరుగావిడ అప్పుడే మూడుసార్లడిగింది. "ఇంకా మడి కట్టుకోలేదా వదినా" అని. ఆ వరసకొట్లలో పిల్లులన్నీ ఏడుగంటల మీటింగు ఆరంభించిగంటయింది. రావనరసు గారింటి పొయిలో పిల్లి ఎప్పుడూ లేచే. 'మహాబద్ధకం' అంది ఓ తల్లి. 'లేచేటమిటి? వారానికోటి రెండ్రోలు గైరు హాజరవుతూంది' అంది ఓ కూన. "ఇదేం బావులేదు. మనందరినీ ఆరో ఘంటకల్లా లేవగొడుతున్నారు. నరుసుగారి పిల్లి ఒకర్తే ఇలా సుఖపడ్డం నాకేం నచ్చలేదు" అందో మార్జాలం ఉద్రేకంగా. నరసుగారి చంటివాడు - పెరట్లో ఆడుకుంటూన్నవాడు ఈ మాటలూ నవ్వులూ విన్నాడు. వాడి కింకోలా అర్థమైంది. పౌరుషం వేసుకొచ్చి

గబగబ వంటింట్లోకి డేకి వెళ్ళి, పిల్లిని లేవగొట్టి 'పో. వెళ్ళి రచ్చలో కూర్చో. ఇంట కూర్చుని మా పరువు తీస్తున్నావు' అని కేకవేశాడు. పిల్లి హడలిపోయి పిల్లి అయిపోయి మెల్లిగా చక్కాపోయింది పెరట్లోకి. ఆఖరిసారి ప్రయత్నిద్దామని గరిట పట్టుకొని పెరటిగోడ దగ్గరకొచ్చి 'వదినా కాస్త నిప్పెడతారా' అని అడగబోయిన పొరుగావిడ పిల్లిని చూసి గరిట దాచేసుకుని 'మడి గట్టేసుకున్నట్టున్నారే' అని జనాంతికంగా అని చిన్నబుచ్చుకుని లోపలికి చక్కాబోయింది....

రామనరసుగారి అర్ధాంగి సావిత్రమ్మగారు కంగారుగా నాలుగు చిత్తుకాయితాలు కుంపట్లో తోసి కోడిగుడ్డు దీపం తెచ్చి చీపురుపుల్లతో అవి ముట్టించి వంటింటి బార్లా తలుపు తీసి నట్టింటి తలుపు జేరేసే వరకు బయటెవరో 'తలుపు తలు'పన్నారు. భర్త కాదు. 'ఎవరు తలుపూ' అంది సావిత్రమ్మగారు. 'తలుపు తియ్యండమ్మా' అన్నారు అవతలి మనిషి. 'వీల్లేదు. చిన్నగుడ్డ కట్టుకుని ఉన్నాను' అంది ఇల్లాలు. 'సర్లెండి. పెద్దది కట్టుకు రండమ్మా, రాచకార్యం ఒచ్చిందీ' అన్నాడు తలుపు మనిషి. ఆవిడ మాటాడలేదు. 'అప్పలాణ్ణి కానులెండి' అన్నాడాయన. 'మా అమ్మకి చీరలేదు వ్వామ్మావ్నోరు నొక్కుతావేం' అన్నాడు నరసుగారి మూడోవాడు. 'మళ్ళొస్తా' అంది తలుపు. వరలక్ష్మి వ్రతం కథ తలుచుకుని కంట నీరు తుడుచుకుని నవ్వింది సావిత్రమ్మగారు. ఇంకో గంట తరవాత 'తలుపు తలుపోయ్ తలుపు' అంది తలుపు. 'ఎవరదీ' అంది సావిత్రమ్మగారు. 'నేనే' అంది తలుపు ధీమాగా. 'కాదు సుమా కలకాదు సుమా' అంది. కంఠం విని తలుపు దీయబోయిన ఇల్లాలు పాట విని జంకింది. 'తియ్యవోయ్' అంది తలుపు చనువుగా. తియ్యగానే 'లాలలలా' అంటూ లోపలికొచ్చారు నరసుగారు. 'కాదు సుమా కలకాదు సుమా' అన్నాడు భార్యకేసి, పిల్లడి బుగ్గమీటి. ఆవిడ బెదరిపోయి తలుపు గడీవేసి 'ఏవిటండీ' అంది. 'కాదు సుమా కల కాదు సుమా. నీళ్ళు తోడు సుమా. అర్జెంటు సుమా' అన్నారాయన.

'నా దేవుడోయ్ నేనేం చేతు బాబోయ్' అంటూ నోరు నొక్కుకుని కూలబడిపోయింది సావిత్రమ్మగారు. నరసుగారు ఆవిడకేసి జాలిగా చూసి, నవ్వి పాట కొనసాగించారు. బట్టలు విడిచి విసిరిగొట్టి తువ్వాలు చుట్టి 'లాలలలా' అన్నారు. పిల్లలు బిక్కచచ్చిపోయి ఎక్కడి వాళ్ళక్కడ గోడ కంటుకుపోయారు. నరసుగారు ఒక్కక్షణం తేరిపార చూసి వాళ్లకి కితకితలు పెట్టారు. చంటి వెధవ మటుకు నవ్వాడు. 'వెధవా! హేళనగా నవ్వుతున్నావా' అని పిర్రమీద ఒక్కటంటించడంతో వాడూ సోదర బృందంతో శ్రుతి కలిపాడు. నరసుగారు పెరట్లో కెళ్ళి నీళ్ళోసుకోబోయేవరకు 'అబ్బే. అయన పాట నుంచి కాదు. గ్రాంఫోను ప్లేటే అయుంటుంది' అని వినబడింది గోడవతల. 'గ్రాంఫోనయితే అలా ఏడిసినట్టుందే....' 'ప్లేటు అరిగిపోతే అలాగే వస్తుందిలే'... 'అబ్బే ఆ ఇంటినిబట్టి అలా వస్తుంది'.

'కాదు సుమా కల కాదు సుమా' అని గట్టిగా పాట ఆరంభించి నీళ్ళోసుకున్నారు నరసుగారు. లోపలి కెళ్ళి అటక మీద పెట్టె దించి అందులో పెళ్ళినాటి సూటు తీసి తొడుక్కున్నారు. "సూటు కొంచెం పెరిగిందే" అన్నారు గుడ్లప్పగించి చూస్తున్న భార్యని చూసి. "ఏ వుందిలే పై నించి వాన కురుస్తోంది గదా? వాటర్ సప్లై అన్నమాట. గవర్నమెంటుకి చెప్పకు. వాటర్ సెస్సు వేస్తారు" అన్నారు ఇంకో క్షణం ఆగి.

"లేపోతే ఇంకో కారణం ఉండవచ్చు. నా మ్యూజికు వల్ల కూడా పెరిగుండవచ్చు. సంగీతంతో పంటలు పెరుగుతున్నాయట. సూట్లు కూడా వృక్ష జనితాలే గావున...." అంటూ ఆగిపోయారు. "అన్నట్టు పన్ని, పన్ని కావాలి. తల దువ్వాలి. పన్నీ, అద్దం అందుకో" అంటూ గూట్లో దువ్వెన తీశారు. "అమ్మీ, పాపి డెటేపు తీసేవాణ్ణో గుర్తుందా?.... మాటాడవేం? ఓరీ సుబ్బిగా, నీకు జ్ఞాపకం ఉందా? నీ మొహంలే. ఒరే రావుడూ, నువ్వు చెప్పరా. నువ్వు అప్పటికి పుట్టినట్టున్నావు... వెధవా ఇదే గుర్తు లేపోతే ఎక్కాలెలా వస్తాయి? ఏడు - ఓహో ఇందాకట్నించీ ఏడుస్తున్నావు గదా. అయితే నవ్వు. నవ్వుతావా లేదా? డొక్క చీరేస్తా వెధవా! అద్దమెక్క డఘోరించింది? లేదా, పక్కింటో అడిగి పట్రా.... వద్దులే, ఆ వెధవలు దాని వెనక కెమెరా పెట్టి పమ్మిస్తారు. మన మొహాలకి అద్దంతో పనేవంత వచ్చిందాని, వెధవలు ఒకళ్ళు బాగుపడితే చూళ్ళేరు.... అయ్‌మీన్ చూడాలని ఉబలాటపడతారు. అద్దవెందుకూ? ఓరీ వెధవల్లారా? మీరంతా కళ్లు మూసుకోండిరా... నేను తల దువ్వుకోవాలీ. అమ్మీ. ఏదీ నీ చెంప ఇలా చూపెట్టు. అద్దంలా పట్టు. అందులో చూసి పాపిడి తీసుకుంటాను... హోరినీ ఇదేవిటే? నీ చెంపలే ఇవి? ఏవి? చెంపలేవీ? వాట్లో కెంపులేవీ? తాకట్టేసి ఇల్లు నడుపుతున్నావా? పోన్లే కళ్ళు తెరూ, వాటిలో చూసి పాపిడి తీసుకుం.... ఏడిస్తే ఎలా? బొమ్మ కనబడదు. డామిట్... కళ్ళు మరీ అంత లోతయితే ఎలా? బైనాక్యులర్స్ పెట్టి చూడాలి కాబోలు. అసలే చెత్వారపు జోడు లేదు. ఎందుకులే, చవగ్గా అద్దమే కొనవచ్చు - లేపోతే డామిట్ అమ్మీ - ఎంత భయంకరమైన ఆలోచనొచ్చింది తెలుసా? ఒక్కా లెంపకాయ కొడితే - నీ చెంప వాస్తే, అది అద్దంలా మెరిస్తే అందులో చక్కగా పాపిడ తీసి నీటుగా ముస్తాబయి... ఛఛ నా నాలిక తెగ - ఎంతమాటన్నాను. ఏవనుకోకేం? జీవితంలో రివాజది. ఏమిటే? మందా? ఇప్పుడా? ఇంత లేటు వయసులోనా? .... ఆసినీ, అదా అనుమానం? చూడు నమ్మకం కుదిరేదాకా వాసన చూడు. నేను జన్మలో అలాంటి పని చేస్తానా? - రామ రామ. నేను నిజంగా ఆనందంగా ఉన్నాను. ఇది నిజం ఆనందం. సత్తుది కాదు. ఇన్నాళ్ళూ మన బతుకులు సత్తు బేడలనుకున్నాం. దొంగ నోట్లనుకున్నాం. కావుట. కావు కావు అని కాకులన్నీ కూస్తున్నాయి రాజవీధిలో. నీకేం తెలుసు. దేశం పెరుగుతోంది. సరిహద్దులు తరుగుతున్నాయనుకో. పైకి పోతూంది. చైనాలోకి కాదు.... నిజంగా పైకి. దేశమంటే మట్టి కాదు. అంచేత చైనా గురించి బాధపడకు. దేశమంటే మనుషులు, మనుషులంటే గొప్పవాళ్ళే కాదు. అందరూనుట. గొప్పవాళ్ళు మనుషులు. మనం మనుషులం. అంచేత మనం గొప్పవాళ్ళమే. లాజిత్తులో కొంచెం తికమకపడ్డాం. పావర్టీ ఈజ్ క్రైమన్నాడు ఓ గొప్ప గడ్డపాయన. ప్రాపర్టీ ఈజే క్రైమన్నాడు మరో గడ్డపాయన. తేల్చుకుందు కాలీసవయిందంతే. ఇవిలాగే ఉంటాయి. చట్టం ప్రకారం - కావాలని చావడం క్రైము. సిద్ధాంతం ప్రకారం ఇంక పుట్టడం కూడా క్రైమే - కొందరు బతకడం క్రైము - కొందరికది కంట్రకం కాబట్టి. అందుకే నువ్వూ నేనూ ఇన్నాళ్ళూ గట్టిగా బతికీ బట్టకట్టడం లేదు. ఇవాళనించి సూటేశాననుకో. కాని కొందరు బతక్కపోడం కూడా క్రైమే - కొన్ని పల్లకీలు, పనులు ఆగిపోతాయి. తాజమహాళ్ళ రాళ్ళ రవాణా లాగిపోతాయి. అందుకే మనం చచ్చినట్టు బతికున్నాం.

ఇవాళ్నించి కొత్తదారి. కాదు సుమా కల కాదు సుమా. ఒట్టు నేను తాగలేదు. అంత నీచాని కొడిగట్టలేదు. కాదు సుమా కల కాదు సుమా. ఇదుగో రూపాయి. రాజాల్లా బంగాళా దుంపలు వేయించి, పప్పు పులుసు పెట్టు. టాటా లాలా మళ్ళీ వస్తా – ఫొటో తీయించుకొస్తా."

బయల్దేరబోయిన నరసుగారికి నిస్త్రాణ కమ్ముకొచ్చింది. 'మంచినీళ్ళిందుకో' అన్నాడు గోడకి జేరగిలబడి. సావిత్రమ్మగారు దిగ్గున లేచి దాహం తెచ్చిచ్చింది. చెంగు తడిపి .మొహం తుడిచింది. పాపిడతీసి తల దువ్వింది. గుడ్ల నీరు కుక్కుకుంది.

"ఛా ఛా ఏడుపెందుకు? కలకంఠి కంట కన్నీరొలక సిరి యింట నుండ నొల్లదన్నారు. ఎలాగా ఉండల్లేదనుకో నువ్వేడిస్తే ఇదుగో ఇందుకూ లేను అని వంక చెబుతుంది. ఏడవకు – కితకితలు పెట్టనా, ఆఁ గుడ్. అలాగే నవ్వు. అదే నవ్వు... వస్తా.... అబ్బే పడుకోను ఒంట్లో దివ్యంగా ఉంది. కాదు సుమా కల కాదు సుమా" అంటూ లేచి చెంగున గుమ్మంవేపు గెంతి 'తలుపేసుకో' మని వీధిని పడ్డాడు నరుసుగారు.

ఇంకో గంటలో వూరు కోలాహలం అయిపోయింది. నరసయ్యకి పిచ్చెక్కిందన్నారు. ఎన్నడూ లేనిది అంతలా నవ్వడ మేమిటన్నారు. పైగా పాటలోటి అన్నారు. పలకరించి చూసినవారు 'అబ్బే పిచ్చి కాదండీ' అన్నారు నిరాశగా పెదవి విరిచి. 'కాదు సుమా కల కాదు సుమా' అన్న దేదో బైస్కోపు పాటగాదూ, ఆ పోదూ అదేనాటిదో... 'ఇన్ని పాటలుండగా అదే ఏల పాడాలి? ఇందులో ఏదో కిటుకుంది? ఎవర్నో వెక్కిరిస్తున్నాడు.' .... 'ఛ ఒకరి జోలికీ శొంఠికీ రాడు... అన్నట్టు శొంఠంటే గుర్తొచ్చింది. వాళ్ళింటో వంట రెండ్రోలుకోమాటు చేసుకున్నా కోవటింట శొంఠీ, వాముా మాత్రం కొంటారు తరచూ.... ఎందుకమ్మా అంటే పిల్లల కజీర్తి అంటుందిటావిడ. మా అవిడ చెబుతూంది లెండి పొరుగిల్లేగా "హోహో"... "జిల్లా బోర్డు వాళ్ళు జీతాలిస్తానన్నారేమో' అన్నాడు మీటింగులో వక్త. "ఆఁ వాళ్ళకిదే పనేవిటి" అన్నాడు బోర్డుగారి బావమరిదో, మేనల్లుడో పౌరుషంగా. "మాట వరసకంటే మీకంత కోపమెందుకు? ఎలక్షనులు గదా బకాయిలిచ్చేసి, ఏ ఫిబ్రవరి దాకానో నెల్నెలా ఇస్తారేమోనని అనుకున్నా" అన్నాడు మొదటాయన. "ఎలక్షన్లొస్తే జీతాలిస్తారేవిటి?" అన్నాడొక ప్రజ. "బలే వాడివోయ్. మరివ్వరూ?" అన్నాడు జ్ఞాని. "అయితే ఇహనేం నెలనెలా ఎలక్షన్లు పెట్టించేస్తే సరి" "మేం బతుకుతాం... నీ పుణ్యవుంటుంది ఆ పని మటుకు చేయించకండి.... మీరిలా వెర్రిబాగుల మేష్టర్లని రెచ్చగొట్టి పబ్లీకున నవ్విస్తే చివర కలాగే అవుతుంది..." "ఐనా ఆ నవ్వు మిమ్మల్ని చూసే అని బుజాల్తడూకోడవెందుకూ? ఆయన కో రూపాయి అప్పు దొరికిందేమో?".... "అడుగో ఆయనే వస్తున్నాడు అడిగితే సరి...."

'కాదు సుమా కల కాదు సుమా, కాహదు సుమా కాహదు సుమా – ఖలక్వాహదు సుమా' అని మటుకే సరాగంగా చెప్పి హడావిడిగా వెళ్ళిపోయాడు నరసుగారు.

ఆ మర్నాడు ఆయన నవ్వు, పాట, పెద్దల దాకా వెళ్ళాయి. మూడోనాడు వార్తాపత్రికలలో బాక్సుకట్టి వేశారు.

"రామనరసుగారనే ఒక మధ్య వయసు మధ్యతరగతి మనిషి హఠాత్తుగా మొన్న

ఉదయం పది గంటల నుండి నవ్వుతూ ఊరంతా తిరగడం ఆరంభించాడు. నవ్వుకు కారణం తెలియరాలేదని తెలుస్తున్నది. ఆయన ఓ సూటు వేసుకున్నాడనీ, అది ఎవరో ఎలక్షను సందర్భంగా కుట్టించారనీ చెప్పుకుంటున్నారు. ఎవరైనదీ తెలియలేదు..."

నాలుగోనాటికి రేడియోలో టూకీగా వార్త వచ్చింది. ఐదోనాడు పత్రికలలో మొదటి పుట మీద కనబడిందా వార్త. ప్రజలు తండోప తండాలుగా వెళ్ళి ఈ వింత చూస్తున్నారని చదివి ప్రజలు తండోపతండాలుగా వెళ్ళి చూడసాగారు. చాలామంది లాటరీ కంపెనీలలో వాకబు చేశారు. సి.ఐ.డి. పోలీసులు పెరడూ, లోపలి గదులూ తనికీ చేశారు లంకెలబిందెలు తవ్విన జాడల కోసం. లాయర్లు బేవారసు వారసత్వం గురించి వాకబు చేశారు. తిరుపతి హుండీలో నోట్లకట్టలు ప్రాయశ్చిత్తపు ముడుపులు పడ్డాయి. ఇన్‌కంటాక్సు ఆఫీసుకి బకాయి పన్నులు అనుకోకుండా కొన్ని జమపడ్డాయి.

జీతాల పాలసీలను చూసి నవ్వుతున్నాడని కొందరన్నారు. కాదు ప్రణాళిక రిపోర్టులో గణాంకాలు చూసి అని విమర్శకులన్నారు. కాదు. మీరు ఉపన్యాసాల డబ్బాలో చూపెట్టే 'కాశీపట్నం' చూసి అని అధికారులన్నారు. కాదు మీ మాటలు వినీ అని ధిక్కారులన్నారు. కాదు మొన్నటిదాకా ఆయన ముప్పై రెండేళ్ళు బతికేవాట్ట. ఇప్పుడు నలభై ఏడేళ్ళు బతుకుతున్నాట్ట... అది కాదు ధరల ప్రకారం బతకడానికెంత కావాలో లెక్కేసి, తాను బతికే ఉన్నట్టు దాఖలాలున్నాయి కాబట్టి తను రెండొందలు పైన గడిస్తున్నట్టు తేల్చుకొని, ఇన్నాళ్ళూ తన జీతం డెబ్బై నాలుగు మటుకే అని భ్రమ పడ్డందుకు నవ్వుకుంటున్నాడన్నారు. మీ మొహంలో ఉంది లాజిక్కు అని పక్కవాళ్ళు ఎత్తి పొడిచారు. రాజాజీ స్వతంత్ర పార్టీ లక్ష్యాలను వివరించారు. అమధ్య మినిస్ట్రీ తగాయిదాల్లో గవర్నమెంటు పన్లు మాని రైళ్ళలో తిరిగిన మాట నిజమే కాని, అది ఫార్ములా కనిపిస్తే, దానికిప్పుడు నవ్వడమే కాక నవ్వించడం సబబు కాదు అన్నారొక మంత్రిగారు అప్త మిత్రుడికేసి కోరగా చూసి.... నేను నవ్వించలేదు. నే నసలాయన్నెరగను అన్నాడు మిత్రుడు... అందుక్కాదు. మీ పార్టీలు సజావుగా లేవు. ఈ రాష్ట్రంలో చేతులు కలుపుతున్నారు. పొరుగు రాష్ట్రంలో భుజాలు కలుపుకున్నారు. ఇక్కడ శత్రువులు, అక్కడ మిత్రువులూ అని రాసింది ఒక పత్రిక.... 'మిత్రువులు' అనే మాట లేదు మీకు తెలుగు రాదు. ఈ దేశంలో చాలామందికి తెలుగు రాదు. తెలుగు నేర్చుకొని, నా పుస్తకాలు చదివి తెలుగు నేర్చుకోండి అన్నాడు ఒక కవి... మరే – బెంగాలీ వాళ్ళకీ, మరాఠీలకీ, సిక్కులకీ చాలామందికి రాదు అన్నాడు మిత్రుడు... నీ మొహం అనుకున్నారిద్దరూ... సంస్కృతంలో కూడా త్వంశుంఠంటే త్వంశుంఠ అనుకున్నారు. అభిప్రాయ భేదాలన్నీ పోగొట్టుకొని ఈ ఒక్క విషయంలో ఒక్క మాట మీద నిలిచి... పొలిటిక్సు మధ్య మీరిలా త్వంశుంఠ అంటూ సాహిత్య విమర్శలు చేసుకోడం బాగులేదు అని కోప్పడ్డాడో కుర్రవెధవ... పిడకల వేట లెలా ఉన్నా మొత్తానికి నరసుగారి నవ్వు తీవ్ర స్థాయిని అందుకొంది. కారణం మీ పార్టీయే అంటే మీ పార్టీ అని పార్టీలూ, మీ గ్రూపంటే మీ గ్రూపని గ్రూపులూ, నువ్వంటే నువ్వు అని నేనులూ ఈ విమర్శలు విసిరాయి.

"మా దేశంలోనూ ప్రజాస్వామ్యం వస్తుంది. ఆలస్యం అయినంత మాత్రాన నవ్వడం మర్యాద కాదు. దీనివల్ల ఆసియా దేశాల ఐకమత్యమే దెబ్బతినవచ్చు" అని హెచ్చరిక చేశారు అయూబ్.

"ఇది ఇండియా అంతరంగిక విషయం. అయినా ఆయన కేదో జోకు తట్టి ఉండాలి. జీవితమే జోక్‌లా కనబడి ఉండాలి. దానికి విశేషార్థాలు చెప్పడం తప్పు" అన్నారు కృశ్చేవ్ లోపాయికారీ గోష్టిలో నవ్వుతూ.

ఆ నవ్వునీ ఈ నవ్వునీ కూడా నిరసిస్తూ చైనా ప్రతినిధి ఒక ప్రకటన చేసి, అల్బేనియాతో తమ ఏకీభావాన్ని పునరుద్ఘాటించారు.

ఫ్రాన్స్ అగ్రరాజ్యాలకు ఆక్షేపణ తెలిపింది. ఆ నవ్వుకి కారణం నిర్ధారణగా తేల్చేవరకూ తాము హైడ్రోజను బాంబుల పరీక్షలు ఒకటి రెండు కొనసాగించక తప్పదని డిగోల్ ప్రతినిధి ఒకరు ప్రకటించారు. ఈ వైఖరిని బ్రిటన్ నిరసించిన మర్నాడు, క్రితం రోజు ప్రకటన చేసిన వ్యక్తి అధికార ప్రతినిధి కాడనీ, ఆయన ఆ క్రితం రోజే మరొక పదవికి బదిలీ అయ్యారనీ ఒక ప్రకటన వెలువడింది. జవహర్లాల్‌జీ ఇకనైనా రాజీనామా ఇచ్చి తిరిగి పోటీ చెయ్యాలని జయప్రకాశ్‌జీ అన్నారు. మా పార్టీ నినాదాలను మీరు వాడడం న్యాయం కాదు అని ఆయనకి రాజాజీ నామా పత్రం అందింది. నా ఇష్టం అని డా. లోహియా ఒక సంగ్రహ ప్రకటన చేశారు. నరసుగారి నవ్వు పట్ల తమ వైఖరి ప్రకటిస్తూ ఒక తీర్మానం చేయబోయిన కమ్యూనిస్టు పార్టీ మండలి సమావేశం నిరవధికంగా వాయిదా పడినట్లు ఒక ప్రకటన వెలువడింది. పావలా ఇచ్చేవాడే తెలుగు సినిమాలను తిట్టడానికి అర్హుడు. నరసుగారు చూసిన లేటెస్టు పిక్చరు 'కాదు సుమా కల కాదు సుమా' అన్న పాటగల చిత్రం కాబట్టి ఆనాటి నుండి ఆయన పావలా ఇవ్వటం లేదని రుజువైనందువల్ల, ఆయన ఇలా తెలుగు సినిమాలను చూసి నవ్వడం అక్రమమని సినిమా ప్రముఖు డొకాయన ఒక పత్రికలో వ్యాసం వ్రాశారు, నరసుగారు నవ్వు మానేవరకు నిరసన వ్రతం పడుతున్నట్టు పంజాబు వగైరా రాష్ట్రాల నుండి వార్తలు వచ్చాయి. "నేను పెద్ద పార్టీ అధ్యక్షుణ్ణి. కావాలనుకున్న వాళ్ళని ఢిల్లీ రప్పించుకోగలను. నవ్వించాలనుకున్న వాళ్ళని పిలిచి నవ్వించగలను. వద్దనుకున్న వాళ్ళనీ నవ్వించగలను" అని ఒకాయన నిష్కారణం ప్రకటన చేశారు. ఇదెవరైనా కథగా రాస్తే డోసు మీరి బోరు కొడుతుందనే వాడినే గానీ... అన్నాడొక పరిశీలకుడు.

"అసలాయన్ని ఓ గదిలో పెట్టి, నవ్వడం అంటే ఏడవడం అనీ ఏడవడం అంటే నవ్వడం అనీ గట్టిగా నచ్చ జెప్పి నమ్మించాలి. అప్పుడు గనక ఆయన వెంటనే ఏడిస్తే ఆయన నిజంగా నవ్వుతున్నట్టు రుజువవుతుంది. అప్పుడు కూడా నవ్వుతూనే ఉంటే కారణాలను మనం తిరిగి అన్వేషించాలి" అంటూ, "నవ్వు – ఒక పరిశీలన" అన్న వ్యాసంలో ఒక సైకాలజిస్టు సూచన చేశాడు.

పాలక సభలో వాయిదా తీర్మానాలదాకా వెళ్ళింది కథ. ఒక కమిటీ వేశారు. నవ్వుకు కారణం ఈ క్రింది వాటిలో ఏదో తేల్చాలని ఆదేశిస్తూ ఆ సంఘాన్ని నియోగించారు. అవి: 1. హేళన, 2. ఆనందం, 3. మతిభ్రమణం, 4. పెంకెతనం, 5. ప్రతిపక్షాలు రెచ్చగొట్టడం, 6. జీతాలు వేళకి అందడం, అందిస్తామనడం, 7. రెండుగాని అంతకుపైగా గాని రూపాయల అప్పు దొరకడం, 8. పంచదార ధరలు తగ్గడం, 9 ఆంధ్రలో రైల్వేలపట్ల కేంద్రం వైఖరి, 10. గుల్జారీ కమీషన్, 11. ముఖ్య ప్రతిపక్షంలో ఏకత, 12. కాంగ్రెసులో టిక్కెట్ల పంపకం, 13. పి.ఎస్.పి, 14. ఆస్పత్రులు, 15. దుఃఖం, 16. హాస్యరచనలు, 17. ఎన్నికలు, ప్రణాళికలు

(కలిపీ, విడిగానూ), 18. పంచవర్ష ప్రణాళికలు, 19. పావలా కూడా అప్పు దొరక్కపోవడం, 20. తెలుగు సినిమాలు, 21. మద్యనిషేధం.

అరువారాల కాలపరిమితి తీరినా కమిటీ సమావేశాలకు అంతా జతపడనందువల్ల ఈలోగా చర్చలూ, వాయిదా తీర్మానాలూ ఎక్కువయినందువల్ల, కమిటీ ఊటీలో ఒక అత్యవసర సమావేశం జరిపి, నరసుగారి నవ్వుకు కారణం పై వాటిలో ఏదీ కాదనీ, కేవలం అలవాటు అనీ మెజారిటీ ఓటుతో తాత్కాలిక తీర్మానం చేసి నివేదికను అందజేసింది.

దరిమిలాను చర్చలు జరిపిన పిమ్మట, నివేదిక సత్యదూరం అని పలువురు పత్రికలలో వ్రాసినందువల్ల దానిని చూసి చాలామంది కొత్తగా నవ్వు ఆరంభించినందువల్ల, 'నరసుగారు నవ్వటంలేదనీ, కులాసాగానే ఉన్నారనీ' అధికార ప్రకటన వెలువడింది. ఆ చర్చ అంతటితో ముగించబడింది. దరిమిలాను కూడా ఆయన నవ్వుతూ ఉన్నాడు. కాని ఆ నవ్వు రహస్యం తేలలేదు. ఏడిసినట్టుంది మీ నవ్వు అని నలుగురూ అన్నా ఆయన నవ్వుతూనే ఉన్నాడు. మీది వర్తి శబ్దాశ్రయ హాస్యం అని తిట్టినా నవ్వుతూనే ఉన్నాడు.

ఆ తరువాత ఎలక్షన్‌లో రెండు పెద్ద పార్టీవాళ్ళు ఆయన్ని ప్రచార వస్తువుగా వాడుకుందుకు ప్రయత్నించి కొంతవరకు కృతకృత్యులయ్యారు. తరవాత కొద్దిరోజుల్లో ఆయన నవ్వు మాయమయిపోయింది" అని కత ముగించారు రావుగారు.

ఆయన తరఫున రామిరెడ్డిగారు నిట్టూర్చాడు. "సుబ్బరాజా! నువ్వేమన్నా చెప్పగలవా? నరసుగారు ఎందుకలా నవ్వాడు?" అని అడిగాడు.

"మీరు చివర చెప్పించిన దానివల్లనే! ఆయన్ని సూటు వేసుకోమనీ, నవ్వమనీ చెప్పి, తమకి ఓటేస్తే అంత దర్జాగా కులాసాగా అందరూ ఉంటారనీ, అందరి స్థితీ క్రమంగా ఆ స్థాయికి వస్తుందనీ ఒక పెద్ద పార్టీ వారు ఎలక్షన్‌లో పబ్లిసిటీ శాల్తీగా బుక్ చేసుకున్నారు. అదే వేషాన్ని అదే నవ్వుని వాళ్ళ ప్రతిపక్షాల వాళ్లు కూడా పబ్లిసిటీకి బుక్ చేసుకున్నారు. ఎదర వాళ్ళకి ఓటేస్తే జీవితం ఇంత దైన్యంగా, కృత్రిమంగా, విషాదకరంగా ఉంటుందనీ, అందుకు సాక్ష్యం ఆ నవ్వేనని వీళ్లు వినాదం పెట్టారు. ఇలా రెండు చుక్కెదురు పార్టీలకు తన బక్కదేహం ఒక్కటే పనికొచ్చిందనీ, చిట్టచివరికి తన దరిద్రమే డబ్బు సంపాదించి పెట్టిందనీ, ఆయనకి నవ్వొచ్చింది. ఇలా రెండందాలా డబ్బు తీసుకొని రెండు పార్టీలకీ కూడా ప్రచార సాధనంగా ఊరేగబోతున్న తను ఓటేసినప్పుడు ఎవరికి వెయ్యాలీ అని సందేహం వచ్చి బతుకంతా బ్రహ్మాండమైన జోకుగా కనబడి నవ్వు ఆగింది కాదు" అన్నాడు సుబ్బరాజు.

"ఆయాసపడ్డావు. కాస్త దాహం పుచ్చుకో" అన్నాడు రెడ్డిగారు నవ్వి.

★ ★ ★

17 దోసరవెల్లి కథ

"ఆ మాటా నిజవేననుకో" అన్నారు రామిరెడ్డిగారు పేపరు మడిచి పడేసి.

"ఏ మాటా?" అనలేదు సుబ్బరాజు.

"అదే. అందరూ దేస్సేవ జేస్తానంటే, ఇహ చేయించుకుందు కెవడుంటాడూ అని" అన్నారు రెడ్డిగారు.

"ఢిల్లీ సంగతా?"

"మరే జవహరీలాలుగారు కోప్పడుతున్నారు. ఇంతమందీ ఢిల్లీలోనూ హైదరాబాదులోనూ కూర్చుండి దేస్సేవ జేస్తానంటే ఎలాగయ్యా. చోటేది – మియ్యందరికీ బసలెక్కడ చూపించమంటారు. కొంతమంది దేశ మధ్యంలో ఉండండి అంటున్నారు.... ఇప్పుడు మెంబరుగిరీ దేస్సేవకే ఇంత రద్దీ అయితే, ఇహ రేపు మినీస్టురిగిరీ మార్కు దేస్సేవ కెంతయ్యేనూ అని" అన్నారు రెడ్డిగారు.

"శానా ఉన్నాయిగా. సెంట్రలు దేస్సేవా, రాష్ట్రాల దేస్సేవా, మున్సిపాల్టీ దేస్సేవా, పంచాయితీ దేస్సేవా, కమిటీ దేస్సేవా, మళ్ళీ రెండో వరసలో డిప్యూటీ దేస్సేవా... సదురుకోవచ్చుగా" అన్నాడు సుబ్బరాజు నవ్వి.

"ఓ రబ్బో. నివ్వు కూడా జోకేశావే! నివ్వేటి, అయనెపుడూ – ఆ భోజరాజు మొహం జూస్తే కవిత్వం పుడద్దంటారు జూడు – అలాగా మినీస్టురి పేరు జెబితే పెతివోడికి పౌళన. వెటకారం తన్నుకొస్తన్నాయి... అబ్బే నిన్ననాలని గాదు. ఊసొచ్చింది గదాని చెబతన్నా... మినీస్టురినగానే ఆడింక మనుసుల్లో జవఁగాదనీ, నిలకళ్ళేనాడనీ, ప్లేట్లు పెసరట్లలా తిరగేస్తాడనీ పెతివోడికీ కడుపులో ఊహ. ఇహనించాడి బతుకు బజార్న పడేస్తారు. రూపాయికి చిల్లర మార్చడం చేతగానోడు కూడా మినీస్టురిగారి తలకాయలు మార్చే ప్రగ్నె మీద విసుర్లే. నిజానికాడిదెంత గట్టి బుర్ర కాబోతే మినిస్టరియ్యాడు – అది చూడరు"

"ఎవరూ? అచ్చిరెడ్డి మాటేగా మీరు జెప్పేది" అన్నాడు సుబ్బరాజు నిదానంగా.

"అవును... మీకు ఈ పార్టీ టిక్కెట్టీకపోతే ఆ పార్టీలో కలుస్తారూ, నీతా నియమవాఁ నిలకడా" అన్నాట్ట... బుచ్చబ్బాయి కత దెలీదా అని అడిగించాలే. తగ్గాడు... నీకు దెల్సా అది? (అంటూ ఆ వైనం ఆరంభించారు రెడ్డిగారు) నాగరాజుగారి బుచ్చబ్బాయి మా గారంగా పెరిగాడు. రంగడి కుచ్చులా తిరిగాడు.

అయినా గడుసుదనం అబ్బింది. "ఏరా బుచ్చబ్బాయీ, నువ్వు అయ్యకొడుకువా? అమ్మ కొడుకువా?" అని అడిగితే, "అమ్మ కాడున్నప్పుడు అమ్మ కొడుకునీ, అయ్య దెగ్గరున్నప్పుడు అయ్య కొడుకునీని" అనేవాడు ఐదారేళ్ళపుడే. ఓ మారయ్యా, అమ్మా ఓ దగ్గిరుండి, ముద్దు చేసడిగారు. "మీ ఇద్దరి కొడుకునీని" అన్నాడు బుచ్చయ్య ముసిముసి నవ్వులు నవ్వుతూ.

"బావా? ఇహ నాకు బెంగలేదు. నియ్యల్లుడు మినీస్టర్రవుతాడు, ఇండిపెండెం సాస్తే. ఇప్పుణ్ణించి మంచి జేసుకో" అన్నాడు నాగరాజు కొడుకు వీపు దట్టి.

అదిగో, ఆ మాటే కాయమైంది. మినీస్టర్రి మినీస్టర్రిని అయనోళ్ళూ కానోళ్ళూ అంతా మేల మాడేవోరు బుచ్చబ్బాయిని చూసి. అడికీ మనసు రాజకీయాల కేసి మొగ్గింది. చదువుని ఓ రకంగా గట్టెక్కించేసరికి రంగంలో సందడైన కుర్రాడని పేరొచ్చింది. చిన్నప్పుడు అందరూ జేలుకెళ్తే నేనెందు కెళ్ళరాదని అల్లరి పెట్టేవాడు. డౌనన్నా జెయ్యన్నా అణ్ణెవరూ పట్టించుకోలేదు. డీయెస్పీగా రబ్బాయితో ఉన్న దోస్తీనిబట్టి అళ్ళింట్లో చనూగా దిరిగి, డీయస్పీగారితో జేలు చూట్టాని కెళ్ళి కాళీగా ఉన్న గదిలో కూర్చునేవాడు. అయన్నల్ల దొరగారేలే. నవ్వుకునేవోడు. దరిమిలాను ఏం తోచనపుడల్లా జేలుకేసి షికారెళ్ళి, కాళీగా ఉన్న గదిలో తలుపేసుకు పడుకుని చదూకునేవాడు. జేలు గదులు అద్దెలకిస్తున్నారనీ ఎవరో గిట్టనోళ్ళనడంతో అధికార్లకి మాటొచ్చి, బుచ్చబ్బాయికి జేలు సున్నా జెప్పారు. నేను జేలు కెళ్ళానంటూ ఉండేవాడు బుచ్చబ్బాయి. పెద్దాడై ఉజ్జోగంలో దిగే టయింవయేసరికి రచ్చకెక్కిపోయాడు. అదెలాగనేవు – సొంతూళ్ళో వాళ్ళ పింతండ్రి పొలం నాలుగెకరాల చెక్కుండేది. శానా భాగం తెగనమ్ముకోగా మిగిలిన బాపతు. ఓ మోతుబరి ఆ చెక్కకి నాలుగెంపులా ఉన్న భూవులు పద్దానుగు మంది దగ్గిర నయానా బయానా క్రయంజేసి, కలుపుకున్నాడు. మజ్జిన లంకలాగా ఈ చెక్కుండిపోయింది. బుచ్చబ్బాయి పింతండ్రేమో అది అమ్మనుగా కమ్మనన్నాడు – ఎన్నందాల యాగీ పెట్టినా దిగి రాలేదు. మోతుబరి చౌదరిగారు బరితెగించి, నీ పనిలాగుందన్చెప్పి తన పొలవంతా పొగాకేయించేశాడు. వొరి జల్లుకున్న వీడు గొల్లుమన్నాడు. ఇంతటితో అపలేదు. లైసెన్సు కూడా తెచ్చుకుని, ఇక్కడిదే ఖాయం జేస్తా చూడమన్నాడు చౌదరి. అదిగో ఆ యవారంలో చేయి జేసుకుని పై మీద కండువా వేసుకుని చుట్టుప్రక్కల రైతాంగాన్ని కూడగట్టుకుని చెయాల్సినంతా చేశాడు బుచ్చబ్బాయి. ఆ ఉద్యమంలోనే పెద్దల్ని చూశాడు. మినిస్టర్లతో మాటాడాడు. ఆ దెబ్బనే తీర్మానించుకున్నాడు – మనకి రైటైంది రాజకీయంవేనని.

వారం తిరక్కుండా ఊరి పెద్ద దగ్గిరకెళ్ళి తన ఉద్దేశం చెప్పి దారేవిటన్నాడు.

"బాబూ, ఇంకా చిన్నవాడివి. నీకిప్పుడే రాజకీయాలెందుకు? ముందు మీ యయ్య వ్యాపారం జూడు. పెళ్ళాడు. పిల్లల్ని కను, నాలుగు రూపాయిల్జేసుకో. జవ సత్వాలుండగా ఇవన్నీ కావాలి. ఆ వెనక, లౌక్యం నేర్చి ఇందులో కొద్దుగాని, ముందే వచ్చి దెబ్బతింటే ఎందునా పొందకుండా పోతావు" అన్నాడు పెద్ద.

బుచ్చబ్బాయి ససేమిరా అన్నాడు.

"సరే నువ్వే పార్టీ?" అన్నాడాయన.

"టీ పార్టీ" అన్నాడు బుచ్చబ్బాయి గడుసుదనం కనపడేలా నవ్వి.

పెద్దగారు, అతనికేసి ఓ రెప్పపాటుకాలం పరీక్షగా చూశాడు, చూసి నవ్వారు.

"లంగ రందేదాకా ఎటూ దేలకుండా గడుసుగా ఉండడం మంచిదేగాని, అదే మితిమీరితే, గడుసువాడి వన్న పేరే ఖాయమై పోతుంది. అనాకెవరూ నమ్మరు. ముద్దర్లిష్టం లేపోతే తేలిగ్గా వేసుకోవాల్తప్ప, అసలొద్దనరాదు. అలాటోళ్ళు మరీ జాగర్తగా ఉండాలి... సర్లే వెళ్లి కాంగ్రెసులో చేరు. నేను కబురంపిస్తాను" అన్నాడాయన.

ఇకనేం జెప్పమన్నావు? అయొక పార్టీలు కావు. అయొక గ్రూపులు గావు. బుచ్చబ్బాయి కాలి కింద చక్రం వుందనేవారు గిట్టనోళ్ళు. అంటేనేంగాక, మనిషెదరపడితే ఓహో అనే అనేవారు. అనాలనిపించేది. బుచ్చబ్బాయి ముఖారవింద వంను, మాట చవత్కారవంను, అదృష్టవంను. ఇవిగాక, అసలు ప్రజాసేవ సరేసరి. కొంతకాలానికది అలవాటయిపోయింది. వెనకటికో దొంగాడి కథుంది చూడు – వాడిలాగే అపద్ధర్మంగా గతిలేక, బైరాగోడి వేషం వేసి ఓ గుళ్ళో ముక్కు మూసుక్కూచున్నాట్ట మూణ్ణాళ్లు. ఓ పూటయేసరి కింకేం తోచక, పోనీ వూరికినే కూర్చోడవేల... రాంవా కుష్ణా అనుకుందాం కాలక్షేపానికీ అని దొంగజపం మొదలెట్టాట్ట. మూణ్ణాళ్ళు అలా కానిచ్చేసరికి వాడికి మనసు మారిపోయి నిజంగానే భక్తుడై పోయాడు. ఇహ మళ్ళీ ఆ గుళ్ళోంచి లేచి పోలేదు. అల్లాగే బుచ్చబ్బాయి – చిన్నా పెద్దా ఎలక్షనిబట్టే అను, పార్టీ మారినపుడల్లా పాత పార్టీని దుమ్మెత్తి పొయ్యడానికే అను, ఉన్న పార్టీలో బలం పుంజుకుందుకే అను – మొత్తం మీద రోజు కిరవై నాలుగ్గంటలూ ప్రజలోయ్ ప్రజలు అని మొత్తుకోడంలో అది కొంత వంటబట్టిపోయింది. అతనే ఓసారన్నట్టు అదృష్టం బాగుండి వరదలూ, కరువులూ, జబ్బులూ వరప్రసాదాల్లా వొచ్చాయి. బుచ్చబ్బాయి నడుం కట్టి రాత్రింబవళ్ళు పన్చేశాడు. సమ్మెలు కట్టించాడు, ఇప్పించాడు. మున్సిపాల్టీలో రెండుసార్లు వెలిగి మళ్ళీ గెలవకపోయినా భయం లేదన్న ధీమాతో – జనవంతా మంచిపనీ, కావాలని చిరకాలంగా అనుకుంటున్న పనులు పదీ చకచక నడిపించాడు. తను పయ్యంతస్తు కెళ్ళడానికివి పెట్టుబళ్ళన్నమాట. అతనికి దప్ప అన్యుడికి తెలీదు. కాంగ్రెసు నుంచి లోక్ పార్టీ కెళ్లినా, ప్రజా పార్టీకెళ్ళినా, సోషలిస్టుల్లో కలిసినా, కమ్యూనిజం ఒప్పుకున్నా, మళ్ళీ మాజీ లోక్‌పార్టీ మెంబరు పోజుతో కాంగ్రెసులో కలిసినా, కీలకస్థానంలో ఉండేలా గ్రూపు కట్టినా, ఆ బాపతు పార్టీలో చేరినా, ఏం చేసినా అతనికి చెల్లింది. ఇయ్యన్నీ చెప్పడానికిలా అల్లిబిల్లి గారడీలా కనబడవచ్చు గాని, ఇందులో ఒక్కొక్కడుగూ ఎంతో నిదానంగా మెళకువ దెలిసి వేశాడు. అతను చెప్పినవన్నీ చేసి చూపించే వాడంటే నమ్ము. కట్నాల్లేకుండా పెళ్లిళ్లు గావాలని ఓ మాటు స్పీచికొట్టాడు. నెల్లాళ్ళు దిరిగేవరకూ ఇంకో పెళ్లాడాడు – కట్నం లేకుండా. నీకిదేం బుద్ధయ్యా అంటే ఇదిగో ఇందుకూ అన్నాడు జంకుగొంకూ లేకుండా.

నిజంగా ప్రజల మేలు గోరేవాళ్ళంతా కమ్యూనిస్టులయ్యుంటారని ఎవరో అన్నప్పుడు కొన్నాళ్ళపాటు కాంగ్రెసు గుడ్డలు విడిచేశాడు. దరిమిలాను, కాంగ్రెసే కమ్యూనిజంలో కెళిపోతూందని ఎవరో, కమ్యూనిజవే కాంగ్రెసును తనలోకి లాగేస్తోందనింకెవరో

అన్నప్పుడు అలాగయితే మనం కాంగ్రెసులోనే ఉంటే సరిపోద్దని ఖద్దరు చింపించాడు – పెద్ద స్టేటుమెంటిచ్చి.

మొత్తానికి చెప్పబోయిందేవిఁటీ అంటే ఇలా దేశసేవ జేసుకుంటూ కొన్నాళ్ళకి బుచ్చబ్బాయి మంత్రి పదవి గాపోయినా మంచి పదవి గడించాడు. మరి కొన్నాళ్ళకి 'ఏక్ దిన్ కా సులతా'నన్నట్టు ఒకరోజు మంత్రి అవబోయినంత పన్జేశాడుగాని గిట్టనోళ్ళు గొడవబెట్టారు. బుచ్చబ్బాయి నిలకడలేని మనిషనీ, గంటకో టోపీ, పూటకో గ్రూపూ, రోజుకో పార్టీ, లక్ష్యం, ఆశయం రంగూ హంగూ మార్చేసే ఊసరవెల్లి అనీ విమర్శించారు. ఇలా ఊరందరికీ దెలిసిన ఊసరవెల్లిని మినిస్ట్రీలో వేసుకుంటే అపర్దిష్టన్నారు. వెంటనే బుచ్చబ్బాయి తనకి పదవులక్కర్లేదని చెప్పి పార్టీ మార్చేశాడనుకో – కొన్నాళ్ళగ్గానీ మళ్ళీ నిజమైన దేశసేవకుడి పదవి రాలేదు.

"నువ్వు జెప్పు సుబ్బరాజూ, పార్టీలే రంగులు మార్చేస్తున్న ఈ రోజుల్లో, కొన్ని పార్టీలు జుట్టుకోరంగు, మీసానికోరంగు, రాష్ట్రానికో రంగు, అవసరానికో హంగు మారుస్తున్న ఈ కాలంలో రంగు మీద రంగేస్తున్న పరిస్థితుల్లో బుచ్చబ్బాయి ఊసరవెల్లి అని తిట్టడం సబబే నంటావా?" అన్నాడు రెడ్డిగారు.

"తప్పే! అసలు బుచ్చబ్బాయి ఊసరవెల్లికాదు. అతన్ని పార్టీల, గ్రూపుల కళ్ళజోళ్ళతో చూసినవారే పొరబాటు పడ్డారు. మొదట్నించి చివరిదాకా బుచ్చబ్బాయి కోరిక మినిస్టరివాలనే. అదే అతని పార్టీ, అదే పాలసీ, అదే ఆశయం. ఏ పార్టీలో ఉన్నా అతని మనసులోగాని, పద్ధతిలోగాని ఎన్నడూ మార్పులేదు. అంచేత అతను ఊసరవెల్లికాడు, అవసరాలనుబట్టి అతన్ని చేరదీసిన గ్రూపులూ, పార్టీలే ఊసరవెల్లులు" అన్నాడు సుబ్బరాజు.

★ ★ ★

18 శాసన క్రీడాభిరామము

"నిన్న కనబళ్ళేదేం" అన్నారు రామిరెడ్డిగారు.

"లిటిగేష నొచ్చింది" అన్నాడు సుబ్బరాజు ఉసూరున కూర్చుంటూ.

రెడ్డిగా రిప్పించిన దాహం పుచ్చుకుని స్తిమితపడ్డాక "ఎరక్క చిక్కడ్డా నిందులో.... అన్నీ అడ సవాళ్ళూ, మడత పేచీలూను" అన్నాడు. సుబ్బరాజు స్వతహా అరు బయటపడే మనిషి కాడని రెడ్డిగారికి తెలుసు "ఏవిటి కథ?" అన్నారు.

"అఁ! నామినేషనులో చౌదరిగారి వైసుకి లిటిగేషను పడింది: ఇస్కూలు చదువు కేసిన పుట్టిన్తారీక్కీ, చావు పుటక లాఫీసులో రాయించిందానికీ తభావతొచ్చిందట. ఈనేదో ఉద్యోగం వెలగబెడతాడనీ చిన్నప్పుడు అందులో ఎక్కు వేయించారు. అవతలాళ్ళకి పేచీ తెలిసిందట. నామినేషను పణ్నిచ్చి ఎల్లక్షను దాకా రానిచ్చి ఆనక ఈనే గెలిస్తే ఇదుగో ఈ గొడవెత్తి, కేసు పెడతారని ప్లానుట. ఎలాగో తెలిసింది. లబోదిబో మంటున్నాడాయన. కాళ్ళు బారజాపేసాడు. దాన్సంగతి కనుక్కుందుకు పట్నం పరిగెత్తాం" అన్నాడు సుబ్బరాజు.

రెడ్డిగారు మందహాసం చేశారు.

"ఓ ప్లీడరిటంటే మరోడటంటాడు. ఏ తేదీ వేసినా పేచీ పెట్టొచ్చునుట. ఏం దారనీ గింజుకుంటున్నారు"

"పెద్ద చిక్కే"

"ఛ ఛస్. ఇదా చిక్కు? మొగసిరుంటే సజావుగా పోట్లాడాల్లప్ప..."

రెడ్డిగారు కొంచెం ముందుకు వంగి సుబ్బరాజు భుజం తట్టారు చనువుగా. "రాజూ నివ్వు వైసుకి చిన్నోడివైనా చాలా దెలుసుగాని, ఇందులో తప్పు ఊహ జేస్తున్నావు. ఇలా టెవారాల్లో - ముఖ్యంగా కోర్టు గొడవల్లో చిన్నదనేదే లేదు. ఉన్నా అది అవుసరాన్నిబట్టి పెద్దదవుద్ది. ఇపుడు ప్రెసిడెం టెల్లక్షను గురించి రాజ్యాంగాన్నెందుకు సవరించారంటా? అజ్జెప్పు. తొంభై ఓట్లేటూ తొమ్మిదటూ పడిగెలిచినా, ఆ నూరో ఓటు పణ్నండువల్ల ఎల్లక్షను చెల్లదంటున్నారని గదా! మరది చిన్నదికాక మరేటి? కానీ, రేపొద్దున్న యాభయ్యేటూ నలభై తొమ్మిదటేపూ పడ్డపుడు అదే పెద్దదవుద్ది గదా!"

"అయితే ఇప్పుడు చౌదరిగారి కోసం రూలును సవరించాలంటారా?" అన్నాడు సుబ్బరాజు.

"దానికేవుంది? మార్చడానిగ్గా పోతే రూలుసు మరెందుకులే. ఎవడో జెప్పినట్టు రూలుసు సవరించడానికీ, మార్చడానికే పుట్టాయిట. కుంటి వ్యాఖ్యానాల్తోసి చమత్కారంతో వాటిని నెగ్గించే వాళ్ళున్నప్పుడు మార్చకేం జేస్తారు మరి. సాంబయ్య కథ తెలీదు గావాలు. ఎల్లక్షనులో ఏనాడూ నిలవాలేదు, గెలవాలేదు గానీ, చిన్నచిన్న రూలుసు తోటే పెద్దపెద్ద ఆటలాడించాడు వెనకనించి. ఆడి చదువెంతో మనకి దెలీదుగాని, కావల్సింది తెలిసి వెవహారం జేస్తాడనిపించింది. మైన రచ్చిరెడ్డింట జూశాను మొదటిసారి మా తోటల్లుడింటికి చుట్టపు చూపుగా వెళ్తే. యల్లక్షన్లవుతున్నాయి నాల్రోలుండూ అన్నాడు. అచ్చిరెడ్డికి మైన్లు లేవుగాని, దర్జా, ఆ ఖర్చూ జూసి మైనరని బిరుదిచ్చారు. బియ్యేదాకా కాలేజీ చదివాడులే. ఆసా రెల్లక్షనుకి అతనికి పార్టీ టికెట్టు రాలేదు. బుచ్చిరెడ్డి అని అతని పింతండ్రి కొడుకు. అతనికిచ్చారు. చాలా తగాదా పెట్టాడు అచ్చిరెడ్డి. పైనించి పెద్దలొచ్చి సర్ది చెప్పి ఆపారు. అళ్ళుఎెళ్ళగానే, కింది నించి చిన్నలొచ్చి రెచ్చగొట్టి ఎగసందోశారు. ఇండిపెండెంటుగా నిలబడూ - ఒక్క ఊపు ఊపేద్దారి పార్టీని, అళ్ళ ప్రిష్టీజీనీ" అన్నారు. అయినవాళ్ళొద్దన్నారు గాని, కానోళ్ళ మాటే చెవినిబెట్టి ఈ గోదాలోకి దూకాడు అచ్చిరెడ్డి. నే వెళ్ళేసరికి తతంగవంతా అయ్యేపోయిందనుకో.

ఈ యన్నదమ్ముల తగాదా జూసి అవతల పార్టీ వోళ్ళు తగ్గి అచ్చిరెడ్డి ఇండిపెండెంటుగా నిలబడితే బలపరుస్తామన్నారు. మీ పలుకుబడీ, డబ్బూ, మా మద్దతూ గలిస్తే ఇహ జెప్పాలా అన్నాడు వాళ్ళ రాయబారి. అచ్చిరెడ్డి సై అన్నాడు.

నామినేషను రాయిస్తున్న రోజున నలుగురం కూర్చున్నాం. హస్తవాసి మంచిదని నన్నే రాయమన్నారు ఫారం. ఆపండాపండంటూ వచ్చాడు సాంబయ్య. చాలా గొప్పగా నవ్వాడు. నామినేషను మీద అచ్చిరెడ్డిగారే రాయాల్దప్ప, మీ దస్తూరీ పనికి రాదన్నాడు. సాంబయ్యకి బుచ్చిరెడ్డి మనిషని పేరుందట లోగడ. కాని, అతని వెంట తిరగడం మానేశాట్ట. దానికి తోడు అచ్చిరెడ్డి డ్రెస్సు వేసుకోడం మొదలుపెట్టాడు - ఆ వేస్టుకోటు, బెల్టు, జోడు, పంచెకట్టూ, పట్టుకండువా అన్నీ ఇవే. ఢిల్లీలో చూడు - అచ్చు నెహ్రూగారిలా ఎందరు పాలిటీషియన్లు కనబడతారోను. అదో సూచన. ఇహ మళ్ళీ మళ్ళీ నోరెత్తి విడమర్చి వేరే చెప్పకుండా, ఇలా వేషభాషల్లో ఒక్కసారి ఇమిటేషన్ జేసి పారేస్తే సరిపోతుంది. సాంబయ్య డ్రెస్సు మార్చినప్పట్నించి అచ్చిరెడ్డి కనిబెడుతూనే ఉన్నాడు. నాల్రోలు చూసి పలకరించాడుట. స్నేహం మళ్ళీ ఆరంభమయింది. కొత్త స్నేహం గదూ - సామెజ్జెప్పినట్టు ఇట్టే పుంజుకుంది.

సరే, అతనలా అనగానే అందరం తెల్లబోయి చూశాం. నాకూ పాలుబోలేదు. ఎల్లక్షనెవరాలూ, కేసులూ, గట్రా చాలా చూసి తిరిగినవాడు సాంబయ్య, ఉత్తి పుణ్యానికిలా అండని దెల్సు మరి.

నామినేషను ఫారంలో 'ఫిల్డుబై' అని ఉంటది. 'ఫిల్డుబై' అనగా ఫలానావాడి 'చేత' అని అర్థం. చేత అంటే సాక్షాత్తూ స్వయానా వాడి స్వహస్తాలతోటే రాయాలిట. కావాలిస్తే పాట్నా హైకోర్టు కేసు ప్రెసిడెంటుంది. పరమేశ్వర కుమార్ వర్సెసు లహతాన్ చౌదరి చూసుకోండి అన్నాడు సాంబయ్య దర్జాగా.

అచ్చిరెడ్డి నాకేసి అదోలా చూశాడు. పెద్దోడివి జహంగేరులా బుర్రమీసాలు పెంచావూ ఈపాటి దెలీదా అన్నట్టు.

నేను ఏదో చెప్పబోయ్యేలోగా సాంబయ్య మళ్లీ అందుకుని, "రెడ్డిగారూ, వీట్లో చాలా జాగర్తగా ఉండాలి. అంతెందుకు? ఇంగ్లాండులో ఓ కేసయింది. అందులో అభ్యర్థి తన పేర్రాసినపుడు ఇంటి పేరు సొంతం రాయకుండా పొడక్షరాలు వేశాడుట. అంతేనండి. కేసు పెట్టాడవతలివాడు. నామినేషను సరికాదని ఎల్లక్షను కొట్టేశారు" అన్నాడు.

అందరూ నివ్వెరపోయారు. అచ్చిరెడ్డిగారు ఇంకో ఫారం రాయాలా అంటున్నాడు. ఇంకెవరో అపశకునం అని గొణిగారు.

"అయితే సాంబయ్యగారూ, మీరు చెప్పిందేవిటి? లహతాన్ చౌదరి కేసులో, బై అంటే స్వహస్తం అన్నది ఆర్గ్యుమెంటా? జడ్జిమెంటా?" అన్నాను నేను కొంచెం బెరుగ్గానే.

సాంబయ్య ఉలికిపడి నాకేసి చూసి, "ఏం? జడ్జిమెంటే కామోసు" అన్నాడు.

నా వూహ రైటే అయింది. సాంబయ్య బుకాయించనన్నా బుకాయించాలి, లేకపోతే, సొంతం తెలీకనన్నా పోవాలి.

"నామినేషనులలో అభ్యర్థి స్వహస్తం ఉండాలని తీర్పిస్తే ఎలాగయ్యా? అదే రూలయితే, చదువుకోని వాళ్ళు, నావంటి నిశానీలు ఇహ యెల్లక్షనుకు నిలబడకూడదనేగా. అలా అయితే, అది మరి రాజ్యాంగానికి చుక్కెదురు కదూ?" అన్నాను.

సాంబయ్యే అందరికన్న ముందు అందరికన్న గట్టిగా నవ్వేశాడు.

"రైటే. రైటే. తమాషాకన్నాను రెడ్డిగారూ. ప్లీడరుగారు అలా ఆర్గ్యుమెంటు చేస్తే జడ్జిమెంటులో ఆ వాదాన్ని కొట్టేశారు. అహ... రేప్పొద్దున్న ఎలాటి చిక్కులొచ్చేదీ మన అచ్చిరెడ్డి గారికి తెలియద్దా అని హెచ్చెరుగ్గా చెప్పానంతే" అన్నాడు.

అచ్చిరెడ్డి ముఖం ముడుచుకుని ఇకిలించాడు.

"ఇహనేం? ఈయన్ని మనకి లీగ లెడ్వయిజరుగా వేసుకోరాదూ?" అన్నాన్నేను.

సాంబయ్య నా చేతులు పట్టుకున్నాడు. "ఛఛ ఎంత మాట....?" అంటూ. సర్లే, అవన్నీ ఎందుకు. ముఖస్తుతి మాటలనుకో. మొత్తానికి మేమిద్దరం నేస్తం గట్టాం.

నామినేషను రాయడం పూర్తి అయి అంతా సంతకాలు పెట్టేశాక, సాంబయ్య మళ్ళీ ఓసారి క్షమాపణ లాటిది చెప్పుకున్నాడు.

"అసలు చిన్నచిన్న విషయాల మీద ఎల్లక్షను కేసులకి ఆస్కారం ఉండరాదని ఒక నియమమే ఉందనుకోండి. అంచేత పాట్నా కేసు ప్రెసిడెంటు కాకపోయినా రేపు బుచ్చిరెడ్డి ఓడాక తెలివితక్కువగా కేసుకి దిగినా దెబ్బతింటాడు" అన్నాడు.

"సర్లేవయ్యా సంజాయిషీ లింకా ఎందుకు" అన్నాను నవ్వుతూ భుజం తట్టి.

మేవిద్దరం జతగట్టడం చూసి అచ్చిరెడ్డి పొంగిపోయి, "ఇహనీ కాంపెయిను నడిపే భారం మీ ఇద్దరిదీ అన్నగారూ" అనేశాడు.

ఇద్దరిదీ అని అతనన్నా, అంతా సాంబయ్యే చేశాడు. ఏ మాటకామాటే జెప్పాలి. అందులో అతనికతనే సాటి. నాకా ప్రజ్ఞ లేదు. చురుకు పాలెక్కువ వున్నవాడు

గాబట్టి దూకుడుగా దిగాడు. ఆరంభంలో కొన్నాళ్ళపాటు ఎదటి వాడిమీద దాడి చేదామన్నాడు. దాన్ని నెగెటివు కాంపెయి నంటారని చెప్పాడు. ఓహో అన్నాను.

కాని ఆ నెగెటివ్ కాంపెయిను బెడిసి కొడుతుందని నాకు భయం. ఇప్పటికీ అంతేననుకో. బుచ్చిరెడ్డి దగ్గర కొన్నాళ్ళున్నాడేమో. అతని గురించి నాలుగు తెలుసు. అందుకని అతని జాతకం దీసి బజార్న బెట్టాడు సాంబయ్య. పోస్టర్లలో అచ్చిరెడ్డికి ఓటెయ్యమన్న వాటికన్న బుచ్చిరెడ్డికి వద్దనే ధోరణిలోనే ఎక్కువేయించాడు. బుచ్చిరెడ్డి చేస్తానన్న పన్లు ఏకరువు బెట్టి, మాకు ఓటేస్తే ఇంకేవన్నా జేస్తాంగాని, ఇవి మాత్రం చెయ్యాం. ఇవి జనానికి మేలు చేసేవిగావు అంటూ ప్రచారం చేశాడు. కథ కాస్త పైస్థాయి కొచ్చేసరికి వ్యక్తినింద దాకా వచ్చేశాడు.

ఒక సభలో గావోసు, అచ్చిరెడ్డికి ఓటేస్తే అపోజిషను వాళ్ళకి మూగతనం వచ్చేస్తుంది. కార్టూనులు వేసే వాళ్ళూ, విమర్శలు చేసేవాళ్ళూ, సెటైర్లు రాసేవాళ్ళూ మూలబడి మాడిపోతారు. అంత గొప్పగా వేలెట్టి చూసి వంకబెట్టేందు కాస్కారం లేకుండా ఉంటుంది అన్నాడు. చమత్కారం బాగుందని చుట్టూ ఉన్న వాళ్ళు అనడంతో రెచ్చిపోయి మరి పదిసార్లు అదే మాట అన్నాడు.

ఓనాడు బుచ్చిరెడ్డి అందుకుని దానికి జవాబును ప్రయోగించాడు.

"మరే, అచ్చిరెడ్డికి ఓటేస్తే హేళన చేసేవాళ్ళు మూలబడతారు. అందుక్కారణం పరిస్థితులు అంత ఘోరంగా హేళన లన్నిటినీ దాటిపోయి ఉండడమే" అన్నాడు.

"అచ్చిరెడ్డికి ఓటేస్తే అపోజిషను వాళ్ళ నోళ్ళు మూతపడతాయట. నిజమే. వాళ్ళంతా ఆయనగారి పరిస్థితులు చూసి నిశ్చేష్టులై కొయ్యబారిపోతారు" అన్నాడు.

ఈ దెబ్బతో అచ్చిరెడ్డి కంగారుపడి, సాంబయ్యని పిలిచి చివాట్లేశాడు. "ఇదేందయ్యా నువ్వు ని నెగెటివ్వులును, చూడు కథ అడ్డం తిరిగి బెడిసి కొట్టింది. ఆళ్ళూ గూబ్బద్దల కొడతన్నారు, అత్తెలివి చమత్కారాలకి దిగొద్దు ఇంకెప్పుడూ?" అన్నాడు.

అక్కడితో సాంబయ్య కొంచెం తగ్గాడు. కాని అప్పటికి అవతలి వాళ్ళు కొత్త పంథాలో కూడా ప్రచారం ఆరంభించారు. "ఓటు కావలిస్తే తనేం చేస్తాడో చెప్పాల్గప్ప ఇలా మనల్ని తిట్టిపొయ్యడం ఏం బుద్ధి? ఇదేం మర్యాదా" అన్నారు.

జనం కూడా ఈసడించుకున్నారు.

ఎవరన్నా జెప్పారో, తనకే దట్టిందో మరి - మరి - నాకు దెలీదుగాని, ఆ రాత్రి అచ్చిరెడ్డి నన్ను చాటుకి దీసుకెళ్ళి సాంబయ్య గురించి నా కనుమానంగా ఉందన్నాడు.

అబ్బే. దగాజేసేవాడు కాడు అని నేను అనబోయే వరకూ అచ్చిరెడ్డి తన అనుమానం మరేం కాదనీ, ఇతనికి నిజంగా సాధక బాధకాలూ, శాస్త్రం దెలుసా అనీ అన్నాడు. నేను మాటాడకూరుకున్నాను. ఆ సాయంత్రవేఁ కబుర్ల మధ్య సాంబయ్య నిష్కారణం ఓ కేసు యేకరు బెట్టాడు. అంబేద్కరుగారు పోయినప్పుడు స్టేట్సు కవున్సిలులో సీటు కాళీ అయితే, దానికి జరిగిన బై ఎలక్షనులో పి.ఎస్. రాజ్‌భోజ్‌గారిని కాంగ్రెసు నిలబెట్టింది. అప్పుడే బొంబాయి అసెంబ్లీ కొత్తగా ఏర్పడింది. సరే, ఆ సీటుకి అదొక్కటే నామినేషను అయినందువల్ల పోటీ లేదని ఆయన ఎన్నికయినట్లు ప్రకటించారుట. కాని అప్పటికి కొత్త అసెంబ్లీ సభ్యులింకా

ప్రమాణ స్వీకారాలు చెయ్యలేదు. ఒక వారం పదిరోజులు తేడాలో జరిగింది. ప్రమాణం చెయ్యని సభ్యులు రాజ్యసభకి ప్రతినిధిని ఎలా ఎన్నుకున్నారు? అది చెల్లుతుందా? అంటూ కేసు పెట్టారొకాయన. అందుమీద బొంబాయి హైకోర్టు మీమాంస చేసింది. పుస్తె ముడిపడినట్టా కానట్టా? అని. 'అసెంబ్లీలో ప్రవేశించడం' అనే మాటకి అర్థం ఏమిటి అన్నారు. ప్రవేశించడం అంటే బొందెతో వెళ్ళి కూర్చోడమేనా - లేక చట్టరీత్యా సభ్యుడు అయి, అహక్కులు పొంది వాడుకోడమనా? ప్రమాణ స్వీకారం చెయ్యకుండా సభ్యుడుగా వ్యవహారం చేసి ఓటింగుల్లో పాల్గొనడం ఎన్నికల చట్టం 188 ప్రకారం అక్రమం కాబట్టి, ప్రమాణం చేసేవరకూ ఎన్నిక అయినవాడు సభ్యుడి కింద లెక్కకాదని ఒకరు వాదించారు. అలా కాదు. ఎన్నిక అయిన సభ్యులు రాజ్యసభకి తమ ప్రతినిధిని ఎన్నుకోవాలని 80వ సెక్షను చెబుతూంది కాబట్టి 188 కన్న 80 అంకె ముందర వస్తుంది కాబట్టి ప్రమాణం చెయ్యకపోయినా ఎన్నుకునే హక్కు ఉన్నట్టు తేలుతూందని కొందరన్నారు. ఆరునెలలు వరుసగా గైరుహాజరయితే అతని సభ్యత్వం రద్దు అయినట్టు అసెంబ్లీ ప్రకటించాలని 190లో ఉంది గాబట్టి - ప్రమాణం చేసినా మానినా ఎన్నిక అయినవాడు సభ్యుడికిందే జమయినట్టు రుజా అవుతుందన్నారు. అసెంబ్లీలో ప్రవేశం అన్న చిన్న మాటకి అర్థం మీద అంత లిటిగేషనయింది. అంచేత మనం జాగర్తగా ఉండాలి, అవటాని చెప్పకొచ్చాడు సాంబయ్య.

సందర్భం లేకుండా, దానికి సంబంధించిన చర్చగాని, ప్రస్తావనగాని లేకుండా ఉత్తి పుణ్యానికి సాంబయ్య ఇదెందుకు చెప్పాడో ఎవరికీ అర్థంకాలేదు. ఎవరూ మాటాడలేదు. ఇప్పుడే వస్తాను అంటూ పనున్నట్టు లేచి పక్క గదిలో కెళ్ళిపోయాడు సాంబయ్య.

మావసం దిన్నోడు బొమికలు మెళ్ళో గట్టుకున్నట్టుంది. ఏదో సతిగాడు గావాల - అది గాస్తా మన్నెత్తిన రుద్ది పొయ్యాడు అన్నాడొకాయన మెల్లిగా.

కోటి విద్యెలూ కూటి కొరకే అన్నాడింకో పెద్ద గుంభనంగా.

అదేమ్మాటలే, శానా యెక్కువ సతిగినా అంతేనూ. లోపల ఇవఁడక అలా పైకి తన్నుకొస్తది - ఈ సతిగిన వాళ్ళతో ఇదే సిక్కు. యెప్పుడెందుకేం జెబుతారో మనకి తెలిస్తావదు అన్నాడు అచ్చిరెడ్డి బావమరిది.

మొత్తానికి సాంబయ్య యెందుకు చెప్పాడో తెలీదుగాని అచ్చిరెడ్డి మనసు కుదుటపడింది. ఈడిక్కొంత డొక్క సుద్దుందిలే అని స్తిమితపడ్డాడు.

ఇజ్జరిగిన మూణ్నాలుగు రోజులగ్గావాల సాంబయ్య ఆదరాబాదరా వచ్చి రాచకార్యపుంది రమ్మన్జెప్పి అచ్చిరెడ్డిని, నన్ను ఓ గదిలో కూచోబెట్టి తలుపేశాడు.

ఇపుడు ఎలక్షనుకి కొత్త మలుపొచ్చిందన్నాడు ఆయాసపడుతూ. పార్టీ తరఫున ఒకడూ, సొతంత్రుడుగా ఒకడూ మాత్రవే నిలబడడం చూసి, ఇందాకా తటపటా యించిన మరో పార్టీ పెద్ద మనిషొకాయన ఈవాళ నామినేషను పడేయించేస్తున్నాడని చెప్పాడు. అచ్చిరెడ్డి అదిరిపడి, అయితే మన ఖర్చులు తడిసి మోపెడవుతాయా అన్నాడు. సాంబయ్య నవ్వి బుజం తట్టి అదేగా నేను చెప్పొచ్చింది అంటూ తన ప్లాను చెప్పాడు.

అతనితో బుచ్చిరెడ్డి మాటాడాడుట. మనం మనం తగూలాడుకుని డబ్బు

తగలేసుకోడవేల, మీ వోణ్ని తగ్గమనూ, కొత్తగా గోదాలో కొచ్చినవాడి పసేవిటో నీకు దెల్సుగదా? అంచేత మనోడు తప్పుకుంటే నా గెలుపు ఖాయవుఁ అన్నాట్ట. పోతే అలా తప్పుకుందుకు ప్రతిఫలంగా - ప్రతిఫలవఁను ఏవఁను - అచ్చిరెడ్డికి కవున్సిలులో సీటుకి ఏర్పాటు చేయిస్తానన్నాట్ట. పార్టీ పెద్దలతో మాటాడ్డవయిందనీ, అచ్చిరెడ్డికి కవున్సిలు సీటివ్వడానికి అంతా ఒప్పుకున్నారనీ కూడా చెప్పాట్ట.

"మనవలా ఇప్పుడు తగ్గి, ఇంకో నెల్లాళ్ళ తరవాత ఆళ్ళ పార్టీ తరపున కవున్సిలు సీటు సంపాదించుకుంటే, అది లంచం దిన్నట్టుగాదా. అది దగా అవదా, నేరం అవదా" అన్నాను నేను.

సాంబయ్య నవ్వాడు. "రెడ్డిగారు సత్తెకాలపు మనిషి. మీదంతా విడ్డూరం. ఇందులో కొత్తేవుంది గనక? ఎన్నికలనేవి మొదలయిన కాణ్నించి నామినేషను చివర్రోజు దాకా నిలబడి తప్పుకోవడం, ఏదో ఒకందాన బాగుపడ్డం రివాజుగానే ఉంటూంది గదా. నే నెరిగిన ఎందరో ఇలా బాగుపడి మేడలు గట్టారు. ఇది రాజకీయ వ్యాపార ధర్మం. దీన్ని దగా అనీ, నేరంవనీ ఎవడంటాడు" అన్నాడు.

"అది సర్లే. మామూలుగా ఎవుడూ అనడంలేదనుకో. మనం తప్పుకున్నప్పుడూరుకున్నా అనాక కవున్సిలు కెక్కినపుడు, మన దగ్గర దగా తిన్న పార్టీ వాళ్ళూరుకుంటారా? పరువు పైకోర్టుదాకా తీసుకెళ్ళి ఎల్లక్షను రద్దు చేయించెయ్యరూ?" అన్నాను నేను.

అచ్చిరెడ్డి కొంచెం కంగారు పడ్డాడు.

సాంబయ్య మాత్రం గర్వంగా చూశాడు. పకపక నవ్వాడు. 'అందుకే నాలాటోడి సలహో అన్నారు మరి. అయన్ని చూడకుండానే నేనీ బేరాని కొప్పుకున్నానా? మీరు గావాలంటే కనుక్కోండి - ఏదో కొంత నష్టపరిహారం తీసుకుని పోటీ నుంచి తప్పుకోడం మీరన్నట్టు లోగడ నేరవేఁ! కొన్నాళ్ళులా ఉంటూ వచ్చి దరిమిలాను - 1956 నించి గాబోలు ఉండడం మానేసింది. ఇపుడది రాజాలాటి పని' అన్నాడు.

అచ్చిరెడ్డి నవ్వాడు, సాంబయ్యకి పౌరుషం వేసుకొచ్చింది. "నవ్వకండి. నమ్మకం లేకపోతే రాజస్థాన్ కోర్టులో దుర్గాప్రసాద్ చౌదరి వర్సస్ బెహారీ లాలుకేసు చూడండి. అందులో చౌదరి మీద పోటీకి దిగిన సేఠ్ సోభగ్‌మల్ లోడా అనే ఆయన మీలాగే నిలబడి కొన్నాళ్లు ప్రచారం కూడా చేశాక మానుకున్నాడు. అనాక చౌదరి తరపున ఢేబరుగారెళ్ళి మాట్లాడి సేటుగారికి రాజ్యసభ సీటిప్పిస్తామని పార్టీ తరపున మాటిచ్చాక పోటీనించి తప్పుకున్నాడు. మీక్కావాలంటే చూసుకోండి నాకు బాగా గుర్తు కూడాను. ఎ.ఐ.అర్. 1958 కేసుల వాల్యూములో 324 వ పేజీ. అఁ" అన్నాడు ఆయాసపడుతూ.

ఎన్నికల చట్టంలో కరప్టను ప్రాక్టీసులు అన్న పేరిట రెండు సెక్షనులున్నాయిట. ఆ యపరాధాల జాబితాలో పెద్దరకం, నాసిరకం కేటాయింపుగా ఉంటాయి. నూటిరవై నాలుగో సెక్షనో ఏదో అన్నాడు - అందులో ఉండేదిట ఈ 'లంచం' పుచ్చుకోడం, దరిమిలాను చట్టం సవరించి తీసిపారేశారు. ఒకరకంగా రైటేననుకో. ఎన్నికల చట్టం ఎన్నికల గురించి మాటాడాలి దప్ప - తప్పుల్ని ఎంచి దండించడం దాని పనిగాదన్న ఉద్దేశంతో సవరించారు.

అసలదీగాక, శానామంది ఇదేపని చేస్తూ ఉంటే ఎందరి మీదని కేసులెడుతూ కూచుంటారు? మెజార్టీ జనం చేసేది నేరవెలా అవుద్ది?

"అలాగయితే ఇహ కావలసిందేవుందయ్యా. నీకు హైరాణ తప్పేతుంది. ఖర్చు తప్పేతుంది. సీటుకి సీటు వస్తుందే" అన్నాను నేను.

నామినేషను ఉపసంహారం జేసుకుందు కింకో షరతుందన్నాడు సాంబయ్య. ఆఖర్రోజుదాకా అగి, మళ్లీ ఇంకోడెవడూ నిలబడకుండా, నీకు మద్దతిస్తున్న పార్టీ ఎవణ్ణీ నిలబెట్టకుండా, దేనికీ టైము లేకుండా జేసి మరీ మానుకోవాలన్నాడు. పోతే, ఇంతవరకూ పబ్లిసిటీ కయిన ఖర్చులిగ్గాను పదివేల దాకా ముట్టజెబుతానన్నాట్ట బుచ్చిరెడ్డి.

"అంతేగాదు మన దగ్గర ఇంకా వాడకుండా మిగిలిపోయిన పోష్టరు కాయితాలను, బోర్డులను, అట్టలను బుట్టలను ఈ సరంజామా అంతా ఏదో ఓ ధర జేసి బుచ్చిరెడ్డి కమ్మేద్దాం" అన్నాడు సాంబయ్య.

"అదెలాగ? అయన్నీ అడు మటుకేం జేసుకుంటాడు?" అన్నాడు బుచ్చిరెడ్డి.

"అ ఏవుందీ ఒక్కక్షరవేఁ గదా తేడా? అచ్చిరెడ్డి అన్న పేర్లో 'అ' మీద 'బు' అక్షరం అతికించేస్తే పోలా" అన్నాడు సాంబయ్య నవ్వి.

అక్కడితో అచ్చిరెడ్డి ఒక తీర్మానాని కొచ్చేశాడు. ఇది లాభసాటి బేరవనీ, దీనికి ఒప్పేకోవచ్చుననీ.

ఈ ముక్క మూడో కంటి వాడికి తెలీరాదన్నాడు సాంబయ్య.

"మూడో కంటివాడికి తెలీకుండా ఏదీ ఉండదు. వాడి పేరు గలాడివి నువ్విక్కడ ఉండనే ఉన్నావు" అన్నాన్నేను.

సాంబయ్యకి నా మాట తెలీలే. తికమకపడి నవ్వి, సావిట్లో పోష్టరు లెక్కచూడబోయాడు.

ఇందులో పెద్ద దగాకోరెవరూ అని ఆలోచిస్తూ కూర్చున్నాను నేను. లాభసాటి బేరం చూసి, ఇటు తనను నమ్మి మద్దతిచ్చిన పార్టీని దగా చేసిన అచ్చిరెడ్డా? అచ్చిరెడ్డిని వాడుకుని ఎదటి పార్టీలు రెండింటిని, కడవఁ సొతంత్రుల్నీ నిలబడకుండా జేసి పోటీ లేకుండా నెగ్గుతున్న బుచ్చిరెడ్డా, అతని పార్టీనా అన్నది తెలీలేదు. ఇంకో గంటకి సాంబయ్యొచ్చి, కొత్తగా పోటీకి దిగిన మూడో అసామి కూడా దారి కొచ్చేస్తున్నాడనీ, అది కూడా జరిగితే నామినేషన్‌లు గడువు తీరిన మర్నాడు బుచ్చిరెడ్డి ఒక్కడే ఫీల్డులో ఉంటాడనీ, పోటీ లేకుండా గెల్చుకుంటాడనీ, ఎన్నిక ఏకగ్రీవంగా జరిగినట్టవుతుందనీ చెప్పాడు సంబరపడిపోతూ.

ఈళ్ళంతా ఎవర్నెవరూ దగా జేసుకోటం లేదనీ, అంతా కలిసి ప్రజల్ని బోల్తా కొట్టిస్తున్నారనీ తోచింది. మధ్యాహ్నవేళ మనసు బాగుండక అలా ప్లీడరుగా రింటికేసి షికారెళ్ళాను. ఎల్లక్షను 'లా పాయింట్లో'యనికీ బాగా తెలీవు. కొత్తగదా! మన కెల్లక్షన్లొచ్చెన్నేళ్ళయింది గనక? కాని పాపం ఓపిగ్గా నేనడిగిన పాయింట్ల కోసం కేసులు దిరగేసి చూసి చెప్పాడు. శానా సంగతులు దెలిశాయి.

కొంచెం కంగారు బుట్టింది. చురుగ్గా అడుగేసి కొంపజేరాను. వాకిట్లో జీపులు, లవుడు స్పీకర్లు, కుర్రాళ్లు, బుర్రకథల దళంవాళ్ళు అంతా – రోజూలాగే సందడిగా

ఉన్నారు. 'అచ్చిరెడ్డి ప్లాను ఎవరికీ దెలిసినట్టు లేదు. గబగబా లోనకెళ్ళాను. అచ్చిరెడ్డి ఇలా' అని గదిలోకి కేకేశాను.

"పోటీనించి దిగద్దనేగా. తెల్సు. సాంబయ్య చెప్పాడిప్పుడే" అన్నాడు అచ్చిరెడ్డి నవ్వి.

నాకు శానా ఆశ్చర్యమైంది. కవున్సిలులో సీటుకి మాట దీసుకుని, ఈ పోటీ నించి తగ్గడం ఎల్లక్షను చట్టం 124 వ సెక్షను కింద అక్రమంగాకపోయినా ఆ మనిషి మీద పీనలుకోడు 171 వ సెక్షను కింద కేసు బనాయించి గూబ కదలెయ్యొచ్చు. దానికింద ఖాయమైతే ఎల్లక్షను చట్టంలో నూట ముప్ఫయి తొమ్మిదో, ఏదో సెక్షను కింద ఉన్న సూత్రం ప్రకారం ఆ అభ్యర్థి ఎన్నిక మీద దెబ్బతీస్తుందట. ఇటు శిక్షా పడుతుంది. అటు సీటూ చెడుతుంది. ఇంత వయినం ఉందని ప్లీడరుగారు చెప్పారు. ఇదంతా మరి సాంబయ్యేంచేత చెప్పలేదూ అని కంగారు బుట్టింది నాకు. అంతకు ముందున్న సెక్షన్లు చదివినోడు ఇది మటుకెందుకు చెప్పలేదూ? తెలీదా"

అంతేట. సాంబయ్యకి తెలీదుట. గాని అనుమానవుండి మాకీ సలహా జెప్పాక తనూ తన దారిన ప్లీడరింటికెళ్ళి లా పుస్తకాలు చూసి సలహా జేశాట్ట. సంగత్తెలీగానే నేను రావడానికో నిమిషం కితవేం వొచ్చి, అచ్చిరెడ్డికి వొయినం అంతా జెప్పి తప్పు మన్నించమన్నాట్ట. బుచ్చిరెడ్డితో బేరాలూ, రాయబారాలూ రద్దు చేసేద్దాం అని వెళ్ళాడట.

సర్లే. గండం దప్పిందని సర్దుకున్నాం. ప్రచారం ముమ్మరంగా సాగింది. అన్నదమ్ముల బిడ్డలు రచ్చకెక్కి పోటీ చేస్తున్నారని ఊరూ వాడా హోరెత్తిపోయింది. దానధర్మాలను, నాటకాలను, బుర్రకథలను ఒకటేమిటి ఎన్ని ఎన్నందాల చెయ్యాలో అన్నందాలా చేశారు. పార్టీలిచ్చారు. కూతవేటు దూరంలో దొరికిన కవులికి సన్మానాలు చేయించారు. పెళ్ళిపీటల వెనక నించుని ఉపన్యాసాలిచ్చారు. బళ్ళు, కార్లు సప్లయి చేశారు ఎవరెక్కడికి వెళ్ళాలన్నా. కొన్నాళ్ళపాటు ఊళ్ళో కిరాయి రిక్షాల గిరాకీ పడిపోయింది.

రెండు గుర్రాలూ – 'ఫోటో ఫిని'షంటారు జూడూ గుర్రప్పందాల్లో – అవిగో అలాగొచ్చాయి. పోలింగు రేపనగా ఇవాళ పోటీ ఎలా పడితే అలా వుంది. ఆ రోజు పొద్దుణ్ణించీ ఇంటింటికీ వెళ్ళి ఓటు హక్కున్న ప్రతివాడికీ పళ్ళు తోమి కాఫీ అందించడం దాకా వెళ్ళిపోయారు. రోడ్ల మీద రొజాయిలు పరిచేశారు. కాని పోలింగు నాడు కాన్వాసింగులు ఒళ్ళు దగ్గర పెట్టుకు చెయ్యాలని ఎవరికి వారే హెచ్చరించుకున్నారు.

ఆ రోజున ఒకటి రెండు హోటళ్ళవాళ్ళు కాఫీ ఫలహారాలు చాలామందికి ఊరికినే ఇచ్చారు. అక్కడా అక్కడా కూర్చున్న పెద్దమనుషులు బుచ్చిరెడ్డికే తాము ఓటేస్తున్నట్లు ప్రకటించారు యధాలాపంగా. కొందరు, పక్కవాళ్ళకి నూరిపోశారు ఫలానావాడికే వెయ్యాలని. పోలింగు రోజు ఉదయం ఏడున్నరకల్లా సాంబయ్య ఎక్కణ్ణించో పరుగున వచ్చి పోలింగు స్టేషను దారిలో దారి పొడుగునా మూడు నాలుగుచోట్ల బుచ్చిరెడ్డిగారు కాఫీ ఫలహారాలూ, గర్రా సప్లయి చేస్తున్నాడని చెప్పాడు. మనం చిట్టచివరి చోటయినా 'చలివేంద్రం' పెట్టకపోతే మాట దక్కదనీ, మన

ఓటర్లు నవ్వుతున్నారనీ అన్నాడు. పోలింగు మిడిల్ స్కూలులో పెట్టారు. దాని కిసింటా ఆ వీధి కీ చివర సాంబయ్య మేనల్లుడి ఇల్లుంది. లంకంత కొంప. తోరణాలు కట్టి అక్కడ భోజన ఫలహార వసతులు పెడదామన్నాడు.

పోలింగు బూతునించి నూరు గజాల లోపల కాన్వాసింగు జరక్కూడదనీ, ఎలాంటి తిళ్ళూ, చిరుతిళ్ళూ పెట్టరాదనీ రూలుందిట. అదీ సాంబయ్యే చెప్పాడు. తను దూరం కొలిచే వచ్చానన్నాడు.

అచ్చిరెడ్డి సరే నన్నాడు. తక్షణం హోటళ్ళనించి రెండు బళ్ళ మీద కాఫీ ఫలహారాలు అక్కడికి తరలించాం. నలుగురు వంటబ్రాహ్మల్ని పెట్టి ఫలహారాల తయారీ కూడా ఆరంభించాం. సాంబయ్య అచ్చిరెడ్డి ఏజంటుగాబట్టి అక్కడ ఉండరాదనీ, ఎవరో సంబంధం లేనట్టుండే వాళ్ళని పెడదామనీ చెప్పి నలుగుర్ని కుదిర్చాడు. వాళ్లు దారేపోయే వాళ్ళని మర్యాదగా పిలిచి ఫలహారాలు బెట్టి అచ్చిరెడ్డికి ఓటిస్తే మంచిదని మాటవరస కన్నట్టే ఏక వరసన చెప్పుకుపోయారు.

అవతలి వాళ్ళిది చూసి గోలపెట్టారు. సాంబయ్య ఎదిరించి నూరు గజాలు కొలిచేశామన్నాడు. కావలిస్తే కొలిచ్చూసుకోమన్నాడు. సాయంత్రం పోలింగు తెమిలే వేళకి తగాదా తారస్థాయి నందుకుంది.

ఆఫీసరు, ఇన్‌స్పెక్టరు అంతా వుండగా, పట్టుదల మీద బుచ్చిరెడ్డి పోలింగు స్టేషనుకి, ఈ టీ పార్టీ కొంపకీ మధ్య దూరం కొలుస్తానన్నాడు.

స్టేషనుగాదు, బూతు దగ్గర్నించి, అనగా బాలెట్ పెట్టెల చుట్టూ కట్టే తడికల గది నుంచి నూరు గజాలు కొలవాలనీ, ఆ లోపలగా ఈ పార్టీ ఇల్లు ఉంటేనే సెక్షను 77 క్రింద కేసు అవుద్దనీ సాంబయ్య వాదించాడు.

ఈ మతలబులన్నీ ఇలా యాకరువు బెట్టడంతో అవతలాళ్ళు రెచ్చిపోయి, సరిహద్దు పాయింటు మీద పట్టుబట్టారు. పోలింగు స్టేషనంటే బూత్ అని అర్థమా, అది ఉన్నగదా, ఆ గది ఉన్న భవంతా, ఆ భవంతి ఉన్న ఆవరణ గోడా, దాని గుమ్మమా, ఆ మెట్లల్లో ఆఖరి మెట్టు చివరి అంచా అన్నది మీమాంసకొచ్చింది.

బూతు దగ్గర్నించీ కొలిస్తే నూరు గజాలు అవతలే తేలింది. కాని బుచ్చిరెడ్డి పట్టుదల మీద బూతువున్న హాలు సరిహద్దు నించి ఈ స్కూలు భవంతి హద్దు నుంచి, కాంపౌండు గోడ నించి కూడా కొల్తలు తీశాడు. అవన్నీ కూడా నూరు గజాలకి లోపలే తేలాయి.

నాల్రోలు తరువాత, అచ్చిరెడ్డి నెగ్గినట్టు ప్రకటన వచ్చింది. మెజారిటే అట్టే లేదు. మరి నాల్రోలు తరువాత బుచ్చిరెడ్డి కేసు పడేశాడు – ఎన్నిక రద్దు చేయాలని, తను ఎన్నికయినట్టు ప్రకటించాలనీ.

అచ్చిరెడ్డి సాంబయ్య మీద మాట వరసకి మండిపడ్డాడు. కాస్త ఒళ్ళూ పై జూసుకు మగీ చేసుకు రావలసింది యియ్యన్నీ అన్నాడు.

ఆ మాటతో సాంబయ్య అలిగి పెడముఖం పెట్టాడు. నాల్రోలు మొహం చాటేసుకు తిరిగాడు. వారం తరువాత బుచ్చిరెడ్డి గ్రూపులో తిరగసాగాడు.

చివరికి కేసేమయిందని నన్నడక్కు. ఏమయితేనేం. కొన్ని వేలమంది ప్రజలు ఎన్నుకోబోయిన ప్రతినిధి ఎన్నిక అంతా గజమున్నర దూరం మీద ఆధారపడి,

పోయింది. సాంబయ్యకి రూల్సన్నీ తెలుసుననీ, అసలతను బుచ్చిరెడ్డి మనిషినీ, పెందలాళే ఇటేపుజేరి, సలహాదారుగా నటించి, కొన్ని రూల్సు తప్పుజెప్పి ఆనాకా సరుదుకున్నట్టు మళ్ళీ నటించి నిజాయితీ చూబెట్టి, అచ్చిరెడ్డిని బోల్తా కొట్టించాడన్నారు నలుగురూ. అతనే ద్రోహి అన్నారు.

ఎన్నిక రద్దు అయి ప్రజల డబ్బు మరో ఎన్నిక పేరిట దండగ కావడానికి ఇలాటోళ్ళే కారణమన్నారు.

సాంబయ్య చెప్పాడని అచ్చిరెడ్డిని పచ్చిగడ్డి తినమన్నదెవడూ? ప్రజల ప్రతినిధిగా ఎన్నికయి దేశాన్ని పాలిస్తాననే వాడికి ఈ మాత్రం తెలీదా, అలాటోణ్ణి నమ్మిన వాడే ద్రోహి అన్నారు కొందరు.

ఇలా ఎన్నికలలో కలగజేసుకున్నందుకూ, మనం చెయి జేసుకున్నందుకూ, ఇంత అపర్దిష్ట పాలయినందుకూ నాకు చాలా చిన్నతనఁవేసింది.

ఇహ కేసులో నేను జోక్యం బెట్టుకోనని జెప్పి చక్కా పోయాను.

నువ్వు జెప్పు సుబ్బరాజూ!

ఈ ఎన్నికకి నిజంగా ద్రోహం చేసిందెవరు? పెడదారి పట్టిన అచ్చిరెడ్డా? పెడదారి పట్టించిన సాంబయ్యా? అతన్ని వెనకనుంచి నడిపిన బుచ్చిరెడ్డా? వెనకనించి కనిపెట్టి ఉంటానని నమ్మించి బోల్తాపడిన నేనా? చెప్పు జూద్దాం" అన్నారు రామిరెడ్డిగారు కథ అపుజేసి.

సుబ్బరాజు ఒక్కక్షణం మౌనం వహించాడు.

"మీరెవరూ గాదు. బ్రహ్మాండమైన ఎన్నిక ఫలితాన్ని గజంన్నర కొలత మీద ఆధారపడేలా చేసిన రూల్సు, రూల్సుని ప్రియురాలి ముంగురుల్లా సవరించడానికి గల సదుపాయాలు. ఇవే విలనులు, నూరు గజాల లోపల కూడదు అంటే నూటొకటో గజంలో చెయ్యొచ్చునని ఒప్పుకున్నట్టేగా; గజం ఇవతల చేసింది నేరం అయి, గజం అవతల చేసింది కాకపోవడం కన్నా అన్యాయవేటి?" అన్నాడు సుబ్బరాజు.

"చాలా ఆయాసపడ్డావుగాని ఇలాటూహాలు పెట్టుకుంటే పాలిటిక్సులో ఆటిరావు. రూల్సు విలవ నీకింకా దెలీలే" అన్నాడు రెడ్డిగారు.

★ ★ ★

19 ఇరుసున బెట్టని కందెన

"చావు పుటకలాఫీసులో ఆడు చౌదరిగారి పుటక తేదీకి సర్టిఫికెటింత వరకూ ఈఁలే" అన్నాడు సుబ్బరాజు వచ్చి కూర్చుంటూ.

"దానమ్మశిఖా...అదేటయ్యా? అయన్నీ గడికో గంటకో వస్తయే... గిట్టనోళ్ళెవరేనా మీకన్నా ఎక్కువ తడిపుండాలాడిని – కాగితం ఆలీసెం జెయ్యడానికి" అన్నారు రెడ్డిగారు నవ్వి.

"అబ్బే. అసలు మనోళ్ళు కడతేరా తడపలే. పంతా లొచ్చినయి. ఆడు రేటు పెంచాడు. మామూలు రోజుల్లో మామూలు పన్లకిచ్చే మామూలే ఎలక్షను రోజుల్లో ఎలక్షను పన్లక్కావలసిన కాయితాలకీ ఇస్తే ఎలాగండీ అంటాడాడు... నివ్వడిగే డబ్బుతో పాకిస్తాన్ కంట్రాక్టుకి తీసుకొని డెమాక్రసీ కట్టించొచ్చునంటారీళ్ళు".

రామిరెడ్డిగారు నవ్వి వూరుకున్నారు.

"పెద్దంత్రం చిన్నంత్రం వద్దాని" అన్నాడు సుబ్బరాజు.

"అఁ ఎక్కడికిలే. ఎవుడూ పెద్దగాడు. ఒకడు పెద్దయితే ఈ గుమాస్తాగాడి కొరిగి సచ్చేదేటి? అసలదీగాక, పెద్దలొచ్చారని రివాజైన ధర్మాలేడకి బోతాయి? అమద్ది నోమారు జవహర్లాల్ నెహ్రూగారు స్వయంగా ఓ కో అపరేటివ్ సొసయిటీ బెట్టించారు. రెండు మూడేండ్లయిందనుకుంటా. అది రిజిస్ట్రీ గావడానికి కాయితాలు పడేశారు సొసయిటీ వోళ్ళు. కాని కదిల్రావే. ప్రధానమంత్రిగారి ప్రమేయం ఉన్న పని అని వీళ్ళు, పని అని మాత్రవేఁ అని అవతలోళ్ళు అనుకున్నారు గావాల. అర్నెల్లయినా రిజిస్ట్రీ కాయితాలు కదిల్సావలే. ఆవటా పెద్దాయన కోంబడి – నాలాటోడు చెయి జేసుకున్న పన్లే మీ రెడ్డు టేపులోబడి ఇన్నాళ్ళు దీసుకుంటే, జనం గతేంగానూ అని ఇదయి పొయ్యాడు."

"అసలీ కాయితాలు కదలవు. కొన్నాళ్ళలోగా కదిలించబోతివా ఆనాక గాలేసి ఎగిరిపోతాయి. అందుకనే 'బరువేదేనా' పెట్టమన్నారు మరి. ఆ బరువు ఎంతనేదే తెలియాలి. తక్కువైతే కాయితవూ, బరువూ కూడా ఎగిరిపోతాయి. మరీ ఎక్కువయినా చిక్కే. అన్ని బల్లల మీదా అలాగే బరువులు బెట్టాలి. శివరావని ఓ ఖడేరావుండేవాడు. ఈ బరువులూ తూకాలూ ఆయనకి తెలిసినట్టు మరొకడికి తెలీవు. ధర్మరాజులే. తూకాన్ని మీరి తుల వెఁక్కువ దీసుకున్నట్లగుపించేవాడు కాదు.

ఊళ్ళో పెద్దలికీ ఆఫీసులో పెద్దలికీ కూడా హడలే శివరావంటే. ఏ ఆఫీసులో పెట్టినా అంతే. అసలు అధికార్లు చేసిన పెద్ద పొరపాటేవిటంటే శివరావుని పదిరకాల ఆఫీసులకి, జిల్లాల తాలూకాల వారీగా బదిలీలు చెయ్యడం. ఎక్కడికక్కడ ఆయనకి శిష్యగణం తయారయ్యేది. ఏవుంది విద్దె నేర్వంగానే ఇహ గురువుకి నామాలు పెడితే దప్ప పని కాదనుకొని ఆ పని చేసేవారు. ఆయన కొత్తచోట ఇంకా బాగా నొల్లుకోవచ్చునని జరిగేవాడు. నువ్వాయన్నెలాంటి పఁరలో పడెయ్యి. దాన్ని సాగుకు లాయికీ జేసేవాడు. వనరులున్న పీడబుఱ్ఱలో ఎంతలా పండించాడో ఇంకో దాంటోనూ అలాగే పండించేవాడు. ఎఁరటేపు ముళ్ళు కట్టడం, విప్పడంలో, బ్రహ్మ ముళ్ళు కట్టడం, విప్పడంలో బ్రహ్మకి బ్రహ్మముళ్ళు గురించి తెలిసిందాని కన్నెక్కువ దెలుసు. ఆ తాళ్ళు లాగి, కథని ఆడించడంలో తోలుబొమ్మ లాటగాని కన్నా ఒడుపులు తెలుసు.

వెనకటికో కథ జెప్పారు చూడు. పరమ లంచగొండి నొకణ్ణి ఏం జెయ్యాలో దోచక విసుగెత్తి రాజుగారు దివాణంలో గంటలు కొట్టే పనికి బెట్టాడు – ఇహ వీడెలా గడిస్తాడో చూదామని. ఆర్నెల్లయ్యాక, "ఏరా, పైనేమన్నా గడిస్తున్నావా ఇంకా" అన్నారుట విలాసంగా. చిత్తం ఏలినవారి దయుండగా కొరవేవిటి? పూర్వంకన్నా మెరుగేనన్నాట్ట వాడు. రాజావారు తెల్లబోయి ఏవిటి నీ కథ చెప్పమన్నారు. తలగాస్తానని మాట తీసుకొని వాడు చెప్పేశాడు. రాజుగారి కిద్దరు భార్యలు, పెద్దరాణి భవంతిలో నడిరేయి దాకానూ, చినరాణి భవంతిలో మూడు నాలుగు ఝాములూ గడపటం రివాజు. వీడది చూసుకొని గంటలు కొంచెం తొందరగా కొట్టి ఝామున్నరలో రెండు ఝాములు నడిపించాడు. అక్కడితో పెద్దరాణిగారు ఇది చిన్నామె పని అని ఊహించి, గంటల వాడికి కబురంపి బహుమానమిచ్చింది. ఆనాక వీడు ఈవిడింట రెండు ఝాములనీ మూడో ఝాముదాకా పొడిగిస్తూ గంటలు కొట్టాడు. ఆ వైనం తెలిసి చిన్నామె తృణరాశి అంత డబ్బు తృణంగా ఇచ్చింది. ఈరకంగా ఏలంపాటలా పెంచి గడించాడు వాడు. దరిమిలాను, తన మోజును బట్టి కదిలే వీలు కోసం రాజుగారు కూడా అడపాదడపా మంత్రపుష్పం మంజూరు చేయిస్తూ వచ్చారు.

శివరావుగారు వాణ్ణి చంపి పుట్టాడు. వాడి అంశలు ఈనాడు మన డిపార్టుమెంట్లలో వెలిసి తామర తంపరలా వర్ధిల్లాయి.

రాజులే అలా దారికొచ్చి ఇలాంటి కళాకారుల్ని గౌరవించగా లేంది, ఇహ మంత్రులెంతగా మన్నించుకోవాలో నువ్వే చెప్పు మరి. రాజుల రోజులు పోయాక, కళల పోషణ మంత్రులపైనా, ప్రజలపైనా బడింది కదా!

అయినా శివరావు వంటి వాణ్ణి సుంకాల అంకయ్య "నివ్వెంత? పో" అన్నాడు అజ్ఞానం కొద్దీ. అప్పటి కతనో మినీస్ట్రుగారి బంధువు, రాజకీయాల్లో పైకొస్తున్న నాయకుడూను.

'కాయితాల మీద బరువు పెట్టండి' అని శివరావు అనగానే అసలాయన కర్థం దేలిక 'బరువు నే పెట్టడవేవిటి? ప్యూన్ను పిలిచి పెట్టమను' అని మాట విసిరికొట్టి వెళ్ళాడు.

గాలి విసురుగా వేసిందిగావును. కాగితాలు ఎగిరిపోయినట్లున్నాయి. దరిమిలాను వాటిని వెతికి తేవడానికి ఎన్ని నెలలో పట్టింది.

ఆనాటి వరకూ సాధించేందుకు ఘనకార్యాలంటూ ఏవీ లేకుండా ఉన్న అంకయ్య గారు, ఈవిధంగా అయిదారు పెద్ద నోట్లు వదలిపోవడంతో ఈ లంచగొండితనము, అవినీతి నిర్మూలన అనే దాన్ని దొరకబుచ్చుకొని ఉపన్యాసాల్లంకించుకున్నాడు. అదే తన జెండా అని ఎగరేసి పేరు దెచ్చుకున్నాడు. ఎలక్షన్లకి నిలబడి గెలిచి, మంత్రాంగ నిర్మాణ యంత్రాంగంలో హైక్లాసు ల్యూబ్రికేషను జేసే ఒడుపులు దెలీక అవదం చేతులికి పూసుకుని దిగజారిపోయాడు. మళ్ళీ కొన్నాళ్ళు లంచగొండితనం మీద ఉపన్యాసాలిచ్చి హడావిడి చేశాడు. ఈ మధ్యలో శివరావుని బర్తరఫ్ చేయించాలని ప్రయత్నాలు చేస్తూ వచ్చాడు. అయిన వాళ్ళు నవ్వారు. రామాయణంలో పిడకల వేటలాగిదేటయ్యా అని. అదీగాక, ఉజ్జోగుల జోలికి అందులో రాటుదేలిన ఘటాల జోలికి, కొన్ని డిపార్టుమెంట్ల జోలికి పోరాదని హితవు చెప్పారు. డిపార్టుమెంటోళ్ళు నిన్ను జూసి అగ్గగ్గలాడితే చూసి ఆనందించాలే దప్ప జులుం జేసి హద్దు మీరవద్దన్నారు. ఈ అధికారం అనే ఆ యొక్క భవంతిలో అన్ని ద్వారాలూ దెరిచి అన్ని గదుల్లోకీ వెళ్ళుగాని, ఆ ఒక్క ద్వారం జోలికి పోవద్దన్నారు. అంకయ్య విన్నాడు కాదు. ఐదారుసార్లు దండెత్తాడు. ముఖ్యంగా శివరావుని ఇరికించాలని చూశాడు పంతంకొద్దీ.

బొంకాడ నేరిస్తే గాని రంకాడ రాదన్నారు జాడు. శివరావు విద్య ముందు అదే సాధించాడేమో అంకయ్య పట్టుకు అంకలేదు. ఓమారు ఒహ పెద్దమనిషి లంచం ఇవ్వబోతున్నాడని దెలిసి నోట్లు నంబర్లు రాసుకొని, పోలీసుల్ని మాటుబెట్టి ఆ నోట్లు శివరావు చేతికివ్వగానే వాళ్ళొచ్చి చుట్టుముట్టి పట్టుకునేలా వ్యూహం వేశాడు అంకయ్య.

శివరావు భయపళ్ళేదు సరేగదా వాళ్ళ న్యూసి పకాల్న నవ్వాడు. ఎదురు దబాయించాడు. ఈనగారికి మొన్న చేబదులిప్పించిన పెద్ద మనుషున్నాడూ, ఇదాయన్దీ. ఆయనెవరో, ఆయన పేరేమిటో చెబుతే మీరీ చాయలికి రారూ అన్నాడు. ఆనాక అందులో ఒకణ్ణి ఆ పేరు చెబుతా రమ్మని పక్కకు తీసుకెళ్ళి చెప్పాడు... కేసు కామాపయిపోయింది. ఇలా నాలుగైదు దఫాలయ్యేసరికి అంకయ్యకి తిక్క పెరిగి దొంగ సాక్ష్యాలు తయారుచేయించాడు. మరి నిజం సాక్ష్యాలు బైటికి రావాయె. రప్పించినా రాజులూ, మంత్రులూ ఉంటారాయె. అధర్మాన్ని ధర్మంతోనే గొట్టాలని సర్ది చెప్పుకు నీ యేర్పాటు చేశాడు. లంచగొండి కమిటీ ఒకటేశాడు. వాళ్ళచేత రిపోర్టు తయారుచేయించి దాన్ని ప్రభుత్వం దగ్గరికి దెప్పించబోయాడు. ఆ నివేదిక రాయడం, టైపు చేయడం, కాయితాలు దొంతర్లు బెట్టడం, దానికి పిన్నులు గుచ్చబోతే అవి వంగిపోవడం, స్పెషలు సైజు పిన్నులు తెప్పించడం, వాటికీ ఆ బొత్తి లొంగక పోవడం, ఫారిన్ పిన్నులకి ఇండెంటు పెట్టడం, అది ఢిల్లీలో శ్రీ మినిస్ట్రీ అఫ్ కామర్సు ఎం డిండస్ట్రీ వారికి వెళ్ళడం, ఇంపోర్టు ఇరకాటాలూ, కొత్త బడ్జెట్టు, పిన్నులు రావడం, ఢిల్లీ నుంచి ఆదేశం రావడం, ఈలోగా సిరా ఒలికి బొత్తి పాడవటం, కొత్త కాయితాల కిండెంట్లు ఆలస్యం దేనికైందని ఓ కమిటీ, అది మీటింగులు పెట్టడం, ఎక్కడ జరగాలి అన్న దాని మీద రభసలు, రాయలసీమ,

తెలంగాణా వర్గాలలో అసంతృప్తి, నిరసనలూ, నిరశన వ్రతాలూ, ఊరేగింపులూ, చివరికి కమిటీ మీటింగులూ, రిపోర్టు రాయడం, అది వచ్చేవరకూ అసలు రిపోర్టు ఆగడం, ఎర్రటేపు ముళ్ళు చిక్కులు పడటం, ఆ రిపోర్టు కాగితాలు వీటిలోకీ, దీనివి దానిలోకీ పోవడం.... వగైరాలు అన్నీ యధాప్రకారం జరిగాయి.

'గిట్టనివాళ్ళు' అంతా పోగై లంచగొండి రిపోర్టేదీ అని సభలో అంకయ్యను నిలీశడిగారు. లాలూచీ అయ్యాడా అని ఎద్దేవా చేశారు. ఎరక్క చిక్కుపడ్డాం దేవుడా అనిపించింది అంకయ్యకి. రోషంతో శివరావు మీద విరుచుకుపడి ఇంక్వైరీ బెట్టించి బర్తరఫ్‌కి ఆర్డర్లు వేయించాడు.

ఈలోపల కొత్త ఎలక్షన్లు కనుచూపు మేరలో కొచ్చాయి. ఏణ్ణర్థం ముందరే జాగర్తపడి ప్రచారం ఆరంభించాడు అంకయ్య. ప్రజామిత్రుడనీ, సన్నకారు జీవాల బలం అనీ ఉద్యోగుల సంరక్షకుడు అనీ అనిపించుకున్నాడు. అడగని వానిది పాపం అన్నట్టు సభలకీ, సన్మానాలకీ వెళ్ళసాగాడు. ముసలి రైతుకు ఎనభై మూడవ ఏడు వచ్చిన సభ, పన్నెండోసారి స్కూలు ఫైనలు తప్పిన విద్యార్థికి రజతోత్సవం, ఒక ముసలి ఉద్యోగికి రిటైర్ అయిన తరువాత ఏడోసారి పదవి పొడిగింపు సభకీ – ఇలా అన్నిటికీ వెళ్ళాడు. పేరు మారు మోగిపోయింది. అంతలో ఒక బ్రహ్మాండమైన సభ రాబోతూందని తెలిసింది. దానికి రెండు జిల్లాల ప్రజలు ఏకమై ప్రోత్సాహంతో ఉత్సవం చేస్తున్నారట. ఎవరో ఒక వృద్ధమూర్తి పదవీ విరమణ చేస్తున్నాడు. వీడ్కోలు సభ. దానికింకెవరో అధ్యక్షత వహిస్తారని తెలిసింది. కాని, చివరికి వారిని వక్తలుగా వేసి అంకయ్యగారిని అధ్యక్షులుగా పిలిచేవరకూ అంకయ్యగారు నిద్రపోలేదు.

చివరికి సభకు వెళ్ళినవాడు వేదిక ఎక్కగానే కళ్ళు తేలిపోయాయి. ఎంచేత సుబ్బరాజూ? నిద్రమత్తు వల్లనా? నీరసం వల్లనా? పైత్యం వల్లనా? గోడపైన అందమైన సినిమా హీరోయిన్ బొమ్మ పెట్టినందువల్లనా? ఎదర సభలో అప్పలాళ్ళు కనబడినందువల్లనా? మెడ బెణికినందు వల్లనా? అన్నారు రెడ్డిగారు కథ ఆపుజేస్తూ.

"ఏంకాదు ఆ ఉద్యోగ విరమణ సభ శివరావు గారిదై ఉంటుంది. రెండేళ్ళనాడు వేసిన బర్తరఫ్ ఆర్డరు కాయితాలు ఇంకా డిపార్టుమెంటు దాకా వచ్చే ఉండవు. ఈలోగా శివరావుగారికి వైసు నిండింది. రిటైరై పింఛను తీసుకునే టైమొచ్చింది. ఇరుసున కందెన బెట్టక పరమేశ్వరుని బండియైన బారదు సుమతీ" అన్నాడు సుబ్బరాజు నవ్వి.

★ ★ ★

20 ఎత్తు పైయెత్తు

"మూర్తం ముంచుకొస్తందని తొందర పడుతున్నాడు చౌదరిగారు.

మనం రేపటెల్లుండిల్లో బయల్దేరితే బాగుంటుందంటున్నారు. ఆళ్ళు రెండు బీద పెళ్ళిళ్ళు జేయిస్తన్నారట. మూడు బైస్కోపు స్టార్లను దెచ్చి ఊరేగిస్తున్నారంట" అన్నాడు సుబ్బరాజు వచ్చీరాగానే.

"మరిహానే? చౌదరీ అలాటియి జెయ్యొచ్చుగా. ముసిలోణ్ణి దీసుకెళ్ళి లాభమేటి" అన్నారు రెడ్డిగారు.

"అదేమ్మాట, మీరొచ్చి అడ నిలబడితే, ఆళ్ళెన్ని గారడీల్జేసినా దిగదుడుపే...."

"నేను గారడీ వాణ్ణంటావు" అనబోయి తమాయించుకుని నవ్వారు రెడ్డిగారు.

సుబ్బరాజు మాటాడలేదు.

"మీ చౌదరిగాక ఇంకిద్దరు ముగ్గురమ్మంటున్నారు మాట సాయానికి. ఇటు పన్ల వత్తిడి – ఒకళ్ళకి మాట సాయంజేసే సత్తా ఉంటే, నివ్వే ఎందుకు నిలబడరాదూ అంటున్నారు మావోళ్ళు. రెడ్డి రాజ్యంలో నీకడ్డేటంటున్నారు. మరిటు మీ చౌదరిగారు మొహమాట పెడతన్నాడు. అందులోనూ సినిమా స్టార్ల మీద పోటీగదా? పంతులుగారా రకం పబ్లిసిటీకి బెట్టే ఖరుచుకి తూగితే, చౌదరి ఇంకెన్ని రెట్లకి తూగుతాడా అని...." అన్నాడు రెడ్డిగారు.

సుబ్బరాజుకీ మాట వరస బోధ పడలేదు. రెడ్డిగారంత గడుసువాడు ఇంత అమాయకంగా మాట్లాడ్డం ఎబ్బెట్టుగానే ఉంది. తనకి తెలీదని, అర్థంకాదని ఇలా మాటాడుతున్నాడేమో ననిపించింది. పౌరుషం వేసుకొచ్చింది.

"సరె, నా సంగతికేంగాని నీ మాటేంజేశావు?" అన్నాడు రెడ్డిగారు నవ్వి.

సుబ్బరాజు నవ్వాడు. "చేసేదేవుంది? చౌదరిగారు పోటీ చెయ్యడం, మీరు నడిపించడం చూస్తాను. చూసి నాలుగు తెలుసుకుంటాను. గోదాలో దిగుదారంటే ధైర్యం చాలడంలేదు. అసలదీగాక – మీకు దెల్సుగదా! నాలుగైదు రకాల లాగుతున్నారు, మనోళ్ళు నలుగురూ. ఎటూ అన్నదే తేలక గింజుకు లాడుతున్నాను. మద్దినాల, మా చిన మావగారొచ్చారు, ఒచ్చే ఊసు చెప్పిపొయ్యాడు..." అని ఆగాడు.

★ ★ ★

21 దోసిట్లో అవకాశాలు

రెడ్డిగారు అతని వంక వింతగా చూశాడు. "నివ్వా కతలు జెబుతావా? సరేకానీ" అన్నారు.

సుబ్బరాజు సిగ్గుపడ్డాడు. "అబ్బే, నా కత గాదు. అదే అయన్జెప్పి పొయ్యాడే అది. ఓ కుర్రోడు అకలి కేడస్తా తిరిగి తిరిగి ఓ సత్రం అరుగు మీద స్తంభాన్ని కావలించుకుని నిలబడి ఉన్నాట్ట. ఇంకో కుర్రోడు దారంట పోతా పోతా ఈణ్ణి జూసి ఎందుకన్నాడు. ఆకలేస్తందన్నాడీడు. ఆడి దగ్గర సంచిలో పేలాలున్నాయి. పట్టెడు దీసిచ్చాడు. కుర్రోడు దోసిలి బట్టాడు. దోసిట్నిండా పేలాలుబోసి ఆడిదార్నాడు బొయ్యాడు. ఈ కుర్రాడు స్తంభాన్ని కావలించుకున్నాడు గదా? అదేమో లావుపాటిది, మోరచాచి నాలికింత సాగదీసినా దోసిట్లో పేలాలు అంది సావలేదు. ఆడికేం పాలుపోలేదు. కసిని పేలగింజలొగ్గేసి, పిడికల్ళు ముడిచి చేతు లెనక్కి దీసుకుంటే రెండు గుప్పెళ్ళూ నోటి కందుతాయిగాని ఆడికి మనసొప్పలేదు. ఆకలి మూలాన ఆబగా ఉన్నాడు. ఆటికేసే అలా చూస్తా ఏడుస్తా నిలబడిపొయ్యాడు. గోదార్రోడ్డు సత్రవేమో గాలి జోరుగా ఉంది. గాలికి పేలాలు ఎగిరిపోతున్నాయి. చూస్తా వుండగానే పెద్ద గాలికి ఒక్కసారిగా అన్నీ ఎగిరి దుమ్ములోపడి కొట్టుకు పొయ్యాయి. కుర్రాడు మళ్ళీ ఓ ఏడుపేడిచి ఆ స్తంభాన్నే కావలించుకొని అలాగే నిలబడిపోయాడట..." అని కథ ఆపాడు సుబ్బరాజు.

రెడ్డిగారు పకపక నవ్వారు. ముందుకు వంగి సుబ్బరాజు భుజం తట్టాడు.

"బాబూ, ఈ కత జెప్పింది నువ్వు గాబట్టూరుకున్నాను. చౌదరి మరోడిచేత ఇలాంటిది చెప్పించినా, ఆడే వొచ్చి చెప్పినా ఏంజేసేవాణ్ణో నాకు తెలీదు. నాగ్గావాల్సిన పేలాలు నా గుప్పిట్లో గాదు, జోబీలో గూడా ఉన్నాయన్జెప్పు. చౌదరి కసలు మాట్లాడ్డం చేతగాదు, ఎత్తి పొడుపులూ, ఎత్తు పై ఎత్తులూ ఏంవేస్తాడు?"

* * *

22 '...టీ' వాలా కథ

"ఒకూళ్ళో రోటీవాలా, బేటీవాలా అని ఇద్దరు శత్రువులుండేవారు, ఇద్దరూ ఎప్పుడూ అడ్డమైన వాటికీ పోటీ పడేవారు. ఎదురున్న పదవి గొప్పదా కాదా అన్న ప్రశ్న కాదు. అది ఎదరవాడి క్కావాలా వద్దా అనే. వాడిక్కావాలంటే వీడికీ అదే కావాలి. ఈ వరుసనుండేది. ఓసారి మునిసిప లెల్కక్షనుకి పోటీ పడ్డారిద్దరూ. ఇలాటలాటి పోటీకాదు. వచ్చేది పది రూపాయలైనా నూర్రూపాయలు తగలేసేటంతగా సాగింది ప్రచారం. పెద్దెల్కక్షన్‌లకి జేసినంత హడావుడి చేశారు. రోటీవాలా కిటికీలంత పోస్టరే యిస్తున్నాడని తెలిసి, బేటీవాలా దోరబంధాలంత యేయించాడు. ఆపై యితగాడు గోడలంత రాయించాడు. దరిమిలాను సైజులు చాలక, రోటీవాలా పోస్టర్లో మొదటక్షరం మీద 'బే' అన్న దంటించి అన్నీ సొంతం జేయించాడు బేటీవాలా, రాత్రికి రాత్రి రోటీవాలా బయల్దేరీ, మళ్ళీ అన్నిటి మీదా 'రో' అన్న అక్షరం అంటించాడు. తెల్లారేసరికి ఇద్దరికిద్దరూ ఒకర్నొకరు జూసి నవ్వుకోబోయి కెవ్వుమన్నాడు. పోస్టర్ల మీద 'రో' లేదు 'బే' లేదు. తెల్ల కాగితాలంటించున్నాయి. 'టీవాలా' గోదాలో కొచ్చాడంటే వొచ్చాడన్నారు.

నామీద ఓడితే నువ్వోడాలిదప్ప, ఆడోడితే నాకేం గొప్ప అంటూ ఇద్దరి కిద్దరూ టీవాలా మీదకి దండెత్తి పాట పాడారు. చివరికి టీవాలా గోదాలోంచి తప్పుకొని బేటీవాలాతో కలిశాడు.

పోటీవాలా లిద్దరూ మళ్ళీ పుంజుకున్నారు. ఎల్కక్షను చాలా చోట్లలాగే ఫార్సు పద్ధతి కొచ్చింది. కాని ఆవేశాలు పెరిగాయి.

బేటీవాలా చివర్రోజున పెద్దమొత్తం అప్పుతెచ్చి నోట్లు జల్లి ఓట్లు పండించబోయాడు. ఆ జోరు ముందు రోటీవాలా ఆగలేక మాటాడ కూరుకున్నాడు. సాయంత్రం పొద్దు గుంకే వేళకి, ఇహ రోటీవాలా ఓడినట్టే పోలింగనవసర మన్నారు జనం.

అవుననవసరవేఁ నేన్నెగ్గడం ఖాయం అన్నాడు రోటీవాలా. మొండి ధైర్యం జూసి అతని మనుషులు గూడా నివ్వెరబోయారు.

"చెప్పు చూదాం సుబ్బరాజూ, ఆ పోటీలో నెగ్గి బాగుపడ్డదెవరు?" అన్నారు రెడ్డిగారు.

"చెప్పడానికి సిగ్గేస్తదిగాని, తప్పదు గాబట్టి చెబుతున్నాను. నెగ్గినోడు వేరు. బాగుపడ్డవాడు వేరూనూ. రోటీవాలా నెగ్గాడు. బేటీవాలా ఓడగా టీవాలా బాగుపడ్డాడు" అన్నాడు సుబ్బరాజు.

"అదెలాగ?" అన్నారు రెడ్డిగారు ఆశ్చర్యం అభినయించి.

"ఇప్పుడీ బేటీవాలా అనేవాడు ఓట్లు కోసం నోట్లు జల్లేస్తుంటే, రోటీవాలా కానీ విదపకుండా, కాలు కదపకుండా కూర్చున్నాడంటే ఏదో గడుసు యెత్తు వేసుండాలి కదా? ఆడి నోట్ల పంపకం కానిచ్చి, బాగా పొద్దుబోయాక, ఈడు పెద్ద పుకారేసుంటాడు. బేటీవాలా పంచినవన్నీ దొంగనోట్లని."

రామిరెడ్డిగారు ఉలిక్కిపడి తలెత్తి జూశాడు. సుబ్బరాజుకేసి హఠాత్తుగా అతనిమీద గౌరవం పెరిగింది. భుజం తట్టారు. 'మరి టీవాలా బాగుపడ్డాడన్నావదెలా?' అన్నారు ఆప్యాయంగా.

"ఆడికి పుకారు సంగద్దెలీగానే, రాత్రికి రాత్రి అద్దె సైకిలేసుకుని, ఇంటింటికీ వెళ్ళి బేటీవాలా పంచినయి దొంగనోట్లని పుకారొచ్చిందని, ఒకేళ పొరపాట్నది నిజమైతే మంచియి ఫిరాయింపిస్తాడనీ జెప్పి, పోలీసు లొస్తారనీ కంగారుబెట్టి, ఆ పగలు పంచినయన్నీ వసూలు జేసుకుని, నూటికి పది రూపాయలు నిజాయితీ కోసం బేటీవాలాకిచ్చి కడంవి జాగ్రత్తబెట్టాడు" అన్నాడు సుబ్బరాజు.

జవాబు జెప్పాడేగాని అతనికెందుకో సిగ్గేసింది. తలొంచేసుకున్నాడు. కడుపులో ఇలాంటి ఊహలున్నట్లు అతని కెన్నడూ తెలీదు, రెడ్డిగారి మీద కూడ కోపం వచ్చింది.

మర్యాదస్థుడి కథ

"సిగ్గెందుకు? మరేం ఫరవాలేదులే. కథ కోసం జెప్పావు. నివ్వలా టోడివని అనుకోన్లే. ఇది జరిగినా మానినా, ఎదటోడి యెత్తులు ఊహజేసి జాగ్రత్తపడాలి గదా? నేనో చిన్న కథ జెబుతా. అందులో బ్యామ్మలాయన మనసు కనిబెట్టు చూదాం. ఆయన పెద్ద ఖామందు. ఏదో శాస్త్రిగారు (అంటూ కథ ఆరంభించారు రెడ్డిగారు) ఇంటికేవే శెవరొచ్చినా భోజనం పెట్టి, రాత్రివేళయితే పడుకుందుకు పంచజూపి మర్యాజ్జేసేవాడు. ఇలా గుండగా ఒకనాడు రాత్రి భోజనం వేళకి ఇద్దరు పెద్ద మనుషులొచ్చారు. ఒకాయన మంత్రిగారు, మరొకాయన అపోజిషను లీడరు. ఇద్దరూ గొప్పవాళ్ళే.

ఆ ప్రాంతంలో కరువొచ్చి జనం కటకట లాడుతున్నారని దెలిసి చూడడానికి బయల్దేరారు. మరి బలగం లేదా అనేవు. అంతకు ముందెన్ని అర్జీలొచ్చినా మంత్రిగారు నమ్మలేదు. అటే పెళ్ళలేదు. ఓచోట సన్మానానికని వెళ్ళేసరికి అక్కడ సభలో ఈ అపోజిషను నాయకుడు తటస్థపడి సభలో చెరిగేశాడు. ఓ కవరు దీసి చూపించి, కరువు ప్రాంతం నుంచి తనకి అందిన అర్జీ అనీ, దానిమీద తపాలాబిళ్ళ అంటించడానికి కూడా నాలికలు తడారిపోయినందువల్లా, నీటిచుక్క పుట్టనందువల్లా స్టాంపుని గుండుసూది కేసి గుచ్చి పోస్టులో వేశారనీ అన్నాడు.

దాంతో గోలయింది. మినిస్టుర్రిగా రేంజేస్తున్నాడని పేపర్లు రాశాయి. రాజధానిలో

ప్రభుత్వానికి ఎసరు మరుగుతోందని తెలిసి మంత్రిగారు నిలుచున్న పళంగా కారుజేసుకొని కరువు ప్రాంతానికి బయల్దేరాడు. ప్రతిపక్ష నాయకుడు గూడా ఆయన వెంట కదిలారు. దారిలో కారు చెడిందట. డ్రైవరును అక్కడొదిలేసి ఇద్దరూ నడక సాగించి శాస్త్రిగారి భవంతి చేరారు ఉసురుసురంటూ. ఆయన నిర్ఘాంతపోయి అహో ఇంత వారెంత ఘనంగా రావాలీ, డీలా అయిపోయొచ్చారూ అని పని విని మర్యాదల్జేశాడు.

ఇది ప్రజాస్వామ్యమనీ మంది రామరాజ్యవూ అంచేత కులభేదాలను పట్టీకున మాపించరాదని ఆయనకి తెలిసినా, ఆయన దారి ఆయనదే, దేనికీ జంకే రకం కాదు. మంత్రిగారికి తన బంతిన పీట వేయించి భోజనం పెట్టాడు. ప్రతిపక్ష నాయకుడికి మాత్రం గదిలోకే పంపాడు. ఆయనా ఈయనా కూడా నవ్వుకున్నారు ఈ ఛాందసుడి అమాయకత్వానికి. సరే, ఓ రాత్రివేళ కారు బాగు పడొచ్చింది, ఇద్దరూ లేచి సెలవు దీసుకొని బయల్దేరి వెళ్ళిపోయారు.

వెళ్ళినచోట ఈపాటిగూడా తిండి, దాహం దొరకలేదనుకో. అక్కడ జనం పువ్వులు లేక కాయితపువ్వుల దండలూ, ఖద్దరు మాలలూ వేశారు. మంత్రిగారి గుండె గుభేలుమంది – కరువున్జూసిగాదు, దీనివల్ల ముందు రాబోయే ఉత్పాతాన్ని తలచుకొని, ప్రతిపక్ష నాయకుడు చిరునవ్వు నవ్వాడు – నే చెబితే విన్నారా అని, శాస్త్రులుగారు కూడా అటేపొచ్చి వీళ్ళనిద్దరినీ చూసి, మంచి నీళ్లు సప్లయి చేసి వెళ్ళాడు.

అక్కడ అవిశ్వాస తీర్మానం పెట్టడానికి అంతా సిద్ధమవుతున్నారనీ, ప్రభుత్వ పక్షంలో దానికున్న ప్రతిపక్ష గ్రూపులు బయటి కొస్తున్నాయనీ తెలిసి, మంత్రిగారూ, ప్రతిపక్ష నాయకుడూ రాజధానికి అర్జెంటుగా బయల్దేరారు. ఎమర్జెన్సీ పరిస్థితి గదా? అదేం చిత్రమో తిరుగు దారిలో కూడా కారు చెడింది క్రిందటిసారిలాగే. ఈసారి రాత్రి పదిగంటల వేళ పెద్దలిద్దరూ శాస్త్రిగారి భవంతి చేరారు. భోజనానికి కూర్చోబోతున్న శాస్త్రులుగారు లేచి వచ్చి ఇద్దరికీ మర్యాదల్జేశాడు. రాజధాని భోగట్టా తనకు తెలిసింది చెప్పి వారికి తెలిసింది విన్నాడు. స్నానాలు కాగానే భోజనానికి లెమ్మన్నాడు. ఈమాటు ప్రతిపక్ష నాయకుణ్ణి లోపలికి దీసుకెళ్ళి తన చెంతన కూర్చోబెట్టి భోజనం పెట్టాడు. మంత్రిగారికి మాత్రం గదిలోకి పంపాడు భోజనం.

మంత్రిగారు ఈ మాటు నవ్వుకోలేదు. తను బ్రాహ్మడేగాని, తనతో వచ్చినాయన నాయుడు. మరి శాస్తుర్లుగారు పొరబడడానికి ఆస్కారం లేదు. చిన్నబుచ్చుకొని ఆకలి వల్ల మారు మాటాడక భోజనం ఆరగింపు కానిచ్చాడు. కార్రాగానే ఇద్దరూ వెళ్ళిపోయారు.

"సుబ్బరాజూ, శాస్త్రులుగారు ఇలా విపరీతంగా మర్యాదలు చేయటానికి అర్థవేవిటి? బ్యామ్మలాయనకి బయట భోజనం పెట్టి నాయుడిని తన బంతినెందు క్కూర్చోబెట్టాడు? అది మొదటిసారెందుకు చెయ్యలేదు?" అన్నాడు రెడ్డిగారు కథ ఆపి.

సుబ్బరాజు వెంటనే జవాబు చెప్పలేకపోయాడు. ఒక నిమిషం సేపు ఆలోచించాడు. చివరకో తీర్మానానికొచ్చాడు.

"శాస్తుర్లుగారు ఆళ్ళ కులాన్నిబట్టి మర్యాద చెయ్యలేదు. బుద్ధుల్నిబట్టీ, ఉద్దేశాల్ని బట్టీని... కరువు ప్రాంతం చూడబోయేటపుడు మంత్రిగారు కరువు అనుకున్నంత

దారుణంగా ఉండకూడదనీ ప్రజలు కులాసాగా ఉండి తన మాట దక్కాలనీ, వర్షాలు కురవాలనీ దేవుడికి మొక్కుకుంటూ ఉంటాడు గదా? అందుకాయనకి మర్యాద చేశారు. ఇహ ప్రతిపక్షపాయన కరువు జోరుగా ఉండాలనీ, ఈ దెబ్బదెబ్బ గవర్నమెంటు దెబ్బతిని తాము పవరులో కెక్కాలని కోరుతాడనీ ఊహజేసి ఆయనకి బయట కూడు బెట్టించాడు. తిరిగొచ్చేటప్పుడు కథ అడ్డం తిరిగింది. మంత్రిగారు పదవి దిగడం ప్రతిపక్ష పాయన పవరుకెక్కడం ఖాయం అని తేలిపోయింది. ఆ టయిములో ప్రతిపక్షపాయన తను పదవికి రాగానే వర్షాలు కురవాలనీ, పంటలు పండాలనీ కోరుతాడు. మంత్రిగారు యీ పరిస్థితి ఇలాగే ఈళ్ళూ ఇరుకున పడాలని కోరుతాడు. శాస్తుర్లుగారు ఇలా ఊహచేసి బ్యామ్మలాయనకి బైటా, నాయడుగారికి లోనా భోజనం బెట్టి మర్యాజ్జేశాడు" అన్నాడు.

రామిరెడ్డిగారు జాలిగా నవ్వి సుబ్బరాజు వీపు తట్టాడు. "సుబ్బరాజా, నివ్వు నా కతలు విని చెడ్డావు. అన్నిటికీ అతి తెలివి జవాబులు ఆలోచిస్తున్నావు. గాని అందులో రహస్యం ఒక్కటే. శాస్త్రులుగారు అన్ని అర్థాలూ, తాత్పర్యాలూ చూడలేదు. వెళ్ళేటప్పుడు మంత్రిగారు పవరులో ఉన్నాడు. తిరిగి వెళ్ళేటపుడు ప్రతిపక్షపాయన పవరులోకి రాబోతున్నాడు. అంతే, పదవినిబట్టి ఆయన మర్యాజ్జేశాడు. ఆయనేటి, ఎక్కడేనా ఈ నాడంతే" అన్నాడు.

★ ★ ★

23 ప్రజా ద్రోహ కథ

"మరెల్లక్షనుకి నిలబడే మాటేం జెప్పావు?" అన్నారు రామిరెడ్డిగారు.

"ఎవరూ?" అన్నట్టుగా చూశాడు సుబ్బరాజు.

"ఇంకెవరు నివ్వే"

సుబ్బరాజు నవ్వాడు.

"ఆయన నామినేషను పడేశాడుగా" అన్నాడు క్షణం ఆగి.

"దానికేటి, పడేస్తే తీసేస్తాడు"

"అది సరే, ఈసారికిలా పోనిద్దాం, మీమీద ఆశ బెట్టుకున్నాడు...." అన్నాడు సుబ్బరాజు.

"అదిసర్లే. ఓ కథ చెబుతా విను...." అంటూ కథ ఆరంభించారు రెడ్డిగారు.

"ఓనాడు సందేళ ఇది గిలాగే ఓ పార్టీ పెద్దరెడ్డి, ఆయన బలగం కూర్చొని రాబొయ్యే ఎల్లక్షను గురించి మాటాడుతున్నారు సావిట్లో. అంతలో దూరంగా గేటవతల జటకా ఆగింది. అందులోంచి ఓ నడికారు మనిషి దిగాడు. దిగి లోపలి కొస్తున్నాడు. ఆయన్ని, ఆ తేజస్సుని చూడగానే అందరికీ మాట లాగిపోయాయి. మసకెల్తురేమో మనిషెవరో గుర్తు తెలీలేదు. ఎవుడో సీవదొర లాగున్నాడన్నారు. శాపం తగిలిన మినీస్ట్రిన్నారు. కాదుత్తరాది నాయకుడన్నారు.... అంతలో ఆయన రానే వచ్చాడు. చౌదరిగారు ఆ వూరోడే. ఎల్లక్షనయి రాజధాని కెళ్ళి శాన్నాళ్ళయింది. ఇదే రాక. తెలిసినోళ్ళు కూడా మరిచేపోయారు - ఆయనోడు తమ తరఫున ఎక్కడో పన్జేస్తున్నాడని.... ఆయన్రాగానే పెద్దిరెడ్డిగారు లేచి నిలబడి ఎదురెళ్ళి తీసుకొచ్చి కూచోబెట్టాడు. కుశల వడిగాడు. ఇదిగో ఇది నా రాజ్యెం. కావాలంటే ఇదంతా మీదే. మేం నీ వోళ్ళం అన్నాడు రెడ్డిగారు. అంత మాటెందుకన్నాడో ఆయన ఎత్తేమిటో అందరికీ తెలీదుగాని ఏదో లేందే అనడని తెలుసు. స్తిమితపడ్డాక రెడ్డిగార్ని గదిలో కూర్చోబెట్టుకుని చౌదరిగారు తన కథ చెప్పొకొచ్చాడు.

పార్టీ ఇంద్రుడు ఆయనకి శాపం బెట్టాడు. పల్లీకున్నలుగురికీ తెలిసిపొయ్యేటంత ఇదిగా డబ్బు గడించేస్తున్నాడనీ, పరువుల్దీసి పందిర్లేస్తున్నాడనీ తెలిసిందట. దానికితోడు, తన్ను ఎన్నుకున్న జనం వస్తే మొఖం చాటేశాడనీ, కంట్రకం అయేంతగా తిక్కలు పొయ్యాడనీ తెలిసింది. పేపర్లలో దీన్ని గురించి రాశారట. దాంతో ఆయన

క్కొపంవచ్చి, 'ఓయీ చౌదరయ్యా, నివ్వెళ్ళి కొన్నాళ్ళపాటు ప్రజల్లో కలిసిపోయి వానవాసం జెయ్యి. నీకింతే శాస్తి' అని శాపం బెట్టాడు. ఈన బరి తెగించెదిరించి పార్టీ నొదిలి స్వతంత్రుడుగా తిరిగాడు. ఇప్పటికి టైమైంది. ఈ దఫా ఎల్లక్షనుకి టిక్కెట్లివ్వనన్నాడు ఇంద్రుడు. ఇచ్చినా ఎన్నుకోమన్నారు ఆ వాడ ప్రజల మనుషులు. సర్లే సూసుకో. నేనే తిరిగి ఎల్లక్షనయి నీ ఎదురుగుండా నిలవకపోతే, వీళ్లైతే మంత్రి నవకపోతే చూసుకో అని శపథం బట్టి వొచ్చేశాడు చౌదరిగారు, అద్గదీ కత.

పెద్దిరెడ్డిగారికి ఆ పార్టీ ఇంద్రుడి మీద శాన్నాళ్ళుగా పంతం వుంది. పగ కాదు సుమా. బావామరుదుల వొరసగా సరసాలాడుకుంటా రిద్దరూ ఎపుడన్నా కలిస్తే. కాని బలాబలాలు చూసుకోవాలనే ఉబలాటాలుండి పొయ్యాయి. సర్లేవయ్యా శరణిచ్చాను. నిన్నే నిలబెడతాను అన్నాడు రెడ్డిగారు. చౌదరిగారికాడ డబ్బొట్టేలేదు కూడాను, అయినాసరే నన్నాడు రెడ్డిగారు.

బావగారి క్కొబురంపాడు, ఇక్కడ మా చౌదర్ని తప్ప మరొకర్ని పెడితే నెగ్గరని, దరిమిలాను స్వయంగా వెళ్ళి వాదించాడు. ఆపైన తన గ్రూపుల బలం చూపి నచ్చజెప్పాడు. పట్టెడుపుల ఒడుపులు దెలిసిన ఇంద్రుడు పకాల్న నవ్వి బయటకొచ్చి వొరండాలో కూర్చున్న చౌదర్ని కాగిలించుకొని లోపలికి దీసుకువెళ్ళాడు. "నాకేం వుందయ్యా, మీ నియోజకవర్గంలో జనానికి మోజు విరిగి పొయ్యిందనీ, అసలు మర్చిపొయ్యారనీ అక్కణ్ణించి వుత్తరాల్రాశారు. గిట్టనోళ్ళని వూరుకున్నాగాని శానామంది రాసేతలికి, మరీ ఇంతమందయితే ఇక లాభవేటని అలా చెప్పాను. నాదేముంది? నెగ్గితే నెగ్గు, టిక్కొటిస్తాను" అన్నాడు.

చౌదరి మొఖవింతయింది. పెద్దిరెడ్డిగారు నవ్వి దానికేఁవుంది అది నే జూసుకుంటానన్నారు. అనుకున్నంత సులభంగా లేదు పని. వూళ్ళో శానామంది కిష్టంలేదు, చౌదరి అంటే. కొంతమందికి అసలే అభిప్రాయఁవూ లేదు, అయనెవుడో తెల్దన్నట్టు మాటాడారు. ఈ లెక్కని పార్టీ టిక్కొట్టు మీద నిలబెడితే చాలా కంట్రకం అవుతుందనిపించింది రెడ్డిగారికి. అందుకో ఉపాయఁవాలోచించాడు.

సర్లే, మీకు గురిలేకపోతే ప్రస్తుతానికి ఇండిపెండెంటుగానే నిలబడతాళ్ళే, ఆనాక జూసుకోవచ్చునని పైకి కవురంపాడు రెడ్డిగారు. చౌదరి స్వతంత్రుడుగా నిలబడ్డాడు. ప్రచారానికి సన్నాహాలు అరంభించారుగాని పెద్దిరెడ్డిగారు ఉత్సాహం జూపలే. ఎందుకూ డబ్బు దండగ అన్నారు, చెడవుద్దని వెనకాడుతున్నాడు గాబోలని చౌదరి కంగారు పడ్డాడు. అంతలో అదృష్టం బాగుపడి, బే వారసత్వం ఒకటి దారికొచ్చి డబ్బు తగిలింది, లంకె బిందెలే అనుకో.

ఇహ డబ్బు తగలేద్దారి పట్టండి అన్నాడు చౌదరి.

పెద్దిరెడ్డిగారు నవ్వాడు. "నివ్వంటే ఇష్టం లేదన్నాళ్ళ మీద ఎందుకు గుప్పించడం డబ్బు? ఓటుల్లేకపోతే గెలవ్వా?" అన్నాడు. చౌదరి తెల్లబోయి ఇదేవిటన్నాడు. ఇంకో క్షణాని కతనికే తోచింది దానర్థం.

"నిజవే, ఇలా వెదజల్లి అళ్ళందరినీ తడిపి, హైరానా పడే బదులు 'ఇలాగే' చెయ్యొచ్చుగా" అన్నాడు.

మర్నాడే రాయబారాలారంభించాడు.

గుట్టు ఛప్పుళ్ళేకుండా గుంభనగా నడిచాయి.

ఎదరివాళ్ళిద్దరికీ చెరి డెబ్భై అయిదువేలూ పరిహారం ఇచ్చే పద్ధతి మీద ఒప్పందాలు కుదిరాయి. అంతలో, ఒకాయనకి పక్షవాతమొచ్చి పడిపొయ్యాడు. అక్కడితో అయనకిచ్చే డబ్బు ఆదా అయింది. డెబ్భై ఐదువేలు కలిసొచ్చిందని సంతోషించబోయాడు చౌదరి. పెద్దిరెడ్డిగారు అదోలా నవ్వారు. ఇంకో గంటకి రెండో అయన దగ్గర్నించి కబురొచ్చింది. "నేను నామినేషను తీసేసుకోటం లేదూ, నిలబడుతున్నానూ" అని.

రెడ్డిగారూ చౌదరిగారూ పరుగెత్తారు. గిరాకీ పెరిగింది గాబట్టి లక్షా యాభై దగ్గర బేరం పెట్టాడవతల పెద్దమనిషి, గంటయ్యేసరికీ, చచ్చి చెడి లక్షకి దింపారు. సాయంత్రానికి ఆ నామినేషను కూడా పోయింది.

చౌదరిగారు ఎన్నికయినట్టు మర్నాడు పేపర్లలో పడింది. ఇష్టం వున్న పేపర్లు 'ఏకగ్రీవంగా' అని రాశాయి. లేనివి 'పోటీ లేకుండా' అని రాశాయ, చౌదరీ, రెడ్డిగారూ పగలబడి నవ్వుకున్నారు.

ఆ వాడ ప్రజలు నిర్ఘాంతపోయారు.

"సుబ్బరాజా! నీకా ప్రజ్ఞ వుందా? ప్రజల్ని బోల్తా కొట్టించి నెగ్గిన చౌదరిగారికి ఏం బహుమతి ఇస్తావు? లేదా అది ద్రోహంవనుకుంటే ఏం శిక్షవేస్తావు?" అన్నారు రామిరెడ్డిగారు కథ ఆపి.

"ప్రజాద్రోహి చౌదరిగారు కాదు. డబ్బు తీసుకుని నామినేషను ఉపసంహరించుకున్న అవతలి పెద్దమనిషి. చౌదరికి శిక్ష వెయ్యడం కష్టం. ఎలక్షను కడతేరా నడిపించి, అయనకెందరు ఓట్లు వేస్తారో చూడాలి. ఉన్న ఓటర్లలో నూటికేభై మందికి పైగా ఆయనకి ఓటేస్తే నెగ్గినట్టు....లేపోతే...."

"ఛఛఛ. పరువు దీశేశావు సుబ్బరాజా. కడుపులో ఇలాటూహలు బెట్టుకుని పాలిటిక్సులోకెల్లా దిగావయ్యా" అన్నారు రెడ్డిగారు.

★ ★ ★

24 2 రోడ్ల కథ

"ఎక్కడ దిగాను? దిగననే అంటున్నాను గదా? ఆయనోడు దిగాక మళ్ళీ నేనెందుకూ?" అన్నాడు సుబ్బరాజు. "ఏవయ్యోవ్, ఈ కబుర్లన్నీ సభల్లో జెప్పు, నాయనమ్మల దగ్గరజెప్పు - రేపాయని క్యాన్వాసింగు జేస్తే! అంతేదప్ప ఇక్కడ గాదు. అసలదీగాక ఒకడు చేస్తాడని నువ్వు మానెయ్యడవేటంట. అలాటి జంకుండగూడదు పంతులారి కద్దెలీదు గావాల.

పంతులారి తాతగారు జమీందారంత అసామి, నవాబంత దర్జా, ఆయన రోడ్డు మీదికొస్తే మిగతోళ్లంతా పక్కకి నిలబడి జోహుకు మనాలిసిందే. ఫుల్లాటి మనిషి. మూడోతరం వచ్చేసరికి పులులు బలం చాలక ఎత్తులు మార్చాయి. వెనకట్టికో సింహం చూడు - ఓపిక చాలొచ్చాక గుహలో పడుకుని మూలుగుతూ దారే పొయ్యే మృగాల్ని కేకేసి మరీ తినేదిట.

చినపంతులు రాజ్యాని కొచ్చేనాటికి ఆర్థిక బలం తగ్గిపోయింది. అలా కాదనుకుంటే, కడంవాళ్ల సత్తా బాగా పెరిగిందనుకో. ఆయనగార్రోజిల్లా రాజకీయాల్దాకా ఎగురుతూ పడుతూ ఉండేవాడు. జరిగినన్నాళ్లూ జబర్దస్తీ మీద జరిగాక పన్లు నడిపించడానికి ఎత్తులు జిత్తులు వెయ్యక తప్పలేదు. గిట్టనోళ్ళు నక్కా గిక్కా అనేవోరు, కానివోడెవడు?

ఓ పాలాయనికి, జిల్లా అప్పారావుకీ లడాయి పడింది. జిల్లా అప్పారా వెపుడూ జిల్లా లెవెలు కెళ్ళలేదు. వెళ్ళాలని ఉబలాటపళ్లేదు. ఊహ కలిగితే పోడని కాదు. తిక్కమనిషి. తన కిందనున్న రాజ్యం మీద పట్టు గట్టిగా ఉంటే చాలని ఎవరో చెప్పారు. సరే నన్నాడు. ఉండుండి పెద్దెత్తుకెగరాలని మనసయిం దోనాడు. ఏం లేదు. ఎవరో ఒకాయన ఉత్తరా వ్రాసుకునే కాయితాల మీద తన పేరు అచ్చేయించుకుని ఓ బొత్తి బుక్కులా కట్టించాడు. అవి చూసి అప్పారావు ఓటి తయారుచేయించి పెట్టమన్నాడు. అవతలవాడు నవ్వి అదికా దప్పారావూ, నివ్వేమన్నా అయితేగాని ఇయ్యన్నీ ఎందుకూ? బియ్యే అనో ఎమ్మెల్యే అనో సెక్రటరీ అనో పేరు పక్కన వేయించుకోవాలి. అలాటి దేదేనా ఉంటేనే ఈ అచ్చులూ గట్రాను. దీన్నే లెట్రు హెడ్డంటారూ అన్నాడు.

బియ్యే అవడాని కీల్లేదుగదాని, "ఎమ్మెల్యే అవుతాను. పుస్తకాలచ్చేయించు" అన్నాడు అప్పారావు. అవు. అలాగే చేదారన్నాడు అవతలాయన.

అప్పారావు సాహసి. నాలుగెకరాల మనిషల్లా పదేళ్ళలో ముప్పయ్యెకరా ఆసామి అయ్యాడు. అప్పటికింకా పెళ్ళిగాలేదు. పెళ్ళంటే చిరాకు పడేవోడు. అయినా తల్లి చచ్చిపోయాక, నీళ్ళోసుకునేపుడు రోజా వీపు దోమడానికీ అడ తోడుండాలని పెళ్ళాడిన మనిషి.

ఎలక్షన్ల కెక్కాలంటే ముందర కాసిని మంచిపన్లు జేసి ప్రజల్లో పేరు దెచ్చుకోవా లన్నారు మిత్రులు. లోగడ అశోకుడనే రాజు రోడ్లేయించి చెట్లు నాటించి బావులు తవ్వించెననీ, టూతాంటుడియర్సయినా పబ్లిసిటీ వేల్యూ తగ్గలేదనీ ఓ స్కూలు మేస్టర్ చెప్పాడు. గాంధీగారు కూడా అలాగే చేశారుట అని అప్పారావు మేనల్లుడు చెప్పాడు.

అయ్యన్నీ మన వెక్కడ చేస్తావంది అప్పారావు భార్య.

నివ్వలాగుండేస్. మనవంటే మనం జేస్తావా. పంచాయితీ ఉంది. బ్లాకు డెవలప్మెంటుంది. జిల్లా బోర్డుంది - అళ్ళు చేస్తారు. మనం చెయ్యమని చెప్పాలి. అంతే అన్నాడు అప్పారావు.

ఎక్కువక్కర్లేదు. మనూర్నుంచి పెద్దూరు సంత బజారు దాకా రోడ్డేయిస్తే నాలుగూళ్ళ వోళ్ళకీ పనికొస్త దన్నాడు ఒక సలహాదారు. ఆ రోడ్డు మూడు మైళ్లు తేలింది.

పైనించి శాంక్షన్లు అలీశమవుతాయని అప్పారావుకిందా మీదా పడి పంచాయతీ డబ్బుతో ఆరంభించాడు రోడ్డు.

అంతలో పంతులారూ ఎక్కణ్ణించో అందరూ బాదరా వచ్చారు అవతలొడ్డుకి. ఎలక్షను సీజను మంచి పన్ల స్కీము కింద రోడ్డు శాంక్షను చెయ్యమన్జెప్పి, ఆ లోపల కొంత తను పెట్టుబడి పెట్టి రోడ్డు ఆరంభించబొయ్యాడు. పెద్దూరు నుంచి పల్లెటి దిక్కులకేస్తే పబ్లిసిటీ ఎక్కువని తోచి అయనట్నుంచి ఆరంభించాడు - కొందరు నవ్వినా.

అప్పటికే రెండో సైడు నించి అప్పారావు మొదలెట్టించిన రోడ్డు పదిగజాల దాకా పడింది. పడిందని పంతులారి కెవరో చెప్పారు.

అలాగా ఏం రోడ్డు? పక్కారోడ్డా? కచ్చారోడ్డా? కాంక్రీటా? అన్నాడు పంతులారు కంగారుగా.

అళ్ళ మొకం! కాంక్రీ టెక్కడ దెస్తారు? కచ్చారోడ్డే అన్నాడు కబురుదెచ్చిన ఆసామి.

సరే అయితే మనం కాంక్రీటు పోయించేద్దారి. అనాక జాచుకోవచ్చు. అంతగా గవర్నమెంటోడివ్వనంటే పబ్లికెక్కౌంటు కమిటీవోడు తిడతాడంటే పన్నులు పెంచి వసూలు చేసేద్దారి అని సిమ్మెంటు కాంక్రీటు పోయించాడు పంతులుగారు పంతానికి.

చకచకా పన్లు సాగాయి. పోటాన పోటీగా సాగాయి.

ఓనాడు తెల్లారేసరికి దూరపూర్నించ పేపొచ్చిన ఒకాయన పెద్దరోడ్డు మీంచి పాపిడ దీసినట్టు సూటిగా పోతున్న రెండు రోడ్లనీ జూసి కళ్ళు నులుపుకున్నాడు. మళ్ళీ రెండూ కనిపించాయి. బుర్ర తడువుకున్నాడు. రెండూ కనిపించాయి. దూరంగా పోలీసున్నూసి తువ్వాలుతో నోరు కప్పేసుకుని కిళ్ళీ బడ్డీ దగ్గరకెళ్ళి కిళ్ళీ

వేసుకున్నాడు. కాని తను తాగినట్టు గుర్తులేదు. మళ్లా వెళ్లి చూశాడు. రొండు రోడ్లు కనబడ్డాయి. తిన్నగా కళ్ళజోడు షాపుకెళ్ళి జోడు కొనుక్కున్నాడు. ఆ వరసన మూడు రోజులపాటు ఆ షాపులో కళ్ళజోళ్లు ముమ్మరంగా అమ్ముడుపోయాయి. చాలామంది – పోలీసుల్ని చూడగానే తాగకపోయినా తాగామని ఒప్పేసుకున్నారు. నాలుగోనాటికి కత విడింది. అంతా నాలిక్కరుచుకున్నారు, నిజంగా రెండు రోడ్లున్నాయని. ఆనాడు సాయంత్రం ఓ మినిస్టర్ ఓ రోడ్డుకి ప్రారంభోత్సవం చేశారు. గజం పక్కనే ఉన్న రెండో దాని కింకో గ్రూపు నాయకుడు రిబ్బను కత్తిరించి ప్రారంభోత్సవం చేశారు. ఒకటే పల్లెకి రెండు రోడ్లు – ప్రజల ఉత్సాహము దేశమభివృద్ధి అందరూ నేర్చుకోవలెను అని ఇద్దరూ ఉపన్యాసమిచ్చారు. పేపర్లలో పెద్ద హెడ్డింగులు పడ్డాయి. చూడబోయిన జనం నవ్వితే ఆనందంకొద్దీ అన్నారు. ఏడవగా ఆనంద బాష్పాలన్నారు.

వారం పదిరోజులకి మాత్రం ఎలక్షను ప్రచారం దగ్గర అసలు సంగతి అంతా చెప్పుకున్నారు. దండగ మాలిన పని అన్నారు. ఘోరం అన్నారు. ఆ దారి మీదే ప్రచారం చేశారు.

సుబ్బరాజూ, "ఆ ఇద్దరిలో సాహసి ఎవరు? ఎవరికి నువ్వు ఓటేస్తావు" అన్నాడు రెడ్డిగారు కథ ఆపి.

"ఏమీ లేకుండా పంచాయితీ డబ్బుతో రోడ్డారంభించిన అప్పారావు ఎక్కువ సాహసి. కాని నా ఓటు మాత్రం పంతులారికే. అవతలాడు ఓ పని చేస్తున్నాడని తెలిసిగూడా, ధైర్యంగా అదే పనిని మరింత ఖర్చుతో తను చేయించడం గొప్ప. అలాటోడివల్లే సర్కారువారు గొప్ప పనులు చేస్తారు" అన్నాడు సుబ్బరాజు.

రెడ్డిగారు మౌనం వహించారు.

"ఇంకొక్కటి, మీరు కత చెప్పి అడిగారని జవాబు చెప్పానే తప్ప, మీ కత బాగాలేదు, అందులో వింతేమీ లేదు" అన్నాడు సుబ్బరాజు కాస్సేపాగి.

"సర్సరి. అసలిది కత అయితేగా? కతగాదు గాబట్టే నిజంగా జరిగింది గాబట్టే ఇంత చప్పగా ఉంది. కత అయితే విడ్డూరాలకేం కొదవ" అన్నాడు రెడ్డిగారు పకపక నవ్వి.

★ ★ ★

25 నేరమూ శిక్షా

లోకాంతరంలో రూపులేఖల్లేని 'శాల్తీ'లన్నీ పోగయి విచారంగా కూర్చున్నాయి. వాటి మధ్య ఒక శాల్తీ మరీ దిగులుగా ఉంది.

"టైమై ఆరంభించబోతూంది" అందొకటి.

ఏడుపు ప్రారంభించింది శాల్తీ.

"ఏం చేస్తాం? గిట్టుట పుట్టుట కొరకే అన్నారు" అందొక వేదాంతి.

"మరే, అందరం కాస్త ముందూ వెనగ్గా పుట్టాల్సిన వాళ్ళమే" అంది వంత గొంతు.

"బావుంది, అలాగని నిక్షేపం వంటి శాల్తీ చూస్తూ చూస్తూ వుండగా పుట్టేస్తూ వుంటే ఊరుకుంటామా?"

"నీకింకా జన్మ వాసనలు పోలేదు. అన్నీ ఆ మాటలే. ఆ ఊహలే"

"అదిగో అమృతం వచ్చింది"

అంతా కలిసి అమృతం పోసి, ఇంకా రకరకాల ప్రక్రియలు చేశారు. ఆ శాల్తీ పుట్టిపోకుండా కాపాడదామని.

"క్రితం జన్మలో నేనాట్టే పాపాలు చెయ్యలేదే? అసలు చేసినట్టే లేదు. అయినా నాకీ జనన శిక్ష ఎందుకో" అంది శాల్తీ దిగులుగా.

"జీవీ? కితంసారి నువు బసచేసిన దేహానికి తప్పులు చేయాల్సిన అవసరం, అవకాశం లేవు. అంచేత నీ నిగ్రహానికి పరీక్ష జరగలేదు. అది రుజూ కాలేదు.... అందుకని ఈసారి నీకు పొలిటీషియన్ జన్మ ఏర్పాటు చేశారు. ఈసారి నెగ్గితే ఇక విడుదలే...."

పొలిటీషియన్ అన్న మాట వినగానే ఆ శాల్తీ ముఖ కవళిక మారిపోయింది. దిగులుపోయింది. బొమ ముడిపడింది. బింకం వచ్చింది.

"అయ్యో, అయ్యో! ఇంకేముంది? అయిపోయింది పుట్టేస్తున్నాడు పుట్టేస్తున్నాడు" అన్నాయి దగ్గిరి శాల్తీలు కంగారుగా.

ఆ జీవి భూలోకానికి బయుల్దేరింది.

"మేమంతా నీ కోసం ఎదురుచూస్తూంటాం. చప్పున తెముల్చుకు చక్కా వచ్చెయ్యి" అన్నాయి సాటి శాల్తీలు తక్షణం భూలోకం నుండి బయటకి వచ్చే ద్వారం దగ్గరికి బయల్దేరుతూ.

"నేను కూడానే వచ్చి గుర్తుచేస్తా, నువ్వు తప్పు చేస్తే. కాస్త ఇది గుర్తుంచుకో" అంది ఒక స్నేహితుడు.

జననశిక్షకు బయలుదేరిన శాల్తీ భూలోకం వచ్చి ఒక ఇంట్లో వాలింది. అక్కడ పుడదామని. కాని, అక్కడ అట్టే వసతులు, సిరిసంపదలు కనబడలేదు. ఆ యింటివాళ్ళు కారుకోసం, టెలిఫోను కోసం దరఖాస్తులు పడేశారు గాని అవి రావడానికి ఏ రెండు మూడేళ్ళో పట్టవచ్చు. పైగా ఆ గేస్తు పార్టీ నచ్చలేదు.

కొంచెం ఆలోచించి, వెంటనే శాల్తీ ఇంకోచోటుకు వెళ్ళింది. పెద్ద భవంతి, బోలెడు కార్లు, పది ఫోనులూ ఇక్కడా లేవుగాని గేస్తు మంచి గ్రూపు నాయకుడు. కొద్దికాలంలో అవన్నీ గడిస్తాడు. ఇక కాలయాపన తగదని శాల్తీ అక్కడ దిగింది.

"దుష్ట సింహుడని పేరు పెట్టారు బారసాలనాడు (అంటూ కథ ఆరంభించారు రామిరెడ్డిగారు) దుష్టసింహుడేమిటని నవ్వకు. దుష్టుల పాలిట సింహం అని అర్థం చెప్పకున్నారు వాళ్ళు. దరిమిలాను సెటైర్ రాయదలచుకున్నాడెవడో ఇలా నచ్చజెప్పి పెట్టించాడు. దుష్టసింహుడు పుట్టిన నాలుగేళ్ళకి, తండ్రి రాజకీయంగా దెబ్బతిన్నాడు. పింఛనీ దీసుకునే స్టేజి కొచ్చేశాడు. దుష్టసింహుడికీ వరస నచ్చలేదు. ఇదేటిందులో బడ్డామని ఊహాజేసి తండ్రి మనసులో దూరి, దాన్ని మార్చేసి తనని ఇంకో గ్రూపాయనకి దత్తు ఇప్పించుకున్నాడు. ఆయన గట్టోడేగాని, పార్టీ అదో మోస్తరు. చఛేస్ ఇదేటని ఓనాడు సంబరాలు జరుగుతూండగా కావాలని తప్పిపోయి ఇంకో పార్టీ నాయకుడికి దొరికి అళ్ళింటి బిడ్డగా పెరగబొయ్యాడు. పైనించి తోడొచ్చిన నేస్తం ఫకాల్న నవ్వి "నీ దుంపతెగ ఐదేళ్ళొచ్చేతలికే రెండు పార్టీలు ఫిరాయించావు. ఇహ 'పైకి' రాదల్చుకోలేదా? జాగర్త సుమీ. అనక సరుదుకుందామంటే కుదర్దు – గబుక్కున టైమైంది పైకి రా జడ్జిమెంటు కంటారు" అవటాని హెచ్చరిక చేశాడు. దుష్టసిమ్ముడు నవ్వేసి, "ఇది పైకెళ్ళే పద్ధతేలే. నీకు తెల్దిందులో బిస" అన్నాడు.

సరే, ఆడు 'ఈడేరి' మైనార్టీ తీరిగేతలికల్లా నియ్యల్లే గడుసోడు గట్టోడు అనిపించుకున్నాడు. అయ్యపేరు జెప్పి రాజకీయాల్లో రాటుదేరి గాడిలో పడ్డాడు. దేవాంతకుడని పేరు దెచ్చుకుని అయ్యని సంతోషబెట్టి సాగనంపాడు.

దుష్టసింహుడు 'రాజ్యా'నికొచ్చిన కొద్దిరోజుల్లో ఆడి సంగతి అందరికీ దెలిసింది. సెటైర్రాద్దారనీ, రాసి డబ్బు గడిద్దారనీ, ఆ పేరు బెట్టించినోడు తీరా రాయబోయే తలికేం రాయాలో తోచలేదు. ఈడి సెటైర్లని దాటి పొయ్యా యాడి పన్లు. లోకాంత్రపు నేస్తం కంగారుపడి దుష్టసింహుడి గుండెల్లో దూరి కెలికి గుర్తు చెయ్యబొయ్యాడు. కూడని పనులు చెయ్యకు. చెయ్యకు. ఇది నాయం గాదది నాయంగాదంటూ.

'నువ్వలాగుండేస్' అని గసిర్నా పోలేదు. కోపం వచ్చి దుక్క బనీను, చొక్కా, చలి బనీను, దాని మీద కోటు వేసి కండవా కప్పాడు – గుండెలో నేస్తం నూట వినబడకుండా.

అయ్యో, ఈడు పెడదార్ల బడిపోయాడన్న బాధని ఆ నేస్తం ఇవటాల కొచ్చి బుజాన గూచ్చుని చెవులో రొద పెట్టాడు. ఇలాగైతే నీకు జనన మరణాల ఖైదు నుంచి విడుదల దొరకదురోయ్. ఇది ధర్మంగాదు అని.

దుష్టసింహుడిది పనిగాదని ఈ చెవికీ ఆ చెవికీ జోడుజోడు వందిమాగధుల్ని

తగిలించుకున్నాడు. అళ్ళు ప్రతిదీ పొగిడీ, ప్రతి అధర్మానికీ ధర్మ పన్నాలు లాపాయింట్లు చెప్పి మెచ్చుకునేవోళ్ళు గట్టిగా.

లోకాంత్రపు నేస్తం ఆశొదలక, చెవులొదిలి కళ్ళముందు యెగిరి సైగలు చెయ్యడమారంభించాడు.

దుష్టసింహుడిహ లాభం లేదని తనని పొగిడే పత్రికలు పుస్తకాలు తెచ్చి నల్ల కళ్ళజోడు పెట్టుకు చదువుకోసాగాడు.

అయ్యో మనోడు పవరులో దిగడిపోతన్నాడన్న దుఃఖం కొద్దీ, అది మరిగితే దేహం ఒదల్డంకన్న దాన్నొదల్డవెక్కువై పోద్దనీ బయపడి, ఆ నేస్తం ఒహ పెద్ద మనిషిలోకి పరకాయ ప్రవేశం జేసి, ఎదరపార్టీ మనిషి అయిన దుష్టసింహుడిని ఏకేసి తప్పులన్నీ బయటపెట్టి తిట్టడ మారంభించాడు.

కొన్నాళ్ళు జూశాక, దుష్టసింహుడు అణ్ణి తనెంపు లాక్కుని అడికో పెద్ద పదవీ కారూ గట్రా ఇచ్చేశాడు. ఆ నేస్తం అక్కడితో ఆట్లో మునిగి ఊపిరాడక తేలిపోయాడు.

అవతల భూలోకపు అవుటుగేటు దగ్గర కుర్రలూ గట్రా తెప్పించి రడీ జేసుకు కూర్చున్న లోకాంత్రపు శాల్తీలు ఈ వొరసజూసి ముక్కున (అటికి ముక్కులుండవనుకో) వేలేసుకున్నాయి అయ్యో అని. ఈ తోడెళ్ళినాడు కూడా చిక్కడి పొయ్యాడు గదాని ఇంకో శాల్తీ బయల్దేరొచ్చింది.

వొచ్చి ఇద్దరికీ చెప్పింది. పూర్వజన్మ వృత్తాంతం గుర్తు జేసింది. మీరిక్కడి కొచ్చేముందేంఏడిచి వచ్చారూ, తప్పుల్జేయకుండా చప్పున తెమిలి తప్పించుకొస్తామ న్నారూ, ఇపుడీ రాజకీయాల్లోబడి మాట నిలకళ్ళేకుండా అవకతవకల్జేస్తున్నారు అని హెచ్చరిక జెప్పింది.

అళ్ళు నవ్వి నీ మొఖం పొమ్మన్నారు.

మీరిలా కొన్నాళ్ళు జేస్తే ప్రజలే మిమ్మల్నెళ్ళ గొడతారు సుమా అని హెచ్చరించింది పై నుంచొచ్చిన నేస్తం.

అళ్ళు నవ్వి అళ్ళ ముఖం పొమ్మన్నారు.

ఈ శాల్తీ క్కోపం వచ్చింది. యెల్లక్షను టైమైందంతలో. ఈ శాల్తీ దుష్టసింహుడిని బెదిరించింది. నివ్వు ప్రజల్ని దగా జేస్తున్నావు అళ్ళ పేరు జెప్పి నీ పవరు, నీ పన్లు జూసుకుంటున్నావు. ఇది దగా. ప్రజలూరుకోరు – అందా దేవదూత.

నీ మొఖం ఈ మాట లింకెక్కడన్నా అంటే నవ్వి పోతారు జాగ్రత్త అన్నాడు దుష్టసింహుడు.

దేవదూత క్కోపం వచ్చింది.

నేను ప్రజలందరికీ నీ సంగజ్జెబతానుండు అంది.

నీ మొఖం ప్రజలకి చెపితే నాకేం బయ్యం నన్ను ఎన్నుకునేది ఓటర్లు. ప్రజలు వేరు. ఓటర్లు వేరు అన్నాడు దుష్టసింహుడు నవ్వి.

సర్లే, ఎలక్షనయ్యాక చూసుకో అని కోపంగా వెళ్ళింది దేవదూత, వెళ్ళీ అద్దె సైకిలేసుకుని ఇంటింటికీ వెళ్ళి ప్రజలందరికీ చెప్పింది. మళ్ళీ యెల్లక్షనుదాకా మీ మొఖం చూడనాడికి మీ వోటెందు కేస్తారు. ఏ పార్టీ అయినా సరే, మొహమాటం

లేకుండా – నిజంగా మీకు సేవచేసే వాడికే ఓట్లెయ్యండి అని చెప్పింది. దుష్టసింహుడికి మీరంటే ఖాతరులేదు. అడికెయ్యకండి అని కూడా జెప్పింది.

కాని దుష్టసింహుడు లక్షల కొద్దీ వరహాలు వెదజల్లాడు. గెలుచుకున్నాడు.

వెనుకటికో రాజుగారు తనింట్లో శుభకార్యానికి ఊళ్ళో అందర్నీ తలా చెంబెడు పాలు దెచ్చి పొయ్యమని గంగాళం పెట్టాడు. యెవుడి మటుకాడు నేనొక్కణ్నే చెంబెడు నీళ్లొస్తే అన్ని పాలలో తెలుస్తదేటిలే అనుకున్నాడు. తెల్లారేసరికి గంగాళం నిండింది కాని అన్నీ నీళ్ళే. ఒక్క పాల చుక్కలేదు. రాజుగారు ఊరందరికీ దండనేశారు. అలా ప్రజల్లో ప్రెతోడూ, ఓటరుగానే ఆలోచించి మన వొక్కళ్ళం డబ్బు తీసుకోటేస్తే పోయిందేటని సర్ది జెప్పుకున్నాడు.

దుష్టసింహుడు ఆ తరువాత మళ్ళీ ఎన్నడూ తన వాడకేసి రాలేదు. పైకెళ్ళిపోయి తన వ్యాపారం, తన యవారం జూసుకున్నాడు. రోడ్లు, బ్రిడ్జీలు, కాలవలు, అస్పత్రులు, బళ్ళు గట్రా అందరికీ పంపకాలవుతున్నప్పుడు తన వాడ తరపున తనెళ్ళిపోట్టాడలేదు. అళ్ళకొచ్చిందేదో వొచ్చింది. కావలసింది రాలేదు; రావలసింది కూడా రాలేదు.

జనం చాలామంది నొచ్చుకున్నారు. అయ్యో మనోడు పట్టించుకోడన్నెరిస్తే మనవన్నా పొయ్యి ఏడిచేవోళ్ళం గందా అనుకున్నారు. ఇలాటోడు దొరికాడేటని అడిపోసుకున్నారు. ఇది శానా అన్యాయం, దగా అన్నారు.

"సుబ్బరాజూ, ఇంత అన్యాయం దగా జేసిన దుష్టసింహుడికి పైనున్నవాడు ఎన్ని జన్మల శిక్ష వేస్తాడు? అడి కసలు మోక్షవుంటదా చెప్పు చూదాం" అన్నారు రామిరెడ్డిగారు.

సుబ్బరాజు రివాజైన దానికన్నా ఎక్కువ సేపు ఆలోచించాడు. తికమక పడ్డాడు. చివరికి తీర్పు తోచింది.

"రెడ్డిగారూ, దుష్టసిమ్ముడికి శిక్ష పడదు. అతను జేసింది సరేం కాదు. పాపంవూ కాదు. అతను దాదాపు డబ్బిచ్చి పలుకుబడి కొనుక్కున్నాడు. అంచేత ప్రజలకి సేవ చెయ్యాలని నియమం లేదు. ఇహ ప్రజలంటారా? అళ్ళ కర్మం. అళ్ళు దుష్టసిమ్ముడిని ఎన్నుకోలేదు. నోట్లు దీసుకు ఓట్లమ్మారు. అంచేత అడు పైకెళ్ళి తమకేదో చేస్తాడనుకోడం బుద్ధి పొరపాటు. చెయ్యాలనడం అన్యాయం. జల్లినవి జొన్నలైతే పండేవీ జొన్నలే. వరిధాన్యం ఎలా పండుద్దీ? ఆ వాడ ప్రజలు జల్లిన ఓట్లు ఏ రకంవో, అక్కడ యెన్నికైన నాయకులూ ఆ రకంవే. ఇందులో దగాలు లేవు నేరాలూ లేవు" అన్నాడు.

రామిరెడ్డిగారు సెభాష్ అన్నారు. చప్పట్లు కొడుతూ లేచి వచ్చి సుబ్బరాజుని లేవదీసి కాగిలించుకున్నారు.

"సుబ్బరాజూ, నీకు ధర్మసూక్ష్మం పూర్తిగా బోధపడింది. పండితుడి వయ్యావు, ఇహ ఈ దఫా ఎలక్షనుకి నివ్వు నిలబడవలసిందే. ఇదిగో నామినేషను ఫారాలు రెడీగా ఉంచాను. దస్కతులు జెయ్యి" అన్నాడు.

"నేనా? ఎలక్షనుకా? ఇదేటిది?" అన్నాడు సుబ్బరాజు నిర్ఘాంతపోయి.

"అవును. నివ్వే. చౌదరికైతే నేను మాట సాయానికి రాను. నివ్వు ఇంతోడివి. నిలబడకపోతే దేశానికే నష్టం. లెద్దూ" అన్నారు రెడ్డిగారు – హెచ్చరిగ్గా రాజు భుజం చరిచి.

★ ★ ★

ఉపసంహారము

"అవును నివ్వే... నివ్వే నిలబడు ఇయిగో ఫారాలు" అన్నారు రామిరెడ్డిగారు.

"నేనా? నేన్నిలబట్టవా... బలేవారే. చౌదరి గారి తరపున రాయబారవొచ్చానని తెలిసే తమరిలా చెబుతున్నారా? పరాచికం గాపోతే" అన్నాడు సుబ్బరాజు.

"పరాచికం గాదంటున్నాగదా. ఇన్ని పట్టొడుపులూ కిటుకులూ కీలకాలూ దెలిసినోడివి నివ్వుగాపోతే చవుదరా నిలబట్టం" అన్నారు రెడ్డిగారు పకపక నవ్వి.

"ఆయనకి మాటసాయం జేస్తామని మాటిచ్చాం. మన్ని నమ్ముకున్నాడు."

"బలేవోడివయ్యా. చౌదరి నిన్ను మాటసాయం అడిగింది నిజంగా మాటసాయం కోసవనా? అలాగయితే ఈ నెల్లాళ్ళూరుకునే వోడా... అసలు నువు ముందిజ్జెప్పు. నాకాడ నాటకాలాడతన్నావా? నిజంగానే ఆడిమాటనమ్మి వస్తన్నావా" అన్నారు రెడ్డిగారు.

సుబ్బరాజులో పౌరుషం తన్నుకొచ్చింది. అతని చూపు చర్రున తగిలింది రెడ్డిగారికి.

"కోపం జేసుకోమోక. పరాచికాని కన్నాను... నివ్వెక్కడ పోటీకొచ్చి గోదాలోకి దిగుతావోనని చౌదరే ఉపాయం జేశాడు. నిన్నే సాయఁవడిగాడు నేనుదిక్కుఁండా. ఇంకెవడికి సాయం జేయకుండా నిన్ను నా మీదికి దోలాడు. ఇయ్యన్నీ నాకు తెలవ్వనుకున్నావా? ఆనాడే దెలుసు, అందికే ఈ యెత్తేసి కతల్జెబతా కూర్చున్నాను. ఓయబ్బో ఎన్నెత్తులెయ్యిందే బతుకెళ్ళిందీ..." అన్నారు రెడ్డిగారు.

సుబ్బరాజు ఆలోచనలో పడ్డాడు.

"నిన్ను దగా తినిపించాలనుకున్నోడికిచ్చినమాట గురించి ఇంత గుబులేటి. అందుకో ఫారాలు" అన్నారు రెడ్డిగారు.

సుబ్బరాజు ఆలోచన తెముల్చుకుని ఒక తీర్మానానికొచ్చాడు.

"నేను నిలబణ్ణు... నిలబళ్ళేను" అన్నాడు.

"అదేటది? డబ్బా? డబ్బు గురించయితే..."

"కాదు మనసు... మనసు... రాకో"

"మద్దిన మనసేటి... మతిగినా పోయిందా..." అంటూ ఏదో అనుమానమొచ్చి "మజ్జిగనీళ్ళు దెప్పించనేటి" అన్నారు రెడ్డిగారు నవ్వుతూ.

సుబ్బరాజు సిగ్గుపడి నవ్వాడు.

"మా బలేవోరే, దాన్దోలికిబోను" అన్నాడు.

"యేవనుకోమాక. చనూకొర్దీ అన్నాగాని నీకు బయవేటి?"

"బయ్యంకాదు. బయంవ్వూ కాదు అసయ్యంవ్వూకాదు, దిగులు, గుబులు. ఈ యమాయక ప్రజల్ని చూసే – ఈళ్ళకాడోట్లు దీసుక పోయి ఏదో ఉద్దరిస్తాంవనడం దగా. అబద్ధం. అందుకనందుకు మనసొప్పదు. పోనీ అటు చూదారా అంటే పాలిక్సంతా ఉట్టి మాయదారిగోల, పద్మవ్యూహావంటారే అలాగుంది. అందులోకెల్తే ఇహ నదే పోత. అందులో కొట్టకలాడితే ఇక దేస్సేవ జేసేదేటి? అక్కడ నెగ్గలేను. ఈళ్ళకి దగా తినిపించలేను. నా వొల్లకాదు. తెలిస్తేల్సి నేన్నిలబణ్ణు బావో" అన్నాడు సుబ్బరాజు.

రామిరెడ్డిగారులేచి సుబ్బరాజు దగ్గరకు వచ్చి వీపు చరిచారు.

"అలాగంటే ఎలా. ఆళ్ళంతా దగా జేస్తన్నారని దెలిసి, అదేమో తప్పని దెలిసి నివ్వు మాటాడకూరుకుంటే అదిమాత్రం తప్పగాదా? నీ పని నివ్వు జేసకపోవాల. ఫలితం వదిలెయ్. నివ్వొక్కడివే దేశాన్ని బాగుచేస్తానని ఎందుకనుకోవాలి. నీలాగెంతమందో యెలక్షన్లలో నిలబడి నెగ్గి నిర్వాకం చెయిగా చెయిగా ఎప్పటికో దేశం బాగుపడుద్ది. అసలు దాన్దోలికే పోనంటే ఎప్పటికీ బాగుపడదుగదా...(అంటూ నచ్చచెప్పడం ఆరంభించారు రెడ్డిగారు) అసలు పాల్టిక్సంతా మాయదారిగోల అనుకోడం, అందరూ దగాకోర్లనుకోడం పొగరుమోత్తనం. మన పాల్టిక్సులో స్వార్థం అనేది ఎప్పుడయ్యా వచ్చింది – నిన్నగాక మొన్నకదా. ఈ పదేళ్ళ అభివృద్ధికే నివ్వింత కంగారుపడి బెంబేలెత్తిపోతే ఎలా?"

రాజధానిలో అదేపనిగా గోతులద్దవ్వుతారనుకోకు. ఒక్కోసారికి ఓగ్రూపుకి శోషొచ్చేస్తది. ఒక్కోదఫా ఎవుడికీ తెలీకుండా అయికమత్యం వచ్చేస్తది. స్టేటిమెంట్లివ్వడానికి పాయింట్లుండవు. ఎత్తి పొడుపులి కెసులు బాటుండదు. అలాటప్పుడేం జేస్తారు? గవర్నమెంటు పని చూడకతప్పదు. ప్రజాసేవ అలాంటపుడే జరుగుద్ది. ఆ కాసేపూ చేసేదేనా సజావుగా జరగాలి గదా! అందాకా కొట్టుకులాడుతూ ఆలోచన లేకుండా వున్నందువల్ల సమస్యలెదురైనపుడు ఏదో వో తీర్మానం జేసెయ్యాలి. మాటవోరసకి విద్య వుందనుకో – అదేం బ్రహ్మవిద్యకాదు గదా. అందుకని దేశవంతా బళ్ళువేయించి అందరికీ బడిచెపితే యామయింది? బ్రిటీషోళ్ళు పెట్టిపోయిన గుమస్తా చదువు చదిగేసి ప్రతోడూ ఉద్యోగవంటాడు. పొలం దున్నడం నామోషి. యాపారం చెయడం బయ్యం. అందుకే వొందరాళ్ళు చేతికొస్తాయి గదాని ఉద్యోగం కోసం బస్తీపరుగులు. చూశావా. విద్యా సమస్య అంటారే అది పరిష్కరించబోతే నిరుద్యోగసమస్య, దాన్నెంట బెట్టుకుని అవినీతి పన్లు – ఉన్నాడిని పీకించేసి ఇంకోడు దూరడం. ఉద్యోగాలమ్మడం, కొనడం, మావోడు, మాకులం, మీ కులం అని పీకులాడ్డం బయలుదేర్తాయి. మద్య నిషేధవని పెడితే కాపుసారా, కామాపుసారా, దొంగరవాణా, కల్తీసరుకులు, హెచ్చు ధరలు ఇయ్యన్నీ వస్తన్నాయి. దొరలద్దేశంలో ప్రొహిబిషను పెట్టబోయే వోరకు పెద్ద పెద్ద రాకెట్లు లేచాయి. దేవాంతకు ల్లేచారు. అరాచకం అయిపోయింది.

చివరికి మన కతెట్టా తయారయిందీ అంటే సారాయాపారం జేసేవోడే, మద్యనిషేధం వుండాలని వాదించే దాకా వచ్చింది. అదే నలుగురికీ లాభసాటి. మరి తాగేవోడి క్కూడా దొంగసారా రుచి ఎక్కువ.

అదిగో అటెంపు జూడు. నమ్మిన జనాన్ని తప్పుదారి పట్టించీ, చానాదూరం తీసుకు పోయాకా, తప్పునిదెలిసి నాలిక్కరుచుకుంటున్న నాయకులూ ప్రవక్తలూను, అళ్ళు సంగచ్చెప్పు. అళ్ళు తప్పని తెలీకనే తప్పుదారిన పట్టించారనుకో. ఇప్పుడు తెలిసినా పబ్లీకున తప్పొప్పుకుందుకు మనసొప్పదు. దేశం మంచికన్న, తమమాటే ముఖ్యవని అళ్ళ నమ్మకం... అలాటోళ్ళ నేంజేస్తావు... అదిగో అడచూడు. లంచాలమారి డిపాట్రు మధ్యనో మంచోడున్నాడు అడి కిష్టంలేదు గాని అడు తీసుకోపోతే కడవాళ్ళకందరికీ అవుమానం. లంచం దీసుకోపోతే బదిలీయో బర్తరఫో అవుద్ది. అలాటోడికి సాయం జెయ్యవూ? నీకు జాల్లేదూ? అదేటంతకన్న పెద్దయున్నాయి చూడు. మందు మాకులు మంచియొచ్చి మరణాల సంకెతగ్గడంతో జనాభా పెరిగిపోద్దని అరుగో అళ్ళకి బయం గామోసు. అందుకని మందుల్లో కల్తీ చేసేస్తన్నారు. ఆ కంపెనీలమీద చెయిజేసుకున్నోళ్ణె ర్రెంకన్నకింద జమకడతారు. నివ్వు ఎర్రెంకన్నగా వుండకుండా పోటాడాలి.

అడుగో ఆ యమ్మెల్యేజూడు. అళ్ళూరు అవాడా ముఖ్యవా? దేశమ్ముఖ్యవా అని తేలక గింజుకులాడుతున్నాడు. దేశవందరికోసం వోటేస్తే తనూళ్ళో అంతా తిట్టుకుంటారు. తనూరు కోసం అని చూసుకుంటే, పార్టీ వోళ్ళు మొట్టికాయ లేస్తారు. అలాటోళ్ళకి దారి చూపవూ? యెమ్మెల్యే అనేవోడు దేశాన్ని పాలించడంలో తనూరి తరపున పనిచేసేవోడా. కాకపోతే ఉత్తినే తనూరి తరపు వకీల్లాటోడా? సరుకు రవాణా సరిలేకపోతే పరిశ్రమలు, యాపారం అన్నీ దెబ్బతింటాయనీ గూడ్సు పెట్టెలకే ముందర యెక్కూ డబ్బు కేటాయించి, ప్రయాణీకుల సదుపాయాలు తరలేస్తే నివ్వు జేసేది నిజమైన దేస్సేవ. కాని దాని విలవ ప్రజలందరికీ తెల్దుమరి. లేకపోయినా సరేనని దేస్సేవజేస్తావా? తరవాతేమైతే నాకేమని ప్రయాణీకుల వసతుల్జూసి పేరుదెచ్చుకుంటావా? ఈ సంగతి తేల్చి నాయకులకి చెప్పవూ? రాబడి పన్ను ఎగేసేవోళ్ళు ఎక్కువగా వున్నారని సర్కారోడు నివ్వు వొందంటే వెయ్యికి పన్ను కడతన్నాడు. ఆడలా చేస్తాడని, నివ్వు వెయ్యికి పన్ను కట్టదలిస్తే వందకే కడతానని పద్దు జూబిస్తున్నావు. అబద్ధాలాడకండా నివ్వు పద్దువేసి పన్ను కడతానంటే ఆరిపోతావు. అంచేత న్యాయంగా ఉంటానిక్కూడా అన్యాయంగానే నడుచుకోవాలి. వొజ్రాన్ని వొజ్రంతోనే కొయ్యాలన్నట్టు అన్యాయాన్ని అన్యాయంతోనే ఎదుర్కోవాలి. నివ్వింకో కొత్తదారి చూపించవూ? అదిగో అటుచూడు. తిమి, తిమింగిలం, తిమింగిల గిలం. చిన్ని చేపని పెద్ద చేప, దాన్నింకా పెద్ద చేప, దాన్ని చిన్న తిమింగిలం, దాన్ని పెద్ద తిమింగిలం మింగేస్తున్నాయి. ఈటిలో దేనిమీద జాలిపడతావు? దేన్ని జెయిల్లో వేస్తావు? వొర్కరు జీతం చాలదనేడస్తన్నాడు. కంపెనీవోడు లాబం చాలదంటన్నాడు. గవర్నమెంటోడు పన్నులు చాలటం లేదంటన్నాడు. నాగరికం వొచ్చిందని పేరేగాని అడవిలో జంతువు పన్లే ఊళ్ళో మనవూ చేస్తన్నా వింకా, మన మాట వినక తలొగ్గనోణ్ణి ఓడించడానికి చంపడం పూర్వకాలం పద్ధతయినా, ఈనాటికీ దాన్ని

మించిన సాధనం కనుక్కోనేలేదు. నివ్వు గోదాలో దిగి కనుక్కోరాదూ! జనం ఇంకా బయపడీ, ఆశపడీ, తికమకపడీ, మొహమాటపడీ, కంగారుపడీ ఓట్లేస్తున్నారని దేశాన్నీ, దేశాన్నేలే వాళ్ళనీ ఏలేవోళ్ళు ఎప్పటిమల్లేనే ఉన్నారనీ అంటున్నారు. నివ్వు గోదాలో దిగి సరుదుబాటు చెయ్యవూ? నూర్రూపాయల జీతగాడికి పదిరూపాయిలు పైందొరికితే అది పవుడర్లూ బైస్కోపులకి పోతూందిట. ఇబ్బందిబ్బందిలాగే ఉందంట. మనదేశం యెగుమతి దిగుమతి యాపారాల అంతరం కాస్త తగ్గి, ఎగుమతులు పెరిగితే, ఆ వారకి అమాం బాపతు ఖరుచులు సరుదుకుంటున్నాయిట. కష్టాలు కష్టాల్లాగానే ఉన్నాయంటున్నారు. ఇయ్యన్నీ సరుదుబాటు చెయ్యవూ? ఆ!..." అంటూ రెడ్డిగారు ఉపన్యాసం ముగించారు.

సుబ్బరాజు ఆయనకేసి చూసి విచిత్రంగా నవ్వాడు.

ఎల్లక్షనుకి నామినేషన్ ఫారాలందుకున్నాడు. అందుమీద రామిరెడ్డిగారి పేరు అభ్యర్థిగా వ్రాసి తాను ప్రతిపాదించాడు. "పంచాయితీ ప్రెసిడెంటుగారి క్కాబురంపండి" అంటూ ఫారాలాయనకిచ్చాడు.

రామిరెడ్డిగారు ఆశ్చర్యపడిపోయారు. సుబ్బరాజు రాయడం ఎపుడు నేర్చుకున్నాడని గాదు. దానిమీద రామిరెడ్డిగారి పేరు వేసి ప్రతిపాదించినందుకు.

"ఇదేటిది" అన్నారు.

"ఇదేటో మీకూ దెల్సు. నాకూ దెల్సు. మీరిచ్చిన వుపన్యాసం విన్న వోడెవడూ తెలిస్తేర్సి ఎల్లక్షనుకి దిగడు. నేను దిగాలన్న వ్యూహతో మీరయ్యన్నీ చెప్పలేదు. పర్లేదు, మీర్నిలబడండి. నేను మాటసాయం జేస్తాను. పై సారికి మీమీదే పోటీకొస్తాలెండి. ఈ వ్యూహ ఇంకాస్తముందే చెబితే పోస్టర్లయ్యా రాయించేవోళ్ళంగా" అన్నాడు సుబ్బరాజు.

రామిరెడ్డిగారు పకపక నవ్వి, ప్రేమతో సుబ్బరాజు భుజం తట్టి, "ఒరేయ్ చింతాలూ, మద్దినాళ బండిమీద తెప్పించిన పోష్టరు కాయితాలు నా గదెనక నడవలో ఉన్నాయిగాని నాలుగిలా పట్రా" అని కేకవేశారు.

★ ★ ★

ముళ్ళపూడి వెంకటరమణ సాహితీ సర్వస్వం

రూ.

మొదటి సంపుటం : కథారమణీయం - I **180**

సీతాకళ్యాణం, ఇద్దరమ్మాయిలూ - ముగ్గురబ్బాయిలూ, జనతా ఎక్స్‌ప్రెస్, రాజకీయ బేతాళ పంచవింశతి - ఇతర కథలు.

రెండవ సంపుటం : కథారమణీయం - II **150**

ఋణానందలహరి, కానుక, రాధాగోపాలం, సాక్షి, ఆకలీ - ఆనందరావు, విమానం కథ - ఇతర కథలు.

మూడవ సంపుటం : బాలరమణీయం - బుడుగు **90**

నాల్గవ సంపుటం : కదంబరమణీయం - I **150**

నవ్వితే నవ్వండి, పీఠికలు, వ్యాసాలూ, ఇతర రచనలు.

ఐదవ సంపుటం : కదంబరమణీయం - II **150**

గిరీశం లెక్చర్లు, శ్రీకృష్ణలీలలు, వ్యాసాలు, ఇతర రచనలు.

ఆరవ సంపుటం : సినీరమణీయం - I **150**

చలన చిత్ర ప్రముఖులపై వ్యాసాలు, స్వదేశీ - విదేశీ చిత్రాల సమీక్షలు, విక్రమార్కుని మార్కు సింహాసనం కథలు.

ఏడవ సంపుటం : సినీరమణీయం - II **150**

కథానాయకుని కథ (అక్కినేని నాగేశ్వరరావు జీవితచరిత్ర), చలనచిత్ర ప్రముఖులపై వ్యాసాలు.

ఎనిమిదవ సంపుటం : అనువాదరమణీయం **150**

ఎనభై రోజులలో భూ ప్రదక్షిణం, పిటి 109.

ప్రతులకు :

విశాలాంధ్ర పబ్లిషింగ హౌస్ : విజ్ఞాన భవన్, అబిడ్స్, హైదరాబాదు - 500 001.

విశాలాంధ్ర బుక్ హౌస్ : హైదరాబాదు (సుల్తాన్‌బజార్, అబిడ్స్), విజయవాడ, అనంతపురం, విశాఖపట్నం, హన్మకొండ, గుంటూరు, తిరుపతి, కాకినాడ, కరీంనగర్, ఒంగోలు, శ్రీకాకుళం.